புதிய கோடாங்கி தலையங்கம்

ப. சிவகாமி

தொகுப்பு:
முனைவர் அ. கலைநேசன்,
மேனாள் வரலாற்றுத் துறை தலைவர்,
அருள்மிகு சுப்ரமணிய சுவாமி
அரசு கலைக்கல்லூரி, திருத்தணி,

கவிஞர் மு.இஸ்மாயில் இன்முகில்.,
காஞ்சி தாமல் தமிழமுதன்.

புதிய கோடாங்கி வெள்ளி விழா
மாநாட்டு சிறப்பு வெளியீடு, மதுரை.

அறம் பதிப்பகம்

புதிய கோடாங்கி தலையங்கம்

ப. சிவகாமி

முதல் பதிப்பு - பிப்ரவரி 2023

வெளியீட்டு எண்: 93

வெளியீடு: அறம் பதிப்பகம்

Puthiya Kodanki Thalaiyangam

Author: P. Sivakami

First Edition: February, 2023

Published by: Aram Publication
Address: No. 3/582, Mullai street,
Kasthuribai nagar, Mullipattu village & post
Arani Taluk - 632 316
Tiruvannamalai Dt, Tamil nadu
Contact Cell No: 9150724997
e-mail: arampublication50@gmail.com

Designer: G. Murugan

Printed at: Print Process, Chennai-14

ISBN: 978-93-91480-64-6

Pages: 424 Price: INR 530

அணிந்துரை

'புதிய கோடாங்கி' இதழ் தொடங்கி 28 ஆண்டுகள் நடந்து கொண்டிருக்கும் இந்த நேரத்தில் இதன் வெள்ளி விழா கொண்டாட்ட நிகழ்வில், இவ்விதழில் வந்த தலையங்கங்களைத் தொகுத்து ஒரு புத்தகமாக வெளியிடுவதில் அறம் பதிப்பகம் பெருமகிழ்ச்சி கொள்கின்றது.

புதிய கோடாங்கி இதழ், விற்பனையில் சாதனைப் படைத்த இதழா என்றால் இல்லை. அதன் வாசகர்கள் மிக குறைந்த அளவிலானவர்களே. ஆனால் பல எழுத்தாளர்களின் முதல் படைப்பை வெளியிட்ட இதழ். அவ்வாறு பலரைப் பட்டியலிட முடியும்.

இந்த இதழில் எழுத்தாளர் சிவகாமி எழுதி வந்த தலையங்கங்களை தொகுத்து புத்தகமாக வெளியிடவேண்டும் என்ற சிந்தனை வரவேற்கத்தக்கதாகும். இப்புத்தகம் வாசகனின் மனதில் பலபுதிய சிந்தனைகளை விதைத்துச் செல்லும் என்பதில் சந்தேகமில்லை.

தி நியூயார்க் டைம்ஸ், வாஷிங்டன் போஸ்ட், தி கார்டியன், தி எக்னாமிஸ்ட் போன்ற அமெரிக்க பத்திரிகைகள் மட்டுமே சில குறிப்பிட்ட பொருண்மையில் வந்த தலையங்கங்களைத் தொகுத்து சிறப்பு வெளியீடாக புத்தக வடிவத்தில் தந்திருக்கின்றன. அந்த வகையில் இது ஒரு சாதனை முயற்சி.

இந்த நூல், பல பிரச்சனைகளுக்கும் சிறந்த தீர்வுகளை முன் வைக்கும் ஒரு சிறு கையேடாகவும் இருக்கும். மேலும் எழுத்தாளர் சிவகாமியின் மதிநுட்பத்தையும், அரசியல் அறிவு மற்றும் தீர்க்க தரிசனத்தையும், அவருடைய சமூக அக்கறையையும் ஓங்கி ஒலிக்கும் பறையொலியாகவும் இருக்கப் போகிறது.

இந்த நூலை வெளியிடும் வாய்ப்பை தந்த எழுத்தாளர் சிவகாமிக்கும், புதிய கோடாங்கி அணிக்கும், சிறப்பான

அட்டைப்படம் மற்றும் வடிவமைப்பை வழங்கிய எழுத்தாளர் ஜீ. முருகன் அவர்களுக்கும், அச்சிட்ட துர்கா பைண்டர்ஸ் அவர்களுக்கும் அறம் பதிப்பகம் நெஞ்சார்ந்த நன்றியைத் தெரிவித்துக் கொள்கின்றது.

அறம் பதிப்பகத்துக்காக

மா. அமரேசன்

ஜனவரி 2004

நடந்து முடிந்த சட்டமன்றத் தேர்தல்களில் டெல்லி தவிர மீதி மூன்று மாநிலங்களிலும் பி.ஜே.பி. வெற்றி வாகை சூடியுள்ளது. இது இந்துத்துவத்தின் வெற்றி என மகிழ்கின்றன பி.ஜே.பி. முகாம்கள். ஆனால் ஆளுங்கட்சியான காங்கிரஸின் பலவீனங்களே பி.ஜே.பி – யின் பலமாக மாறியுள்ளது. மக்களின் அதிருப்தியே பிஜேபிக்குக் கிடைத்த வாக்குகள். மக்களின் அதிருப்தியென்பது தொடர்கின்றது எந்தக் கட்சி வந்தாலும். ஏனெனில் உலகமயம் தாராளவாதம் இவற்றில் சிக்குண்டு வேலையின்மை, வறுமைக்கு தீர்வு காண முடியாமல் தவிக் கின்றன அரசுகள்.

தமிழ்நாட்டில் கஞ்சித்தொட்டி அவலம் நெசவுத் தொழிலில் நீடிக்கின்றது. வறட்சி, காவிரி நதிநீர் பங்கீட்டுப் பிரச்சனைகளால் விவசாயம் படுத்துவிட்டது. தேயிலை உற்பத்தியாளர்கள், காப்பி உற்பத்தியாளர்கள் மிகப்பெரிய சரிவைச் சந்தித்திருக்கிறார்கள். போதாக்குறைக்கு பொடா– எஸ்மா என அராஜகங்கள் தலை விரித்தாடுகின்றன. தலித்துகள் மீதான வன்முறை பெருகியுள்ளது. இந்நிலையில் மாற்றமின்றி கட்சிகள் மட்டும் மாறி மாறி வெற்றி பெறும் சூழ்நிலைதான் இன்றைய ஜனநாயகம்.

வரும் நாடாளுமன்றத் தேர்தலில் பி.ஜே.பி. அல்லது காங்கிரஸ் வெற்றி பெற்றாலும் மக்கள் நிலையில் மாற்றமிருக்காது.

தமிழக அரசியலுக்கும், இந்திய அரசியலுக்கும் ஒரே மாற்று ஒடுக்கப்பட்டோர் அதிகாரம் பெறுவதே.

உலகமயத்தை – தனியார்மயத்தைத் தடுக்க முடியாது எனும் போது அதற்குள்ளாக நமது பங்கைப் பெறுவதே உசிதமென அதிகார வர்க்கம் சார்ந்து பலர் சிந்திக்கின்றனர். இதைத் தற்காலிகமானதாக வரையறுத்துக்கொண்டு செயல்படவும் துவங்கியுள்ளனர்.

World Social Forum (உலக சமூக மையம்) எனும் உலகளவிலான அமைப்பு உலகமயத்திற்கு தீவிரமான எதிர்ப்பைக்காட்டி வருகிறது. அதனுடைய மாநாடு ஜனவரி மூன்றாவது வாரம் மும்பையில் கூட உள்ளது. உலக நாடுகள் பல கலந்துகொள்ளும் இம்மாநாட்டில் Dalit Sector என்ற பிரிவில் ஆப்பிரிக்கா, இந்தியா போன்ற பொருளாதாரத்தில் பின்தங்கிய நாடுகளின் பின்தங்கிய சமூகங்கள் இதைப்பற்றி விவாதிக்கின்றன. பெரும்பாலும் NGO–க்கள் பங்கு பெறும் இம் மாநாடு என்ன விவாதிக்கும் – முடிவு செய்யும் என்பதைப் பொறுத்திருந்து பார்ப்போம்.

வரப்போகும் பாராளுமன்றத் தேர்தலுக்கான தலித் அஜன்டா ஒன்றை புதிய கோடாங்கி தயாரிக்க உள்ளது. ஆர்வலர்கள் தவறாமல் தங்கள் கருத்துக்களை அனுப்புமாறு கேட்டுக் கொள்ளப்படுகின்றனர்.

பிப்ரவரி 2004

பாராளுமன்றத் தேர்தலையொட்டி விதம் விதமான கூட்டணிகளும் அறிக்கைகளும் வெளிவந்து கொண்டிருக்கின்றன. தலித் இயக்கங்கள் தனித்துப் போட்டியிட முடிவெடுத்தது பாராட்டுக்குரியது. எனினும் அதிமுக பாஜக கூட்டணியில் சேரத் தயார் என்றும், பாஜக நீங்கிய அதிமுகவில் சேரத்தயார் என்றும் மாறி மாறி அறிக்கைகள் வந்து கொண்டிருப்பது கொள்கையற்ற பதவிசார்ந்த சந்தர்ப்பவாதத்தில் இயக்கங்கள் – ஊசலாடுவதைத் தெரிவிக்கின்றது.

தனித்துப் போட்டியிடத் தயார் என்று அறிக்கை விட்டிருக்கிறார்களே தவிர அதற்காக மக்களிடம் வேலை செய்தார்களா? நாளது தேதிவரை தமிழ் ஈழம், தமிழ்த் தேசியம், தமிழ்ப் பெயர் மாற்றம் என்று நடந்த பல்வேறு மெகா கூட்டங்களில் தோளோடு தோள் நின்றவர்கள், பொடா எதிர்ப்பில் ஒன்றாக நின்றவர்கள் தனித்துப் போட்டியிடும் தலித் இயக்கங்களுக்கு எந்த வகையில் ஆதரவு தருவார்கள்?!

மாவட்டவாரியாக வன்கொடுமை எதிர்ப்பு மாநாடுகள், தலித் மக்களுக்கு விழிப்புணர்வுக் கூட்டங்கள், கிராம அளவில்

அவர்கள் பிரச்சனைகளை முன்னெடுத்தல், தலித்துகளுக்கு நிதி ஒதுக்கீடு குறித்த தொடர் போராட்டங்கள், எஸ்ஸி, எஸ்டி ஊழியர்களின் நலன்களை முன்னெடுத்தல், தலித் பெண்களுக்கு ஒதுக்கீடு கேட்டுப் போராடுதல், தனியார் துறையில் ஒதுக்கீடு குறித்த தொடர் போராட்டங்கள், அரசின் தலித் விரோதப் போக்கை அவ்வப்போது சுட்டிக்காட்டி ஆர்ப்பாட்டங்கள், ஊர் வலங்கள், அமைப்பில் உள்ளவர்களுக்கு முறையாகப் பயிற்சி அளித்தல் என்ற பல வேலைகளைத் தொடர்ந்து செய்திருந்தால் மட்டுமே தனித்துப் போட்டியிடத் தயாராயிருக்க முடியும். அப்படியில்லாவிட்டால் இப்படி ஊசலாடிக் கொண்டே இருக்க வேண்டும். இனியாவது இயக்கங்கள் இதை உணர்வார்களா?

பாராளுமன்றத் தேர்தலுக்கான தலித் அஜெண்டா தயாராகிக் கொண்டிருக்கிறது. பல்வேறு தரப்பிலிருந்து கருத்துக்கள் வந்த வண்ணமுள்ளன. அடுத்த இதழில் இவை தொகுத்து முன்வைக்கப்படும். அடுத்த இதழில் சென்னை கிறித்துவக் கல்லூரி பேராசிரியர் பு. ஜார்ஜ் எழுதியுள்ள 'பாரதியின் பௌத்த வெறுப்பும், இந்துத் துவப் பற்றும் – ஒரு தலித் பார்வை' என்ற ஆய்வுக் கட்டுரைத் தொடர் ஆரம்பமாகிறது.

மார்ச் 2004

தலித் அஜெண்டா

தலித்துகளின் இன்றைய பிரச்சனைகளை இனங்கண்டு கொள்வதன் மூலமே அவர்களுக்குண்டான கோரிக்கைகளை முன்வைக்க முடியும்.

புதிய கோடாங்கி இதுவரை ஏறக்குறைய இருபது முகாம்களை நகரப்பகுதிகளிலும், கிராமப்பகுதிகளிலும் நடத்தியுள்ளது. தலித் சிந்தனையாளர்களின் கருத்துக்களை அவர்களது புத்தகங்கள் மூலமாகவும், விமர்சனங்கள் மூலமாகவும் தொகுத்துக் கொண்டுள்ளது. தலித் அல்லா தாரின் நோக்கங்களையும் அவர்களது செயல் பாடுகளையும் தொடர்ந்து கண்காணித்து வந்துள்ளது. மாணவர்கள், இளைஞர்கள், அரசு ஊழியர்கள், பெண்கள், நகர்ப்புற குடிசை வாழ் மக்கள், கிராமப்புற

தலித்துகள், பழங்குடிகள் என்ற சகல ஒடுக்கப்பட்ட தரப்பினரின் வாழ்நிலைகளையும் கருத்துக்களையும் ஓரளவு அறிந்துள்ளது. இதன் அடிப்படையில் கீழ்க்கண்ட கோரிக்கைகளை வலியுறுத்தி தலித் இயக்கங்கள் போராடுவதையும், அப்படி போராடுபவர்களுக்கு ஊக்கமளிக்கவும் விரும்புகின்றது. இக்கோரிக்கைகள் முழுமையானவையல்ல எனினும், முதற்கட்டமாக, மிகவும் அத்தியாவசி யமானவை என்பனவற்றை மட்டும் சுருக்கமாக முன்வைக்கின்றோம். தலித்தல்லாதாருக்கும் தலித்துகளுக்குமிடையே கல்வியறிவு பெறுதல் குறித்த பெரிய இடைவெளி உள்ளது. வரும் அய்ந்தாண்டுகளில் தலித்துகள் அனைவரும் எழுதப்படிக்கத் தெரியுமளவிற்கு திட்டங்கள் வகுத்து, உரிய நிதி ஒதுக்கீடு செய்து, முறையாக நிறைவேற்றப்பட வேண்டும்.

கிராமப்புற தலித்துகளும் பழங்குடிகளும் நில உரிமையாளர்களாவதும் சொத்துரிமையாளர்களாவதும் அவர்களுக்கு நம்பிக்கையும், ஊக்கமும் அளிப்பதாக இருக்கும். பஞ்சமி நில மீட்பு, நிலப்பகிர்வு, நிலத்தை விலைக்கு வாங்கியளித்தல், பொதுச் சொத்துக்களில் உரிமை என்ற அளவில் திட்டங்கள் உருவாக்கப்படுதல் வேண்டும்.

ஐநூறுக்குக் குறையாத மக்கள் தொகை கொண்ட ஒவ்வொரு கிராமப்புற சேரியும் தனிப் பஞ்சாயத்தாக அறிவிக்கப்பட்டு தன்னாட்சி பெறும் வகையிலும், அடிப்படை வசதிகளை செய்து கொள்ளவும் உரிய நிதி ஒதுக்கீடு செய்யப்பட வேண்டும். (காண்க: இவ்விதழில் வெளியாகி யுள்ள சிவகாமியின் அப்னா பஞ்சாயத் கட்டுரை) அதே போல் இருநூறுக்குக் குறையாத மக்கள் தொகையுள்ள பழங்குடிப் பகுதிகளை தனிப் பஞ்சாயத்தாக அறிவித்து நிதி ஒதுக்கீடு செய்யவேண்டும். மத்திய அரசின் பரிந்துரையான தலித்துக்கான சிறப்புக் கூறுத் திட்டத்தின்படி, மாநில அரசு தனது பட்ஜெட்டில் இருபது சதவிகித நிதி ஒதுக்கீடு செய்து அதை ஆதி திராவிட மற்றும் பழங்குடி நலத்துறையின் வசத்தில் ஒப்படைக்க வேண்டும். இப்பரிந்துரை சட்டமாக்கப்பட வேண்டும்.

தலித்துகளின் பொருளாதார முன்னேற்றத்திற்கு போபால் பிரகடனத்தின் பரிந்துரைகளை ஏற்க வேண்டும். தலித்துகளுக்கும்

பழங்குடிகளுக்கும் தனியார் துறையில் ஒதுக்கீடு செய்ய வேண்டும். – இட ஒதுக்கீட்டின் அடிப்படையில் உள்ள அனைத்து காலியிடங்களையும் பூர்த்தி செய்யவேண்டும். அரசியல், பொருளாதார, கலை இலக்கிய, சமூக நிறுவனங்கள் அனைத்திலும் தலித்துகளின் முறையான பிரதிநிதித்துவம் உறுதி செய்யப்பட வேண்டும்.

தலித்துகளுக்கு தனித் திட்டக்கமிஷன் அமைத்து அவர்களது தேவைகளையொட்டிய திட்டங்கள் தீட்டப்பெறுதல் வேண்டும். பெண்களுக்கும், மிகக் குறைந்த அளவே மக்கள் தொகை கொண்ட 36 வகை பழங்குடிகளுக்கும், அரவாணிகளுக்கும் அவர்களது வாழ்நிலையைக் கருத்தில் கொண்டு சிறப்புத் திட்டங்கள் வகுத்துச் செயலாற்ற வேண்டும். ஒடுக்கப்பட்ட பெண்களுக்கு, பெண்களுக்கான ஒதுக்கீட்டில் முறையான பங்கு அளித்திட வேண்டும். மேற்கண்ட கோரிக்கைகளின் அடிப்படையில் செயல்திட்டங்கள் வகுக்கும், நிறைவேற்றும் அனைத்து நிலைகளிலும் தலித்துகளே முதன்மைப்படுத்தப்பட வேண்டும். இக்கோரிக்கைகளை ஒவ்வொரு கிராம மக்களும் சேரியின் தகவல் பலகை அல்லது தட்டிகளில் எழுதி, இதை ஏற்றுக்கொண்ட வேட்பாளர்கள் மட்டுமே சேரிக்குள் நுழைய அனுமதிக்க வேண்டும். மற்றபடி தனித்தமிழ் – தமிழ்த்தேசம், தலித்து களுக்குக் கோயில், வர்க்க ஒற்றுமை, பிற்படுத்தப்பட்டோர் தாழ்த்தப் பட்டோர் ஒற்றுமை, சாதி இரண்டொழிய வேறில்லை என்று நமது கோரிக்கைகள் மீது சாணியால் மெழுகும் கோஷ்டிகளை அனுதாபத்தோடு நிராகரிப்போமாக!

ஏப்ரல் 2004

அம்பேத்கர் பிறந்தநாள் விழா செய்தியும் வேலைத் திட்டங்களும் சிலைகளைத் தேடி மாலைகளுடன் செல்வது ஆல் இண்டியா பண்பாடாக மாறிவிட்டது. சிலைகள் குறியீடுகள். சிலைகளும், மாலைகளுமாக நமது செயல் திட்டங்கள் குறுகிவிடக்கூடாது.

'கறுப்பின அடிமையின் சுய வரலாறு எழுதிய பிரடெரிக் டக்ளஸ் இனியும் மானுடத்தின் கடைசி அடிமை மீட்கப்படும் வரை என்னுடைய சகோதர அடிமைகளுக்கு ஆதரவாக தொடர்ந்து குரல் கொடுப்பேன்' என்கிறார். 'மரணம்தான் என்னை மக்களிடமிருந்து பிரிக்கும்' என்றார். படித்து முன்னேறிய தலித்துகள், தலித்துகள் என்ற அடையாளங்களுடன் வெளிப்பட்டு, எளிய தலித் மக்களோடு அய்க்கியப்பட்டு, அவர்கள் பிரச்சினைகளை, அம்பேத்கரிய சிந்தனையின் ஆழத்தோடு முன்னிறுத்தி போரட முன்வர வேண்டும். மாறிக் கொண்டு வரும் தீண்டாமையின் முகங்களை அடையாளங் காண்பதும் வேரறுப்பதும் நமது செயல்.

ஒவ்வொரு ஓட்டும் சம மதிப்புடையது என்று இந்திய ஜனநாயகம் கூறினாலும் தலித்துகள் அரசியல் அதிகாரத்தைப் பெறமுடியாமலிருப்பது தீண்டாமைக் கொடுமையின் வெளிப்பாடு.

கலாச்சாரத் தளத்தில் இந்துத்துவத் திணிப்பும், ஊடகங்கள் காவியமாகி இந்துக் கலாச்சாரமே இந்தியக் கலாச்சாரம் என்று பிரச்சாரம் செய்து வருவதும் தீண்டாமையின் முகம்.

வறுமை ஒழிப்புத் திட்டங்கள் எனக் கண் துடைப்பு செய்து தலித்துகளின் தேவையறிந்து முறையான நிதி ஒதுக்கீடு செய்யாததும் தீண்டாமையே.

பஞ்சாயத்து முறையில் கிராமங்களின் ஆண்டைகளோடு சேரிகளைப் பிணைத்து தலித்துகளின் சுதந்திர வளர்ச்சியைத் தடை செய்வது தீண்டாமைதான்.

தீண்டாமை ஒழிப்புக்கான பிரத்யேகத் திட்டங்கள் எதுவுமின்றி மகளிர் சுய உதவிக் குழுக்கள், சிறு சிறு பொருளாதார உதவிகள் என்று கண்ணாமூச்சி விளையாடிக் கொண்டிருப்பதும் தீண்டாமையை நிலை நிறுத்தும் உத்திதான்.

மாறிவரும் சூழலுக்கேற்ப மாறிக்கொள்ளும் தீண்டாமைக் – கொடுமைகளை வேரறுக்க குறைந்தபட்ச செயல்திட்டங்களாக சிலவற்றை தலித்துகள் மேற்கொள்ள வேண்டியுள்ளது.

தலித்துகளுக்கான தனி பஞ்சாயத்து கேட்டு போராடவேண்டும்.

படிக்காத அறுபது சதவிகித தலித் பெண்களிடையே, சிறு குழுக்களில் அம்பேத்கரிய சிந்தனையை வளர்த்தெடுப்பது. பெருகிவரும் மகளிர் சுய உதவிக் குழுக்களை இதற்காகப் பயன்படுத்திக் கொள்ளலாம்.

கலாச்சாரத்தின் வெளிப்பாடுகளாக பெண்களை முன்னிறுத்தும் சூழலில் இந்து மதத்தையும், மதம் சார்ந்த கருத்தியல்களையும் முகாம்களில் கட்டுடைப்போம்.

தனியார் துறையில் ஒதுக்கீட்டின் அவசியத்தை விவாதம், ஆர்ப்பாட்டம் மூலம் வலியுறுத்துவோம்.

அருந்ததியர், பள்ளர், பறையர் இவர்கள் அடங்கிய குழுக்களில் உட்சாதிப் பிரச்சினைகளையும் முரண்களையும் விவாதித்து ஒற்றுமைக்கு வழிகாண்போம்.

பழங்குடி மக்களை ஒருங்கிணைக்கும் வேலைகளில் ஈடுபடுவோம். நரிக்குறவர்கள், அரவாணிகளுக்கு முகாம்கள் நடத்துவோம்.

பள்ளி இறுதி மாணவர்கள் அதிக மதிப்பெண்கள் பெற்றுத் தேர்ச்சியுறவும், தமிழ், வரலாறு போன்ற பாடங்களைத்தான் தலித் மாணவர்கள் மீது திணிக்கும் வழக்கமாயிருப்பதால் அவர்களை விஞ்ஞானம் மற்றும் வேலை வாய்ப்புள்ள தொழில் சார்ந்த படிப்புக்குத் தகுதி பெறப் பாடுபடுவோம்.

ஆங்கிலம் கற்கவும் பேசவும் பயிற்சிகளுக்கு ஏற்பாடு செய்வோம்.

பெரும்பாலும் தமிழ்த்துறையில் தலித் மாணவர்களே மிகுதியாக இருப்பதால், கல்லூரிகளிலும் பல்கலைக் கழகங்களிலும் தமிழாசிரியர் களாகவும், தமிழ்த்துறைத் தலைவர்களாகவும் தலித்துகளையே நியமிக்கக் கோரி ஆர்ப்பாட்டம் நடத்துவோம். தமிழ் மூலம் சாதியம் ஆதிக்கம் பெறுவதைத் தடுக்கப் பாடுபடுவோம். தமிழ் பயிலும் தலித் மாணவர்கள் இவ்வார்ப்பாட்டங்களை நடத்த முன்வர வேண்டும்.

புதிய கோடாங்கி மட்டுமல்லாது பிற தலித் பத்திரிகைகளும் இம்முழக்கங்களை வைக்க வேண்டுகோள் வைக்கின்றோம்.

மே 2004

அம்பேத்கர் பிறந்தநாள் 2004 வேலைத்திட்டங்களை ஒட்டி, முதற் கட்டமாக தலித் பன்னாட்டுக் கல்வி மய்யம் மூலம் சென்னையில் +1, +2 மாணவர்களுக்கும், 9, 10 மாணவர்களுக்கும் கணக்கு, பௌதிகம், ரசாயனப் பாடங்கள் மற்றும் ஆங்கிலப் பயிற்சிக்காக ஜூலை மாதத் திலிருந்து சென்னையில் வகுப்புகள் நடத்த முன்னேற்பாடுகள் நடந்து வருகின்றன.

வருகின்ற மே 29, 30 தேதிகளில் விழுப்புரத்தில், தலித் – பழங்குடிஅரவாணிகளின் முதல் மாநில மாநாடு நிகழவிருக்கிறது.

ஜூன் மாதத்தில் ஜவ்வாது மலையிலுள்ள மலையாளிகள் என்னும் பழங்குடியினரின் வாய்மொழி இலக்கியப் பதிவு மேற்கொள்ளப்பட விருக்கிறது.

தலித் பன்னாட்டு கல்வி மய்யம் நடத்தும் அம்பேத்கர் சிந்தனை என்ற பட்டயப்படிப்பின் தொடர்பு வகுப்புகள் ஜூலையில் சென்னையில் நடத்தப்பெறும்.

பிரிப்பேர் நிறுவனத்துடன் இணைந்து தலித் மற்றும் தலித்தல்லாதாருக்கு தலைமைத்துவப் பண்புகள் பற்றிய பயிற்சிப் பட்டறை தேர்தல் முடிந்தவுடன் நடத்தத் திட்டமிடப்பட்டுள்ளது.

அதேபோல் சிவகாமியின் அப்னா பஞ்சாயத் மற்றும் அவுட்லுக் ஆனந்தின் Media and Caste (பத்திரிக்கைகளும்– சாதியும்) என்ற ஆங்கிலக்கட்டுரையின் மீதான விவாதம் ஒன்றுக்கும் ஏற்பாடு செய்யப் பட்டுள்ளது.

ஏப்ரல் மாதம் 21 லிருந்து 28 தேதி வரை புதிய கோடாங்கி மற்றும் தென்னிந்திய தலித் எழுத்தாளர் மற்றும் கலைஞர்கள் பேரவை சார்பாக, கோத்தகிரியில் டான் பாஸ்கோ நிறுவனத்துடன் இணைந்து, முனைவர் அமைதி அரசு, பழங்குடி நாடக அரங்க பயிற்சிப்பட்டறை நடத்தவுள்ளார் (அதைப் பற்றிய பதிவுகளை அடுத்த இதழில் எதிர்பார்க்கலாம்.) இம்முயற்சி தொடரப்படும்.

அரவாணிகளின் ஓவியப் பயிற்சி முகாம் போதுமான நிதிவசதியின்றி கிடப்பில் உள்ளது. நிதி உதவி கிடைக்கும்

பட்சத்தில் இவ்வருடத்திற்கு முன் நிறைவேற்றப்படும் சாத்தியக் கூறுகள் உள்ளன.

தலித் எழுத்தாளர்களின் புத்தகங்களை வெளியிட புதிய கோடாங்கி உத்தேசித்துள்ளது. ஆர்வமுள்ளவர்கள் தொடர்பு கொண்டு விபரங்களைப் பெறலாம்.

வழக்கம்போல் இளைஞர் எழுச்சி முகாம்கள் கிராமப் பகுதி களில் தொடர்கின்றன. இடையில் தேர்தல் தடபுடல்களினால் ஒரு மாதகாலம் இவற்றை நடத்த முடியாமல் போனது துரதிர்ஷ்டவசமானதே.

1995– ல் தொடங்கி, 2001–லிருந்து மாத இதழாக வரத்தொடங்கிய புதிய கோடாங்கி மூன்றாண்டுகள் நிறைவெய்தியுள்ளது.

புதிய கோடாங்கியின் செயல்பாடுகளில் ஆர்வமுள்ளவர்கள் அனைவரும் கலந்துகொள்ள அழைப்பு விடுக்கிறோம். இப்படிச் செய் வதன் மூலம் உங்களை நீங்களே வலுப்படுத்துவதுடன் தலித் இயக்கத் தையும் வலுப்படுத்துகிறீர்கள்.

ஜூலை 2004

மே 29–30 தேதிகளில் விழுப்புரம் மாவட்டம் முகையூர் கிராமத்திற்கருகிலுள்ள ஆலம்பாடியில் அமைந்துள்ள அம்பேத்கர் சங்க சென்டரில் புதிய கோடாங்கியின் தலித் – பழங்குடி – அரவாணிகள் முதல் மாநில மாநாடு நடைபெற்றது. இவ்விதழ் அம்மாநாட்டின் சிறப்பிதழாக வெளிவருகின்றது. சிறப்பம்சங்களாக, மாநாடு நிறைவேற்றிய பல்வேறு அரங்குகளின் தீர்மானங்களும், அம்மாநாட்டின் நிகழ்வுத் தொகுப்புகளின் ஒரு பகுதியும், மாநாட்டில் வாசிக்கப்பட்ட கட்டுரைகளும் இடம் பெற்றுள்ளன இவ்விதழில்.

இந்த மாநாடு சிறப்புற அமையக் காரணமாக இருந்த புதிய கோடாங்கியில் தொடர்ந்து எழுதி வரும் எழுத்தாளரும் கவிஞருமான திரு. விழி.பா. இதயவேந்தன், எழுத்தாளர் – கவிஞர் திரு . அன்பாதவன், சமூகப் போராளியும், இருளர் பாதுகாப்புச் சங்கத்தின் தலைவருமான பேரா. கல்விமணி (பா.

கல்யாணி), அம்பேத்கர் சங்க சென்டரின் நிர்வாகத் தலைவர் திரு. நிக்கோலஸ் மற்றும் புதிய கோடாங்கி குழுவினர், தோடர் பழங்குடி இனத் தலைவி திருமதி. நீலாசின், பலியர் இனத்தலைவி திருமதி. லீலாவதி, கோத்தர் சமூகத்தைப் பிரதிநிதித்துவப்படுத்திய திருமதி. பேபி, துரும்பர் சமூகத்தைப் பிரதிநிதித்துவப் படுத்திய திரு. வளன், அரவாணி தலைவிகள் அருணா, ஆல்கா, சிந்து மற்றும் பங்கேற்ற அனைவருக்கும் புதிய கோடாங்கி தன் நன்றியினை உரித்தாக்குகிறது. பேரா. அரங்க மல்லிகா, பேரா. பத்மாவதி விவேகானந்தன், வழக்கறிஞர் ரஜினி, வழக்கறிஞர் லூசி போன்றோரும், முனைவர் பஞ் சாங்கம், முனைவர் அ. ராமசாமி, பங்குதந்தை ல.ஈ. செல்வராஜ், ஜோஸ், ஜேக்கப் பெல்லி போன்றோரும், முன்னணி தலித் எழுத்தாளர்களும் கலந்து கொண்டு அரிய பங்கேற்றினர்.

இம்மாநாடு இதன் கட்டமைப்பாலும், எடுத்துக்கொண்ட பொருள் – விவாதத்தாலும், முதல் மாநில மாநாடு என்ற பதத்தை நிறைவாக்கியது. எல்லா வகையிலும் இது தனித்தன்மை வாய்ந்த சிறந்த மாநாடாக விளங்கியது. இதற்கான அனைத்துப் பெருமைகளும் முன்னூறுக்கும் மேலாக வந்திருந்த அனைத்துப் பங்கேற்பாளரையும் சேரும்.

இம்மாநாடு நடந்து முடிந்ததையொட்டி வரும் ஜூலை 31 அன்று கொடைக்கானலில் திருமதி. லீலாவதி, கொடைக்கானல் மலைப்பகுதிகளில் வாழும் பலியர், புலையர்களை ஒருங்கிணைத்து சிறப்புப் பயிலரங்கம் ஒன்றுக்கு ஏற்பாடு செய்து வருகிறார். தேனிராஜ்குமார் (பேராசிரியர்) மற்றும் சிவபாலு ஆகியோர் தேனீ மற்றும் திண்டுக்கல் மாவட்ட தலித்துகளை ஒருங்கிணைக்கும் பணியில் ஈடுபட்டு வருகின்றனர்.

அடுத்த மாநாட்டை மதுரையில் நடத்தித்தர வழக்கறிஞர் ரஜினி வாக்குறுதி அளித்துள்ளார். எழுத்தாளர் இமயம் அடுத்த மாநாடு நடத்த நன்கொடையாக பத்தாயிரம் ரூபாய் அளித்துள்ளார். அரவாணிகளுக்கான அரங்கப் பயிற்சிப் பொறுப்பினை முனைவர் திரு. கே.ஏ. குணசேகரனும், முனைவர் அமைதி அரசும் ஏற்று, அதற்கான அரங்கப் பயிற்சிப் பட்ட றையை திருவண்ணாமலை மாவட்டத்தையொட்டி அமைந்துள்ள

தீனபந்து புரத்தில் (அனித்ரா அறக்கட்டளை உதவியுடன்) நடத்த ஏற்பாடுகள் மேற்கொள்ளப்பட்டு வருகின்றன.

திருத்தணி அருகில் உள்ள முருக்கங்குடியில் புதிய கோடாங்கி இளைஞர் எழுச்சி முகாம் ஜூன் முதல் வாரத்தில் நடந்தது. புதிய கோடாங்கி செயல்பாடுகளில் தங்களை இணைத்துக்கொண்ட எழுத்தா ளர்கள் ஆர்வலர்கள் உதவியுடன் தொடர்ந்து புதுக்கோட்டை மாவட்டத் தில் தோழர் சரவணன் முகாமுக்கான ஏற்பாடுகளை செய்து வருகிறார்.

துரும்பர்களுக்கான தனிப் பயிற்சி பட்டறையும் திரு. வளன் அவர்கள் உதவியுடன் நடக்கவிருக்கிறது.

இவ்வாறு பல்வேறு செயல்பாடுகளுக்கு உந்து சக்தியாக இம்மாநாடு விளங்கியது. இம்மாநாட்டுத் தீர்மானங்களை நடைமுறைப்படுத்த புதிய கோடாங்கி வாசகர்களும், தலித் அமைப்புகளும் முன்வரவேண்டும் எனக் கேட்டுக்கொள்கிறோம்.

அக்டோபர் 2004

தலித் இதழியல் வளர்ந்துகொண்டு வருகிறது. சிறு சிறு பத்திரிக்கைகள் அங்கங்கு தோன்றிக்கொண்டிருக்கின்றன. இது எழுச்சியூட்டுவதாக உள்ளது. சாதி ஒழிப்பை மய்யப்படுத்தும் அதே வேளையில், தலித்துகளுக்கான பல்வேறு தளங்களுக்கும் குறிப்பாக விவசாயம், விஞ்ஞானம், கலை, இலக்கியம் போன்ற இவற்றிற்கும் இடமளிக்க வேண்டும். எல்லா இதழ்களும் தலைவர்களை மய்யப் படுத்தி அவர்களைச் சுற்றிய அரசியல் வலைப்பின்னல்களை விவரிப்பதிலேயே ஆர்வங்காட்டுகின்றன. தலித் அறிஞர்களைத் தேடி அடை யாளங்கண்டு அவர்களது ஆற்றல்களைப் பயன்படுத்திக்கொள்ள முனைய வேண்டும். தலித்துகளின் பங்களிப்பு குறைவானதாகவே உள்ளது. தனிமனிதர்கள் பற்றிய விமர்சனங்களைக் குறைத்து, பிரச்சினைகளை மய்யப்படுத்தி விமரிசனம் வைப்பதே வரவேற்புக்குரியதாக இருக்கும். புதிய கோடாங்கியும் இத்தகைய செயல்பாடுகளை மேற்கொள்ளும்.

செப்டம்பர் மாதம் 17, 18, 19 தேதிகளில் அனித்ரா ட்ரஸ்ட் 'நிர்வாகத்தில் தலித்துகள்' என்ற தலைப்பில் மாநில அளவிலான கருத்தரங்கம் ஒன்றை நடத்தியது. அதன் பதிவுகள் அடுத்த இதழில் வெளிவரும்.

செப்டம்பர் 28, 29 தேதிகளில் ஜவ்வாது மலைகளில் வாழும் மலையாளிகள் எனப்படும் மலையின மக்கள் பற்றிய வாய்வழி இலக்கியம் பதிவு செய்யப்படுகிறது. விவரங்கள் அடுத்த இதழில் வரும்.

நவம்பர் 2004

திருக்குலம் சிந்தனையாளர்கள் மையம் சார்பாக 16.10.2004 அன்று இமேஜ் அரங்கத்தில் "பத்தாவது ஐந்தாண்டு திட்ட ஆய்வு" குறித்த கருத்தரங்கம் நடைபெற்றது. இதை சட்டமன்ற உறுப்பினர் வள்ளல் பெருமாள் ஒருங்கிணைத்தார். இதில் மத்திய நிதியமைச்சர் ப. சிதம்பரம் சிறப்பு விருந்தினராக வந்திருந்தார். மிசோரம் மாநிலத்தின் முன்னாள் ஆளுநர் பத்மநாபன் அவர்கள் தலைமை ஏற்க , கருப்பன், செல்லப்பன், சிவகாமி, கிறித்துதாஸ் காந்தி, பால்ராஜ் , கண்ணகி போன்ற முன்னாள் இன்னாள் இந்திய ஆட்சிப் பணியாளர்களும், சட்டமன்ற உறுப்பினர் ஜெயக்குமார். நீதிபதி சாமித்துரை (ஓய்வு) பல்கலைக்கழக முன்னாள் துணைவேந்தர் முத்துக்குமாரசாமி, ஊழ். மனு போன்ற பலரும். எஸ்.சி.– எஸ்.டி. அலுவலர் நலச்சங்கப் பிரதிநிதிகளும் சிறப்புரையாற்றினார்கள்.

இங்ஙனம் தமிழக தலித்துகளின் கோரிக்கைகளை தனியான ஒரு அமர்வில் மத்திய நிதியமைச்சர் கேட்பது ஒரு வரலாற்று நிகழ்வு என கருதப்படுகிறது. இக்கூட்ட அரங்கில் மத்திய அமைச்சரிடம் அளிக்கப் பட்ட கோரிக்கைகளும், நிறைவேற்றுவதாக கூறப்பட்ட உறுதிமொழியும் பிரசுரமாகிறது. அதுபோல் சிவகாமி வாசித்த இரண்டு கட்டுரைகளும் மொழியாக்கம் செய்யப்பட்டு வெளியாகியுள்ளன.

இக்கோரிக்கைகளில் பல புதிய கோடாங்கி தொடர்ந்து வலியுறுத்தி வந்தவை என்பது வாசிப்பில் புரியும். குறிப்பாக

பஞ்சமி நில மீட்பு , சிறப்புக்கூறுத் திட்டம், தலித்துக்களுக்கு தனி ஊராட்சிகள் போன்றவை. உறுதிமொழியை மட்டும் நம்பிக்கொண்டு காத்திராமல் அவை செயல்வடிவம் பெற தொடர்ந்து போராடுவோம்.

புதிய கோடாங்கியும் தலித் பன்னாட்டு கல்வி மய்யமும். அண்ணாமலைப் பல்கலைக்கழகத்துடன் இணைந்து தேசிய அளவிலான இரு கருத்தரங்குகளை நடத்தவிருக்கின்றன. டிசம்பர் 20. 21 தேதிகளில் மின்னாட்சியில் பெண்களின் பங்கு என்ற இரு நாள் கருத்தரங்கும், ஜனவரி 6, 7, 8, 2005 தேதிகளில் தலித் உரிமைகள் – பாதுகாப்பு எதிர்நோக்கும் சவால்களும் வாய்ப்புகளும் என்ற தலைப்பில் மூன்று நாள் கருத்தரங்கும் நடக்கவிருக்கிறது.

செப்டம்பர் 23, 24 வேலூர் மாவட்டம் ஏலகிரி மலையில் வாழும் மலையாளி பழங்குடியினரின் வாய்மொழிப் பதிவு மேற்கொள்ளப்பட்டது. நவம்பர் 24. 25– இல் வேலூர் மாவட்டம் ஜம்னா மாத்துர் மலையில் வாழும் மலையாளி பழங்குடிகளின் வாய்மொழிப்பதிவு மேற்கொள்ளப் படவிருக்கிறது. இப்பதிவுகள் முடிந்ததும் ஒட்டுமொத்தமாக வெளியிடப்படும்.

திருவள்ளூர், பெரம்பலூர் மாவட்டம், வி.களத்தூர் மற்றும் ராணிப்பேட்டையில் புதிய கோடாங்கி பயிற்சி முகாம்களை நடத்தியது.

பல்வேறு மாவட்டங்களிலும் புதிய கோடாங்கி வாசகர் வட்டம் உருவாகிக் கொண்டிருக்கும் தருணத்தில் வாசகர் வட்டங்களின் செயல்பாடுகள் குறித்து கீழ்க்கண்ட சில வழிமுறைகளை கடைப் பிடிக்கலாம் என்று எண்ணுகிறோம்.

ஒவ்வொரு மாதமும் வாசகர் வட்டம் கூட்டப்பட்டு, புதிய கோடாங்கியில் வரும் கட்டுரைகளையும் மற்றும் படைப்புகளையும் விவாதிக்கலாம்.

வாசகர் வட்டம் இயங்குகின்ற மாவட்டம், ஒன்றியம், கிராமப் பகுதியில் இளைஞர்களுக்கான எழுச்சி முகாம்களை வாரம் ஒருமுறை நடத்தலாம். இத்தகைய எழுச்சி முகாம்களுக்கு அங்கங்கே வசிக்கும் புதிய கோடாங்கி எழுத்தாளர்களையும்

மற்றும் தலித் அறிஞர் பெருமக்களையும் பயன்படுத்திக் கொள்ளலாம்.

பகுதி வாரியான தலித் மக்களின் பிரச்சினைகளை அட்டவணைப் படுத்தி, புதிய கோடாங்கியில் பதிவு செய்யவும், அப்பிரச்சினைகளுக்கு தற்காலிக மற்றும் நிரந்தரத் தீர்வு காணவும் வழிவகுக்கலாம்.

அந்தந்தப் பகுதியில் இயங்கும் அம்பேத்கர் மன்றங்களுடன் இணைந்து இரவுப் பள்ளிகள் நடத்தி, பாட நூல்களுடன் அம்பேத்கர் நூல்களையும், புதிய கோடாங்கி இதழ்களையும் தொடர்ந்து வாசித்து ஆய்வுக்குட் படுத்தலாம்.

அவரவர் பகுதியில் உள்ள தரிசு மற்றும் பஞ்சமி நிலங்களை கணக் கெடுப்பு செய்து அவற்றை தனியாக பதிவு செய்யலாம். விவசாயக் கூலி களுக்கான சங்கங்கள் ஏற்படுத்தி நிரந்தர வேலைவாய்ப்புக்கும். முறையான கூலிக்கும் வழிவகுக்கலாம்.

மாவட்டப் பகுதியில் இயங்கும் வாசகர் வட்டங்கள். ஒன்றிய மற்றும் கிராம அளவில் விரிந்து பரவ நடவடிக்கை எடுக்கலாம்.

கிராமப் பகுதி மக்களுக்கு கதை, கவிதை மற்றும் கட்டுரை எழுது வதில் பயிற்சி அளிக்கலாம்.

அரசு நிறுவனங்களுக்கும், மக்களுக்கும் தொடர்பு பாலமாக விளங்கி, அரசின் திட்டங்கள் முழுமையாக மக்களைச் சென்றடைய நடவடிக் கைகளை மேற்கொள்ளலாம்.

முதற்கட்டமாக இத்தகைய பணிகளில் ஏதேனும் ஒன்றையாவது தொடங்கி நடைமுறைப்படுத்த ஆவண செய்ய வேண்டும்.

இவற்றை நடைமுறைப்படுத்துவதில் ஏதேனும் சிக்கல்கள் இருப்பின் புதிய கோடாங்கி–க்கு தயக்கமின்றி எழுதலாம்.

டிசம்பர் 2004

அதிகாரத்தைக் குறிவைத்து ஒன்றிலிருந்து மற்றொன்றிற்கு தாவிச்செல்லும், ஒவ்வொரு அசைவையும் தனக்குச் சாதகமாக்கிக் கொள்ளும், வளர்ச்சிப் பாதையிலிருந்து விலகி மக்களை திசை

திருப்பும் பல்வேறு நடவடிக்கைகளை அரசியல்வாதிகளும் பத்திரிக்கையாளர்களும் மேற்கொண்டு வருகின்றனர்.

காவல்துறையின் நிழல் உலகத்தை ஜெயலட்சுமி மூலமாக பொதுமக்களுக்கு கடைவிரித்தன பத்திரிக்கைகள். ஆனால், இது எவ்வகையிலும் போலீஸ் அரசாக விளங்கும் தற்போதைய அரசாங்கத்தை பாதிக்காத வகையில் வீரப்பன் கொலை சம்பவம் நிகழ்த்தப்பட்டது. ஜெயலட்சுமி மூலமாக சரிந்தது போல் தோற்றமளித்த காவல் துறை அரசாங்கம் கடமையுணர்வும் அர்ப்பணிப்பும் உள்ள அரசாங்கமாக தன்னைப் புனரமைக்க முயற்சி செய்துள்ளது. வீரப்பனை உயிருடனோ அல்லது சடலமாகவோ காட்டிலிருந்து அப்புறப்படுத்துவது காவல் துறையைப் பொருத்தமட்டில் கடமையாக இருந்தது. ஆனால் அவன் கொலையுண்டதை பட்டாசு வெடித்து காவல் துறையே கொண்டாடியது என்பது கடமைக்குப் பின்னால் ஒளிந்திருந்த கொலைவெறியும், பதக்கங்களை நோக்கிய பேராசையுமே என்பது தெளிவாகியது. பத்திரிக்கைகள் வீரப்பனை முழுமையாகக் கொண்டாடி கல்லா நிறைக்கு முன் ஜெயேந்திரர் கைது செய்யப்பட்டார். முதற் கைது. இரண்டாம் கைது என்று கைது படலங்கள் நிறைவேற்றப்பட்டுக் கொண்டு வருகின்றன. எத்தனை சாமியார்கள் கைது செய்யப்பட்டாலும் பார்ப்பனிய இந்து மதச் சீர்திருத்தம் பற்றியோ அதன் விஷ வேராக இருக்கும் சாதி பற்றியோ அக்கறையின்றி சாமியார்களின் கைது பற்றியே பத்திரிக்கைகள் எழுதி வருகின்றன.

எத்தனை ஜெயேந்திரர்கள் கைது செய்யப்பட்டாலும் சங்கரமடத்தின் அதிபதி ஒரு பிராமணராகவே இருப்பார் என்பது தெளிவு. தலித்தல்லா தார்களும் தரகு பிராமணர்களாகவே செயல்பட்டு வருவர் என்பதும் தெளிவு. புலன்களை கட்டுக்குள் இருத்தி ஆன்ம விசாரணை செய்யும் துறவு மடங்கள் அதிகாரம் குவியுமிடமாகத்தான் இருக்கின்றன. ஆன்ம விசாரணை என்பதே அதிகாரத்தைப் பரவலாக்குவதுதான்.

இதுகுறித்த சிந்தனைகளை முன்வைக்க வேண்டிய பணி பத்திரிக்கைகளுக்கு இருக்கிறது. ஆனால் சில பத்திரிக்கைகள் அவைகளே மக்கள் திரளாகி ஜெயேந்திரரை விடுதலை செய்ய வேண்டி பூஜைகள், மனித சங்கிலி, ஆர்ப்பாட்டம்,

கூட்டம், தர்ணா, மறியல் இன்னபிறவற்றை தன்னளவில் மேற்கொள்ளுகின்றன. இன்னும் சில பத்திரிக்கைகள் சங்கர ராமன் கொலை வழக்கில் துப்பறியும் போலீஸ்களாகவே மாறிவிட்டன என்பது மக்கள் கவனத்தை திசை திருப்ப. இதை வாசகர்கள் உணர வேண்டும்.

தலித் அரசியல் போக்குகளும் தற்காலிக கவன ஈர்ப்பு விஷயங்களாக மாறிவிடக்கூடாது என்பதில் நமக்கு அக்கறை உண்டு.

நவம்பர் 24, 25 தேதிகளில் ஜவ்வாது மலையிலுள்ள ஜமுனா மாத்தூர், வீரப்பனூர் ஆகிய இடங்களில் மலையாளி மக்களின் வாய்மொழிப் பதிவுகள் மேற்கொள்ளப்பட்டன. ஜனவரி மாத புதிய கோடாங்கி இதழில் இப்பதிவுகள் வெளியிடப்படும்.

டிசம்பர் 17, 18 தேதிகளில் ஆதிவாசிப் பெண்களுக்கான தலைமைத் துவ பயிற்சி முகாம் சேலத்தில் நடக்கவிருக்கிறது. புதிய கோடாங்கியும் CSI நிறுவனமும் இணைந்து நடத்தும் இந்த முகாமில் குறைந்தது பத்து வகை பழங்குடியினத்திலிருந்து பெண்கள் கலந்துகொள்கின்றனர்.

டிசம்பர் 20, 21 ஆகிய தேதிகளில் அண்ணாமலை பல்கலைக் கழகமும், அனித்ரா ட்ரஸ்ட் – தலித் பன்னாட்டு கல்வி மய்யமும் இணைந்து மின்னாட்சியில் பெண்கள் பங்கு என்ற தேசிய கருத்தரங்கை நடத்துகின்றன.

தலித்துகளின் நிலவுரிமைப் போராட்டம் செயல்வடிவம் பெற குழு அமைக்கப்பட்டுள்ளது பாராட்டுக்குரியது. அதே போல் தனி ஊராட்சி என்ற கோரிக்கை வலுப்பெற புதிய கோடாங்கியின் 2–ஆவது மாநில மாநாடு தலித்துகளுக்கு தனி ஊராட்சி என்பதை மய்யப்படுத்துகிறது. இந்த மாநில மாநாடு ஜனவரி 22, 23 தேதிகளில் தேனியில் நடைபெறுகிறது. சுமார் நானூறு பேர் அழைக்கப்படும் இந்த மாநாட்டில் பழங்குடிகள், அரவாணிகள், சிறுபான்மையினர், பெண்கள் என தனி அரங்குகளும் தலித் ஒற்றுமை அரங்கு, தலித் ஆதரவாளர் அரங்கு, தலித் கலை இலக்கிய அரங்கு என்று மொத்தம் ஏழு அரங்குகள் அமைக்கப்பட்டு பல்வேறு பிரச்சினைகள் விவாதிக்கப்பட இருக்கின்றன.

ஜனவரி மாதத்தில் மாநில அரசின் தலித்துகளுக்கான பட்ஜெட் விவாதம் நடத்த நிதியமைச்சர் பொன்னையன் ஒப்புக்கொண்டுள்ளார். பல்வேறு தலித் இயக்கங்களை கலந்தாலோசித்து இது குறித்து முடிவெடுக் கப்படும். இவ்வாறு தலித்துகளின் முக்கிய கோரிக்கைகளான நிலவுரிமைப் போராட்டம், தனி ஊராட்சி, சிறப்புக்கூறு திட்டம் (தனி பட்ஜெட்) இவற்றை மய்யப்படுத்தி நிகழ்வுகளை ஒருங்கிணைக்கும் முயற்சியில் புதிய கோடாங்கி ஈடுபட்டு வருகிறது.

ஜனவரி 6–8–2005 தேதிகளில் நடக்கவிருந்த தலித் உரிமைகள் பாதுகாப்பு குறித்த தேசிய கருத்தரங்கம் பிப்ரவரி 17–18–2005 ஆகிய தேதிகளில் நடக்கவிருக்கிறது. கருத்தரங்கை அண்ணாமலை பல்கலைக் கழகமும், தலித் பன்னாட்டுக் கல்வி மய்யமும் இணைந்து நடத்துகிறது.

புதிய கோடாங்கியின் கிராம முகாம்கள் பரவலான வரவேற்பைப் பெற்று வருகின்றன.

தென்னிந்திய தலித் எழுத்தாளர் மற்றும் கலைஞர்கள் பேரவை, எஸ்ஸி/எஸ்டி ஊழியர்களுடன் இணைந்து செயல்படும் சாத்தியக் கூறுகள் ஆய்வு செய்யப்பட்டு வருகின்றன.

தலித் எழுத்தாளர்கள் தங்கள் பேனா முனைகளை தலித்துகளின் வளர்ச்சிப் பாதை, அவர்களைக் குறித்த ஆய்வுப் பாதை நோக்கி செலுத்த கடமைப்பட்டுள்ளார்கள். நம்மை நோக்கி எறியப்படும் விஷ அம்புகளைத் தடுத்து அறிக்கைகள் விடுவதோடு அவற்றை முறியடிக்கும் விதமாக செயல் களத்தில் இன்னும் தீவிரமாக இயங்க வேண்டுகோள் விடுக்கின்றோம்.

ஜனவரி 2005

புதிய கோடங்கியின் இரண்டாவது மாநில மாநாடு தேனியில் வரும் ஜனவரி 22, 23 தேதிகளில் நடைபெறவிருக்கிறது. அழைப்பிதழ் இந்த இதழில் அச்சாகியுள்ளது. ஆர்வமுள்ளவர்கள் அனைவரும் கலந்துகொள்ள அழைப்பு விடுக்கிறோம். சுமார்

நானூறு பேர் தங்குமளவிற்கு ஏற்பாடுகள் செய்யப்பட்டுள்ளன. ஆகையால் முன்பதிவு செய்துகொள்வது நல்லது. இம்மாநாட்டின் மையக்கருத்து தலித்துகளுக்கு தனி ஊராட்சி என்பதாகும். எனினும் அரவாணிகள், பழங்குடிகள், சிறுபான்மையினருக்கு தனி அமர்வுகள் ஏற்படுத்தி, தலித் ஒற்றுமைக்கு வழிகாணும் வண்ணம் ஒடுக்கப்பட்டோரின் பல்வேறு பிரச்சினைகள் முன்னெடுக்கப்படும். புதிய கோடாங்கி வாசகர்கள் ஒத்துழைப்பும் நன்கொடையும் தந்து உதவுமாறு வேண்டிக் கொள்கிறோம்.

முனைவர் ராஜ்குமார் மாநாட்டை ஒருங்கிணைக்கின்றார். திரு. கிறித்துதாசு காந்தி மாநாட்டைத் துவக்கி வைக்கின்றார். பங்கேற்பாளர்கள் தங்கள் கட்டுரைகளை ஜனவரி 10–ஆம் தேதிக்கு முன்பாக அனுப்பி வைத்தால், மாநாட்டின் போது மாநாட்டு மலர் வெளியிட உதவியாக இருக்கும். அவைகள் பிப்ரவரி மாத இதழில் மாநாட்டுச் சிறப்பிதழாக வெளிவரும்.

இவ்விதழில் பழங்குடி மலையாளிகள் பற்றிய பதிவுகள் இடம் பெற்றுள்ளன. எஞ்சியவை அடுத்த இதழிலும் வரும்.

புதிய கோடாங்கி தொடர்ந்து அருந்ததியர் – பறையர் – பள்ளர் ஒற்று மையை முன்வைத்து விவாதம் நடத்தி வருவது வாசகர்கள் அனைவரும் அறிந்ததே. இப்பிரிவுகளில் உள்ளோரிடம் பொதுவான கருத்தியலில், அதாவது இடஒதுக்கீடு, இரட்டை வாக்குரிமை, அம்பேத்கரியம், பொருளாதார முன்னேற்றம் என்பதன் அடிப்படையில் ஒற்றுமையுள்ளது. முரண்கள் மிக மிகக் குறைவு. ஆனால் இப்பிரிவுகளில் மிகவும் சிறுபான்மை யிலுள்ளவர்கள் அங்குள்ள பெரும்பான்மை தலித் சமூகத்தால் இழிவு படுத்தப்பட்டு வருகின்றனர். அவர்கள் பெரும்பாலும் சக்கிலியர்கள் மற்றும் புதிரை வண்ணார்கள்.

சமீபத்தில் ராமநாதபுரம் மாவட்டம் பரமக்குடி அருகிலுள்ள எஸ். காவனூர் என்னும் சிறு கிராமத்தில் பள்ளர் – சக்கிலியர் மோதல்கள் சக்கிலியர் சமூகத்தின் மீதான பயங்கரமான வன்முறைத் தாக்குதலாக முடிந்திருக்கிறது.

பள்ளர் சமூகத்தைச் சேர்ந்த முருகேசன் என்பவர் சக்கிலியத் தெருவில் சக்கிலியருக்குச் சொந்தமான வீட்டுமனையை

கிரயத்திற்கு வாங்கியுள்ளார். இதனால் சக்கிலிய சமூகத்தினர் நிலம் விற்ற சக்கிலியரை ஒதுக்கி வைத்துள்ளனர். கிரயத்திற்கு வாங்கிய முருகேசனுக்கு வழிவிடாமல் தடுத்துள்ளனர். வீட்டு மனையை வாங்கியவர் பாதையையும் கிரயத்திற்கு வாங்கியிருக்க வேண்டும். மாறாக பள்ளருக்கு பாதையை மறுப்பதா, அப்படியானால் பொதுப்பாதையில் சக்கிலியரை நடக்கவிடமாட்டோம் எனத்த டுத்துள்ளனர். ஆத்திரமடைந்த சக்கிலியர் பேருந்தில் பயணம் செய்த பள்ளருடன் கைகலப்பு நிகழ்த்தியுள்ளார்கள். பதிலுக்கு பள்ளர் சமூகத்தைச் சேர்ந்தவர்கள் சக்கிலியர் ஒருவரை மண்டையை உடைத்து முகத்தைச் சிதைத்து. இன்னொருவரை கண்பார்வை தெரியாத அளவிற்கு பலமாகத் தாக்கியதோடல்லாமல், முன்னூறு பள்ளர் குடும்பத்தினர் அனைவரும் திரண்டு வந்து நாற்பது சக்கிலிய குடும்பத்தினரை மூர்க்கத்தனமாகத் தாக்கி, வீட்டு ஓடுகளை உடைத்து, கூரைகளுக்கு தீ வைத்து, உடைமைகளை சூறையாடி, சுடுகாட்டில் நடப்பட்டிருந்த சிலுவைகளைக் கூட பிடுங்கி எறிந்திருக்கிறார்கள். இந்த வெறித் தனமான தாக்குதல் நடக்கும் போது சக்கிலியச் சமூகத்தினர் செய்வதறியாது எல்லோரும் கூட்டமாக ஒரு பெரிய வீட்டினுள் அடைந்துகொண்டு அல்லேலுயா என்றும் கர்த்தரே என்றும் கதறி அழுதிருக்கிறார்கள்.

ஆதித் தமிழர் பேரவை அதியமான் மற்றும் சக்கிலிய சமூகத்தின் இயக்கத் தலைவர் எஸ்.டி. கல்யாணசுந்தரம் ஆகியோர் உடன் விரைந்து சென்று பயத்தில் வாழும் சக்கிலியர்களுக்கு ஆறுதல் கூறியுள்ளனர். எஸ்.டி. கல்யாணசுந்தரம், கருப்பன் இ. ஆ. ப., பாஸ்கரன், சிவகாமி போன்றோர் அங்கு சென்று இரண்டு சமூகத்தையும் விசாரித்து, பள்ளர்களே முன்வந்து தங்கள் தவறை உணர்ந்து குற்றவாளிகளை காவல்துறையில் ஒப்படைப் பதுடன், சக்கிலியர்களுக்கு பாதுகாப்பாக இருக்க வேண்டும், அவர்களை மேலும் துன்புறுத்தவோ பகைமை பாராட்டவோ கூடாது எனத் தெரிவித்தனர். மேலும் ஊர்த் துணைத் தலைவர் (பள்ளர்) பள்ளர் தரப்பில்தான் தவறு உள்ளது என்று கூறி, உணர்ச்சி வசப்பட்டு பள்ளர்கள் இவ்வாறு நடந்து கொண்டதற்கு ஆழ்ந்த வருத்தம் தெரிவித்ததோடு, எதிர்காலத்தில் இவ்வாறு நேரா வண்ணம் எச்சரிக்கையாக இருப்போம், ஒற்றுமையாக இருப்போம் என்றார். வரும் ஏப்ரலில் அம்பேத்கர் பிறந்தநாள்

விழாவை இரண்டு சமூகத்தினரும் சேர்ந்து கொண்டாடுவோம் என வாக்குறுதியும் அளித்தார்.

நடந்த சம்பவங்கள் கடுமையான கண்டனத்துக்குரியன. இருதரப்புமே பகைமையின்றி நெருங்கிவர வேண்டும். கள்ளக்குறிச்சி அருகில் பறையர்கள் சக்கிலியர் களை சில மாதங்களுக்கு முன் தாக்கியுள்ளனர். ஆகையால் இச் சமூகங்களின் முன்னோடிகள், சிந்தனையாளர்கள் இவர்களின் ஒற்றுமையை நோக்கி செயல்பட வேண்டிய அவசியமுள்ளது.

பிப்ரவரி மாதத்தில் புதிய கோடாங்கி தர்மபுரி மாவட்டத்தில் உள்ள பழங்குடி மக்கள் குறித்த பதிவுகளை மேற்கொள்ளும். தர்மபுரியில் உள்ள புதிய கோடாங்கி வாசகர்களும், எழுத்தாளர்களும் இம்முயற்சியில் இணைந்து செயல்பட வேண்டுகிறோம்.

பிப்ரவரி 2005

சிறப்பாக நடந்து முடிந்த புதிய கோடாங்கியின் தலித் – பழங்குடி – அரவாணி – சிறுபான்மையினர் 2–ஆவது மாநில மாநாட்டை புதிய கோடாங்கியின் வாசகர்களுக்காக நினைவு கூர்வது சுகமே.

பழங்குடியினரில் தோடர், கோத்தர், பலியர், பனியர், மலையாளி, இருளர், குறும்பர் மற்றும் துரும்பர், நரிக்குறவர் ஆகியோர் ஜீவாவுடன் 21–ஆம் தேதி இரவே வந்து சேர்ந்துவிட்டனர். சென்னையிலிருந்து அருணா தலைமையில் அரவாணிகளும் அவ்வாறே வந்துவிட்டனர். புதிய கோடாங்கி வாசகர் வட்டத்தை ஒருங்கிணைத்த திருவள்ளூர் சுப்பிரமணியம் திருவள்ளூர், காஞ்சிபுரம், அரக்கோணம் பகுதிகளிலிருந்து ஆர்வலர்களுடன் வந்து சேர்ந்துவிட்டார். எழுத்தாளர்களும், தலித் சிந்தனையாளர்களுமாக 22–ஆம் தேதி மொத்தம் ஐநூறு பேருக்கு மேல் திரண்டிருந்தனர்.

கிறித்துதாசு காந்தி துவக்கவுரையாற்ற, தங்கவயல் வாணிதாசன் தலைமையேற்க மாநாடு இனிதே தொடங்கியது. மாநாட்டின்

மையக்கருத்தான தலித்துகளுக்கு தனி ஊராட்சி என்ற கருத்தில் இன்பக்குமார் பேசியதையொட்டி அது பரவலாக விவாதிக்கப்பட்டது. தேசிய மனித உரிமை பிரச்சாரக் குழுவின் தென் மண்டல இயக்குநர் பாஸ்கரன், தலித் ஆதார மய்யத்தின் தலைவர் ஜயகரன், ஓய்வு பெற்ற மாவட்ட வருவாய் அலுவலர்கள் சீனிவாசன், லோகநாதன் உள்ளிட்ட பலர், கன்னியாகுமரியிலிருந்து பேரா. பிரபாகரன், தூத்துக்குடியிலிருந்து அபிமானி, ஸ்ரீதர கணேசன், அன்பழகன், அம்பேத்கர் அறக்கட்டளையைச் சேர்ந்த நண்பர்கள், தேனி மாவட்ட தலித் இளைஞர்கள் நூறு பேர், தமுஎச வைச் சேர்ந்த முகம்மது சபி உள்ளிட்ட எழுத்தாளர்கள், ஈரோடு சக்கிலியர் பேரவைத் தலைவர் காளிமுத்து உள்ளிட்ட பலர், தேனி நகரமன்றத் தலைவர் முகமது இலியாஸ், வழக்கறிஞர் ரஜினி, வழக்கறிஞர் நாகேஸ்வரி, பர்வீன் சுல்தானா, புதுவை லலிதா என்று பலருடன் புதிய கோடாங்கி குழுவினர் சிவகாமி, ப்ரதிபா ஜெயச்சந்திரன், சந்ரு, நிகழ், சன்னா, குடியரசன், வேலுச்சாமி, லெனின், யாக்கன் சேர்ந்து பல்வேறு அரங்குகளையும் சிறப்புற நடத்தினர். பேரா. கல்விமணி, முனைவர் க.பஞ்சாங்கம், அருட்தந்தை ல.ஈ. செல்வராஜ் , அருட்தந்தை எட்வின், பேரா. அந்தோணி குருசு மற்றும் துரும்பர் பிரதிநிதி உதயக்குமார் போன்றோர் முழுநேரம் அமர்ந்திருந்து சிறப்பித்தனர். தலித் சுப்பையாவின் இசை நிகழ்ச்சி, புதுச்சேரி கூட்டுக்குரல் கலைக்குழு, தோல்பாவைக் கூத்து.

அரவாணிகள் கலை நிகழ்ச்சி என இரவு பத்து மணி வரை கலை நிகழ்ச்சிகள் சிறப்பாக நடைபெற்றன. பெரம்பலூரிலிருந்து அகவி, ஜெ.சங்கர், சீனிவாச ராவ், கரூரிலிருந்து சரவணன், அடையாளம் சாதிக், மதுரையிலிருந்து வடிவேல் ராவணன், கன்னியாகுமரியிலிருந்து ஜோ. சோமசுந்தரம் மற்றும் பலர், புதுக்கோட்டையிலிருந்து பல் மருத்துவர் ஜெயராமன் மற்றும் இளங்கோவன் எனப் பலரும் வந்திருந்தனர். ஸ்டாலின் ராஜாங்கம், பாரி செழியன் ஆகியோர் இரண்டாவது நாள் மட்டும் வந்து கலந்து கொண்டனர்.

மாநாட்டை மிகச்சிறப்பாக வடிவமைத்து, அனைத்து ஏற்பாடுகளையும் செவ்வனே செய்திருந்த முனைவர் ராஜ்குமாரை

அனைவரும் பாராட்டினர். அவருக்கு உதவியாக இருந்து செயலாற்றிய சிவபாலு, மருத்துவர் கருணைக்கடல் மற்றும் அனைத்து தேனி மாவட்ட நண்பர்களுக்கும், வந்திருந்தோருக்கும் புதிய கோடாங்கி தனது மனமார்ந்த நன்றியைத் தெரிவித்துக் கொள்கிறது. மாநாட்டில் வாசிக்கப்பட்ட கட்டுரைகள் மற்றும் நிறைவேற்றப்பட்டத் தீர்மானங்கள் இவ்விதழில் பதிவாகியுள்ளன. அரங்கு வாரியான நிகழ்ச்சிப் பதிவும் எஞ் சிய கட்டுரைகளும் அடுத்த இதழில் பதிவாகும்.

மாநாட்டிற்கு வந்திருந்த பேரா. பிரபா கல்விமணி (கல்யாணி) புதிய கோடாங்கி அடுத்த கட்டத்தில் காலடி வைத்துவிட்டதாகக் கூறினார். உண்மையில் பொறுப்புகள் கூடிக்கொண்டுதான் வருகின்றன.

மாநாட்டின் நிறைவு விழாவில் உரையாற்றிய சிவகாமி அவர்கள் இனி புதிய கோடாங்கியின் கருத்துகள் செயல்வடிவம் பெறப்போகும் காலம் வந்துவிட்டது எனக் கூறினார். குறிப்பாக

தலித் நிலவுரிமை மற்றும் பஞ்சமி நில மீட்பு. சிறப்புக் கூறு திட்டத்தில் உரிய நிதி ஒதுக்கீடு. தனி ஊராட்சி பற்றிய கருத்துப் பரவல். தனியார் துறை மற்றும் வளங்களை தலித்துகளுக்குப் பங்கீடு செய்தல். ஆகிய நான்கினை முதன்மையானவையாகக் கொண்டு புதிய கோடாங்கி மற்ற இயக்கங்களுடன் சேர்ந்து செயல்திட்டங்களை வகுத்து களப்போராட் டங்களில் ஈடுபடும் என்றார். இது மாநாட்டு பங்கேற்பாளர்களின் மொத்தக் கருத்தைப் பிரதிபலிப்பதாக இருந்தது. அம்பேத்கர் சிந்தனைகளையொட்டி இவற்றை முன்னிறுத்தி செயல்பட அனைத்து வாசகர்கள் மற்றும் இயக்கங் களின் ஒத்துழைப்பைக் கோருகிறோம்.

மார்ச் 2005

தலித் நில உரிமையை முன்வைத்து புதிய கோடாங்கி அனைத்து இயக்கங்களுடன் இணைந்து செயல்திட்டங்களை வகுக்கும் என பிப்ரவரி இதழ் தலையங்கத்தில் சொல்லப்பட்டது.

தற்போது தலித் நிலவுரிமை போராட்டக்குழு ஒன்று அமைக்கப் பட்டுள்ளது. திருவாளர்கள் கிறித்துதாசு காந்தி, கருப்பன், மணிவண்ணன், சிவகாமி என முன்னாள் இந்நாள் இந்திய ஆட்சிப் பணியாளர்களும், அனித்ரா, தலித் பெண்கள் இயக்கம், தேசிய மனித உரிமைப் பிரச்சாரம், தலித் மண்ணுரிமை இயக்கம் போன்ற பல தலித் தன்னார்வ நிறுவனங் களும், புரட்சி பாரதம், ஆர்.பி. ஐ., டி.பி.எஃப் போன்ற பல்வேறு இயக்கங் களும், வழக்கறிஞர் எழுத்தாளர் குழுமங்களும், எஸ்சி/எஸ்டி தொழிற் சங்கங்களும் மற்றும் பேரா. கல்யாணி, Fr. ஜோஸ், Fr. குமார் போன்ற தலித் ஆதரவாளர்களும், Fr. விக்டர், ஊழ். லூக்காஸ், Fr. ஜான் சுரேஷ், CSI போன்ற கிறித்துவப் பாதிரியார்களும் நிறுவனங்களும், பழங்குடிப் பிரதிநிதிகளும் இணைந்த குழுமம் ஒன்று உருவாகிக் கொண்டு வருகின்றது. இது இன்னமும் விரிவாகும்.

இக்குழு முதற்கட்டமாக மார்ச் 27 அன்று சென்னை சாந்தோம் உயர்நிலைப் பள்ளி (சாந்தோம் சர்ச் எதிரில்) அரங்கில் சுமார் மூவாயிரம் களப்பணியாளர்களைத் திரட்டி தலித் நிலவுரிமை மாநாடு ஒன்றை நடத்தத் திட்டமிட்டுள்ளது.

இம்மாநாட்டுக்கான களப்பிரச்சாரம் துவங்கிவிட்டது. இம்மா நாட்டில் களப்பணியாளர்களுக்கான கையேடு வழங்கத் திட்டமிடப் பட்டுள்ளது. இந்தக் கையேடு நிலமில்லாத தலித்துகளையும் களப் போராளிகளையும் இணைக்கும் பாலமாக விளங்கும் வகையில் வடிவமைக்கப்படும்.

இம்மாநாடு முடிவுற்ற அடுத்த பதினைந்து தினங்களில் களப்பணியில் ஈடுபடும் ஆர்வமுள்ள ஆற்றலுள்ள சுமார் நூறு அல்லது நூற்றைம்பது பேருக்கு (விருப்பமுள்ளவர்கள் தயவுசெய்து புதிய கோடாங்கி முகவரிக்குத் தொடர்பு கொள்ளவும்) மூன்று நாள் பயிற்சி வழங்கப்படும். இந்த பயிற்சி முகாமை நடத்தித் தர போராட்ட களத்திலுள்ள திரு. நிக்கோலஸ் முன்வந்துள்ளார்.

இப்பயிற்சி முடிந்ததும் இவர்கள் கிராம அளவில் ஏற்கனவே செயல்பாடுகளில் உள்ள இயக்கங்கள், தலித் தன்னார்வ நிறுவனங்கள், அம்பேத்கர் மன்றங்களுடன் இணைந்து தீவிர பிரச்சாரங்களில் ஈடுபடுவார் கள். ஒவ்வொரு கிராமத்திலும்

தலித் நில உரிமை – பஞ்சமி நில மீட்புக் குழு உருவாக்கப்படும். நிலத்தை சாதி இந்துக்களுக்கு பறிகொடுத்தவர்களும், நிலமில்லாத தலித்துகளும், கிராமத்து இளைஞர்களும், பெண்களும் இதன் உறுப்பினர்களாவார்கள். போராட்டக் குழுக்களை கிராமங்கள் தோறும் நிறுவ தலித் நிலவுரிமை போராட்டக் குழு முடிவு செய்துள்ளது. புதிய கோடாங்கி வாசகர்கள் இப்போராட்டத்தை பெருமைப்படுத்த ஆலோசனை தந்து உதவுவதுடன், களத்தில் இறங்கி பணியாற்றவும், இயலாதவர்கள் பொருளுதவி தந்து உதவவும் முன்வர வேண்டுகிறோம்.

மார்ச் 27–ஆம் தேதி சென்னை சாந்தோம் உயர்நிலைப் பள்ளி அரங்கத்தில் நடக்கும் எழுச்சிமிகு மாநாட்டிற்கு இதையே அழைப்பாகக் கருதி வரவேண்டும் என்று வேண்டுகோள் வைப்பதுடன் இயக்கத்திற்கு ஆதரவு தந்து உற்சாகப்படுத்த வேண்டுகிறோம்.

சந்திப்போம் மார்ச் 27–இல்!

மே 2005

தலித் நிலவுரிமை மாநாடு மார்ச் 27, 2005 அன்று சென்னை சாந்தோம் மேல்நிலைப்பள்ளி விளையாட்டரங்கில் மிகச் சிறப்பாக நடை பெற்றது. முதல் அரங்கு திரு. கருப்பன் இ.ஆ.ப. (ஓய்வு) அவர்கள் தலைமையில் திரு. கிறித்துதாசு காந்தி அவர்கள் துவக்கவுரையாற்ற, அருட் தந்தை ஜோஸ் அவர்கள் வாழ்த்துரை வழங்க துவக்கம் பெற்றது. ந. கோபி வரவேற்பும், நாகேஸ்வரி நன்றி உரையும் ஆற்றினர்.

இரண்டாவது அரங்கிற்கு அருட்தந்தை ஜான் சுரேஷ் அவர்கள் தலைமை ஏற்க, தேசிய மனித உரிமைப் பிரச்சாரத்தின் தென் மண்டலத் தலைவர் திரு. வி. பாஸ்கரன் அவர்கள் நிலமும் வன் கொடுமையும் என்ற தலைப்பிலும், பூவை லெனின் நிலமும் சட்டமும் என்ற தலைப்பிலும், பஞ்சமி நில மீட்பு களப் போராட்டங்கள் என்ற தலைப்பில் திரு. இன்பக்குமார் அவர்களும், பழங்குடி மக்களின் நிலப் போராட்டம் என்ற

தலைப்பில் ஆசிரியர் ஆறுமுகம் அவர்களும் உரையாற்ற திருப்பதி வரவேற்பும் விழுப்புரம் செல்வி அவர்கள் நன்றியும் கூறினர்.

மூன்றாவது அரங்குக்கு தலைமையேற்றார் ஆதித்தமிழர் பேரவை இயக்கத்தின் மாநிலத் தலைவர் திரு. எஸ்.டி. கல்யாணசுந்தரம். அம்பேத்கரும் நிலமும் என்ற தலைப்பில் புதிய கோடாங்கி எழுத்தாளர் திரு. குடியரசனும், பெண்களின் நிலவுரிமை என்ற தலைப்பில் தமிழ்நாடு தலித் பெண்கள் இயக்கத்தின் தலைவர் திரு. பாத்திமா பெர்னார்டு அவர்களும், நிலவுரிமைப் போராட்டத்தில் தலித் பெண்களின் பங்கு என்ற தலைப்பில் தலித் பெண்கள் இயக் கங்களின் தேசிய கூட்டமைப்பின் தலைவர் திரு. ரூத் மனோரமா (கர்நாடகா) அவர்களும், தலித் பெண்களின் நிலவுரிமை களப் போராட்ட அனுபவங்கள் என்ற தலைப்பில் திரு. மகிமை அவர் களும், பழங்குடி மக்களின் நிலவுரிமை மற்றும் வாழ்வியல் குறித்து பேரா. கல்யாணி (பிரபா கல்விமணி) மற்றும் பழங்குடி மக்கள் களப் பணியாளர் ஜீவா (CSI) அவர்களும் உரை நிகழ்த்தினர். திரு. ஹரிதாஸ் LIC வாழ்த்துரையும், திருவள்ளூர் சுப்ரமண்யம் வரவேற்பும், திரு. சுந்தரபாண்டியன் நன்றியுரையும் கூறினர்.

இறுதி அரங்குக்கு எழுத்தாளர் வேலுச்சாமி வரவேற்பு கூற தலைமையேற்றார் எழுத்தாளர் சிவகாமி. பேரா. ராஜ்குமார், திரு. அருள்மேரி உலகநாதன், திரு பாரதிதாசன், LIC, திரு. திருப்பதி, திரு. அருள்மணி அரசு, IOB, திரு. ஹரிதாஸ், LIC ஆகியோர் மாநாட்டுத் தீர்மானங்களை வாசிக்க, விடுதலை சிறுத்தைகள் இயக்கத்தின் பொதுச் செயலாளர் திரு. தொல். திருமாவளவன் சிறப்புரையாற்ற, சிவகாமியின் தலித் நிலவுரிமைப் போராட்டம் (களப் போராளி களுக்கான கையேடு) என்ற நூலின் அறிமுக உரையையும் நன்றியுரை யையும் ஆற்றினார் எழுத்தாளர் திரு. சன்னா.

இம்மாநாட்டிற்கு தமிழகத்தின் பல்வேறு மாவட்டங்களிலிருந்து சுமார் இரண்டாயிரம் பேர் திரண்டிருந்தனர். தலித் சிந்தனை யாளர்களும், எழுத்தாளர்களும், களப் போராளிகளும், அரசு SC/ST ஊழியர் சங்க நிர்வாகிகளும், கிறித்துவப் பாதிரியார்களும், தன்னார்வத் தொண்டு நிறுவனங்களும், பழங்குடி மக்களும்,

விடுதலை சிறுத்தைகளும் கலந்து கொண்டு மாநாட்டுக்கு சிறப்பு சேர்த்தனர்.

தேவகோட்டை சுப்ரமண்யம், மகளிர் சுய உதவிக் குழுக்களை ஒருங்கிணைத்த வெரோனிக்கா, சகோதரி சாந்தி, அருட்சகோதரர் அந்தோணிசாமி, அருட்சகோ தரர் விக்டர், TNPL மணிவேல், திரு. திருப்பதி, தமிழ்நாடு ஓட்டல் தொழிலாளர் சங்கத்தின் தலைவர் சின்னதுரை, அதேகாம் (பாண்டிச்சேரி) லலிதா, பெருமாள், சென்னை பல்கலைக் கழகத்தின் அம்பேத்கர் ஆய்வுத் துறையின் தலைவர் முனைவர் தங்கராஜ் ஆகியோர் பல வகையில் மாநாட்டுக்கு உதவி புரிந்தனர்

நடவு கலைக் குழு (அருட்தந்தை ஜான் சுரேஷ்), காரி கலைக் குழு (அனித்ரா ட்ரஸ்ட்), தமிழ்நாடு பறை இசைக் கலைஞர் சங்கம் (அருட்தந்தை ஜோஸ்) ஆகிய கலைக் குழுக்கள் அமர்வுகளுக்கிடையே கலை நிகழ்ச்சிகளை நடத்தினர்.

துரும்பர் இனத்தவரிடையே பணியாற்றும் அருட் தந்தை வளன் அவர்களும் அவரது இயக்கத்தினரும் கலந்து கொண்டனர்.

இம்மாநாட்டின் சிறப்புகளாக சிலவற்றைக் குறிப்பிடுவது அவசியம்.

மாநில நிலவுரிமை போராட்டக் குழு தொடர்ந்து ஆறு ஆயத்தக் கூட்டங்களை நடத்தி சிறப்பாகத் திட்டமிடப்பட்டிருந்தது. திட்டமிட்டவாறு குறித்த நேரத்தில் துவங்கி, எவ்விதத் தொய்வும் இல்லாமல் இறுதிவரை உற்சாகத்துடன் நடைபெற்றது.

பல அரங்குகளாகப் பிரிக்கப்பட்டு நிலவுரிமைப் பிரச்சினையின் பன் முகத் தன்மையினையும், பன்மைத் தலைமைகளையும் வெளிப்படுத்தியது.

பல குரல்களில் வெளிப்பட்ட எல்லாருடைய கருத்துக்களும் இசைவா னதாக ஒருமுகப்பட்ட இசையைப்போலிருந்தது.

தொல். திருமாவளவன் நிலவுரிமைப் போராட்டத்தில் விடுதலைச் சிறுத்தைகளின் பங்கினை மிகச் சிரத்தையோடு விளக்கினார். மேலும் மொழிப்போர் என்பது நிலப்போர்தான், இதை நான் விவாதிக்கத் தயார் என்றார். இது விவாதிக்கப்பட

வேண்டிய பொருள்தான் என்றாலும் அது மாநாட்டின் போக்கிலிருந்து சற்றே வேறுபட்டு ஒலித்தது.

புதிய கோடாங்கி மற்றும் 'தலித்' பத்திரிக்கை எழுத்தாளர்களும், வாசகர்களும் பெருமளவில் கலந்து கொண்டு உற்சாகம் பெற்றனர்.

மாநாடு என்பது செய்திகளைப் பரிமாறிக்கொண்டு தொடர்ந்த போராட்டத்திற்கான உற்சாகம் பெறுவதுதான் என்றால் அதை இம்மாநாடு நிறைவேற்றியிருக் கிறது.

இம்மாநாட்டின் விரிவான தொகுப்பு அடுத்தடுத்த இதழ்களில் தொடர்ந்து இடம் பெறும்.

அடுத்த நடவடிக்கையான தலித் நிலவுரிமை களப் போராளிகளுக்கான பயிற்சி முகாமினை ஏப்ரல் 15, 16 தேதிகளில் சென்னை கச்சேரி சாலையில் உள்ள மேய்ப்பர் இல்லத்தில் நடத்தத் திட்டமிடப்பட்டுள்ளது. ஆர்வமுள்ளவர்கள் புதிய கோடாங்கியுடன் தொடர்பு கொள்ளுங்கள்.

சிவகாமியின் தலித் நிலவுரிமைப் போராட்டம் என்ற நூலைப் பெற ஆர்வமுள்ளவர்கள் ரூ.20–ஐ நன்கொடையாக புதிய கோடாங்கி முகவரிக்கு அனுப்பி பெற்றுக்கொள்ளலாம்.

ஜுன் 2005

நடந்து முடிந்த சட்டமன்ற இடைத்தேர்தல் அரசியலில், ஏதோ எதிர்பாராதது நடந்து விட்டது போன்ற பாவனையை ஏற்படுத்தி யிருக்கிறது. தேர்தல் களத்தில் அமைச்சரவையின் எல்லா அமைச்சர்களும், ஆளுங்கட்சிப் பிரமுகர்களும், ஆள், அம்பு, பரிவாரத்துடன் நங்கூரமிட்டு நின்று விட்டதால், வெற்றி வாய்ப்பு உறுதி செய்யப்பட்டது. பொதுவாக இடைத்தேர்தல்களில் ஆளுங்கட்சி தான் வெற்றி பெறும் என்பது சூத்திரமாகவே ஆகிப்போய் விட்டது.

மக்கள் தான் தெய்வம் என்று, கையெடுத்துக் கும்பிட்டு வாக்குப் பொறுக்கச் செல்கிறவர்களும், காசு வாங்கிக்

கொண்டு வோட்டளிக் கின்ற தெய்வங்களும் ஜனநாயகத்தைத் தொடர்ந்து கேலிக்குள்ளாக்கி வருவது தெரிந்ததுதான். மக்கள் சக்தி என்று தேர்தல் அரசியலுக்கு புனிதத்துவம் கற்பிப்பது, படிப்பறிவில்லாத பாமரர்களையும், வறுமை நிலையில் இருப்பவர்களையும் தொடர்ந்து அதே நிலையில் வைத்திருப்பதற்குத்தான் உதவுகிறது. தேர்தலை தலித் மக்களும், சமூக, பொருளாதார ரீதியாக புறக்கணிக்கப்பட்ட மக்களும், தங்களது உரிமைகளைப் பெறுவதற்கான வழியாக உபயோகிக்க இன்னும் பல வருடங்கள் செல்லலாம்.

இந்நிலையில் தலித் இயக்கங்கள், தலித் விடுதலைக் கல்வியைப் பரவலாக்கி அவர்கள் ஓரளவு சுதந்திரமாகச் செயல்படும் நிலையினை உருவாக்கப் பாடுபட வேண்டும். இல்லாவிட்டால் ஜனநாயகம் என்ற பெயரில் பல கேலிக்கூத்துகள் அரங்கேறும்.

தமிழ்ப் பாதுகாப்புப் படை, பிறமொழி எழுத்துக்களைத் தார்பூசி அழிக்கும் போராட்டத்தில் ஈடுபட்டுள்ளது. தலித் இயக்கத்தினரும் இதில் ஓர் அங்கம். கிராமங்களில் இதன் தாக்கம் எதுவும் தெரியவில்லை. குறிப்பாக சேரிகளில் வழக்கம்போல் அங்கு தமிழோடு இணைந்து வறுமையும் சாதியும் ஆட்சி செய்து வருகின்றன.

பீகார் மாநிலம் மறு தேர்தலுக்கு தயாராகிவிட்டது. தலித்துகள் தொடர்ந்து உறுதியாக நிற்பார்களேயானால் குறிப்பிடத்தக்க மாற்றம் ஏற்படும். வரும் தேர்தலில் தலித்துகள் குறி வைக்கப்படுவார்கள். பாஸ்வான் எப்படி எதிர்கொள்ளப் போகிறார் எனப் பொறுத்திருந்து பார்க்கலாம். ம்

ஜூலை 2005

நுழைவுத் தேர்வை ரத்து செய்து அரசு ஆணை வெளியிட்டது. கிராமப் புற மாணவர்கள் பயனடைவார்கள் என்ற ஆர்ப்பரிப்பும். ஆரவாரமும். அதைத் தடை செய்து வெளியிட்ட நீதிமன்ற ஆணையால் அடங்கியது. இப்பொழுது தமிழக அரசு உச்ச

நீதிமன்றத்தில் மேல் முறையீடு செய்துள்ளது. மொத்தமே 810 பள்ளிகள்தான் கிராமப்புறப் பள்ளிகள் என்கிறது நமது புள்ளி விவரம். இப்பள்ளிகளில் இரண்டு லட்சம் மாணவர்கள் படிக்க வாய்ப்பில்லை. கிராமம் என்பதன் வரையறை மாறிவிட்டதோ என எண்ணத் தோன்றுகிறது. கிராமப் புறப் பள்ளிகள் நகர்ப் பள்ளிகளுக்கு ஈடாக வாய்ப்பு வசதிகளைப் பெற பல காலமாகலாம். ஆகையால் அதுவரை கிராமப்புற பள்ளி மாணவர்களுக்கு உயர் கல்வி, தொழில்நுட்பக் கல்வி வாய்ப்புகள் கிடைக்கும் வண்ணம் மாற்று ஏற்பாடுகள் குறித்து விவாதிக்க வேண்டியுள்ளது. புதிய கோடாங்கி இவ்விவாதத்தை ஜுலை மாதம் 14–ஆம் தேதியில் சென்னையில் தொடங்கவிருக்கிறது. பேரா. கல்யாணி அவர்கள் இக்கூட்டத்திற்கு தலைமை யேற்கிறார். தலித் நிலவுரிமைப் பிரச்சாரத்தின் விளைவாக பஞ்சமி நில மீட்பு தேர்தல் அறிக்கையில் சேர்க்கப்படும் என குமுதம் ரிப்போர்ட்டர் அறிவிப்பு செய்துள்ளது.

அரசு ஏற்கனவே இருபது லட்சம் ஹெக்டேர் தரிசு நிலங்களைக் கண்டறிந்துள்ளதாக செய்தித்தாள்களில் வெளிவந்துள்ளது. இது 50 லட்சம் ஏக்கராகும். இத்தரிசு நிலங்களை தலித்துகளுக்கு பகிர்ந்தளிக்கவும், அறக் கட்டளைகள் பெயரில் உச்சவரம்பு சட்டத்திற்கு உட்படாத பினாமி நிலங் களையும், கோவில் நிலங்களையும் நிலமற்ற ஏழை தலித்துகளுக்கு வழங்கு வதையும் தேர்தல் அறிக்கையில் தலித்துகள் எதிர்பார்க்கின்றனர்.

தலித் இயக்கங்கள் கடுமையாக உழைத்தாலன்றி, தலித் மக்கள் இது குறித்த விழிப்புணர்வு பெற்றாலன்றி இவை தேர்தல் அறிக்கையில் இடம் பெற வாய்ப்பில்லை. தேர்தல் கூட்டணிகளில் ஆர்வம் காட்டுவதைத் தவிர்த்து அடிப்படைப் பிரச்சினைகளில் தலித் இயக்கங்கள் மய்யம் கொள்ள வேண்டும்.

கண்டதேவி கோவில் தேர் இழுப்பில் தலித்துகள் மீண்டும் புறக்கணிக் கப்பட்டுள்து குறித்த விரிவான கட்டுரை அடுத்த இதழில் இடம்பெறும்.

ஆகஸ்ட் 2005

புதிய கோடாங்கி, தனது வாசகர் தளத்தை விரிவுபடுத்த கடுமையான முயற்சிகளில் ஈடுபட்டு வருகின்றது. புதிய கோடாங்கியைப் படிக்கும் வாசகர்கள், தங்கள் நண்பர்களுக்கும், சக கிராமத்தாருக்கும் அறிமுகப்படுத்த கேட்டுக் கொள்கின்றோம்.

குறிப்பாக ST/ST அலுவலர் மற்றும் தொழிலாளர் நலச் சங்கங்கள் தங்கள் உறுப்பினர்களைச் சந்தாதாரராக்கும்படி அன்புடன் கேட்டுக் கொள்கின்றோம்.

இவ்வேளையில், ஐந்து வருடங்கள் குறித்த நாளில் புதிய கோடாங் கியை வாசகர்களுக்கு அளிக்கும் விதமாக உதவி செய்த அனைத்து சந்தாதாரர் களுக்கும் வாசகர்களுக்கும் எமது நன்றியை உரித்தாக்குகிறோம்.

புதிய கோடாங்கியின் மக்கள் பகுதிக்கும், வெளிவரும் ஆய்வுக் கட்டுரை களுக்கும் வாசகர்களிடையேயிருக்கும் பரவலான வரவேற்பு, இதில் பங்கு பெறும் எழுத்தாளர்களுக்கு உற்சாகத்தை வழங்கியுள்ளது. ஆனால் தொலை பேசியிலும், நேரிலும் பாராட்டுக்களையும் விமரிசனங் களையும் தெரிவிக்கும் சகோதர சகோதரிகள் சுருக்கமாக எழுதுவது அவர்களை இன்னும் உற்சாகப் படுத்தும் என்பதை கவனத்தில் கொண்டு எழுதி பங்குகொள்ளுமாறு அன்புடன் அழைக்கிறோம்.

அன்பாதவனின் அரவாணிகள் பற்றிய கதை நிகழ்வாகப் பதிவாகி யுள்ளது. அதேபோல் ஜுலை 14–ஆம் தேதி நடந்த கருத்தரங்கில் வாசிக்கப்பட்ட +2 மாணவர்களும், கல்வி அரசியலும் என்ற கட்டுரையும், பேரா. பிரபா கல்வி மணி அவர்கள் சிதம்பரத்தில் நடந்த தகவல் நேரம் நிகழ்ச்சியில் ஆற்றிய உரையும் இடம்பெற்றுள்ளன. படித்துவிட்டு உங்கள் கருத்துக்களை எழுதுங்கள். நூல் விமர்சனத்துக்கு நூல்களின் இரண்டு பிரதி, நூலாசிரியரின் நிழற் படம் இவற்றுடன் எழுதுங்கள்.

தலித் நிலவுரிமை, விடுதலைக் கல்வி, தனிப் பஞ்சாயத்து, பட்ஜெட் டில் உரிய பங்கு, வளங்களில் தலித்துக்களுக்கு பங்கீடு இவைகளை முதன்மைப் படுத்தி தொடர்ந்து புதிய

கோடாங்கியில் கட்டுரைகள் வெளி யிட்டு வருகிறோம். விவாதங்களை செழுமைப்படுத்தும் விதமாக ஆர்வத் துடன் பங்கேற்குமாறு அழைப்பு விடுக்கிறோம். தி.க.சி. அவர்களிடமிருந்து தொடர்ந்து கடிதங்கள் வருகின்றன. அவருக்கு எம் நன்றி.

செப்டம்பர் 2005

புதிய கோடாங்கி வாசகர்கள் அனைவரும், தமிழகத்தில் தலித்து களின் நிலவுரிமைக் கோரிக்கைகள் பரவலாக வலுவடைந்து வருவதை யும், அங்கங்கே கருத்தரங்குகள், ஆர்ப்பாட்டங்கள் நடந்து வருவதையும் அறிவர். இவ்விதழில் புதிய கோடாங்கி ஏற்பாடு செய்த மற்றும் கலந்து கொண்ட நிகழ்வுகள் மட்டுமே தொகுக்கப்பட்டுள்ளன. தொகுக்கப்படாத தலித் நிலவுரிமை தொடர்பான பல்வேறு நிகழ்ச்சிகளும் ஆர்ப்பாட் டங்களும் தொகுக்கப்பட வேண்டிய அவசியம் உள்ளது ஆகையால், நிகழ்ச்சிகளை உரிய விவரங்களுடன் பத்திரிக்கைச் செய்தி வடிவில் அனுப்புமாறு கேட்டுக்கொள்ளப்படுகின்றார்கள்

அடுத்த இதழிலிருந்து பெண்கள் இயக்கத்திற்காக சில பக்கங்களை ஒதுக்க திட்டமிடப்பட்டுள்ளது. பொதுவாக, எழுத்துத் துறையிலுள்ள பெண்கள் ஏதாவது ஒரு வகையில் தங்களை அடையாளம் காட்டுகின்றனர். சிறுகதை, கவிதை, கட்டுரை, நாவல் என்று எழுதும் தலித் பெண் எழுத்தாளர்கள் மிகக் குறைவானவரே. பெண் என்றும் பெண் மொழி என்றும் தங்களை அடையாளம் காட்டிக்கொள்ள விரும்பும் சில பெண் எழுத்தாளர்கள் கூட தலித் என்று அடையாளம் காட்டிக்கொள்ள விரும்பாத சூழல் உள்ளது. ஆனால் ஏராளமான தலித் பெண்கள், இந்த எழுத்தாளர்களை விடவும் தீவிரமாக பெண் அரசியல் – தலித் அரசியலில் பங்கேற்று தலித் மக்களிடையே பணியாற்றி வருகின்றனர். அவர்களை வெளிக்கொணருவதன் மூலம், தலித் பெண்கள் இயக்கத்தை வலுவாக்க முடியும். அவ்வகையில் பாத்திமா பெர்னார்டு, ரூத் மனோரமா, விமல் தோரட், ரஜினி (டெல்லி), ரோணிக்கா, ஜாய்ஸ் ரோஸ்லின், வழக்கறிஞர் ரஜினி,

வழக்கறிஞர் லூசி, அதேகாம் பின்னகம் லலிதா, விழுப்புரம் செல்வி, ஹெப்சிபா, பாண்டியம்மாள், சரோஜா, லூசினா, ரீட்டா, வழக்கறிஞர் நாகேஸ்வரி, முத்துமாரி, ராதா, மகிமை, கண்ணகி பாக்கியநாதன் ஐ.ஏ.எஸ்., நிர்மலா, மகிழினி, புனிதா , சக்தி, ஜான்சி, ஜோதி, லட்சுமி போன்ற பல தலித் பெண்கள் ஒருங்கிணைப்புப் பணியிலும், தலித் விடுதலைப் பணியிலும் தீவிரமாக ஈடுபட்டு வருகிறார்கள். அவர்களை புதிய கோடாங்கி வாசகர்களுக்கு அறிமுகம் செய்வ துடன், தலித் பெண்ணியக் கருத்தியலை களப்பணியுடன் இணைக்கும் வகையிலும் புதிய கோடாங்கி செயல்படும்.

அடுத்த இதழில் தலித் பெண்கள் இயக்கத்தின் தலைவி பெர்னார்டு பாத்திமாவின் நேர்காணல் வெளிவருகிறது. களப்பணியில் தடம் பதித்த அவரின் கருத்துக்கள் தலித் பெண்ணியத்திற்கு வளம் சேர்ப்பதாகவும் உள்ளதை வாசகர்கள் உணர்வார்கள்.

தனியார் சுயநிதிக் கல்லூரிகளில் இட ஒதுக்கீடு தலித்துகளுக்கு – எவ்வகையில் பயனளிக்கும், தலித் விடுதலையின் மையப்புள்ளியாக அமைய வேண்டிய கோரிக்கைகள் எவை என்பதைக் குறித்த கட்டுரைகள் அடுத்த இதழில் வெளியாகவிருக்கின்றன. வரப்போகும் தேர்தல்களில் அரசியல் இயக்கங்கள் முன்னிறுத்த வேண்டிய கோரிக்கைகள் பற்றிய கட்டுரைகள் வரவேற்கப்படுகின்றன.

தொடர்ந்து புதிய கோடாங்கியில் தொடர்களை எழுதி வருகின்ற எழுத்தாளர்களுக்கு ஒரு வேண்டுகோள் 1995– இல் ஆரம்பித்து, கடந்த ஐந்து வருடமாக மாத இதழாக வரும் புதிய கோடாங்கி ஒவ்வொரு மாதமும் காலந்தவறாமையைக் கடைப்பிடித்து உரிய நாளில் வெளி வருகிறது. ஆகையால் தொடர் கட்டுரை எழுதுபவர்கள் இனி இரண்டு இதழுக்கான கட்டுரைகளை செப்டம்பர் 15 தேதிக்கு முன்பாகவும், அடுத்து வருகின்ற இதழுக்கு பிரதி மாதம் 10 தேதிக்குள்ளும் கட்டுரைகளை அனுப்பி வைக்குமாறு கேட்டுக்கொள்ளப்படுகின்றனர்.

அக்டோபர் 2005

சுமார் 50 வருட காலமாக தலித் மக்களுக்கான சேவையில் ஈடுபட்டி ருந்த எல். இளையபெருமாள் அவர்கள் மறைந்தார். தமிழகத்தின பல பகுதிகளிலிருந்து பல்லாயிரக்கணக்கான தலித் மக்கள் திரண்டு வந்து காட்டு மன்னார்கோவிலில் வைக்கப்பட்டிருந்த அவரின் பூதவுடலுக்கு அஞ்சலி செலுத்தினர். பல அரசியல் தலைவர்கள் வந்திருந்து நல்லடக்கம் செய்தனர். தலித் மக்களின் உரிமைக்காக போராடியவரும், நாடாளுமன்றம் சென்று தலித் குரலை ஒலித்தவரும், தொடர்ந்து கல்விப் பணியில் ஈடுபட்ட வருமான அவருக்கு புதிய கோடாங்கி தனது வீர வணக்கத்தைச் செலுத்துகிறது. அடுத்த இதழில் காட்டுமன்னார்கோவில் ஆறுமுகம், எல். இளையபெருமாள் பற்றிய சிறப்புக் கட்டுரையை எழுதுகின்றார்.

தலித் நில உரிமை பிரச்சாரங்களை சில அரசியல் இயக்கங்கள் தொடர்ந்து மேற்கொண்டு வருகின்றன. அதைத் தொகுத்து வழங்கும்படி சென்ற இதழில் கோரிக்கை வைத்திருந்தோம். நமது கோரிக்கையை ஏற்று தி. ஸ்டாலின், கடலூர் பகுதியில் மேற்கொண்டுள்ள செயல்பாடுகளைத் தொகுத்து எழுதியுள்ளார் இவ்விதழில். குறுகிய காலத்தில் 450 கிராமங்களில் (விவரங்கள் இல்லை) பிரச்சாரம் நடந்திருப்பது வியப்படைய வைக்கிறது!

தொடர்ந்து மாநில தலித் நில உரிமை போராட்டக் குழு தலித் நில உரிமை கோரிக்கை தினத்தை டிசம்பர் 12–ஆம் தேதி அனுசரிக்க முடிவு செய்துள்ளது. இதன்படி 21 மாவட்டங்களில் நில உரிமை கோரிக்கை அடிப்படையில் மக்களைத் திரட்டும் பணி நடந்து வருகிறது. இதுவரை ஏழு மாவட்டங்களில் மாவட்ட அளவிலான கூட்டம் நடைபெற்றுள்ளது அடுத்தடுத்து ஏனைய மாவட்டங்களிலும் கூட்டம் நடைபெற உள்ளதாக தலித் நிலவுரிமைக் குழு அறிவித்துள்ளது. தலித் நில உரிமை கோரிக்கையை வலியுறுத்தி அனைத்து இயக்கங்களும் இதில் பங்கு கொள்ள வேண்டும் எனக் கேட்டுக் கொள்கின்றோம்.

அக்டோபர் 15–ஆம் தேதி திண்டிவனத்தில் இருளர் பாதுகாப்பு சங்கம் முன்னின்று நடத்தும் பழங்குடி மக்களின் நில உரிமை மாநாடு நடக்க விருக்கிறது. 36 பழங்குடிகளின் பிரதிநிதிகள்

திரளாகக் கலந்து கொள்ள விருக்கிறார்கள். தலித் ஆர்வலர்கள் இதில் பங்குகொள்ள வேண்டும் என புதிய கோடாங்கி அழைப்பு விடுக்கின்றது.

நமது நிலவுரிமை விழிப்புணர்வு செயல்பாடுகள் ஏற்படுத்திய தாக்கம் விடுதலைச் சிறுத்தைகளையும் ஈர்த்திருப்பது மகிழ்ச்சிக்குரிய ஒன்று. அக்டோபர் 10 அன்று அவர்கள் நடத்தவிருக்கும் மாநாடு ஒருநாள் விஷயமாக இருந்துவிடாமல் தொடர் நடவடிக்கையாக இருந்தால் நல்லது.

உரிய நேரத்தில் வந்து சேராததால், சிவகாமியின் வரலாற்றில் யூகங்கள் என்ற தொடரை பிரசுரிக்க இயலவில்லை. அடுத்த இதழில் அது இடம் பெறும்.

நவம்பர் 2005

தலித் நில உரிமை குறித்த தீவிரமான பிரச்சாரம் தமிழகம் முழுவதிலும் பரவலாக நடந்து கொண்டிருக்கிறது. செய்தித்தாள்கள், பிற பத்திரிக் கைகள் இவற்றைப் பற்றி ஏதும் எழுதுவதில்லை. இது புரிந்து கொள்ளக் கூடியதுதான். ஆனால் தலித் மக்கள் பிரச்சாரத்தை நம்பிக்கையுடன் எதிர்கொள்கிறார்கள். பல தரப்பிலிருந்தும் தலித் ஆர்வலர்கள் இப்பிரச் சாரத்தில் கலந்து கொள்ள முன்வருகிறார்கள். இப்பிரச்சாரங்களினால் ஏதேனும் சாதிக்க முடியுமா என்ற கேள்விக்கு அது நமது ஆர்வத்தையும் அக்கறையையும் பொறுத்தது என்பதே பதிலாயிருக்கிறது.

சாகித்ய அகாதமிக்காக அயோத்திதாசர் பற்றி கௌதம சன்னா எழுதிய நூலும், இரட்டைமலை சீனிவாசன் குறித்து ப்ரதிபா ஜெயச்சந்தி ரன் எழுதிய நூலும், சிவகாமி தொகுத்த தலித் சிறுகதைத் தொகுப்பும் விரைவில் சாகித்ய அகாதமி வெளியீடுகளாக வரும்.

இவ்விதழில் மீனா கந்தசாமி, ரூத் மனோரமாவை நேர்முகம் கண்டு எழுதியவை ஆங்கிலத்திலிருந்து தமிழாக்கம் செய்யப்பட்டுள்ளன இப்பதிவுகள் ஆங்கிலத்தில் மேற்கொள்ளப்பட்டதற்குக் காரணம் அவை ஆங்கிலத்திலும் நூலாக வெளிவர வேண்டும் என்பதே.

பொதுவாக, தமிழகத்தைச் சேர்ந்த IAS மற்றும் IPS அதிகாரிகள் சாதி ஒடுக்குமுறையை எதிர்த்து தங்கள் கருத்துக்களைத் தெரிவிப்பதில்லை. தனியர்கள் முன்னேறினால் போதுமானது என்ற கருத்துக்களைக் கொண்டி ருக்கிறார்கள், அல்லது தன்னால் இயன்றவற்றை தனிப்பட்ட முறையில் செய்வதையே வழக்கமாகக் கொண்டுள்ளார்கள். ஒரு சிலர் இது சமுதாயப் பணி என்றுணர்ந்து செயல்படுகின்றார்கள். ஆனால் கர்நாடக மாநிலத்தில் தலித் அதிகாரிகளில் பலர் சமுதாயப் பணியைச் செய்வதைத் தங்கள் கடமை யாகவே கருதுகிறார்கள். நவம்பர் 6–ஆம் தேதி சென்னையில் நடக்கும் சமூக நீதி விருது வழங்கும் விழாவில் கர்நாடக மாநிலத்தைச் சேர்ந்த அதிகாரிகளில் ஆறு பேர் பாராட்டுப் பெறுகிறார்கள். அவர்கள் தங்கள் குடும்பத்துடன் கலந்து கொள்கின்றனர். இது தமிழகத்தைச் சேர்ந்த அதிகாரிகளுக்கு ஒரு எடுத்துக்காட்டு

புதிய கோடாங்கியை உறவினர் வட்டத்துக்கும், நண்பர்களுக்கும் அறிமுகப்படுத்துங்கள்...

டிசம்பர் 2005

தினசரியாகட்டும், தொலைக்காட்சியாகட்டும், தொடர்ந்து தீவிரவா தத்தில் ஈடுபடுபவர்கள் இஸ்லாமியர்கள் மற்றும் சமூகத்தால் கடுமையாக ஒடுக்கப்படும் பிரிவினர்கள் என்ற பிரச்சாரம் வெளிப்படுகிறது. ஜனநாயக வழிகள் அடைக்கப்படும்போதுதான் தீவிரவாதம் தலையெடுக்கிறது. சமத்துவமும் சகோதரத்துவமும் இருந்தால் தான் ஜனநாயகம் தழைக்கும். இந்தப் பிரச்சாரங்களைப் பார்க்கும்போது சமத்துவத்தைக் கொணர்ந்து சகோதரத்துவத்திற்கு வழிவகுப்பதில் நமது அரசுகள் தொடர்ந்து தோல்வி களைச் சந்தித்து வருகிறது என்பது புலனாகிறது.

இந்துத்துவமும் சாதியமும்தான் இதற்கான காரணங்கள் என்றும் சொல்லாமலே விளங்குகிறது. பன்மைத் தன்மையை எல்லாவிதங்களிலும் கடைப்பிடிப்பதும், அதை எல்லாத் தளங்களிலும் நியதியாக்குவதும் தான் சகோதரத்தும் தழைக்க

வழி செய்வதாகும். பன்மைத் தன்மை என்பது வாய்ப்புகளையும் வளங்களையும் ஒடுக்கப்பட்டவர்களுக்கு பகிர்ந்தளிப் பதே. இந்துத்துவப் பிரச்சார பீரங்கிகளாக செயல்படும் நாளேடுகள் நடு நிலையாக இருந்து இவற்றையும் எழுதுவார்களா?

தலித் நிலவுரிமை பிரச்சாரம் டிசம்பர் 12–ஐ ஒட்டி பரவலாக தமிழக மெங்கும் நடந்து வருகிறது. துண்டறிக்கைகள் இவ்விதழில் பிரசுரமாகின் றன. புதிய கோடாங்கி வாசகர்கள் அந்தந்த மாவட்டங்களில் நடக்கும் நிலவுரிமை கருத்தரங்கில் கலந்து கொள்ளவேண்டும்.

சத்யபாமா நிகர்நிலை பல்கலைக்கழக வளாகத்தில் தலித் நில உரிமை மற்றும் தனியார் துறையில் ஒதுக்கீடு என்ற பொருளில் டிசம்பர் 18 மற்றும் 19 தேதிகளில் நடக்கும் தேசிய கருத்தரங்கில் புதிய கோடாங்கி வாசகர்களை கலந்து கொள்ள அழைப்பு விடுக்கின்றோம். தங்கள் வரு கையை டிசம்பர் 10 தேதிக்கு முன்பாக பதிவு செய்து கொள்ளுமாறு கேட்டுக் கொள்கிறோம்.

ஜனவரி 2006

வடகிழக்கு பருவமழை இவ்வருடம் பல பாதிப்புகளை ஏற்படுத்தினாலும் ஏறக்குறைய தமிழகம் முழுவதுமே ஏரி, குளம், ஆறு என நிரப்பிவிட்டுச் சென்றிருக்கிறது. குடிநீர் பற்றாக்குறை குறைந்தது ஒரு வருடமாவது இருக்காது. ஆற்றுப் பாசனமுள்ள நிலங்கள் யாவும் விளைச்சலுக்கு வந்துவிடும். இந்த சாதகமான அம்சங்களைக் கருத்தில் கொள்வதுடன், ஆட்சேபணைக்குரிய ஆக்கிரமிப்புகளை அகற்றி நீர்நிலை களை பாதுகாப்பதற்கும், இனி வெள்ளப்பெருக்கு ஏற்பட்டால் அதன் மோசமான பாதிப்புகளிலிருந்து விடுபடுவதற்குமான நடவடிக்கைகளை இப்போதே துவங்க வேண்டும். நிவாரணத்தை வழங்குவதோடு நிறுத்தி விடக்கூடாது. அதேபோல் நிவாரணத்தைப் பெறுபவர்களும் அடிப்படை வசதிகள், கழிவுநீர்க் கால்வாய்கள், குடியிருப்பு மனைகளுக்கு நிரந்தரப் பட்டா முதலியவற்றை பெற்றுக் கொள்வதை வலியுறுத்த வேண்டும்.

நிலவுரிமை கோரிக்கைகளை வலியுறுத்தி தமிழகத்தில் 23 மாவட்டங்களில் தலித்துகள் டிசம்பர் 12–ஆம் தேதி மாவட்ட ஆட்சித் தலைவர் அலுவலகம் முன்பாக ஆர்ப்பாட்டம் நடத்தி யுள்ளனர். அடுத்த இதழ் போராட்டச் செய்திகள், தலித் நில உரிமை குறித்த சிறப்பு கட்டு ரைகள், படைப்புகளைத் தாங்கி தலித் நிலவுரிமை சிறப்பிதழாக வெளி வருகிறது. ஆய்வுக் கட்டுரைகள், கள அனுபவங்கள், பஞ்சமி நில வரலாறு குறித்த செய்திகள் மற்றும் இது குறித்த படைப்புகள் வரவேற்கப்படுகின்றன. அடுத்த இதழ் ஜனவரி மாதம் 25–ஆம் தேதி வெளிவர இருப்பதால் படைப் புகளை ஜனவரி 12 தேதிக்குள் அனுப்பி வைக்குமாறு கேட்டுக் கொள்கிறோம்.

டிசம்பர் 18, 19–இல் சிறப்பாக நடந்து முடிந்த தேசிய கருத்தரங்கம் குறித்த பதிவுகளும் கட்டுரைகளும் அடுத்த இதழில் வெளிவரும்

ஜனவரி 28, 29–இல் மாநில தலித் நிலவுரிமை கருத்தரங்கம் திருச்சியில் நடைபெற உள்ளது.

பிப்ரவரி 2006

தலித் நில உரிமை சிறப்பிதழாக வருகிறது இது. தலித் நில உரிமையின் இன்றைய அவசியத்தை உணர்ந்து பங்களிப்பு செய்த அனைத்து எழுத்தாளர்களுக்கும் நன்றி.

மண்ணுரிமை, பஞ்சமி நில மீட்பு என்று கடந்த பத்தாண்டுகளாக பல்வேறு இயக்கங்கள் பகுதி வாரியாக களப்பணி செய்து வருகின்றன. அங்கங்கே சிறிதளவு நில மீட்பு, புறம்போக்கு நிலங்களில் பட்டா பெற்றுத் தருதல் என்றளவில் பணிகள் நடைபெற்றிருப்பினும், பெரு வாரியான நிலமற்ற தலித் கூலி விவசாயிகள் விளைநிலம் பெறும் வண்ணம் அரசுக் கொள்கையை உருவாக்குவதில் தோல்வியே கண்டிருக்கின்றன. தோல்விக்கு காரணங்களாக, தலித் அரசியல் இயக்கங்கள் இதில் போதிய அளவு அக்கறை செலுத்தவில்லை, திட்டமிட்ட படிப்படியான நடவடிக்கைகளை மேற்கொள்ளவில்லை, மக்களிடம் நிலம் பற்றிய விழிப்புணர்வை உருவாக்கி அவர்களை ஒன்று

திரட்டவில்லை, களத்திலுள்ள பல்வேறு அமைப்பு களிடையே ஒருங்கிணைப்பு இல்லை, போதிய அளவில் ஆய்வுகள் மேற் கொள்ளப்படவில்லை, மண்ணுரிமையிலிருந்து திசைமாறி தேர்தலை முன்வைத்து கூட்டணிக்கான விசயங்களில் கவனம் செலுத்தியது போன்ற வற்றைக் கூறலாம்.

இக்குறைபாடுகளை களைந்து திட்டமிட்ட நடவடிக்கையில் தலித் நில உரிமை இயக்கம் ஆர்வம் காட்டி வருவது பாராட்டுக்குரியது. ஜனவரி 28, 29– இல் கரூரில் 200 தாலுகாக்களிலிருந்து வரும் 2000 உறுப்பினர் களுக்கு பயிற்சியளியக்கப்படவுள்ளது. பிப்ரவரி இதழில் இது குறித்த விளக்கமான செய்தி வரும். மார்ச் 13–ஆம் தேதி மாநிலம் முழுவதும் அந்தந்த வட்டாட்சியர் அலுவலகங்களில் தலித் மக்கள் தங்கள் நில உரிமையை வலியுறுத்தி கோரிக்கை மனுக்கள் கொடுக்கவிருக்கிறார்கள்.

டிசம்பர் 12, 2005 அன்று மாவட்ட ஆட்சியர் அலுவலகம் முன்பு நடந்த கோரிக்கைப் பேரணிச் செய்தியை அந்தந்தப் பகுதி வெளியீடாக பத்திரிக்கைகள் வெளியிட்டன. ஆனால், மாநில அளவில் இந்தியன் எக்ஸ் பிரஸ் தவிர எந்தச் செய்தித்தாளும் வெளியிடவில்லை. இந்தியன் எக்ஸ்பிரஸ் கூட பாண்டிச்சேரியில் நடந்த பேரணியை மட்டும்தான் குறிப்பிட்டிருந் ததே தவிர, மற்ற மாவட்டங்களில் நடந்த பேரணிச் செய்திகளை வெளியிட வில்லை.

மார்ச் 13 கோரிக்கைப் பேரணியை இருட்டடிப்பு செய்ய முடியாத அளவிற்கு அதிக அளவில் மக்கள் பங்கு கொள்வார்கள் என எதிர்பார்க்கப் படுகிறது.

நொறுக்கப்பட்ட மக்கள் என்ற தலைப்பில் Human Rights Watch வெளியிட்ட தொகுப்பிலிருந்து பீகாரில் நக்சலைட்டுகள் தூண்டிவிட்ட நில உரிமைப் பிரச்சினைகளும் அதைத் தொடர்ந்து விளைந்த வன்முறை பற்றியும் நிகழ் தொகுத்துள்ளார். பரவலான விழிப்புணர்வு, ஒருங்கிணைப் பின்றி வன்முறையைக் கையிலெடுக்கும் இயக்கங்கள் தோற்றுப் போவது உறுதி என்பது இதன் மூலம் வெளிப்பட்டிருக்கிறது. அதுமட்டுமின்றி தலித் நில உரிமை அம்மாநிலத்தைப் பொறுத்த வரைக்கும் பின்னடைவையும் சந்தித்துள்ளது. இது தமிழகத்தில் உள்ள இயக்கங்களுக்கு ஒரு பாடம்.

முனிமாவின் கேள்வி பதில், ஜனவரி மாத நிகழ்வுப் பதிவுகள் ஆகியவை இவ்விதழில் இடம் பெறவில்லை. அவை அடுத்த இதழில் வெளிவரும்.

தமிழக அரசின் பட்ஜெட். பற்றிய அறிவிப்புகளுக்கு முன்னதாக தேர்தலை முன்னிட்டு அரசு ஊழியர்களுக்கும் விவசாயிகளுக்குமான அறிவிப்புக்கள் வந்துள்ளன. ஆட்சி முடிவுறும் தருவாயில் இதையெல்லாம் அறிவித்து கேலிக் கூத்தாக்கி விடுகிறார்கள் ஆட்சியிலுள்ளவர்கள்.

மார்ச் 2006

வரப்போகின்ற சட்டமன்றத் தேர்தலுக்கான வழக்கமான ஆரவாரங்கள் தொடர்கின்றன. பத்திரிக்கைகளிலும், மக்கள் களங்களிலும் தலித்துகளும் இதில் பல்வேறு வகையில் பங்கேற்கின்றனர். சிலர் திராவிடக் கட்சிகளில் கூட்டணி வைத்தும், ஒற்றைச் சீட்டுக்காரர்கள் தங்கள் சீட்டுகளை உறுதிப்படுத்திக் கொண்டும், பெட்டி கேட்டு நிற்பவர்கள் ஐயா அல்லது அம்மா படங்களின் கீழ் நின்று கும்பிட்டு நிற்பது போல கட் அவுட்டுகள் வைத்தும், சில கூட்டமைப்புகள் மாதிரி தேர்தல் அறிக்கைகளை தயாரித்து தலைவர்களின் பார்வைக்கு அனுப்பி வைத்தும், என்.ஜி.ஓ.க்கள் தேர்தல் ப்ராஜெக்ட் பணத்துக்கேற்றவாறு கூட்டங்கள் கூட்டி அறிக்கை தயாரிக்க பணம் செலவிட்டும், மேற்கண்ட இவை யெதுவும் செய்ய முடியாதவர்கள் இவர்களையெல்லாம் ஆர்வத்துடன் விமரிசனம் செய்து கொண்டும் சுறுசுறுப்பாக இருக்கிறார்கள். திருமா வளவன் எல்லோரும் தன்னைக் கைவிட்ட நிலையில் புலம்பிக் கொண்டும், கிருஷ்ணசாமி டில்லியில் முகாமிட்டவாரும் இருக்கின்றனர்.

இது தலித்துகள் தரப்பு என்றால், மெயின் ஸ்ட்ரீம் அரசியல் பீரோ புல்லிங் கொள்ளைக்காரர்கள் நடவடிக்கையை ஒத்திருக்கிறது. காந்த அலை களை நோக்கி பீரோக்கள் நடமாடத் துவங்கிவிட்டன. விஜயகாந்த், கார்த்திக் போன்ற சினிமா நடிகர்கள் ஒரு பக்கம் என்றால், அவர்களை விஞ்சும் வகையில்

திண்டிவனம் ராமமூர்த்தி, வைகோ என்ற பெரிய தலைகள் தங்கள் அசைவை வெளிப்படுத்திக் கொண்டிருக்கின்றனர். காங்கிரஸ் தேர்தல் சமயத்தில் புதுத்தலைவரை அறிமுகப்படுத்தியுள்ளது. கம்யூனிஸ்ட் பேரமும் துவங்கி விட்டது. ஆனால் ஒன்று மட்டும் உறுதி. இவர்கள் எல்லோரும் அம்மா வீடு இல்லாவிட்டால் மாமியார் வீடு என்று திராவிடக் கழகங்களான அ.தி.மு.க அல்லது திமுக என்று ஏதோ ஒன்றில் ஐக்கியமாகி இடைக்கால முடிவுகளை அடைந்துவிடுவார்கள்; சலசலப்பும் அடங்கிவிடும். வழக்கம் போல வன்கொடுமை, வறுமை, வேலைவாய்ப் பின்மை என்று தலித்துக்கள் சுழல் சக்கரங்களில் திணறுவார்கள். நடக்கின்ற சலசலப்புகள் எல்லாமே அவர்களை வசப்படுத்தி அடிமை நிலையில் வைத்திருக்க அவர்கள் அறியா வண்ணம் நடத்தப்படும் அச்சரம் பிசகாத நாடகம் என்பதை எப்போது அவர்கள் உணர்வார்கள் என்பதுதான் நமது கேள்வி.

தலித்துக்கள் என்ன செய்ய வேண்டும்? இரு பெரும் கழகங்களையும், அவர்களை சுற்றி சேட்டலைட்டுகள் போல் சுற்றிவரும் உதிரிகளையும் ஒட்டு மொத்தமாக புறக்ககணிப்பதே தலித்துக்கள் செய்ய வேண்டியது. இவர்களில் யார் தலித் ஆதரவு சக்தி என்ற ஆராய்ச்சி கூட அநாவசிய மானது

தலித் நிலவுரிமை, அவர்களின் அடிப்படை வசதிகள், தமிழக அரசில் தலித்துகளுக்கு முறையான பட்ஜெட் ஒதுக்கீடு, தனியார் துறையில் இட ஒதுக்கீடு, தலித்துகளுக்கு தனி பஞ்சாயத்து என்ற முக்கிய கோரிக்கைகளின் அடிப்படையில் அணிதிரள்வதும், இவைகளை முன்னிறுத்தாத அல்லது அதற்கு வலு சேர்க்காத தலித் இயக்கங்களை களையெடுப்பதும் தான் முதலில் செய்ய வேண்டியது. தேர்தல் அடிப்படையில் கூட்டணி அரசியலை முன்னிறுத்தும் பெரிய, சிறிய அமைப்புகள் அனைத்தையும் புறக்கணிப்பதும் தான் அவர்களைக் களையெடுக்கும் விதம். இவ்வகையில் வலுமிக்க தலித் அணி உருவாகும்.

இவ்விதழில் சிவகாமி எழுதும் புதியவர்கள் எனும் புதினம் தொடங்கப்பெற்றுள்ளது. அது தொடராக வெளிவரும்.

தலித் நில உரிமை இயக்கம் ஏப்ரல் 14 அம்பேத்கர் பிறந்த நாள் விழாவை கிராமந்தோறும் நில உரிமை கருத்தரங்குகள் நடத்திக் கொண்டாட திட்டமிட்டுள்ளது. தலித் ஆர்வலர்கள் உதவிடுக.

மே 2006

அ. ராமசாமி அவர்களின் வரலாறு யாரை விடுதலை செய்யும்? என்ற தொடர் இவ்விதழுடன் முடிவுக்கு வருகின்றது. அவர் கட்டுரைக்கு பரவலான வரவேற்பும், விமரிசனமும், எழுத்து வடிவிலல்லாது நேர்முகமாகத் தெரிவிக்கப்பட்டது. அவருக்கு எமது நன்றி. சிறிது கால இடைவெளிக்குப் பின் அவர் மீண்டும் எழுதத் துவங்குவார்.

டிசம்பர் 12, 2005, மார்ச் 13, 2006 ஆகிய இரு தினங்களில் தமிழக மெங்கும், முறையே மாவட்டத் தலைநகர்களிலும், தாலுக்கா அலுவலகங் களிலும் தலித் நில உரிமை இயக்கம் கோரிக்கைப் பேரணிகளை நடத்தியது. டிசம்பர் பேரணியில் ஒரு லட்சம் பேரும், மார்ச் பேரணியில் 2,50,000 பேரும் கலந்து கொண்டனர். இப்பேரணிகளின் விளைவாக ஏதாவதொரு அரசியல் கட்சி தமது தேர்தல் அறிக்கையில் நிலம் வழங்க முன்வரும் என்ற நம்பிக்கை இருந்தது. தி.மு.க. தாழ்த்தப்பட்டவர்களுக்கு நிலம் என்று சொல்லாது ஏழைகளுக்கு நிலம் தரப்போவதாக அறிவித்துள்ளது. இந்த அறிவிப்புகூட தலித் நில உரிமை இயக்கம், மண்ணுரிமை இயக்கம் மற்றும் வேறு சில சிறு இயக்கங்களுடன் நடத்திய பேரணிகள், விழிப்புணர்வு பிரச்சாரங்களின் மூலம்தான் சாத்தியமாகியுள்ளது. இந்த அறிவிப்பைப் பெற கோரிக்கைப் பேரணிகளில் கலந்து கொண்ட 3,50,000 பேர் குறைந்தபட்சம் நபர் ஒன்றுக்கு ரூ.100 செலவு செய்திருப்பர் என்று வைத்துக் கொண்டால், வறுமைக் கோட்டிற்குக் கீழ் வாழும் ஒடுக்கப்பட்ட சமுதாயம் ரூ.3.5 கோடி செலவு செய்துள்ளது என்பது குறிப்பிடத்தக்கது.

நில உரிமை இயக்கத்தினர் ஆகஸ்ட் 15 தொடங்கி 15 நாட்களுக்கு தமிழகமெங்கும் வேலை நிறுத்தப் போராட்டத்தை மேற்கொள்ள விருக்கிறார்கள். அவர்கள் முயற்சி தொடர எமது வாழ்த்துக்கள்

தேர்தல் ரவுண்ட்-அப்பில் மாற்றி மாற்றி ஸ்கோர் எடுக்கிறார்கள் ஒருவர் 2 ரூபாய்க்கு 1 கிலோ அரிசி என்றால், இன்னொருவர் 10 கிலோ அரிசி இலவசம் என்கிறார். ஆக ஒன்று மட்டும் தெரிந்து விட்டது – தமிழக அரசியல் என்பது 1968 தொடங்கி 2006 வரை அரிசி அரசிய லாகவே உள்ளது

என்பதுதான். வறுமைக்கோட்டிற்குக் கீழ் தொடர்ந்து மக்களை வைத்திருப்பதற்கும், கல்வியைக் கட்டாயமாக்காததற்கும் உள்ள பின்னணி இதுதான்.

தலித் மக்கள் தேர்தல் நேரத்தில் இலவசம் என்ற மாயைக்குள் போகாமல் சுயமரியாதையுடன் 'நில உரிமையே அரசியல் உரிமை' என்பதை உணர்ந்து செயல்பட வேண்டுகிறோம்.

ஜூலை 2006

கண்ணாமூச்சி ரே ரே.... காட்டுப்பூச்சி ரே ரே...

மோட்டரோலா தமிழ்நாட்டில் நிலம் பதித்து வேரூன்ற கடைக்கால் இடப்பட்டது சமீபத்திய செய்தி. ஏற்கனவே வேரூன்றித் தழைத்திருக்கும் பன்னாட்டு நிறுவனங்கள் அரசாங்கத்தின் மூலம் பெற்ற பயன்களின் மதிப்பீடு என்ன? அதற்குக் கைம்மாறாக ஏற்பட்டுள்ள வளர்ச்சி யாது? இந்நிறுவனங்களில் பணிபுரிபவர்களில் எவ்வளவு பேர் தமிழர்கள்? கடைநிலை தொழிலாளரின் ஊதியம் என்ன? பெண்கள், தலித்துக்கள், விளிம்பு நிலை மக்கள் இவற்றில் எந்த அளவு பங்கேற்றிருக்கிறார்கள்? இவைபற்றியெல்லாம் எந்தவித ஆய்வுமின்றி மேலும் மேலும் பன்னாட்டு நிறுவனங்களை போட்டி போட்டு வரவழைத்து நம்பர் ஒன் என்று விளம்பரம் தேடிக் கொள்வதில் அ.தி.மு.க. வும், தி.மு.க. வுக்கும் ஒரே கொள்கைதான்.

சென்ற இதழில் கோடாங்கி கார்னர் சிறை பகுதியில், கவர்னர் உரையில் நிலம் பற்றிய குறிப்பு இடம் பெறவில்லை என்று வந்த தகவல் தவறானது என்று சுட்டிக்காட்டிய பிரபா . கல்விமணிக்கு நன்றி. தமிழக அரசு, ஏழைகளுக்கு இரண்டு ஏக்கர் நிலம் வழங்க, சிறப்பு வட்டாட் சியர்களை நியமிப்பதாக செய்தி வந்துள்ளது. இவர்கள் பொசிஷன் எடுத்து, வேலையை ஆரம்பிக்க எப்படியும் ஆறுமாத காலம் ஆகும். தரிசு நிலங்கள் விபரங்களைச் சேர்த்து, ஆக்கிரமிப்புகளை அகற்றி, நீதி மன்ற தடையானை களைச் சந்தித்து, நிலம் வழங்குவதற்கு சில காலம் ஆகலாம். வருகின்ற ஐந்தாண்டுகளில் சாக்குப்போக்குச்

சொல்லி, பத்திரிக்கைகளில் கவர்ச்சிகரமான செய்திகளை உலவவிட்டு மக்களை திசைதிருப்பும் முயற்சியும் நடக்கலாம்.

இவற்றைப் புரிந்து கொண்டு நாம் காய்களை நகர்த்த வேண்டும். நமது கடும் முயற்சியில் ஐந்து ஏக்கர் இரண்டு ஏக்கர் நிலமாகி அரசியல்வாதிகளின் வாய்களில் அகப்பட்டு அறிவிப்பாக வந்துள்ளது. ஆனாலும் சாதிப்பற்று காரணமாக தலித் என்ற வார்த்தையை ஒளித்து விட்டார்கள். நிலம் பற்றிய ஆணை இன்னும் ஓரிரு மாதங்களில் வெளியாகும். அதற்கு முன்பாக அவர்கள் ஒளித்து வைத்து கண்ணாமூச்சி ஆடுவதை அம்பலத்திற்குக் கொண்டுவர வேண்டும். ஆகையால் கீழ்க்கண்டவற்றை நாம் விவாதித்துக் கொண்டே கடைப்பிடிக்க வேண்டும்.

முதல் நோக்கம் அரசு ஆணையில் தலித்துகளை நுழைப்பது. சமீபத் தில் நடந்துள்ள ஜமா பந்திகளில் தலித்மக்கள் திரளாகச் சென்று நிலம் கேட்டு மனு கொடுத்திருக்கிறார்கள்.

தொடர்ந்து நிலமற்ற தலித் விவசாயக கூலிகள் வருவாய் அதிகாரிகளை அணுகி மனுக்களை அளிக்க வேண்டும்.

ஜூலை 15 தமிழ்நாட்டில் ஒன்பது மண்டலங்களில் (திருநெல்வேலி மண்டலம் நீங்கலாக) தலித் நில உரிமை மாநாடு திட்டமிடப் பட்டுள்ளது. இம்மாநாட்டில் திரளாகக் கலந்து கொள்ள வேண்டும். விபரங்களுக்கு தலித் நில உரிமை இயக்கத்தின் மாவட்டப் பொறுப் பாளர்களை அணுகவும்.

அடுத்து தலித் மக்களின் ஒத்துழைப்பு இல்லாவிட்டால் தமிழ்நாட்டில் விவசாயம் நடைபெறாது. என்ற உண்மையை அரசுக்கு தெரிவிக்க ஆகஸ்ட் 15 முதல் ஆகஸ்ட் 29 வரை தொடர் வேலை நிறுத்தம் அறிவிக்கப்பட்டுள்ளது. இப்போராட்டத்தில் கலந்து கொள்ள, ஆதித்தமிழர் பேரவை, புதிய தமிழகம், விடுதலை சிறுத்தைகள் ஆகிய மூன்று இயக்கங் களுக்கும் அழைப்பு அனுப்பப்பட்டுள்ளது. ஜூலை 1ம் தேதி பாண்டிச் சேரியில் நடக்கும் தலித் நில உரிமை மையக்குழுவில் அவர்கள் கலந்து கொண்டு விவாதிப்பார்கள்.

ஆகஸ்ட் ஒன்றாம் தேதி முதல் ஆகஸ்ட் 15 வரை இதற்கான தீவிர பிரச்சாரம் தமிழகம் முழுதும் மேற்கொள்ளப் படவிருக்கிறது. இப்பிரச்சாரங்களில் தலித் ஆர்வலர்கள், எஸ்ஸி, எஸ்டி அரசு

ஊழியர்களின் சங்கங்கள், அம்பேத்கர் மன்றங்கள் ஆகியோர் கலந்துகொள்ள அழைக்கிறோம்.

ஆகஸ் 15 முதல் 29 வரையிலான வேலை நிறுத்தத்தை தமிழகம் முழுதும் செயல்படுத்த அனைத்து ஏற்பாடுகளும் முடுக்கி விடப்பட் டுள்ளன. இதற்கான துண்டறிக்கை, மிகவும் பாதிக்கப்படவிருக்கும் மக்களுக்கு உதவி என்ற வகையில் செலவினங்கள் உண்டு. புதிய கோடாங்கி வாசர்களும், தலித் ஆர்வலர்களும் நன்கொடை அளிக்க வேண்டுகிறோம்.

இந்த வேலை நிறுத்தம் வெற்றிகரமாக நடத்தினால், நிலம் பற்றிய விவகாரம் அரசு மட்டத்தில் கொஞ்சம் பாய்ச்சலோடு மேற்கொள்ளப் படும். இல்லை என்றால் தி.மு.க. நமக்கு டாட்டா காட்டுவார்கள். டாட்டா வையே – மிரட்டியவர்கள் என்று எதிர்க்கட்சியினரால் புகழப்பட்டவர்கள், தலித்துகளை என்ன செய்யப் போகிறார்களோ? தலித் மக்களே விழிப்பாயிருந்தால் ஒன்றுபடுவோம்.

தென்னிந்திய தலித் எழுத்தாளர் பேரவையின் அமைப்பாளர் என்ற வகையில் எழுத்தாளர் சிவகாமி அவர்கள், அப்பேரவையைக் கூட்ட, எழுத்தாளர் கோபுவைக் கேட்டுக் கொண்டுள்ளார்கள். கோபு விரைவில் எழுத்தாளர்களைத் தொடர்பு கொள்வார்.

எழுத்தாளர் ப்ரதிபா ஜெயச்சந்திரன் “தலித் பன்னாட்டுக் கல்வி மய்யத்தின்” செயலாளராக செயல்படத் துவங்கியுள்ளார். இவர்கள் இரு வரது முயற்சிகளினால் இவ்விரு அவைகளும் செம்மையாகச் செயல்படும்.

அவர்களை வாழ்த்துகிறோம்.

ஆகஸ்ட் 2006

நில அரசியல்?

இவ்விதழ் அச்சேறும் போது பட்ஜெட் கூட்டத்தொடர் தமிழக சட்டமன்றத்தில் நடந்து கொண்டிருக்கிறது. தி.மு.க. வின் தேர்தல் அறிவிப்புகள் அரசு ஆணைகளாக மாற வேண்டிய

தருணமும் இதுதான். டி. வி. வழங்குவதில் சமத்துவபுர வாசிகள் முன்னுரிமை பெறுகிறார்கள். கிலோ இரண்டு ரூபாய் அரிசி வழங்க ஆரம்பித்தாகி விட்டது. தொழிலாளர் நல வாரியங்கள் அமைக்கப்படுகின்றன. வேலையற்றறோருக்கு நிவாரணம் வழங்கவும் தொடங்கி விடுவார்கள். ஆனால் நிலம் பற்றிய அறிவிப்பு பின்தங்குகிறது. வட்டார அளவில் வருவாய் அதிகாரிகள் இதற்கென நியமிக்கப்படுகிறார்கள். உபரி / தரிசு நிலங்கள் கணக்கெடுக் கப்பட்டு வருகின்றன என்ற தகவல்கள் வருகின்றன. இருந்தும், தலித்து களுக்கு முன்னுரிமை வழங்குவதற்கான எந்த அறிகுறியும் இதுவரை தென்படவில்லை.

இதற்கிடையில் சிறுதாவூரில் தலித்துக்களை ஏமாற்றி நிலம் பறித்து பங்களா கட்டி விட்டதற்காக ஜெயலலிதாவுக்கு எதிரான போராட்டம் வலுக்கிறது. ஆட்சியில் கூட்டாளியான கம்யூனிஸ்டுகள் தங்கள் "செட்டப்" வேலைகளை சிறுதாவூரில் துவங்கியிருக் கிறார்கள் தங்கள் அரசியல் எதிரியை முன்வைத்து அதே சமயத்தில், தனது அரசியல் கூட்டாளியான ஜெயலலிதாவை ஆதரிக்கும் வண்ணமாக பஞ்சமி நிலம் பற்றி வாய் திறக்காமல் உள்ளன பிரபல தலித் இயக்கங்கள்.

26 ஜுலை 2 மணியளவில் தொலைக்காட்சியில் தனது உரையில் கருணாநிதி கம்யூனிஸ்டுகள் போராட்டம் நடத்தியதால் தான் இரண்டு ஏக்கர் நிலம் ஏழைகளுக்கு வழங்கப்படும் என்ற அறிவிப்பை வெளியிட்டதாக வாக்குமூலம் அளித்திருக்கிறார். இதைக் கேட்டு கம்யூனிஸ்டுகளே திகைத்து விட்டார்கள். இப்படி ஒரு வசை தங்கள் மீது விழும் என்று கனவிலும் நினைத்துப் பார்க்கவில்லை. சக்களத்தி கொடுத்த விளக்குமாற்று அடியை "ராதா" வாங்கும் போது அவளுக்குப் பூச்சொரிதல் போலிருந்தது என்று பாரதிராஜா சித்தரித்திருப்பார். 'முதல் மரியாதையில்'. அத்தகையதொரு முதல் மரியாதையை கம்யூனிஸ்டுகளுக்கு வழங்கிவிட்டார் நமது முதல்வர் கருணாநிதி. போகட்டும் – இனியாவது தலித்துகளுடைய நிலத்தை மீட்பவர்களுக்கு அருகில் செங்கொடியுடன் நின்று போட்டோ வுக்கு போஸ் கொடுக்கும் கட்டாயத்திற்குத் தள்ளப்பட்டு விட்டார்கள் அவர்கள்!

எனினும் இதையெல்லாம் பெரிதுபடுத்திக் கொண்டிராமல் தலித் நில உரிமைக்காக பல வருடங்களாக போராடி வரும் தலித் நில உரிமை இயக்கம் உள்ளிட்ட பல அமைப்புகளுக்கும் 5 ஏக்கர் நிலத்தைப் பெறுவதில் திட்டமிட்டபடி இணைந்து செயலாற்றும் பொறுப்பு உள்ளது. தலித்துகள் உணர்வு பூர்வமாக இணையாவிட்டல் பயன்பெற முடியாது என்பதை நினைவில் கொள்ள வேண்டும்.

ஜூலை 15 மற்றும் ஜூலை 19 அன்று நடந்து முடிந்த ஒன்பது மண்டல மாநாடுகள் தலித்நில உரிமை இயக்கத்தின் தன்னிகரற்ற செயல்பாட்டை விளக்குவதுடன் ஆகஸ்ட் 15 முதல் 29 தேதி முடிய 15 நாட்களுக்கு நிலமற்ற தலித் விவசாய கூலிகள் தொடர் வேலை நிறுத்தப் போராட்டத்தில் ஈடுபடவிருக் கிறார்கள். தலித் அமைப்புகள், ஆர்வலர்கள் இணைந்து போராட்டத்தை வெற்றிகரமாக நடத்தித் தந்திட வேண்டுகிறோம்.

திருநெல்வேலி மண்டலத்தை பொறுத்த வரையில், மண்டல மாநாடு முடிக்கப்பெற்று, தற்சமயம் தாலுக்கா அளவில் தலித் நில உரிமை இயக்க மாநாடுகள் நடைபெற்று வருவது குறிப்பிடத்தக்கது.

இவ்விதழ் பிரசுரமாகும் வரையில் சந்திரன் அவர்களின் தொடர்களுக்கான கட்டுரைகள் வரவில்லை .

நஞ்சுண்டன் கன்னடத்திலிருந்து மொழிபெயர்த்த தலித் தன் வரலாற்றுத் தொடர் இவ்விதழில் தொடங்குகிறது. சிறப்பானதொரு பணியை மேற்கொண்ட அவருக்கு எம் நன்றி.

நவம்பர் 2006

நடந்து முடிந்த பஞ்சாயத்து தேர்தலில் பெருமளவில் புகார்கள் வந்துள்ள நிலையில், ஆளுங்கட்சி தி.மு.க. பெரும்பான்மை வாக்குகளைப் பெற்று வெற்றி பெற்றுள்ளது வியப்பில்லை! எல்லோராலும் எதிர்பார்க்கப் பட்ட ஒன்றுதான்.

பஞ்சாயத்துத் தேர்தல் என்றாலே, பஞ்சாயத்துத் தலைவர் பதவிகளை ஏலத்துக்கு விடுவது, ஆளுங்கட்சியினர் அடக்குமுறை

கையாண்டு கள்ள வோட்டுப் பதிவது, வாக்காளர்க்கு பணப்பட்டுவாடா செய்வது ஆகியவைகள் நிரந்தரம் என்பது போலகிவிட்டன.

ஒரு கட்சியின் வலிமையை, அதன் கொள்கை, நேர்மை, சேவை இவற்றின் அடிப்படையிலான மக்களாதரவுதான் முடிவு செய்யும் என்பதற்கு பதிலாக, அடியாள் படையுடனான சீர்வரிசைகள் தான் முடிவு செய்கின்றன. எனினும், பெரும்பான்மை மக்களால் சகித்துக் கொள்ள முடியாத இப்பஞ் சாயத்துத் தேர்தலின் எதிரொலியை நாம் பாராளுமன்றத் தேர்தலில் நிச்சயமாகக் கேட்போம்.

இட ஒதுக்கீடு பற்றிய உச்சநீதி மன்றத் தீர்ப்பு வெளியாகி உள்ளது. பதவி உயர்வில் இட ஒதுக்கீடு வேண்டும் என்று கேட்டு வழக்குப் போட்டவர்களுக்கு, பதவி உயர்வில் இட ஒதுக்கீடு உண்டா இல்லையா என்று தீர்மானமாகச் சொல்லாததோடு சாதிப்பெரும்பான்மையினரின் நீண்ட நாள் கனவாக இருந்து வந்த இட ஒதுக்கீட்டிற்கெதிரான வேண்டு கோளை நிறைவேற்றி உள்ளது உச்ச நீதிமன்றம். அதுதான் அவர்கள் தங்கள் தீர்ப்பில் அறிமுகப்படுத்திய “க்ரீமி லேயர்”!

நெடுங்காலமாக , தாழ்த்தப்பட்ட இனத்தில் மத்திய அரசும், மாநில அரசுகளும், தகுதியான நபர்கள் இல்லை என்று காரணங்கூறி ஆயிரக் கணக்கான பின்னடைவு காலியிடங்களைப் பூர்த்தி செய்யாமல் இருந்துள்ளன. அதுவும், உயர்மட்டப் பதவிகளை காலியாக வைத்து, பதவி உயர்வு அளிப்பதில் முட்டுக்கட்டைகள் போட்டு, முக்கியப் பதவிகளில் அமர்த்தாமல் இருந்து வந்துள்ளன. இவற்றையெல்லாம் கணக்கில் கொண்டு, பின்னடைவு இடங்களை பூர்த்தி செய்யும் விதமாக பதவி உயர்வில் இட ஒதுக்கீட்டு முறையைப் பின்பற்ற வேண்டும் என்று உச்சநீதிமன்றம் தீர்ப்பளித்திருக்க வேண்டும்.

ஆனால், இப்போது உச்சநீதி மன்றத்தால் அளிக்கப்பட்ட தீர்ப்பானது, இட ஒதுக்கீட்டுக் கொள்கையையே கேலிக்கூத்தாக்குகின்றது.

படித்து, முன்னேறிய தலித் மக்களை “கிரீமி லேயர்” என்று ஒதுக்கி அவர்களை இட ஒதுக்கீட்டுக்கு அப்பாற்பட்ட முற்பட்ட

சமுதாயமாக்கி விட்டது அதுமட்டுமல்ல “கிரிமீ லேயர்” என்பவர் யார் என்பதை ஆண்டொன்றுக்கு இரண்டரை லட்சம் அதிகமாக சம்பளம் வாங்குபவர்கள் என்று விளக்கமளித்துள்ளது. குமாஸ்தாக்கள் எல்லாமே கிரீமிலேயர்கள் என்றால், உயர்மட்ட பதவிகளில் இன்னும் தகுதியான நபர்கள் கிடைக்க வில்லை என்று பின்னடைவு இடங்களை சேகரித்து வைத்திருக்கும் மத்திய மாநில அரசுகள் யாரைக் கொண்டு இவற்றை நிரப்புவார்கள்?

இட ஒதுக்கீட்டை முழுமையாக அமல்படுத்த எவ்வித முயற்சிகளும் எடுக்காமல் 50 ஆண்டுகளைக் கழித்து விட்டு, 50 ஆண்டுகாலமாக இட ஒதுக்கீடு தொடர்வதைக் குறித்து விமர்சனம் செய்ய ஏது தகுதி?

இந்நாட்டில், தாழ்த்தப்பட்ட மக்களுக்கு பாதுகாவலாக விளங்கிய அரசியலமைப்புச் சட்டத்தின் ஷரத்துக்களை பூரணமாக நிறைவேற்ற முயற்சிகள் எடுக்கப்படாமல், நலிந்தவரை மேலும் நலிவுறும் வண்ணமாக திருத்தங்கள் கொண்டு வரப்படுவது இனி தாழ்த்தப்பட்ட மக்கள் சட்டங் களையோ அரசுகளையோ நம்ப முடியாது என்பதையே அதிகாரப்பூர்வமாக அறிவிக்கின்றன.

புதிய கோடாங்கி - தலித் பன்னாட்டு கல்விமையம், - தென்னிந்திய தலித் எழுத்தாளர்கள் மற்றும் கலைஞர்கள் பேரவை - தலித் நிலவுரிமை இயக்கம் சார்பில் தலித் மக்களுக்கு ஒதுக்கீடு பற்றிய உச்ச நீதி மன்றத்தின் தீர்ப்பு குறித்து 2.12.2006 - ல் விழுப்புரத்தில் கருத்தரங்கம் நடக்கவிருக்கின்றது.

டிசம்பர் 2006

சதாமுக்கு தூக்கு நிறைவேற்றப்பட்டுவிடும். இதன் மூலம் அமெரிக்காவை எதிர்க்கத் துணியும் அனைவருக்கும் எச்சரிக்கை விடப்படுகிறது. ஏகாதிபத்தியத்தின் பிரகடனம் இந்த தூக்கு தண்டனை. மனித உரிமைப் பிரச்சாரத்தை உலகம் முழுவதும் எடுத்துச் செல்லும் நாடுதான் வன்முறையையும் அதிக அளவில் பிரயோகிக்கிறது. அதன் இரண்டு முகங்களையும் தரிசித்தபடி நாமும் தேவைக்கு ஏற்ப முகமூடிகளை அணிந்து கொள்கிறோம்.

நாக்பூரில் தலித்துகளின் மீது கட்டவிழ்க்கப்பட்ட காமக் கொடூர, வன்முறைகளை எதிர்த்து அகில இந்தியாவும் அதிர்ச்சிக்குள்ளாகியிருக்கிறது. வன்முறையை எதிர்த்து அனைத்திந்திய ஆர்ப்பாட்டம் ஒருங்கிணைக் கப்பட்டு வருகிறது. ஒருநாள் ஆர்ப்பாட்டம் அநேகமாக டிசம்பர் மாதம் நடக்கும். இது குறித்த செய்தி நாளிதழ்களில் வெளியாகும் போது அனைத்து தலித்மக்களும் கலந்துகொண்டு தங்கள் எதிர்ப்பைத் தெரிவிக்க வேண்டுகிறோம்.

2007–ல் தலித் மக்களுக்குத் தனி பட்ஜெட் என்பதை வலியுறுத்தி ஒருநாள் கருத்தரங்கம் மாநில அளவில் டிசம்பர்–2, சனிக்கிழமை, விழுப்புரம் (புதிய பேருந்து நிலையம் எதிரில்) ஏ.எஸ்.ஜி. திருமண மண்டபத்தில் நடக்கிறது. இக்கருத்தரங்கை தலித் நில உரிமை இயக்கமும், தென்னிந்திய தலித் எழுத்தாளர் பேரவையும் இணைந்து நடத்துகிறுது. சுமார் 3000 பேர் கலந்து கொள்ளும் வகையில் ஏற்பாடுகள் நடக்கின்றன. அனைவரும் வந்திருந்து சிறப்பிக்க வேண்டுகிறோம்.

திரு. சி. தங்கராஜ் I.A.S. அவர்களின் நேர்காணல் இவ்விதழில் இடம் பெற்றுள்ளது. புரட்சிகரமான அவரது கருத்துக்களும், செயல்களும் இங்குள்ள படித்தவர்களுக்கு எடுத்தக்காட்டாக இருக்கும் என்பதில் அய்யமில்லை. நேர்காணலை ஆங்கிலத்தில் நிகழ்த்திய செல்வி.தலித் அர்ச்சனாவுக்கும், அதைத் தமிழில் மொழி பெயர்த்துதவிய திரு.எம்.சி. ராஜ் அவர்களுக்கும் புதிய கோடாங்கி தன் நன்றியறிதலைத் தெரிவித்துக் கொள்கிறது. இந்த நேர்காணலின் இரண்டாம் பகுதி ஜனவரி இதழில் வெளிவரும்.

எஸ்ஸி, எஸ்.டி. அரசு ஊழியன் பத்திரிக்கை மனுவேல் அவர்களை ஆசிரியராக கொண்டு யாழன் ஆதி வடிவமைப்பில் சிறப்பாக வரத்துவங்கி யிருக்கிறது. வாழ்த்துக்கள்.

தென்னிந்திய தலித் எழுத்தாளர் பேரவை, இன்பக்குமாரை தலைவராகவும், நிகழ்–ஐ துணைத்தலைவராகவும், கோபு அவர்களை செயலாளராகவும், எம்.சி.ராஜ் அவர்களை ஆலோசகராகவும் கொண்டு புது உத்வேகத்துடன் செயற்படத் துவங்கியுள்ளது. வாழ்த்துக்கள்.

மார்ச் 2007

ஏறக்குறைய ஒரு லட்சம் பேர் கலந்து கொண்டு தலித் மக்களுக்கு 2007ல் தனி பட்ஜெட் என்ற கோரிக்கையை வைத்து மாவட்ட ஆட்சித்தலைவர் அலுவலகம் முன்பு அந்தந்த மாவட்டங்களில் போராட்டங்கள் நடத்தியிருக்கின்றனர். ஆளுநரை சந்தித்து இதே கோரிக்கைகளை வலியுறுத்தியுள்ளனர், தலித் நில உரிமை இயக்கத்தின் இச்செயல்பாடுகள் தலித் மக்கள் மத்தியில் பெரும் எதிர்பார்ப்பை உருவாக்கியுள்ளது. தமிழக அரசின் செயல்பாடுகளைப் பொறுத்திருந்து பார்ப்போம் என்பதல்லாது தொடர்ந்து பல்வேறு வகையில் போராட்டங்களைத் துவக்கவுள்ளதாக தலித் நிலவுரிமை இயக்கத்தின் மாநிலப் பொதுச் செயலாளர் பரதன் அவர்கள் கூறியுள்ளார்கள்,

தலித் நிலவுரிமை இயக்கத்தின் பிற கோரிக்கைகள் அதாவது நகர்ப்புறத்தில் குடிசைகளில் வாழும் மக்களை அப்புறப்படுத்தாது அவர்களது வாழ்வுரிமையை உறுதிப்படுத்துவது. குடியிருப்பு மனை வழங்குதல் ஆகியவை அடுத்த கட்டமாக எடுக்கப்படும்.

பெண்கள் முன்னணியின் செயல்பாடுகள் கடந்த ஓராண்டாக மாவட்டங்களில் அமைப்புகளை ஏற்படுத்தி பயிற்சி அளிப்பது என்றளவில் இருந்தது. வரும் ஏப்ரல் 23ம் தேதி அவர்களது கொள்கை விளக்கப் பொதுக்கூட்டங்களாக மாவட்டத் தலைநகரில் நடக்கவுள்ளது.

மேலவளவுப் படுகொலைகள் திட்டமிடப்பட்டவை, பஞ்சாயத்துத் தலைவர் முருகேசனும் பிறரும் பேருந்தில் செல்வதை அறிந்து வழி மறித்து. தாக்கிக் கொல்லப்பட்டனர். மேலவளவு பஞ்சாயத்துத் தலைவர் முருகேசனுடன் தொடர்பில்லாதவர் எவரும் கொல்லப்படவில்லை. தலித் மக்கள் மட்டுமே குறிவைத்துத் தாக்கப்பட்டனர், குற்றவாளிகளுக்கு உச்சபச்ச தண்டனை விதிக்கப்படவில்லை. இந்தியக் குற்றவியல் சட்டத்தோடு. SC/ST வன்கொடுமை தடுப்புச் சட்டத்தையும் இணைத்து நடவடிக்கை எடுக்கப்பட்டு பொ. ரத்தினம் என்ற புகழ்பெற்ற வழக்கறிஞரால் வாதாடப்பட்டும் அது சாத்தியமில்லாமல் போனது.

ஆனால், தருமபுரி பஸ் எரிப்பு சம்பவம் அரசியல் ரீதியாக நடந்த ஒரு வன்முறை வெறியாட்டம்! அப்பாவிப் பெண்கள் எந்தவித உள் நோக்கமுமில்லாமல் எரித்துக் கொல்லப்பட்டனர். இதில் உச்சபட்ச தண்டனை வழங்கப்பட்டுள்ளது! இதே உச்சபட்ச தண்டனையை அப்பாவி தலித்துகளைத் திட்டமிட்டுக் கொலை செய்தவர்களுக்கு விதிக்க முடியவில்லை! நீதிமன்றத்தின் இத்தகைய செயல்பாடுகளை நாம் எப்படி புரிந்து கொள்வது? தலித் மக்கள் சிந்திப்பார்களாக.

கலைஞரின் அரசியல் வழித் தோன்றல்களாக ஸ்டாலின், மாறன் போன்றவர்களும், இலக்கிய பண்பாட்டு வழித்தோன்றல்களாக கனிமொழியும் கலைஞரால் அறிவிக்கப்பட்டு, திமுக கழகத்தினரால் ஏற்றுக் கொள்ளப்பட்டு கட் அவுட்டுகளிலும் பத்திரிக்கைகளிலும் அலங்காரமாக உலா வருகிறார்கள். தமிழ் கூறும் நல்லுலகம் அவர்களை ஏற்றுக்கொண்டு சமூக மாற்றத்தை அவர்களிடம் ஒப்படைத்துவிட்டு ஓய்வெடுக்கப் போகிறார்கள் – எச்சரிக்கை!

ஏப்ரல் 2007

தமிழக அரசின் நிதிநிலை அறிக்கையை இரண்டு கண்களையும் அகலத் திறந்து முடிந்தவரை ஆழமாகப் பார்க்க முயற்சித்தோம். 2007 – 2008க்கான வரவு செலவுத் திட்ட மதிப்பீட்டில் மாநிலத்தின் சொந்த வருவாய் மட்டும் ரூ.4434158 கோடிகள். மத்திய அரசு நிதி, மானியங்கள் உட்பட மொத்தம் ரூ.46617.49 கோடிகள். ஆக ரூ.46617.49 கோடிகள் இவ்வருடம் செலவிடப்படுகின்றன. இதில் திட்டச் செலவு, திட்டமில்லாத செலவு எனத் தொகை பங்கிடப்பட்டு செலவிடப்படும். திட்டமில்லாத செலவுகளை ஒதுக்கிவிட்டு, திட்டச் செலவை மட்டும் கணக்கில் கொண்டாலும் கூட, சிறப்புக் கூறுத் திட்டப்படி தலித் மக்களின் பங்கு ரூ.4000 கோடிக்கு மேல் தேறும். திட்டச் செலவின் எல்லா செலவினங்களிலும் தலித் மக்களின் உரிய பங்கை உறுதி செய்ய முடியாது. ஏனெனில் பல திட்டங்கள், குறிப்பாக மின்சாரம், சாலைகள், விவசாயம், பாசனம், தொழில் ஆகிய பெரிய செலவினங்களில் தலித் மக்களும் பங்கு பெற வேண்டுமானால், தலித் மக்களுக்கு நிலம் உறுதி

செய்யப்பட்டி ருக்கவேண்டும், சாலைகள் அமைப்பதில் தலித் ஒப்பந்தக்காரர்களும், பஸ் முதலாளிகளும் உருவாக வேண்டும், தொழிலதிபர்கள் உருவாகியிருக்க வேண்டும். மேற்கண்டவை இல்லாத நிலையில் பொதுவான திட்டங் களினால் தலித் மக்களுக்கு பயனேதுமில்லை. நாட்டில் நிலவும் தீண்டா மைக் கொள்கையை, 2007–2008இன் திட்ட ஒதுக்கீடும் முந்தைய காலங் களைப் போலவே உறுதி செய்கிறது. பளிச் விளக்குகள் வழிகாட்ட, அகலத் தார்ச் சாலைகளில், புதிய பேருந்துகளில் பயணம் செய்து, கடன்கள் தள்ளு படி செய்யப்பட்ட விவசாயிகளின் குடும்பங்களைக் கடந்து, இந்தத் திட்டங் கள் ரேஷன் அரிசி, நாமக்கல் வியாபாரிகளின் வாழ்த்து முட்டை, துண்டு துக்கடா இலவசங்களுடன், ஒய்யாரமாக நிலமற்ற மண்டை காய்ந்த கிராமப்புற மக்களுக்கு சென்று சேரும்போது வரிகுறைக்கப்பட்ட நாமக்கட்டி மூலம் பட்டை நாமம் அவர்கள் நெற்றியில் துலங்கும்.

தலித் மக்களுக்கு பொதுச் செலவினங்களைத் தாண்டி, நிலம், வீடு, கல்வி, வேலை, தொழில் என முன்னேற்றப் பாதை எப்போது தெரியும்? ஐ.டி. பார்க்குகள், சிறப்புப் பொருளாதார மண்டலங்கள், பளிச்சிடும் தார்ச்சாலைகள் தான் வளர்ச்சி என்று மற்றவர்கள் நம்பட்டும்; தலித் மக்களும் நம்பலாமா? சிந்திக்கத் தக்கவர்கள் சிந்திப்பார்களாக. பிறருக்கும் எடுத்துச் சொல்வார்களாக.

மகளிர் தின விழா நாடெங்கும் கொண்டாடப்படுகிறது. புதிய கோடாங்கி சார்பிலும், பெண்கள் முன்னணி சார்பிலும் மதுரையில் மார்ச் 6–இல் நடந்த உழைக்கும் மகளிர் மாநாடு, மார்ச் 8–இல் கரூரில் சுவாதி பெண்கள் இயக்கத்தின் பிரம்மாண்டமான பெண்கள் மாநாடு, மார்ச் 14 அன்று கிறிஸ்டோபர் பெண்கள் – ஆசிரியப் பயிற்சிக் கல்லூரி, மார்ச் 24–இல் போரூர் – வீரனூரில் நடந்த உழைக்கும் மகளிர் மாநாடு, மார்ச் 29– இல் சென்னைப் பல்கலைக்கழகத்தில் நடந்த மகளிர் கருத்தரங்கு என்று பல விழாக்களிலும் கருத்தரங்குகளிலும் எழுத்தாளர் சிவகாமி, கிறிஸ்டி. நீலவள்ளி, ரஜினி, ராதா, ஜீவா (சகோதரி), பிரேமா சாந்தகுமாரி, ஜோதி அமலா ஆகியோர் கலந்து கொண்டு தங்கள் கருத்துக்களைப் பதிவு செய்தனர்.

மகளிர் விழாக்கள் வியாபாரமாக்கப்படும் சூழலில் அடித்தட்டுப் பெண்களையும், நிலம் வாழ்வுரிமை, வளம் மற்றும் வாய்ப்புக்கள் பகிர்வு, சுற்றுச் சூழல் ஆகியவற்றை மையப்படுத்தி அவர்கள் விவாதித்தது அனைவரின் வரவேற்பையும் பாராட்டையும் பெற்றது.

மே 2007

அங்கீகாரத்தின் அரசியல்

தமிழக அரசு பட்ஜெட் குறித்து தலித் இயக்கங்களின் அணுகுமுறை இருவேறாக உள்ளன. தமிழக அரசு நியாயமானதாகத்தான் நடந்து கொண்டுள்ளது. அல்லது அதன் மேல் விமர்சனம் வைக்க நாங்கள் விரும்பவில்லை என்பது ஒரு அணுகுமுறையாகவும், தலித் மக்களுக்கு உரிய பங்கு வழங்கவில்லை, தனி பட்ஜெட் வேண்டும் என்பது மற்றொரு அணுகுமுறையாகவும் உள்ளது.

ஜூன் 17ல் நெல்லையில் தமிழக முதல்வர் தலைமையில் விடுதலை சிறுத்தைகள் கட்சி மண்ணுரிமை மாநாடு நடத்தவிருப்பதால், பட்ஜெட் பற்றி அதன் பொதுச் செயலாளர் திருமாவளவன் எந்த விமர்சனமும் வைக்க வில்லை என்று பலராலும் சொல்லப்படுகிறது. விடுதலை சிறுத்தைகள் தவிர மீதி உள்ள தலித் கட்சிகள் இயக்கங்கள் அனைத்துமே தனி பட்ஜெட்டை வலியுறுத்தியுள்ளன. தலித் நிலவுரிமை இயக்கம் சட்டசபையில் கையளித்த துண்டறிக்கைகளைக் கொண்டு காங்கிரஸ் சட்டமன்ற உறுப்பினர் யசோதா மட்டும் தான் தனி பட்ஜெட் பற்றி சர்ச்சை எழுப்பியுள்ளார்.

பட்ஜெட் பற்றியே வாய்திறக்காதவர்கள் மண்ணுரிமை பற்றி என்ன பேசுவார்களோ (பேச்சு மட்டுமாவது) என்று அப்பாவி மக்கள் ஆச்சரியப் படுகிறார்கள். தி.மு.க., அ.தி.மு.காக்களின் அங்கீகாரம்தான் தலித் மக்கள் அதிகாரம் பெறும் முறை என்பது போல தலித் இயக்கங்கள் சில நடந்து கொள்கின்றன. அங்கீகாரம் என்பது வரவேற்கப்படக் கூடிய ஒன்றுதான் என்றாலும், யார், எதற்காக, யாருக்கு அங்கீகாரம் தருகிறார்கள்

என்பதை உணர்வது அவசியம். வலுவற்ற, உள்ளீடற்ற, சீட் பேரம் நடத்தும் கட்சிகளை தி.மு.க அதிமுக அங்கீகரிப்பதானது வலுவான இயக்கங்களை நசுக்கத்தான் என்பது கடந்த கால வரலாறு.

வலுவற்றவர்களை அங்கீகரிப்பதால் ஒட்டுமொத்த தலித் மக்களின் பிரதிநிதிகள் மீது அவர்கள் மாறி சவாரி செய்யும் நிலை உருவாகி விடும். இதுதான் அங்கீகாரத்தின் அரசியல். ஆகையால் தலித் மக்களை இத்தகைய ஒட்டுமொத்த குத்தகைதாரர்களிடமிருந்து காப்பாற்றும் அவசியம் எழுந்துள்ளது. தனிப்பட்டவர்களின் அரசியல் லாபங்கள்தான் அங்கீகார அரசியலின் பின்னணி. தனியர்கள் விரைவில் எழுவதும் வீழ்வதும் நடைமுறையில் உள்ள துதான். ஆனால் பல பின்னடைவுகளை சந்தித்து மெல்ல எழுந்து வரும் மிகப்பெரிய சமூகத்தை தங்கள் சுயலாபத்துக்காக, அந்த சமூகத்தின் பெயராலேயே அடகு வைப்பது குறித்து தலித் மக்கள் விழிப்புடன் இருக்க வேண்டும்.

இந்த பட்ஜெட்டில் தலித் மக்களுக்கு ஒன்றுமில்லை என்பது உறுதி யாகிவிட்ட நிலையில், மேற்கொண்டு தனிபட்ஜெட் விவாதத்தைக் கூர்மைப்படுத்தும் பணி தொடரவேண்டும். இலகுவாக அடையக்கூடிய இலக்குகள் கூட அங்கீகாரத்தின் அரசியலால் பாதிக்கப்பட்டுள்ளது வருத்தத் தை அளித்தாலும், இனி இதை எதிர்கொள்வது எப்படி என்ற வியூகங்கள் வகுத்து செயல்படவேண்டும். குறிப்பாக தனி பட்ஜெட் என்பதைத் தொடர் நடவடிக்கையாகக் கொண்டுள்ள தலித் நிலவுரிமை இயக்கத்திற்கு ஒரு வேண்டுகோள். தலித் நிலவுரிமை இயக்கமாவது இனி அங்கீகாரம் என்பதை நிலவுரிமை என்பதற்கான அங்கீகாரமாகவும், தனி பட்ஜெட்டுக்கான அங்கீ காரமாகவும் மாற்ற முயற்சிக்க வேண்டும்.

ஜூன் 2007

மாயாவதி யானை பலத்துடன் ஆட்சி பீடம் ஏறிவிட்டார். இந்தியா முழுவதும் அதிர்ந்தது. தலித் மக்கள் புது பலம் பெற்றுள்ளனர், பெற்று வருகின்றனர். ஜெராக்ஸ் சக்திகள்

சில அவரை நகலெடுக்க முயற்சிக்கின்றன. சூத்திரர்களோ வழக்கம் போல பார்ப்பன சதி என்று வாழ்த்தியிருக்கின்றனர். சூத்திரர்களாகிய அதிமுக, திமுக, பார்ப்பனிய சக்தியான பி.ஜே.பி.யுடன் கூட்டு வைத்துக் கொண்டபோது அது பொன் சட்டியாக இருந்தது. இப்போது மண் சட்டியாகிவிட்டது. அய்யோ பாவம்!!

சர்ச் பார்க் ஜெயலலிதா, பன்னாட்டு சரக்கு சோனியா, லல்லு – முலாயம் நாட்டு சரக்கு ஆகிய எல்லோருக்கும் தலித் மாயாவதி பெப்பே காட்டிவிட்டார். மாயாவதியின் வெற்றியை முன் கூட்டியே யூகித்து உ.பி. சட்டமன்றத் தேர்தலை வரலாறு காணாத வகையில் ஏழு கட்டமாக நடத்தியும் ஏழுகடல், ஏழுமலை தாண்டி இமாலய சாதனை புரிந்துள்ளார் மாயாவதி. சாதனைதான் இது... சமூக மாற்றம் இன்னும் தூரத்தில் உள்ளது என்பதை மாயாவதி புரிந்திருக்கிறாரா?

குடும்ப வட்டம் சுருங்கிக் கொண்டே வருகிறது. கருணாநிதி குடும்பம் மாறனையும் உள்ளடக்கியதாக இருந்தது. தற்போது இரண்டு மனைவிகள் அவர்களது வாரிசுகள் என்றளவில் சுருங்கி விட்டது. கனிமொழிக்கும் கூட கட் அவுட்டுகள் முளைத்து விட்டன. கவிதைக்கும் கட் அவுட்டா என்று கவிஞர்கள் பெருமைப்பட்டுக் கொள்கிறார்கள். அம்மாவின் பழந்துணி வாசம் முகர்ந்த அவர் அரசியல் கலர்த்துணிக்கு வந்துள்ளார். கலக்குவார்! அரசியலில் பத்திரிக்கை – டிவியின் வீச்சு எவ்வளவு தூரம் என்பதை மாறன்கள் நிரூபிக்கப் போகிறார்கள். மக்கள் இலவச கலர் டிவியில் இலவசமாக கார்ட்டூன் படம் பார்த்தார்கள்! தயாநிதி மாறன், அழகிரி, ஸ்டாலின் என்று மக்கள் அவர்கள் பங்குக்கு கணக்கு வைத்துக் கொண்டார்கள்.

சட்டமன்றப் பொன்விழா கண்ட கலைஞருக்கு நடந்த பாராட்டுக் கூட்டக் குழுவில் செல்வப் பெருந்தகையும், மேடையில் திருமாவளவனும் இடம் பிடித்துவிட்டார்கள். சட்டமன்றத்தில் ஐம்பது (பொன்) பேருக்கு இடம் தருவார்களா?

தலித் சக்திகள் திடுக்கிட வைக்கும் அரசியல் சீரியல்களில் கவனம் செலுத்தாது நிலம், வீடு (மனை), நிதி, கல்வி, வேலைவாய்ப்பு, தனிப் பஞ்சாயத்து என்று போருக்கான நடவடிக்கைகளில் கவனமாக இருக்க வேண்டும். மாநாடுகளில்

வேலைத் திட்டத்தை வற்புறுத்த வேண்டும். தலைவரை அவரது உருவத்தால் அன்றி செயலால் இனங்காண வேண்டும் சந்திப்போம் அடுத்த இதழில் .....

ஜுலை 2007

குடும்ப அரசியலின் மற்றொரு கட்டமாக கனிமொழி ராஜ்ய சபா எம்.பி.யாக்கப்பட்டுள்ளார். இங்கிலாந்து பிரதமர் டோனி பிளேர். அவர்களின் மகள், தான் பிரதமரின் மகளாக எங்கும் அடையாளப் படுத்துவதை வெறுத்தார். ஏனெனில் ஒரு சாதாரண குடிமகனுக்கு பொது வாக உரிமைகள் பாதுகாக்கப் பட்டு மனிதன் என்றளவிலே மதிப்பு கிடைக்கிறது அங்கு. ஆனால் இங்கோ பதவிக்குத்தான் மதிப்பு, மனிதனுக்கேது அவர் இன்னும் மந்திரியாகக் கூட ஆகலாம், அன்பு மணியைப் போல, ஜி.கே. வாசனைப் போல, ஸ்டாலினைப் போல.... இன்னும் அதுபோன்ற எத்தனையோ பேரைப் போல். அந்த வரிசையில் கார்த்திக் சிதம்பரம் ஆவலோடு காத்திருக்கிறார். இப்பதவிகளினால் அவர்களது தலைவிதி மாறுமே தவிர, சமூக நீதியின் அடிப்படையில் மக்களின் தலைவிதியை மாற்றியமைக்க அவர்களுக்கேது சக்தி?

கலாம் ஐந்தாண்டு காலமாக மாணவர்களுடன் உரையாடி, கனவு கண்டு, கனவு காண வைத்து, ஐந்தாறு புத்தகங்கள் எழுதி வெளியிட்டு, ஓய்வு பெறுகிறார்! இந்தப் பணிகளை குடியரசுத் தலைவராக இல்லாமலேயே செய்ய முடியும், அதைத்தான் ஓய்வுக்குப் பிறகும் அவர் தொடர்ந்து செய்ய விருக்கிறார்!! ஆமாம், குடியரசுத் தலைவர் பதவியில் இருந்து அவர் செய்ததுதான் என்ன? !!!

உ.பி.யில் மாயாவதியின் வெற்றியைத் தொடர்ந்து தமிழ்நாட்டில் பரவலான எழுச்சி காணப்படுகிறது. ஆனால் ஏற்கனவே தன்முனைப்புடன் இயக்கத்தை திசை திருப்பி இறங்கு முகமாயிருப்பவர்களெல்லாம், தாங்கள்தான் தென்னாட்டின் மாயாவதி என் மார்தட்டிக் கொண்டு ஃபார்முலா ஏணியில் ஏறத்துடிக்கிறார்கள். தலித் மக்கள் எச்சரிக்கையாக இருக்க வேண்டியது அவசியம்.

திருநெல்வேலி மண்ணுரிமை மாநாட்டில் ஏறக்குறைய ஒரு லட்சம் பேர் கலந்து கொண்டனர். ஆனால் தினமணி நாளிதழோ வெறும் இருபதாயிரம் பேர் என்று எழுதிவிட்டனர். வட மாவட்டங்களிலிருந்தும் தென் மாவட்டங்களிலிருந்தும் திரட்டப்பட்ட மக்களைப் பார்த்து கருணாநிதி நீங்கள் என்னுடன் எப்போதும் இருந்தால் உங்கள் கோரிக்கைகள் உடனே நிறைவேற்றப்படும் என்று 23 கோரிக்கைகள் வைத்த மக்களிடம் ஒரே ஒரு கோரிக்கையை மட்டும் வைத்துள்ளார். நிறைவேற்றுவாரா திருமா?

ஆகஸ்ட் 2007

பிரதிபா பட்டீல் இந்நாட்டின் குடியரசுத் தலைவர். முதன் முதலாக இப்பதவிக்கு ஒரு பெண் தேர்ந்தெடுக்கப்பட்டுள்ளார். எல்லாப் பத்திரிக் கைகளும் பாராட்ட வேண்டிய, எல்லாக் குடிமக்களும் மகிழ்ச்சி கொள்ள வேண்டிய செய்தி. அதில் நமக்கும் மகிழ்ச்சியே. ஆனால், மேலோட்டமான மேற்படி செய்திக்குக் கீழ் எத்துணை விதமான நீரோட்டங்கள்! இந்நாட்டுப் பெண்கள் எல்லா வகையிலும் ஆணுக்கு சமமாக வரவேண்டும் என்று எடுக்கப்பட்ட முடிவா? ஆணாதிக்கச் சிந்தனைக்கு சவுக்கடி கொடுக்குமா? நிதி ஒதுக்கீட்டில் பெண்களும் எல்லாத் துறைகளிலும் பயன்பெறும்படி அவர்களது பங்கு உறுதி செய்யப் படுமா?

பெண்களின் கோரிக்கையான 33 சதவிகித ஒதுக்கீடு நிறைவேற இம்முடிவு கைகொடுக்குமா? உண்மையில் பார்க்கப் போனால், இவையெல் லாம் நிறைவேற்றாமல் இருப்பதற்கான குற்ற உணர்வே பிரதிபா பட்டீல்! கோவில் கர்ப்பக்கிருகத்தில் நடக்கும் நைவேத்தியம்! முப்பத்தி மூன்று சதவிகித ஒதுக்கீட்டைத் தள்ளிப்போட நினைக்கும் சூழ்ச்சி!! அதே சமயத் தில் பெண்களின் போராட்டங்களை எதிர்கொண்டே ஆக வேண்டிய கட்டாயம் அரசுகளுக்கு உருவாகி இருப்பது இதன் மூலம் வெளிப்படுகிறது.

தமிழக அரசு டி.வி. அரிசி, நிலம் என்று அறிவித்த கையோடு, துண்டு துக்கடா, என்று ஏற்கனவே ஆக்கிரமிக்கப்பட்டு அனுபவத்தில் உள்ள நிலத்திற்கு பட்டா வழங்கியும், மலைப்புறம் போக்கு, கல்லாங்குத்துப் புறம்போக்கு என்று மிகக் குறைந்த அளவில் ஒப்பேற்றி அங்கும் இங்குமாக நிலம் வழங்கி, தங்கள் தேர்தல் அறிக்கையில் கூறியதெல்லாம் நிறைவேற்றி விட்டதாகக் கூறிவருகிறது. இதனால் நாடெங்கும் பரவலான அதிருப்தி நிலவி வருகிறது. ஓசத்தி கண்ணா ஓசத்தி என்று பல்வேறு பத்திரிக்கைகள் தங்கள் வியாபார உத்திக்காக இவ்வதிருப்தியை படம் பிடிக்காமல் போகலாம். ஆனால் உண்மை நிலை வெகுவிரைவில் வெளிப்படும் – குறிப்பாக எதிர்வரும் பாராளுமன்றத் தேர்தலில்.

தலித் நில உரிமை இயக்கம் ஜூலை 23ல் பல மாவட்டத் தலைநகரங்களில் நில உச்ச வரம்பு சட்டத்தைத் திருத்தி, விவசாயத்தை மட்டும் நம்பி வாழும் ஏழை மக்களுக்கு, தாழ்த்தப்பட்டவர்களுக்கு முன்னுரிமையுடன், குடும்பத்துக்கு 5ஏக்கர் நிலம் வழங்க வேண்டும் என்று போராடியுள்ளார்கள். இது பல்வேறு தலித் இயக்கங்களுக்கு தொடர்ந்து போராட வழிகாட்டும், வலுவூட்டும் விதமாகவும் அமைந்துள்ளது. பாராட்டுக்குரியது.

பெண்கள் முன்னணியின் பெண்கள் கலை விழா வரும் செப்டம்பர் 21ல் மதுரை தமுக்கம் திடலில் மாலை 4 மணிக்குத் தொடங்கி 22 காலை 4 மணிவரை நடக்கிறது. அடித்தட்டுப் பெண்களின் கோரிக்கைகளை முன்னிறுத்தி, அனைத்துத் தரப்புப் பெண்களும் போராடும் விதமாகவும், எல்லாத்தரப்புப் பெண்களும் பங்கேற்கும் விதமாகவும் நடக்கவிருக்கும் கலைவிழாவில் அனைவரும் கலந்து கொள்ள அழைப்பு விடுக்கப்பட் டுள்ளது. புதுமையான இவ்விழாவுக்கு புதிய கோடாங்கியின் நெஞ்சார்ந்த வாழ்த்துக்கள்!

செப்டம்பர் 2007

தமிழக அரசியல் கூட்டாட்சியா, கூட்டணியா என்பது ஒன்றரை வருடமாகியும் கண்டு பிடிக்க முடியவில்லையே

என்று குழம்பிக் கொண்டிருந்த மக்களுக்குத் தெளிவு ஏற்படும் விதமாக மூலைக்கொன்றாய் குரல்கள் வெளிப்பட்டுக் கொண்டிருக்கின்றன. பாராளுமன்றத் தேர்தலை நோக்கி புதியதான பேரங்கள் நிகழ்த்தத்தான் இக்குரல்கள் என்பதை பாராளுமன்றத் தேர்தல் நெருங்கும் சமயத்தில் ஓருவாறு தெளிவாகக் காண முடியும். இதற்கிடையில் நீண்ட ஓய்வில் இருந்த ஜெயலலிதா, விழித்தெழுந்து, இலவச வீட்டுமனைப் பட்டாவை கட்சி ஊழியர்களுக்கு வழங்கி, நெருங்கி வந்து குறைகள் கேட்கவும் ஆரம்பித்திருக்கிறார். நடிகர்களில் விஜயகாந்தை ஆதரித்து தினமலர் நாளேடு கட் அவுட் கட்டாத குறையாக விளம்பரப்படுத்திக் கொண்டிருக்கிறது. சரத்குமாரும் சுறுசுறுப்பாகிக்கொண்டிருக்கிறார். இரண்டு நடிகர்களும் நெருங்கி வருவது போல் தோற்றம் தருகிறார்கள். சில மாதங்களில் சீன் கிளியராகி விடும்!

ஆந்திர மாநிலத் தலைநகர் ஹைதராபாத் குண்டு வெடிப்பு பொடா மாதிரியான சட்டத்தைத் திரும்பக் கொண்டு வர வாய்ப்பு ஏற்படுத்திக் கொடுத்துள்ளது. இதே ஆந்திர மாநிலத்தில் இடது சாரிகள் சார்பாக நிலத்துக்காகப் போராடியவர்களில் 8 பேர் ஆந்திர அரசால் சுட்டுக்கொல் லப்பட்டனர். அவர்களில் பெரும்பான்மையோர் தலித் வகுப்பினர். நில உரிமையில் தலித் மக்களுக்கு முன்னுரிமை தர வேண்டும் என்று இடது சாரிகள் கேட்கத் தயங்குவார்கள். ஆனால் நில உரிமைக்காக கொல்லப்படுவதோ தலித் வகுப்பினர். அரசின் தீவிரவாதத்திற்கு என்ன தீர்வு?

செப்டம்பர் 21, பெண்கள் கலை விழா, மதுரை, தமுக்கம் மைதானத்தில், மாலை 4 மணிக்கு இசை முழக்கத்துடன் துவங்குகிறது. செப்டம்பர் 22 காலை 5 மணிக்கு நிறைவடைகிறது. தமிழகத்தின் பல பகுதிகளிலிருந்து ஆயிரக் கணக்கான பெண்கள் கலந்து கொள்வார்கள் என எதிர்பார்க்கப்படுகிறது. புதிய கோடாங்கி வாசகர்கள் அனைவரும் தவறாது கலந்து கொள்ள பெண்கள் முன்னணியினர் அழைப்பு விடுத்துள்ளனர். கலந்து கொள்வீர், பெருந்திரளாய்.

கலை விழா சிறப்புற அமைய பெண்கள் முன்னணியினருக்கு எமது வாழ்த்துக்கள்.

அக்டோபர் 2007

பொதுவாக, புதிய கோடாங்கி, மிகவும் சிரமப்பட்டு திரட்டும் சந்தா, நண்பர்கள் உதவி, விளம்பர நிதியைக் கொண்டு நடக்கும் பத்திரிக்கை என்பதனால், தனி மனிதர் துதி மற்றும் காழ்ப்பு இவற்றை எப்போதுமே ஒதுக்கி வந்துள்ளது. ஆனால் சமீபத்திய தலித் முரசு, போர் முரசு தாய்மண் ஆகிய பத்திரிக்கைகள் தனிமனித விரோதத்தையும் காழ்ப்பையும் கக்கி, அதைப் பிரசுரிக்க பணமும் வேறு செலவிடுகின்றன. முகத்தில் முகம் என்ற பெயரில் வாசகர் கடிதங்கள் சில இவ்வுத்தியைக் கையாண்டு புதிய கோடாங்கியையும் அந்நிலைக்கு தள்ளிவிடும் அபாயம் உள்ளது. எனினும் முயன்று தடுப்போம். எதிர் வாதம் செய்யத் திராணி அற்றவர்கள் என்பதால் அல்ல. புதிய கோடாங்கியின் கொள்கைக்கும் பொருளாதாரத்திற்கும் அது பொருத்தமான நடவடிக்கையாக இருக்க முடியாது. என்பதால் தான்!

பெண்கள் முன்னணியினரின் பெண்கள் கலைவிழா வெற்றிகரமாக, ஒரு லட்சம் பெண்கள் கலந்து கொண்ட கோரிக்கை விழாவாக நடந்தது கண்டு வந்திருந்தோரும், பங்கு பெற்றோரும் உற்சாகமடைந்தனர். பெண்கள் முன்னணி யினரின் ஆலோசனைக் கூட்டம் வரும் அக்டோபர் 6–ம் தேதி காலை 9 மணிக்கு மதுரை காந்தி மியூசியத்தில் நடக்கின்றது. கலைவிழா வைத் தொடர்ந்து மாவட்டக் கருத்தரங்குகள் நடத்தத் திட்டமிட் டுள்ளார்கள் வாழ்த்துக்கள்.

தலித் நிலவுரிமை இயக்கக் கூட்டம் திரு. ஞானப்பிரகாசம் அவர்கள் தலைமையில் வரும் அக். 6.00 மதியம் 2.30 மணிக்கு மதுரை காந்தி மியூசியத்தில் நடத்த திட்டமிடப்பட்டுள்ளது. ‘அம்பு’ – அமைப்பின் தென் மாவட்டங்களின் செயற்குழு கூட்டம். மதுரையில் முத்து மீனாட்சி திருமண மண்டபத்தில் 22 செப்டம்பர் காலை 10 மணிக்கு நடந்தது. தற்காலிக மாவட்ட பொறுப்பாளர்கள் நியமிக்கப்பட்டனர். அனைவருக்கும் வாழ்த்துக்கள்!

டிசம்பர் 2007

அருந்ததியர்க்கு உள் ஒதுக்கீடு வரவேற்கக் கூடியது. தாழ்த்தப்பட் டவர்களின் உள்ளே நுழைந்து அதன் கட்டுமானத்தை பரிட்சித்துப் பார்க்கவாவது. 'சாதி' என்ற அசைக்கமுடியாத அடிக் கட்டுமானத்துக்குள் மார்க்ஸியவாதிகள் என்று சொல்லிக் கொள்பவர்கள், இப்போதாவது தங்கள் கவனத்தைத் திருப்பியிருக்கிறார்களே என்று சந்தோஷப்படுவதா, இதே அருந்ததியர்களுக்கு உள் ஒதுக்கீடோடு நிலம் கிடைக்க ஏன் போராட வில்லை என்று வருத்தப்படுவதா என்றே தெரியவில்லை. நிலத்தின் மீது எந்த அக்கறையும் காட்டாமல், உள் ஒதுக்கீட்டில் மூக்கை நுழைக்க இவர்கள் சாதியை ஒரு பொருளாக இப்போது மதித்திருப்பது விந்தையிலும் விந்தையாக உள்ளது.

இனி, உள் ஒதுக்கீட்டின் அடிப்படைகளை ஜனத்தொகையின் அடிப் படையிலும், ஜனத்தொகையின் அடிப்படையிலும் குறைவு பட்டுள்ள ஒதுக் கீட்டின் அளவை சரி செய்வதாக உள் ஒதுக்கீடு அமைய வேண்டும். அதற்கான எந்த முயற்சிகளையும் ஆளும் கூட்டணியில் உள்ள கம்யூனிஸ்ட் கட்சிகள் செய்யாதது ஏன்?

அருந்ததியர்க்கு உள் ஒதுக்கீடு தேவை என்ற கருத்தை தலித் இயக் கங்கள் பரவலாக அங்கீகரித்திருக்கும் வேளையில், தாங்கள் தான் அருந்ததி யர்க்குத் தலைவர்கள் என்பது போல் காட்டிக் கொள்ளும் சாதி இந்துப் போக்கைக் கைவிட முன்வர வேண்டும்.

கர்நாடகத்தில் பி.ஜே.பி அரசு ஆட்சி அமைத்திருப்பதன் மூலம் தென்னிந்தியாவில் பி.ஜே.பி முதன் முதலாகக் கால் பதித்திருக்கிறது என நினைக்கும் மாத்திரத்தில் ஆட்சி கவிழ்ந்துவிட்டது. குஜராத் மாநிலத்தில் தொடர்ந்து பல வருடங்களாக ஆட்சி பீடத்தில் இருந்த பி.ஜே.பி வரும் தேர்தலில் தோல்வியைத் தழுவக் கூடும் என்ற நிலை உருவாகி வருகிறது. தமிழகத்தில் திராவிட அரசியல் கட்சிகள் பிஜே.பி யுடன் கூட்டு வைக்கத் தயங்கமாட்டார்கள். துளிர் விடும் புதிய கட்சிகள் யாவையுமே விழுங்கி ஜீரணிக்க பி.ஜே.பி ஆவலோடு

காத்துக் கொண்டிருக்கிறது. அதே சமயத்தில் திராவிடக் கட்சிகளும், காங்கிரசும் வாரிசு அரசியலால் வலுவிழந்து கொண்டிருக்கின்றன. இது பி.ஜே.பிக்கு ரத்தினக் கம்பளம் விரிப்பதைப் போலத்தான்.

ஜனவரி 2008

உலகமயத்தின் கிடுக்கிப்பிடியில் இந்தியா திணறி வருகிறது. அமெரிக்க வல்லரசு வளர்ந்து வரும் அரசுகளைத் தனது பிடிக்குள் சிக்க வைக்கவே அணுசக்தி ஒப்பந்தம். இந்த ஒப்பந்தத்தின் ஷரத்துக்களை சிறிதும் கருத்தில் கொள்ளாமல் புது எம்.பி கனிமொழி தனது கன்னிப் பேச்சில் இவ்வொப்பந்தத்தை ஆதரித்துப் பேசியுள்ளார். இது அவரது பேச்சு அல்ல. ஒட்டு மொத்த தி.மு.கவின் குரல் என்பதைக் கூட்டணி கட்சிகள் உணர்வார்கள். இந்தியாவின் இறையாண்மையை அடகு வைக்கும் விதமாக எழுதப்பட்டுள்ள ஒப்பந்தத்தை நிறைவேறாமல் தடுப்பது ஒவ்வொருவரின் கடமையாகும்.

தலித் நில உரிமை இயக்கம் டிசம்பர் 12ல் மின்சார வாரியம் அலுவலகம் முன்பாக மாவட்டங்களில், சிறப்புக்கூறுத் திட்டத்தில் தலித் மக்களின் பங்கு கேட்டு போராட்டம் நடத்தியது. சில மாவட்டங்களில் மட்டுமே இது சிறப்பாக நடந்ததெனினும், இதனுடைய தாக்கம் பெரிது. வேலூரில் (மத்திய மாவட்டம்) அதன் பொறுப்பாளர் தினகர் நடத்திய போராட்டத்தின் விளைவாக 70 வீடுகளுக்கு உடனே மின்னினைப்பு கிடைத்தது. இது ஒரு சிறிய வெற்றியே இப்போரட்டத்தை இன்னும் வலுவாக நடத்த ஆயத்தங்கள் மேற்கொள்ளப்பட்டு வருகின்றன.

பெண்கள் முன்னணியின் முதல் மாநில மாநாடு வரும் பிப்ரவரி 23,2008ல் திருச்சியில் ஐந்து லட்சம் பெண்களைத் திரட்டி, ஐந்து கோரிக்கைகளை முன்னெடுக்கப்பட்டு, மாநாட்டு வேலைகள் நடந்தேறி வருகின்றன. புதிய கோடாங்கி வாசகர்கள் ஆதரவு தர அன்புடன் வேண்டுகிறோம். மாநாட்டுக்கு நிதி உதவி அளிக்க விரும்புபவர்கள் பெண்கள் முன்னணியின் பொருளாளர் ஷீலா ராபர்ட்ஸ் அவர்களைத் தொடர்பு கொள்ளலாம்,

புதிய கோடாங்கி வாசகர் அனைவருக்கும் மனமார்ந்த புத்தாண்டு நல் வாழ்த்துக்கள்

பிப்ரவரி 2008

ஜனநாயகத்திற்கான விதை, அதன் கோட்பாடுகளில் அமைந் துள்ளது. அதாவது. ஒரு நாட்டில், குறிப்பாக பாதிக்கப்பட்ட மக்கள் சார்பாக, மக்கள் தங்கள் வாழ்வு குறித்தான முடிவுகளை, சட்ட வகையில் அமைந்துள்ள அதிகாரத்தின்படி, தெரிவு செய்தல் என நாம் புரிந்து கொள்ள வேண்டும்.

இவ்விதமான சட்டவகையில் அமைந்துள்ள அமைப்புகள், பல நூற்றாண்டுகளாக மிகவும் குறைவாகவே இங்கு காணப்படுகின்றன. மேலும் பெரும்பான்மையான மக்கள், இத்தகைய சட்டவகையில் அமைந்துள்ள அதிகாரத்தைத் தெரிவு செய்வதிலிருந்து, விலக்கப்பட்டுள்ளனர் என்பதே உண்மையாகும். குறிப்பாக அடிமைகள், சொத்து இல்லாதவர்கள், கல்வி பெறும் உரிமை மறுக்கப்பட்டவர்கள், நாகரீகமற்றவர்கள், ஆதிக்க கலாச் சாரத்தை பின்பற்றாதவர்கள், குறிப்பிட்ட மதத்தைச் சாராதவர்கள், மக்களின் நிறம், இனம், வெற்றி கொள்ளப்பட்ட நாட்டின் பழங்குடிகள், பலத்தினால் வீழ்த்தப்பட்டவர்கள், இவர்கள் அனைவரிலும் குறிப்பாக பெண்கள் ஆகியோருக்கு சட்ட வகையில் அமைந்துள்ள அதிகாரத்தை பயன்படுத்தி தங்கள் வாழ்வுக் குறித்த முடிவுகளை மேற்கொள்வதற்கான உரிமை மறுக்கப் பட்டிருக்கிறது அல்லது உரிமைகளை செயல்படுத்துவதில் தடைகள் இருக்கிறது.

சமூக தளங்களில், பல்வேறு போராட்டங்கள் நடைப்பெற்ற பிறகே பாதிக்கப்பட்ட மக்களுக்கு ஓட்டுரிமை கிடைத்துள்ளது. இந்தியாவைப் பொறுத்தமட்டில், 18 வயது பூர்த்தியடைந்த அனைவருக்கும் ஓட்டுரிமை என்பது அண்ணல் அம்பேத்காரால் நமக்கு கிடைக்கப் பெற்ற மிகப்பெரிய வெகுமதியாகும். பல்வேறு நாடுகளில் காலனியாக்கத்திற்கும், ஏகாதிபத்தி யத்திற்கும் எதிராக நடைப்பெற்ற போராட்டங்களின் விளைவாகத்தான் பாதிக்கப்பட்ட மக்கள் சுய நிர்ணயம்

பெற்றனர். இதன் விளைவாகவே, "சமூக விலக்கம்" பெற்றிருந்த மக்கள், குறிப்பாக பெண்கள், சமூக நிறுவனங்களின் நிர்வாகத்தில் இடம் பெறுவதற்கான சூழல் உருவானது.

உலகளவில் ஓட்டுரிமை என்பது, சுதந்திரமான – நியாயமான தேர்தல் நடத்துவதற்கான அங்கீகரிக்கப்பட்ட ஜனநாயக சமூகத்தின் மிகக் குறைந்த பட்ச தகுதியாகும், ஆனால், எல்லாவற்றையும் சார்ந்த வாக்குரிமை காண் கின்றபொழுது புதியதாக அல்லது ஏற்கனவே உருவாக்கப்பட்டிருக்கின்ற சனநாயக அமைப்புகளில் அது பாராளுமன்றமாக இருந்தாலும். சட்ட மன்றமாக இருந்தாலும், உள்ளாட்சி மன்றமாக இருந்தாலும் பாதிக்கப்பட்ட மக்களின் பிரதிநிதித்துவம் இல்லை. குறிப்பாக மக்கள் தொகையில் பெண்களின் எண்ணிக்கையை மனதிற்கொண்டு பார்த்தோமேயானால், சட்டமன்றம் மற்றும் பாராளுமன்றங்களில் பெண்களின் எண்ணிக்கை மிகக்குறைவு. இது ஏன்? என்ற கேள்வி முக்கியத்துவம் பெறுகிறது. ஏன் இது முக்கியத்துவம் பெறுகிறது என்றால், சட்டமன்றம் மற்றும் பாராளுமன்றங்களிலேயோ அல்லது மற்ற அரசு நிறுவனங்களிலேயோ பெண்களின் எண்ணிக்கை மிகமிகக் குறைவு அல்லது பெண்களின் பங்கேற்பு இல்லை என்றும் கூறலாம்.

இதில், மிக முக்கியமான காரணி என்னவென்றால், பெண்களின் பங்கேற்பு "எண்ணிக்கை" என்பது, மாத்திரமல்ல. ஒரு குறிப்பிட்ட மக்களுக்கு மட்டுமே இல்லாமல் சமூகத்தின் ஒட்டு மொத்த உறுப்பினர்களின் தேவைகளை நிறைவேற்றும் வகையில் அதற்கான கொள்கைத் திட்டங்கள் வகுக்கப்பட்ட வேண்டும்.

"பெண்களுக்கான வாக்குரிமை" மற்றும் முடிவெடுக்கும் தளங்களில் பெண்களின் பங்கேற்பு ஆகியவற்றை விவாதத்திற்கு கொண்டு வரும்போது, இத்தகைய விவாதங்கள் நீதி, நியாயம், மனித உரிமை, என்பதாகவே அமைகிறது. பெண்களின் பங்கேற்பு பிரதிநிதித்துவம் அளித்தல் என்பது பெண்களின் அணுகுமுறை மற்றும் அவர்களின் அனுபவங்கள் சமூகத்தின் மீதான பார்வையை விசாலமாக பார்ப்பதோடு பிரச்சனைகளுக்கு தீர்வு காணும் வகையில் அமைவது தவிர்க்க

முடியாததாகும். எனவேதான், அரசியலில், பெண்களின், முழுமையான பங்கேற்பு (Absolute Participation) நடைமுறையில் செயல்படுத்தப்படுமேயானால், சிறப்பான முறையில் பிரச்சினைகளுக்குத் தீர்வு காண முடியும்.

சட்டமன்றம் மற்றும் பாராளுமன்றங்களில் சமூக அளவிலான பெண்களின் பங்கேற்பு என்பது மிகப்பெரிய சவாலாகும். ஆணாதிக்கம், மற்றவர்க்குத் தாழ்ந்த நிலையில் பெண்கள், ஆட்சியின் அதிகார எல்லைகளில் ஆண்களுக்கான ஒதுக்கீடு, குடி மக்களுக்கும் அரசுக்கும் இடையே உள்ள சமூக ஒப்பந்தம், பெண்களை ஒதுக்கிவிட்டு ஒருங்கிணைந்து செயல்படுதல் ஆகியவை மாற்றப்பட்டு, அரசியல் படுத்தப்பட்ட பெண்களின் முழுமையான பங்கேற்பு, சட்டம் அங்கீகரித்துள்ள உரிமைகள், நேர்மை யான நல்ல – வெளிப்படையான – அரசியல் நிர்வாகம், பெண்களின் தலை மைத்துவம், பங்கேற்பு ஜனநாயகம் ஆகியவை நடைமுறைக்கு வந்தால் மட்டுமே அது "முழுமையான அடித்தட்டு ஜனநாயகம் (Absolute Grassroot Democracy)" என அழைக்கமுடியும்.

அடிப்படைக்கூறுகள் சார்ந்த மாற்றம் தேவையெனில், பெண்களின் முழுமையான பங்கேற்பு அவசியம் என்பதே அரசியல் தலைமைத்துவம் ஆகும். சமூக நிறுவனங்கள் (Social Institutions), அரசு நிறுவனங்கள் (Government Institutions), ஜனநாயக நிறுவனங்கள் (Democratic Institutions) ஆகியவற்றில், பெண்களின் "முழுமையான பங்கேற்பு" என்பதே அடிப்படைக் கூறுகளில் மாற்றம் நிகழ்த்துவதற்கான அரசியல் தலைமைத்துவம் சாத்தியமாகும் போது மட்டுமே, அதிகார அமைப்புகளில் மாற்றம் நிகழும்.

இத்தகையதான மாற்றத்தை கொண்டுவருவதற்காகவே, 23.2.2008 அன்று, திருச்சியில் ஐந்து இலட்சம் பெண்களை திரட்டி, தனது முதல் மாநில மாநாட்டை பெண்கள் முன்னணி நடத்த உள்ளது. பெண்கள் முன்னணியின், இம்மாநாடு வெற்றி பெற தனி நபராக மட்டுமல்ல, குடும்பத்தில் உள்ள அனைத்துப் பெண்களுமாய் பெண்களின் மாநாட்டில் பெண்கள் முன்னணியில் ஒன்று திரள்வீர்.

மார்ச் 2008

பெண்கள் முன்னணியின் வரலாற்றுச் சிறப்பு மிக்க முதல் மாநில மாநாடு

ஆணாதிக்கம் அழிந்தது, பெண்ணடிமை ஒழிந்தது, புதிய மானுடம் பிறந்தது என்றளவில் பெண்கள் பெரும் சக்தியாக 'பெண்களும் அரசியலும்' என்ற பொருளில் பெண்கள் முன்னணி திருச்சியில் நடத்திய முதல் மாநில மாநாட்டில் கலந்து கொண்டார்கள். திருச்சி மாநாடு பெண்கள் அரசியலில் ஒரு திருப்பு முனை மாநாடு. லட்சக்கணக்கான பெண்கள் தன்னெழுச்சியாக ஆர்வத்துடன் கலந்து கொண்டனர். ஒவ்வொருவரும் பெண்கள் முன்னணியின் ஐந்து கோரிக்கைகளை பஞ்ச சீலக் கொள்கைகளைப் போல் மனதில் பதித்து கோஷங்களாக முன்வைத்தனர்.

எழுத்தாளர் சிவகாமியின் எழுச்சியுரையை ஏறக்குறைய எல்லாப் பத்திரிக்கைகளும் பதிவு செய்துள்ளன, ஹிந்து நாளிதழ் தவிர.

அமைப்புச் செயலர் கிறிஸ்டி, பொதுச் செயலர் ரஜினி, திருச்சி மாணவிகள் அணித்தலைவி ராகினி ஆகியோர் – மூன்று அரங்குகளுக்கும் முறையே தலைமை தாங்கினர். பேரா. கல்விமணி, அருட்தந்தை ஞானப்பிரகாசம் ஆகியோர் பெண்கள் முன்னணிக்கு ஆதரவு தந்து உரையாற்றினர். கவிஞர் குட்டி ரேவதி அரங்குகளை ஒருங்கிணைத்து மாநாட்டு மலர் தயாரித்து பெரும் பங்காற்றினார்.

ஜோதி அமலா, வெரோணிக்கா, தெய்வம், ஷீலா, மணிமேகலை ஆகியோர் நிலம், மருத்துவம், அடிப்படைவசதி, சமவாய்ப்பு மற்றும் கல்வி – வேலைவாய்ப்பு ஆகிய பொருள்களில் முறையே பேசினர்.

கிருஷ்ண வேணி, பெர்னதத் பிச்சை முன்னிலை வகித்தனர். அருள்மேரி உலகநாதன், காந்திமதி வரவேற்புரையும், கிருஷ்ணவேணி நன்றியுரையும் ஆற்றினர். மாவட்டப் பொறுப்பாளர்களும், ஒன்றியப் பொறுப்பாளர்களும் தீர்மானங்களை நிறைவேற்றினர்.

மோகன்ராஜ், நிகழ்அய்க்கண், இன்பக்குமார், முருகேசன், ஜகதீசன், சக்திவேல், மணிவேல், தினகர், ஆகியோர் பலவகைகளில் (களப்பணி, நிர்வாகப் பணி) உதவி செய்தனர்.

பெண்கள் முன்னணியின் மாநாடு, தி.மு.க. தேதி.மு.க, பாட்டாளி மக்கள் கட்சி, விடுதலை சிறுத்தைகள் ஆகியோர் இனி நடத்தவிருக்கும் மகளிர் மாநாடுகளின் உந்து சக்தியாகவும் முன்னோடியாகவும் இருந்துள்ளது பாராட்டுக்குரியது இனி எந்த அரசியல் கட்சிகள் மாநாடு நடத்தினாலும் பெண்கள் முன்னணி பெண்களிடம் ஏற்படுத்தியுள்ள தாக்கத்தைக் குறைக்க முடியாது. அரசியல் கட்சிகளில் அலங்காரமாக இதுவரை இருந்து வந்துள்ள பெண்களும் இனி அரசியல் கட்சிகளில் தங்களது முறையான அதிகாரத்தை கேட்பார்கள். இதில் யாருக்கும் மாற்றுக்கருத்து இருக்க முடியாது.

இப்படி வரலாற்றுச் சிறப்புமிக்க மாநாட்டை நடத்திய பெண்கள் முன்னணியினரை எவ்வளவு பாராட்டினாலும் தகும்.

ஏப்ரல் 2008

அதிர்வு

மார்ச் 8, உலக மகளிர் தினமாகக் கொண்டாடப்படுகிறது. தமிழகத்தைப் பொறுத்தவரையில் மார்ச் மாதம் என்றாலே மகளிர் மாதம் எனுமளவிற்கு அங்கங்கே தினமும் மகளிர் தினம் கொண்டாடப் பட்டுள்ளது. கல்வி நிறுவனங்கள், தொண்டு நிறுவனங்கள், மகளிர் இயக் கங்கள், மகளிர் சுய உதவிக் குழுக்கள் என எல்லாப் பகுதிகளிலும் சிறிதும் பெரிதுமாகக் கொண்டாடப்பட்டாலும் 2008 பிப். 23–ல் பெண்கள் முன்னணி திருச்சியில் நடத்திய முதல் மாநில மாநாடு தமிழக அரசியலில் ஒரு திருப்புமுனை மாநாடாக அமைந்து விட்டது. தமிழகப் பெண்களிடையே பெரும் அதிர்வை உண்டாக்கியுள்ளது...

செப்டம்பர் 21, 2007ல் பெண்கள் முன்னணி நடத்திய பெண்கள் கலைவிழாவின் தாக்கத்தினாலும், பிப்ரவரி 23ல் நடந்த இந்த மாநாட்டின் எதிரொலியாகவும், அரசியல் கட்சிகள்

யாவும் வரிந்து கட்டிக் கொண்டு களமிறங்கி விட்டன. கடந்த ஐம்பதாண்டு காலமாக மகளிர் மீதும் அவர்கள் கோரிக்கைகள் மீதும் அவ்வளவு அக்கறை காட்டாத அரசியல் கட்சிகள் இம்முறை உலக மகளிர் தினக் கொண்டாட்டங்களை ஏற்பாடு செய்திருந்தன. ஆளும் கட்சிக் கூட்டணியில் தலைமைப் பொறுப்பை ஏற்றுள்ள தி.மு.க கனிமொழி, தமிழச்சி, என ஒவ்வொன்றாக துருப்புச் சீட்டுக்களைக் களமிறக்கி, தற்போது மிகப்பெரிய மகளிர் மாநாட்டை நடத்தத் திட்டமிட்டுள்ளது. எதிர்க்கட்சிகளில் பிரதானமான அ.தி.மு.க, மிகவும் அதிர்ந்து, மகளிர் பாசறை எனத் துவக்கி மகளிருக்கு ஜெயலலிதா வண்ணப்படம் பொறித்த அடையாள அட்டைகளை அங்கங்கே வழங்கி ஆள் பிடித்து வருகிறது. வளர்ந்து வரும் தே.தி.மு.க, விஜயகாந்த் – பிரேம லதா தலைமையில் மார்ச் 9ல் திருச்சியில் பேரணியும் மாநாடும் நடத்தியது.

விடுதலைச் சிறுத்தைகள் மதுரையில் மார்ச் 10ம் தேதி மாநாடு என்ற பெயரில் ஒரு சிறிய கூட்டம் நடத்தி, தீர்மானங்களை நிறைவேற்றியது.

பெண்கள் விழாக்களில் பங்குபெற்றவர்கள்.

பெண்கள் முன்னணி நடத்திய மாநாட்டில் சுமார் 2 லட்சம் பெண்கள் பங்கேற்றனர் என்றால், அரசியல் கட்சிகள் நடத்திய மாநாடுகளில் ஆண்களே அதிக அளவில் பங்கேற்றனர் என்பது குறிப்பிடத்தக்கது மேலும் அவர்களது கோரிக்கைகள் யாவும் 33 சதவிகித ஒதுக்கீட்டையே மையப்படுத்தின.

ஒதுக்கீடா, அடிப்படை மாற்றமா?

ஒதுக்கீட்டுச் சலுகை தலித் மக்களைப் பொறுத்த வரையில் பெரிய மாற்றங்கள் கொண்டு வந்துவிடவில்லை. அதே போல் மகளிருக்கான 33 சதவிகித ஒதுக்கீடு அமலுக்கு வந்தாலும் எதிர்பார்க்கும் மாற்றங்கள் வந்து விடமாட்டா என்பது தெளிவு. ஆகையால் அரசியல் கட்சிகளில் மகளிர் தினக் கொண்டாட்டங்கள், மகளிர் பாசறைகள் ஆகியவை வரவிருக்கும் பாராளுமன்றத் தேர்தலுக்கான கபட நாடகங்கள் என்பதைப் பொதுமக்கள் குறிப்பாக மகளிர் உணர வேண்டும்.

மேலோட்டம்

தொண்டு நிறுவனங்களின் செயல்பாடுகள் ஃபண்டு (Fund) நோக்கியே என்பதையும் உணர வேண்டும். அதே போல் மகளிர் சுய உதவிக் குழுக்களின் செயல்பாடுகளும் அரசியல்படுத்தப்படாத, தெளிவற்ற, லோன் கோரிக்கைகளே ஆகும். இந்நிலையில் பெண்கள் முன்னணி உள்ளிட்ட பெண் இயக்கங்கள் அடிப்படை மாற்றங்களை முன்னிறுத்தி களச்செயல் பாட்டைத் துரிதப்படுத்த வேண்டும்.

மாற்றம்

சென்ற மார்ச் 2007க்கும் மார்ச் 2008க்கும் உள்ள மாற்றங்கள் மகத்தானவை. இந்த மகத்தான மாற்றங்களை தமிழகத்தில் உருவாக்கிய பெண்கள் முன்னணியையும் அதன் அனைத்து உறுப்பினர்களையும் எவ்வளவு பாராட்டினாலும் தகும்.

தெருமுனையில் பெண்கள் முன்னணி

பெண்கள் முன்னணியின் மாநாட்டைத் தொடர்ந்து எழுத்தாளர் சிவகாமி அவர்கள், ஈரோடு, திருச்சி, கரூர், விழுப்புரம், வேலூர், சேலம், பெரம்பலூர், திருவள்ளூர், கடலூர், காஞ்சிபுரம், ஆகிய மாவட்டங்களில் மகளிர் தின விழாக்களை பெண்கள் முன்னணியினர் தெருமுனைகளிலும், பேருந்து நிலையச் சந்திப்புகளிலும், திறந்த வெளி அரங்குகளிலும் கொண் டாடச் செய்து, தானும் கலந்து கொண்டு பொதுமக்கள் மத்தியில் விழிப்பு ணர்வு ஏற்படச் செய்தார். பெண்களின் இத்தெருமுனை பொது விழாக்கள் மிகப்பெரிய வரவேற்பை பெற்றன.

கிராமங்களில் பெயர்ப்பலகை

கிராமங்களில் அங்கங்கே பெண்கள் முன்னணி பெயர்ப்பலகை திறந்தும், டிஜிட்டல் பேனர்கள் வைத்தும் உலக மகளிர் தினத்தைக் கொண்டாடினார்கள். கிராம எல்லையில் காவல் தெய்வமாக நிறுத்தப்படும் அய்யனார் சிலை போல, பெயர்ப்பலகை என்பது பெண்களின் பாதுகாப்புப் பலகையாகக் காட்சி தருகிறது.

பத்திரிக்கைகள்

2007 செப்டம்பர் – 21, கலைவிழா பத்திரிக்கைகளின் கவனத்தைப் பெறவில்லை. ஆனால் பெண்கள் முன்னணியினரின் முதல் மாநில மாநாடு சில பத்திரிக்கைகள் தவிர அனைத்து செய்தி பத்திரிக்கைகளின் கவனத்தையும் பெற்றது. சிறிதைப் பெரிதாக ஊதும், தமிழக மக்களின் நாடித் துடிப்பு என்று அறிவித்துக் கொள்ளும் ஜூனியர் விகடன் இதனைக் கடுகளவு செய்தியாகக் கூட வெளியிடவில்லை.

அதே போல் குமுதம், ஆனந்தவிகடன் மற்றும் குமுதம் ரிப்போர்ட்டர்! ஆனால் பெண்களுக்கான பத்திரிக்கை என்று சொல்லிக் கொள்ளும் அவள் விகடன், மங்கையர் மலர், பெண்ணே நீ போன்ற பத்திரிக்கைகளும் இம்மாநாட்டை கண்டு கொள்ளவில்லை. இலக்கியச் சிற்றிதழ்களுக்கு இது ஒவ்வாத செய்தியே ஆனாலும் இப்போதில்லாவிட்டாலும் எதிர்காலத்தில் சாதகமாகவோ, பாதகமாகவோ, செய்தி வெளியிடும் வாய்ப்பு உள்ளது.

சில மாற்றங்கள் நுட்பமானவை, எளிதில் புலப்படாதவை. சில வெளிப்படையான மாற்றங்களை மட்டும் படம் பிடித்துள்ளோம்.

இறையூர், கிறித்துவ தலித் மக்களின் பிரச்சினைகளை யொட்டிய துப்பாக்கிச்சூடு பற்றி பேரா.கல்விமணி அவர்கள் தலைமையில் அமைந்த உண்மை அறியும் குழு அறிக்கை இவ்விதழில் வெளியாகி உள்ளது.

அருந்ததியினர்க்கான உள் ஒதுக்கீடு வரவேற்கத்தக்கது. ஆனால் 18 சதவிகித ஒதுக்கீட்டை முறையாக அமல்படுத்தல், பின்னடைவு காலியிடங்களை நிரப்புதல், சிறப்புக் கூறுத் திட்ட அமலாக்கம் ஆகிய இவை போதிய கவனம் பெறவில்லை. உள் ஒதுக்கீடு கிடைத்தப் பிறகாவது தலித் ஒற்றுமை ஓங்குமா, அருந்ததியினர் பள்ளர் பறையர் ஆகியோர் இணைந்து செயல்பட வாய்ப்புள்ளதா? சிந்திப்போம்.

மே 2008

ஒடுக்குமுறையற்ற சமூகம், சகோதரத்துவத்தைத் தழைத்தோங்கச் செய்தல், பெண்கள் – தலித்துகள் – பழங்குடிகள் உரிமைகள் பாதுகாக்கப் படுதல், சமச்சீரான பொருளாதார வளர்ச்சி எய்துதல், பிரித்தாளும் மதம், இனம், மொழி ஆகியக் கூறுகளைக் கவனமாகக் கையாள்தல் உள்ளிட்ட ஒரு புதிய இந்தியாவை நிர்மானிப்பதில் வேறு எவரையும் விட தன் வாழ்நாளில் பெரும்பகுதியை செலவிட்ட அண்ணல் அம்பேத்கரின் 118–வது பிறந்தநாள் மிகவிமரிசையாகக் கொண்டாடப்பட்டது. அவர் புதிய இந்திய உருவாக்கத்தின் அடிப்படையில் மிகப்பெரிய தேசத்தலைவர் எனினும் தாழ்த்தப் பட்ட மக்கள் தங்களின் தனிப்பெருந்தலைவராகக் கொண்டாடு வதற்கு அவர் அந்த சமூகத்தைச் சேர்ந்தவர் என்பதைக் காட்டிலும் வேறு வலுவான காரணங்கள் உள்ளன.

அவர், தாழ்த்தப்பட்ட மக்களுக்காக மிக நேர்மையான முறையில் போராடியவர். தீண்டாமையிலிருந்த மக்களை அக் கொடுமையினின்றும் காப்பாற்றுவது என்பது ஒரு நெடிய போராட்டம். அதன் முதல் அத்தியா யம் சாதி இந்து சமூக விதிகளை மீறுவதாகும். பொதுச்சொத்துக்களாகிய நிலம், குளம் (நீர்), கோவில் இவற்றைக் கைப்பற்றுவதாகும். முதலில் மகத் குளத்தில் நீரெடுக்கும் போராட்டம் நாலாயிரம் பேர் திரள்கின்றனர். அதே வருடம் அதே ஊரில் விதிமுறைகளை மீறும் வண்ணம் 15000 பேரைத் திரட்டி மனுஸ்மிருதியை எரித்தது. பின்னர் காலாராம் கோவில் நுழைவு போராட்டம் ஆனால் விரைவிலேயே கோவில் என்பது பொதுச் சொத்து என்பதைத் தாண்டி மதம் எனும் அடிமைப்படுத்தும் வஸ்துவுடன் விளங்குவதால் அது கைவிடப்படுகிறது. பிறகு பம்பாயிலும், ஹைதராபாத்திலும் அவர் எடுத்தவை நிலப்போராட்டங்கள். தாழ்த்தப் பட்ட மக்களைத் திரட்டி மக்கள் போராட்டங்களாக இவற்றை நடத்திய இவர், ஒரு தனிமனிதனாக இந்தியாவை ஆண்ட அந்நிய அரசை தொடர்ந்து தாழ்த்தப்பட்டவர்களைக் குறித்து சிந்திக்கும் வண்ணம் பணிக்கின்றார். ஆய்வு, ஆழமான சிந்தனைகளின் அடிப்படையிலான கடிதங்கள், மனுக்கள்,

கோரிக்கைகள், ஆய்வுகள், அறிக்கைகள், தந்திகள் என்று தொடர்ந்து அந்நிய ஆட்சி நீடிக்கும் வரை இம்மனுக்களை எழுதுகிறார். இப்படி ஒரு சம்பாஷனையைத் தொடர்ந்து பிரிட்டிஷ் காலம் முழுவதும் போராட்டமாகவே நடத்தி வந்தார்.

அடுத்து காங்கிரசுடனான மாபெரும் போராட்டம் அன்றைய நாளில் சுதந்திரம் என்ற பெயரில் ஆதிக்க சாதிகளின் சங்கமாகத் திகழ்ந்த காங்கிரஸின் கருத்தியலோடு மோதிக் கொண்டிருந்தார். கடினமான பாறை யைத் தொடர்ந்துத் தகர்க்கும் அலையைப் போல வாதங்கள் x விவாதங்கள் x வாக்கு வாதங்கள் திட்டங்கள் : எதிர் செயல் திட்டங்கள், உண்ணா விரதங்கள் மாநாடுகள்! இரண்டு பெரிய சக்திகளுக்குமிடையேயான சண்டையில் ஏறக்குறைய தனி மனிதனாக நின்று போரிடுகிறார்.

இப்படி அவரது வியூகம் தாழ்த்தப்பட்ட மக்களின் ஒருங்கி ணைப்பு, காங்கிரஸ் எதிர்ப்பு, அரசிடம் கோரிக்கை எனத் தொடர்ந்த ஒரு நேர்மை யான போராட்டமாக இருந்தது. ஆனால் இன்றோ தாழ்த்தப்பட்ட மக்களை ஓரளவு ஒருங்கிணைத்திருப்பவர்கள், சாதி இந்து – சூத்திர சக்தி களிடம் சரணாகதி அடைந்து விட்ட நிலைமையும், ஆய்வுகளற்ற திசைமா றிய பெயரளவு வேண்டுகோள்களையும் வைத்து திராணியற்ற அரசியல் நடத்திக் கொண்டிருக்கிறார்கள். அம்பேத்கர் ஒருவரே தலித் மக்களின் அரசியலை நேர்மையாகக் கையாண்டதன் விளைவாக அவரே தாழ்த்தப் பட்ட மக்களின் தன்னிகரற்றத் தலைவராகக் கருதப்படுகிறார்.

ஜூன் 2008

புதிய கோடாங்கி இதழ் 2001 முதல் மாத இதழாக வரத் துவங்கினாலும், 1995லிருந்து கோடாங்கி என்ற பெயரில் தமிழில் முதல் தலித் இலக்கியக் காலாண்டிதழாக வரத்துவங்கியது. பதின்மூன்று வருட காலங்களில் இதன் சாதனைகள் சிலவற்றைக் கீழே காண்போம்.

தமிழ் இலக்கியத்தின் தவிர்க்க முடியாத மிக முக்கியமான பகுதியாக, இன்னும் சொல்லப் போனால், தமிழ் இலக்கியத்தின்

நவீனமும், நவீனத்தின் பிந்தைய இலக்கியப் போக்குமாக தலித் இலக்கியம் விளங்குவதற்குப் புதிய கோடாங்கியின் பங்களிப்பு கணிசமானது.

புதிய கோடாங்கியின் மூலம் நூறு புதிய தலித் எழுத்தாளர்களும் கவிஞர்களும் தமிழ் இலக்கியத்திற்கு அறிமுகமாகியிருப்பதுடன் அவர்களுக்கு எளிதில் கிடைக்கப்பெறும் தளமாகவும் புதிய கோடாங்கி விளங்கி வருகிறது.

பழங்குடி மக்கள், அரவாணிகள் ஆகியோரின் வாய்மொழிப் பதிவுகள் முதலில் பிரசுரமாகியதும், மாநாட்டில் அரங்கேறியதும் புதிய கோடாங்கி மூலமாகத்தான்.

நில அரசியல் பேசும் பொருளானதற்கும், தலித் நில உரிமை இயக் கத்தின் வளர்ச்சிக்கும் புதிய கோடாங்கி உறுதுணையாக இருந்து வருகிறது. பெண்கள் முன்னணியின் வளர்ச்சிக்கும், அதன் கொள்கைகள் பரவலாக மக்களிடையே சேர்வதற்கும் இப்பத்திரிக்கை பேருதவி புரிந்துள்ளது.

மனித உரிமைகள், சமச்சீர்கல்வி, உலகமயம் தாராளமயம் இவற்றை உரிய முறையில் புரிந்து கொள்ளவும், களப்போராட்டங்களை மேற் கொள்ளவும் புதிய கோடாங்கி விழிப்புடன் இயங்குகிறது.

தனிநபர் துதி அல்லது தனிநபர் காழ்ப்பு ஆகியவற்றை விலக்கி வைத்து, புதிய கோடாங்கியின் வளர்ச்சியில் பங்கு கொள்ளும் எழுத்தா ளர்களின் கருத்துகளுக்கும் செயல்பாடுகளுக்கும் மதிப்பளித்து, சிறந்த வாசகர்களைக் கொண்டுள்ளது. !

சிறுபத்திரிக்கை இலக்கிய வட்டத்தில் எழுத்தாளர் – வாசகர் என்ற உறவைத் தாண்டி ஒடுக்கப்பட்டோர் வட்டம் அதாவது தலித் – பழங் குடியினர் சிறுபான்மையினர் – பெண்கள் – பிற ஒடுக்கப்பட்ட சாதிகள் – அரவாணிகள் ஆகியோர் பங்கு பெறும் மற்றும் விவாதிக்கும் களமாக புதிய கோடாங்கி விளங்க வேண்டும் என்பதற்காக இரண்டு பெரிய மாநில மாநாடுகளை நடத்தியுள்ளது.

நிலம் – அடிப்படை வசதிகள் – சிறப்பு உட்கூறு திட்டம் – ஒதுக் கீட்டை முறையாக அமல் படுத்துதல் – தலித் மக்களுக்கு தனிப்

பஞ்சாயத்து – பழங்குடிகளுக்கு ஐந்தாவது அட்டவணையை அமல்படுத்துதல் – மனித உரிமைகளுக்காக பாடுபடுதல் அரவாணிகளின் கோரிக்கைகளை வென்றெடுத்தல் என்று கொள்கைகளின் அடிப்படையில் இன்றைய தலித் அரசியலை வழி நடத்தும் மிகப் பெரிய பொறுப்பை புதிய கோடாங்கி ஏற்றுள்ளது.

எஸ்ஸி எஸ்டி அரசு ஊழியர்களின் கோரிக்கைகளை கவன ஈர்ப்பு தீர்மானங்களாக மாற்றும் வகையிலும், அவர்களைப் பெருமளவில் தலித் மக்களுக்கான போராட்டங்களில் ஈடுபடச் செய்யும் பணியையும் செய்து வருகின்றது.

இப்பணிகள் மேலும் புதிய வேகத்துடன் தொடரும். இப்பணிகளை அங்கீகரித்து, வாழ்த்தி, விளம்பரமும் பொருளுதவியும் செய்யுமாறு அனைத்து ஒடுக்கப்பட்டோரையும் அவர்களின் ஆதரவாளர்களை யும் கேட்டுக்கொள்கின்றோம்.

உங்கள் நிதி புரட்சிக்கான வித்து முதல்.

ஜூலை 2008

பாராளுமன்றத் தேர்தலையொட்டி வியூகம் வகுக்க அனைத்து கட்சிகளும் தங்களாலான அளவில் முயற்சி செய்து வருகின்றன. இத்தரு ணத்தை எதிர்நோக்கியிருக்கும் குட்டித் தலைவர்கள் பெட்டி வாங்கவும், ஒரு சீட்டு வாங்கவும் தங்கள் பெயர்களை பெரிது பெரிதாக எழுதி பொது இடங்களை நிரப்பி வருகின்றனர். உடைதலும் பிரிதலும் கூடுதலும் எனக் கூட்டணிகள் தங்களின் மறு சீரமைப்பை மேற்கொண்டு வருகின்றன. இவையெல்லாம் எல்லாத் தேர்தல்களின் போதும் நடப்பவையே. விசேஷமெதுவும் இல்லை. எனினும் பத்திரிக்கைகள் தங்கள் நம்பியிருக்கும் அரசியல் வாசகர்களுக்காக எதுவோ புதிதாகக் காத்திருக்கிறது என்பது போல தாராள மனதுள்ள அரசியல் பிரமுகர்களையும் அவர்களது வாரிசுகளையும் கட்டங்கட்டி உயர்த்தி வருகின்றன. வரப்போகிறது தேர்தல் என்று அடிக்கடி பரபரப்பை ஏற்படுத்துகின்றன. நாட்டில் உள்ள எல்லாப் பிரச்சினைகளுக்கும் வரப்போகிற தேர்தல் தீர்வு கண்டுவிடும்

என்பது போல, பிரச்சினைகளையெல்லாம் தேர்தலை நோக்கி குவிக்கின்றன.

நிலச்சீர்திருத்தம் என்றாலும் சரி, விலைவாசி உயர்வு என்றாலும் சரி, அணு ஆயுத ஒப்பந்தம் என்றாலும் சரி எல்லாமே தேர்தல் தீர்த்து விடும் என்பது போல மக்களிடம் பொய்யான நம்பிக்கையை ஏற்படுத்தி வருகின்றன. லண்டனில் உள்ள எலிசபெத் மாளிகையின் முன்பு ஒவ்வொரு மாலையும் பணியாளர்கள் மாறுவதைச் சம்பிரதாயமாக நடத்துவார்கள். மேளதாளம், அணிவகுப்பு, சீருடை என்று அசத்தலாக இருக்கும். இப்பணி யாளர் மாற்றத்தைக் காண உலகெங்கிலுமிருந்து சுற்றுலாப் பயணிகள் வருவார்கள். அதே போல் தேர்தல் என்பது வெறும் ஆட்கள் அல்லது கட்சி மாற்றம்தான். ஆனால் எத்தனை ஆரவாரத்துடன் நடக்கிறது. மக்களும் தான் எவ்வளவு ஆர்வத்துடன் வேடிக்கைப் பார்க்கிறார்கள்.

நுண்ணரசியல் தளம் எல்லாமே நாளடைவில் தேர்தல் அரசியலில் பங்கெடுக்காவிடில் இழப்பைச் சந்திக்கும் அபாயமும் ஏற்படுகிறது. ஆள்பவர் யாராயிருந்தாலென்ன, நமக்கு வேண்டிய சிறு விஷயத்தை நகர் த்திக் கொள்ளலாம் என்றிருப்பவர்கள் தொடர்ந்து அதையேதான் செய்ய வேண்டியிருக்கிறது. அதாவது நின்ற இடத்திலே நின்று ஓடி முடித்துவிட்ட களைப்பு ஏற்படுகிறது. நுண்ணரசியல், பெருவெளியிலும் தனக்கு இணக்கமானவர்களோடு அடையாளப் படுத்தி இரண்டிலும் கவனமாகச் செயல்பட வேண்டி உள்ளது.

நில அரசியலில் நண்பர்கள் யார், பகைவர்கள் யார்? யாருடன் சேர்ந்தால் நிலத்தைப் பகிர்ந்தளிக்க முடியும்? நிலக்கொள்கையே இல்லாத அரசியல் கட்சிகள், கையில் காசு வைத்துக்கொண்டு வோட்டு வேட்டை நடத்துவதை வாடிக்கையாகக் கொண்டுள்ளன. கூட்டணிகள் கொள்கை யடிப்படையில் ஏற்படுவதில்லை. ஆகையால் ஏழைகளும், தலித் மக்களும் தங்கள் விடுதலைக்காக இன்னும் பல காலம் காத்திருக்க வேண்டிய சூழல் தான் இன்று நிலவுகிறது. இம்மாதிரியான சூழ்நிலையிலும் தலித் நில உரிமை இயக்கம் தீவிரமாகப் போராடி வருவது பாராட்டத்தக்கது!

ஆகஸ்ட் 2008

அணுசக்தி ஒப்பந்தத்தின் இரண்டு பக்கங்களில் இரண்டு கூட்டணிகள் செயல்பட்டன. ஒன்று எதிர்த்தது. இன்னொன்று ஆதரவு அளித்தது. சிலர் நடுநிலைமை வகிக்கவும் செய்தார்கள். இந்த நடு நிலைமையும் ஆதரவு கூட்டணிக்குத்தான் சாதகமாக இருந்தது என்பதினால் அவர்களையும் ஆதரவாளர்களாகத்தான் கொள்ள வேண்டியுள்ளது.

அணுசக்தி வேண்டுமா அல்லது வேண்டாமா என்பதல்ல பிரச்சினை. அமெரிக்கத் தலையீடு அதிகமுள்ள இன்டர் நேஷனல் அட்டாமிக் எனர்ஜி ஏஜன்ஸி என்ற ஐ.நா நிறுவனத்தினுடன் அணுசக்தி குறித்த ஒப்பந்தத்தில் கையெழுத்திடுவதா வேண்டாமா என்பதுதான் சிக்கல்.

ஐ.நா நிறுவனம் பலநாடுகளில் பிரதிநிதிகளைக் கொண்டு இயங்கும் நிறுவனம், அங்கு எல்லா நாடுகளுக்கும் (உறுப்பினராக உள்ள நாடுகள்) சம பிரதிநிதித்துவம் இருக்கிறது என்றால் சிக்கல் குறைவு. ஆனால் அமெரிக்காவின் ஏஜன்ஸி போல் செயல்படுகிறது என்பதுதான் குற்றச் சாட்டு. ஆனால் சமீபத்தில் புஷ் அண்ணனின் வற்புறுத்தலுக்கும் மிரட்ட லுக்கும் அஞ்சாமல் அதே நிறுவனம் இறுதிவரை ஈராக்கில் ரசாயன ஆயுதங்கள் கிடையவே கிடையாது என்று கூறிவந்திருப்பதைப் பார்த்தால் அண்ணன் கட்டுப்பாட்டில் அது இல்லை என்று கூறலாம்.

நிறுவனம் இப்படியிருக்க, அமெரிக்கா எப்படியிருக்கிறது என்பது உலகறிந்த விஷயம். தன்னை உலகத்தலைவன் என நினைத்துக் கொண்டு போலீஸ்காரன் உத்தியோகம் பார்ப்பதோடு தென் அமெரிக்க நாடுகளின் உள் விவகாரங்களில் தலையிட்டு, பல நாடுகளின் வளங்களைக் கொள்ளை யடித்து பிரபல கேடி நாடாகவும் அறியப்பட்டு வந்துள்ளது. ஏகாதிபத்தி யத்தின் மூலவேர். உலகமயத்தின் அச்சாணி. அடக்குமுறையின் மொத்த வடிவம் போன்ற வலது கரங்களுடன், சுதந்திரம், சமத்துவம், மனித உரிமை என்ற பெயரில் வஞ்சகத்தனமான இடது கரங்களையும் கொண்டுள்ள நாடு. அமெரிக்காவுடன் உறவில் மிகவும் எச்சரிக்கையாக இருக்க வேண்டியுள்ளது.

இதே சமயத்தில் இந்தியா எப்படிப்பட்ட நாடு என்பதையும் அறிய வேண்டியுள்ளது. சோஷலிஸம் என்று கூறிக்கொண்டு முதலாளித்துவத்தைக் கடைபிடிக்கும் நாடு இந்தியா. நூறு கோடி மக்களில் இருபத்தி ஐந்து கோடி மக்களை அடிமைகளாகக் கொண்டுள்ள நாடு. அமெரிக்க ஏகாதிபத் தியத்தின் எடுபிடிகளாக இங்கே டாட்டா, பிர்லாக்கள் அம்பானிகள் இயங்க உறு துணையாக இருக்கும் நாடு. நாட்டுப்பற்றற்ற உயர்வர்க்க, மதவாதம் மிகுந்தவர்களைக் கொண்டுள்ள நாடு. இந்நாட்டின் கடந்த கால ஆட்சியாளர்கள் அனைவரும் அணு ஆயுதத்தைக் கைக்கொள்வதில் ஆர்வ மாக இருந்து வந்தவர்கள். பாகிஸ்தான் சீன கெடு உறவுகளின் காரணமாக இந்நிலை அதிகரிக்கிறதே அன்றி குறையவில்லை. இனிமேலும் அணு ஆயுதம் குறித்தக் கொள்கையில் மாறுபாடு இருக்கப் போவதில்லை.

இனி ஒப்பந்தத்தைப் பார்ப்போம். இதன் நுணுக்கமான ஷரத்துக்கள் வெட்ட வெளிச்சமாக வைக்கப்படவில்லை என்பது தான் முதல் விவகாரம். இதுவரை கசிந்த தகவல்களின் படி அணு சக்தி தயாரிக்க இந்தியாவிற்கு அமெரிக்க அல்லது உலகநாடுகளின் தொழில் நுட்பம் தேவைப்படுகிறது. அவற்றை அமெரிக்கா அல்லது ஐ.நா. நிறுவனம் வழங்க வேண்டுமானால், இவ்வணுசக்தி அணு ஆயுதங்கள் தயாரிக்கப் பயன்படுத்தப்படக் கூடாது என்பதுதான் முதலும் கடைசியுமான ஷரத்து. மீறினால் ஏற்படும் விளைவு களைப் பட்டியலிடுகிறது ஒப்பந்தம். அதே போல இதுவரை தோரியத்தை வளப்படுத்தி (enriched with heavy water) யுரேனியம் 235 என்று அணு சக்தி தயாரிக்கப் பயன்படும் கச்சாப் பொருளைப் பயன்படுத்துகிறது. ஆனால் இது அவ்வளவு சக்தியைத் (தேவையான அளவு, எதிர்பார்த்த அளவு) தரவில்லை. யுரேனியத்தை இறக்குமதி செய்தே ஆகவேண்டும். எப்படி பெட்ரோல் இறக்குமதி நமது உள்நாட்டு விவகாரங்களைப் பாதிக் கிறதோ அதைப்போல் அல்லது அதைவிட பல மடங்கு யுரேனியம் இறக்கு மதி நம்மைப் பாதிக்கத்தான் செய்யும்.

இந்தியா உலக நடைமுறைக்கு மாறாக ராஜஸ்தானில் 1974ல் அணு குண்டு வெடித்துப் பரிசோதனை செய்ததிலிருந்து, அணுசக்தி தொழில் நுட்பம் பெறுவதிலிருந்து விலக்கி வைக்கப்பட்டிருந்தது. இத்தனை வருடங் களில் இந்தியத்

தொழில் நுட்பம் போதுமான அளவில் மின்சாரம் உற்பத்தி செய்ய உதவவில்லை. ஆகையால் துணிந்து ஒப்பந்தத்தில் கையெழுத் திடுவதா அல்லது இதிலிருந்து விலகியிருந்து நமது தொழில் நுட்பத்தை மட்டும் நம்பியிருப்பதா?

இவ்விழுபறியான சூழ்நிலையில் மக்களவை உறுப்பினர்களை அமெரிக்கா – காங்கிரஸ் விலை கொடுத்து வாங்கிவிட்டார்கள் என்று பாரா ளுமன்றத்தில் குற்றம் சாட்டப்பட்டது. இவற்றையெல்லாம் மீறி அணு சக்தி ஒப்பந்தம் நிறைவேறவுள்ளது. விளைவுகளை சிந்திப்போம்.!

புதிய கோடாங்கி முகவரி மாறியுள்ளது. கருணை கூர்ந்து குறித்துக் கொண்டு அம் முகவரிக்குத் தொடர்பு கொள்ளுமாறு அன்புடன் கேட்டுக் கொள்கிறோம்.

செப்டம்பர் 2008

எரிபொருள் தட்டுப்பாடு, வாகன எரிபொருள் பற்றாக்குறை, விளைவான விலைவாசி உயர்வு பொதுமக்கள் அனைவரையும் பேதமின்றி வாட்டி வருகின்றன. விளிம்புநிலை மக்கள் எப்போதும் இல்லாதவாறு கடும் சிக்கல்களைச் சந்தித்து வருகின்றனர். மின்பற்றாக்குறை காரணமாக தொழில் நிறுவனங்களும் பாதிக்கப்பட்டு வருகின்றன.

இச்சிக்கல்கள் எப்படி எப்போது தீரும் என்ற ஏக்கம் இன்னும் மாற்று அரசியலுக்கான வழிகளாக மாறவில்லை. காரணம் வெகுசன மக்களைத் திட்டமிட்டு ஏமாற்றி வரும் ஊடகங்கள், அதன் காரணமாக அரசியல் குறித்த புரிதலின்மை குழப்பம் இவை பெருகி வருவதுதான்.

இச் சிக்கல்களுக்கு எளிமையான தீர்வுகள் அதுவும் விரைவான தீர்வுகள் இல்லை என்பதை மறுப்பதற்கில்லை. கியூபப் புரட்சியோ லத்தீன் அமெரிக்க நாடுகளின் கொரில்லாச் சண்டைகளோ இனி இந்தியா அல்லது ஆசிய நாடுகளில் நடப்பதற்கு வாய்ப்பில்லை என்பதும் ஒரு வகையில் உண்மையே. அச்சுப் பிசகாமல் இறக்குமதி செய்து கொள்ள

அவையொன்றும் முத்திரைப் பதிக்கப்பட்ட விற்பனைப் பண்டங்கள் அல்லவே. எனினும் சிக்கலாக நுணுக்கமான புரட்சி அணுகுமுறைகள் இல்லாமலில்லை! மாற்று அரசியல் இயக்கங்கள் விரும்பினால் இன்னும் சொல்லப் போனால் மிகவும் தீவிரமாக விரும்பினால் அவ்வழிகளை மேற்கொள்ள முடியும்.

இனவிருத்தி செய்யாமல் இருந்த இடத்திலேயே தனக்கொரு நிலையான சிறிய இடத்தைத் தேர்வு செய்து அங்கேயே பூத்து. காய்த்து மடியும் அறைக்குள் வைக்கப்பட்ட தொட்டிச் செடிகளாக மாற்று அரசியல் தன் நிலைப்பாடை வரைந்து கொண்டுள்ளது. பாதுகாப்பாக இருந்து கொள்ளுதல் என்பதிலிருந்து இது துவங்குகிறது.

கண்டுபிடிக்கப்படாதவரை ஆபத்தில்லை என்னுமளவு ரகசியமான சிறு சிறு வெடிப்புக்களைச் செய்து வருகிறது. இதனால் பாட்டாளிகள், விவசாயிகள் ஆதரவு எதிர்நிலைக்குச் செல்லும் வாய்ப்புக்களை அதிகம் உருவாக்கி வருகிறது. விரைவிலேயே பல பாகங்களிலும் முளைத்துத் தீவிர வளர்ச்சியோடு, படைபலத்தைப் பெருக்கிக் கொள்ளுமளவு திட்டமிடல் அவசியமாகிறது. எல்லா புரட்சிகர இயக்கங்களும் அடிப்படைகளிலி ருந்துதான் துவங்குகின்றன. படைகளின் உணவு, தாகம் தீர்க்கப்பட்டதும். அவை படராமல் மேல் நோக்கி வளர ஆரம்பிக்கின்றன. சூரியனை நோக்கி, வெளிச்சம், நோக்கி வெளியே வரத்துவங்கியதுமே காத்திருக்கும் கண்ணிகள் காவு கொள்கின்றன. அல்லது எல்லாத் தாவரங்களையும் போல அளந்து வளர விடப்படுகின்றன. மாற்று அரசியல் களங்களின் உத்திகள் மாறவேண்டும்.

எத்தனைச் சிக்கல்களை மக்கள் சந்தித்தாலும், தேர்தல் நேரத்தில் பணம்தானே விளையாடப் போகிறது என்ற நம்பிக்கையில் அரசியல் குடும் பங்கள் பணக்குவியல் மேல் அமர்ந்து கொண்டு மாற்று அரசியலை எக்காள மிட்டு சண்டைக்கு அழைக்கின்றன. சினிமா மோகமும் குறுக்கு வழியில் சம்பாதிக்கும் மோகமும் கொண்ட வெகுசனப் படைகள் நொறுங்கித்தான் போகும். ஆனால் வெகுமக்களை ஏமாற்றத் தயாரிப்பில் இருக்கும் அரசியல் களங்களின் அடிப்படைகளைத் தகர்ப்பதே அவசியமாகிறது.

தலித் நில உரிமை இயக்கம் ஆகஸ்ட் 25–ல் 20 தாலுக்கா அலுவலகங்களில் இரண்டு ஏக்கர் நிலம் வழங்கும் திட்டத்தை டிசம்பர் 2007க்குப் பிறகு அமல்படுத்தாததைக் கண்டித்து ஆர்ப்பாட்டம் நடத்தியது இதன் விபரங்கள் நிழற்படங்களுடன் அடுத்த இதழில்வெளிவரும்.

அறிவிப்பு

வரும் செப்டம்பர் 20 அன்று சென்னை நீலாங்கரை கடற்கரையில் தமிழ்நாட்டில் உள்ள மத்திய – மாநில அனைத்து எஸ்ஸி எஸ்டி ஊழியர் சங்கங்களின் ஒருநாள் மாநாடு நடைபெறுகிறது தவறாமல் கலந்து கொள்வீர்!

அக்டோபர் 2008

நன்றி நவிலல்

எஸ்ஸி/எஸ்டி அரசு ஊழியர் மாநாடு செப்டம்பர் 20, சென்னை தீவுத்திடலில் சிறப்பாக நடந்தது. சுமார் பதினைந்தாயிரம் ஊழியர்கள் பங்கேற்றனர். இம்மாநாடு பல்வேறு சிறப்புக்களைக் கொண்டிருந்தது.

மேல் கீழ் வரிசையின்றி அனைத்துச் சங்கங்களும் பங்கேற்றன. அரசியல் தலைவர்கள் அமைச்சர்களின்றி நடந்தது மாநாடு– தலித் சமூகத்தைச் சேர்ந்த ஐ.ஏ.எஸ். அதிகாரிகள் அதிக எண்ணிக்கையில் கலந்து கொண்டனர். முக்கியமான அரசு ஊழியர் கோரிக்கைகளோடு தலித் நில உரிமை, சிறப்புக் கூறுத்திட்டத்தை சிறப்பாக அமல்படுத்தும் கோரிக்கை களும் தீர்மானங்களாக நிறைவேற்றப்பட்டன.

அரசு ஊழியர்கள் மட்டுமல்லாது தலித் நில உரிமை இயக்கத்தினரும் பெண்கள் ஐக்கியப் பேரவையும் அதிக எண்ணிக்கையில் கலந்து கொண்டனர்.

மாநாட்டிற்குப் பிறகு செய்தித்தாள்கள் எஸ்ஸி எஸ்டி அரசு ஊழியர் கோரிக்கைகளுக்கு முக்கியத்துவம் கொடுத்து செய்திகளை வெளியிட்டுள்ளன. தலித் உட்பிரிவுகள் பாகுபாடின்றி

ஒற்றுமைக்கும் ஒருங்கிணைப்புக்கும் துவக்கமாக இம்மாநாடு விளங்கியது. அதிக எண்ணிக்கையில் பேச்சாளர்களையும் கொண்டிருந்தது மாநாடு

கோரிக்கை மாநாடு நடந்து முடிந்த மறுநாளே கல்விக்கட்டணத் திற்கான வருமான வரம்பைத் தளர்த்தும் கோப்பு அரசு அளவில் தூசி தட்டப்பட்டு தீர்மானத்தை நிறைவேற்றும் விதமாக முடுக்கி வைக்கப் பட்டுள்ளது. இவ்வளவு சிறப்புக்கள் வாய்ந்த மாநாட்டிற்கு ஒத்துழைத்த அனைத்து மத்திய – மாநில எஸ்ஸி எஸ்டி அரசு ஊழியர்களுக்கும், அவற்றின் சங்கப் பொறுப்பாளர்களுக்கும், மாநாட்டின் ஒருங்கிணைப்புக் குழுவிற்கும், தலித் நில உரிமை இயக்கத்திற்கும், பெண்கள் ஐக்கியப் பேரவைக்கும் தலித் மீனவர் கூட்டமைப்பிற்கும், மத்திய அரசின் உயர் அதிகாரிகளுக்கும், ஐ.ஏ.எஸ். அதிகாரிகளுக்கும் புதிய கோடாங்கி எழுத்தாளர்கள் – வாசகர்களுக்கும் புதிய கோடாங்கி சார்பாக மனமார்ந்த நன்றி!

நவம்பர் 2008

இலங்கை கொதித்துக் கொண்டிருக்கிறது. “கிளிநொச்சியை நான்கு மாதங்களில் கைப்பற்றி விடுவோம், இது சிங்களவர்க்கு மட்டும் சொந்தமான பிரதேசம் என்று விரைவில் அறிவிப்போம்” என்று சவால் விட்டுக் குமுறுகிறார் இலங்கையின் சிங்கள அதிபர் ராஜபக்ஷே. இனவெறியின் உச்சக்கட்டமாய் சொல்லில் அடங்காத வன்முறை இலங்கையில் தமிழர் மீது கட்டவிழ்க்கப்பட்டுள்ளது. கிளி நொச்சியில் வசிக்கும் மக்கள் கூண்டோடு முல்லைத் தீவுப் பகுதிக்கு இடம் பெயர்ந்துள்ளனர். இப்போது பிரபாகரன் கட்டுப்பாட்டில் எஞ்சியிருக்கும் பகுதி கிளிநொச்சி (அதற்கும் தற்போது ஊறு வந்துவிட்டது) முல்லைத் தீவு, மன்னார் மற்றும் வவுனியா மட்டுமே. இவற்றை சிங்களப்படை விரைவில் தகர்த்து தமிழீழக் கனவை முறியடிக்கும் என்று அதிபர் கொக்கரிக்கிறார். இந்தக் கொக்கரிப்பு அலைகள், திரையுலகம், தமிழ் ஆர்வம், தமிழர் ஆர்வம் கொண்ட அனைவரையும் சீற்றம் கொள்ள

வைத்துள்ளது. எம்.பிக்கள் ராஜினாமா கடிதம் கொடுத்துள்ளனர். மத்திய அரசு வேடிக்கைப் பார்த்துக் கொண்டிருக்கிறது. மத்தியக் கூட்டணியில் மாநில அரசும் உள்ளது. மக்கள் வேறு அரசு வேறு என்ற நிலைப்பாடு தமிழீழம் பொறுத்தவரையில் தற்போது நிலவும் சூழலில் அரசுகள் உடனே செயல்படத் துவங்க வேண்டும். போரைத் தடுத்து நிறுத்தி பேச்சு வார்த்தைகள் துவங்கப் பெற வேண்டும்.

தலித் நில உரிமை இயக்கத்தின் பல்வேறு கட்ட போராட்டங்களின் விளைவாக தமிழக முதல்வர் 2ஏக்கர் வழங்கும் திட்டத்தை இன்னும் ஓராண்டு காலம் நீட்டித்துள்ளார். ஆனால் நிலம் வழங்கப்படுவது துவங்கப்படவில்லை. வழங்குவதற்கு நிலமில்லை என்ற பழைய பல்லவியே தொடர்கிறது. ஆகையால் தொடர் போராட்டங்கள் நடத்த வியூகம் வகுக்கப்பட்டுள்ளது. பெண்கள் ஐக்கியப் பேரவையும் தினமலர் நாளிதழும் இணைந்து 'கிராமப் பெண்கள் இணை ஒலிம்பிக் பந்தயம்' என்ற நிகழ்வை இலக்கியப் போட்டிகளுடன் மாவட்டந்தோறும் நடத்த விருக்கிறார்கள். முதற்கட்டமாக கரூர், சிவகங்கை, மதுரை, திருநெல்வேலி, விருதுநகர், வேலூர் (கிழக்கு மத்திய மாவட்டங்கள்) விழுப்புரம், கடலூர், தர்மபுரி, திருவள்ளூர், ஈரோடு, தேனி ஆகிய பன்னிரண்டு மாவட்டங்களில் நடை பெறும் மாவட்டப் பொறுப்பாளர்கள், பொதுச் செயலாளர் ரஜினி, இலக்கிய அணிச் செயலாளர் குட்டி ரேவதி ஆகியோர் சுறுசுறுப்பாக இயங்கி வருகின்றனர். இது குறித்த பெண்கள் ஐக்கியப் பேரவையின் செய்திக்குறிப்பு இவ்விதழில் வெளியிடப்படுகிறது.

டிசம்பர் 2008

மும்பை பாகிஸ்தானியப் தீவிரவாதிகளால் தாக்கப்பட்டுக் கொண்டிருக்கும் வேளையில் காங்கிரஸ் கட்சியும் பிஜேபியும் அவரவர் ஆட்சிக் காலத்தில் நடந்த குண்டு வெடிப்புகளைப் பட்டியலிட்டுக் கொண்டிருக்கிறார்கள். இந்த குண்டு வெடிப்புகள் எதன் காரணமாக நிகழ்ந்தாலும் அரசியல் ஆதாயங்களைக் கருத்தில் கொள்வதை அவர்களால் தவிர்க்க முடியவில்லை.

இதுவரை பகுஜன் சமாஜ் கட்சி என்ற பெயரில் ஒடுக்கப்பட்ட வெகுமக்களை மய்யப்படுத்தி வந்த மாயாவதி தலைமை, இப்போது வெகுமக்கள் ஆள வேண்டும். அனைத்து மக்களும் வாழவேண்டும் என்ற கொள்கையுடன் பாராளுமன்றத் தேர்தலை அணுகவுள்ளது. தமிழகத்தில் வரும் டிசம்பர் 22ம் தேதி சென்னை பச்சையப்பன் கல்லூரிக்கு எதிரிலுள்ள திடலில் 'அனைத்து மக்கள் சகோதரத்துவம்' என்ற மாபெரும் மாநாட்டை நடத்தத் திட்டமிட்டுள்ளார் மாயாவதி. வரலாறு படைக்கும் இம்மாநாட்டில் புதிய கோடாங்கி வாசகர்கள் அதிக எண்ணிக்கையில் கலந்து கொண்டு ஆதரவு அளிக்க வேண்டுகிறோம்.

ஜனவரி 2009

2009– புத்தாண்டு நல்வாழ்த்துக்கள்

2008 டிசம்பர் இதழ் தாமதமானது. வருந்துகிறோம். ஜனவரி இதழ் ஜனவரி – பிப்ரவரி இதழாக இம்முறை வெளிவருகிறது. காரணங்கள் பல. முதன்மையாக, எழுத்தாளர் சிவகாமி அவர்களின் பணி துறப்பும், கட்சிப் பணியும்! தனது 29 வருட கால ஐ.ஏ.எஸ் பணியைத் துறந்து விருப்ப ஓய்வு பெற்று இன்றைய காலகட்டத்தில் பகுஜன் சமாஜ் கட்சியில் இணைந்து பணியாற்றுவது சிறப்பு எனக் கருதி அக்கட்சியில் இணைந்ததன் காரண மாகவும், மாற்றம் காரணமாகவும் தாமதம் தவிர்க்க முடியவில்லை. நிகழ் மற்றும் எழுத்தாளர் மோகன்ராஜ் ஆகியோரின் வேலைப்பளு, குடும்பச் சூழல்கள் காரணமாகவும் தாமதம் இரட்டிப்பானது. கோடாங்கிக்கு நிரந்தர அலுவலகம் இல்லாததின் காரணமாக பழைய அலுவலகங்களுக்கு வந்த தபால்கள், புதிய அலுவலக தபால்கள் ஆகியவற்றைச் சேகரிப்பது முறைப்படுத்துவதும் இயலாததாக இருந்தது. புதிய கோடாங்கி அலுவலகம் மீண்டும் இம்முறை இடம் மாறும் சூழலும் உள்ளது. இவற்றிற்கெல்லாம் மேலாக புதிய கோடாங்கியின் பதிப்புரிமை புதுப்பிக்கப்பட தாமதம் ஆனது. ஆகையால் வாசகர்கள் பொறுத்தருள வேண்டுகிறோம். இனி வரும் காலத்தில் முன்னெப்போதையும் விட இதழ்

சிறப்பாகவும் கவனமாகவும் வெளிவர அனைத்து முயற்சிகளும் மேற்கொள்ளப்படும்.

சந்தா அனுப்பாதவர்கள் சந்தா அனுப்பி புதுப்பித்துக்கொள்ளவும். அன்பளிப்பு – நன்கொடை இனி புதிய கோடாங்கியில் வெளியிடப்படும்.

ஜனவரி – பிப்ரவரி 2009 இதழ் நன்கொடையாக திரு. சுப்பு (சிவகங்கை) அவர்கள் ரூ.1000 அளித்துள்ளார். அவருக்கு எமது நன்றி.

– ஆசிரியர்

ஜூன் 2009

நடந்து முடிந்த 2009 நாடாளுமன்றத் தேர்தல் நமக்குப் பல பாடங்களைக் கற்றுத் தந்திருக்கின்றது. அல்லது மறு உறுதி செய்திருக்கிறது.

பொருளில்லார்க்கு வெற்றியில்லை வறுமையும் அறியாமையும் இருக்கும் வரை ஜனநாயகமில்லை, கவர்ச்சிகரமான சந்தை உலகத்தில் வலுத்தவன் இளைத்தவன் ஏற்றத்தாழ்வுகள் இருந்தே தீரும். அதன் காரணமாக வலுத்தவன் கை அரசியலிலும் ஓங்கித்தான் இருக்கும். வஞ்சகம் சூது, கயமையின்றி வெற்றியில்லை. தேர்தலில் முக்கியத் துருப்பு சீட்டுகள் அரசு ஊழியர்கள். தோற்றுக் கொண்டிருப்பவரை வெற்றி பெறச்செய்யவும், வெற்றி நோக்கி நகர்ந்து கொண்டிருப்பவரை தோல்வியடையச் செய்யவும் மின்னணு வாக்குப் பதிவு இயந்திரங்களால் முடியும்.

இப்படி பல பாடங்கள் நமக்குத் தொடர்ந்து சொல்லப்பட்டு வந்திருக் கின்றன. ஆனால், உண்மையில் இந்தத் தேர்தலில் வெற்றி பெற்றவர்கள் மக்களிடம் தங்கள் செல்வாக்கை இழந்தவர்கள் தாம். வலிமையற்ற வர்களும்கூட

தமிழ்நாட்டில் ஏறக்குறைய இருபத்தைந்து ஆண்டுகள் ஆட்சி செய்து வந்தும் 1 கிலோ அரிசி 1 ரூபாய்க்கு ரேஷனில்

வழங்கினால்தான் பெரும்பான்மையினர் உயிர் வாழமுடியும் என்ற நிலை வந்ததற்கு திமுகவும் காரணம். நிலச்சீர்திருத்தத்தை அமல்படுத்தும் துணிவு இல்லை. தமிழ் செம்மொழியாகிறது. ஆனாலும் இலங்கையில் நடந்த இனப்படு கொலையைத் தடுக்க இயலவில்லை. திமுக கட்சி பல்வேறு பிளவுகளைச் சந்தித்து, நம்பிக்கைக்குரிய யாருமே அந்தக் கட்சியில்லை! இப்போது இருப்பவர்கள் அந்தக் கட்சியைத் திறம்பட நடத்த முடியாது என்று அதன் தலைவர் கருணாநிதி உணர்ந்ததினால் தனது மகன்கள், மருமகன், மகள், பேத்தி இவர்கள் மூலம்தான் நடத்த முடியும் என்ற நம்பிக்கையில் அவர்களுக்குப் பொறுப்புகள் கொடுத்து செயல்பட்டு வருகிறார். ஆகையால் கட்சி, உட்கட்சி ஜனநாயகம், கொள்கை இப்படிப்பட்ட எதுவுமில்லாத மிக மிக மோசமான நிலைக்கு தி.மு.க வந்துவிட்டது.

வெற்றி என்பது கொள்கை பலம், மக்கள் பலம், கட்சி பலத்தினால் பெறப்படவில்லை. அரசு ஊழியர்களுக்கு டிப்ஸ், டாஸ்மாக் சரக்கு, வாக்காளர்களுக்குக் கையூட்டு என்று மலினமான முறையில் தான் பெறப்பட்டிருக்கிறது. இல்லாவிட்டால் ஏனிப்படி இவர்கள் கோழைகள் போல நடந்து கொள்ளவேண்டும்? கொள்ளை பிரச்சாரம் எதுவுமின்றி பணப்பட்டுவாடா, மதுவிருந்து, கறிவிருந்து இவற்றின் மூலம் கடைசி மூன்று நாட்களில் பெறப்பட்ட வெற்றி எனக் குற்றச்சாட்டுக்கள் எல்லா தரப்புகளிலிருந்தும் வைக்கப்பட்டுள்ளன.

வீழ்ந்து விட்ட கட்சியைத் தூக்கி நிறுத்த பயன்பட்டிருக்கிறது இந்தத் தேர்தல். திமுகவுக்கு சொல்லப்பட்டது அதன் கூட்டாளியான காங்கிரசிற்கும் பொருந்தும். ஆகையினால் வலிமையற்றவர்கள் கொள்கையற்றவர்கள், அல்லது, கொள்கை பிறழ்ந்தவர்கள் நீண்ட காலம் ஆட்சி செய்ய முடியாது.

ஊழலின் வறுமையின் மறுபக்கம் தான் தீவிரவாதம்! இத்தகைய ஆட்சிகள் தொடர்ந்தால் தீவிரவாதமும், வன்முறையும் பெருகும் என்பதைத் தவிர இவ்வெற்றியினால் நம்பிக்கைக்குரிய எதையும் காணமுடியவில்லை.

ஜூலை 2009

வாசகப் பெருமக்களுக்கு வணக்கம்.

அழகிரி மத்திய அமைச்சர், தயாநிதி மாறன் மத்திய அமைச்சர், ஸ்டாலின், தமிழகத்தின் துணை முதல்வர், கனிமொழி மேலவை உறுப்பினர் என்று வாரிசுப் பட்டாளம் பதவியில் அமர்ந்து விட்டது. பெட்டிக்கடை யிலிருந்து, பிரம்மாண்ட தொழிற் சாலைகள் வரை இனி பல்வேறு வழி களில் பணம் மேல்நோக்கிப் பாயும், பத்திரிக்கையாளர்கள் மகிழ்ச்சியுடன் உள்ளனர். தினமொருவராக ருசிகரமாக எழுதலாம். ஆளும் வர்க்கத்தால் சகல வகைகளிலும் (விளம்பரம் உள்ளிட்ட) கவனிக்கப்படலாம். அழகிரி தனது போக்கிரி பிம்பத்தை மாற்றிக்கொள்ள சினிமாவில் வரும் ஒருநாள் முதல்வர் அர்ஜுன் போல ஓடி ஆடிக்கொண்டிருக்கின்றார். வாரிசு உலகத்தின் கவலையே தனி. மற்ற வாரிசுகளை மிஞ்சுவது ஒன்று தான் அவர்களது இலக்கே.

தமிழகம் தான் இப்படி என்றால், மேனகா காந்தி, ராகுல், வருண், ஆந்திராவில் என்.டி.ஆரின் வாரிசு, மகாராஷ்ட்ரத்தில் பவாரின் வாரிசு, வடகிழக்கு மாகாணத்தைச் சேர்ந்த சங்மாவின் வாரிசு, பைலட் வாரிசு, காஷ்மீரில் வாரிசு என்று ஏறக்குறைய எல்லா மாகாணங்களிலும் அரசியல் வாதிகளின் வாரிசுகள் தான் முக்கியப் பதவிகளை பிடித்துள்ளார்கள். இப்படியே வாரிசுகள் அரசியலை ஆக்கிரமித்தால் இந்திய நாடு என்பது ஐநூறு குடும்பங்களின் கைப்பிடியில் மட்டுமே இருக்கும். மக்களாட்சி என்பது ஐநூறு குடும்பங்களின் ஆட்சி என்று அர்த்தப்படும். வாரிசு அரசியலை முறைப்படுத்த, நெறிப்படுத்த தொடர்ந்து அவர்களே நீடிக்க, சட்டம் கொண்டுவந்தாலும் ஆச்சரியப்படுவதற்கில்லை.

புது தில்லியில் தொடங்கி மின்தட்டுப்பாடு, குடிநீர்த் தட்டுப்பாடு என்று நாடு முழுவதும் அவல நிலை, அத்தியாவசியப் பொருட்களின் விலையேற்றம், வறுமை நிலையிலுள்ள மக்களன்றி, நடுத்தர மக்களையும், கடுமையாகப் பாதித்துள்ளது. புவி வெப்பமயம் என்று ஒரு புறம் பேசிக் கொண்டிருக்கும்போதே, ஜூன் மாதம் முடிந்தும், 43 டிகிரி

செல்சியஸ் அனல் மக்களை வறுத்தெடுத்துக்கொண்டிருக்கிறது. வந்த மழை, வலுக்காமல் பின் வாங்கியுள்ளது. சுவிஸ் வங்கியின் கறுப்புப் பணம், தேர்தல் அத்தியாயத்தில், பேசப்பட்டது போல், தேர்தல் முடிந்தவுடன் பேசப் படவில்லை .

ஈழத்தின் புது அத்தியாயமே, துன்பமும், துயரமும் வாய்ந்த ஈனக்குரலை ஒலிக்கிறது. செம்மொழி தலைவரின் காதில் இது ஏனோ விழவில்லை. இப்படி நாளொரு செய்திகள் தமிழக அரசியலை உண்மையான மக்கள் இயக்கத்தின் தேவையை நோக்கி, உந்தித் தள்ளிக் கொண்டிருக்கின்றன.

மக்கள் விழிப்புணர்வு செயல்பாடு நோக்கி நகரவேண்டும். வேறுவழியில்லாமல், தேர்தலில் ஓட்டுகள் போட்டவர்கள், பணம் வாங்கிக்கொண்டு, ஓட்டுப்போட்டவர்கள் இவர்களையெல்லாம் உலுக்கும்படியான செயல்பாடுகள் தொடரப்படும்.

ஆகஸ்ட் 2009

துரை வழக்கறிஞர் திரு. பி.ரத்தினம் அவர்கள் சென்னகரம்பட்டி தலித் மக்கள் குடியிருப்பில் அம்பேத்கர் மக்கள் நூலகம் திறப்புவிழா சம்மந்தமாக நிகழ்ச்சி நடத்திட அனுமதி வழங்க வேண்டும் என்று கேட்டு, 5–7–2009ந் தேதியன்று மதுரை மாவட்டக்காவல் கண்காணிப்பாளர் அவர்களிடம் 3–7–2009ந் தேதியன்று மனு கொடுத்துள்ளார்.

ஆனால், காவல் துணைக்கண்காணிப்பாளர், மேலவளவு, சென்னகரம் பட்டி மற்றும் சுற்றுவட்டாரப் பகுதிகளில் ஆதிதிராவிடர் மற்றும் சாதி இந்துக்களிடையே இன்னும் சுமுகமான சூழ்நிலை ஏற்படாத நிலையில், சென்னகரம்பட்டி ஆதிதிராவிடர் குடியிருப்பில், ஒரு வீட்டை நூலகமாக மாற்றி திறப்பதன் காரணமாக, அங்கு சாதி துவேசத்தைத் தூண்டக்கூடிய புத்தகங்கள், பிரசுரங்கள், வைக்கவும், வெளியிடவும், வாய்ப்புகள் உள்ளன. இதனால் சாதிக் கலவரத்தைத் தூண்டக்கூடிய வெளி மாநிலத்தைச் சேர்ந்த, வெளி மாவட்டத்தைச் சேர்ந்த சமூக விரோதிகள் வந்து செல்ல

வாய்ப்புள்ளதால், மேலூர் மற்றும் மதுரை மாவட்டத்தில் சாதிக்கலவரம் ஏற்பட்டு சட்டம் ஒழுங்கு பிரச்சனை எழுவதற்கு வாய்ப்புள்ளது எனவே, நூலகத் திறப்பு விழா நிகழ்ச்சிக்கும் அதனைத் தொடர்ந்து நடைபெறும் விருந்து நிகழ்ச்சிக்கும் அனுமதி மறுத்து அன்றே உத்தரவு பிறப்பித்துள்ளார்.

இந்த அனுமதி மறுப்பு உத்தரவு 4–7–2009ந் தேதி மதியம் 12–15 மணிக்கு வழக்கறிஞர் திரு .ரத்தினம் அவர்களுக்கு வழங்கப்பட்டது.

சமுதாய மேம்பாட்டு அக்கறையுடன் கூடிய இந்த நிகழ்விற்கு, சமூக சிந்தனையாளர், எழுத்தாளர் அ.மார்க்ஸ், சமுதாய வளர்ச்சிக்காகப் பாடுபட்டு வரும், சமூக ஆர்வலரான திருமதி. சிவகாமி ஐ.ஏ.எஸ். மற்றும் மதுரை மாவட்ட உயர்நீதிமன்ற வழக்கறிஞர்கள் பலரும் கலந்து கொள்ள விருந்தனர். எந்தவிதமான முகாந்திரமும், சரியானதொரு காரணமும் இன்றி காவல்துறை அனுமதி மறுத்துள்ளது.

மேலும், விழா ஏற்பாடுகளுக்காகவும், விருந்து உபச்சாரத்திற்காகவும், விழாவின் விளம்பரத்திற்காகவும், ரூ.50,000 வரையில் செலவு செய்யப் பட்டிருந்தது.

எனவே, மதுரை மாவட்ட காவல் துணைக் கண்காணிப்பாளரின் உத்தரவினை எதிர்த்து, வழக்கறிஞர் திரு.ரத்தினம் அவர்கள் அன்றே அதாவது (4.7.09ந் தேதியன்றே) மதுரை உயர்நீதிமன்றத்தில், மேற்கண்ட விழா நடத்திட அனுமதி கோரியும், மேலூர் காவல் துணைக் கண்காணிப்பாளர் அவர்களின் உத்தரவினை தடை செய்யுமாறும் கேட்டு மேல்முறையீடு மனு ஒன்றினை தாக்கல் செய்தார்.

அதன்பேரில், சென்னகரம்பட்டி தலித் மக்கள் குடியிருப்பில், டாக்டர் அம்பேத்கர் மக்கள் நூலகம் திறப்பு விழாவிற்கும், விருந்து நடத்துவதற்கும் உரிய உத்தரவினை மதுரை உயர்நீதிமன்றம் 4–7–09ந் தேதியன்று பிறப்பித்தது.

கிராம நூலகம் திறக்க போலீஸ் அனுமதி மறுப்பது நாட்டில் நிலவி வரும் தீண்டாமை பிரச்சினைக்கு ஒரு சரியான எடுத்துக்காட்டு.

சாதி ஒடுக்கு முறையில் மதுரை மற்றும் அதன் சுற்றுவட்ட கிராமங்கள், மாவட்டங்கள் தமிழக வரலாற்றில் தனியிடம் பிடித்துள்ளன என்பதை முதுகுளத்தூர் தொடங்கி, தாமிரவருணி படுகொலை, ராமநாதபுரம் கலவரம், சங்கரலிங்கபுரம் கலவரம், உசிலம்பட்டி கொலைகள், மேலவளவு கொலைகள், சென்னரகம்பட்டி கொலைகள், பாப்பாப்பட்டி, கீரிப்பட்டி சமாச்சாரங்கள் என்று தொடர்ந்து அடுக்கி விரித்துக் கொண்டு போகலாம்.

தலித் மக்களுக்கு நூலகம் திறப்பது சாதி துவேசத்தைத் தூண்டக்கூடிய அம்சமாக காவல் துறையால் பார்க்கப்படுவது வியப்பளிக்கவில்லை. அவர்கள் எப்போதும் ஆதிக்கவர்க்கம் தான்!

பலத்த போலீஸ் பாதுகாவலோடு நிறைந்திருந்த கூட்டத்தில், சென்னகரம்பட்டியில் நூலகத் திறப்பு விழா வழக்கறிஞர் ரத்தினம் தலைமையில் நடந்தது. எழுத்தாளர் சிவகாமி, துரைக்கண்ணு, ஜவஹர், ஸ்டாலின் ராஜாங்கம் மற்றும் தடா பெரியசாமி கலந்து கொண்டு வழக்கறிஞர் ரத்தினத்தின் முயற்சிகளைப் பாராட்டியதோடு எழுச்சியுரை ஆற்றினர். அம்பேத்கரின் நூறு சிலைகளை அமைப்போம், அதுவும் வேண்டும், அதோடு ஆயிரமாயிரம் கிராம நூலகங்களைத் திறப்போம் பேரறிவாளர் அம்பேத்களின் பெயரால் என்று கூட்டத்தில் கலந்து கொண்டோர் முழங்கினர்.

செப்டம்பர் 2009

இடைத்தேர்தலில் திமுக-வின் வெற்றி வியப்புக் குரியதல்ல. ராகுல் இளைஞர் காங்கிரஸைப் பலப்படுத்துவதாகச் சொல்லப் பட்டாலும் அரசின் அனைத்து மட்டங்களிலும் அவரது தலையீடு அதிகரித்து விட்டது. கல்விக்கடன் வழங்குவதில் தாராளம் காட்டியுள்ளது அரசு. கடந்த பதினைந்து வருட மக்கள் போட்டங்களின் பலன். பா.ஜ.க. துருப்பிடித்த தனது கட்சி கட்டமைப் புகளில் சிக்கி மக்கிக் கொண்டிருக்கிறது. ஸ்டார் ஹெல்த் இன்சூரன்ஸ் கம்பெனிக்கு மூன்று வருடத்திற்கு

செலவழிக்கக்கூடிய தொகையை அரசு மருத்துவமனைகளுக்கு வழங்கினால் இருபது வருடங்கள் அதைப் போன்ற அல்லது அதைவிட தரமான மருத்துவ வசதியைப் பெற முடியும். கல்விக்கடன்களை கனரா வங்கி தலித் மாணவர்களுக்கு எப்படி வழங்காமல் இருந்துவிடும் என்று நம்புகிறார் பட்ஜெட் தொடரில் படிக்கட்டில் தவறிய ப.சிதம்பரம். ஜெயலலிதா அதிமுக–வை நிஜமாகவே விஜயகாந்துக்கு தானம் செய்துவிட வேண்டும் என்று விரும்புகிறார் அழகிரி. விஜயகாந்துக்கெதிராக விஜய், தனுஷ் என்று மார்க்கெட் இழந்த இழக்கப் போகின்ற நடிகர் பட்டாளத்தை கிளப்பிவிடத் தயாராகிவிட்டது போல் தெரிகிறது. சமச்சீர் கல்வியில் கிராமப் பள்ளிக் கட்டிடங்கள், அரசுப் பள்ளிக்கூடங்கள், ஆதிதிராவிடர் பள்ளிக் கூடங்கள் விடுதிகள் தரம் உயர்த்தப்படுவது பற்றி எதுவும் சொல்லவில்லையே? கொடநாடு எஸ்டேட்டில் பாரிஸ் நாட்டு ஒடிக்கொலான், சுவிட்சர்லாந்து சாக்கலேட்டு மென்றவாறு கட்சித்தலைமைகள் விலை வாசி உயர்வுக்கெதிராக போராட்டம் நடத்துவது சாத்தியம்தான் போலிருக்கு!

கடல், வானம் பெரிதாயிருக்கையில் நமது செய்தித்தாள்கள் மட்டும் விளம்பரம் கொடுக்கும் முதலைகளுக்கு மட்டும் புகழாரம், பொன்னாரம் சூட்டிக் கொண்டிருக்கிறார்கள்.

விநாயகர் ஒவ்வொரு வருடமும் கடலில் கரைந்து பின்னர் பூதாகர மான வியாபாரமாக வெளிவந்து விடுகிறார். விடிவே கிடையாதா என்று ஏங்குவோருக்கு வெளியே புத்த பூர்ணிமாவை மக்கள் விழாவாகக் கொண்டாடத் துவங்கலாமே என்று சொல்லத்தோன்றுகிறது. தலித் நில உரிமை இயக்கம், பெண்கள் ஐக்கியப் பேரவை, புதிய கோடாங்கி ஆகிய மூன்று இயக்கங்களின் சார்பாக மாவட்டந்தோறும் ஆலோசனைக் கூட்டங்கள் நடந்து வருகின்றன. ஜூன் 6–ல் தொடங்கி ஆகஸ்ட்

30–ந்தேதி வரை சென்னை, நெய்வேலி (கடலூர்), மதுரை, கும்பகோணம் (தஞ்சாவூர்), திருநெல் வேலி, திருச்சி, தர்மபுரி, அரக்கோணம் (வேலூர்), பெரம்பலூர், காங்கேயம் (திருப்பூர்), சேலம், திண்டிவனம் (விழுப்புரம்), தேனி, திண்டுக்கல் ஆகிய மாவட்டங்களில் ஆலோசனைக் கூட்டங்கள் நடத்தப்பட்டன. செப்டம்பர் 4–ல் கிருஷ்ணகிரி, 5–ந்தேதி கரூர், 9, 10,

11–ம் தேதிகளில் கன்னியாகுமரி ஆகிய மாவட்டங்களில் கருத்தரங்குகள் நடக்க விருக்கின்றன. இக்கூட்டங்களில் தமிழ் நாட்டில் இன்று தலித் மக்களின் அரசியல், பொருளாதார, சமூக செயல்பாடுகளும் அவற்றை மேம்படுத்துவதற்கான திட்டங்களும் குறித்த விவாதங்கள் நடைபெறுகின்றன. புதிய கோடாங்கி வாசகர்கள் இக்கூட்டங்களில் கலந்து கொண்டு ஆதரவளிக்க வேண்டுகிறோம்.

அக்டோபர் 2009

சமச்சீர் கல்வியை தி.மு.க. அரசு நிர்ப்பந்தத்தின் பெயரில் அமல்படுத்தத் துணிந்திருக்கிறது. சமச்சீர் கல்வி என்பது அனைவருக்கும் கல்வி அதுவும் ஒரே தரத்திலான கல்வி, ஒரே பாடத் திட்டம், பள்ளிக்கூட வசதிகளும் சமமானவை, ஒரே கட்டணம் என்பவற்றைக் குறிக்கும்.

தி.மு.க.வின் சமச்சீர் கல்வியில் எந்தெந்த அம்சங்கள் குறைந்துள்ளன என்பது போக போகத்தான் தெரியும். பிள்ளையார் பிடிக்க நினைத்து குரங்காக முடிந்துவிடும் அவலமும் உள்ளது.

அரசு ஊழியர்களின் கோரிக்கைகள் பிறரெவரையும் போல மக்களின் ஆதரவோடு, சிறப்பான வழிநடத்தலோடு, அந்தக் கோரிக்கைகளுக்கான நியாயங்களோடு சகல வழிகளிலும் பயணித்து அடைய வேண்டியவை. வெறுமனே மாதாந்திர ஆர்ப்பாட்டங்கள் அல்லது மாதிரி ஆர்ப்பாட் டங்களால் நிறைவேறுவதில்லை. இவற்றை அரசு ஊழியர் சங்கங்களும் அதன் தலைவர்களும் உணரவேண்டும்.

தலித் பெண்கள் மீது வன்கொடுமை நிகழ்த்தப்படுவது சமீப காலங்களில் அதிகரித்து வருகிறது. படித்து வேலைக்குச் செல்லும் தலித் பெண்கள் இக்கொடுமைகளை வெளிப்படுத்தத் தயங்குவது அடித்தட்டு தலித் பெண்கள் போல் போராட முன்வராதது ஆகியவை எதிரிகளுக்கு சாதகமாகவே முடியும். ஆகையால், துணிந்து எதிர் கொள்ளவும் வன் கொடுமை தடுப்புச் சட்டத்தைப் பயன்படுத்தவும் முன்வர வேண்டும்.

நஞுஅந ஷிளிகிஷி (School of Oriental and African Studies) என்பது கீழை மற்றும் ஆப்பிரிக்க நாடுகளைப்பற்றி ஆய்வு செய்யும் லண்டன் பல்கலைக் கழகத்திலுள்ள துறையாகும். இத்துறையின் பேராசிரியர் திரு. சாம் குன்டிமேடா மற்றும் டேவிட் மோஸ் இந்தியாவின் தலித் மக்களைப்பற்றிய ஆய்வுக்காக சென்னை வருகின்றனர்.

சென்னையில் MIDS ஆனந்தி, IDCR லயோலா கல்லூரி சிஜே. அருண் NESA பெங்களூர் விமலநாதன், Social watch, Fr.மனு. அல்போன்சு ஆகிய நிறுவனங்களுடன் இணைந்து கூட்டங்கள் நடத்தி, ஆய்வுகளை மேற்கொள் கின்றனர்.

அக்டோபர் 20 அன்று தலித் கிறித்துவர்களின் சமூகப் பங்களிப்பு , 21-ம் தேதி தன்னார்வத் தொண்டு நிறுவனங்கள் தலித் மக்களுக்கு ஆற்றிய சேவை, 22-ம் தேதி தலித் பெண்கள் அமைப்புகள் குறித்த விவாதம் ஆகியவற்றை நடத்துகிறார்கள்.

இவ்விவாதங்களில் பங்கேற்க விரும்புபவர்கள் தங்கள் கருத்துக்களை கோடாங்கி இதழுக்கு அனுப்பினால், அது ஆங்கிலப்படுத்தப்பட்டு ஆய்வா ளர்களுக்கு அனுப்பி வைக்கப்படும். எழுத்தாளர்கள், சிந்தனையாளர்கள் தவறாமல் தங்கள் கருத்துக்களைப்பதிவு செய்யவேண்டுமென அன்புடன் கேட்டுக் கொள்கிறோம்.

எழுத்தாளர் சிவகாமி அவர்கள் அம்பேத்கர் பயின்ற அமெரிக்கா விலுள்ள கொலம்பியா பல்கலைக்கழகத்தின் அழைப்பை ஏற்று அம்பேத்கர் நினைவு சொற்பொழிவு ஆற்ற அக்டோபர் மாதம் செல்கின்றார். தொடர்ந்து பென்சில்வேனியா, பிலடெல்பியா பல்கலைக்கழகங்களில் இந்திய அரசியலில் பெண்கள், தலித் மக்களுக்கு தனி பட்ஜெட் என்ற தலைப்புகளில் உரையாற்றுகிறார். அவரை புதிய கோடாங்கி சார்பாக வாழ்த்துகிறோம்.

நவம்பர் 2009

சாதி இந்து சமூகம் பெரும் மறதிக்குள் மூழ்கடிக்கப்பட்ட சமூகம். பிரச்சினை அதுமட்டும் என்றால் பரவாயில்லை.

அவ்வப்போது நினை வூட்டலாம். பிடிவாதமான வெறுப்பை தர்க்க முறைகளுக்கு அப்பாற்பட்டு வளர்த்துக்கொண்டுள்ள சுயநலமுள்ள சமூகம், மாயாவதி ரூ.2000 கோடியில் உத்திரப்பிரதேசத்தில் மறைந்த தலைவர்களுக்கும், அவர்களைக் கல்லில் செதுக்கும் தலைமைச் சிற்பி என்ற வகையில், தனக்கும் சிலை வைத்து வருவதை மாய்ந்து மாய்ந்து தங்கள் ஊடகங்களின் வாயிலாக கடுமையாக விமர்சித்து வருகிறார்கள். அந்தப் பணத்தைத் தாழ்த்தப்பட்டவரின் வளர்ச்சிக்கு செலவிடலாமே என்று ஓநாயாக அழுகிறது. அற்புதம்!

மறைந்த எம்.ஜி.ஆருக்கு பாரதரத்னா வழங்கிய பிறகே, மாமேதை அம்பேத்கருக்கு அவ்விருது வழங்க வேண்டும் என்ற எண்ணம் வந்தது. ஒவ்வொரு மாநிலத்திலும், தாழ்த்தப்பட்ட மக்கள் தங்கள் செலவில் அம்பேத்கருக்கு சிலைகள் நிறுவியுள்ளனர். அரசாங்க செலவில் அண்ணாதுரைக்கு உள்ளது போலவோ, எம்.ஜி.ஆருக்கு உள்ளது போலவோ நினைவகங்களை எழுப்பியுள்ளார்களா? ஒதுக்கப்பட்ட அடையாறு கூவம் அருகில் ஐந்து ஏக்கர் நிலம், அம்பேத்கர் மணிமண்டபத்துக்கு ஒதுக்கிவிட்டு பிறகு சுற்றுப்புறச்சூழல் என்று காரணம் கூறி ஒரு சிறு பகுதியையே ஒதுக்கியுள்ளனர். ஆனால் போபர்ஸ் ஊழல் மன்னன் ராஜீவ்காந்தி எனும் குற்றவாளிக்கு (இன்னும் குற்றச் சாட்டுகளிலிருந்து விடுதலையாகவில்லை) எழுபத்தி ஐந்து ஏக்கர் நிலம் ஒதுக்கி, நினைவுத்தூண்கள் கோடிக்கணக்கான ரூபாயில் எழுப்பினார்கள் ! முதுகுளத்தூர் சாதிக்கலவரப் புகார் பொன் முத்துராமலிங்கத்துக்கு விழா, சிலை, எல்லாம் இப்படிச் செய்கிறீர்களே என்று கேட்டதற்குப் பின் ஒப்புக்குச் சப்பாணியாக இரட்டைமலை சீனிவாசனை நினைவுகூர்ந்தார்கள். இன்னும் பண்டிதர் அயோத்திதாசர், சிவராஜ், மீனாம்மாள் சிவராஜ் எல்லாம் அவர்கள் கண்களில் படவில்லை. காதுகளை எட்டவில்லை.

மாற்றான் தோட்டத்து மல்லிகைக்கும் மணமுண்டு என்று சொன்ன அண்ணாவின் நூற்றாண்டு விழாவில் கூட இந்த மாற்றான் தோட்டத்து மல்லிகைகளைப் பற்றிக் கவலையில்லை. கக்கனுக்கு நினைவிடம் சென்னையில் எழுப்புவதையோ அல்லது மதுரை மாநகரில் நிறுவுவதையோ அவர்களால் கனவிலும் நினைக்க முடியாது.

வளர்ச்சி நிதி என்று கூறி கடந்த முப்பதாண்டுகளுக்கும் மேலாக தாழ்த்தப்பட்டவருக்கான சிறப்புக் கூறுத் திட்டத்தில் முழுமையாக நிதி ஒதுக்காமல் மத்திய அரசும், மாநில அரசுகளும் மக்களை ஏமாற்றி வந்துள்ளன. இந்நிதியைப் பற்றி, தலித் மக்களின் வளர்ச்சி பற்றி அப்போதெல்லாம் அக்கறை கொள்ளாத அவர்களது ஊடகங்கள் மாயாவதியின் வெற்றியைப் பார்த்த அதிர்ச்சியில், தலித் மக்கள் வளர்ச்சி பற்றி அக்கறை கொள்கின்றன. இதுவரை பல தலித் தலைவர்களைக் கண்டு கொள்ளாது குழி தோண்டி ஆழப் புதைத்த, இந்து சாதிய சமூகம் அவர்கள் இரண்டாயிரம் கோடிகளில் மாபெரும் வரலாற்று புரட்சி சின்னங்களாக உயிர்பெற்று வருவதைக் காண சகிக்காமல் பாரபட்ச உணர்வோடு விமர்சிப்பது எந்த தர்க்கத்தில் அடங்கும்?

மாயாவதியின் உருவச்சிலை, அரசியலை, வழிபடுபவரல்ல நாம், ஆனாலும் வெறுப்பில் ஊறியிருக்கும் சாதிய சமூகத்திற்கு இடித்துரைக்கும் ஆற்றலுள்ளவர்கள் ! பிறருக்கு புத்தி சொல்லுமுன் அகக்கண் திறந்து தங்கள் குற்றங்களை அவர்கள் ஒப்புக்கொள்ள வேண்டும்.

இலங்கைக்குத் தூதுக்குழு செல்கிறது. அ.தி.மு.க. பொதுச்செயலாளர் விமர்சிக்கிறார். இந்தக் குழுவின் வேலையென்ன திரும்பி வந்து அவர்கள் ஒருவேளை ஏதேனும் அறிக்கை சமர்ப்பித்தால்? அது ஏற்றுக்கொள்ளப் படுமா? அந்தக் குழுவின் அதிகாரம் என்ன? இந்தக் கேள்விகள் ஜெய லலிதாவுக்கு இல்லை. நமக்குண்டு. போகட்டும் கண்துடைப்புக்கேனும் எதிர்க்கட்சி, பொதுநல விரும்பிகளை இந்தக் குழுவில் சேர்த்திருக்கலாம். எடிட் செய்யப்படாத முதல் தகவலறிக்கையை மக்கள் பெற்றிருக்க கூடும்.

டிசம்பர் 2009

புதிரை வண்ணார் சமூகத்திற்கு நலவாரியம் அமைக்கப் படுகிறது. இந்நல வாரியம் மூலம் கணக்கெடுப்பு நடத்தி, சாதிச்சான்றிதழ்களின் உண்மைத் தன்மையின் அடிப்படையில் உள் இட ஒதுக்கீடு போன்றவை வழங்கப்படவேண்டும்.

ஒவ்வொரு சிறு பிரிவையும் கூர்மையாகக் கவனித்து தனி நலவாரியம் அமைக்கும் தமிழக அரசு ஒட்டு மொத்த இட ஒதுக் கீட்டை முறையாக அமுல்படுத்தாதது ஏனோ? பின்னடைவு காலியிடங் களைப் பூர்த்தி செய்தால் அதில் கணிசமான அருந்ததியரும் புதிரை வண்ணாரும் பயன் பெறுவார்களே!

நரிக்குறவர், வண்ணார், நாவிதர், கைவினைஞர் போன்ற சிறு சிறு சமூகங்கள் பிற்படுத்தப்பட்டோர், மிகவும் பிற்படுத்தப்பட்டவர் என்ற பெரிய திரளிலிருந்து எவ்வித பயனும் பெறமுடியாதவர்களாக உள்ளனர். மிகவும் பிற்படுத்தப்பட்டவர்களில் 20 சதமாக இருக்கும் வன்னிய சமூகமும் இதனால் உரிய வகையில் பயனடைய முடிய வில்லை . (இவர்கள் மீது தமிழக அரசின் கருணை எப்போது பாயும்?)

மாவட்டம் மாவட்டமாகப் பெயர் சூட்டி, போக்குவரத்துக் கழகம் கழகமாக பெயர் சூட்டி மகிழ்ந்தார் திமுக—வின் மு.க. பிறகு தலித் தலைவர் இமானுவேல் முறை வந்த போது அந்தர் பல்டி – அடித்துவிட்டார். சாதிக்கொரு நீதி பேசும் மு.க., சமத்துவப் பெரியாராக வலம் வந்து கொண்டிருக்கிறார். சாயம் வெளுக்கும் நேரம் வந்து விட்டது!

லிபரான் கமிஷன் அறிக்கை மத்திய அரசாங்கத்தின் ஒவ்வொரு அறிக்கை போலவும் சூட்டைக்கிளப்பும். ஆடி அடங்கும்! இது வாடிக்கை!! இரண்டு வகை இந்தியாவில் இந்த வகையான நடவடிக்கை எந்த வகையில் அடங்கும் என்பதை முற்றும் அறிந்த ராகுல் தெளிவுபடுத்துவாரா?

அதிமுக தேர்தலில் பங்கெடுப்பது தேவையானது. இதர கட்சிகளும் இதில் பங்கெடுத்திருந்தால் குடும்ப தி.மு.க.— விற்கு கொஞ்சம் தலைவலி கொடுத்த திருப்தியாவது மிஞ்சியிருக்கும்.

ஜனவரி 2010

Let the Bodhi Flare up to dispel the ignorance என்ற தலைப்பில் புதிய கோடாங்கி வெளியீடாக சிறு கையேடு ஒன்று தயாரிக் கப்பட்டு டிசம்பர் 10, போதியை மீட்கும் டெல்லி மாநாட்டில்

வெளியிடப்பட்டது. புத்த தம்மத்தைப் பின்பற்றுபவர்களிடம், புத்த பிக்குகளிடம், புத்தர்களிடம் இருக்கவேண்டிய போதி ஸ்தலம், இன்று பார்ப்பனர்களில் ஆளுகையில் இருப்பது வேடிக்கைக்குரியது. டெல்லியில் நடந்த மாநாட்டில் பல மாநிலங்களிலிருந்தும் பத்தாயிரம் பேருக்கு மேலாகக் கலந்து கொண்டனர். இது ஆரம்ப கட்டம் தான் போகப் போக இது வலுக்கும்.

எழுத்தாளர் ப.சிவகாமி அய்.ஏ.எஸ். (ஓய்வு) அவர்கள் டிசம்பர் 18, 2009 அன்று சமூக சமத்துவப்படை என்னும் புதிய கட்சியைத் துவக்கியுள்ளார்கள். அக்கட்சியின் அறிக்கை இந்த இதழில் வெளியிடப்படுகிறது. கட்சியைத் துவக்கி சிவகாமி அவர்கள் ஆற்றிய உரை அடுத்த இதழில் வெளியிடப்படும். சமூக சமத்துவப்படையை வரவேற்று வாழ்த்துகிறோம்.

புதிய கோடாங்கி வாசகர்கள் கட்சி அறிக்கையை, வேலைத் திட்டங்களை செழுமைப்படுத்த விரும்பினால், புதிய கோடாங்கிக்கு எழுதுமாறு அன்புடன் கேட்டுக்கொள்கின்றோம்.

ஜார்கண்ட் தேர்தலில் சிபுசோரன் வெற்றி பெற்றிருக்கிறார். கடந்த கால அரசியலைத் திரும்பிப் பார்த்து ஜார்கண்ட் மக்களுக்கு உண்மையாக உழைக்க வாழ்த்தலாம்.

இடைத்தேர்தலில் எதிர்பார்த்தபடியே தி.மு.க. வென்றுள்ளது. ஜனநாயகம் வீழ்ந்து கொண்டிருப்பதை அனைவரும் பார்த்துக் கொண்டிருக்கிறனர். இக்கையறுநிலை எப்பொழுது மாறும்?

தெலுங்கானா மாநில போராட்டத்தின் படிப்பினையை மற்ற மாநிலங்கள் கற்றுக் கொள்ளுமா? தெலுங்கானா மையத்திலிருந்து ஒதுக்கி வைக்கப்பட்டு புறக்கணிக்கப்பட்டு வந்ததுதான் தனித்தெலுங்கானா போராட்டத்திற்கு அடிப்படை. தலித் மக்கள், பழங்குடியினர் மட்டுமின்றி, ராமநாதபுரம், தர்மபுரி, அரியலூர் மாவட்டங்கள் புறக்கணிக்கப்பட்டு வருகின்றன. இந்த இதழில் தி.ஸ்டாலின் எழுதியுள்ள சிறப்புக்கட்டுரை வெளியாகிறது. அதையொட்டிய விவாதங்களும் கருத்துக்களும் வரவேற்கப்படுகின்றன.

புதிய கோடாங்கி சார்பாக 2010– ல் தமிழ் செம்மொழி மாநாடு ஒன்றை நடத்தத் திட்டமிட்டுள்ளோம். பங்கேற்க விரும்புபவர்க

ளை இப்போதே முன்பதிவு செய்து கொள்ள அழைக்கிறோம். மாநாட்டு விபரங்கள் பிப்ரவரி 2010-ல் வெளிவரும். பிப்ரவரி 25-ந்தேதிக்குள் பதிவுகளய் இறுதியாக்கப்படும். தமிழ் ஆர்வலர்களும், தலித் ஆர்வலர்களும் அதிக எண்ணிக்கையில் பதிவு செய்ய அழைப்பு விடுக்கின்றோம்.

புதிய கோடாங்கி வாசகர்களுக்கு மனம் கனிந்த ஆங்கிலப் புத்தாண்டு மற்றும் பொங்கல் வாழ்த்துக்கள்!

பிப்ரவரி 2010

ஊடகங்களும் உளவுத்துறைகளும் தான் இன்றைய முதலாளித்துவ பாசிச சக்திகள் ஊடுருவியுள்ள இடங்கள். தனிநபர் வெற்றிகள் சாதனைகளைப் போற்றிப் புகழ்ந்து எழுதி வரும் ஒரு கூட்டமும், மக்கள் இயக்கங்களை வேவு பார்த்து அவர்களை நசுக்குவதற்கென ஒரு கூட்டமும் இரண்டாகப் பிரிந்து ஒன்றுக் கொன்று இசைவுடன் செயல்பட்டு வரும் இக்காலக்கட்டத்தில் விழிப்புடன் இருப்பது பெரும் பேறாகும். முதலாளித்துவ பாசிச சக்திகள் யாவும் ஆதிக்க சாதிகள் என்று சுலபமாக பகுத்துவிட முடியாதபடி கைக்கூலிகளாக தன் முனைப்பு கொண்ட சகலரும் உள்ளிழுத்துக் கொள்ளப் படுகின்றனர். தெளிந்த சிந்தனையுடன், சுற்றுப்புறத்தைக் கூர்மையுடன் கவனித்தாலே இவர்களின் செயல்பாடுகள் விளங்கும். எத்தனை யெத்தனை நிகழ்வுகள், மாற்றங்கள் ஏற்பட்டாலும், விடாப்பிடியாக ஆதிக்க சாதிகள் மட்டுமே அதிகாரத்தில் கே ாலோச்சுகின்றன என்பதை அடிப்படையாகக் கொண்டு உற்று நோக்குவதுதான் இச்சூக்குமத்தைப் புரிந்து கொள்ள நம்முன் திறந்திருக்கும் ஒரே வழி.

ஆகையால் ஒடுக்கப்பட்ட சமுதாயம் தனிநபர் வெற்றிகள், சாதனைகள் இவற்றை மட்டுமே நம்பியிராமல் சமுதாய நோக்குடன் செயல்பட்டால் மட்டுமே, இந்நாட்டைப் பீடித்துள்ள பார்ப்பனிய ஆதிக்கத்தைத் தகர்க்க முடியும். என்னால் முடிந்ததைச் செய்தேன் என்று கூற முனைபவர், எதைச் செய்தால் சரியாக இருக்கும் என்பதை சீர்தூக்கிப்பார்த்து, அதற்கிசைவாக

தனது செயல் பாடுகளைச் சிறிதளவு மாற்றியமைத்தாலே போதும் பெரும் பயன்கள் விளையும் என்று நம்பலாம்.

தலித் அரசியலை இன்று வழிநடத்திச் செல்லக்கூடிய ஆற்றலைத் தேடிக் கண்டடைந்து அதில் தன்னை எவ்வகையினாலும் இணைத்துக் கொண்டு, அதோடு இணைந்து பணியாற்றினால் மாபெரும் மாற்றத்தைக் கொண்டுவரமுடியும். வாழ்நாள் முழுவதும் வீணே செயலற்று விவாதஞ்செய்து, எப்பயனுமின்றி, நம்பிக்கையற்றுப் போகின்ற மனநிலையையாவது தவிர்க்க முடியும். சுதந்திரம் என்ற பெயரில் சமுதாய வளர்ச்சிக்கு ஒவ்வாத வகையில் தனிநபர் நடவடிக்கையை மட்டும் வளர்த்துக் கொண்டு, கிடைக்கின்ற விலைக்கு தன்னை விற்றுக் கொள்கின்ற போக்கையும் நாம் மாற்றிக் கொள்ளத் தான் வேண்டும்.

மழை பெய்யாவிட்டால், காற்றில் தூய்மை இல்லாவிட்டால், எரிபொருள் இல்லாவிட்டால், குடும்பங்கள் எப்படித் தழைக் காதோ, அவ்வாறே இணைந்து செய்யும் சமுதாயப்பணிகளை மேற்கொள்ளா விட்டாலும் குடும்பங்கள் வாழாது. சாதியற்ற சமூகத்தை நம் சந்ததியினருக்கு விட்டுச் செல்ல இணைந்து உழைப்போம். சிந்தியுங்கள்!

மார்ச் 2010

மனித வளத்துறை மத்திய அமைச்சர் கபில் சிபல் கல்வி உள்ளிட்ட சேவைத்துறையின் வளர்ச்சி 12 சதவிகிதம் என வளர்ந்து வருகிறது என்று பெருமைப்பட்டுக்கொண்ட அதே வேளை, இந்த 12 சதவிகித வளர்ச்சியும் உயர்நிலையிலுள்ள 12 சதவிகித மக்களுக்குத் தான் பங்கிடப்படுகிறது என்று வேதனையும் படுகின்றார். இப்படி வேதனைப் படுகின்ற அவர் தலித் மக்களின் ஒதுக்கீட்டில் இன்னும் பூர்த்தி செய்யப் படாத பல்லாயிரக்கணக்கான இடங்களைப் பற்றிக் கவலை கொள்ள வில்லை. தலித் உள்ளிட்ட ஏழை மக்களுக்கு கல்விக் கடன்கள் கிடைக்காதது பற்றியும் அலட்டிக் கொள்ளவில்லை. இப்படித்தான் சாதி மத வேறுபாடுகள் இல்லை என்பவர்களின் பொதுப்புத்தி வேலை செய்கிறது. இதற்கு கபில் சிபல் சிறந்த உதாரணம்!

கல்வி வளர்ச்சியினால் பயன்பெறும் 12 சதவிகிதம் பேர், தொழிற் வளர்ச்சியினால் பயன்பெறும் 9 சதவிகிதம் பேர், இதர வளர்ச்சிகளினால் பயன்பெறும் மற்றும் 9 சதவிகிதம் பேர் அதாவது 30 சதவிகிதம் பேருக்குத்தான் அரசாங்கம் வேலை செய்து கொண்டிருக்கிறது. இவர்களுக்குத்தான் ஐந்தாண்டு திட்டங்கள்! இவர்களுக்குத்தான் சலுகைகள்! இவர்களுக்குத்தான் அரசாங்கத்தின் கஜானா திறந்து விடப்பட்டிருக்கிறது.

பெரும்பான்மை மக்கள் விவசாயிகள். பணக்கார விவசாயிகள், குடும்ப உழைப்பை மட்டும் நம்பியுள்ள ஏழை விவசாயிகள், கூலி விவசாயிகள், விவசாயத்தோடும், இம்மக்களோடும் தொடர்புடைய ஏழை கைவினைஞர்கள், சிறுவியாபாரிகள் என ஒரு பெருங்கூட்டம் உள்ளது. அரசாங்கத்தின் விவசாய முதலீடு அனைத்தும் பெரு விவசாயிகளுக்குத்தான் பயன்படுகிறதே அன்றி ஏனையோருக்கு அல்ல! பெரு விவசாயிகளின் கோரிக்கைகளை விவசாயத்திற்கான முக்கியத்துவம் கருதி பல்வேறு பெரிய அரசியல் கட்சிகளும், தனியார் விவசாய, சுற்றுச்சூழல் அமைப்புகளும் பிரதானப்படுத்துகின்றன.

ஆனால் விவசாயத்திலும் பெரும்பான்மையாக இருக்கின்ற (பெரு விவசாயிகள் தவிர்த்த) மக்களுக்கான கோரிக்கைகளை அரசுகளும், அரசியல் கட்சிகளும் புறக்கணித்தே வருகின்றன. இந்நிலையில் சமூக சமத்துவப்படை தனது வரலாற்றுக் கடமையாக, இப்பெரும்பான்மை மக்களுக்காக உழைக்க முன் வந்துள்ளது.

பிப்ரவரி 22 அன்று சென்னையில் நிலமற்ற விவசாயிகளுக்கு நிலம் வாங்கி வழங்கும் திட்டம், 2010 – 11ம் ஆண்டில் ஆதிதிராவிடர் உப நிதியிலிருந்து ரூ.2000 கோடி, பழங்குடியினர் உபநிதியிலிருந்து ரூ.200 கோடி ஒதுக்கி நிலம் வாங்கி வழங்கும் திட்டம் ஆகியவற்றை அறிமுகப்படுத்த வேண்டுமென்றும், பெருநகர் நடைபாதை வாசிகளுக்கு வீடுகள் தரப்பட வேண்டும் என்றும் ஆர்ப்பாட்டம் ஒன்றை நடத்தியது. இவ்வார்ப் பாட்டத்திற்கு தமிழகத்தின் பல்வேறு பகுதி களிலிருந்து மக்கள் திரளாகக் கலந்து கொண்டனர். பெண்களின் எண்ணிக்கைக் கூடுதலாக இருந்தது. தொடர்ந்து ஏப்ரல் 14ஆம் நாள் மதுராந்தகம் அருகே உள்ள செய்யூரில் பஞ்சமி நில மீட்பு, மாநாடு நடக்க

விருக்கிறது. அம்மாநாட்டில் பஞ்சமி நில மீட்பு மகளிர் குழுவுக்கு விவசாய நிலம் உள்ளிட்ட பல்வேறு தீர்மானங்கள் நிறைவேற்றப்பட உள்ளன. அனைத்து சமூக ஆர்வலர்களும் திரளாகக் கலந்து கொள்ள வேண்டுகிறோம்.

சமீபத்தில் மத்திய எஸ்.சி./எஸ்.டி ஆணையம் தமிழகத்திற்கு வருகை தந்தது. பல்வேறு குறைகள் சுட்டிக்காட்டப்பட்டன. அக்குறைகள் நிவர்த்தி செய்யப்படும் என்று வாக்குறுதி அளிக்க மறுத்து, எஸ்.சி./எஸ்.டி ஆணையத்தின் திரு.காம்பளே அவர்களின் பத்திரிக்கை சந்திப்பைக் கண்டித்து பிரதமரிடம் பேசுவதாகக் கூறியுள்ளார் தமிழக முதல்வர். அவர்கள் குறிப்பிட்ட பல்வேறு குறைகளையும் பின்னுக்குத் தள்ளி அருந்ததியர் இட ஒதுக்கிடு குறித்த ஆட்சேபனையை மட்டும் பிரதானப்படுத்தியிருக்கிறார்.

மீண்டும் மீண்டும் முதல்வர் கவனத்திற்கு நாங்கள் கொண்டுவர விரும்புவது இதுதான்! இட ஒதுக்கீட்டில் உள்ள உள்ஒதுக்கீடு என்பது வேறு. பள்ளர் பறையர் அருந்ததியர் ஒற்றுமை என்பது வேறு. இட ஒதுக்கீடு என்பது இடையில் வந்தது. பங்கிட்டு அளிப்பதினால் பங்காளி உறவு அற்று விடாது. இடையில் புகுந்து தலித் பிரிவினையை ஊட்டி வளர்ப்பதை முதல்வர் தனது தொழிலாகக் கொள்வாரானால் அவரது ஆட்சிக்கு அவரே கொள்ளி வைக்கிறார் என்பதை அவர் உணர வேண்டும்.

தன்னை விடவும், தன் குடும்பத்தை விடவும் இச்சமூகம் பெரிது என்பதை முதல்வர் உணர வேண்டும். சமூக ஒற்றுமைக்குப் பாடுபடவேண்டிய முதல்வர் ஒன்றுபட்ட சமுதாயத்தைத் துண்டாட நினைப்பதை எந்தச் சுயமரியாதை உள்ள இயக்கமும் தாங்கிக் கொள்ளாது என்பதை அவருக்கு அறிவுறுத்துகிறோம்.

ஏப்ரல் 2010

தலித் மக்களின் தற்கால நிலை குறித்து வெட்கப்பட வேண்டி யுள்ளது தமிழக அரசு. தலித்–சம்பந்தி என்று அவ்வப்போது கூறிக்கொள்ளும் முதல்வரின் தலித் விரோத செயல்களைப் பட்டியலிட்டது தேசிய எஸ்.சி. எஸ்.டி. ஆணையம்.

நிலப்பங்கீடு செய்யவில்லை, மனைப்பட்டா வழங்கவில்லை, வன்கொடுமை தடுப்புச்சட்டத்தை முறையாக அமல்படுத்த வில்லை. பின்னடைவு காலிப்பணியிடங்களைப் பூர்த்தி செய்யவில்லை. மனிதக்கழிவை கையால் அகற்றும் முறையை இன்னும் அகற்றவில்லை. மாவட்ட, வார்டு வாரியாக நலத்திட்டங்கள் அமலாக்க விபரங்களைத் தெரிவிக்கவில்லை. எஸ்.சி. எஸ்.டி. ஊழியர்களின் குறைகளைக் களைய துறை வாரியாக தொடர்பு அதிகாரியை நியமிக்கவில்லை. பஞ்சமி நிலத்தை மீட்டெடுக்க எந்த முயற்சியும் செய்யவில்லை. அருந்ததியர் உள் ஒதுக்கீட்டுக்கு தேசிய ஆணையத்தின் முன் அனுமதியைப் பெறவில்லை.

இத்தகைய கோடு கிழித்தாற்போல் கச்சிதமான கேள்விகளையும் விமரிசனத்தையும் பட்டியலிட்டவர் தேசிய எஸ்.சி. எஸ்.டி. ஆணையத்தின் துணைத்தலைவர் என்.எம். காம்பளே ஆவார்.

இவருக்கு தமிழக முதல்வர் எத்தகைய பதிலைக் கூறினார் என்பதை பார்ப்போம்.

நான் 1969–ல் ஆட்சிக்கு வந்தபிறகு தான் 16 சதமாக இருந்த இட ஒதுக்கீட்டை 18 சதமாக மாற்றினேன். பழங்குடியினருக்குத் தனியாக 1 சதம் பிரித்துக்கொடுத்தேன். 2005–2006–ல் வெறும் ரூ. 567 கோடியாக இருந்த சிறப்புக் கூறுத்திட்ட நிதியை 2009–2010–ல் ரூ.2615 கோடியாக உயர்த்தினேன். என்னுடைய அரசு தான் சட்டப்பல்கலைக் கழகத்திற்கு அம்பேத்கர் பெயர் சூட்டியது. வன்கொடுமைத் தடுப்புச்சட்டம் முறையாக அமல் படுத்தவில்லை என்று ஆணையம் கூறுவது உள்நோக்கம் கொண்டது. அரசு வக்கீல்களைக் குறை சொல்வதும், அருந்ததியர் உள் ஒதுக்கீட்டை எதிர்ப்பதும் முறையானதல்ல. பத்திரிக்கையில் பகிங்கரமாக விமர்சனம் செய்ததை குறித்து பிரதமரிடம் நான் பேசுவேன்.

அரசியல் சாணக்கியரின் பதில்களை உற்றுக் கவனித்தால் கேள்வி கேட்டவரை மிரட்டும் தொணிதான் தூக்கலாகத் தெரிகிறது. பதிலளிக்க வேண்டிய பொறுப்புணர்ச்சியோ, தனது ஆட்சியின் கீழ்மைகளைக் களையும் எண்ணமோ, வெளிபடவில்லை. இப்படியும் ஒரு முதல்வர் – அய்யோ தமிழகமே, தலித் சமுதாயமே!

2003–2009 ஆண்டுகளில், வன்கொடுமைத் தடுப்புச்சட்டம் அமலாக்கம் எப்படி இருந் திருக்கிறது. 3354 வழக்குகளில் குற்றம் சாட்டப் பட்டவர் விடுவிக்கப்பட்டனர். வெறும் 412 வழக்குகளில் தண்டனைப் பெற்றுள்ளனர். 2009–ல் மட்டும் 420 பேர் விடுதலை செய்யப் பட்டுள்ளனர். இன்னும் 2656 வழக்குகள் நிலுவையில் உள்ளன.

தேசிய ஆணையத்தின் முன்னிலையில் அதிகார வட்டம் ஒப்புக் கொண்டுள்ள விஷயங்கள் யாதெனில்,

கோவில் நுழைவதில், இறந்தவர் களைப் புதைப்பதில், மயானத்திற்குப் பிணங்களை எடுத்துச்செல்லும் பாதையில், நிலம் பெறுவதில், தண்ணீர் வசதி பெறுவதில், பதவி உயர்வு பெறுவதில் இன்னும் தீண்டாமை உள்ளது.

12 லட்சம் ஏக்கர் பஞ்சமி நிலத்தில் 1.26 லட்சம் ஏக்கர்தாம் தலித் மக்கள் வசமுள்ளது. மீதி பிறர் அபகரித்துள்ளனர். மீட்பு நடவடிக்கை ஏதும் அரசு இதுவரை எடுக்கவில்லை. இப்படி தேசிய ஆணையத்தின் முன் பட்டியலிடப்பட்ட குறைகளுக்கு தமிழக முதல்வர் எந்த விளக்கங்களும் தரத் தயாரில்லை, பதிலாக பிரதமரிடம் பேசிக் கொள்வார்! தீண்டாமையின் உச்சபட்ச வடிவம் இதுதான்! இப்படிப்பட்டவருக்கு அம்பேத்கர் சுடர் விருது தருவது இவ்வன் முறையை ஊக்கப்படுத்தவா அல்லது அவரை வெட்கப்படச் செய்வதற்கா என்பது தெரியவில்லை.

ஏப்ரல் 14, அம்பேத்கரின் 120–வது பிறந்த நாள் மாலை மரியாதையுடன் போராட்ட உணர்வை தூண்டவும், பஞ்சமி நிலம் குறித்த அரசின் மௌனத்தை, ஊடகங்களின் மௌனத் தை முறிக்கும் விதமாக மதுராங்கம் அருகே உள்ள செய்யூரில், பஞ்சமி நிலமீட்பு மாநாடு நடைபெறுகிறது.

சமூக சமத்துவப்படை நடத்தும் .... அம்மாநாட்டில் ட்ரெமண் ஹெரே நினைவு சொற்பொழிவு, ஜான் தாமஸ் ஏழுமலைக்கு வீரவணக்கம், அயோத்திதாசர் படத்திறப்பு, அம்பேத்கர் பிறந்த நாள் சொற்பொழிவு இவற்றுடன் நிலம் குறித்த பல்வகையான தீர்மானங்கள் நிறைவேற்றப்படும் அனைவரும் வாரீர்.

மே 2010

அம்பேத்கரின் 120 வது பிறந்த நாள் விழா பல்வேறு தலித் இயக்கங்களால் பலவகையில் கொண்டாடப்பட்டது.

சமூக சமத்துவப்படை அந்நாளை பஞ்சமி நில மீட்பு நாளாக அறிவித்து மதுராந்தகம் அருகே உள்ள செய்யூரில் பஞ்சமி நில மீட்பு மாநாட்டை நடத்தியது.

அம்பேத்கர் படத்தை சமூக சமத்துவப் படையின் கலைப் பண்பாட்டு படை தளபதி பி.எஸ்.ஜெயக்குமார் திறக்க, அயோத்திதாசர் படத்தை ஆதரவாளர் படை தளபதி சங்கமித்ரா அவர்கள் திறக்க, ஜான் தாமஸ், ஏழுமலை படங்களை கட்சியின் மாநில பொது செயலாளர் கே.வி.ஜி. அவர்கள் திறந்து வைக்க, மேளதாளத்துடன் ஆரவாரமாக ஆரம்பிக்கப் பட்டது மாநாடு.

ட்ரெமென் ஹெரே நினைவு சொற்பொழிவை பி.எஸ். ஜெயக்குமார் ஆற்ற, அயோத்திதாசர் வாழ்வும் சிந்தனையும் என்ற தலைப்பில் மாநிலப் பொருளாளர் த.மோகன்ராஜ் உரையாற்றினார். மாநாட்டில் சிறப்புச் சொற்பொழிவு களை மாயாண்டி, தி மார்ட்டின் லூதர் கிங், கஜேந்திரன், கலியாணசுந்தரம், கிருஷ்ணப்பறையனார், ஜெனிஃபர், மிக்கேலம்மா, மோகனாம்பாள், கலைச்செல்வன், சுடரொளி சுந்தரம், சிவகாமி ஆகியோர் ஆற்றினர். மாநாட்டின் இறுதியில் பதினான்கு தீர்மானங்கள் நிறைவேற்றப் பட்டன.

இம்மாநாட்டில் உரையாற்றிய எழுத்தாளர் சிவகாமி பஞ்சமி நிலத்தை மீட்க தமிழக அரசு முன்வரவில்லையென்றால், டெல்லியில் ஆர்ப்பாட்டம் நடத்தி, பிரதமரை சந்தித்துப் பேசுவோம் என்றார். இம்மாநாட்டின் எதிரொலியாக, முதல்வர் கருணாநிதி அவர்கள் பஞ்சமி நிலத்தை அபகரித்தவரை அரசாங்கம் வேடிக்கைப் பார்த்துக் கொண்டு இருக்காது என்றார். இது இம்மாநாட்டுக்குக் கிடைத்த முதற்கட்ட வெற்றி. எனினும் பஞ்சமி நிலத்தை மீட்கும் வரை படை ஓயக்கூடாது.

ஏப்ரல்18ம் நாள் திருக்குலச் சிந்தனையாளர் சங்கம் சார்பில் வள்ளுவர் கோட்டத்தில் அம்பேத்கர் பிறந்த நாள் விழா கொண்டாடப்பட்டது. விழாவின் சிறப்பு விருந்தினர் இந்திய

உள்துறை அமைச்சர் ப.சிதம்பரம் அவர்கள். பால்ராஜ், செல்லப்பன், கருப்பன் உள்ளிட்ட பல ஓய்வு பெற்ற ஐ.ஏ.எஸ் அதிகாரிகளும், ஓய்வு பெற்ற நீதிபதிகளும் கலந்து கொண்டனர். கிறிஸ்துதாஸ் காந்தி ஐ.ஏ.எஸ் அவர்களும் எழுத்தாளர் சிவகாமி அவர்களும் பேச்சாளர்களாக அழைக்கப்பட்டிருந்தனர். பலருக்கு அம்பேத்கர் சேவா ரத்னா விருது வழங்கப்பட்டது.

எழுத்தாளர் சிவகாமி பேசியது அப்பெருங்கூட்டத்தில் சலசலப்பை உருவாக்கியது அவர் பேசியதாவது :

மாண்புமிகு உள்துறை அமைச்சர், 2004ல் வள்ளல் பெருமான் ஏற்பாடு செய்திருந்த இதைவிடப் பெரிய கூட்டமொன்றில் கலந்து கொண்டபோது என்போன்றோரின் வேண்டு கோளுக்கிணங்கி இரண்டு வாக்குறுதிகளை அளித்தார். ஒன்று சிறப்புக் கூறுத்திட்டம் பற்றியது. இன்னொன்று தனியார் துறையில் இடஒதுக்கீடு பற்றியது. சிறப்புக் கூறுத் திட்டம் மாற்றப்பட்ட வடிவில் வரும் என்றார். அது ஆதிதிராவிடர் உபநிதி என்று மாற்றம் பெற்றதோடு சரி. ரூ.500 கோடியாக இருந்த ஒதுக்கீடு ரூ.2615 கோடியாகி விட்டது என்று தமிழக அரசு அறிவித்ததோடு மாற்றம் நடந்து விட்டதாகக் கருதப்படுகிறது. ஆனால் இன்னமும் தாழ்த்தப்பட்ட மக்கள் நிலமின்மையால் மின்சாரம், விவசாயம், நீர்ப்பாசனம் உள்ளிட்ட பல துறைகள் மூலமாகப் பயன்பெற முடிய வில்லை. ஆகை யால் சிறப்புக்கூறுத் திட்டம் மூலம் சிறுக சிறுக நிலம் வழங்கும் திட்டத்தை முதலில் மேற்கொள்ள வேண்டும்.

தனியார் துறையில் இடஒதுக்கீடு பற்றி மாண்புமிகு உள்துறை அமைச்சர் பேசும்போது தாழ்த்தப்பட்ட மக்கள் தொடர்ந்து இப்பொருள் பற்றிப் பேசிக் கொண்டிருந்தால் ஒருநாள் இடஒதுக்கீடு கிடைக்கும் என்றார். ராமஜெயம் என்று நோட்டுப்பக்கங்களில் திரும்பத் திரும்ப எழுதுவது போல தொடர்ந்து பேசிக் கொண்டிருக்க வேண்டும் என்ற கொடூர தண்டனையை ஏன் விதித்தார்? எங்களுக்குப் பேசும் சக்தி ஏது? ஜார்க்கண்டில் நக்ஸலைட்டுகள் எழுபத்தி ஐந்து பேரை போலீஸார் சுட்டுக் கொன்றனர். இது உள்துறை அமைச்சருக்குத் தெரியாததல்ல! அறவழியில், ஜனநாயகமுறையில் போராடும் தாழ்த்தப்பட்ட மக்களைப் பார்த்து வாய்வலிக்கும் வரை பேசிக்

கொண்டிருங்கள் என்று கூறுவது நியாயந்தானா? தனியார் துறையில் இடஒதுக்கீட்டு உத்தரவை இந்திய அரசாங்கம் அறிவிக்குமா அறிவிக்காதா? ஒரு நல்ல பதிலை உள்துறை அமைச்சர் கூறவேண்டும்.

பஞ்சமி நிலங்களுக்காக நாங்கள் போராடு கின்றோம். புலனாய்வுத் துறையின் அறிக்கைகள் உங்கள் கவனத்திற்கு வருகிறதா என்றே தெரியவில்லை. கருணாநிதியோ பஞ்சமி நிலத்தை அபகரித்தவர்களைப் பார்த்துக் கொண்டு சும்மா இருக்காது என்கிறார்! கடந்த நான்கு வருடங்களாக சும்மாதானே இருந்திருக்கிறார். இதற்கு அவருக்கு என்ன தண்டனை கொடுக்கலாம்? என்று பேசினார். கூட்டத்தில் சலசலப்பு, கைதட்டல், ஆரவாரம் ஒலித்தது, மேலும் எங்களுக்குப் பதவிகள், விருதுகள் வேண்டாம். உரிமைகள் போதும் உரிமைகள் கிடைத்தால் நிச்சயம் நாங்கள் அதிகாரத்தைப் பிடிப்போம் என்றார். மேலும் ஆரவாரம் ஒலித்தது.

பதிலுரையில் ப.சிதம்பரம் அவர்கள் எதைப் பற்றியும் அலட்டிக்கொள்ளாமல் இது ஜனநாயக நாடு நாங்கள் எங்கள் கொள்கைகளைக் கூறி ஓட்டுக் கேட்கிறோம். மக்களுக்கு எங்கள் கொள்கைகள் பிடித்திருக்கின்றன. அதனால் ஓட்டுப் போடுகிறார்கள். மாற்றுக் கருத்துக்களை நாங்கள் கேட்டுக் கெ ாள்வோம்.

தாழ்த்தப்பட்ட மக்களைப் பொறுத்தவரையில் கல்வி தான் முக்கியம். அதில் கவனம் செலுத்த வேண்டும். இங்கு மேடையில் அமர்ந்திருப்பவர் யாவரும் கல்வியால் முன்னேறியவர்கள் என்று சுருக்கமாக முடித்துக் கொண்டார்.

சிவகாமி இவ்வுரைக்குப் பின் எழுந்து உள்துறை அமைச்சரிடம் சென்று கல்வியால் முன்னேறியவர்கள் நாங்கள் என்பது உண்மைதான். ஆனால் நாங்கள் கல்வி பெற காரணமாயிருந்தது எம் பெற்றோரிடமிருந்த சிறிதளவு நிலம். இதை நீங்கள் க வனத்தில் கொண்டால் நல்லது என்றார். இதைக்கேட்ட அமைச்சரின் முகம் வெளுத்தது.

நாளேடுகளில் தினமலர் தவிர வேறு எந்தப் பத்திரி கையும் சிவகாமியின் உரையைப் பிரசுரிக்க வில்லை என்பது குறிப்பிடத்தகுந்தது.

சிங்கத்தை அதன் குகையில் சந்திப்பது வீரமடா.......... தலித் சுப்பையா.

ஜுன் 2010

மகளிர் முன்னேற்றம் வளப்பங்கீட்டிலும் விவசாய முன்னேற்றத்திலும் அடங்கியுள்ளது. எனினும் பெண்ணியவாதிகள் ஆண் பெண் வேறுபாட்டு சிக்கல்களைடியே வாதங்களை எழுப்புகிறார்கள். மகளிர் சுய உதவிக்குழுக்களுக்கு அதிலும் நிலமற்ற கூலி விவசாயப் பெண்கள் குழுவிற்கு ஐந்து ஏக்கர் நிலம் அளிப்பதன் மூலம் கிராமப்புற வறுமையை ஒழிப்பதுடன் மகளிர் விடுதலையையும் வென்றெடுக்கலாம்.

நில உச்சவரம்பு சட்டத்தை ஒரு குடும்பத்திற்கு 5 ஏக்கர் எனத் திருத்தி அமைப்பதன் மூலம்,

அறக்கட்டளை, தனியார் நிறுவனங்களுக்கு உச்சவரம்பு சட்டத்தை அமல்படுத்துவதன் மூலம்,

நிலம் சார்ந்து வாழாதவர்கள் தொழிலதிபர்கள் நிலத்தைப் பறிமுதல் செய்வதன் மூலம்,

படித்து அரசு, தனியார் நிறுவனங்களில் மாதம் ரூ.1 லட்சம் மேல் சம்பாதிப்பவரின் நிலங்களை கையகப்படுத்துவதன் மூலம்,

பஞ்சமி நிலங்களை மீட்டெடுப்பதன் மூலம், கோவில் நிலத்தை முறையாகப் பங்கிடுவதன் மூலம்.

மகளிர் சுயஉதவிக்குழுக்களுக்கு போதுமான நிலத்தைப் பெறமுடியும்! இதற்கெல்லாம் அரசாங்கம் மனது வைக்க வேண்டும். மகளிர் போராட வேண்டும். ஆனால் அவர்களது போராட்டங்கள் ஆதிக்க சாதி வர்க்கப் பெண்களின் தவறான வழிகாட்டுதலால் வெற்றுக் கோஷங்களாய் முடிந்து விடுகின்றன.

மகளிர் இடஒதுக்கீட்டு மசோதா என்பது காங்கிரஸ் அரசின் கண்துடைப்பு திட்டம்.

மசோதா ஆதிக்கசாதி – உயர் வர்க்கப் பெண்களுக்கு மட்டுமே பயன்படக்கூடிய வகையில் அறிமுகப்படுத்தப்பட்டது. பிற்படுத்தப்பட்ட சாதிகள், தலித் மக்கள் உள்ஒதுக்கீடு கேட்டதும் கிடப்பில் போடப் பட்டுள்ளது.

பெண்ணுக்கும் சாதிக்கும் உள்ள நெருக்கத்தை இப்போதாவது பெண்கள் இயக்கங்களை நடத்தும் ஆதிக்க சாதி பெண்கள் உணர்வார்களா?

மகளிர் இடஒதுக்கீட்டு மசோதா உள்ஒதுக்கீட்டுடன் கூடிய 50 சதவிகித ஒதுக்கீடாக கொண்டு வரப்படவேண்டும் என்றும் நிலமற்ற கூலி விவசாயம் செய்யும் மகளிர் சுய உதவிக்குழு பெண்களுக்கு குழு அடிப்படையில் 5 ஏக்கர் நிலம் வழங்க வேண்டும் என்று சமூக சமத்துவப்படை அரசியல் கட்சி மே 24ம் தேதி கடலூர் மாவட்ட ஆட்சித் தலைவர் அலுவலகம் முன்பாக உண்ணாவிரத ஆர்ப்பாட்டத்தை துவக்கி வைத்தது.

ஒவ்வொரு மகளிர் சுயஉதவிக்குழுவும் மகளிர் சுயஉதவிக் குழுவிற்கு 5 ஏக்கர் விவசாய நிலம் வழங்குவது குறித்த தீர்மானத்தை நிறைவேற்றி, மாவட்ட ஆட்சித் தலைவருக்கு அனுப்ப வேண்டும் என்றும் தீர்மானிக்கப் பட்டது.

ஜூலை 2010

தமிழகப்பத்திரிக்கை, இதர ஊடகங்கள் யாவும் ஏதோ ஒருவகையில் செம்மொழியைப் பற்றி நிரப்பும்படி நிர்ப்பந்திக்க ப்பட்டுள்ளன. வரவேற்று வாழ்த்துப்பா வாசிப்பவர் களும், குடும்பமாநாடு என்று எதிர்த்து எழுதுபவர்களும் என எப்படியாவது எழுதித் தீர்க்கிறார்கள். ஏனெனில் ஊடகங்கள் இம்மாநாட்டின் பயனாளிகள்.

தாய்த்தமிழ் பள்ளிகள் நிதியின்றி வாடுகின்றன. தமிழ் பாடமொழியாகக் கற்றவரும் தமிழை மொழிப்பாடமாகக் கற்றவரும் வேலைவாய்ப்பின்றி வாடுகின்றனர். மூத்த தமிழ் குடிகள் எனப் போற்றப்பட்ட ஆதிதிராவிட மக்கள் வறுமையிலும் புறக்கணிப்பிலும் வாழ்கிறார்கள். நீதிமன்றத்தில்

அரங்கேற முடியாத தமிழ் இன்னும் தெருமுனையில் போராடிக் கொண்டிருக்கிறது. சிறந்த சீரிய தமிழ் கவிஞர்களும் எழுத்தாளர்களும் எதிர்கருத்துக்களுக்காக குப்பையென கழிக்கப்பட்டுள்ளார்கள். உலகத்தமிழ் மாநாடுகள் நடத்திவரும் உலகத்தமிழர்கள் இலங்கைத்தமிழர்கள் தமிழினம் என்ற அடிப்படையில் அழிக்கப்பட்டபோது வாளாயிருந்திருக்கிறார்கள்.

செம்மொழி மாநாடு நின்றுவிட்ட இதயத்துடிப்பை மாலையணிவித்து எழுப்பும் முயற்சிதான். தமிழனின் சில நூறு கோடி ரூபாய் வரிப்பணம் ஆதிக்கத்தின் வாயிலிருந்து வரும் அதிகாரத்தமிழுக்காக செலவிடப்படுகின்றதே எனத் தமிழகம் பெருமைகொண்டுதான் ஆகவேண்டும். பசியிலும் பட்டினியிலும் வாடினாலும் தமிழால் பேசி உயிரூட்டி வரும் அடிமைத் தமிழன் பணிக்கு அதிகாரத் தமிழன் உரிமை கொண்டாடுவதை மொழிவளர்ச்சி என்று ஏற்றுக்கொள்ளத்தான் வேண்டும். வர்க்க பேதங்களையும் சாதிபேதங்களையும் ஆண் பெண் பேதங்களையும் தமிழ்மொழி பேசுவதால், அதை வளர்ப்பதால் போக்கிடமுடியும் என்ற நம்பிக்கை யை இன்னமும் தமிழன் மனதில் வைத்துக்கொண்டிருப்பது ஒருவகையில் தமிழ்மொழியைப் போல் சிறப்புவாய்ந்த விசயமாகத்தான் உள்ளது.

சமூக சமத்துப்படை மேலவளவு படுகொலை நினைவுநாளை ஜூன் 30 தேதி மதுரை மாவட்டத்தலைவர் முருகேசன் தலைமையில் அனுசரித்தது.

க்ரீன் பீல்ட் விமான நிலையம் அமைப்பதற்காக ஸ்ரீபெரும்புதூர் ஒட்டிய இருபதுக்கும் மேற்பட்ட தாழ்த்தப்பட்ட கிராமங் களை வெளியேற்றும் சூழல் உள்ளது. அரசாங்கம் பன்னாட்டு கம்பெனிகளுடன் கூட்டுச்சேர்ந்து கடந்து பத்து வருடங்களாக பதுங்கியும் பாய்ந்தும் நிலவேட்டை நடத்தி வந்துள்ளது. அப்பாவி மக்கள் செய்வதறியாது உள்ளனர். சமூக சமத்துவப்படை இதை எதிர்த்து ஆர்ப்பாட்டம் நடத்தவிருக்கிறது. தாழ்த்தப்பட்ட மக்கள் பிற்படுத்தப்பட்ட மக்கள் இயக்கங்கள் அனைவரும் ஒன்றிணைந்து போராட அழைக்கின்றோம்.

ஆகஸ்ட் 2010

அங்கன்வாடி, சத்துணவு ஊழியர்களும் இடஒதுக்கீட்டு அடிப் படையில் பணியமர்த்தப்பட வேண்டும் என 19 ஏப்ரல் 2010ல் உயர்நீதி மன்றம் உத்தரவிட்டுள்ளது. நீதிநாயகம் சந்துருவின் திருப்புமுனை தீர்ப்புகளில் இதுவும் ஒன்று. இவ்வழக்கு குறித்த விபரங்கள் அடுத்த இதழில் விரிவாக வெளிவரும்.

திரு.சி.உமாசங்கர், ஐ.ஏ.எஸ் அவர்கள் தற்காலிகப் பணி நீக்கம் செய்யப்பட்டுள்ளார். தலித் வகுப்பைச் சேர்ந்த அதிகாரியான இவரை தமிழக அரசு பழிவாங்கும் நோக்கில் தற்காலிகப் பணி நீக்கம் செய்துள்ளது மனித உரிமை ஆர்வலர்கள் அனைவரையும் களமிறங்கச் செய்துள்ளது. புதிய கோடாங்கி தமிழக அரசின் பழிவாங்கும் போக்கினை வன்மையாகக் கண்டிக்கிறது.

2006 ஜூலை மாதம் முஸ்லீம் தீவிரவாதிகள் வெடிகுண்டுகள் மூலம் கோவை நகரைத் தாக்க முயற்சி செய்தனர் என்று க்யூ பிரிவு சி.ஐ.டி. ரத்தினசபாபதி போட்டது பொய்வழக்கு என 2008ல் கோர்ட் தீர்ப்பு கூறியும் இதுநாள் வரை அவர் மீது எவ்வித நடவடிக்கையும் தமிழகக் காவல் துறை எடுக்கவில்லை. இதற்காக பாப்புலர் ஃப்ரண்ட் ஆஃப் இந்தியா என்ற அகில இந்திய கட்சி போராடி வருகிறது. இப்போராட்டத்திற்குப் புதிய கோடாங்கி ஆதரவளிக்கிறது.

நடவடிக்கை எடுக்க வேண்டியவர்கள் மீது நடவடிக்கை எடுக்க ாமலும், பழிவாங்கும் எண்ணத்தில் நேர்மையான அதிகாரிகள் மீது நடவடிக்கை எடுப்பதும் தமிழக அரசு வழக்கமான செயல்களில் ஒன்றாகிவிட்டது.

செம்மொழி மாநாட்டிற்குப் பிறகு கோவையில் இலட்சக் கணக்கான மக்கள் கலந்து கொண்ட ஆர்ப்பாட்டத்தை நடத்தினர் அதிமுக–வினர். தேர்தல் அரசியலில் இது திருப்புமுனையாக இருக்கலாம் என ஊடகங்கள் கணித்து எழுதியுள்ளன.

மதுராந்தகம் தாலுக்கா சவரம்பாக்கம் கிராமத்தில் நில உச்சவரம்பிற்குட்பட்ட நிலங்களை ரெட்டியார் அபகரித்து அனுபவித்து வருவதை அரசிடமும் நீதிமன்றத்திலும் வாதாடி தடை செய்தவர் திரு.மு.கிருஷ்ண பறையனார். நீதிமன்றம்

அந்நிலத்தை நிலமில்லாத ஆதி–திராவிடர்க்குப் பிரித்து வழங்க உத்தரவிட்டதை கோட்ட வருவாய் அலுவலர் வட்டாட்சியர் நடைமுறைப்படுத்தாமல் இருந்ததைக் கண்டித்துப் போராட்டம் நடத்தினார். காவல் துறை அவரைக் கைது செய்து புழல் சிறையில் அடைத்துள்ளனர். சமூக நீதி எங்கே என்ற பெயரில் பத்திரிக்கை நடத்தி வரும் அவருக்கு இழைக்கப்பட்டது அநீதி!

சமூக சமத்துவப்படை வரும் ஆகஸ்ட் 23ம் தேதி சேரிதோறும் பள்ளி – நூலகம் என்ற கோரிக்கையை வலியுறுத்தி தர்மபுரி மாவட்டம் அரூர் நகரில் தாலுக்கா அலுவலகம் முன்பாக ஒரு நாள் போராட்டம் நடத்துகிறது. மாவட்டத்தலைவர் ச.புத்தமணி ஒருங்கிணைப்புச் செய்கிறார். ஆகஸ்ட் 24ம் தேதி சேலத்தில் மீனவர், மருத்துவர், சலவைத் தொழிலாளர், நரிக்குறவர் மற்றும் நலிந்த கைவினைஞர் உள்ளிட்டோர்க்கு உள்ஒதுக்கீடு வழங்க வேண்டும் என்று ஆர்ப்பாட்டம் நடத்துகிறது. மாவட்ட அமைப்பாளர் குட்டி அவர்கள் ஒருங்கிணைப்புச் செய்கிறார். இந்த இரண்டு ஆர்ப்பாட்டங்களுக்கும் சமூக சமத்துவப்படையின் நிறுவனத்தலைவர் எழுத்தாளர். ப.சிவகாமி, ஐ.ஏ.எஸ் தலைமையேற்கிறார். அனைவரும் வருக!

செப்டம்பர் 2010

தலித் வன்முறை காட்சிகளை அரசே முன்னின்று நிகழ்த்தி வருவதை சமீபகாலமாக தமிழக மக்கள் பார்த்து வருகிறார்கள்.

அந்த வரிசையில் ச.அசோக்குமார் என்ற சட்டக்கல்லூரி மாணவரை அவர் தாழ்த்தப்பட்ட சமூகத்தைச் சேர்ந்தவரா என்று கேட்டு போலீசார் உயிருக்கு ஆபத்து விளைவிக்கும் வகையில் கொலைவெறி தாக்குதல் நிகழ்த்தியுள்ளனர். இடிந்ததொரு தொகுப்பு வீட்டில் தந்தையற்ற மகனாக, விதவைத் தாயின் தினக்கூலியில் சட்டம் படித்து வந்த அவரைப் போற்றிப் பாராட்டுவதற்கு பதிலாக அடித்து உதைத்திருக்கிறது அரசாங்கம்.

திமுக சட்டமன்ற உறுப்பினர் மாலைராஜா திருநெல்வேலி பல்கலைக்கழகத்தின் துணைவேந்தர் காளிமுத்து அவர்களைத் தாக்கியுள்ளார். காளிமுத்து தலித் வகுப்பைச் சேர்ந்தவர்.

அரசாங்கம் தாழ்த்தப்பட்ட மக்கள் அதிகம் வசிக்கும் சென்னைக் குடிசைப்பகுதிகளை நிர்மூலமாக்கி சிங்காரச் சென்னையை எழுப்பி வருகிறது.

அனைத்து எதிர்கட்சிகளும் தி.மு.க–வின் இந்த ஆபாச வன்முறை அரசியலைக் கடுமையாக எதிர்த்து வருகின்றனர்.

வரும் செப்டம்பர் 25–ம் தேதி சென்னையில் இத்தகைய வன்முறைகளைக் கண்டிக்கும் பொருட்டு சமூக சமத்துவப்படையில் சார்பில் சென்னை – தாம்பரம் ரயில்வே மைதானத்தில் காலை 10–00 மணிக்கு மாபெரும் கண்டன பொதுக்கூட்டத்தை நடத்துகின்றது. சமூக / மனித உரிமை ஆர்வலர்கள் அனைவரும் கலந்து கொள்ள அன்புடன் அழைப்பு விடுக்கிறோம்.

சமூக சமத்துவப்படை க்ரீன் பீஃல்ட் விமான நிலையம் வருவதை கடுமையாக எதிர்த்து மக்கள் போராட்டத்தை நடத்தியதன் விளைவாக பாட்டாளி மக்கள் கட்சி, அஇஅதிமுக ஆகிய கட்சிகள் ஏற்கனவே இவ்விதமான நிலையம் வருவதை ஆதரித்து கையெழுத்துப் போட்டவர்கள் இப்போது எதிர்க் கின்றார்கள். இது மக்கள் போராட்டத்திற்குக் கிடைத்த வெற்றி.

ஜெய்பீம்.

அக்டோபர் 2010

நீண்டகாலமாகவே வன்கொடுமை தடுப்புச் சட்டத்தைத் திரும்பப் பெறவேண்டும் என பாட்டாளி மக்கள் கட்சியின் தலைவர் திரு.ராமதாஸ் அவர்கள் பேசி வருகின்றார். சமீபத்தில் தேவர் பாதுகாப்புப் பேரவையின் நிறுவனர் திரு.கதிரேசனின் இரண்டாம் ஆண்டு நினைவு தின கூட்டத்தில் பி.சி.ஆர். சட்டம் குறித்த ஒத்தி வைப்பு தீர்மானத்தை அடுத்த சட்ட மன்றத்தொடரில் கொண்டுவர வேண்டும் என்று மீண்டும் வலியுறுத்தி யிருக்கிறார்.

சமூகப் பழக்க வழக்கங்களிலும் திருமண உறவுகளிலும் ஒன்றையொன்று நெருங்க முடியாத பல்வேறு சாதிகளின்

தொகுப்புத்தான் பிற்படுத்தப்பட்ட மற்றும் மிகவும் பிற்படுத்தப்பட்ட சாதிப்பட்டியலாகும். இந்தப் பல்வேறு சாதிகளிடம் இருக்கும் முக்கிய ஒற்றுமை என்னவெனில் தீண்டாமையைக் கடைபிடிப்பது தான் என்பதை ராமதாஸின் பேச்சு மறுபடியும் நிரூபித்துள்ளது.

இதுநாள் வரை தேவர், வன்னிய சமூகங்கள் பார்ப்பனிய அரசியலில் பலிகடாக்களாக்கப்பட்டுள்ளனர். இச்சமூகங்களுக்கு மக்கள் தொகைக் கேற்ப அமைச்சரவை தொடங்கி அரசின் வேலைவாய்ப்புகள் வரை உரிய பங்கு கிடைக்கவில்லை, தொழில் வளர்ச்சி மற்றும் வளப்பகிர்வு போதுமானதாக இல்லை. ஆகவே அரசியல் அதிகாரம் பெற இச்சமூகங்கள் ஒன்றிணைவது அவசியம் என்று தேவர் பாதுகாப்புப் பேரவையினரோ அல்லது பாட்டாளி மக்கள் கட்சித் தலைவரோ பிரச்சாரம் செய்திருந்தால் அதை தாழ்த்தப்பட்ட சமூகம் உள்ளிட்ட அனைத்து விளிம்புநிலை மக்களும் வரவேற்றிருப்பர்.

ஆனால், தன்மேல் திணிக்கப்பட்ட பார்ப்பனியத்தை எதிர்த்துப் போரிட இயலாது. சாதிய சமூகத்தின் மேல் உள்ள கோபத்தை, உழைக்கும் ஏழைகள் மீது காட்டுவது எவ்வகையில் நியாயம் அல்லது சமூக நீதி? அதாவது ஏகாதிபத்திய, உலகமய, குடும்ப அரசியலை எதிர்க்கத் திராணியற்று, அந்த இயலாமையை மூடி மறைப்பதற்காக, தலித் மக்களுக்கெதிராக மாற்று வகுப்பினரைத் தூண்டிவிட்டு, தலித் மக்களை அடக்கி ஆள்வது தான் அரசியலாண்மை என்ற பிற்போக்கு சிந்தனையே ராமதாஸின் கூற்றில் வெளிப்பட்டுள்ளது.

நிலமற்று, வாழ்வாதாரமற்று ஆதிக்க சாதிகளுடம் அடிமைக ளாக கூலி விவசாயம் செய்கின்ற தலித் மக்களுக்கு நிலம் பகிர்ந்தளிக்கப்பட வேண்டும், வாழ்வாதாரங்கள், வளங்கள் தேவருக்கு வன்னியருக்கும் மற்றும் இதர தொல்குடி சமூகங் களுக்கும் பிரித்தளிக்கப்பட வேண்டும், பஞ்சமி நிலங்கள் மீட்டெடுக்கப்பட வேண்டும் என்றெல்லாம் ராமதாஸ் அவர்கள் புரட்சி கரமாகப் பேசிட வேண்டும் போராட வேண்டும் என்ற எதிர்பார்ப்பு மக்களிடம் இல்லை. ஆனால் இப்படி சமூகநிதியிலிருந்து சாதிக்கொரு நீதி பேசிடும் அளவு தாழ்ந்துவிட வேண்டுமா என்றுதான் நினைக்கிறார்கள்.

சாதிவாரிக் கணக்கெடுப்பை அனைத்து ஒடுக்கப்பட்ட சமூகங்கள் போலவே வலியுறுத்தும் ராமதாஸ் அவர்கள், இந்தியா முழுமையும் தனிப்பெரும்பான்மையாக உள்ளவர்கள் தலித் மக்கள் என்பதை அறிவார். அப்படிப்பட்ட சமூகத்துடன் இணக்க மான அரசியல் உறவு அவசியம் என்று உணர்ந்து அவர்களுடன் கூட்டணி வைத்துக்கொள்ள வேண்டும் என்ற எதிர்பார்ப்பு மக்களிடம் குறைந்து வருகிறது என்பது உண்மைதான். ஆனால் பெரும்பான்மை அடிப்படையில் ஒரு பிற்படுத்தப்பட்ட சமுதாயம், இன்னொரு பிற்படுத்தப்பட்ட சமுதாயத்துடன் தீண்டாமையைக் கடைபிடிப்பதற்காகக் கூட்டணி வைத்துக் கொள்வது எவ்வளவு ஆபத்தானது!!!

இடஒதுக்கீட்டிற்குப் பிறகும் கூட, அம்பேத்கர் வலியுறுத்திய இரட்டை வாக்குரிமை இல்லாத காரணத்தினால், தலித் அரசியல் பிரதிநிதிகள் சட்டமன்றங்களிலும் பாராளுமன்றங்களிலும் எடுப்பார் கைப்பிள்ளைகளாகச் செயல்படவேண்டிய நிர்ப்பந்தம் உள்ளது. அரசியல் அதிகாரம் இன்னும் தொலைவிலே தான் உள்ளது. இந்நிலையில் தலித் மக்களின் பாதுகாப்புக்காக இந்த பிசிஆர் சட்டங்களாவது உள்ளனவே என்று ராமதாஸ் மகிழ்ச்சியடைய வேண்டும் என்று எதிர்பார்க்க வில்லை. ஆனால் அச்சட்டங்களை அவர் தடுக்க முனைந்திருப்பதை ஏறக் குறைய தமிழ்ச்சமூகத்தில் கால்பங்கினராக இருந்தும் அதிகாரமற்று வறுமையின் பிடியில் உழலும் அம்மக்களை கிண்டலடித்து வேத னைக்குள்ளாக்கு வதாகவே நினைக்கிறார்கள்!

வன்கொடுமை தடுப்புச் சட்டம் 1989ன்படி பாதிக்கப்பட்ட ஒரு தலித், காவல் நிலையத்தில் புகார் அளித்தாலும், டி.எஸ்.பி.அளவிலான அதிகாரியின் தலவிசாரணைக்குப் பிறகு உண்மையென்றறிந்தாலே புகார் பதிவு செய்யப்படும். எனவே இச்சட்டம் தவறாகப் பயன்படுத்தப்படுகிறது என்ற ஆதங்கம் திரு.ராம தாஸுக்கு இருக்குமேயானால் அவர் மோதவேண்டியது காவல்துறைக்குப் பொறுப்பேற்றிருக்கின்ற முதலமைச்ச ரோடன்றி தலித் மக்கள் மீதல்ல அல்லது அந்த அந்தச் சட்டங்களின் மீதல்ல.

1989ல் அமலாக்கம் பெற்ற இச்சட்டம் 21 ஆண்டுகளில் எப்படிச் செயல்பட்டிருக்கிறது என்று பார்த்தாலே தெரியும். சராசரியாக

ஒரு வருடத்தில் ஒரு காவல் நிலையத்தில் ஒரு வழக்கு என்றளவில் கூட வழக்குகள் பதிவாகவில்லை. 2003–2009ம் ஆண்டுகளில், வன்கொடுமை தடுப்புச் சட்டத்தின் கீழ் பதிவு செய்யப்பட்ட 3354 வழக்குகளில் குற்றம் சாட்டப்பட்டவர்கள் அரசின் தலித் விரோதப் போக்கினால் விடுதலை செய்யப்பட்டுள்ளனர். வெறும் 412 வழக்குகளில் மட்டுமே தண்டனை பெறப் பட்டுள்ளது. 2009ல் மட்டும் 420 வழக்குகளில் குற்றம் சாட்டப்பட்டவர் விடுதலை செய்யப்பட்டனர்.

பி.சி.ஆர். மற்றும் வன்கொடுமை தடுப்புச் சட்டங்கள் முறையாக அமலாக்கம் செய்யப்படு வதில்லை என்று தலித் இயக்கங்கள் கண்டன ஆர்ப் பாட்டங்களும் போராட்டங்களும் நடத்தி வருகையில் ராமதாஸ் அவர்களின் பேச்சு, சாதியத்தை உயர்த்திப் பிடிக்கும் போக்காகவே உள்ளது.

தேசிய எஸ்.ஸி. எஸ்.டி. ஆணையத் துணைத் தலைவர் காம்ப்ளே தமிழகத்தை ஆய்வு செய்தபோது ஆணையத்தின் முன்னிலையில் அதிகாரிகள் கோவில் நுழைவில் இறந்தவர்களைப் புதைப்பதில், மயானத் திற்குப் பிணங்க ளை எடுத்துச் செல்வதில், நிலம் பெறுவதில், பதவி உயர்வு பெறுவதில் தமிழகத்தில் தீண்டாமை செயல்படுவதாக ஒப்புக் கொண்டுள்ளனர். இச்சட்ட அமலாக்கத்தை வருடாந்திர ஆய்வு செய்ய வேண்டிய முதலமைச்சர் ஒருமுறை கூட இன்றும் ஆய்வு செய்திடவில்லை என்ற உண்மையும் வெளிப்பட்டது.

உண்மைநிலை இப்படியிருக்க, திரு.ராமதாஸ் அவர்கள் தனது விஷமப் பிரச்சாரத்தை உடனடியாகக் நிறுத்திக்கொள்ள வேண்டும். மாற்றாக, மாவட்டந் தோறும் இச்சட்டங்கள் அமலாக்கம் குறித்த உண்மை களை சமூக சமத்துவப் படை உள்ளிட்ட சகோதர இயக்கங்கள் மக்களிடம் பிரச்சாரமாக எடுத்துச் சொல்லவும் வேண்டும்.

நவம்பர் 2010

மிகவும் குறைவான எண்ணிக்கையில் உள்ள மருத்துவர், சலவைத்தொழிலாளர், நரிக்குறவர், இருளர், குறவர்,

பன்னியாண்டி உள்ளிட்ட குறும் சமூகங்களின் கூட்டமைப்பு வரும் நவம்பர் 17ம் தேதி சென்னையில் துவங்குகிறது. ஆர்வமுள்ளவர்கள் கலந்துக் கொள்ள அழைப்பு விடுக்கிறோம். சமூக சமத்துவப்படையின் இத்தகவலை தங்கள் மாவட்டங்களிலுள்ள குறும் சமூகங்களின் சங்கங்களுக்கு அறிவித்து ஒருங்கிணைக்கக் கேட்டுக் கொள்கிறோம்.

ஜனவரி 27 சமூக சமத்துவப்படையின் மகளிர் குழுக்களுக்கு நிலம், பஞ்சமி நில மீட்பு, வன்கொடுமை தடுப்பு, மனித உரிமை மாநாடு திண்டிவனத்தில் நடைபெறுகிறது. இச்செய்தியும் அனைத்து மாவட்டங்களில் பரவலாக்கப்பட வேண்டும்.

திருக்கழுக்குன்றம் ச.அசோக்குமார் இன்னமும் அப்பல்லோ மருத்துவமனையிலேதான் உள்ளார். அவர் உடல்நலம் குறித்த மர்மம் நீடிக்கிறது. சமூக சமத்துவப் படையினர் அக்டோபர் மாதம் 18ம் தேதி காஞ்சிபுரத்தில் உண்ணாவிரதமிருந்தனர். அரசு இது குறித்த அறிக்கை வெளியிடக்கோரி தொடர் போராட்டம். மேற்கொள்ளவேண்டிய அவசியம் உள்ளது.

ஊடகங்கள் ஜெயின் கூட்டங்கள் கலைஞரின் கூட்டங்கள், விஜயகாந்தின் கூட்டங்கள் என்று படுபிஸியாக இருக்கிறார்கள். எளியவரின் போராட்டங்கள் கடுகாக்கி காட்டப்படுகின்றன.

சென்னை பெரும்பாக்கம் (புறநகர்) கிராமத்தில் 1,40,000 நகர்ப்புற தலித் மக்களுக்காக ஏழடுக்கு எலிப்பொந்து கட்டப்பட்டு வருகிறது. இப்படிக்கட்டிடங்கள் கட்டப்படுவதால் தான் ஏழைகளின் குடிசைகள் அடிக்கடி எரிக்கப்படுகிறது. ஏழை மக்கள் நகரை விட்டு அப்புறப்படுத்தப்படுகிறார்கள். எனவே, இக்கட்டிடம் வரக்கூடாது, தடுக்கப்பட வேண்டும். அக்டோபர் 28ம் தேதி சென்னையில் சமூக சமத்துவப்படையினர் ஆர்ப்பாட்டம் நடத்தினர். விரிவான செய்திகள் அடுத்த இதழில்.

அனைத்து மாவட்டங்களிலும் அக்டோபர் 26ம் நாள் வன்கொடுமை தடுப்பு சட்டத்தை முறையாக அமல்படுத்த கருத்தரங்குகள் நடந்தன. விபரங்கள் அடுத்த இதழில்.

சரியான பாதையில், உறுதியாக செல்வதை லட்சியமாகக் கொள்வோம்.

டிசம்பர் 2010

2ஜிஅலைக்கற்றை இந்திய அரசியலை கடந்த சில வாரங்களாக உலுக்கி வருகிறது. ஊடகங்கள் எதிர்க்கட்சி தலைவர்கள் என யாவரும் வேறுபாடின்றி 1.76 லட்சம் கோடி ரூபாய் இழப்பை முன்னிறுத்தி போராடி வருகின்றனர். ஜனநாயகக் கடமைகள் இவ்வகையில் செவ்வனே நிறைவேற்றப்பட்டு வருகின்றன என்பது மகிழ்ச்சிக்குரியது. ஆனால்,

கடந்த போஃபோர்ஸ் ஊழல் என்னவாயிற்று?

சுவிஸ் வங்கியில் முடங்கியிருக்கும் இந்தியர்களின்

கறுப்புப் பணம் ரூ.54 லட்சம் கோடி என்னவாயிற்று?

இதே 2ஜி அலைக்கற்றை ஒதுக்குவதில் சென்ற

ஆட்சியில் நடந்த ஊழல் என்னவாயிற்று?

ஊடகங்கள், எதிர்கட்சிகள் ஊழல்களை அம்பலப்படுத்துவது ஊழலை ஒழிப்பதற்கு கடந்த காலங்களில் துணை புரியவில்லை என்பது விஸ்வரூபம் எடுத்து வளர்ந்து வரும் ஊழலின் அளவு புலப்படுத்துகிறது. அரசியல் ஆதாயத்துக்கு அம்பலம் ஏறும் ஊழல்கள் பிறகு எதுவுமில்லாமல் பிசுபிசுத்து விடுகின்றன.

மத்திய தொலை தொடர்பு துறையின் முன்னாள் அமைச்சர் ராஜா, 2ஜி அலைக்கற்றையைத் தனியாருக்கு ஒதுக்குவதில் நிச்சயமாக முறைகேடு செய்திருக்கிறார் எனத் தணிக்கைத் துறையினர் தெரிவித்துள்ளனர்.

ஆனால் இம்முறைகேடு பிரதமரை மீறி நடந்த விஷயம் என்றால், இரண்டாண்டுகளுக்கு முன் அது கண்டுபிடிக் கப்பட்டதும், ஏன் ராசா மீது நடவடிக்கை இல்லை. பிரதமரை நிர்பந்தப்படுத்தியது தி.மு.க. வுடனான ஊழல் கூட்டணியா?

போகட்டும்! ராசா, தி.மு.க. தலைவர் கருணாநிதியின் செல்லப் பிள்ளை. அவர் சொல்லைத் தட்டாதவர். தி.மு.க.வில் முக்கியப்புள்ளியாக அவர் உயர்ந்திருப்பது எதனால்? தலைவரின் நம்பிக்கைக்குரியவராக இருந்ததினால் தானே? அப்படிப்பட்ட ராசா தனது தனிப்பட்ட நலனுக்காக முறைகேடு செய்திருப்பாரா?

இம்முறைகேடு இந்திய அரசுக்கு ரூ.1.76 லட்சம் கோடி இழப்பில் சென்று சேர்த்தது என்றால் ஊழலின் முழு பரிமாணம் என்ன? பத்து சதவிகிதமா அல்லது இருபது சதவிகிதமா? அப்பணம் யாருக்கு சென்றது? ராசாவின் குடும்பமோ அல்லது அவரை வளர்த்து ஆளாக்கிய தலித் சமூகமோ இதனால் பயனடைந்ததா? எவ்வித பின்னணி ஆதரவும் இல்லாமல், இம்முறைகேடு நடந்திருக்க வாய்ப்பில்லை.

அப்படியிருக்க ஊடங்கள் அவரை தலித் என்று அடையாளப் படுத்துவதும், தி.மு.க. தலைவர் தலித் கேடயத்தை தூக்கிப் பிடிப்பதும் எதனால்? தலித் விரோத சக்திகளில் ஒன்றான தி.மு.க. ராசா தலித் என்பதால் அவருக்கு ஆதரவாக இருப்பதாகத் தோற்றமளிப்பது வியப்புக் குரியதாயுள்ளது.

ராசாவைக் கேடயமாக்கி ஊழல் சக்திகள் மறைந்திருப்பதை தலித் மக்கள் பொறுத்துக் கொள்ளக்கூடாது. தொடர் விவாதமாக்கி உரியவர்கள் தண்டிக்கப்படும் வகையில் போராட்டங்கள் நடத்த வேண்டும்.

ஜனவரி 2011

சிறிய கோடும் பெரிய கோடும்

சாதாரணமாக, ஒரு கோட்டில் கை வைக்காமல் அதை சிறிதாக்குவது எப்படி என்று சிறு பிள்ளைகள் விடுகதையில் ஈடுபடுவார்கள். அதற்குப் பக்கத்தில் ஒரு பெரிய கோடு போட்டு விட்டால் அந்தக் கோடு சிறியதாகி விடும் என்பதுதான் விடை.

தமிழக அரசியல் இப்படித்தான் இருக்கிறது என்று ஜெயலலிதாவை மட்டம் தட்டுகிறேன் என்று கூறி ஊழலில் விசுவரூபம் எடுத்திருக்கிறார் கருணாநிதி. ஜெயலலிதா காலத்து ஊழலெல்லாம் ஒரு ஊழலா எனும் வண்ணம் ஆசிய பணக்க ரரர் வரிசையில் இடம் பிடித்து விட்டது கலைஞரின் குடும்பம்.

இன்னொரு முக்கியமான அம்சம், கலைஞரின் தி.மு.க.விற்கு லட்சியம் என்பதே ஜெயலலிதாவை மிஞ்சுவதுதான். உங்கள்

ஆட்சியில் நிலமற்றவர்க்கு பட்டா கொடுக்கவில்லையே என்றால், அம்மா ஆட்சியில் விட அதிகமான பட்டாக்கள் கொடுத்திருக்கிறோம் என்று புள்ளி விபரம் சொல்வார்.

கலைஞரின் திமுக ஆட்சியில் தலித் மக்களுக்கு இழைக்கப் படும் வன்கொடுமையைச் சுட்டிக் காட்டினால் ஜெயலலிதா ஆட்சியில் நடந்த வன்கொடுமையை சுட்டிக் காட்டுவார்.

இப்படி எதற்கெடுத்தாலும் அம்மையாரை விஞ்சுவதையே நோக்கமாகக் கொண்டுதான் ஊழலிலும் விஞ்சிவிட்டார் போல.

பிப்ரவரி 2011

கண்ணீர் காவியம் வெங்காயம்

திடீரென்று வரத்து குறைந்து நடுத்தர அடித்தட்டுக் குடும்பங்க ளை அதிர்ச்சியில் ஆழ்த்திய வெங்காயம், இந்தியாவின் கண்ணீர் காவியம் ஆகிவிட்டது. இது நகைச்சுவைக்காக எழுதப்பட்டதல்ல என்பதை தயவு செய்து உணரவேண்டும். உணவுப் பொருட்களாகிய வெங்காயம், பூண்டு, பருப்பு உள்ளிட்டவைகளின் பற்றாக்குறை நீண்ட நாட்களாக புரையோடியிருக்கும் புற்றுநோயின் முகப்புத் தோற்றம்தான்! விவசாய நிலங்கள் நிலமற்ற விவசாயிகளிடம் இல்லாமல் பன்னாட்டுக் கம்பெனிகள் மற்றும் அவர்களின் உள்நாட்டு சகாக்களுக்குக் கைமாறிவிட்டது. விவசாயத்தில் அவர்களுக்கு அக்கறை இல்லை. பிளாட்டுகளாக மாற்றி சொத்து சேர்க்கவே அவை பயன்படுத்தப்பட்டு வருகின்றன.

மிகவும் பின்தங்கியிருந்த சீனா இன்று விவசாயப் பொருட் களை அதிக அளவில் ஏற்றுமதி செய்வதோடு, நீண்டகால உணவுத் தேவைக்காக சேமிப்பையும் கொண்டுள்ளது! இது எப்படி நடந்தது? மாவோவின் நிலப்புரட்சிதான் இதற்குக் காரணம். ஆனால் இந்தியா, சுவாமிநாதன் போன்றவர்களின் பேச்சைக் கேட்டு பூச்சிக்கொல்லியும் உரமும் இறக்குமதி செய்து, உள்ளூர் தானியங்களை ஒன்று விடாமல் அழித்து இன்று உணவு தட்டை ஏந்திக்கொண்டு பாகிஸ்தானிடமும், பங்க

ளாதேஷிடமும் நின்று கொண்டிருக்கிறது. இதே சுவாமிநாதன் வகையறாக்கள்தான் இன்று திட்டக்கமிஷன்களில் இடம் பிடித்து நிலச்சுவான்தார்களின் குரலாக பண்ணை விவசாயம் பற்றி, இயற்கை விவசாயம் பற்றி பேசிக் கொண்டிருக்கிறார்கள்!

நிலமற்ற மக்களின் நிலப்போராட்டமே ஆரோக்கியமான விவசாயத்தின் கிரியா ஊக்கி அவர்களைப் போராட்ட களத்தில் நிறுத்த களமிறங்குவோம்.

சமூக சமத்துவப்படையின் மாநில மாநாடு மகளிர் குழுக்க ளுக்கு நிலம், பஞ்சமி நில மீட்பு, வன்கொடுமை தடுப்பு மனித உரிமை மாநாடு என்ற பெயரில் திண்டிவனத்தில் நடைபெற்றது. இரண்டு மாதம் கட்சியினர் கடுமையாக உழைத்து, பிரச்சாரம் செய்து பத்தாயிரத்திற்கும் மேலாக மக்களைத் திரட்டியிருந்தனர். அரசியல் கூட்டத்தில் பெண்கள் மிக்க ஆரவாரத்துடன் கோஷ மிட்டுக் கொண்டே வந்ததும் பறைக்கு தன்னெழுச்சியாக நடனமாடியதும் கண்கொள்ளா காட்சியாக இருந்தது.

மாநில நிர்வாகிகள், மாவட்ட நிர்வாகிகள் அனைவரும் குதூக லத்துடன் பங்கேற்ற இம்மாநாட்டிற்குத் தலைமையேற்று எழுத்தாளர் ப.சிவகாமி உரையாற்றினர்.

சிறப்புரையாளர்கள், பாலபாரதி,எம்.எல்.ஏ, லதா,எம்.எல்.ஏ, தீண்டாமை ஒழிப்பு முன்னணி தலைவர் சம்பத், சி.மகேந்திரன், டாக்டர்.என்.சேதுராமன், முகமது அலி ஜின்னா, அப்துல் சமது, உ.தனியரசு, விடுதலை ராஜேந்திரன் மற்றும் கன்.மோகன் ஆகியோர் கலந்து கொண்டு மாநாட்டுத் தீர்மானங்களை ஆதரித்து எழுச்சி உரையாற்றினர்.

கருத்துரையாளர்களில் பாடம் நாராயணன், எ.கதிர், ஜி.சி.சந்திரன், ஜெனிபர் ஆகியோர் உரையாற்ற அ.தண்டபாணி, அ.சந்திரலேகா விஜயன், அபிமானி ஆகியோர் கலந்து கொண்டு சிறப்பித்தனர்.

பூ.துரையரசன், வடலூர் சாமிதுரை, சோம வேலாண்டி, மதி பறையனார், ஏர்போர்ட் த.மூர்த்தி, சாது.அரிமாவளவன் ஆகியோர் வாழ்த்தினர்.

அரசு ஊழியர்கள் மணிமேகலை, திலகர், வீரராகவன், அன்பழகன் ஆகியோர் கலந்து கொண்டனர்.

இவர்கள் அனைவரின் பங்கேற்பு புதிய கோடாங்கியின் கருத்தியலை அடுத்த கட்டத்திற்கு நகர்த்திச் சென்றது என்றால் அது மிகையாகாது.

மார்ச் 2011

அம்பேத்கர் பிறந்த நாள் விழாவை எப்படிக் கொண்டாட வேண்டும்?

மாலையணிவித்தல், மரியாதை – நன்றி செலுத்துதல், வாழ்க்கை வரலாற்றை சொற்பொழிவாக்குதல் என்று பல்வேறு அமைப்புகள் கொண்டாடுகின்றனர்.

சிலர் பள்ளிச் சிறுவர்களுக்குப் பாடப் புத்தகங்கள் வழங்கியும், ஏழை மக்களுக்கு அன்னதானம், இலவசங்கள் வழங்கியும் அரசு நிகழ்ச்சிகள் போல் கொண்டாடுகின்றனர். இது அரசு ஊழியர் களிடையே பரவலாக உள்ளது.

சில இயக்கங்கள் பேரணி, ஊர்வலம் என்று சென்று அம்பேத்கர் சிலைக்கு மேளதாள பட்டாசுடன் மாலையணிவித்து கொண்டாடு கின்றனர். தேனி, திண்டுக்கல் பகுதியில், முளைப்பாரி எடுத்தும் பொங்கலிட்டும் கொண்டாடுகின்றனர்.

தலித் அல்லாத பிற அரசியல் கட்சிப் பிரமுகர்கள் தங்கள் கட்சிகளில் உள்ள தலித் பிரதிநிதிகளை அழைத்துச் சென்று அம்பேத்கர் சிலைக்கு மாலை அணிவித்து வணக்கம் செய்கிறார்கள்.

இவையெல்லாம் அவரவர் சிந்தனை, நோக்கம், வாய்ப்பு, வசதி என்ற அளவில் நிகழ்த்தப்படுகின்றது.

சமூக சமத்துவப்படை சென்ற வருடம் அம்பேத்கர் பிறந்த நாளை பஞ்சமி நிலமீட்பு நாளாக அறிவித்து இரண்டாயிரம் பேரை காஞ்சிபுரம் மாவட்டம் செய்யூரில் திரட்டி சிறப்பாகக் கொண்டாடியது.

மட்டுமின்றி விழுப்புரம் மாவட்டம் காணை ஒன்றியத்தில் பஞ்சமி நிலத்தை வென்றெடுத்தது. இதற்காக இரண்டு

ஆர்ப்பாட்டங்களை நடத்தியது. ராஜகிளி என்பவருக்கு பஞ்சமி நிலம் மீட்டுத்தரப்பட்டது. அரக்கோணத்தில் தென்றல் நகரில் 140 வீட்டு மனைகளாகப் பிரித்திருந்த பஞ்சமி நிலத்தை ஜான் என்பவரின் முன் முயற்சியின் அடிப்படையில் மீட்டெடுத்தது. பல மாவட்டங்களிலும் தகவல் சேகரிப்பு நடந்துள்ளது. இது போதாது.

இவ்வருடமும் அம்பேத்கர் பிறந்த நாளை பஞ்சமி நிலமீட்பு நாளாக அறிவித்து நூற்றி இருபது இடங்களில் பஞ்சமி நிலத்தைக் கைப்பற்ற உறுதியேற்கும் நாளாகக் கொண்டாடத் திட்டமிட்டுள்ளது. நூற்றியிருபது பகுதி சார்ந்த கோரிக்கைக ளையும் முன்னெடுக்கத் திட்டமிட்டுள்ளது. வேலூர், காஞ்சிபுரம் மாவட்டம் பெருமளவில் பங்கேற்கும் இவ்விழா காஞ்சிபுரம், அரக்கோணம் இடைப்பட்ட பகுதியில் சுமார் 5000 பேர் பங்கேற்று பொங்கல், கும்மி, ஆட்டம், மகளிர், சிறுவர்கள் பேச்சுப்போட்டி போன்ற பல்வேறு நிகழ்ச்சி களுடன், அம்பேத்கர் விட்டுச்சென்ற தேரை அனைவரும் அடுத்த கட்டம் நகர்த்திச் செல்லும் விழாவாகக் கொண்டாடப் பட உள்ளது. சமூக சமத்துவப்படை கட்சியின் அனைத்து மாவட்டத் தலைவர்களும் தங்கள் பொறுப்பாளர்களுடன் பங்கேற்கும் இவ்விழா பெரும் மாற்றத்தை உருவாக்கும் என்பதில் சந்தேகமில்லை.

புதிய கோடாங்கி வாசகர்கள் அனைவரும் பங்கேற்க வேண்டுகிறோம்.

சமூக சமத்துவப்படை கொண்டாடும் அம்பேத் கரின் 120–வது பிறந்த நாள் விழா.

இடம்: கூரம் கேட்

நாள்: 23–04–2011 சனிக்கிழமை

நேரம்: காலை 9 மணி

நூற்றியிருபது இடங்களில் பஞ்சமி நிலத்தை கையகப்படுத்தும் திட்ட அறிக்கை வெளியிடல்.

தாழ்த்தப்பட்ட மக்களின் பகுதி சார்ந்த 120 பிரச்சினைகளை முன்னெடுத்து தீர்வு காண உறுதியேற்றல்.

ஆதிதிராவிடர் மாணவர் விடுதிகளை மேம் படுத்தும் திட்டங் களைக் கொணர்தல்.

உழுபவர்க்கு நிலம், மகளிர் குழுக்களுக்கு நிலம், கோவில் நிலத்தை ஏழைகளுக்குப் பங்கிடல், தன்னிறைவு கொண்ட சேரி –கிராமம், சேரி தோறும் பள்ளி–நூலகம், தலித் மக்களுக்கு தனிப்பஞ்சாயத்து ஆகிய சமூக சமத்துவப்படையின் செயல் திட்டங் களுக்கு வலுவூட்டல்.

சமத்துவப்பொங்கல், மகளிர் –சிறுவர் பேச்சுப் போட்டி, ஆடல் பாடல் கலை நிகழ்ச்சிகள் சிறந்த நிகழ்ச்சிகளுக்குப் பரிசுகள்.

அண்ணலின் வழியில் நடப்போம். அனைவரும் வாரீர்!

ஏப்ரல் 2011

வருகின்ற 2011 சட்டசபை தேர்தலுக்கு தி.மு.க.வும், அ.தி.மு.க.வும் போட்டி போட்டுக் கொண்டு இலவசத் திட்டங்களை வாக்குறுதிகளாக வாரி வழங்கியிருக்கிறார்கள். இந்த வாக்குறுதியில் மக்களுக்குத் தேவையான அடிப்படை வசதிகளான உணவு, உடை, இருப்பிடம் போன்றவற்றை சுயமரியாதையுடன் தன் சொந்த உழைப்பால் தேடிக் கொள்வதற்கான வழிகளை ஏற்படுத்தாமல், அரசையே நம்பி கையேந்த வேண்டிய கட்டாயத்தை ஏற்படுத்தி இருக்கிறார்கள். மேற்குறிப்பிட்ட இரு கழகங்களின் தேர்தல் அறிக்கைகளுமே அவர்களது முன்னோடியான பெரியாரின் வார்த்தைகளிலேயே சொல்வதென்றால் வெங்காயம் அவ்வளவுதான்.

தமிழகத்தில் தற்போது மக்களின் குறைந்தபட்ச தேவையான குடிநீருக்குமே கூட பற்றாக்குறைதான் நிலவுகிறது. கல்வி வியாபார மயமாக்கப்பட்டு அமைச்சர்களின் ஏகபோக உரிமையாகிவிட்டது. மக்கள் சுகாதாரமும் இலவச காப்பீடு என்ற பெயரில் தனியாருக்கு தாரை வார்க்கப்பட்டுவிட்டது. சிறு மற்றும் குறுந்தொழில்கள் பன்னாட்டு நிறுவனங்களின் வரவால் ஒழிக்கப்பட்டுவிட்டது. விவசாயிகளின் தற்கொலைகளும், மீனவர்களின் படுகொலைகளும் தடுத்து நிறுத்தப்படாமல் இரு கழகங்களின் லாவணி கச்சேரியில் பாடு பொருளாக உள்ளது.

மணல் கொள்ளை, மலைகள் மண்மேடாக்கப்படும் நிகழ்வுகள் விளைநிலங்கள் சிறப்புப் பொருளாதார மண்டலங்கள் என்ற பெயரில் மலடுகளாக்கப்படுவது போன்றவையும் தொடர்க தையாய் உள்ளன. நமது ஆட்சியாளர்கள் இவற்றில் கவனம் செலுத்தாமல் மது விற்பனையில் சாதனை நிகழ்த்துவதிலும் மக்கள் நலத்திட்டங்கள் என்ற பெயரில் ஊதாரித்தனமாக மக்கள் வரிப்பணத்தை வாரி இறைப்பதிலும் மட்டுமே முழுக்கவனம் செலுத்துகிறார்கள். விளைவு, உலகமயமாக்கல் என்பது தனியார் மயமாகி பிறகு ஊழல் மயமாகிவருகிறது. மக்களுக்காக, மக்களால் நடத்தப்பெறும் ஆட்சியே மக்களாட்சி என்று மக்களாட்சிக் கான இலக்கணமாக கூறினார் ஓர் அறிஞர். ஆனால் தமிழகத்திலோ மக்களாட்சிக்கான இலக்கணமே மாற்றப்பட்டு முற்கால அரசாட்சியே இரு கழகங்களாலும் நடைமுறைப் படுத்தப்படுகிறது.

எதிர்வரும் சட்டமன்ற தேர்தலில் குறைந்தபட்ச ஜனநாயகத்தை, சுயமரியாதையைக் காப்பாற்ற வேண்டிய கடமை வாக்களிக்கும் மக்களுக்கு உள்ளது. தமிழக மக்கள் தத்தமது உரிமையை சரியாக பயன்படுத்திக் கொள்வார்கள் என நம்புவோமாக.

அண்ணல் அம்பேத்கரின் வைர வரிகளான ஒரு மனிதன், ஒரு வாக்கு, ஒரே மதிப்பு நனவாகவும், மாநிலத்தில் நல்லாட்சி வேண்டியும் இந்திய ஜனநாயக கட்சி, சமூக சமத்துவப்படை, வாணியர் பேரவை மற்றும் தமிழக மக்கள் முன்னேற்ற கழகம் போன்ற கட்சிகள் இணைந்து, இந்திய ஜனநாயக முன்னணியாக ஒருங்கிணைந்து சட்டமன்ற தேர்தலில் தத்தமது வேட்பாளர் களை களம் இறக்கியுள்ளனர். இக்கூட்டணியின் வேட்பாளர்கள் வெற்றி காண புதிய கோடாங்கி வாழ்த்துகிறது.

மே 2011

ஆட்சி மாறுகின்ற ஒரு ஐந்தாம் ஆண்டில் நாம் இருக்கின்றோம். ஆட்சி மாறினாலும் காட்சி மாறப்போவதில்லை என்பது நாம் அறிந்ததுதான். திராவிடக் கட்சிகளில் ஒன்று தங்களின் வழக் கமானக் கூட்டாளிகளுடன் ஆட்சியமைக்கப் போகின்றது. அதே

ஊழல், அரிசி, மிக்ஸி, கிரைண்டர் போன்ற இலவசங்களைக் கொடுத்து விட்டு இன்னும் வரலாறு காணாத அளவு மெகா ஊழல் செய்யவிருக்கிற அரசுகள்தான் இனி ஐந்தாண்டுகளுக்கு நாம் காணப்போவது என்பதால் மக்கள் சுவராசியமின்றி உள்ளனர்.

இந்த ஐந்தாண்டுகளை ஆளும் அரசு எப்படிப் பயன்படுத்த வேண்டும்?

1. பெண்களின் 33 சதவிகித மசோதா கிடப்பு நிலையில் உள்ளது. இதை நிலை நிறுத்துவதில் தமிழக அரசு என்ன செய்யப்போகிறது?

2. காவல்துறை எளியவர்கள் மீது நடத்தும் அடக்குமுறை சற்றேனும் குறையுமா?

3. ஏற்கனவே அறிவிக்கப்பட்ட 2 ஏக்கர் இலவச நிலத்திட்டம் அரங்கேறுமா?

4. மகளிர் சுய உதவி குழுக்கள் நிலமோ, கடனோ பெற்று முன்னேற வாய்ப்பு உள்ளதா?

5. தாழ்த்தப்பட்ட மக்களின் பஞ்சமி நிலம் மீட்டுத்தரப்படுமா?

6. அரசுத்துறையில் பின்னடைவு காலியிடங்கள் பூர்த்தி செய்யப்படுமா?

7. படித்த இளைஞர்களுக்கு படிப்புக்கேற்ற வேலைவாய்ப்பு உறுதி செய்யப்படுமா?

8. விவசாயம் உச்சம் பெறுமா? விவசாயப் பொருட்களுக்கு உரிய விலை கிடைக்குமா?

9. மேற்கண்டவற்றின் விளைவாக வறுமை குறையுமா?

ஐந்தாண்டு பதவி வகிக்கும் அரசியல்வாதிகள் குறைந்த பட்சம் சில செயல்திட்டங்களை வைத்தாவது வேலைகளைச் செய்ய வேண்டும்.

அதைவிட்டுவிட்டு அமைதிப்பூங்கா, நம்பர் 1 மாநிலம் தமிழ்நாடு – அது இது என்று சொல்லி மக்களை ஏமாற்றக் கூடாது.

ஜூன் 2011

அம்பேத்கர் ஒடுக்கப்பட்டோரின் ஒப்பற்ற தலைவர். இந்தியாவின் மாமனிதர், அரசியல் சாசன சிற்பி, சாதி ஒழிப்புப் போராளி, பொருளாதார தீர்க்க தரிசி என்று எல்லோரும் விதம் விதமாய் அவர் புகழைக் கொண்டாடுகின்றனர். இவை எல்லாமுமாக அவர் இருப்பினும் அவரைப் புரட்சியாளர் என்பதிலே தனி மகிழ்ச்சி ஏற்படுகிறது.

மனு சாஸ்திரத்தின் காட்டாட்சி இந்து சனாதனப் போர்வையில் இந்தியாவை ஆட்சி செய்த போது, ஆங்கிலேயர் ஆட்சி ஓரளவு நவீன சிந்தனைகளை விதைத்தபோதும், காலனியாதிக் கத்தின் சூழ்ச்சி சில சமயங்களில் மனுதர்மத்தை அனுசரித்துப் போக வேண்டிய சூழலிருந்தது. உதாரணமாக நிலவுடமை சமுதாயத்தினை மாற்றியமைக்கும் எண்ணமோ சாதியை உடைத்து சமத்துவத்தை உருவாக்கும் எண்ணமோ இருக்க வில்லை. காந்தியாரோ அந்நியராதிக்கத்தை முறியடிப்பதோடு நிறுத்திக் கொண்டார். ஒத்துழையாமை இயக்கம் அந்நியரை விரட்டுவதற்கான உத்தியாக மட்டும் அவரால் கையாளப்பட்டது.

மனுவின் பார்ப்பனியத்தின் முன் ஒத்துழையாமை தத்துவம் வாலை சுருட்டிக் கொண்டது. இது காந்தியத்தை உலக தத்துவமாக, விடுதலை தத்துவமாக ஏற்றுக்கொள்ள இயலாதவாறு வகுப்புவாதத்தால் நிறைத்திருந்தது.

ஆனால் அம்பேத்கரின் அனைத்துப் போராட்டங்களும் வழிக ாட்டுதல்களும் பேதமின்றி பின்பற்றப்படும் அளவிற்கு சுயநலமின்றி புரட்சியின் அடியொற்றி அமைக்கப்பட்டுள்ளது. சமகாலத்தில் அம்பேத்கரைப் போன்ற தலைவர்கள் வாழ்ந்ததில்லை என்னுமளவு மிகவும் உயரிய இடத்தில் வைத்துப் போற்றப் படுபவராக இருக்கின்றார்.

ஆகக்கீழாக உள்ளதைப் புரட்டிப்போட முயற்சிப்பதே ஒரு போராளியின் நடவடிக்கையாக இருந்திருக்க வேண்டும். ஆனால் திராவிடப் பெரியாரின் நடவடிக்கைகளோ இடைநிலைச் சாதிகளின் அறுவடையாகி விட்டது.

அம்பேத்கர் காலம் தொடங்கி இனி என்றென்றும் அவரின் சிந்தனையை அடியொற்றிதான் இந்தியாவின் வரலாறு, சமூகப் பொருளாதார அரசியல் நடவடிக்கைகள் இருக்க முடியும். அந்த அளவிற்கு வலுவான அடித்தளம் அவர் அமைத்திருக்கிறார்.

அம்பேத்கரை முறையாகப் பயிலுதல் அவரைப் பரப்புதல் தாழ்த்தப்பட்டவரிடையே மட்டுமின்றி மற்றவரிடமும் மாற்றத்தைக் கொண்டு வரும்.

ஜூலை 2011

பஞ்சமி நில மீட்பு விழிப்புணர்வு பிரச்சாரமும் மோட்டார் சைக்கிள் பேரணியும் ஜூன் 2முதல் 5 தேதி வரை வேலூர் (கிழக்கு) மாவட்டத்தில் சமூக சமத்துவ படையால் நடத்தப்பெற்றது. அவ்வமயத்தில் சமூக சமத்துவ படையின் நிறுவனர் தலைவர் எழுத்தாளர் ப.சிவகாமியை சந்தித்த பத்திரிக்கையாளர்கள், ஜெயலலிதா இப்போதுதானே ஆட்சி அமைத்திருக்கிறார், அவருக்கு அவகாசம் தராமல் ஆர்ப்பாட்டம் பேரணி நடத்த வேண்டுமா என்றனர். ஆச்சரியமாகிவிட்டது!

ஜெயலலிதா அரசியலுக்குப் புதியவரா? தலித் மக்களை பலவகையில் ஒடுக்கியவரும், புறக்கணிப்பு செய்தவரும் தானே! அவ்வளவு ஏன், சிறுதாவூரில் தாழ்த்தப்பட்டவருக்கு ஒதுக் கப்பட்ட டி.சி. நிலத்தை அடிமாட்டு விலைக்கு விதிகளுக்குப் புறம்பாக வாங்கி பங்களா கட்டி அனுபவித்தவர்தானே! சென்ற ஆட்சியில் இதற்கெதிராக மக்கள் போராட்டங்களும் ஆர்ப்பாட்டங்களும் நடந்ததோடு நீதி விசாரணையும் மேற்கெ ாள்ளப்பட்டதல்லவா? மேலும் பஞ்சமி நில அபகரிப்பு என்பது ஏறக்குறைய என்பதாண்டு கால வரலாறு ஆயிற்றே! 1995ல் காரணையில் துப்பாக்கிச் சூடு நடந்தது தெரியாதா? பஞ்சமி நில பாதுகாப்பு இயக்கம், தலித் நில உரிமை இயக்கம் எல்லாம் இவரது முந்தைய ஆட்சி காலத்தில் செயல்பட்டவை தானே! இவ்வளவு அறிந்திருந்தும், ஏதுமறியாதவர் போல கவர்னர் உரையில் இது குறித்து எதுவும் அறிவிக்கவில்லையே! மேலும்

தி.மு.க. ஆட்சியில் பஞ்சமி நில மீட்பு ஆணையம் அமைக்கப்பட்டிருந்ததே, அது என்னவாயிற்று? அ.தி.மு.க.வின் கருத்து என்ன? அல்லது இந்த அரசாங்கத்தின் கருத்தென்ன? இதை அறிந்து கொள்ள, பத்திரிக்கைகள் கருத்துப்படி எத்தனை நாட்கள் காத்திருக்கவேண்டும்?

தலித் இயக்கங்கள் யாரும் ஜெயலலிதாவை ஒருபோதும் நம்பியதில்லை நம்பப்போவதுமில்லை! இலவச நிலம் 2 ஏக்கர் என்றும் இலவச டி.வி, கேஸ் கனெக்ஷன், ஒரு ரூபாய் அரிசி, பஞ்சமி நில மீட்பு ஆணையம் போன்ற பலவற்றைக் கொண்டு வந்த கருணாநிதியையே அவர்கள் நம்பவில்லை. ஜெயலலிதா, தனது அமைச்சரவையில் இரண்டு ஜால்ராக்களுக்கு வழக்கம் போல பிஸ்கட் போட்டுவிட்டு, எந்த அறிவிப்பும் செய்யாமல் இருப்பதற்கு உண்மையிலே துணிச்சல்தான் வேண்டும்!

கருணாநிதி அவரது குடும்பம், விரிந்த குடும்பமாகிய கட்சி, அமைச்சர்கள் அவர்கள் வாரிசுகள் மீது நடவடிக்கை எடுப்பது குறித்து யாரும் ஆட்சேபணை தெரிவிக்கப்போவதில்லை என்பது உறுதி. அதற்காக, கருணாநிதியால் தோற்றுவிக்கப்பட்டது பஞ்சமி நில மீட்பு ஆணையம் என்று கிடப்பில் போடப்பார்த்தால் அதைப் பொறுத்துக் கொள்ள மாட்டோம்/ மாட்டார்கள்! மேலும் வந்ததும் வராததுமாக தமிழ்நாட்டில் ஏழைகளுக்குக் கொடுப்பதற்கு நிலமில்லை என்று ஏன் உளறவேண்டும்? நிலம் குறித்த ஒரு விபரமான அறிக்கையை ஏன் தாக்கல் செய்யக்கூடாது அல்லது விவாதிக்கக் கூடாது? கம்யூனிஸ்டுகளைக் கூட்டாளியாக்கிக் கொண்டது இதற்குத் தானா?

ஜெயலலிதா அவர்களுக்கு எப்போதுமே மக்கள் மீது பாசம் கிடையாது. மக்கள் நலன் பற்றி அக்கறை கிடையாது. அவருக்கு கருணாநிதி குடும்பம் மண்ணாகப் போகவேண்டும், அவர் என்ன செய்தாரோ அதையெல்லாம் தலைகீழாக்க வேண்டும் என்ற வெறிதான் உள்ளது. கேட்பார் இல்லையென்றால் ரூ.1200 கோடி போட்டு கட்டிய புது சட்டமன்ற வளாகத்தை பொது கழிப்பறையாக ஆக்கவும் தயங்க மாட்டார், அந்த அளவுக்கு அவருக்குக் காழ்ப்பு!

சமச்சீர்கல்வி படும்பாட்டை கேட்கவும் வேண்டுமா? அதைப்பற்றி அம்மையாருக்கு எதுவும் தெரிந்திருக்க வாய்ப்பில்லை ஏனெனில் அது கருணாநிதி கொண்டு வந்த திட்டம் என்று நம்புகிறார். சமச்சீர் கல்வி என்பது பன்னெடுங்காலமாக கல்வி சீர்திருத்தவாதிகளும் சமூக ஆர்வலர்களும், சமத்துவப் போராளிகளும் சிந்தித்து வந்த ஒன்று. கருணாநிதி இயல்பாக வே எழுத்தாளர்கள்/சிந்தனையாளர்களை அவ்வப்போது கலந்தாலோசிக்கும் பழக்கம் உடையவர். விற்பனையாகும் பள்ளிக்கல்வியை சரிசெய்யும் நோக்கத்திலும் சந்தடி சாக்கில் தனது பெருமைகளை சிந்துபாட வேண்டும் என்ற ஆசையிலும் சமச்சீர் கல்வியை கல்வியாளர்கள், சிந்தனையாளர்களின் கருத்துக்களுக்கேற்ப வடிவமைத்தார். அங்கேயும் சில ஜால்ராக்கள் அவர் பற்றிய பாடத்தையும் அவர் மனங்குளிரும் வண்ணம் இணைத்து விட்டார்கள். பொறுக்காத ஜெயலலிதா அந்த ஜால்ராக்களை மன்னித்து அப்பாடத்தை நீக்கியிருக்கலாம். அதைவிட்டு அட்டை டு அட்டை அச்சடிக்கப்பட்ட புத்தகங்க ளை நிறுத்திவிட்டு பள்ளிக்கூட பிள்ளைகள் மத்தியில் மதம் பிடித்த யானையைப் போல தமிழகத்தை அமலோக திமிலோகப் படுத்தியிருக்கவேண்டாம். கருணாநிதிக்கும் ஜெயலலிதாவுக்கும் இடையில் பள்ளிப்பிள்ளைகளும் பெற்றோரும் படும் பாடு சொல்லில் அடங்காது. இப்படி ஜெயலலிதா தலைகீழ் ஆட்சி நடத்துவது சரியல்ல. பத்திரிக்கைகள் பல இதற்கு பக்கவாத்தயம் வாசிப்பது அதைவிட சரியல்ல. திடீரென்று, பல்டி அடித்து, சமச்சீர் கல்வியை அமுல்படுத்தலாம். ஆனால் இந்தாண்டு அல்ல. அடுத்த ஆண்டுதான். அதையும் புதியவர்களைக் கொண்டு ஆய்வு செய்தபிறகுதான் என்று அறிவித்திருக்கிறார் ஜெயலலிதா. இந்தப் புதியவர்கள் வேறு யாருமல்ல பணத்தாசையில் தனியார் கல்வி நிறுவனங்களை அரசு கட்டுப்படுத்தக்கூடாது. வசதி படைத்தவர்களிடம் தரமான கல்வி என்ற பெயரில் அதிகமாகக் கறந்து வருவது தான் எங்கள் நோக்கம், வித்தியாசமானவர் களுக்கு விதவிதமான தரத்தில் கல்வி வேண்டும். இது எங்கள் கல்வி கொள்கை என்று பறைசாற்றி வந்த பத்மா சேஷாத்ரி பள்ளி நிறுவனர் ஒய்.ஜி. பார்த்த சாரதிகள்... இத்தியாதிகள் தான் இந்தப் புதியவர்கள்! இதிலிருந்து என்ன தெரிகிறது? தனியார் கல்வி நிறுவனங்கள் ஜெயலலிதா அவர்களை சந்தித்து கேட்டுக் (சும்மாவா) கொண்டதற்கிணங்க கட்டண உயர்வுடன்

சமச்சீர் கல்விக்கெதிரான ஒரு அறிக்கை தயாராகப் போகிறது என்பதைத்தானே? ஒட்டுமொத்த சமூகமும் திரண்டெழுந்தால் தவிர ஜெயலலிதாவின் ஒரு தலைபட்சமான, சர்வாதிகாரப் போக்கைத் தடுத்து நிறுத்த முடியாது.

வேண்டுமானால் ஊழலில் மட்டும் தலைகீழாட்சி நடத்தட்டும், முடியுமா? பழைய பழக்கம் விடுமா? ஆடிய பாதம் நிற்குமா?

பஞ்சமி நில மீட்பு ஆணையத்தின் ஓய்வு பெற்ற நீதிபதியைத் தூக்கி விட்டுபதவியில் உள்ள நீதிபதியை தலைவராக்க வேண்டும். அறிக்கை மூன்று மாதத்திற்குள் தயாராக வேண்டும். அறிக்கைக்குப் பிறகு அரசு, டி.சி நிலங்களைக் கைப்பற்றி அதை உரியவருக்கு அளிக்க வேண்டும். 2 ஏக்கர் இலவச நிலம் வழங்கும் திட்டம் தொடரவேண்டும். மகளிர் சுய உதவிக் குழுக்களுக்கு நிலம் வழங்க வேண்டும். கோவில் நிலத்தை ஏழைகளுக்கு குறிப்பாக தாழ்த்தப்பட்ட மக்களுக்கு வழங்க வேண்டும் என்ற கோரிக்கைகள் வலியுறுத்தி மாவட்டம் மாவட்டமாக பிரச்சாரமும் மோட்டார் சைக்கிள் பேரணியும் நடைபெறும்.

வேலூர் கிழக்கு மாவட்டத்திற்கு அடுத்து ஜுலை 14,15,16,17 ஆகிய நாட்களில் காஞ்சிபுரம் மாவட்டத்தில் 50 கிராமங்களில் விழிப்புணர்வு பிரச்சாரமும் ஜுலை 18 அன்று மோட்டார் சைக்கிள் பேரணி மற்றும் பொதுக்கூட்டம் நடைபெறும். தொடர்ந்து ஜுலை 21,22,23,24 ஆகிய நாட்களில் விழுப்புரம் மாவட்டத்தில் 50 கிராமங்களில் விழிப்புணர்வு பிரச்சாரமும் ஜுலை 25ம் தேதி மோட்டார் சைக்கிள் பேரணியும் பொதுக்கூட்டமும் நடைபெறும்.

தொடர்ந்து ஆகஸ்ட் 4,5,6,7 தேதிகளில் வேலூர் (மேற்கு) மாவட்டத்தில் 50 கிராமங்களில் விழிப்புணர்வு பிரச்சாரமும் ஆகஸ்ட் 8ம் தேதி மோட்டார் சைக்கிள் பேரணியும் நடைபெறும். தலித் ஆர்வலர்களின் ஆதரவை தரவேண்டி நாடுகின்றோம்.

புதிய கோடாங்கி கடுமையான நிதிப்பற்றாக் குறையை சந்தித்து வருகிறது. ஆகையால் சந்தாதாரர் கள் சந்தாவை அனுப்பி புதுப்பித்துக் கொள்ளவும், தலித் ஆர்வலர்கள் நன்கொடை அளிக்கவும் அன்புடன் கேட்டுக்கொள்கிறோம்.

ஆகஸ்ட் 2011

புதிய கோடாங்கி ஒடுக்கப்பட்டோருக்கான இதழ். இந்தியாவில் சாதி அடிப்படையில் ஒடுக்கப்பட்டோர் இருப்பத்தி ஐந்து சதம் என்பதால் அவர்கள் விடுதலை குறித்த செய்திகளே அதிகம் இடம் பெறுகின்றன என்பது உண்மை. இது பெண்ணிய இதழ் என்பதால் பெண்விடுதலையை மய்யப்படுத்தி கணிசமான அளவில் எழுத்துக்கள் இடம் பெறுகின்றன. பழங்குடிகள், அரவாணிகள், வர்க்க அடிப்படையில் ஒடுக்கப்பட்ட தொழிலாளிகள், கூலி விவசாயிகள் குறித்தும் இவர்கள் முன்னேற்றம் குறித்தும் கட்டுரைகளும், கவிதைகள் – சிறுகதைகள் போன்ற படைப்புகளும் வெளிவருகின்றன.

தமிழர் என்ற இன அடையாளத்திலும் ஊடுருவியுள்ள கசடுகளை நீக்குவதன் மூலம் தமிழர் வாழ்வு மேம்படுவதற்கான உத்திகளே இவை. மொழி அடையாளம் மனித மாண்புடன் முரண்படும் போதெல்லாம் மனிதமாண்பு முதன்மைப்படுத்தப்படுவதும் இயல்பாக நடந்தேறுகிறது. தமிழ் இனத்தை அழித்தொழிக்கும் வேலையில் நாசகர சக்திகள் இயங்கும்போது தமிழ் அடையாளம் முதன்மை பெறுவதும் தவிர்க்க இயலாதது.

இலங்கைத்தமிழர் பிரச்சினை பற்றி எரிகின்ற பிரச்சினையாக இருந்தபோதெல்லாம் இலங்கைத் தமிழருக்கு ஆதரவாக தமிழக முழுவதும் பல்வேறு இயக்கங்கள் போராடிக்கொண்டிருந்தன. இருந்தும் தமிழர்களால் தமிழினப் படுகொலையைத் தடுத்து நிறுத்த முடியவில்லை. காரணம் தமிழக அரசும், அதை மேலிருந்து கட்டுப்படுத்திக் கொண்டிருக்கும் இந்திய வல்லரசும் தமிழர்களுக்கு ஆதரவாகச் செயல்படவில்லை! இந்திய வல்லரசை தமிழர்க்கு ஆதரவாக நிர்ப்பந்திக்கும் அளவுக்கு தமிழக அரசு வலிமையாக இல்லை. இன்னும் சொல்லப்போனால் இது தமிழர்களின் அரசாகவே இல்லை.

திராவிடக்கட்சிகளால் ஆளப்படும் திராவிட அரசு என்று சொல்வதுதான் பொருத்தமாக இருக்கும். இலங்கைத் தமிழர்களுக்கு ஆதரவாகச் செயல்பட்டதாகக் கூறிக்கொள்ளும் அனைத்து இயக்கங்களும் ஏதோ ஒரு வகையில் திராவிடக் கட்சிகளின் உதிரிகளாகவே செயல்பட்டு வந்துள்ளன. தனித்த

தமிழர் அடையாளத்தை இலங்கைக்காகத் தூக்கிப்பிடித்தாலும், காலப்போக்கில் தங்ளுக்குக் கேடாக முடியும் என்பதில் இங்குள்ள திராவிடக்கட்சிகள் முனைப்பாக இருந்து போராடுவது போல் நடித்துக் கொண்டிருந்தன. இதன் காரணமாய் தமிழினம் வீழ்ந்தது. தமிழுக்காக வாழ்ந்த இனம் தாழ்ந்தது. தமிழீழம் என்பது தமிழ்நாட்டை விட மேன்மையானதொரு நாடாக இருந்திருக்க முடியும். அதன் பாதுகாப்பில் இங்குள்ள தமிழரும் வாழ்ந்திருக்க முடியும். ஆனால் இலங்கைத் தமிழரோடு நாமெல்லோரும் வீழ்ந்தோம் என்பதே உண்மை!

ஈழத்தமிழர் மீது கொடுங்கோண்மை இரண்டு சகாப்தங்களைத் தாண்டி விட்டது. அதாவது பிரபாகரனுக்கு முன்பு, பிரபாகரன் சகாப்தம், ஆகியவையே அவை. நாம் மூன்றாவது சகாப்தத்தில் இருக்கின்றோம்.

பிரபாகரனுக்கு முன்பு, சிங்கள ஒடுக்கு முறைக்கெதிராக பல்வேறு இயக்கங்கள் உருவாகிய காலம். இலங்கை அரசுடன் பேச்சுவார்த்தையில் நம்பிக்கைப் பெற்றிருந்த காலம். போராட்டங்கள், இலக்கியங்கள், சலுகைகள், அவ்வப்போது தாக்குதல்கள் என்று இந்த சகாப்தத்தைக் குறிப்பிடலாம்.

பிரபாகரன் தலைதூக்கிய பிறகு, படிப்படியாக பல்வேறு ஈழ அமைப்புகள் உட்பூசல்கள் காரணமாகவும், பிரபாகரனின் அதிரடி தாக்குதல்களாலும் உடைந்து உருவிழந்து போயின. தனிமனித ஆளுமையில் ஆயுதங்தங்கிய போராட்டம். சில வெற்றிகளைத் தந்தது. அரசியலில் பேச்சு வார்த்தையே கிடையாது என்று ஆயுதத்தை நம்பி தமிழ் மக்கள் போராடியது அகில உலக கவனத்தை ஈர்த்தது. இந்தியா உதவி செய்யச் சென்றது. பின் எல்லாம் தலைகீழாக மாறியது. ராஜீவ் காந்தியின் படு கொலைக்குப்பின் பழிக்குப் பழியென இந்தியாவின் புறக்கணிப் பால் பிரபாகரன் படுகொலை செய்யப்பட்டும், பேரிழப்பையும் படுதோல்வியையும் சந்தித்தது பிரபாகரன் சகாப்தம்.

பிரபாகரனுக்குப் பின்னான இந்த மூன்றாவது சகாப்தமாவது இலங்கைத் தமிழரின் லட்சியத்தை நிறைவேற்றும் காலமாக இருக்கவேண்டும்.

முதலாவது இலங்கைத்தமிழருக்காக தமிழகத் தில் முதலைக்க ண்ணீர் வடிப்பவர்களின் காசுக்கான ஒப்பாரி எந்த உதவியும்

செய்து விடாது என்று நம்புவோமாக. கடந்தகாலமே இதற்குச் சான்று.

இலங்கைத்தமிழர் பிரச்சினையில் இப்போதும் தலையீடு செய்யக்கூடியவர்கள் தமிழக அரசும், மத்திய அரசும்தான் என்பது எழுதப்படாத தலைவிதியாக உள்ளது என்பதையும் கணக்கிலெடுத்துக்கொள்ள வேண்டும் இவ்வரசுகளை நிர்ப்பந்திப்பது மிக முக்கியமான உபாயம்.

உலக அரங்கில், நாடு கடந்த இலங்கைத் தமிழர்கள், சாதக மான வல்லரசுகளுடன் தொடர்ந்த பேச்சு வார்த்தையில் ஈடுபடவேண்டும். ராஜபக் ஷேவைத் தூக்கிலிட வேண்டும்தான். ஆனால் இனவெறி கொண்ட சிங்களர்களின் நச்சு முகம்தான் ராஜபக்ஷே! அவனைக் கொல்வதால் மட்டும் இனவெறியை ஒழித்துவிடமுடியாது. உலக நாடுகள், இந்திய – தமிழக அரசுகள் இவ்விஷயத்தில் கூட்டாக செயல்பட்டு தமிழர் உரிமை களை மீட்டுத்தர பாடுபடுவதே நமது இலட்சியமாக இருக்க வேண்டும்.

செப்டம்பர் 2011

வீடற்றவர்களுக்கு வீடு

இந்த அதிமுக ஆட்சியில் நமக்கு ஆறுதலாகத் தெரிவது 300 சதுர அடி பரப்பில் ரூ.1.80 லட்சம் செலவில் வருடந்தோறும் சுமார் 60,000 பசுமை வீடுகள் கட்டித்தரப்படும் திட்டம்தான். இந்த வகையில் ஐந்தாண்டு முடிவில் அதாவது 2016 வரையில் சுமார் 3 லட்சம் வீடில்லாத குடும்பங்களுக்கு வீடுகள் கிடைக்கும். ஒவ்வொரு ஆண்டும் ரூ. 1080 கோடி இதற்காக செலவிடப்படும்.

ஆனால் இந்த வருடம் மட்டும் மிக்ஸி, கிரைண்டர், ஃபேன் போன்றவற்றிற்கு செலவிடப்படும் தொகை ரூ.1250 கோடியாகும். இதனால் எத்தனை குடும்பங்கள் பயனடையப்போகின்றன என்பது தெரியவில்லை. ஐந்தாண்டின் முடிவில் இப்படி இலவசமாக வழங்கப்பட்ட மின் சாதனங்களில் எத்தனை உருப்படியாக வேலை செய்யும் என்பதும் தெரியவில்லை.

இப்படி காணாமற்போகவிருக்கும் மின் சாதனங்களுக்கு ரூ.1250 கோடி! மழைக்கும் வெய்யிலுக்கும் தாக்குப்பிடித்து வாழ்நாள் முழுவதும் பயன்படக்கூடிய மிக அத்தியாவசியமான வீடுகளுக்கு ஒதுக்கப்பட்ட தொகை ரூ.1080 கோடி!

தமிழ்நாட்டில் எவ்வளவு பேர் வீடற்றவர்கள்? வறுமைக் கோட்டிற்குக் கீழ் வாழும் குடும்பங்களில் பாதிப்பேர் வீடற்றவர்களாகக் கொண்டாலும் கூட சுமார் 25 லட்சம் குடும்பங்கள் தோராயமாக வீடற்றவர்களாக இருக்கலாம். நகர்புறங்களில் மட்டுமே எட்டு லட்சம் குடும்பங்கள் வீடற்றவர்களாகப் பதிவு செய்துள்ளனர். இது குறித்து அரசின் ஊரக வளர்ச்சித் துறையிலும் சரி, நகர்ப்புற வீட்டு வசதி துறையிலும் சரி போதிய விபரங்கள் வைத்துக்கொள்ளவில்லை. நகர்ப்புற வீட்டு வசதித் துறை தோராயமாக எட்டு லட்சம் குடும்பங்கள் வீடற்றிருப்பதாக தகவல் தெரிவித்தனர். ஆனால் ஊரக வளர்ச்சித்துறை எத்தகைய விபரங்களையும் அளிக்கவில்லை. ஊரக வளர்ச்சித்துறை மூலம் 2011–2016 ஆண்டுகளில் சுமார் 3 லட்சம் வீடுகளும், தோராயமாக எட்டு லட்சம் குடும்பங்கள் வீடற்றிருப்பதாக தகவல் தெரிவித்தனர். ஆனால் ஊரக வளர்ச்சிதுறை எத்தகைய விபரங்களையும் அளிக்கவில்லை. ஊரக வளர்ச்சித் துறை மூலம் 2011–2016 ஆண்டுகளில் சுமார் 3 லட்சம் வீடுகளும் நகர்ப்புற வீட்டுவசதி வாரியம் மூலமாக 2011–2016 ஆண்டுகளில் 1 லட்சம் வீடுகளும் (ராஜிவ்காந்தி ஆவாஸ் யோஜனா திட்டத்தின் மூலம் மத்திய அரசும் மாநில அரசும் 50:50 விகிதத்தில் செலவுகளைப் பகிர்ந்து கொள்ளும்) கட்டப்பட விருக்கின்றன.

மொத்தம் 33 லட்சம் குடும்பங்கள் வீடற்றவர்களாக இருக்கும் சூழ்நிலையில் வெறும் நான்கு லட்சம் வீடுகள் மட்டுமே 2011–2016க்கு இடைப்பட்டுள்ள ஐந்தாண்டுகளில் கட்டித்தரப்படவிருக்கின்றன. இந்த அடிப்படையில் பார்த்தால் இன்னும் 40 வருடங்களாகும் வீடில்லாதவர்களுக்கு வீடு கட்டித்தர!

இன்று லட்சக்கணக்கான குடும்பங்கள் வீடற்றிருக்கின்றனர் என்றால் அது அரசாங்கத்தின் திட்டமிட்ட வன்முறையே ஆகும். உப்பு பருப்பு, புளி என்று எல்லா விற்பனைப் பொருள்களிலும் மறைமுக வரிவிதித்து, அரசாங்கத்தின் அடிப்படை வசதிகள்

பெறமுடியாத வாழ்வாதாரம் பெறாத, கைகால்களை மட்டுமே நம்பி பிழைத்துக் கொண்டிருக்கும் ஏழை மக்களின் குறைந்த வருவாயில் கணிசமான தொகையை வரியாகப்பெற்று அவற்றை அந்த மக்களுக்கு உரிய வகையில் திருப்பியளிக்காமல் ஊதாரித்தனமாக அரசு செலவு செய்து வருகிறது. தொடர்ந்து அரசாங்கத்தின் இலவச அரிசியை நம்பி வாழும் நிர்க்கதி நிலையை அவர் களுக்கு அளித்துள்ளது. மேலும் நிதி ஒதுக்கீட்டில் பாரபட்சம் காட்டி அவர்களைச் சுரண்டி வசதி படைத்தவர்களுக்கே வளர்ச்சித் திட்டங்களை அளித்து வருகிறது.

1980களில் சென்னை முதல் டெல்லி வரை விமானப் பயணத்திற்கு ஒரு பயணி ஏறக்குறைய ரூ.26000 பயணக் கட்டணமாகச் செலுத்த வேண்டியிருந்தது. ஆனால் இன்றோ மூன்றுமாத முன்பாக டிக்கட் பதிவு செய்தால் ரூ.5000 லிருந்து ரூ.7000க்குள் பயணம் செய்து விடலாம். 20 வருடங்களுக்குப் பிறகு கட்டணம் ஏறுவதற்கு பதிலாக குறைந்துள்ளது. ஆனால் அதே 1980களில் திருச்சி முதல் சென்னை வரை பஸ் டிக்கட் ரூ.15 ஆக இருந்தது 2011ல் ரூ.200ஐ எட்டியிருக்கிறது. நமது அரசாங்கங்கள் வசதிபடைத்த வர்க்கத்திற்கு அதிகமாக நிதி ஒதுக்கீடு செய்தது இதிலிருந்து புலனாகிறது. ஏழைகளின் வரியிலிருந்து பணக்காரர்களுக்கு சலுகை செய்யும் இந்தத் திட்டமிட்ட வன்முறையை எதிர் கொள்வது எப்படி?

இன்று அதிமுக ஆட்சியில் நில அபகரிப்பு சம்பந்தமாக எதிர்க்கட்சியாக இருப்பதற்குக்கூட மறுக்கப்பட்ட திமுகவினர் மீது அதிரடியாக வழக்குகள் பதிவாகி வருகின்றன. ஆஹா எவ்வளவு நேர்மையானவர்கள் அதிமுகவினர் என வியப்பு கொள்ளாமலிருக்க முடியவில்லை. ஆனால் ஏன் நில அபகரிப்பு நடக்கிறது என்று அரசு முதலில் சிந்திக்க வேண்டும். தமிழ்நாட்டில் நீண்ட காலமாகவே நிலநிர்வாகம் சீர்கேடுற்ற நிலையில் இருக்கிறது. நிலச்சீர்திருத்தம் முறையாக மேற்கொள்ளப் படவில்லை. 1961ல் ஒரு குடும்பத்திற்கு 90 ஏக்கர் என்று அனுமதித்த நில உச்ச வரம்பு சட்டம் பின்னாளில் அதை 45 ஏக்கராகக் குறைத்தது. இந்த 45 ஏக்கர் கூட நிலமில்லாத கூலி விவசாயிகளின் எண்ணிக்கையை பார்க்கும் போது மிகமிக

அதிகம். பிரிட்டிஷ் ஆட்சிக்காலத்தில் ஒரு குடும்பத்திற்கு 5 ஏக்கர் இருந்தால் போதும் என்று விவாதத்தில் முடிவெடுத்தனர். ஆனால் செயல்படுத்தவில்லை. ஆனால் காங்கிரஸ் கட்சியில் ஏராளமான நிலமுதலைகள் தியாகிகள் என்ற போர்வையில் உள்புகுந்து 45 ஏக்கர் ஒரு குடும்பத்துக்கு வேண்டும் என்று நில உச்ச வரம்பு சட்டத்தைத் தங்கள் இஷ்டத்துக்கு எழுதிக்கொண்டார்கள். அதையும் கூட முறையாக அமல்படுத்தவில்லை. மூப்பனர், வாண்டையார் போன்றோர் இன்றும் 5000 ஏக்கர் நிலப்பரப்பை உடைமையாகக் கொண்டுள்ளார்கள். சட்டத்தை மீறுவதற்காக அறக்கட்டளைகளை உருவாக்கி அதற்கு நிலத்தை கணக்கற்று எழுதிக் கொண்டார்கள். பல தொழிலதிபர்கள் வருமான வரியை ஏய்ப்பதற்காக 200/300 ஏக்கரில் விவசாயம்செய்வதாகக் காட்டி கரம்பாகப் போட்டு வைத்திருக்கிறார்கள். அந்தக் காலத்தில் (1930 திலிருந்து) நிலம் வைத்திருந்தவர்கள் பெருமளவிற்கு கந்து வட்டி (Finance) கம்பெனிகள், ரைஸ்மில், சினிமா, பெட்ரோல் பங்க், வியாபாரம் என்று திசைமாறி விட்டார்கள். கூலியாளுக்கு கொடுத்து கட்டுபடியாக வில்லையென்று நல்ல விளை நிலங்களில் சவுக்கு, தென்னை வைத்து விட்டார்கள். அவர்களின் வாரிசுகள் படித்து டாக்டர், என்ஜினியர், அரசியல் வாதியென்று ஏகத்துக்கும் சம்பாதிக் கிறார்கள். வெளிநாடு சென்று வசதியாக வாழ் கின்றனர். ஆனால் விவசாய நிலத்தை இன்னும் தங்கள் பிடியிலேயே வைத்திருக்கிறார்கள். இப்படி நிலத்தை நம்பி வாழாதவர் களிடம் நிலம் இருப்பதினால் விவசாயப் பொருளாதாரம் கடும் சீர்கேடு அடைந்துள்ளது. இப்போது இவர்கள் இதை பிளாட்டுகளாக மாற்றி கொள்ளை விலைக்கு விற்றுக் கொண்டிருக்கிறார்கள். பன்னாட்டு கம்பெனிகள் இவர்களிடமிருந்து அதிக விலைக்கு வாங்கிக் குவிக்கிறது.

மேலும் தலித் மக்களின் பஞ்சமி நிலம் அவர்களிடமிருந்து ஆதிக்க சக்திகளால் பறிக்கப்பட்டுள்ளது. அரசாங்கம் இந்த நிலக் கொள்ளையரைக் கண்டு கொள்ளவே இல்லை.

நில நிர்வாகம் சீர்கேடு உற்றிருப்பதற்கு முக்கிய காரணம் நிலம் தேவையற்றவர்களின் கையில் சொத்தாகக் குவிந்திருப்பதுதான். பொறியியல் கல்லூரிகள் 25 ஏக்கர் என்ற விதிமுறையைத்

தாண்டி 200/300 ஏக்கர் என்று குவித்து வைத்துள்ளன. தமிழகத்தில் உள்ள ஏராளமான கோவில்கள் நிலத்தை உடைமையாகக் கொண்டுள்ளன. அந்நிலங்களும் தேவையற்றோர் வசம் உள்ளது. இது போதாதென்று ஆதிக்க சக்திகள் அரசு நிலங்களையும் ஆக்கிரமித்துள்ளனர். இவற்றோடு பன்னாட்டு கம்பெனிகளின் படையெடுப்பால் நிலத்தின் மதிப்பு உயர்ந்து, ஆதரவற்றோர், பாதுகாப்பற்றோர் இவர்களின் நிலம் அபகரிக்கப்படுகிறது.

நில அபகரிப்பு தடுக்கப்பட வேண்டுமானால் நிலத்தைப்பங்கிட்டு வழங்குவதும், அரசு நிலங்களை ஏழை எளிய மக்களுக்கு, விவசாய நிலம், வீட்டுமனை கள் என வழங்குவதும் அவசியம்.

அரசு ஏதோ ஒரு வகையில், ஏழைகள், நவீனமாகி வரும் நகரங்களில் வாழத்தகுதியவற்றவர் என எண்ணி வருகின்றது. ஆகையால் குடிசை மாற்று வாரியம் மூலமாக இம்மக்களைக் குப்பைகளைப் போல் அள்ளி 40/50 கிலோ மீட்டருக்கு அப்பால் கொட்டுகிறது. வாழ்வியல் முற்றுமாக பாதிக்கப்படும் வண்ணம் சரியான நகர்ப்புற நில நிர்வாகம் என்பது இன்னும் 25 ஆண்டுக்கான மக்கள்தொகை வளர்ச் சியைக் கருத்தில் கொண்டு வீடற்ற உழைக்கும் மக்களுக்கு அரசு நிலம் கையக்கப்படுத்தி இவற்றில் வீடுகள், பொது வசதிகள் (விளையாட்டு மைதானம், பூங்கா, கேளிக்கை, நூலகம், கமர்ஷியல் காம்ப்ளக்ஸ்) கட்டித்தர முன்வரவேண்டும். வேண்டுமானால் நகரத்தின் நடுவில் உள்ள ஆடம்பர பங்களாக்களை அப்புறப்படுத்தலாம். அல்லது அவற்றிற்காக வீட்டு வரியைப் பலமடங்கு உயர்த்தலாம். அதை விட்டு விட்டு ஏழைகளை நகரத்தை விட்டு அப்புறப் படுத்துகிறார்கள் என்றால் இதைத் திட்டமிட்ட வன்முறை என்றே கருத வேண்டும்.

அரசு நிலமற்றவர்க்கு / நிலத்தை நம்பி வாழ்பவர்க்கு விவசாய நிலம் என்று வரையறுத்தாலே போதும், இப்போதுள்ள அனைத்துச் சீர்கேடுகளையும் சரிசெய்யலாம். அது போல ஒருவருக்கு ஒரு வீடு என்ற திட்டத்தையும் கொண்டுவரலாம். இது நகர்ப்புற நில நிர்வாகத்தைச் சீர் செய்ய உதவும். நிலமும், வீட்டு மனையும் நிலமற்றவர்க்கும் வீடற்றவர்க்கும் கிடைக்க வழிசெய்தாலே போதும், நில அபகரிப்பு நடக்காது. திட்ட

ஒதுக்கீட்டில் வீடுகட்டி கொடுக்கும் திட்டத் தையே கூட நிறுத்திவிடலாம். அவரவர் தங்கள் வீட்டைக் கட்டிக்கொள்வர்.

அரசின் திட்டமிட்ட வன்முறையை எதிர் கொள்ள ஒரே வழி வீடற்றவர்கள் திட்டமிட்டு தொடர் போராட்டங்களைப் பகுதிவாரியாக நடத்த முன்வரவேண்டும். நிலமற்றவர்களும் ஊர்வாரியாக போராட முன்வர வேண்டும்.

சமூக சமத்துவப்படையின் லட்சியங்களுள் நிலமற்றவர்க்கு நிலம், வீடற்றவர்க்கு வீடு, பஞ்சமி நிலமீட்பு அதிக முக்கியத்துவத்துடன் கையாளப் படுகின்றன என்பது குறிப்பிடத்தக்கது.

அக்டோபர் 2011

ஜெயலலிதா ஆட்சிப் பொறுப்பேற்றதும் அரசு பயங்க ரவாதத்திற்கு பரமக்குடியில் பிள்ளையார் சுழி போட்டிருக்கிறார். காவல்துறை கண்மூடித்தனமாக 9 பேரை சுட்டுக் கொன்றுள்ளது. அதுவும் எந்த வகையான இனக்கலவரமும் இல்லாதபோது என்பது எல்லோரையும் பீதியில் ஆழ்த்தியுள்ளது.

எவ்வித சாதி மோதலோ, இனக்கலவரமோ இல்லாத சூழ்நிலை யில் ஜெயலலிதா அவர்கள் சொல்லி கொடுத்ததை ஒப்பிக்கும் கிளிப் பிள்ளை போல போலீஸ் துப்பாக்கிச்சூட்டை இனக் கலவரமென வர்ணித்தது நடுநிலையாளர்களையும் பத்திரி கையாளர்களையும் அதிர்ச்சிக்குள்ளாக்கியுள்ளது.

ஏன் இந்த நிர்ப்பந்தம்? அப்படியொன்று இல்லாவிட்டாலும் முடுக்கிவிடும் ஆவேசம் ஏன்? முதல்வர் பின்னணியில் உள்ள பயங்கர வாதிகள் யார்? இப்படி பல கேள்விகள் எழும்புகின்றன.

ஒரு மாநிலத்தின் முதல்வராயிருப்பவர் ஒரு குறிப்பிட்ட இனத்தின் தலைவராகவும், இமானுவேல் என்ற தாழ்த்தப்பட்டவரின் கொலையிலும் தொடர்பான இனக்கலவரத்தை முன்னின்று நடத்தியவர் என்று குற்றஞ்சாட்டப்பட்டவருமான பொன். முத்துராமலிங்கத் தேவரின் நினைவு நாளும் குருபூஜை என்ற பெயரில் சென்று மலரஞ்சலி செலுத்துவதும், எந்தப் பழிபாவமும் அறியாது தாழ்த்தப்பட்ட மக்களின் உரிமைக்குரலாக இருந்து

போராட்ட வீரனாக மடிந்த தியாகி இம்மானுவேலின் நினைவுநாளில் (வேண்டுமென்றே) துப்பாக்கிச்சூடு நடத்தி அஞ்சலி செலுத்தச் சென்றவர்களில் 9 பேரை கொன்று வீழ்த்துவதையும் பார்க்கும்போது எல்லாமே வெட்ட வெளிச்சமாக விளங்குகிறது.

இன்னும் கலவரப்பகுதியைப் பார்வையிட செல்லாமல், அகில இந்திய அரசியலுக்குத் தாவும் எண்ணத்துடன் கோத்ரா புகழ் நரேந்திர மோடியை வாழ்த்திக் கொண்டிருப்பது இன்னும் அஞ்சும் படியாகவே உள்ளது. இன்னும் என்னவெல்லாம் இவரது ஆட்சியில் நடக்கவிருக் கிறதோ என்னும் அச்சத்தை மக்கள் மத்தியில் விதைப்பதாக உள்ளது. இதற்குத்தானா ஜெயலலிதாவுக்கு ஓட்டுப்போட்டோம் என்று எங்கெங்கும் மக்கள் புலம்பத்தொடங்கிவிட்டார்கள்.

இதெல்லாம் தெரிந்தும் தெரியாததுபோல் ஊராட்சித் தேர்தலில் பங்கு கேட்கிறார்கள் கம்யூனிஸ்ட் கட்சிகள், மக்கள் நேயக் கட்சிகள்! என்னே அதிகாரத்தின் வலிமை!

நவம்பர் 2011

இந்தியா அமைதியை விரும்புகின்ற ஒரு நாடு என்று சொல்லப்படுகின்றது. சுதந்திர இந்தியாவின் முதல் வெளியுறவுக் கொள்கையை வகுத்தவர் நேரு. பஞ்சசீலக் கொள்கை என்று அதற்குப் பெயரிட்டார். ஆனால் இந்தியா பாகிஸ்தான் பிரிவினை தொடங்கி நமது மாண்புக்குரிய அண்டை நாட்டாரிடம் எத்தனையோ போர்கள் செய்து விட்டோம். அதேபோல் நில அபகரிப்பு, கலாச்சாரப் போர் களையும் நடத்திக் கொண்டிருக்கிறோம். அமெரிக்கா வைப்போலவே நாமும் அவற்றை தீவிரவாதத்திற்கெதிரான போர் என்றோ அல்லது அமைதிக்கான முன்னடவடிக்கை என்றோ பெயர் சூட்டிக் கொள்கிறோம். யார் முதலில் ஆரம்பித்து வைத்தது, எதனால் இப் போர்கள் நிகழ்ந்தன என்றெல்லாம் ஆய்வுகள் செய்து நம்மை நாமே போற்றிக்கொண்டிருக்க முடியும் அமெரிக்கா

செய்வது போல. ஆனால் அமைதியை விரும்பும் மக்களுக்கு அதைத் தருவதற்கான திட்டங்களை வகுக்க வேண்டும். இதுதான் காலப்போக்கிலாவது அமைதியைக் கொண்டு வரும்.

அண்டை நாடான சீனாவுடன் 1962ல் போரிட்டோம். எல்லையைப் பாதுகாத்துக் கொண்டோம். இன்று சீனா உலக வல்லரசாகிக் கொண்டிருக்கிறது. பழைய சீனா என்ற வெறுப்புடன் அந்நாட்டை நாம் அணுகவே முடியாது. அதனோடு மிக சுமுகமான உறவு பாராட்டுவதும், அதனோடு வியாபார உலகில் அனுக்கமான கொடுக்கல் வாங்கலும் அவசியம். அதைவிட இங்கிருந்து அங்கு சென்ற பௌத்தத்தை வாராது வரப்பெற்ற மாணிக்கமாக அவர்கள் கொண்டாடி தமது கலாச்சாரத்திற்கு வலுசேர்த்துக்கொண்டதை நாம் காப்பியடிப்பதினால் தவறில்லை. எங்கேயோ இருக்கும் அமெரிக்காவுக்குக் காவடி தூக்கிக் கொண்டிருப்பதை விட, தன்னை சீனாவின் போட்டியாளராக அறிவித்து அமெரிக்கக் குரங்கு மூலம் அப்பம் பங்கிட்டுக் கொள்வதைத் தவிர்த்து, சீனாவின் பெருமைக்குரிய விஷயங்களைக் கடன்வாங்கிக் கொள்வது மேல். சீனாவின் வரலாற்றில் மிக முக்கிய நிகழ்வுகள் புத்த கலாச்சாரப் புரட்சி மற்றும் விவசாயப் புரட்சி. இவ்விரண்டும்தான் நவீன சீனாவை அமெரிக்க – ரஷ்ய மாதிரி களை விட பாராட்டத்தக்க வகையில் உருவாக்கியவை. விவசாய நிலங்களை கூலி விவசாயிகளுக்கு பகிர்ந்தளித்தனர். இதுதான் வளர்ச்சியின் அடித்தளம். இதை எப்பாடுபட்டேனும் இங்கே யும் நடைமுறைப்படுத்த வேண்டும். பௌத்தம் நம்முடையது. வேறுபாடுகளை, மூடநம்பிக்கைகளை விதைத்து கொழுத்து வரும் பார்ப்பனிய இந்து மதத்திற்கெதிரான அரிய மருந்து. இதைத் தற்காலிகமாகவேனும் கைக்கொண்டே ஆக வேண்டும்.

அடுத்து நமது பங்காளிகள் பாகிஸ்தானும், பங்களாதேஷும்! எச்ச சொச்சங்கள் போர்களாக வெடித்துக் கொண்டிருக்கின்றன. உண்மையில் நினைத்துப் பார்த்தால், இஸ்லாமுக்கு எதிரானவர்கள் என்று நமது பிரகடனத்தை செக்குலரிசம் – மதச்சார்பின்மை என்ற போர்வையைப் போத்திக்கொண்டு செய்து வருகிறோம். அரசியல் ஆதாயங்களுக்காக இரண்டு தரப்பிலும் மதவெறியர்கள் திட்டமிட்டு, மக்களை முட்டாளாக்கி

வருகிறார்கள். இந்திய அரசு தனது தீவிரவாதப் போக்கினை அண்டை நண்பர்கள் விஷயத்தில் போக்கிக் கொள்வதற்கான வழிமுறைகளை ஆய்வு செய்ய வேண்டும்.

அடுத்து இலங்கை! இந்திய அரசு ஈழத்தமிழர்க்கான ஆதரவாளர் கிடையாது என்பதை மதக்கண்ணோட்டத்திலும் சாதி கண்ணோட்டத்திலும் தான் பார்க்க வேண்டும். விரும்பினாலும் விரும்பாவிட்டாலும் நாம் பார்ப்பனிய அரசுகளின் கீழ் ஆளப்பட்டு வருகிறோம் என்பதை ஏற்றுக்கொள்ள வேண்டும். இலங்கை அமைதியான பௌத்த நாடாக விளங்குவது, அல்லது தமிழகத்தையொட்டி ஒரு குட்டி ஈழத்தமிழகம் உருவாவது பார்ப்பனிய அரசியலுக்கு மிகுந்த அச்சுறுத்தல் ஏற்படுத்துவதாகும். தமிழர்கள் பார்ப்பன எதிரிகள். அவர்கள் பெரிதாக வளர்வதை, மோடிகளை ஹசாரேக்களைத் தூக்கிப் பிடிக்கும் பார்ப்பனிய அரசியல் விரும்பவே விரும்பாது. இந்து மகா சமுத்திரத்தில் இந்தியா தன் அண்டை நாடுகளின் நல்லுறவுடன் மிகப்பெரிய வல்லரசாக உருவாவதை உலக போலீஸ் அமெரிக்கா அதைவிட விரும்பாது. இந்தக் குழப்பங்களைத்தான் இந்திய இலங்கை உறவில் நாம் கவனித்து வருகிறோம். இந்திய அரசின் ஈழத்தமிழர் விரோதப் போக்கு மாறினால் தவிர நமது உறவு மேம்படு வதற்கான வாய்ப்பு இல்லை.

வளைகுடா நாடுகளில் அமெரிக்கத் திருவிளையாடல் தொடங்கி மகாபாரதம் போல் நீண்டு கொண்டிருக்கிறது. அந்நாடுகளின் எண்ணெய் வளமும், கட்டுக்கோப்பான இஸ்லாமும் ஐரோப்பிய அமெரிக்க நாடுகளுக்கு பெரும் சவாலாக விளங்குவதுதான் அடிப்படை காரணங்கள். இதே காரணங்களினால்தான் இந்தியாவும் வாலைச்சுருட்டிக் கொண்டிருக்கிறது.

இந்துத்துவத்தையும் மார்க்சியத்தையும் ஒரு சேர செரித்துக் கொண்டது நேபாளம். இது ஒரு விந்தைதான்.

அங்கே இருக்கும் பார்ப்பனத் தலைமை இந்தியா வரவேற்கக் கூடிய ஒன்றே. உலகத்தின் ஒரே இந்து நாடு என்று சொல்லிக் கொள்வதில் பெருமையடைகின்றனர். ஆகையால் நேபாளத்துடன் கரைச்சல் கிடையாது. பௌத்தர்களும் தாழ்த்தப்பட்டவர்களும் அங்கே தங்களுக்கான இடத்தைக்

கைப்பற்றும் சூழ்நிலையில் இந்து இந்தியா என்ன செய்யுமென தெரியாது.

இந்தியாவின் வெளியுறக்கொள்கை என்பது உள்ளொன்று வைத்து புறமொன்றாக நடந்து கொண்டிருப்பதை கடந்த காலம் நமக்கு உணர்த்தியுள்ளது. ஆகையால் இந்தியா அமைதியை விரும்பும் அப்பாவி நாடாக நாம் அதைக் கொள்ள வேண்டியதில்லை!

மனித உரிமைகள், மனித மாண்புகள் மதிக்கப்பட வேண்டும். இவற்றைக் காரணம் காட்டி உள்நாட்டு கிளர்ச்சிகளில் மறைமுக ஆதரவு அல்லது நேரடிப் போர் என அமெரிக்கா ஆதாயம் தேடி வருகிறது. மனித மாண்பினைக் காப்பது இத்தகைய வழிகளில் அல்ல. அமைதியான மாற்று வழிகளை நிச்சயம் நாம் கைக் கொள்ளத்தான் வேண்டும்.

டிசம்பர் 2011

மயான அறுவடை

தொடர்ந்து மத்திய அரசும் மாநில அரசும் வரிந்து கட்டிக் கொண்டு மக்கள் மீது தாக்குதல்கள் நடத்தி வருகின்றன. சட்டமன்றத் தேர்தல் முடிந்து எப்போது சர்வாதிகாரியாக மாறுவோம் என்று துடித்துக் கொண்டிருந்த அரசு, உள்ளாட்சித் தேர்தல் வரை சற்றே கட்டுப்படுத்தி, இப்போது கட்டுங்கடங்க ாது திமிறிக் கொண்டிருக்கிறது.

பெருநகரங்களில் பெரும்பணக்காரர்கள் வாழும் சில பகுதிகள் தவிர, முழு நகரமும் மழையும் சாக்கடையும் கலந்து தண்ணீர்க்காடாக மாறிவிடுமளவிற்கு நமது வடிகால் வாரியங்கள் செயல்படுகின்றன. சென்னை சேத்துப்பட்டு, மூலக் கொத்தளம், வியாசர்பாடி, பெரம்பூர் உள்ளிட்ட வடசென்னை, சைதை – தென்சென்னை குடிசைகள் பகுதி அனைத்தும் மழை வெள்ளத்தால் வருடந்தோறும் பாதிக்கப்படுகின்றன. கவலைப்படாதிருக்கிறார்கள் ஆட்சியாளர்கள்.

ஏற்கனவே உறுதி செய்யப்பட்ட அல்லது உறுதி செய்யப்பட வேண்டிய அடிப்படை வசதிகள் சுமாரான அளவில் கூட செயல்படாத போது, மேலும் மேலும் வரிகளையும், விலைவாசியையும் உயர்த்தி, மழைக் காலத்திலும் தீப்பிடித்து எரிகிறது தமிழகம். விலைவாசி உயர்வை ஒப்புக்காகக் கண்டித்து ஒரு நாள் அறப்போராட்டம் (வெறும் போராட்டம்) நடத்தும் அரசியல் கட்சிகள் கூட வெளியில் வந்து போராட்டம் நடத்த இயலாத அளவு மழை தடுக்கிறது.

அ.தி.மு.க. ஆட்சிக்கு வந்தால் கஜானா காலியாவது நடக்கிறது. வோட்டுப்பொறுக்கும்போது வெற்று இலவசத் திட்டங்களை அறிவிக்கும்போது அறிவுக் கெட்டாத இந்நிதிப் பற்றாக்குறை ஆட்சிக்கு வந்ததுமே சுருக்கென தெறிக்கிறது.

பெட்ரோல் விலையேற்றம் செய்து விட்டு இனி விலையேற்றம் கிடையாது என்கிறது மத்திய அரசு. கொலை செய்து விட்டு பிணத்திடம் இனி கொலை செய்ய மாட்டேன் என்பது போலிருக்கிறது இது.

மத்திய அரசும் மாநில அரசும் பேசி வைத்துக் கொண்டது போல், பெட்ரோல் விலை உயரட்டும் எனக் காத்திருந்து மாநில அரசு பால் விலைக்கு, பஸ் கட்டணத்திற்கு, மின்சாரத்திற்கு என பச்சைக் கொடி காட்டி விட்டது. தமிழ் நாட்டு மக்களை அவர்களின் துயரத்தை, வாழ்சூழலை அறியாத வேற்றுக் கிரக வாசிகளாக நேரடித் தாக்குதல் நடத்துகிறார்கள்.

இந்த அக்டோபரிலிருந்து டிசம்பர் வரை தமிழ்நாட்டில் விலைவாசி அதிர்ச்சியால் இறந்தவர்கள் எத்தனைப்பேர் என்பதை சென்ற வருடம் இதே காலகட்டத்தில் இறந்தவர்களின் எண்ணிக்கையோடு ஒப்பிட்டால் இது புரியும்.

ஜனவரி 2012

தமிழகம் குறிப்பாக கேரளத்தை எல்லையாகக் கொண்டுள்ள பகுதிகள், முல்லைப்பெரியாறு நதிநீர் பிரச்சினையால் திணறுகின்றன. இந்திய இறையாண்மையை அடிப்படையாகக்

கொண்டு மத்திய அரசாங்கம் தெளிவாக முடிவெடுக்க முடியாமல் திணறுகிறது. உச்சநீதி மன்றத் தீர்ப்புக்குக் காத்திருப்பதாக சொல்லி சமாளித்து வருகிறது. இரண்டு மாநிலங்களிலும் உள்ள அடிப்படைவாதிகள் ஆரோக்கியமான முறையில் பிரச்சினைகளை அணுகுவார்கள் என எதிர்பார்க்க முடியாது. தூத்துக்குடி, திருநெல்வேலி மாவட்டங்களில் தாமிரவருணி ஆற்றுத்தண்ணீருக்காக இரண்டு மாவட்டங்களிலும், ஒரே மாவட்டத் திலுள்ள தலைப்பகுதி – வால்பகுதி மக்கள் எதிரும் புதிருமாகப் போராடி வெட்டிக்கொண்டு சாவது இதே தமிழ் மண்ணில் நடந்திருக்கிறது. அப்போதெல்லாம் வழக்கு, பேச்சு வார்த்தை என நிகழ்ச்சிகள் நடக்கும். மழை பெய்தால் எல்லாவற்றையும் மறந்துவிடுவார்கள்.

உலக அளவில் பார்த்தால் எகிப்தில் பாயும் நைல்நதி உலகத் திலேயே மிக நீளமான நதி. ஆறாயிரம் மைல் நீளம் கொண்டது. அது உருவாகும் இடம் உகாண்டா மற்றும் எத்தியோப்பியா. ஆனால் பயனடைவது எகிப்து. மழையறியாத நாடுகளில் நைல்நதி என்பது வாழ்வை உருவாக்கும் வளமாக்கும் அடிப்படைத்தேவை. எப்போதும் இல்லாத வறுமையில் வாடும் எத்தியோப்பியா இதுவரை நைல் நீரை அறுவடை செய்யவில்லை. இப்போது அணை கட்ட வேண்டும் என்கிறார்கள். இதை எதிர்க்கிறார்கள் எகிப்தியர். இருவரும் போதுமான அளவு பகிர்ந்து கொள்ள ஐ.நா.வை நாடியுள்ளார்கள். காங்கிரஸ் அவ்வப்போது ஆளும் கட்சியாகிறது கேரளாவில். காங்கிரஸ் மத்திய அரசில் ஆட்சி செய்யும் கட்சியாக உள்ளது. இதனால் மத்திய அரசாங்கம் உரிய முறையில் தீர்த்து வைக்க வேண்டிய பிரச்சினையை உச்சநீதி மன்றத்திற்குத் தள்ளிவிட்டு வேடிக்கைப் பார்த்துக் கொண்டிருக்கிறது. சுயநலம் கலந்தால் நீதி தழைக்குமா?

தமிழகம் மத்திய அரசை எதிர்த்துப் போராட வேண்டும். தமிழர்களின் நதிநீர் உரிமைகளை அநியாயமாகப் பறிக்க நினைக்கும் கேரள அரசாங்கத்தின் வெறித்தனமான செயல்களைக் கட்டுக்குக் கொண்டு வரவேண்டும்.

பிப்ரவரி 2012

முல்லைப்பெரியாறு, கூடங்குளம் அணுமின் நிலையம், பரமக்குடி துப்பாக்கி சூடு, விலைவாசி உயர்வு, பஞ்சமி நில அபகரிப்பு உள்ளிட்ட நில அபகரிப்பு, ஈழத்தமிழரின் கையறுநிலை 'தானே' புயல் இவற்றையெல்லாம் தாண்டி தமிழ்நாட்டில் வழக்கம் போல புத்தகத்திருவிழா விமரிசையா கவே நடைபெற்றுள்ளது காலைப் பலகாரம் போல நல்லது.

நாமென்ன செய்யவிருக்கிறோம்.

ஈழத்தமிழர் உள்ளிட்ட தமிழகப்பிரச்சினைகளை, பிரச்சினைகள் இவை எனப்பட்டியலிடுவதோடு மட்டுமல்லாது அதற்கான தீர்வுகளை நோக்கி கவனம் செலுத்த வேண்டியுள்ளது.

பிரச்சினைகளின் மய்யங்களை உடைத்து விரைவில் தீர்வு காணவியலாது எனினும், வெளியிருந்தும் உள்ளிருந்தும் ஆய்வுகள் செய்து, தீர்வுகளை நோக்கி நகர்த்தும் பணி நம்முடையது.

பஞ்சமி நில மீட்பு பற்றிய நடவடிக்கைகளை ஒரு உதாரணத் திற்காக பட்டியலிடலாம்.

1995ல் காரணை நிலப்போராட்டம் துப்பாக்கிச்சூடு (மசியவில்லை ஜெயலலிதா)

1995லிருந்து இரண்டாண்டுகள் பஞ்சமி நில மீட்பு இயக்கம், வி.கருப்பன், ஐ.ஏ.எஸ் தலைமையில் துவக்கம்/செயல்பாடு.

1995 முதல் 2003 வரை நெடியதொரு தூக்கம்

2003– ல் சிவகாமி அவர்களால் துவக்கப்பட்ட தலித் நில உரிமை இயக்கம்

கலெக்டரிடம் மனு கொடுக்கும் போராட்டம், தாலுக்கா அளவில் போராட்டம், மண்டல கருத்தரங்கு, மாவட்ட கருத்தரங்கு, திருச்சியில் பஞ்சமி நிலப் போராட்டம், பெரம்பலூரில் ஏர் உழும் போராட்டம், விவசாய வேலை நிறுத்தப்போராட்டம், முதல்வர் அலுவலகத்துக்கு பேக்ஸ் அனுப்பும் போராட்டம் இப்படி திட்டமிட்ட இடையறாத போராட்டத்தால் 2006ல்

கருணாநிதி அரசு இலவச நிலம் 2 ஏக்கர் தர அறிவிப்பு செய்தது. நிலம் பற்றி எல்லா அரசியல் தலைவர்களும் திருமா உட்பட பேசத்துவங்கினார்கள்.

2006–2008 ஆகிய மூன்று ஆண்டுகளும் சிறப்புக்கூறு திட்டத்தை முறையாக அமல்படுத்தவும் அதன் நிதியைக் கொண்டு நிலம் வாங்கி வழங்கவும், பஞ்சமி நிலம் மீட்கவும் போராட்டங்கள் நடந்தன.

2009–ல் சமூக சமத்துவப்படை உதயம். 2009, 2010களில் பஞ்சமி நில மீட்பு போராட்டங்களும் மாநாடுகளும் பெண்கள் குழுக்க ளுக்கு 5 ஏக்கர்நிலம் வழங்கக் கூறி போராட்டம்.

2011–ல் பஞ்சமி நில மீட்பு ஆணையம் அறிவிப்பு இனி 2012ல் பஞ்சமி நில மீட்பு ஆணையத்தை செயல்படுத்தவும், 2 ஏக்கர் நிலம் வழங்கும் திட்டத்தை மீண்டும் கொண்டு வரவும், சிறப்புக் கூறுத்திட்டத்தை சிறப்பாக அமல்படுத்தக் கோரியும் போராட்டங்கள் தொடரும்.

அதுபோல் பிரச்சினைகளை அரசியல் லாபம் கருதாது அனைத்து இயக்கங்களும் திட்டமிட்டு செயலாற்றினாலே பிரச்சினை களுக்கு வழிபிறக்கும்.

புதிய கோடாங்கியும், சமூக சமத்துவப்படையும் தனியாகவும், ஒத்த கருத்துடையோருடன் இணைந்தும் போராடும்.

மார்ச் 2012

நடந்து முடிந்த ஐந்து மாநிலத் தேர்தல்கள் பற்றிய அலசல் வரும் நாடாளுமன்றத் தேர்தல் குறித்து ஒரு சிறு கணிப்பை உருவாக்கும்.

உத்திரப்பிரதேசம், மணிப்பூர், மேற்கு வங்கம், கோவா, பஞ்சாப் ஆகிய மாநிலங்கள் மிக சமீபத்தில் தேர்தல்களை சந்தித்தன. பஞ்சாப்பில் அகாலி தலித் கூட்டணி வெற்றிபெற்றுள்ளது. 34 ரிசர்வ் தொகுதிகளில் 24ல் வென்றுள்ளது. இத்தனைக்கும் பஞ்சாப்

அதிகமாக தலித் மக்கள் வாழும் மாநிலம். உத்திரப்பிரதேசத்தில் 2007ல் 206 இடங்களில் வெற்றி பெற்ற பகுஜன் சமாஜ் கட்சி இப்போது 80 தொகுதிகளை மட்டுமே தக்க வைத்துள்ளது. மணிப்பூரில் காங்கிரஸ் வெற்றியும் கோவாவில் காங்கிரஸ் தோல்வியும், மேற்கு வங்கத்தில் கம்யூனிஸ்ட் தோல்வியும் மம்தாவின் வெற்றியும் தேர்தல் முடிவுகள் .இந்தத் தேர்தல் முடிவுகளில் ஏதாவது பாடம் கற்க முடியுமா?

மாயாவதியின் தோல்விக்கு முக்கிய காரணம் கட்சித் தலைமை யையும் மாநில முதல்வர் பொறுப்பையும் வகித்த அவரால் இரண்டுக்குமே சரிவர நேரம் ஒதுக்க இயலவில்லை என்பதே. வெகுமக்கள் என்ற அர்த்தம் தொனிக்கும் பகுஜன் என்பதை அனைத்து மக்கள் என்ற அர்த்தம் தொனிக்கும்படியாக சர்வஜன் என மாற்றினார் மாயாவதி. ஏன்? பார்ப்பனர் களுக்கு இடமளிக்கும் போது பார்ப்பன வெறுப்பு கொண்ட இடைநிலைச் சாதிகளின் ஆதரவை இழந்தார். பார்ப்பனர்கள் ஆதிக்கம் காரணமாக இஸ்லாமியர் ஆதரவை இழக்கும்படியான முடிவுகளை எடுத்தார். கடந்த கால வெற்றியின் மமதையில் மக்களின் மனத்துடிப்பை அறிந்து கொள்வதில் ஆர்வம் காட்டவில்லை. மீடியாக்களின் துர்ப்பிரச்சாரம், காங்கிரஸின் பி.எஸ்.பி அழித்தொழிப்பு நடவடிக்கை இவையாவும் பாதகமாக அமைந்தன. அடித்தள மக்களின் துயர்துடைப்பு திட்டங்களில் அதிகம் கவனம் செலுத்தவில்லை. அவர் தன் புகழ்பாடும் சம்ச்சாக்களால் சூழப் பட்டிருக்கிறார். இவையாவும், இடைநிலை சாதிகளின் வெறுப்பும் இவரின் வெற்றிக்குத் தடையாகிவிட்டன.

கோவாவைப் பொறுத்தவரையில் கிறிஸ்தவ பிரதேசம் அது. ஆனால் ஊழல் காங்கிரஸ், ஊழல் பெரும் புள்ளி களைக் களமிறக்கியதால், கிறிஸ்தவர்களைக் குறி வைத்து மதமாற்றத்தடைச் சட்டம் கொண்டு வந்த பிஜேபியின் கீழான நடவடிக்கையை மறந்து அவர்களுக்கு வாக்களித்துள்ளனர்.

மணிப்பூரில் மத்திய அரசின் ராணுவ நடவடிக்கை மீது வெறுப் பிருந்தாலும் இபோபி சிங்கின் துரித நடவடிக்கைகள், குறிப்பாக சாலை வசதிகள் அந்த மலைப்பிரதேசத்தில் மிக முக்கியமானதாகக் கருதப்பட்டு காங்கிரஸுக்கு வந்து சேர்ந்துள்ளன.

நீண்ட நாட்களாக கம்யூனிஸ்டுகளின் சோம்பேறித்தனம், திட்டங்கள் நிறைவேற்றுவதில் குளறுபடித்தனம், மாநிலத்தை பின் தங்கும் நிலையிலேயே இருத்தி வைத்திருந்த கட்டுப்பெட்டித்தனம் இதற் கெல்லாம் முடிவு கட்டும் வகையில் மம்தாவுக்கு வாக்களித்துள்ளனர்.

மம்தா, அகாலிதளம், ஜெயலலிதா ஆகியோரின் வெற்றியுடன் அகிலேஷ் யாதவின் வெற்றி இவையாவும் காங்கிரஸ் பிஜேபி அல்லாத மூன்றாம் தளத்திற்கு மத்திய அரசியலைத் தள்ளிச்செல்கின்றன. மேலும் உலகமயத்தை ஏற்றுக் கொண்டு அதன் பயன்களை மத்திய தரவர்க்கத்திற்கு எடுத்துச்செல்லும் தூதுவர்களாகவும் இருப்பார்கள். இனி மத்திய அரசியலில் அடித்தட்டு வர்க்கம் எப்போதும் போல் நுழைய வாய்ப்பில்லை என்பதையே எடுத்துக் காட்டு கிறது. மேற் கண்ட வெற்றியாளர்களின் அரசியல் நடவடிக்கைகள் அவர்க ளுக்கு ஆதரவளித்திற்கும் இடைநிலை மக்கள் ஆகி ற்றைக் கருத்தில் கொண்டால் தலித் அரசியல் மிகவும் பின்தங்கிய நிலையில் உள்ளதையும், எதிர்காலத்திலும் வாய்ப் பில்லாத சூழ்நிலையுமே உருவாகும்.

காங்கிரஸ், பிஜேபி ஆகிய இருவரும் தலித் நண்பர்களானால் தான் மத்திய அரசில் அவர்கள் செல்வாக்கு இருக்கும். இதனால்தான் சமீபத்தில் ப.சிதம்பரம், மற்றும் ஈ.வி.கே. எஸ்.இளங்கோவன் ஆகியோர் தேர்தல் தந்திரமாக தலித் முதல்வர், பிரதமர் என்று பிதற்றி வருகின்றனர். ஆனால் உண்மையில் தில் இருந்தால் ஒரு தலித் அரசியல் அறிக்கையை வெளியிடட்டுமே. இவ்வளவு கோடி இன்னின்ன வகையில் அவர்களுக்கு உறுதியாக சென்று சேர்க்கும் வகையில் என்று திட்டங்கள் உருவாக்கி அறிவிக்கட்டுமே. இன்னும் இதேபோல் பாக்கட் ஊறுகாய் அறிவிப்புக்களை நம்புவதற்கு தலித் மக்கள் இளிச்சவாயர்கள் என்று நினைக்கிறார்களா?

காங்கிரஸ் பிஜேபி போன்ற கட்சிகளை நம்பிக் கொண்டிராமல் தலித் மதச்சிறுபான்மையினர், சாதிச் சிறுபான்மையினர், பழங்குடிகள் ஆகிய இணைந்த வலுவான அரசியல் உருவாக வேண்டும். அதுதான் இந்தியா முழுவதுமுள்ள வசதிபடைத்த இடைநிலைச் சாதிகளை, உலகமயத்தை எதிர்க்க உதவியாக

இருக்கும். அதை நோக்கி நகர்வதுதான் சரியான அரசியலாக இருக்க முடியும். அம்பேத்கரின் கனவும் இதுதான். கன்ஷிராமின் கனவும் இதேதான்.

ஏப்ரல் 2012

மத்திய பட்ஜெட் குறித்த கட்டுரை ஒன்று இவ்விதழில் வெளியாகிறது. அக்கட்டுரை வந்த பிறகு தமிழ்நாட்டின் பட்ஜெட் அறிவிக்கப் பட்டுள்ளது.

தமிழகத்தின் பட்ஜெட்டைப் பார்க்கும் போது தாழ்த்தப்பட்ட இனம் ஒன்று இருப்பதாகவோ, தீண்டாமைக் கொடுமைகள் இருப்பதாகவோ, சிறப்புக் கூறுத்திட்டம் ஒன்று இருப்ப தாகவோ, சாதி ஒழிப்பு என்ற திடடமிருப்பதாகவோ தெரியவில்லை.

கழுகுப் பார்வையில், அகன்ற சாலைகளும், அதிகம் உடலுழைப்பு, வேலைவாய்ப்பு உருவாக்காத தொழிற்சாலை களும், முப்பது சதவிகித சர்க்கரை நோயாளிகளும், ஐம்பது சதவிகித பஞ்சைப் பராரிகளும் வாழும் நாடாக தமிழகம் இந்த பட்ஜெட்டில் தோற்றம் கண்டிருக்கிறது.

நெருங்கி வந்து பார்த்தால் இன்னும் கோரமான நிதர்சனங்கள் பிடிபடலாம். செய்தித்தாள்கள் யாவும் அவர்களுக்கு வேண்டிய விஷயங்களைக் கட்டம் கட்டி இதுதான் தமிழக பட்ஜெட் என்று காட்ட முனைந்திருக்கிறார்கள். இலவசங்களுக்காக மட்டும் 20000 கோடி என்று கட்டம் கட்டி பெருமைப்படும் அச்செய்தித்தாள் இத்தனையும் இலவசங்களாகப் பெற்றால்தான் வாழ்வுண்டு என்ற நிலையில் இருக்கும் மக்களைப் பார்த்து வெட்கப்படுவதில்லை.

போகட்டும்! 22000 கோடி ரூபாயை ஐம்பது சதவிகித மக்க ளுக்கு வாய்க்கால் குடித்தது போக இலவசமாகக் கொடுத்து அவர்கள் வாழ்வாதாரங்களைப் பெருக்க எவ்வழியும் அறிவிக்கப்படவில்லை என்பது ஒரு புறமிருக்க, ஐந்து சதவிகித தொழிலதிபர்கள் முன்னேற்றத்திற்காக ரூ.20000

கோடியை அம்மையார் ஒதுக்கியிருக்கிறார்கள். மொத்தம் இந்த பட்ஜெட்டின் மொத்த செலவான ஒரு லட்சத்து ஒன்பது கோடி ரூபாயில் 50 சதவிகிதமாக இருக்கின்ற ஏழைகளுக்கு ரூ.20000 கோடி 5 சதவிகிதமாக இருக்கின்ற தொழிலதிபர்களுக்கு ரூ.20000 கோடி என நாற்பது சதவிகிதம் பணம் க்ளோஸ்.

தாழ்த்தப்பட்ட மக்களுக்கு அவர்கள் மக்கள் தொகைக்கேற்ப ரூ.18000 கோடி வழங்கவேண்டும். எங்கே அது? என்னென்ன வகையில் எந்தெந்தத் துறை மூலம் செலவிடுவதாக உத்தேசம்? இதையேன் வெளிப்படையாக அறிவிக்கவில்லை? சிறப்புக்கூறுத் திட்டம் செயல்படுகிறதா, இல்லையா?

கேட்டால் இலவசங்கள் வாங்குவோரில் அவர்களே அதிகம் என்று கூறவிடுவார்கள். பஞ்சமி நிலம் மீட்க, வாழ்வாதாரங்கள் வழங்க என்ன நிதி ஒதுக்கீடு செய்யப்பட்டுள்ளது? சென்னை போன்ற நகர்ப்புற ஏழை மக்களுக்கு ரூ.200 கோடியாம்! ரூ.18000 கோடி யையும் ரூ.200 கோடியையும் ஒப்பிட முடியுமா? வழக்க ம்போல் ப்ளாஸ்டிக் சாலை போடுவதில் தாழ்த்தப்பட்டவர் பங்கு இவ்வளவு, ஸ்ரீரங்கம் அன்னதானத்தில் சாப்பிட்ட வகையில் தாழ்த்தப்பட்டவர் பங்கு இவ்வளவு என்று கணக் கெழுதப் போகிறார்கள். கோயிந்தா.... கோயிந்தா!

மின்வெட்டு தீராத சிக்கல், விலைவாசியேற்றம் இவற்றோடு எண்ணெய் ஊற்றி வளர்க்கிற தீயை இந்த பட்ஜெட்டில் பார்க்கிறோம்.

வாழ்க நீடுழி வாழ்க ஜெயலலிதா என்று வயிற்றெரிச்சலோடு வாழ்த்துகிறோம்!

ஜூன் 2012

புகழ்பெற்ற நடிகர்கள் நடிகைகள் ராஜ்யசபா எம்பிக்கள் ஆகி வருகிறார்கள். இவர்கள், இதுவரை ராஜ்யசபா நடவடிக்கைகளில் கணிசமான அளவில் தங்கள் திறமைகளைப் பயன்படுத்தியதாக சரித்திரம் கிடையாது. ஹேமமாலினி, ஜெயபாரதி, போன்றவர்கள் வரிசையில் தற்போது ஹிந்தி சினிமா நடிகை

ரேகாவும் இடம் பிடித்துள்ளார். முந்தையர்களைப் போலவே நாற்காலியைத் தேய்த்து விட்டு போகப்போகிறார்.

எப்போதுமில்லாத அளவு பெட்ரோல் ஒரு லிட்டருக்கு ரூ.7.50 என உயர்த்தி, விலைவாசியை எகிறச் செய்துள்ளது மத்திய அரசு. காங்கிரஸ் கூட்டணி அரசில் உள்ள கட்சிகளே அதிர்ச்சியடையு மளவிற்கு இவ்வுயர்வு கண்டிக்கத்தக்கது. வாகன ஆசை கொண்டுள்ள நடுத்தர வர்க்கத்திற்கு இது பேரிடி.

ஜெயலலிதாவும் ஒரிஸ்ஸா நவீன் பட்நாயக்கும் இணைந்து இந்தியக் குடியரசுத் தலைவர் பதவிக்கு சங்மாவை முன்மொழிந்திருக் கிறார்கள். அவர்களது நோக்கம் சங்மா வெற்றி பெறவேண்டும் என்பதல்ல. காங்கிரஸ் கூட்டணிக்கு எரிச்சல் உண்டாக்கும் எண்ணம்தான். சமூக சமத்துவப்படை இந்தியக் குடியரசுத் தலைவர் பதவிக்கு முன்னாள் கவர்னரும், தமிழகத்தின் முன்னாள் தலைமைச் செயலருமான திரு.எம்.எம்.ராஜேந்திரன், ஐ.ஏ.எஸ் (ஓய்வு) அவர்களை முன்மொழிந்துள்ளது. கிறித்துவ சிறுபான்மை வகுப்பை / மிக வும் பிற்பட்ட சமூகத்தைச் சேர்ந்தவர். இவரை முன்மொழிந்தது வட இந்தியப் பத்திரிக்கைகளிலும், அரசியல் வட்டாரங்களில் பலத்த சர்ச்சையை ஏற்படுத்தியுள்ளது.

பஞ்சமி நில மீட்பு அரசால் கிடப்பில் போடப்பட்டுள்ளது. எனினும் பஞ்சமி நிலம் அதிகமுள்ள, வேலூர் திருவண்ணாமலை, விழுப்புரம், காஞ்சிபுரம், மாவட்டங்களில் சமூக சமத்துவப் படை 30 நாட்கள் நடத்திய தொடர் போராட்டம் காரணமாக விழிப்புணர்வு ஏற்பட்டுள்ளது. சட்டமன்றத்தில் மூன்று எம்.எல். ஏக்கள் விவாதத்தைக் கிளப்பியுள்ளனர். மத்திய அரசு, தமிழக தலைமைச் செயலருக்குக் கடிதம் எழுதியுள்ளது.

ஜூலை 2012

இந்தக் குடியரசுத் தலைவர் தேர்தல் நடந்து கொண்டிருக்கிறது. இவ்விதழ் வாசகர் கையில் கிடைக்கும்போது அநேகமாக

பிரனாப் முகர்ஜி வெற்றி பெற்று குடியரசுத் தலைவராக அறிவிக்கப் பட்டிருப்பார்.

குடியரசுத்தலைவரை மக்களால் தேர்ந்தெடுக்கப்பட்ட சட்டமன்ற உறுப்பினர்களும், பாராளுமன்றத்தின் இரு அவையிலுமுள்ள உறுப்பினர்களும் தோந்தெடுப்பார்கள். பார்வைக்கு, இவர்கள் ஏதோ அதி சுதந்திரத்துடன் குடியரசுத் தலைவரைத் தேர்ந்தெடுப்பது போல ஒரு தோற்றம் இருந்தாலும், உண்மையில் மத்தியில் கூட்டணி ஆட்சி நடத்தும் காங்கிரஸ் கட்சி நியமிக்கும் வேட்பாளர்தான் வெற்றி பெறுவார். கட்சி கட்டளையை மீறி எந்த மக்கள் பிரதிநிதியும் செயல்பட முடியாது என்பதே உண்மை. இவ் வகையில் காங்கிரஸ் தலைமையிலான கூட்டணி கட்சி வேட்பாளராக பிரனாப் முகர்ஜி நியமிக்கப் பட்டுள்ளார். மம்தா போன்றவர்கள் கூட்டணியில் நீடித்துக் கொண்டே எதிர்ப்புத் தெரிவித்தாலும் சமீபத்தில் அதிக பலத்துடன் உத்திர பிரதேசத்தில் வெற்றி பெற்றுள்ள முலாயம் சிங் யாதவ், கூட்டணி கட்சிக்கு ஆதரவு தெரிவிக்கிறார் என்பதால் பிரணாப் தோற்க வாய்ப்பில்லை.

ஒரு கிறிஸ்தவர் குடியரசுத் தலைவராக வரவேண்டும் என்று சமூக சமத்துவப் படை கட்சி நாடு முழுவதும் பிரச்சாரம் செய்து வந்தது. எழுத்தாளர் சிவகாமி அவர்கள் கேரளா, தமிழ்நாடு, கர்நாடகா, டெல்லி, அஸ்ஸாம், மேகாலயா போன்ற பல மாநிலங்களில் பிரச்சாரத்தை மேற்கொண்டார். மட்டுமின்றி தமிழகத்தின் தலைமை செயலாளராக இருந்து பின்பு ஒரிஸ்ஸா மாநிலத்தின் கவர்னராக விளங்கிய நேர்மையான ஆட்சியாளர் திரு.எம்.எம்.ராஜேந்திரன் அவர்களைக் குடியரசுத் தலைவர் வேட்பாளராக அறிவிக்கும்படி பல அரசியல் கட்சித்தலைவர்களைச் சந்தித்து கோரிக்கை வைத்தார். திராவிட முன்னேற்ற கழகத் தலைவர் மு.கருணாநிதி, காங்கிரஸ் கட்சியின் பொதுச் செயலாளர் திக்விஜய் சிங், அமைச்சர் வாசன், பிஜேபியின் மைனாரிட்டி மோர்ச்சா தலைவர் டாக்டர். ஜெயின், காங்கிரஸ் எம்பிக்கள் பிரான்ஸிஸ்கோ சர்தினா, சி.ஜே.குரியன் உள்ளிட்ட பல பாராளுமன்ற உறுப்பினர்களையும் சந்தித்தார். இதன் காரணமாக சிறுபான்மையினரில் இரண்டாவது பெரிய சமூகமாக விளங்கும் கிறிஸ்தவ சமுதாயம் தொடர்ந்து பல

முக்கியப் பதவிகளில் புறக்கணிக்கப்படுகின்றது என்ற கருத்து அரசியல் கட்சிப் பிரமுகர்களிடையே பதிவு செய்யப் பட்டுள்ளது. பத்திரிக்கை செய்திகள் வாயிலாக மக்களையும் சென்றடைந்துள்ளது. இதன் விளைவுகளை நாம் பொறுத்திருந்து பார்ப்போம். துணை ஜனாதிபதி பதவிக்காவது ஒரு கிறிஸ்தவர் நியமிக்கப்பட வேண்டும் என்ற கோரிக்கையை சமூக சமத்துவப் படை கட்சி எடுத்து வருகிறது.

குடியரசுத் தலைவர் பதவி நியமனம் என்பது அரசியல் வகுப்பாரின்றி எவரும் தேர்வு செய்யப்படலாம் என்ற சூழ்நிலை இருந்தும், அரசியல் கட்சி சார்ந்தவர்களே பெரும்பாலும் நியமிக்கப் படுகின்றார்கள்.

பிரணாப் முகர்ஜியின் நியமனம், வருங்கால பாரத பிரதமராக ராகுல் காந்தி வருவதற்கான முன்னீடு என்று டெல்லி வட்டாரங்களில் பேசிக்கொள்கிறார்கள். இரண்டு இந்தியா இரண்டு இந்தியா என்று பேசி வந்தவர், உத்திரப் பிரதேசத்தில் மட்டும் போராட்டம் நடத்தி வந்தவர், இனி இரண்டு இந்தியாவையும் ஒன்றாக்க முயற்சி செய்வாரா, அல்லது இரண்டில் ஒன்றைத் தேர்வு செய்து நலிந்தவர்களை ஒழித்துக் கட்டப் போகிறாரா என்பதை ஊழல் மயமாகிவரும் இந்திய ஆட்சியிலிருந்து புரிந்து கொள்ளலாம்.

ஆகஸ்ட் 2012

ஹிக்ஸ் போஸான்

விஞ்ஞான கண்டுபிடிப்புகளில் மிக முக்கியமானது உலகம் உருவானது எப்படி என்பது. ஒரு பெருவெடிப்பு நிகழ்ந்தது. அதனால் ஏற்பட்ட வெப்பம், ஆற்றல், சிதறிய அணுக்கள் இவற்றினால் தான் நட்சத்திரங்கள், கோள்கள் உருவாயின என்பதுதான் தோராயமாக அனைவரும் ஏற்றுக்கொண்டிருக்கக் கூடிய கருத்து.

ஆனால், இந்த அணு என்ற சிறிய துகளுக்குள் புரோட்டான், நியூட்ரான், எலக்ட்ரான் என்று பல கூறுகள் இருப்பதும்,

இவை ஆற்றலுடன் இயங்கிக் கொண்டிருப்பதும் பின்னால் நாம் அறிந்து கொண்டவை. இந்த அணுவைப் பிளப்பதன் மூலம் ஏற்படக்கூடிய சக்தி, அணுக்களைச் சேர்ப்பதன் மூலம் கிடைக்கும் சக்தியை விடக் குறைவானது. பெரும்பாலான அணு உலைகள் அணுவைப் பிளக்கும் திறன் அடிப்படையில் உருவாக்கப்பட்டவை என்பதும் நாம் அறிந்தவை.

ஆனால், தற்போது சுவிட்சர்லாந்து நாட்டிலுள்ள செர்ன் ஆராய்ச்சி நிலையத்தில் அணு அடிப்படைத்துகள் அல்ல. அதற்கும் சிறிய ஹிக்ஸ் போஸான் என்ற துகள் உள்ளது என்று கண்டு பிடித்திருக்கின்றனர்.

இந்தக் கண்டுபிடிப்புக்குத் தூண்டுகோல் எது? முந்தைய தவறுகள் தாம்!

அதாவது முந்தைய அறிவியல் முடிவுகள்படி ஒரு அணுவில் புரோட்டான்கள் இருக்கின்றன என்றால் எதிரெதிர் (மைனஸ், பிளஸ்) மின்னோட்டங்கள் தான் ஒன்றையொன்று ஈர்க்க வேண்டும்! ஆனால் ஒரு அணுவில் ஒரே மின்னோட்டம் கொண்ட பல புரோட்டான்கள் கவ்விப்பிடித்தபடி இருக்கின்றனவே, இதையெப்படி புரிந்து கொள்வது என்ற கேள்வியிலிருந்து பிறந்ததுதான் ஹிக்ஸ் போஸான். புரோட்டான் நியூட்ரான் எலக்ட்ரான், போட்டான் போன்றவற்றிற்கெல்லாம் அடிப்படையான துகள் இருக்கவேண்டும் என்று ஆய்வு செய்ததின் விளைவுதான் ஹிக்ஸ் போஸான் கண்டுபிடிப்பு!

ஹிக்ஸ் போஸான் என்றால் என்ன? இது ஒரு துகளுக்கும் அது அலையும் விசை மண்டலத்துக்கும் சேர்த்து வைத்த பெயர்ச்சொல் ஹிக்ஸ் என்பது ஒரு விஞ்ஞானியின் பெயரான பீட்டர் ஹிக்ஸ் என்பதிலுள்ள ஹிக்ஸ் என்பதாகும். போஸான் என்பது விஞ்ஞானிகள் சத்யேந்திரநாத் போஸ் மற்றும் ஆல்பர்ட் ஐன்ஸ்டீன் ஆகிய பெயர்களிலிருந்து தயாரிக்கப்பட்ட போஸான் என்பதாகும்.

பீட்டர் ஹிக்ஸ் என்பவர்தான் அணுவில் உள்ள மின்னோட்டத்தையும், அதற்கு முன்பாக நிலவிய சிறு துகள்களின் விசைப் புலத்தில் ஒன்றுடன் ஒன்று ஊடாடி அடர்த்தியைப் பெற்று அணுவாக உருவாகியுள்ளன என்ற கருத்தை தன்

கண்டுபிடிப்புகள் மூலமாக முன் வைத்தவர். இந்த அடர்த்தி என்பதும் நிறை என்பதும் எதனால் உருவாகிறது என்பதை அது புலத்தில் நகரும் போது தன்னுள் சேர்த்துக் கொள்ளும் நிறை/ அடர்த்தி என்று விலக்கியிருக்கிறார். இந்த கண்டுபிடிப்பு அதி முக்கியமாக இருப்பதற்குக் காரணம் என்னவெனில், அடர்த்தி அதிகமாக வேகம் குறையும், அடர்த்தியைக் குறைத்தால் வேகம் அதிகரிக்கும் என்ற விதிப்படி உள்ள இயக்கத்தை இனி செயற்கை யாக புலத்தில் உள்ள நிறைசேர்க்கும் துகள்களின் தடை களைத் தடுத்து வேகத்தை அதிகரிக்க முடியும்.

ஒளியின் வேகத்தில் ராக்கெட்டுகள் விண்ணில் பாய்வதற்கு இனித் தடையேதும் கிடையாது. ஹிக்ஸ் போஸான் துகள்க ளோடு நமது விளையாட்டு ஆரம்பமாகிவிட்டது.

சத்யேந்திரநாத் போஸ் என்பவர் போட்டான்கள் எனப்படும் ஒளித்துகளை எப்படிக் கணக்கிடுவது என்று ஒரு புள்ளியல் பார்முலாவை உருவாக்கினார். இவரின் இந்தக் கண்டுபிடிப்பை ஐன்ஸ்டீன் பயன் படுத்தி வேறு சில பொருட்களின் இயக்கத்தை அளவிடவும் பார்முலாவை முன்வைத்தார். இவர்கள் இருவரின் கணக்கியல், புள்ளியியல் முறைகளை ஹிக்ஸ் துகளின் இயக்கம் நிறையையும் அளவிட பயன்படுத்துகிறார்கள் விஞ்ஞானிகள்.

அதனால்தான் ஹிக்ஸ் போஸான் என்ற பெயர் உலகின் முதல் துகளுக்கு வைக்கப் பட்டுள்ளது.

விஞ்ஞானத்தின் வேகத்திற்கு சமூகத்திலும் மாற்றங்கள் வேக மாக உருவாகி அனை வரும் விஞ்ஞானத்தின் பயனை அடைய நாம் பாடுபட வேண்டும்.

செப்டம்பர் 2012

மருமகள் உடைத்தால் பொன்சட்டி, மாமியார் உடைத்தால் மண்சட்டி என்று தமிழில் மிகவும் புழக்கத்தில் வழக்கு உள்ளது. சமீபத்தில் தினமணியில் வந்த செய்தியைப் பார்க்கும்போது, வெறும் சொல்வழக்கு என்பதல்லாமல் தாழ்த்தப்பட்டவர்கள் மீது நிகழ்த்தப்படும் வன்கொடுமைக்கு பத்திரிக்கைகள் விதிவிலக்கல்ல என்று கூறும்படியாக உள்ளது.

தருமபுரி மாவட்டத்தில் அரூர் நகரத்தில் உள்ள அம்பேத்கர் காலனியில் 20 பேர் ஒரே சமயத்தில் தமிழ்நாடு தேர்வாணையம் (டி.என்.பி.எஸ்.சி) நடத்திய வி.ஏ.ஓ. தேர்வில் தேர்ச்சி பெற்றுள்ளனர். இதைப் பொறுத்துக்கொள்ள முடியாத தினமணி பத்திரிக்கை கேள்வித்தாள் அவுட்டாகியிருக்கலாம், அதன் காரணமாகத்தான் அம்பேத்கர் காலனியில் 20 பேர் தேர்ச்சி பெற முடிந்துள்ளது என்ற பீதியைக் கிளப்பி அரசு இதை விசாரணை செய்ய வேண்டும் என்று கேட்டுக்கொண்டுள்ளது. இது மேலோட்டமாகப் பார்த்தால் சரியெனவேத் தோன்றும். ஆனால் இரண்டாண்டுகளுக்கு முன்னால் பழனிக்கு அருகில் உள்ள ஆயக்குடி கிராமத்தில் இதே விஏஓ தேர்வில் 28 பேருக்கு மேல் தேர்ச்சி பெற்ற போது அக்கிராமத்தைப் புகழ்ந்து எழுதி தள்ளின பத்திரிக்கைகள். அப்போது ஏன் சந்தேகம் வரவில்லை? தாழ்த்தப்பட்டவர்கள் கூட்டமாகத் தேர்ச்சி பெற்றால் அதில் நிச்சயமாகத் தில்லுமுல்லு இருக்கும் என்று எதன் அடிப்படையில் நம்புகிறது. இது வன்கொடுமை வழக்குத் தொடர்வதற்குப் போதுமான அடிப்படை என்றே தோன்றுகிறது.

சமீபத்தில் சிதம்பரம் தாலுக்காவில் ஆக்கிரமிப்பில் உள்ள 17 ஏக்கர் பஞ்சமி நிலத்தை மீட்க உயர்நீதிமன்றம் ஆணை பிறப்பித் துள்ளது. உயர்நீதி மன்ற வழக்கறிஞர் குமார் சமூக சமத்துவப் படை கட்சி தலையிட்டு அந்நிலத்தை மாவட்ட ஆட்சித்தலைவர் மூலமாக மீட்டெடுக்க கோரிக்கை வைத்துள்ளனர். அவரதுதொடர்பு எண்கள் 9799113932 மற்றும் 9788259147. அனைத்துத் தாழ்த்தப்பட்டோர் ஆர்வலர்கள் அவருடைய முயற்சிக்கும் சமூக சமத்துவப் படை கட்சியின் முயற்சிக்கும் உறுதுணையாக இருக்க வேண்டும்.

திலகர், சமூக சமத்துவப்படை கட்சியின் பஞ்சமி நிலமீட்பு படைத்தளபதி திரு.கலியாணசுந்தரத்தின் புதல்வர் எஸ்.சி/ எஸ்.டி அரசு ஊழியர் சங்கத்தில் முக்கியப்பொறுப்பில் உள்ளவர். சென்னை அருங்காட்சியகத்தில் பணிபுரிகிறார். எவ்விதத் தவறும் செய்யாத அவரை, பணிநேரத்தில் அவர் காணப்படவில்லை என்ற ஒரே காரணத்துக்காக, காழ்ப்புணர்ச்சி கொண்ட எஸ்.எஸ்.ஜவஹர், ஐ.ஏ.எஸ், சன்பெண்ட் செய்தார். கொதித்தெழுந்த திலகர் அனைத்து அரசு ஊழியர் சங்கங்கள்,

இயக்கங்கள் ஆகியோரிடம் முறையிட்டு ஒருங்கிணைத்து போராடி தாழ்த்தப்பட்டவருக்கு எதிராகச் செயல்படும் எஸ்.எஸ். ஜவஹரின் கீழ்த்தர நடவடிக்கையைக் கண்டித்ததும், பயந்து போய் உடனே அவரைப் பணியமர்த்தி உத்தரவு பிறப்பித்தார். தகுந்த முகாந்திரம் இல்லாமல் இடைக்காலப் பணிநீக்கம் செய்த எஸ்.எஸ்.ஜவஹர் இந்திய ஆட்சிப் பணியில் இருப்பதற்கே லாயக்கற்றவர். அவர் குறித்து தலைமைச் செயலருக்குப் புகார் அனுப்பியதுடன் அவரை வன்மையாகக் கண்டிக்கிறோம். அரசு ஊழியர் சங்கங்களின் ஒருங்கிணைந்த நடவடிக்கைக்கும் வெற்றிக்கும் வாழ்த்துகிறோம். கற்பி, போராடு, ஒன்றுசேர். ஜெய்பீம்!

அக்டோபர் 2012

பத்திரிக்கையில் தொடர்ந்து இடம் பெற முடியாதவர்கள், கனத்த குரல்களுக்கிடையே நசுங்கிப் போகிறவர்கள், தங்கள் கருத்துக்களைப் பகிரங்கமாக பகிர்ந்து கொள்ள விரும்புபவர்கள் ஆகியோருக்கு இணையதளம், வலைதளம் ஆகியவை வரப்பிரசாதம் தான்! மறுக்கவில்லை! இந்தியாவின் கிராமப்பகுதிகளில் 2011 கணக்குப்படி 37.8 சதவீதம் பேர் மட்டுமே கல்வியறிவு பெற்றுள்ள தலித் மக்களுக்கு இது எந்தவகையில் உதவியாக இருக்க முடியும்? இன்னுமொரு நூறாண்டு ஆனாலும், அரசின் கொள்கைகளில் மாற்றமில்லையெனில் இந்த நிலை மாற வாய்ப்பில்லை.

கிராமங்கள் இன்னும் உட்புக முடியாத முட்காடுகள் போலவே தோற்றமளிக்கின்றன. மாஸ்க் என்ற பிரபல ஆங்கிலத் திரைப்படத்தில் எடுத்தணிபவர்க்கு ஏற்றதுபோல் அந்த முகமூடி செயல்படுவது போல, கல்வியறிவற்ற பொருளாதார வசதி குறைந்த கிராமங்களுக்கு டி.வி உபகரணங்கள் பெரும் கேட்டைத்தான் விளைவித்திருக்கின்றன. தண்ணீரெது பாலெது எனப் பிரித்து அருந்துகின்ற அன்னப்பறவையைப் போல் அல்லாது தினமும் சாக்கடையைப் பருகுகின்ற அவல நிலை உள்ளது. அம்பேத்கர் கருத்துக்களை விதைப்பதற்காக கிராமங்க

ளை மிகுந்த சிரமத்திற்கிடையில் பதப்படுத்த வேண்டியுள்ளது. திராவிடக் கட்சிகளின் மாயைகள், அவர்கள் மீது மக்கள் கொண்டுள்ள நம்பிக்கைகள் இவற்றைத் தகர்க்க கடும் முயற்சி தேவையுள்ளது என்பதை சமீபத்தில் நான் சென்ற கைனூர் (காவேரிப்பாக்கம்) நம்பிப்பட்டி (அரூர்) கிராமங்கள் உணர்த்தின.

தலித் மக்களின் ஒட்டு மொத்தப் பிரச்சினை தங்களின் தனிப்பட்ட பிரச்சினைகளிலிருந்து வேறுபட்டது என்று தலித் மக்கள் நினைக்கும் அளவிற்கு அறியாமை உள்ளது. திராவிடக் கோட்டைகளைத் தகர்க்க முயன்று தோற்றவர்கள் மக்களுக்கு சலிப்பை ஏற்படுத்துவது ஒருபக்கம் என்றால், திராவிடக் கட்சிகளின் எடுபிடிகள் அதைவிட கடும் சலிப்பை ஏற்படுத்தி வருகிறார்கள்.

கிராமத்திற்குள் நுழையும் எவரும் தங்களைச் சுரண்டுவதற்காகவே வருகிறார்கள் என அவநம்பிக்கையுடன் இருக்கிறார்கள் என்பதொரு புறமிருக்க, தாங்கள் கதியற்றவர்கள் ஏழைகள் என்ற ஓயாத கூப்பாடு அவர்களின் பலத்தை அவர்கள் அறியாமலே விழுங்கிக் கொண்டிருக்கிறது.

தற்போது தேர்தல் எதுவும் நெருக்கத்தில் இல்லாததால் வெறிச்சோடிக் கிடக்கின்றன சேரிகள். விதைக்கத் தகுதியான நேரம், எனினும் அவர்கள் ஏந்தியிருக்கும் பிச்சைப்பாத்திரம் தடுக்கிறது உட்புக நினைக்கும் விதைகளை :

எவ்வளவு பெரிய சவால்! எண்ணி வியக்காமலிருக்க முடியவில்லை!

நவம்பர் 2012

தமிழகத்தில் ஒரு நாளில் 12 மணி நேரத்திற்கு மேலாக கிராமப் புறங்களில் மின்வெட்டு நீடிக்கிறது. தலைநகர் சென்னையில் ஒரு மணி நேரத்திலிருந்து இரண்டு மணி நேரமாக அதிகரிக்கப்பட்டுள்ளது. இந்தத் தொடர் மின்வெட்டு அதிமுக ஆட்சிக்கு வந்த கடந்த ஒன்றரை வருடமாகவே நீடிக்கிறது வரும்

நவம்பரிலிருந்து மின்வெட்டு நேரம் குறையலாம் என வாக்குறுதி அளித்த அரசு அதைப்பற்றிச் சிறிதும் கவலை கொள்வதாகவே தெரியவில்லை.

மின்பற்றாக்குறைதான் காரணம் என்கிறது அரசு தமிழ்நாட்டின் மொத்த மின் தேவை 12000 மெகாவாட் நெய்வேலி அனல் மின்சாரம், தூத்துக்குடி பவர் ப்ளாண்ட், கல்பாக்கம் அனுமின்நிலையம் ஆகிய மூன்றிலிருந்து பெறப்படுவது 9000 மெகாவாட் மட்டுமே. பற்றாக்குறை 3000 மெகா வாட் ஆகும். தொழிற்சாலைகளுக்கு கொடுத்தது போக மீதியுள்ளவற்றைப் பகிர்ந்தளிக்கும் விதமாக மின்வெட்டு தற்போது அமலில் உள்ளது.

2008ம் ஆண்டு 127 பேர் மின்சாரத்தினால் ஷாக் அடித்து இறந்துள்ளனர் 2009ல் 56 பேர். 2010ல் 19பேர் 2011ல் யாரும் இறக்க வில்லை – காரணம் மின்சாரமே இல்லை என்று வலைத் தளத்திலே ஜோக்கடிக்கும் அளவிற்கு மின்வெட்டு மிக மோசமான முறையில் மக்களைப் பாதித்து வருகிறது.

இதற்கிடையில் திமுகவும், அதிமுகவும் ஒருவரையொருவர் குற்றம் சாட்டியும் கேலி செய்தும் வருகின்றனர். உற்பத்தி அதிகரிக்காத நிலையில், புதிய தொழிற்சாலைகளுக்கு அனுமதி கொடுத்து இருவரும் மின்வெட்டில், இந்தியாவிலே முதலாவது மாநிலமாக தமிழகத்தை நிறுத்தியிருக்கிறார்கள்.

கோவை மாவட்டத்தில் அக். 27 அனைத்து குறு சிறு தொழில் நிறுவனங்கள் ஸ்டிரைக்கில் ஈடுபட்டன. ரூ.10 கோடி உற்பத்தி இழப்பு ஏற்பட்டுள்ளது. மின்வெட்டைக் கண்டித்து விவசாயி களும் பொது மக்களும் போராட்டத்தில் ஈடுபட்டு வருகின்றனர் தீர்வு என்ன?

சிலர் கூடங்குளம் அனுமின்சாரம் தான் இதற்குத் தீர்வு என எழுதி வருகிறார்கள். ஆனால் தமிழக அரசின் மின் வாரியம் கூடங்குளத் திலிருந்து பெறவிருக்கும் மின்சாரத்தைக் கருத்தில் கொண்டு புதிய தொழிற் சாலைகளுக்கு அனுமதி வழங்கப்படுகிறது என்று எப்போதும் அரசுக்கு அறிக்கை அனுப்பாத பட்சத்தில் கூடங்குளம் எப்படித் தீர்வாக முடியும். கூடங்குளம் உற்பத்தி முழுவதும் தமிழ்நாட்டுக்குக் கிடைக்க போவதில்லையே!

காற்றாலைகள், சூரிய சக்தி என்று அவ்வப்போது நினைவு படுத்திக்கொண்டு அரசியல்வாதிகள் பேசுகிறார்கள்.

இதுவரை சாதித்தது என்னவென்றால் மின்வெட்டைக் காரணம் காட்டி மின் கட்டணத்தை உயர்த்தியதுதான். இனிமேலும் அரசு மெத்தனமின்றி அரசு, தனியார் மின் உற்பத்திக்குத் திட்டமிடுவதோடு காற்றாலை, சூரிய சக்தி இவற்றை முழுமையாகப் பயன்படுத்தத் திட்ட மிட வேண்டும்.

டிசம்பர் 2012

தருமபுரி வன்கொடுமையில் செயலற்ற தமிழக அரசு

தருமபுரியில் தலித் சேரிகளைக் கொளுத்திய சம்பவத்தினால் இன்று தமிழகமே தீப்பற்றி எரிகிறது. ஏதோ உணர்ச்சிக் கொந்தளிப் பினால், திடீரென்ற சம்பவங்களால் நிகழ்த்தப்பட்டதல்ல இவ் வன்கொடுமை, தலித் ஆர்வலர்களை இச்சம்பவம் அதிர்ச்சிக்குள்ளாக்க வில்லை. ஏனெனில் சமீப காலமாகவே சாதிவெறியர்கள், சில அரசியல் கட்சித்தலைவர்கள் குறிப்பாக ராமதாசு, காடுவெட்டி குரு ஆகியோர் தலித் வன் கொடுமைத் தடுப்புச் சட்டத்தை வாபஸ் பெற வேண்டுமென தமிழகம் முழுவதும் பிரச்சாரம் செய்து வந்தனர். தலித் தலைவர்களும் ஜனநாயக சக்திகளும் தான் இத்தகைய சாதிவெறிப் பிரச்சாரங்களுக்குத் தகுந்த பதிலடி தந்தனரே தவிர, அரசு அவர்களை ஆதரிப்பது போல் வாளாவிருந்தது. இதனால் இவர்கள் பலங்கொண்டு சாதி கலப்புத் திருமணங்கள் கூடாது என்றும், அப்படி மீறி செய்பவர்களை கொலை செய்யுங்கள் என்றும் பிரச்சாரம் செய்தனர். அரசு வன்கொடுமை தடுப்புச் சட்டத்தை அமல்படுத்துகிற அதிகாரம், பாதிக்கப்பட்ட தலித் மக்களுக்கு பாதுகாப்பு அளிக்க வேண்டிய கடமை இருந்தும் வன்கொடுமை தடுப்புச் சட்டத்தின் எதிர்ப்பாளர்களை மௌன மாயிருந்தது ஆதரித்தது போல, சாதி கலப்புத் திருமணத்தை ஆதரித்து ஊக்குவிக்கும் திட்டங்களை நடைமுறைப்படுத்தி வந்தாலும்,

சாதிக்கலப்புத் திருமணங்களைச் செய்து கொள்பவர்கள் கொலை செய்யப்படுவர் போன்ற பகிரங்கப் பிரச்சாரங்களுக்கு எதிராக எந்தவொரு நடவடிக்கையும் எடுக்கவில்லை. இதை யெல்லாம் அரசின் கவனத்திற்கு அவ்வப்போது தலித் அரசியல் அமைப்புகளும் ஆதரவாளர்களும் கவனத்திற்குக் கொண்டு வந்தாலும் பாராமுகமே பதிலாகக் கிடைத்து வந்திருக்கிறது.

இதுமட்டுமின்றி திராவிட ஆட்சிகளில் தலித் மக்களுக்கு அமைச் சரவையில், முக்கிய அரசுப் பொறுப்புகளில் மக்கள் தொகை க்கேற்ப பிரதிநிதித்துவம் வழங்காமலிருந்து வருவது, தலித் நிதியை மடைமாற்றி சாதி இந்துக்கள் பயன்பெறும் வகையில் செலவு செய்வது, அரசு வரவு செலவு பட்ஜெட்டில் தலித் மக்களுக்குப் போதிய நிதி ஒதுக்காதது, தலித் மக்கள் பெரும்பாலும் நிலமற்ற கூலியாக ஆதிக்க சாதிகளையும் அரசாங்கத்தையும் நம்பி வாழ்வது, உலகமயத்தினால் தலித் மக்கள் மேலும் புறக்கணிப்புக்கு ஆளாகி வருவது, தலித் சேரிகள் போதிய அடிப்படை வசதிகள் இன்னும் பெறாமல் இருப்பது, அரசுத் துறைகளில் இடஒதுக்கீட்டில் 10,000–த்துக்கும் மேலான பின்னடைவு காலிப் பணியிடங்களை நிரப்பாமலிருப்பது, பஞ்சமி நிலத்திற்காகத் தொடர்ந்து போராடியும் அந்நிலங்க ளை மீட்டு அவர்களுக்குத் திரும்ப வழங்க எந்த முயற்சியையும் எடுக்காதது, தாழ்த்தப்பட்ட மக்களின் எந்த நியாயமானக் கோரிக்கைகளையும் அரசு நிறை வேற்ற மனமில்லாமல் இருப்பது, வன்கொடுமை சட்டத்தில் பதியப்பட்ட வழக்குகளில் 93 சதவீதம் பேரை விடுதலை செய்து விடுவது மற்றும் முதலமைச்சர் இச்சட்டத்தை ஆய்வு செய்யாமலிருப்பது போன்ற கடந்த 65 ஆண்டுகளாக தலித் மக்கள் புறக்கணிக்கப்பட்டு வருவது சாதி இந்துக்களின் சாதிவெறியை வளர்ப்பதாக இருந்து வந்துள்ளது.

இத்தகைய அரசு ஆதரவு பின்னணியில் தான் தருமபுரி சம்பவம் நிகழ்ந்துள்ளது. என்ன நடந்தது. பாதிக்கப்பட்ட கிராமங்களில் நடந்த மூன்றாவது சாதிக்கலப்புத் திருமணம் வன்னியப் பெண் தலித் இளைஞனைக் காதலித்து பதிவுத் திருமணம் செய்து கொண்டு காவல்துறையிடம் பாதுகாப்பு நாடினர். வன்னியர்கள் இத்திருமணத்திற்குக் கடும் எதிர்ப்புத் தெரிவித்த நிலையில்,

பெண்ணின் தகப்பனார் தனது பெண்ணைத் திரும்ப அழைத்து வரும்படி வற்புறுத்தப்பட்டுள்ளார். அவர் பலவகையில் வருந்தி அழைத்தும் பெண் திரும்பிவிட ஒத்துக்கொள்ள வில்லை. இந்நிலையில் வன்னிய சாதி வெறியர்களின் கொலை வெறிக்கு அஞ்சி தற்கொலை செய்து கொண்டார். இப்பிணத்தை வைத்துக்கொண்டு வன்னியர்கள் வெறியாட்டம் போடத்துவங்கி விட்டனர். மணமகன் வசிக்கும் சேரியின் வழியை அடைத்துப் பிணத்தைக் கிடத்தி விட்டு தர்ணாவில் ஈடுபட்டனர். பிறகு கொண்டம்பட்டி, நத்தம், செல்லங்கொட்டாய் உள்ளிட்ட நான்கு கிராமங் களை சுமார் 1500 பேர் (15 பெண்கள், பள்ளி மாணவர்கள் உள்ளிட்ட) லாரிகள் சுமோக்களில் அணிவகுத்து, தலித் வீடுகளில் நுழைந்து முதலில் தங்க நகைகள், பாத்திரங்கள், டி.வி, ரேடியோ, கம்யூட்டர் போன்ற எலக்ட்ரானிக் சாதனங்கள், ரூபாய் நோட்டுகளைத் திருடிக்கொண்டு பின் பெட்ரோல் குண்டு வீசி வீட்டை எரித்தனர். இவ்வகையில் 268 வீடுகள் சேதப்படுத்தப்பட்டன. இழப்பு ரூ.20 கோடிக்கு மேலிருக்கும். எனினும் அரசு ரூ.7 கோடி என மதிப்பிட்டுள்ளது. குடும்ப அட்டை, அடையாள அட்டைகள், பள்ளிச் சான்றுகள், புத்தகங்கள், உணவுப் பொருட்கள் அனைத்தும் எரித்து நாசமாக் கப்பட்டன. இந்தச் சூறையாடல் 6 மணி நேரத்திற்கும் மேலாக நடந்தது.

கொண்டம்பட்டி கிராமத்தில் தொகுப்பு வீடுகள் கட்டுவதற்காக 1991ல் நிலம் அரசினால் கையகப்படுத்தப்பட்டபோதும் வன்னியர்கள் கடும் எதிர்ப்புத் தெரிவித்துள்ளனர். நக்சல்கள் இயக்கம் கட்டி வந்துள்ளனர். இதெல்லாம் கூட காரணம் என்று அப்பகுதி மக்கள் கருதுகின்றனர். நிலமின்மை ஒரு காரணம், தலித் மக்கள் அங்குள்ள வன்னியர்களிடம் கூலி வேலை செய்யமறுத்து கோயம்புத்தூர், பெங்களூர் போன்ற நகரங்க ளுக்கு இடம் பெயர்ந்து விவசாயக்கூலியை விட அதிகமான கூலி பெற்று வந்தனர் என்பதொரு காரணம் என்றாலும் நக்சல் இயக்கத்தை ஒரு காரணமாகத் கூற இயலாது. ஏனெனில் நக்சல் இயக்கத்தில் வன்னியர்களும் இருக்கின்றனர்.

தலித் மக்கள் விவசாயக்கூலி செய்ய மறுத்து புலம் பெயர்ந்து பொருளீட்டியது தான் வன்னியர்களுக்குக் கடுங்கோபத்தை

ஏற்படுத்தியது என்று வைத்துக் கொண்டாலும் இப்படி 1500 பேர் சேர்ந்து உள் நாட்டுப்போர் போல வெடி குண்டுகளைத் தயார் செய்து தாக்குவது என்பது அரசியல் ஆதரவின்றி நடக்காது என்பது விபரமறிந்தவர்கள் உணர்வார்கள்.

நடந்த சம்பவங்களைக் கவனிக்கும்போது, ஒரு வார காலமாகத் திட்டமிட்டு, ஊர் கூட்டங்கள் கூட்டி, ஆயுதங்கள் சேர்த்து, வாகனங்கள் அமர்த்தி பெட்ரோல் குண்டுகள் தயாரிக்கும் வரை உளவுத் துறை என்ன செய்து கொண்டிருந்தது? உளவுத்துறையின் தகவல்களைக் கொண்டு அரசு ஏன் வன்கொடுமையைத் தடுத்து நிறுத்த முன்வரவில்லை?

தருமபுரியிலிருந்து சுமார் 6 கி.மீ தொலைவே உள்ள கிராமங்களுக்கு 6 மணிநேரம் நடந்த தாக்குதலை முறியடிக்க, ஏன் மாவட்டத்தலைமையிடத்திலிருந்து காவல்துறை வரவில்லை?

கலப்புத்திருமணத்தம்பதியினர் பாதுகாப்பு கேட்டு காவல்துறையை அணுகியும், வன்னியர், தலித் ஆகிய இரு தரப்பாரையும் அழைத்து ஏன் மாவட்ட நிர்வாகம் சமாதானம் பேசவில்லை?

ராமதாசு, காடுவெட்டி குரு, கொங்கு வேளாளர் சாதி அமைப்புகளின் பிரச்சார வார்த்தைகளிலிருந்து பிறந்த தீ தாழ்த்தப்பட்ட மக்களின் வீடுகளைத் தாக்கி அழிக்கும் மட்டும் வேடிக்கைப் பார்த்துக் கொண்டி ருக்கும் அரசை மக்கள் என்ன செய்யப் போகிறார்கள்?

நிறைய உண்மை அறியும் குழுக்களும், ஆபத்துக்கு உதவும் குழுக்களும் தர்மபுரியும் திரண்டிருந்தனர். அவரவர் இயன்ற அளவு நிவாரணம் அளித்தனர். அரசு, குடும்பங்களுக்கு ரூ.50,000 உடனடி நிவாரணம் அளித்துள்ளது. நேரடித் தாக்குதலின் திட்டம் தயாரித்து தலைமையேற்று நடத்திய 12 பேரை விட்டு விட்டு 128 பேரைக் கைது செய்துள்ளது. தலித் இயக்கங்கள் தனியாகவும், சேர்ந்தும் கண்டன ஆர்ப்பாட்டங்கள் நடத்தியுள்ளன. மத்திய தேசிய தலித் ஆணையத்தின் தலைவர் டாக்டர்.புனியா வந்து பார்வையிட்டுச் சென்றிருக்கிறார். திமுக உயர்மட்டக் குழு அமைத்து அறிக்கை வெளியிட்டுள்ளது. இத்தனை நடந்தும் அரசின் தரப்பில் தெளிவான அறிக்கை இதுவரை வெளியிடப் படவில்லை.

நடந்த வன்கொடுமைக்கு நேரடித் தாக்குதலில் ஈடுபட்டவோர்களோடு, சாதிவெறியைத் தூண்டி பேராபத்தை விதைத்த, இன்னும் விளைவிக்கின்ற ராமதாசும், காடுவெட்டி குரு, கொங்கு வேளாளர் அமைப்புகள் மகிழ்ச்சியாக ஊடகங்களுக்கு பேட்டி அளித்து வருகிறார்கள். சாதிக் கலப்புத் திருமணம் கூடாது என்று இன்னமும் பேசிவருகிறார்கள்! மாவட்ட ஆட்சியர், காவல்துறைக் கண்காணிப்பாளர் ஆகியோர் மீது எந்த நடவடிக்கையும் எடுக்கப்படவில்லை! இனி நாம் இப்படிப்பட்ட தமிழக அரசைக் கலைப்பதைத் தவிர வேறு என்ன கேட்க முடியும்?

தலித் மக்கள் பல்வேறு அரசியல் கட்சிகளில் பிரிந்து கிடப்பதுதான் அம்மக்கள் பலவீனமாக இருப்பதற்குக் காரணம்! தலித் கட்சிகள் தேர்தலுக்காக மேற்கொள்ளும் கூட்டணிகள், சமரசங்கள், தேர்தல் முடிந்தும் தொடரவேண்டுமா? வன்கொடுமையைப் பொறுத்துக்கொண்டு சமாதானமாகப் போகலாம் ஆனால் இனி எந்நாளும் அது தொடராது என்று பல்வேறு செயல்திட்டங்கள் மூலமாக உறுதியளித்தப் பின்தானே தவிர இப்போதல்ல. ராமதாசையும் காடுவெட்டி குருவையும் தண்டனையில்லாமல் தப்பிக்க வைக்க சமரசம் பேசும் தொனியைப் பார்க்கிறோம்! இதுவும் நமக்கு அதிர்ச்சியைத் தரவில்லை! காரணம் இவற்றை எதிர்பார்க்காவிடில் மேற்கொண்டு போராடுவதே இயலாததாகிவிடும்.

வன்கொடுமைக்குத் தீர்வு வன்கொடுமையாளருக்குத் தண்டனையும் பாதிக்கப்பட்டோருக்கு நிவாரணமும் மட்டுமல்ல, சமூகத்தின் அடியாழத்தில் வரலாறு, பண்பாடு என்பனவற்றில் தேங்கியிருக்கும் கசடுகளைக் களையவேண்டும்.

மானுட வரலாறு, மானிடவியல் ஆகியவற்றில் மனித குலமனைத்தின் மூலமும் ஒன்றேதான் என்றிருக்க, இந்தியாவில் உள்ள பல்வேறு சாதிகளும் ஒரே மனித இனத்தைச் சேர்ந்தவையென்றிருக்க, சாதி இந்துக்களின் சாதி துவேஷம் பகுத்தறிவின்பாற் பட்டதல்ல என்பதை அவர்கள் அறியச்செய்ய வேண்டும். நிலமான்ய முறையாலும் பௌத்த சமயத்தாலும் தீண்டாமை முறை தோன்றி நிலைப் பெற்றுள்ள வரலாறை சாதி இந்துக்கள் அறியும் வண்ணம் பாடத்திட்டத்தில் சேர்க்க

வேண்டும். அகமணமுறையை அழிப்பது சமத்துவத்தின் அடிப்படையாக இருக்கும் என்ற அம்பேத்கரி யத்தைப் பட்டிதொட்டியெங்கும் அரசே பரப்ப வேண்டும்.

சாதி ஒழிப்பை முன்னிறுத்தி தலித் மக்களின் ஆதரவைப் பெற்று ஆட்சி செய்து, சாதிவெறியை வளர்க்கின்ற திராவிடக்கட்சிகளை முழுமூச்சுடன் எதிர்க்க வேண்டும். தலித் மக்கள் அனைவரும் தருமபுரிக்குச் சென்று தன்னுணர்வூட்டிக் கொண்டு தெளிவான வீரியமான இயக்கத்தை வளர்த் தெடுக்க வேண்டும். பேராசான் அம்பேத்கரின் தாரக மந்திரங்களில் ஒன்றான ஒன்றுபடுதலில் உள்ளது, தலித் மக்களின் பிரச்சினைகளுக்கான தீர்வும் விடுதலையும்!

தருமபுரி வன்கொடுமையை சாதிக்கலவரம் இருதரப்பாருக்குமான மோதல் என்று வழக்கம் போல் பத்திரிக்கைகள் எழுதி வருவதைக் கண்டிக்க வேண்டும். இவ்வன்கொடுமை நடந்தது 7ம்தேதி நவம்பர் இரவு. ஒன்பதாம் தேதியன்று தருமபுரி சென்றடைந்தோம் சமூக சமத்துவப்படையினர். 10ம் தேதி காலை பாதிக்கப்பட்ட மக்களை சந்தித்து அக்கிராமங்களில் மக்களைப் போராட்டத்துக்கு தயார் செய்துவிட்டு தேசிய தலித் ஆணையத்தின் தலைவரை சந்தித்தார் சிவகாமி.

அவரைச் சந்திக்கச் சென்றபோது பாதுகாப்பு அதிகாரி சந்திப்பதைத் தடை செய்தார். பத்திரிக்கையாளர் கூட்டத்தை சந்திக்க புனியா அவர்கள் வெளியே வந்ததும் சிவகாமியும் அவர்களுடனே அமர்ந்தார். நேரம் செல்ல செல்ல அங்கு நடந்த விவாதங்கள் எதுவும் அம்மக்களுக்கு உதவப் போவதில்லை என்ற நிலையில் புதிய கோடாங்கி பத்திரிக்கை சார்பாக நான் பேசலாமா என்று அனுமதி கேட்டு பேசத்துவங்கினார்.

தமிழக அரசைக் கலைத்திடவேண்டும், நிவாரணமல்ல நாங்கள் வேண்டுவது. இனி தலித் மக்கள் தாக்கப்படக்கூடாது என்ற உறுதிப்பாட்டைத் தான். நிலமின்மையும் ஆண்டை அடிமை உறவும் அறவே களையப்பட வேண்டும் சமத்துவம் வாய்த்திட நிலம் வழங்கப்படவேண்டும். குடும்பம் ஒன்றக்கு 25 லட்சம் இழப்பீடு வேண்டும். காங்கிரஸ் அரசு பல வருடங்க ளாக நில உச்சவரம்பைக் குறைப்பதைப் பற்றிப் பரிசீலித்து வருகிறது. போராடும் இயக்கங் களுடன் கையெழுத்திடுகிறது.

ஒப்பந்தங்களில் இன்னும் எவ்வளவு வீடுகள் தாக்கியப்பின் இது அமலுக்கு வரும்?

இப்படி அவர் உணர்ச்சிப் பெருக்குடன் பேசியதை புனியா அவர்கள் அவரை அமரும் விதமாகக் கையசைத்தார்.

முடியாது நான் பேசுவதை நீங்கள் கேட்டுத் தானாக வேண்டும்!

ராமதாசையும் காடுவெட்டி குருவையும் உடனடியாகக் கைது செய்ய உத்தரவிடுவீர்களா? தலித் மக்களைப் பாதுகாக்கத் தவறிய மாவட்ட ஆட்சித் தலைவரையும் காவல்துறை கண் காணிப்பாளரையும் நடவடிக்கை எடுத்து வீட்டுக்கு அனுப்புவீர் களா?

உளவுத்துறை என்ன செய்து கொண்டிருந்தது, ஏன் தடுக்கவில்லை?

தாக்குதல் மட்டுமல்ல, அப்பட்டமான கொள்ளை! பெங்களூர் நகரத்தில் தலைச்சுமையாக பழம் விற்று பத்து வருடங்களின் நாற்பதாயிரம் ரூபாய் சேர்ந்திருந்த பெண்ணின் மொத்தப் பணத்தையும் கொள்ளை யடித்துள்ளார்களே என்ன செய்யப் போகிறீர்கள்?

அவரது குரல் உயர்ந்ததால் திணறலும் திக்கலும் ஏற்பட்டது. அவரது உடல் வார்த்தைகளால் கொந்தளித்தது.

அவர் பேசிக்கொண்டிருக்கும்போதே மாவட்ட ஆட்சித்தலைவரும் காவல்துறை கண்காணிப்பாளரும் வெளிநடப்பு செய்தனர்? ஐயோ மக்களே, அரசு காவல்துறை, மாவட்ட நிர்வாகம் எல்லோரும் கைவிட்டனரே. சமூக சமத்துவப்படை கட்சியினருடன் விவாதித்து மேற் கொண்டு செய்ய வேண்டியதை ஆலோசித்தப்பின் தொடர் போராட்டத்தில் ஈடுபட்டது கட்சி.

நவம்பர் 17ம் நாள் சென்னை விக்டோரியா மெமோரியல் மண்டபத்திற்கு எதிராக ஆர்ப்பாட்டம் நடந்தது. நேச சக்திகள் பாப்புலர் ஃப்ரண்ட் ஆஃப் இந்தியா, சோஷியல் டெமாக்ரிட் பார்ட்டி ஆஃப் இந்தியா, லோக்சத்தா ஆகியோர் கண்டன ஆர்ப்பாட் டத்தில் கலந்து கொண்டனர். அரசு ஊழியர்கள் வழக்கறிஞர் ரத்தினம், உயர்நீதிமன்ற வழக்கறிஞர்கள், மதுரை வழக்கறிஞர் ரஜினி ஆகியோர் உரமூட்டினர்.

சிறப்பான கண்டன கூட்டத்திற்குப் பிறகு இச்சமர் தனியொரு கட்சி என்பதைக் காட்டிலும் அனைத்துத் தலித் இயக்கங்களின் கூட்டு முயற்சி யென்றால் சிறப்பாக இருக்கும் என்பதன் அடிப் படையில் நவம்பர் 21ம் நாள் சென்னை இக்சா மய்யத்தில் இயக்கங்களின் கூட்டம் நடைபெற்றது. பெரியவர் சக்திதாசன், சந்திரசேகரன், மதிபறையனார், லெமூரியர், ரெயில்வே ஞான சேகரன் ஆகியோர் உள்ளிட்ட 61 இயக்கங்கள் கலந்து கொண்டன. எழுத்தாளர் சிவகாமி தலைமையில் போராட்டக்குழு அமைக்கப் பட்டுள்ளது.

பல லட்சம் மக்களைத் திரட்டி மாபெரும் கண்டன மாநாடு நடத்தவும், நூறு நாடாளுமன்ற உறுப்பினர்கள் அடங்கிய பிரதிநிதித்துவ குழு குடியரசுத் தலைவரை சந்திப்பதென்றும் போராட்டக் குழு முடிவெடுத்துள்ளது.

தலித் மக்கள் மீது நடக்கும் வன்கொடுமை ஒவ்வொன்றும் அவர்களை முன்னோக்கி நகர்த் துகிறது. வெல்வோமென நம்பிக்கையுள்ளது.

ஜனவரி 2013

மூன்றாவது முறையாக நரேந்திர மோடி குஜராத்தில் வெற்றி பெற்றிருக்கிறார். இவ்வெற்றி மைனாரிட்டிகள் மீது கொலைவெறி தாக்குதலாக மாறாமல் இருந்தால் போதும். நரேந்திர மோடியின் சிறந்த நிர்வாகம் என்பதற்குப் புது விளக்கம் அளிக்க வேண்டியுள்ளது, எல்லார்க்கும் எல்லாமும் என்ற உன்னத லட்சியம் கிடக்கட்டும். ஒடுக்கு முறையிலிருந்து தனிமனித விடுதலை நோக்கிய ஒரு அசைவு தெரிந்தால் கூட போதும். ஆனால் இதற்கான எந்த சாட்சியங்களும் குஜராத்தில் இல்லை. ஆகையால் நரேந்தி மோடியின் வெற்றியை நம்மால் வியந்து பாராட்ட இயலவில்லை.

புது தில்லியில் பாலியல் பலாத்காரத்திற்கெதிரான போராட்டம் வன்முறையாக வெடித்திருக்கிறது. இது தன்னெழுச்சியான போராட்டம் என்று பல சமூக ஆர்வலர்களால் வர்ணிக் கப்படுகிறது. ஆனால் இப்போராட்டத்தில் AVVP பாபா

ஆம்தே, அன்னா ஹஸாரே, பி.ஜே.பி உள்ளிட்டவர்களின் ஒருங்கிணைப்பு உண்டு. மக்களின் தார்மீகக் கோபத்தை மிக ச்சரியாகப் பயன்படுத்திக்கொள்ளும் வேகமும் உத்தியும் வெளிப்பட்டுள்ளது. இதே போன்ற வெகுஜனப் போராட்டம் ஒரு தடவையாகிலும் பாதிக்கப்பட்ட வன்முறைக்கு பலியாகிய தாழ்த்தப் பட்ட மற்றும் ஆதிவாசிப் பெண்கள ளூக்காக நடந்ததில்லை என்று பார்க்கும்போது தான் இந்தத் தன்னெழுச்சிக்குப் பின்னால் அரசியல் சக்திகளின் வியூகம் புலப்படும்.

இதே போன்ற போராட்டங்கள் புதுதில்லியில் மண்டல் கமிஷன் அறிக்கைக்கு எதிராகவும், பாபர் மசூதி இடிப்பின் போதும் நடந்தது எனும்போது வெகுஜன தன்னெழுச்சிப் போராட்டம் என்பது ஆதிக்க சாதிகளின் நலன்கள் பாதிப்பு என்பதோடு நெருங்கிய தொடர்புள்ளதாகப் பார்க்க முடிகிறது. இது விரிவாக எழுதப்பட வேண்டிய விஷயம் என்றாலும் ஒன்றைக் குறிப்பிடும் அவசியம் உளது. அதாவது வெகுசனப் போராட்டங்கள் அனைத்தும் ஊடகங்களின் ஆதரவைப் பெறுவதில்லை. இரண்டும் அமைந்து விட்டால் ஆட்சி மாற்றத்தைத் தவிர்க்க முடியாது என்பதுதான் அது. இதை கடந்த காலப் போராட்டங்களின் பின்னணிகளை நுணிகிப் பார்க்கும்போது நமக்குக் கிடைத்தத் தெளிவு.

தருமபுரி வன்கொடுமைக்கெதிராக சிவில் சமூகம் கொதித்தெழ வில்லை. அது வழக்கம்போல இரண்டாகப் பிளவுபட்டு ஒன்று சாதி ஆதரவாளர்களாகவும் மற்றொன்று (ஒப்புக்கு) தலித் ஆதரவாளர் களாகவும் இருந்து உருப்படியாக எதுவும் சாதிக் காமல் சகித்துக்கொண்டு கடக்கிறது மக்களின் துன்பங்களை!

2012 தலித் மக்களின் போராட்டத்தில் குறிப்பிட்டுச் சொல்லும்படி எந்த சாதனையுமில்லாமல் கழிந்து விட்டது. இனி 2013 எப்படியோ? அதையாவது நமது போராட்ட வருடமாக உறுதி மேற்கொள்வோம்!

பிப்ரவரி 2013

பரபரப்புகளுக்கு பஞ்சமில்லாமல் நமது அரசியல்வாதிகள் அராஜகம் புரிகிறார்கள். தினமும் தலைப்புச் செய்திகளைப் பார்க்கும் சாமான்யர்களுக்கு திகில் ஏற்படுகிறது. பின் அது நிலைத்து விடுகிறது. அதையே அவர்கள் மனம் எதிர்பார்க்க வும் செய்கிறது.

பாண்டிச்சேரியில் ஆள்மாறாட்டம் செய்து 10ஆம் வகுப்புத் தேர்வு எழுதியிருக்கிறார் கல்வி அமைச்சர்! வன்னியர்களை காதல் திருமணம் செய்யும் தலித் இளைஞர்களைக் கொல்வோம் என்கிறார் ஒரு அரசியல் கட்சித் தலைவர். அப்படிப் பேசுவதற்கு அவருக்குக் கருத்துச் சுதந்திரம் இருக்கிறது என்கிறார் இன்னொரு மூப்புத் தலைவர்!

இந்துத் தீவிரவாதம் என்ற வார்த்தையை உச்சரித்த உள்துறை அமைச்சரை வெளிடே ச் சொல்கிறார் ஒரு கட்சித் தலைவர்.

ஏழைகளுக்கு எள்ளுருண்டை மட்டும்தான் கொடுப்போம் என்கிறார் ஒரு முதல்வர் அதை ஆதரித்து அறிக்கை விடுகின்றனர் கூட்டணிக் கட்சித்தலைவர்கள்!

நாங்கள் சில்லறை வணிகத்தை தாராளமயமாக்குவோம் அதற்கு ஆதரவு தந்தால் பதவி உயர்வில் இடஒதுக்கீடு மசோதாவுக்கு ஆதரவு தரப்படும் என்ற மறைமுகப் புரிதல் இருப்பது போல் ஒரு நாடகம் நடித்துக் காட்டப்பட்டது.

சில்லறை வணிகத்தில் அந்நியம் நுழைந்தது. ஆனால் பதவி உயர்வில் இட ஒதுக்கீடு மசோதா நிறைவேறவில்லை. வால்மார்ட் பணம் கொடுத்துத்தான் சில்லறை வணிக மசோதாவை நிறைவேற்றியது என்கின்றன பத்திரிக்கைகள் தலித் தலைவர்கள் எப்படியும் பதவி உயர்வில் இடஒதுக்கீடு மசோதாவை நிறைவேற்றுவோம் என்று பேசி... பேசிக்கெ ாண்டிருக்கிறார்கள்.

தலித் மக்கள் அனைவரும் தலைக்கு நூறு ரூபாய் போட்டு கோடிக்கணக்கில் பாராளுமன்றத்தில் உள்ளவர்களுக்கு மேற்படி மசோதா நிறைவேற காசு கொடுத்தால் காரியம் நடக்குமா?

இந்தக் கூத்துகளுக்கிடையில் தலித் மக்கள் வாயிலிருந்து ஜெய்பீம் ஜெய்பீம் என்ற கோஷம் ஒலிக்கிறது எவ்வித அர்த்தமும் அர்ப்பணிப்பும் இல்லாமல்.

தருமபுரி மக்களுக்காக ஒருங்கிணைப்புக் கூட்டம் நடத்தினால் நான் பேசும்போது ஏன் இரண்டு நிமிடம் மட்டும் என்று தடை செய்தார்கள் என்று தருமபுரி பாதிக்கப்பட்ட மக்கள் மீதிருந்த கவனத்தைத் தன் மீது திருப்பிக் கொண்டார் மதிப்புமிகு தொண்டர் ஒருவர்!

இப்படிப்பட்ட பல்வேறு குழப்பங்கள் சவால்கள் புரிதல்கள் எதிரிகள் மத்தியில் அம்பேத்கரைத் துடுப்புப் போல் விடாமல் பற்றிக் கொண்டிருக்க முயற்சிக்கிறோம். இறுதி வெற்றி அநீதி பக்கம் சென்று விடக்கூடாது. வாழ்க அண்ணல் அம்பேத்கர்!

ஏப்ரல் 2013

மார்ச்சு மாதம் வழக்கமான பல்லவி ஒன்று உள்ளது. கடந்த அறுபதாண்டுகளாக ஒவ்வொரு மார்ச்சு மாதமும் மாநில பட்ஜெட் குறித்து பல்வேறு பத்திரிக்கைகளில் வெளிவந்த செய்திகளை சிரமம் மேற்கொண்டு தொகுத்தால் பல ஒற்றுமைகள் அவற்றில் இருப்பது தெரியும்.

முதலில் விஷம் போல் ஏறும் விலைவாசியைக் கட்டுப்படுத்த போதிய நடவடிக்கைகள் எடுக்காதது.

சிற்சில இலவசங்கள், உணவு மானியங்கள் தவிர வாழ்வாதார மற்று உடல் உழைப்பை மட்டும் நம்பி வாழ்கின்ற மக்களுக்கு எவ்வித உயரிய மாற்றத்தைக் கொண்டு வருகின்ற திட்டங் களைக் கொண்டு வராதது.

ஆதிதிராவிடர்கள் எனப்படும் தலித் மக்களின் சிறப்புக்கூறு நிதியை பொதுவாக எல்லோருக்கும் பங்கிட்டு விட்டு, பள்ளி – கல்லூரி கல்வி சம்பந்தமான சிற்சில விஷயங்களுக்கு சொற்பமான நிதி ஒதுக்குவது.

பெண்கள் என்ற பெயரில் பெரிய அளவிலான எவ்விதத் திட்டங்களும் இல்லாமலிருப்பது.

வேலை வாய்ப்பை அதிகரிக்கும் அளவிற்கு எவ்வித திட்டங்களும் இல்லாமலிருப்பது.

திராவிடத்தின் அடிநாதமான பிராமண எதிர்ப்பு சாதி மறுப்புக் கொள்கைக்கு சாதகமான சொல்லிக்கொள்ளும்படி திட்டங்கள் இல்லாமலிருப்பது.

இவைதான் பிரதானமாகத் தெரியும் ஒற்றுமைகள்! மக்களின் வரிப்பணத்தை அம்மக்களுக்காக செலவழிப்பதில் ஆதிக்க சாதிகள் – சக்திகள் தலையிட்டு ஆதாயம் அடைகின்றனர்.

கடந்த திமுக ஆட்சியில் தலித் மக்களுக்கென்ற சிறப்பு நிதி திட்டம் குறித்து உச்சரிப்பாவது வெளிப்பட்டது. ஆனால் அதிமுக ஆட்சியில் அந்த உச்சரிப்பைக் கூட காண இயலவில்லை. கிருஷ்ணசாமி, செ.கு.தமிழரசன் போன்றோர் ஆளுங்கட்சி கூட்டணியில் இருந்தும் சிறப்புக்கூறுத்திட்டம் பற்றி எவ்வித அறிவுப்பும் இல்லாதது குறித்து அவர்கள் என்ன செய்யப்போகிறார்கள்?

ஏப்ரல் 14 அம்பேத்கர் பிறந்த தினத்தை முன்னிட்டு சமூக சமத்துவப்படை கட்சி சென்னை மாநகரில் உள்ள அனைத்து தலித் பகுதிகளுக்கும் சென்று சிலைக்கு மாலையணிவித்து, மக்களை சந்திக்க ஏற்பாடு செய்து வருகிறது. சென்னையில் தலித் விழிப்புணர்வுக்கான முயற்சியாக இதைக் கொள்ளலாம்.

ஏறக்குறைய இரண்டு வருடத்திற்கும் முன்னால் ஈழத்தமிழ் போராளி பிரபாகரன் படுகொலை செய்யப் பட்டார். இந்தியத் தமிழர்கள் முயற்சிகள் யாவும் அவரவர் சுய அரசியலை வட்டமிட்டு வந்ததால், இனப்படு கொலையைத் தடுக்க முடியவில்லை. இலங்கையில் கடந்த ஐம்பதாண்டு காலமாக நடந்து வந்த போராட்டத்தில் இந்தியத்தமிழர்கள் அகதிகளாக வெளியேற்றப்பட்டு உலகநாடுகளில் நாடற்றவர்களாக வாழ்ந்திருப்பது உலக நாடுகள் பூராவும் அறிந்தவை. இந்தியாவின் தலையீடு முற்றிலும் தமிழகத்தின் இனச்சார்பு நடவடிக்கைகளால் உந்தப்பெறவில்லை. மாறாக இந்தியாவின் வெளியுறவுக்கொள்கையே அவற்றைத் தீர்மானித்தது. இவ்வகையில் இலங்கையில் நடந்த இன அழிப்பு பயங்

கரவாதத்தால் தமிழகம் உள்ளிட்ட இந்தியாவுக்குத் தொடர்புண்டு. தமிழகத்தில் வெகுசன மக்கள் போராட்டம் என்று முழுதாக எதுவுமில்லை. அப்படியே எழுச்சி ஏற்பட்டாலும் அதை அரசியல்படுத்தி நீர்த்துப்போகச் செய்வதை இலக்காகக் கொண்டு அவை செயல்பட்டு வந்துள்ளன. ஈவிரக்கமின்றி பிரபாகரன் மகன் கொல்லப்பட்டப் போதும் கூட "தாத்தா உன்னாலதான் செத்தேன்" என்று கருணாநிதியைக் குற்றம் சாட்டி கொலையுண்ட சிறுவன் பேசுவதாக அதிமுக முதலில் போஸ்டர் ஒட்ட அம்மா நீ ஏன் காப்பாற்றவில்லை? என்று சிறுவன் ஜெயலலிதாவைக் குற்றம் சாட்டுவது போல திமுகவும் போஸ்டர் ஒட்ட மக்களின் மாபெரும் துயரங்கள் கேலி செய்யப்பட்டுள்ளன. போராட்டங்கள் வெற்றி தோல்விக்கான விளையாட்டுக்களா? ஈழத்தமிழ் வீரன் மகன் சாவையே விளையாட்டாக்க முடியுமானால் கடந்த காலத்தில் ஈழத்தமிழர் விவகாரத்தில் என்ன விளை யாட்டு காட்டியிருப்பார்கள்? இன்னமும் இக்கட்சிகளை நம்பி, தமிழர் வீரத்தை நம்பி உலக நாடுகளில் வாழும் இலங்கைத் தமிழர்கள் காத்திருக்கிறார்கள்!

அம்பேத்கர் பிறந்த தினமாகிய ஏப்ரல் 14 அன்று அண்ணலின் புகழ்பாடும் விதமாக அவரின் தனிக் குடியிருப்புக் கொள்கையின் அடிப்படையில் தலித் மக்களுக்கு தனிப்பஞ்சாயத்து என்னும் சமூக சமத்துவப் படையின் கொள்கையை வலியுறுத்தி சென்னை மாநகரம் முழுவதுமுள்ள தலித் குடியிருப்புகளில் வாகன ஊர்வலமாகச் சென்று அம்பேத்கர் சிலைக்கு மாலையணிவித்து பிரச்சாரமும் செய்கிறார்கள் சமூக சமத்துவப் படையினர். தலித் ஆர்வலர்கள் அவரவர் பகுதிகளில் திரளாகக் கலந்து கொள்ள அன்புடன் அழைக்கிறோம்!

கடந்த மார்ச் 13–14 தேதிகளில் மும்பையிலும் 22–23 தேதிகளில் கருமாத்தூர் (மதுரை) அருளானந்தர் கல்லூரிகளிலும் நடந்த தேசிய தலித் அரங்குகளில் எழுத்தாளர் ப.சிவகாமி கலந்து கொண்டு ஆங்கிலத்தில் ஆய்வுரைகளை வாசித்தார். அடுத்தடுத்த இதழ்களில் மொழியாக்கம் பெற்று வெளிவரும்.

மே 2013

அம்பேத்கர் பிறந்தநாள் விழா நாடு முழுக்க சிறப்பாகக் கொண்டாடப்பட்டது. தலைநகரில் அம்பேத்கர் மணிமண்டபம் கூட்டங்கூட்டமாய் வந்து சென்ற தலித் ஆர்வலர்களால் நிரம்பியிருந்தது. எனினும் அமைதியும் ஆனந்தமுமின்றி சந்தைக்கடை போல் அரசியல் விற்பனைக் குரல்களால் கலவர பூமி போல் விளங்கியது. தெருவெங்கும் அம்பேத்கர் படங்கள் கூடவே அவரைப்பெரிய அளவில் வாழும் தலைவர்களின் களிப்பு மிக்க படங்கள். அம்பேத்கர் வாழ்க எனும் கோஷத்தை விட அரசியல் தலைவர்களை வாழ்த்தும் குரல்கள் ஒலித்தன. நகரின் பல பகுதிகளில் அந்தந்தப் பகுதி அரசியலின் முத்திரைகள் அலங்காரமாய் பகட்டாய் இருந்தன. இவையெல்லாம் பிரம்மாண்டத்தைத் தோற்றுவித்தன. கிராமப்பகுதிகளில் தலித் சேரிகள் எங்கும் அவரின் திருவுருவச் சிலைக்கு மாலையணிவிப்பு, பாடல்கள், விழாக்கள், கலை நிகழ்ச்சிகள் என விமரிசையாகக் கொண்டாடப்பட்டது.

இந்தக் கொண்டாட்டங்கள் தீபாவளி, பொங்கல் பண்டிகை களை மிஞ்சும் அளவு மக்களின் உணர்வில் கலந்திருப்பதை எவரும் கவனிக்க இயலும். ஒரு ஆலமரத்தின் வளர்ச்சியைப் போல இது உள்ளது, வருடந்தோறும் பெரிதாகிக் கொண்டே வருகிறது. அங்கங்கே கொப்பளித்துப் பெருகும் இந்த ஊற்றுக்க ளை சிறந்ததொரு அரசியலால் இணைக்க வேண்டும். திராவிட அரசியல் தலித் மக்களின் எல்லா விளைச்சலையும் தயவு தாட்சண்யமின்றி அறுவடை செய்து கொண்டு போய்விடுகிறது. அல்லது பதவிகளையும், பணத்தையும் எதிர் பார்த்திருக்கும் சுயநலமிகளால் களவாடப்படுகிறது.

அறிவுசார்ந்த உலகத்தில் வசிக்கும் அம்பேத்கரியல் ஆய்வாளர்கள், ஏதோ ஒரு வகை அச்சத்தால் நவீன தலித் அரசியலின் இத்தன்மைகளை வெட்ட வெளிச்சமாக்கத் தயங்குகின்றனர் அல்லது சிந்தனையும் செயல்பாடும் வெவ்வேறாகிவிடுகின்றனர். அம்பேத்கரைப் போல் ஒருமுகப் பட்டு நம் பலத்தைப் பெருக்கிக் கொண்டு இம்மக்களுக்கு தம்மை அர்ப்பணித்திட முன்வர வேண்டும்.

ஜுன் 2013

எதற்காக தனிக்கட்சி ஆரம்பிக்க வேண்டும்? இருக்கின்ற கட்சிகளில் ஏதாவதொன்றில் நுழைந்து அதில் விரும்பியதைச் செய்ய இயலாதா? அடிப்படைகள் ஒன்றாக இருந்து, செயல்பாடுகளில் மட்டும் வித்தியாசமாக இருப்பவர்களின் செயல்பாடுகளை மாற்றியமைக்க இயலாதா? இப்படி சில கேள்விகளை எதிர்கொள்ள நேர்கின்றது. ஏறக்குறைய எல்லா சமயங்களிலும்! இந்தக் கேள்விகளுக்கு நேர்மை யாக பதிலை ஆய்வு செய்ய முனைகின்றேன்.

காங்கிரஸின் அடிப்படை என்ன? நோக்கம் என்ன? கொள்கைகள் யாவை? செயல்பாடுகள் தான் என்ன?

ஆங்கிலேயருடன் இணைந்து செயலாற்றி இந்தியர்களுக்கு சில நன்மைகள் பெற்றுத்தர 1985ல் ஏ.ஓ.ஹ்யூம் எனும் ஓய்வு பெற்ற ஐ.சி.எஸ் அதிகாரியால் துவங்கப்பட்டது. பிறகு அதிக உரிமைகள்... சுயராஜ்யம் பிறப்புரிமை... வெள்ளையனே வெளியேறு இயக்கம் என்ற இறுதிக்கட்ட போராட்டம் வரை வளர்ந்தது. காந்தியின் தலைமை யிலான காங்கிரஸ் இந்துத்துவத்தை உயர்த்திப் பிடித்தது. அதுவேதான் இன்னமும் தொடர்கிறது. எத்தனைத் தலைவர்கள் அதற்குப் பிறகு வந்தாலும் அடிப்படைகள் மாறவில்லை.

காங்கிரஸின் மதச்சார்பற்றத் தன்மை என்பது மறைமுக மாக இந்துத்துவத்தை உயர்த்திப் பிடிக்கின்ற போது நாங்கள் அசலான இந்துத்துவ வாதிகள் என அறிவித்துக் கொண்டு களமிறங்கியுள்ளது பிஜேபி.

தேசிய அளவில் இடது வலது கம்யூனியூஸ்ட் கட்சிகள் தமிழ் நாட்டை பொறுத்தவரை அதிமுகவின் இடது வலதாக இயங்கி வருகின்றன. புரட்சிகரப்பாதை என்பது பாராளுமன்றம் வழியாக த்தான் என்று இருவரும் உறுதி செய்துவிட்டனர்.

எஞ்சியிருப்பவை சாதி அடிப்படையிலான திராவிடக் கட்சிகள்!

எந்தக் கட்சி என்றாலும் பன்னாட்டு கம்பெனிகள், உலக மயம், தாராளமயம் என்று வந்தால் ஒன்றுதான். இந்தச்

சூழ்நிலையில் ஏதாவது ஒன்றிலே அய்க்கியமாகி விடும் அளவு மழுங்கிவிடவில்லை என்பதே பெரிய விஷயமாயிருக்கிறது.

எத்தனையோ கட்சிகள் அடையாளமற்று, தனிநபர் அடையாளத் திற்காகவும், சுயநலத்திற்காகவும் சிதைந்து உருத்தெரியாமல் போனதற் காகவும், தொடர்ந்து விலை போய்க் கொண்டிருப்பதாலும், அவற்றின் பாரத்தையெல்லாம் எம்மீது சுமத்திவிடக்கூடாது. முடிவை நோக்கி தள்ளிவிட நாமொன்றும் மலையுச்சியிலில்லை. மெல்ல, அடிவாரத்தில் நீண்ட காலம் வேலைசெய்யும் எண்ணத்தோடு இருக்கிறோம் என்பது தான் நமக்குள்ள ஆறுதல்.

ஜுலை 2013

பஞ்சமி நிலமீட்பு பொது விசாரணை திருவண்ணாமலை மாவட்டம் போளூரில் ஜுன் 22ம் தேதி காலை 10 முதல் மாலை 6 மணி வரை நடந்தது. உயர்நீதிமன்ற நீதி நாயகம் (ஓய்வு) திரு.கே.சந்துரு அவர்கள் தலைமையேற்க, உயர்நீதிமன்ற வழக்கறிஞர் திரு.பாலன் ஹரிதாஸ், எழுத்தாளர் ப.சிவகாமி ஆகியோர் ஜுரிகளாக பணியாற்ற 64 வழக்குகள் விசாரிக்க ப்பட்டன. 23 வழக்குகள் விசாரிக்க நேரமின்றி அடுத்த முறைக்கு ஒத்தி வைக்கப்பட்டது.

சமூக சமத்துவப் படையின் மாநில பொது செயலாளர்கள் பி.எஸ்.ஜெயக்குமார், திரு.தங்க.மோகன்ராஜ், மதிபறையனார் ஆகியோர் பஞ்சமி நில மீட்பு குறித்த விளக்கவுரை ஆற்றினர். ஜெயக்குமார் அவர்களின் ஒருங்கிணைப்பில், திருவண்ணாமலை மாவட்டப் பொறுப்பாளர் திருப்பதி ஏற்பாட்டில் கலைஞர் மஹாலில் நடந்த விசாரணை ஒரு வரலாற்று நிகழ்வாகும்.

பஞ்சமி நிலத்தை மீட்க ஏற்பாடு செய்யப்பட்ட முதல் பொது விசாரணையாகும். இவ்வழக்குகள் தற்போது திரு.சந்துரு தலைமையேற்ற குழுவின் ஆய்வில் உள்ளன. இன்னும் சில வாரங்களில் வழக்கு விபரங்கள் வெளியிடப்படும்.

கடலூர், மதுரை, கோயம்புத்தூர், ஈரோடு, கிருஷ்ணகிரி, சென்னை ஆகிய மாவட்டங்களிலிருந்து சொற்ப வழக்கு

களும், விழுப்புரம் காஞ்சிபுரம், வேலூர், திருவள்ளூர், ஆகிய மாவட்டங்களிலிருந்து அதிக வழக்குகளும் வரப்பெற்றன. அடுத்த இதழ் வெளியாகும்போது கூடுதல் தகவல்கள் அளிக்கப்படும்.

ஜூன் 23ல் கும்பகோணத்தில், நீலப்புலிகள் இயக்கத்தின் திரு, டி.எம்.ஓமர் ஃபரூக் தலைமையில் ஒடுக்கப்பட்டோர் விடுதலைக் குரல்கள் பதிவாயின. சமூக சமத்துவப் படை நிறுவனத்தலைவர் எழுத்தாளர் ப.சிவகாமி, திருவள்ளுவன், துரைராஜ் (தர்மபுரி) ஆகியோர் கலந்து கொண்டு எழுச்சியுரையாற்றினர்.

ஜூன் 24ல் நாகை மாவட்டம் மயிலாடுதுறையில் கலைஞர் நகரில் தீயில் வீடு எரிந்து உடைமைகள் அழிந்த நிலையில் 110 குடும்பங்கள் பட்டா கேட்டு நடத்திய போராட்டத்தை திரு.நட்சத்திர ராஜா, வழக்கறிஞர் சம்பத், சாதி மறுப்புக் கூட்டமைப்பின் சார்பில் நடத்த, சிவகாமி, மதிபறையனார் ஆகியோர் கண்டன உரையாற்றினர். வீடற்ற அக்குடும்பங்களுக்கு வீடு கட்டித்தர கரசேவை மேற்கொண்டு நாகப்பட்டிணம் மாவட்ட தலித் மக்கள் ஊராட்சிக்கு 5000 செங்கல் எனத் திட்டமிட்டு வீடு கட்டித்தரப்படும் என சிவகாமி முழங்க ஆதரவு பலமாயிருந்தது.

களப்பணியின் முக்கியத்துவத்தை உணர்ந்து தீவிரமாகச் செயலாற்றும் சமூக சமத்துவப் படையை வாழ்த்துகிறோம்.

ஆகஸ்ட் 2013

இளவரசன் படுகொலை, அம்மரணத் திற்கு இரங்கல் தெரிவிக்க அரசியல் கட்சித் தலைவர்களுக்குத் தடைவிதித்தது ஆகிய செயல்பாடுகள், தலித் மக்கள் அரசு – ஆதிக்க சக்திகள் குறித்து, கொண்டிருந்த ஐயப்பாடுகளை உறுதிபடுத்தி இருக்கின்றன.

திருமணம் என்பது குடும்ப நிகழ்வு மட்டுமல்ல, இரு மனங்களின் புனிதக் கலப்பு மட்டுமல்ல, வடிகட்டிய அரசியல் என்பதுதான் அகமணமுறை விடுத்திருக்கும் செய்தி. அதை உறுதிப்படுத்துவது போல, ஹிட்லரின் நாஜிக் காலத்தில்

யூதர்களுடன் திருமண பந்தங்களுக்கு தடை விதிக்கப்பட்டது போல, ஜெயலலிதா அரசில், சாதி வெறியர்கள் மற்றும் தலித்தல்லாதோர் கூட்டமைப்பினர் தலித் மக்களுடன் விவாக சம்பந்தம் இருக்கக்கூடாது எனப் பகிரங்கமாக பிரச்சாரம் செய்து வருகின்றனர். இது ஒரு சமூக விரோத, சாதி – இன வெறி பாசிச நடவடிக்கையாகப் பார்க்கப்பட்டது, ராமதாசு கையில் வைத்திருக்கும் வன்னிய வோட்டுக்களை அபகரிக்கும் வகையில் அவரைத் தட்டிக் கொடுக்கும் அரசியலாகப் பார்க்க ப்படாது. திராவிடக் கட்சிகளாலும் அவர்களின் அரசியலாலும் திவ்யா – இளவரசன் வரலாறு முழுவதும் தொடர்ந்து வரும் சாதி வெறியில் பலியாகியவர்கள். திவ்யா முற்றிலும் முடக்க ப்பட்டு, வீட்டுச் சிறை வைக்கப்பட்டு, விருப்பங்கள் அழிக்க ப்பட்ட நிலையில் சடமாக அல்லது பிணமாகத்தான் வாழ்கிறார். இளவரசன் படுகொலை செய்யப்பட்டார்!

இனி என்ன செய்யப்போகிறோம்? வலுவற்ற பொக்கை வாயால், ஆதிக்க சாதிகளிலிருந்து பிரிந்து தங்களைத் தனியே அடையாளம் காட்டிக்கொண்ட ஜனநாயக சக்திகள், தங்கள் எதிர்ப்புகளை நாற்பது ஐம்பது பேர் கொண்ட அறைக்கூட்டங்களில் மென்மையாகத் தெரிவித்து பேசித் தணிக்கிறார்கள் பெருநெருப்பை! பாட்டாளி மக்கள் கட்சி வேறு வன்னியர்கள் வேறு என்கிறார்கள். அட அது உண்மையாக வே இருக்கட்டும்! ஆனால் அண்ணாதிமுக மற்றும் திமுக ஆகியோர் ஏன் பா.ம.க.வையும் வன்னியர்களையும் பிரித்துப் பார்க்கவில்லை, அக்கட்சியினரைக் கண்டிக்கவோ (திமுக) அல்லது தண்டிக்கவோ (அதிமுக) முன்வராதது அவர்கள் பலம் பொருந்தியவர்கள், வன்னியர்களின் ஆதரவு கொண்டவர்கள் என்பதால்தானே? பிறகு ஏன் பாமக மற்றும் வன்னியரைப் பிரித்துப் பார்க்க வேண்டும். என்கிறார்கள் நமது மேன்மைக்குரிய சனநாயக வாதிகள்! அந்த வன்னியரிலும் அரிதாக முளைத் திருக்கும் ஜனநாயக சக்திகளின் காருண்யத்திற்காக, பிரித்துப் பார்க்கும் பெரும் அரசியல் தவறைச் செய்ய வேண்டுமா தலித் மக்கள்! பிரித்துப்பார்த்தால் என்ன? அல்லது பார்க்கா விட்டால் என்ன? பிரித்துப் பார்த்தால் ஜனநாயக வன்னியர்கள் தலித் இயக்கங் களின் வாக்கு வங்கிகளாகி விடுவார்களா? பிரித்துப் பார்க்காவிட்டால் அவர்கள் தலித் மக்களின் புது

எதிரிகளாகி விடுவார்களா? என்ன சொல்ல வருகிறார்கள் இந்தக் குறுஞ்சனநாயகவாதிகள்! ஒன்று மட்டும் தெளிவாக விளங்குகிறது. மிகவும் கொலை வெறியோடு துள்ளித் திரியும் ராமதாசைக் கண்டிப்பதில், அவர்களின் ஆதரவாளர்களைக் கையாள்வதில் தலித் மக்களுக்கு நாவடக்கமும் கையடக்கமும் வேண்டும் என்று கூறாமல் கூறு கிறார்கள். அவர்களால் முடிந்த கைங்கர்யம்! ஐயோ பாவம் சனநாயகம்?

உள்ளத்தில் கொழுந்து விட்டு எரியும் சாதிவெறியை பெரியாரியமோ அல்லது அவரது பாஷையில் எந்த வெங்க ாயமோ அணைத்து விடாது! இதுவரை ஆட்சியைப் பிடிக்க நாங்கள் போட்டது வேசம், இதுதான் எங்கள் அசல் சாதிமுகம் எனக் கோரப்பல் காட்டியிருக்கிறது. தர்மபுரி தொடங்கி மரக்க ாணம் வரையிலான நிகழ்வுகள் தீண்டாமை – சாதி ஒழிப்பில் நாங்கள் முன்னணி வீரர்கள் என மார் தட்டியவர்கள் தர்மபுரி வீடுகளோடு வீடுகளாய் எரிந்து சாம்பலாகி விட்டதைப் பார்க்கிறோம். இனி தலித் மக்களே உங்கள் சங்காத்தம் வேண்டாம் என்று சவால் விடுபவர்கள் முன், என்ன செய்வது? ஜெயலலிதாவுக்கும் கருணாநிதிக்கும் கட்அவுட் வைத்து பாலாபிஷேகம் செய்வதா அல்லது கட்டையில் வைத்து கெ ாடும்பாவி எரிப்பதா? இதுதான் எங்கள் சனநாயகம் என்று உணர்த்தி விட்ட பின்னும் நாம் எதற்காகக் காத்திருக்கிறோம்? ஏன் காத்திருக்க வேண்டும்?

இது தலித் – வன்னியர் பிரச்னை மட்டுமன்று. சாதித் தமிழர் அனைவரின் நாடி பிடித்து, அவர்களின் சாதிவெறி ஈரலை, மேசையின் மீது பரப்பி கண்காட்சி நடத்தியிருக்கின்றனர் ராமதாசு கோஷ்டியினர். அவர்கள் கொன்று குவித்த தலித் நெஞ்சங்களையும் காட்சிக்கு வைத்திருக்கின்றனர். தீர்ப்பு சொல்ல வேண்டிய நாளில் வாய்தா வைத்து அலைக்கழிக் கின்றனர், எங்கோ ஜனநாயக ஊற்று மறைவிடத்தில் ஊறிப் பெருகுவதாக, பிற சாதிமான்கள்! தன்னைப் போல்தான் பிறசாதித் தமிழனும் இருப்பான் என்று மிகத்தெளிவாக உணர்ந்ததால், மிக்க படாடோபத் துடன் தலித்தல்லாதோர் கூட்டமைப்பைக் கூட்டி யிருக்கிறார் ராமதாசு. குறுஞ்சனநாயக வாதிகளின் மெல்லிய குரல் அவர்கள் காதில் கேட்பதே இல்லை

போல் அத்தனை சன்னமாக, அடக்கமாக வாசிக்கப் படுகிறது. இப்போது தலித் மக்களாகிய நாம் என்ன செய்ய வேண்டும்?

இளவரசனுடைய மரணம், கொலையா, தற்கொலையா என்பதிலெல்லாம் அக்கறையில்லை. எப்படியானாலும் அது சமூகக் கொலைதான் என்று சொல்கின்றனர் சிலர். இந்த சமூகப் படுகொலைக்கு தண்டனை உண்டா? எந்தக் கோர்ட்டு விசாரிக்கும்? யார் நிரூபிப்பார்கள்? இந்த கனம் மேன்மை பொருந்திய சனநாயக வாதிகளா? எப்படியோ இதைக் கடந்தாக வேண்டும் அதுவும் வேகமாக! என்று முயற்சி செய்கிறார்கள்! நாம் மறந்து விடவேண்டுமா இம்மரணங்களை! நாம் என்ன செய்ய வேண்டும்?

தர்மபுரி தொடங்கி மரக்காணம் வரை நிகழ்வுகளைப் பற்றி அலசுபவர்கள் சில அரிய தகவல்களை வெளியிடுகிறார்கள். அதாவது தலித் இயக்கங்களின் கையாலாகாத்தனம்தான் அது! இதைச் சுட்டிக்காட்ட மிகப்பெரிதாக எதையும் படிக்க வேண்டியதில்லை. எழுபது சதவிகித பணக்கார, அரசியல் பலம் பொருந்திய, சாதி மேலாண்மைக் காரர்களின் சனநாயக சூழ்ச்சிகளில் சிக்கிய முப்பது சதவிகித இயக்கங்கள் தோற்பதுதான் யாரும் எதிர்பார்ப்பது. இந்த முப்பது சதவிகித சக்தியைப் பல கூறுகளாக்கிப் பிரித்து வைப்பது ஆதிக்க சக்திகள் அல்லது அதன் வழியில் வந்த சனநாயகவாதிகள், இடது சாரி இயக்கங்களின் பொழுதுபோக்கு! இந்த மிக்கத் தடைகள் சூழ்ந்திருக்கும் பிரதேசத்தில், மிக மிக அதிசயப் பிறவிகளாக இருந்து தலித் மக்கள் ஏதோ மாயமான வழியில் பலம்பெற்று விட வேண்டும் என்று நினைக்கிறார்களா? இது எம்மாதிரியான சனநாயக சிந்தனை! தங்களுடைய இயலாமையை, போதாமையை, சந்தர்ப்பவாதமாக மாற்றியமைப்பது தான் சில அறிவுஜீவிகளின் செயல்பாடாக இருந்து வருகிறது.

சனநாயக சக்திகள் உண்மையிலேயே தர்மபுரி தொடங்கி மரக்க ாணம் வரையிலான வன்னியர் தாக்குதலில், தலித் ஆதரவாளர்க ளாக இருக்கும் பட்சத்தில் என்ன செய்திருக்க வேண்டும்? இத்தகைய மோசமான கால கட்டத்தில், செயல்பாட்டளவில் ஓரளவுக்கு (ஓரளவுக்குத் தான் – ஏனெனில் முழுமையாக எந்த தலித் இயக்கத்தையும் இவர்கள் ஏற்றுக்கொள் வதில்லை)

தங்களுக்கு ஏற்புடையதாக இருக்கும் தலித் இயக்கங்களுடன் தங்களை இணைத்துக் கொண்டு வியூகங்களை அமைத்துப் போராடியிருக்க வேண்டும். பாலுக்கும் காவல் பூனைக்கும் தோழன் என்ற நடுநிலையாளர்களாகத் தங்களை நிறுத்திக் கொண்டு தலித் இயக்கங்கள் வலுவிழந்து விட்டன, அனைத்துத் தலித் இயக்கங்களும் ஒன்றுபட வேண்டும் என்று நாட்டாமை செய்வதினால் என்ன பயன்? இதுவெதுவும் இவர்களுக்கு ஒத்து வராது என்றால் வன்னியரும் தலித் சமுதாயமும் தங்களது முரண்களைப் பகிரங்கமா ஒரு பொது மேடையில் பேசிக்கொள்வதற்கான வாய்ப்புகளை உருவாக்கி, யார் சனநாயகமாக நடந்து கொள்கிறார்கள் யார் காட்டு மிராண்டி தர்பார் நடத்துகிறார்கள் என்று தெளிவாகப் போட்டுடைக்க வேண்டும். மாறாக குற்றமிழைத்தவர்கள் தங்களை வசதியாக மறைத்துக் கொள்ளும் தலையணையாகவும், தலித் மக்களின் ஆவேசம் கடைபிடுங்கும் மதகாகவும் இருப்பதில் ஏது பயன்? தலித் மக்கள் அடிபடவும் கூடாது, அதே சமயத்தில் வளர்ந்து விடவும் கூடாது என்றடிப்படையில் பல்வேறு இயக்கங்கள் NGOக்கள் போல் செயல்படுகின்றன என்பதையும் நடந்த சம்பவங்கள் எடுத்துரைக்கின்றன.

தலித் மக்களுக்கு ஆதரவாக நிற்பது அவர்களுக்கு உதவி செய்வதாக மட்டுமில்லை என்பதை நாம் புரிந்து கொள்ள வேண்டும். எந்த முறையான சனநாயகவாதியும் முற்போக்கு வாதியும் சனநாயகத்திற்கெதிரான பாசிச சக்திகளை வேரறுப்பதில் கவனமாக இருப்பது ஒட்டுமொத்த சமுதாய நலன் கருதியே என்பதை ஒரு கணம் உணர்ந்தால், தலித் ஆதரவாளர்களைக் குறை சொல்லும் போக்காக இதை உணரமாட்டார்கள். சகலவிதமான தடைகளையும் சட்டம் ஒழுங்கு என்ற பெயரால் ஏற்படுத்தி வரும் சர்வாதிகாரப் போக்கைக் கண்டிப்பதில் யாருக்கும் யார் கடன் படவில்லை என்பதை உணர்வார்கள். அவரவர் தமது இயலாமையையும் போதாமையையும் பகிரங்கமாக ஒப்புக்கொள்வதோடு, இவற்றைப் போக்கிக்கொள்ள என்ன செய்யவேண்டும் என்பதையும் புத்தி சொல்வதற்கு அப்பாற்பட்டு சிந்திப்பார்கள்! தலித் மக்களாகிய நாம் தர்மபுரி முதல் மரக்காணம் வரையிலான தாக்குதல்களிலிருந்து இப்படிப்பினைகளைப் பெற்று அதற்கேற்றவாறு சிந்தித்து செயல்படுவதே இப்போது சரியானது என்று தோன்றுகிறது.

செப்டம்பர் 2013

ரூபாயின் மதிப்பு நாளுக்கு நாள் குறைந்து கொண்டே வருகிறது. சில மாதங்களுக்கு முன் ஒரு அமெரிக்கன் டாலருக்கு ரூ.50க்கும் குறைவாக இருந்தது. இப்பொழுது கிட்டத்தட்ட ரூ.70 வரை சரிந்துள்ளது. ரூ.70 கொடுத்தால்தான் ஒரு அமெரிக்கன் டாலரைப் பெற முடியும் என்ற நிலைமை வந்துவிட்டது! இதற்கு என்ன பொருள்? விலைவாசி கட்டுங் கடங்காமல் எகிறப்போகிறது! ஏழை மற்றும் சாமான்ய மக்கள் மிக மிக மோசமாகப் பாதிக்கப் படுவார்கள். நடுத்தர வர்க்கத்தின் சேமிப்பெல்லாம் மதிப்புக் குறைந்து நாக்கில் வைத்த வெல்லக்கட்டிப் போல் கரைந்து காணாமல் போய்விடும்! பெரு முதலாளிகளின் பங்குச் சந்தை வர்த்தகம் திடீரென சரிந்து நிலைகுலைந்து பல சில்லறை முதலீட்டாளர்களைக் கோவணாண்டிகளாக ஆக்கிவிடும்!

என்ன நடந்தது?

நமது நாட்டின் கையிருப்பில் இருந்த அமெரிக்க டாலர்களை, பெரும்பாலும் அந்நிய முதலீடுகள் மூலம் நமது கஜானாவுக்கு வந்தவற்றை, அந்த அந்நிய முதலாளிகள் திடீரென வாரிக்கொண்டு பிறந்தகம் போய்விட்டனர்! அமெரிக்காவில் பொருளாதாரச் சீரழிவு காரணமாக இந்திய நாட்டுக்கு வந்தவர்கள், இப்போது அங்கே பொருளாதார நிலைமைச் சீரடைந்ததும் பச்சைப் பார்த்த கால்நடைகள் போல் தலைதெறிக்கப் பறந்து விட்டனர். இது முதல் காரணம் என்றாலும் மூலக்காரணமல்ல! நமது டாட்டா, பிர்லா, அம்பானி வர்க்கங்கள் லட்சக் கோடிகளில் அமெரிக்க டாலர்களைக் கடனாகப் பெற்று அதைத் திரும்பச் செலுத்தாதினால் நமது அரசாங்கத்தின் கையிருப்பு குறைந்து விட்டது. தனியார்கள் வெளிநாடுகளில் கடன் வாங்கினாலும் அதைத் திருப்பிச் செலுத்தும் பொறுப்பு அரசுக்கே உள்ளது! இது எப்படியிருக்கு? அவர்கள் இங்கே கொள்ளையடிப்பதற்கு அரசாங்கம் உதவியாக இருப்பதோடு, அங்கிருந்து கொள்ளையடிக்கவும் உதவி செய்கிறது. அது மட்டுமின்றி அவர்கள் வாங்கிய கடனுக்காக, வெறும் கைகால்களை வைத்து உழைத்துப் பிழைக்கும் கூலி ஜனங்களின் தலைகளை அடமானம் வைத்திருக்கிறது அரசு!

இப்படி முதலாளிக்குக் காவடி தூக்கி சாதாரண ஜனங்களைத் தூக்கிலிட்டு வருகிறது அரசு! அதாவது இந்திய ஜனநாயகத்தில் மக்கள் தேர்ந்தெடுத்த அரசு! இப்படி ஊழல் மலிந்த அரசுதான் இப்போது ரூபாய் மதிப்பு குறைவதற்கு மூல காரணம்!

சில உப காரணங்கள் : பன்னாட்டுக் கம்பெனிகள் இந்தியாவில் முதலீடு செய்யும் போது அதற்கான கட்டணம், வரிகள் விதிகள் படி ஏராளம் உண்டு. அவர்களிடமிருந்து இந்த வகையில் பெறக்கூடிய வருமானம் வந்திருந்தால் போதும் நமது அந்நியச் செலாவணி கையிருப்பு கூடியிருக்கும். விதிகள் ஒப்புக்குத் தான், அதற்கு விலக்குகள் ஏராளம் கண்டுபிடித்து விதிகளைச் செயல்படாமல் செய்வது நமது மதிப்புக்குரிய, நம்மையெல்லாம் கைதூக்கி விடவும் காப்பாற்றவும் இங்கு வந்து நம் தலை மீது உட்கார்ந்த பன்னாட்டுக் கம்பெனிகளுக்கு வாடிக்கைதானே! மொரீஷியஸ் தீவுடன் நமக்கொரு வர்த்தக உடன்பாடு உண்டு. அதன்படி மேற்படி கட்டணங்கள் / வரிகள் செலுத்துவதில் அவர்களுக்கு விலக்கு அளித்திருக்கிறோம். அந்தத் தீவு அரசியல் பிரமுகர்களும் நம் நாட்டு அரசியல் பிரமுகர்களும் ஒத்துழைத்ததின் பேரில், பன்னாட்டுக் கம்பெனிகள் மொரீஷியஸ், நாட்டைத் தலைமையிடமாகக் கொண்டு நமது அரசாங்கத்திடமிருந்து பல லட்சம் கோடி டாலர் வரியிழப்பு செய்திருக்கிறார்கள். இதனால் நமக்கு அந்நியச் செலாவணி வரத்து குறைந்தது.

மேலும் பெரும்பாலான இந்திய ஊழல் பெருச்சாளிகள் வெளிநாட்டு வங்கிகளில் அதிலும் குறிப்பாக சுவிஸ் வங்கியில் ஏராளமான அமெரிக்க டாலர்களைக் குவித்து வைத்திருக்கிறார் இதுவும் காரணம்.

இப்படிப்பட்ட காரணங்களை நாம் விளக்கும்போதே இப்போது நிலவி வரும் கடும் பொருளாதார நெருக்கடிக்கு தீர்வு என்ன என்பது விளங்கியிருக்கும்.

ஆனால் நமது மாண்புமிகு பொருளாதார வல்லுநர்கள் மன்மோகன்சிங், மான்டேக் சிங் அலுவாலியா (திட்டக் கமிஷன் தலைவர்), ப.சிதம்பரம், பிரணாப் முகர்ஜி போன்றோர் வெளிநாடுகளில் பொருளாதாரத்தில் பட்டம்

பெற்று இந்தியாவை ஒளிரச் செய்கின்றோம் என்று கூறியபடி பன்னாட்டுக் கம்பெனிகள், அமெரிக்காவினர் கொடுத்த நெருக்கடியில் இந்தியாவை மீளமுடியாத இருட்டு குகைக்குள் தள்ளியிருக் கிறார்கள். முன்னாள் மத்திய நிதி அமைச்சராக இருந்து பின் சமீபத்தில் மீண்டும் மத்திய நிதி அமைச்சராக இருக்கும் ப.சிதம்பரம் இந்த பொருளாதார நெருக்கடிக்கு, இவருக்கு முன் நிதியமைச்சராக இருந்த பிரணாப் முகர்ஜியை குற்றம் சாட்டி அறிக்கை விடுத்துள்ளார். இதையெல்லாம் பார்க்கும் போது, ஒருவரையொருவர் குற்றம் சாட்டிக் கொண்டு ஒட்டுமொத்த காங்கிரஸ் அரசு (உஃஹ) மக்களை முட்டாள்க ளாக்கிக் கொண்டிருக்கிறார்களே என்று வேதனை உண்டாகிறது. பொருளாதாரத்தில் நிபுணத்துவம் பெற்றால் போதாது, தேச பக்தியும், மக்கள் மீது அக்கறையும் தேவை இவர்களுக்கு. இந்தவிரண்டும் சுத்தமாக மிஸ்ஸிங்!!

அக்டோபர் 2013

2014–ல் யார் இந்த நாட்டின் பிரதமராகப் போகிறவர்? அவரால் இந்த தேசத்திற்கு என்ன நன்மைகளைச் செய்துவிட முடியும்? ராகுல் காந்தி பாரம்பரியமிக்க நேருப் பரம்பரை வாரிசு. காங்கிரஸ் கட்சியின் பிரதமர் வேட்பாளர் கட்சிக்காரர் அனைவரும் ஒருமனதாக பிரதமராக வேண்டும் என்று வற்புறுத்தியும் பிரதமர் பதவி ஏற்காத சோனியாவின் புதல்வர். படிப்பு, வேலை என்று எதிலும் அதிக நாட்டமில்லாமல் கட்சியொன்றை மட்டுமே அறிந்தவர்.

இரண்டு இந்தியா – ஒன்று சாதி இந்தியா மற்றொன்று சேரி இந்தியா இருக்கிற தென சொல்லாமல் சொன்னவர். இளைஞர். திருமணமாகாதவர்,

காங்கிரஸ் கட்சி எப்படிப்பட்டது?

வெள்ளையர் ஆட்சியில் அதற்கு ஒத்துழைப்புக் கொடுத்து சுயாட்சி நிறுவுவதற்காக ஏற்படுத்தப்பட்டது. பின்னர் வெள்ளையரை வெளியேற்று வதை மட்டும் நோக்கமாகக்

கொண்ட கட்சி எப்படியும் வெள்ளையரை விரட்டிட, அதிகாரத்தைப் பிடித்திட அனைத்துத் தரப்பு மக்களின் ஆதரவும் தேவை என்பதினால், படிப்படியாக சீர்திருத்தத்தைக் கொணர விழைந்த கட்சி. அறுபதாண்டுகளில் சில ஆண்டுகள் தவிர தொடர்ந்து ஆட்சியில் நீடித்தும் வறுமை, வன்கொடுமை, ஏற்றத்தாழ்வுகளை நீக்குவதில் தோல்வியடைந்த கட்சி. கட்சித் தலைமை என்பது நேரு குடும்பத்தினருக்கு மட்டுமே என்று அறிவிக்காமல் அறிவித்து ஜனநாயகம் சமத்துவம் இவற்றைப் புதைத்ததில் சாதனை படைத்த கட்சி.

அடுத்து நரேந்திர மோடி,

பாரதிய ஜனதா கட்சியின் பிரதமர் வேட்பாளர். இந்துத் துவாவில் ஊறித் திளைத்தவர். சாதாரணக் குடும்பத்தில் பிறந்து அயராத உழைப் பின் மூலம் இந்நிலைக்கு உயர்ந்தவர். பிற்படுத்தப்பட்ட வகுப்பைச் சேர்ந்தவர். குஜராத்தின் தற்போதைய முதல்வர். கோத்ரா ரயில் எரிப்புத் தொடர்பான இந்து முஸ்லீம் கலவரத்தில் முஸ்லீம்களை இவருடைய வெளிப்படையான ஆதரவுடன் இந்துக்கள் தாக்கினார்கள் என்ற குற்றச்சட்டு இவர் மீது உண்டு. இதிலிருந்து இவர் இன்னமும் குற்றமற்றவராக மீளவில்லை. சமீபகாலமாக மீடியாக்களின் ஆதரவு இவருக்கு அமோகமாக இருக்கிறது. நிர்வாகத்தில் கெட்டி என்கிறார்கள். நம்ப முதல்வர் ஜெயலலிதாவையும் இப்படித்தான் சொல்கிறார்கள். அடுத்து மோடியின் பாரதிய ஜனதா கட்சி எப்படிப்பட்டது? கடந்த காலத்தில் ஐந்தாண்டு காலம் ஆட்சிக் கட்டிலில் அமர்ந்து ஐம்பதாண்டு ஆனாலும் தூக்கி நிறுத்த முடியாத சீரழிவைக் கொண்டு வந்தவர்கள் என்ற பரவலான கருத்து உண்டு.

சாதி இந்தியா தான் இவர்களது அடிப்படை. தாழ்த்தப்பட்டவர்கள், மலை ஜாதியினர், முஸ்லீம்கள் இவர்கள் பற்றிய தெளிவான கண் ணோட்டம் கொண்டவர்கள். தேர்தல் அறிக்கைகளில் கூட இவர் களுக்காக எதுவுமே இதுவரை இருந்ததில்லை. இன்னும் ஏராளம் கூறலாம்.

எப்படிப்பார்த்தாலும் இருவராலும் பெரிதாக நன்மைகள் விளைந்து விடப்போவதில்லை. ஆனால் மோடியினால் கெடுதல்கள் கோத்ரா போல் தொடர வாய்ப் பிருக்கிறது. இப்போதைய நிலவரப்படி காங்கிரஸ் தனது அதிகார

ஆயுதத்தைப் பயன்படுத்தி பலரை நிபந்தனையற்ற ஆதரவு தரச்சொல்வதற்கு வாய்ப்பிருக்கிறது. மேலும் பல மாநிலங்களில் பிஜேபிக்கு எதிரான அம்சங்கள் கூடுதலாக உள்ளன. எனினும் இன்னும் 6 மாத காலங்களில் நிலைமைகள் மாறலாம்.

நவம்பர் 2013

நாடு முழுவதும், ஆதிக்க சாதியினரில் பெரும்பாலும் இக் கௌரவக் கொலைகள் நடந்துள்ளன, அவர்களால் நடத்தப்பட்டுள்ளன. காரணம் சாதி மற்றும் அது ஏற்படுத்திக் கொடுத்திருக்கும் அதிகாரம். அதிகாரத்தையும் அதன் மூலத்தையும் தாழ்ந்த ஏழை சாதிப் பையனுடன் ஓடிப் போவதன் மூலம் தன் பெண் சிதைக்கிறாள் என்றால், மிச்சமுள்ள இளைஞர்களுக்குப் பாடமாக இக்கௌரவக் கொலைகள் நடத்தப்படுகின்றன.

விருத்தாசலம் கண்ணகி – முருகேசன் இரட்டைக் கொலையை கண்ணகி என்ற வன்னியப் பெண்ணின் பெற்றோர் நிகழ்த்தினர். பழியை முருகேசனின் பெற்றோர் மீதும் சுமத்தினர். ஏனெனில் அவர்கள் தாழ்த்தப்பட்டவர்கள்! இருவர் வாயிலும் பாலிடாலை ஊற்றியவர்கள் வன்னிய இளைஞர்கள் என்றும் அவர்களுக்கு உறுதுணையாக அதே சமுதாயத்தைச் சேர்ந்த கலைச்செல்வன் எஸ்.ஐ போலீஸாரும் இருந்தார் என்று விருதுநகர் பொது விசாரணையில் முருகேசனின் தாயார் தெரிவித்தார். ஏறக்குறைய இதே பாணியில் ஹரியானா மாநிலத்திலுள்ள கிராமங்களில் ஊர் பஞ்சாயத்து ஆதரவுடன் கௌரவக்கொலைகள் நிறைவேற்றப்பட்டன. ஆருஷி எனும் பதினொரு வயது சிறுமியும், அவ்வீட்டில் கூர்க் காவாக இருந்த நேபாளியும் இப்படித்தான் டெல்லி நகரத்தில் கொல்லப்பட்டனர். வழக்கு நிலுவையில் உள்ளது.

சமூக அந்தஸ்து பெரும்பாலும் 99.5% சதவிகிதம் பிறப்பாலேயே மக்களுக்குக் கிடைக்கிறது. அமெரிக்காவில் பிறக்கிறோமா, ஏழை இந்தியாவில் பிறக்கிறோமா என்பது தொடங்கி, பணக் காரக் குடும்பத்திலா அல்லது ஏழைக்குடும்பத்திலா, சாதி இந்து

குடும்பத்திலா அல்லது தலித் குடும்பத்திலா, அரசியல் வாதிக்கா அல்லது தொண்டனுக்கா என்று எங்கு, எவருக்குப் பிறக்கிறார் என்பதையொத்து 99% சதவிகிதம் எல்லாமே தீர்மானிக்கப்பட்டு விடுகிறது. பாக்கியுள்ள ஒரு சதவிகிதத்தில்தான் மனித முயற்சி உள்ளது.

கௌரவக் கொலை செய்யப்படுபவர்கள் 99 சதவிகிதம் வாய்ப்புகள் மறுக்கப்பட்ட ஒரு சமூகத்தைச் சேர்ந்தவர்கள். இதனால்தான் அதாவது, ஒரு சதவிகித முயற்சியால் தனக் கான மதிப்பைப் பெற்றுவிட முடியாது என்பதால் தான் இக்கொலைகள் நடக்கின்றன செய்கிறார்கள்.

கடின உழைப்புக்கும், படிப்புக்கும் வாய்ப்புகளற்ற ஒரு சமுதாயாத்தில், பிறப்பை மட்டும் நம்பியே வாய்ப்புக்கள் கிடைக்கும் ஒரு நாட்டில் கௌரவக்கொலைகள் நடப்பதை அதன் இயல்பாகத்தான் வைத்துப் பார்க்க வேண்டும்.

பாபாசாகேப் அம்பேத்கர் பிறப்பினால் உருவாகும் சமூகப் பேதங்களை அரசியல் அமைப்புச் சட்டத்தால் மாற்ற முடியும் என்று நம்பினார். இட ஒதுக்கீட்டுக் கொள்கையின் சாரம் இது. ஏதோ தலித் மக்களுக்கு நன்மை செய்துவிட்டார் என்பது மட்டுமல்ல. சமத்துவமே அமைதிக்கும் சகோதரத்துவத்துக்கும் வழி. ஆனால் நமது ஆட்சியாளர்கள் இடஒதுக்கீடு கூடாது தகுதி திறமை அடிப்படையில் செயல்படவேண்டும் என்ற வாதத்தினால் இன்னமும் 18% சதவிகிதம் ஒதுக்கீட்டை முறையாக அமல்படுத்தாததோடு, பதவி உயர்வில் இட ஒதுக்கீட்டு மசோதாவைக் கொண்டுவராமல், பெண்கள் இடஒதுக்கீட்டு மசோதாவைப் புறக்கணித்து பிறப்பின் அடிப்படையில் அதிக ாரம் பெறுவதை ஆதரித்து வருகிறார்கள்.

டிசம்பர் 2013

அருந்ததியர் உள் ஒதுக்கீடு முறையாக அமல்படுத்தவில்லை என்பதைக் கண்டித்து ராணி என்ற பழனியம்மாள் என்னும் அருந்ததியர் பெண் – ஆதித்தமிழர் பேரவை அமைப்பைச் சேர்ந்தவர் தீக்குளித்து இறந்தார். உள் ஒதுக்கீடு கேட்டுப்

போராட்டம். பின்னர் அதை முறையாக அமல்படுத்தவில்லை எனப் போராட்டம்!

தமிழக அரசு இடஒதுக்கீட்டை முறையாக அமல்படுத்தவில்லை. பின்னடைவு காலியிடங்கள் ஏராளமாக உள்ளன. அதைப் போலவே உள் ஒதுக்கீடும் முறையாக அமல்படுத்தப்படுவதில்லை. இடஒதுக்கீடுக் காக ஒரு பெண் தன்னைப் பலியிட்டுக் கொள்ளுதல் இதுவே முதல் தடவையாகும்.

அரசு அப்பெண்ணின் குடும்பத்தாருக்கு ரூ.10 லட்சம் இழப்பீடு தருவதோடு இடஒதுக்கீட்டை முறையாக செயல்படுத்த உடனடி நடவடிக்கை எடுக்க வேண்டும்.

பெண்களை ஆபாசமாகக் கேலி கிண்டல் செய்து வன்கொடு மைக்கு உட்படுத்தும் போது அவர்கள் மீது விரைந்து நடவடிக்கை எடுக்க காவல் துறை தயங்குகிறது. இதன் காரணத்தினாலேயே தனியார் தொலைக்காட்சி ஒன்றில் தமிழக முதல்வரையும் சட்டமன்ற உறுப்பினர் விஜயதாரிணியையும் ஆபாசமாகப் பேசியிருக்கிறார். மது போதையிலிருந்த தமிழாசிரியர். காவல் நிலையத்தில் புகார் – விசாரணை அளவிலே தேங்கிக் கிடக்கும் 740 வழக்குகளை விரைந்து நீதிமன்றம் வரை கொண்டு வர முதல்வர் அவர்கள் உத்திரவிட வேண்டும்.

தலித் மக்கள் மீது வன்கொடுமை நிகழ்த்தி அவர்கள் வீடு களைக் கொளுத்தி உடமைகளைச் சூறையாடும்போது அரசு வன்கொடுமை யாளர்களுக்கு பாதுகாப்பு அளிப்பது போல 144 தடைச்சட்டத்தை அமல்படுத்துகிறது. உண்மை அறியும் குழுக்கள், தலித் தலைவர் அப்பகுதி களுக்குச் சென்று உண்மை நிலவரத்தைக் கண்டறிந்து பாதிக்கப்பட்டவருக்கு நிவாரணம் வழங்கவும், நீதி கேட்டுப் போராடவும் இயலாமல் மிகுந்த துன்பத்திற்கு ஆளாகிறார்கள். தொடர்ந்து 144 தடைச்சட்டத்தை அமல்படுத்தும் தமிழக அரசின் போக்கு கண்டிக்கத்தக்கது.

தினம் தினம் செய்திகளில் சாதி மறுப்புத் திருமணம் செய்து கொண்ட தம்பதிகள் பாதுகாப்புக் கேட்டு காவல்நிலையம் வருவதைப் பார்க்கிறோம். இவர்களை அச்சுறுத்தும் பெற்றோர், சாதிக்காரர்கள் மீது கடும் நடவடிக்கை எடுக்க வேண்டும் காவல்துறை.

ஏ.டி.எம்   ல் பணம் எடுக்கச் சென்ற பெண் தாக்கப்பட்டார். அதை முன்னிட்டு ஏ.டி.எம் களில் பாதுகாப்பு நடவடிக்கைகளை மேற் கொண்டுள்ளன வங்கிகள். பெண்கள் பலவீனமானவர்கள் என்ற அடிப் படையில் பெண்கள் வீடுகளிலும் பொது இடங்களிலும் தாக்கப்படும் சம்பவங்கள் அதிகரித்துள்ளன. பெண்களுக்குப் பள்ளிகளில் தற்காப்புக் கலையை கட்டாயமான பாடத்திட்டமாகக் கொண்டு வரவேண்டும்.

ஜனவரி 2014

பண்டிதர் க.அயோத்திதாசர் (1845–1914) அவர்களின் நினைவு நூற்றாண்டையொட்டி புதிய கோடாங்கி மார்ச் மாதம் சிறப்பு மலராக வரவிருக்கிறது. படைப்பாளிகள் விரைவில் தங்கள் படைப்புகளை அனுப்பி வைக்குமாறு கேட்டுக் கொள்ளப்படுகிறார்கள்.

சமூக சமத்துவப்படை பண்டிதரின் நினைவு நூற்றாண்டு மாநாடை 2014 பிப்ரவரி 23ம் தேதி மயிலை மாங்கொல்லை (மயிலாப்பூர்) சென்னையில் நடத்தவிருக்கிறது. கருப்பொருள் – நிலமும் வீடும், கட்டுரைகள் கவிதைகள் வரவேற் கப்படுகின்றன. சமூக ஆர்வலர்கள் அனைவரும் கலந்துகெ ாண்டு சிறப்பிக்க வேண்டுகிறோம்.

அயோத்திதாசர் நினைவு நூற்றாண்டில் அவரது உருவம் பொறித்த தபால்தலை, பீட்டர்ஸ் சாலையை பண்டிதர் அயோத்திதாசர் சாலை, தமிழக அரசு சித்த மருத்துவமனைக்கு அவரது பெயர், ஆவணக் காப்பகத்துக்கு அவரது பெயர், உலகத்தமிழ் ஆராய்ச்சி நிறுவனத்துக்கு அவரது பெயர், அவருக்கு மாபெரும் மணிமண்டபம், சென்னை நகரின் முக்கிய இடத்தில் அவரது திருவுருவச்சிலை, அவரது பெயரால் பஞ்சமி நில மீட்பு ஆணையம் உள்ளிட்ட பல கோரிக்கைகளை வலியுறுத்தி சமூக சமத்துவப்படைப் போராடும் ஆதரவு தாரீர்.

சமூக சமத்துவப்படை பண்டிதரின் நினைவு நூற்றாண்டை யொட்டி மாவட்டந்தோறும் கருத்தரங்கு, கலைநிகழ்ச்சிகள்

நடத்தத் தீர்மானித் துள்ளது. விழாவில் மூலிகைச் செடிகள், பௌத்த நூல்கள் வெகுஜன மக்களுக்கு வழங்கப்படும்.

பண்டிதரின் நினைவாக சமூக சமத்துவப்படை கிளைகள் தோறும் இரவுப் பாடசாலைகள் துவங்கப்பெறும்!

மாநாட்டு நிதி தாரீர்! மாநாடு, கருத்தரங்கு, விழாக்களில் திரளாகக் கலந்து கொள்வீர்!

பிப்ரவரி 2014

சமூக சமத்துவப் படையின் பயிற்சி படைத் தளபதி திரு.மாயாண்டி அவர்கள் ஜனவரி 9–ம் தேதி அதிகாலையில் காலமானார். தலித் சமூகத்தில் எண்ணற்றத் தலைவர்கள் சிந்தனையாளர்கள் தோன்றி அச்சமூகத்திற்கு அரும்பாடுபட்டு மறைகின்றார்கள். அந்த வரிசையில் மாயாண்டியும் ஒருவர். அவர் வாழ்ந்த 62 ஆண்டுகளில் ஏறக்குறைய பாதிக்குமேல் ஒடுக்கப் பட்ட மக்களுக்காக உழைத்துள்ளார். எல்லா சிறந்த இளைஞர்கள் போல இவரது இயக்க வாழ்க்கை நக்ஸல் இயக் கத்தோடு தொடங்கியது. மக்கள் கலை இலக்கிய இயக்கத்தில் இவர் பங்கு மகத்தானது. எனினும் புரட்சிகர இயக்கங்கள் என்று மார் தட்டும் பல இயக்கங்களிலும் சாதியை வேரறுக்கும் செயல்பாடு மிக மேலோட்டமாகவும், இதற்குக் காரணமான சாதியின் நீரோட்டம் அவ்வியக்கங்களில் அடித்தளமாகவும் இருப்பதைக் கண்டு அவற்றி லிருந்து விலகினார்.

சாதி, இந்திய சமுதாயத்தின் அதிகாரப் புள்ளியாக மய்யங் கொண்டிருப்பதை உணர்ந்து, அம்பேத்கரியமே இந்தியாவில் மண்ணுக்குரிய மார்க்ஸியம் என்ற புரிதல் ஏற்பட்டதும் அவர் பாடல்களிலும், எழுத்துக்களிலும் அக்கருத்துக்களை வெளிப்படுத்தத் துவங்கினார். இம்மண்ணுக்குரிய உயரிய தத்துவமாகிய அம்பேத்கரியத்தைத் தொய்வில்லாமல் எடுத்துச் செல்லக்கூடிய இயக்கம் எது என்றத் தேடலில் அவர் சமூக சமத்துவப் படையைக் கண்டடைந்தார். அவர் மட்டுமின்றி இந்த

இயக்கத்திற்கு சமூக சமத்துவப் படையின் மிக அடிப்படை சக்தியாக விளங்கக்கூடிய, இக்கட்சியின் பொதுச் செயலாளராக இருக்கும் திரு.பி.எஸ். ஜெயக்குமார், மற்றும் கௌதம் முத்து ஆகியோரை இணைத்து இயக்கத்தை வளப்படுத்தினார். பின்பு அம்பேத்கர் மக்கள் படை என்ற தனி இயக்கம் நடத்தி வந்த திரு.மு.மதி பறையனார் அவர்களை அழைத்து சேர்த்தார். மதிபறையனார் அவர்கள், மறைந்த மாயாண்டி அவரின் மாணாக்கர் என்றால் அது மிகையாகாது.

எழுத்தாளர் ப.சிவகாமி அவர்கள் அப்னா பஞ்சாயத்து அல்லது தலையறுத்தல் என்னும் நீண்ட கட்டுரையை 2002ம் ஆண்டில் எழுதியபோது, அவருடைய அந்தக் கருத்து ஏற்கனவே மாயாண்டி அவர்கள் எழுதிய தனிப்பஞ்சாயத்து என்று கட்டுரையின் கருத்திலிருந்து சற்றும் வேறுபாடின்றி எழுதப்பட்டுள்ளது என்று எல்லோரும் விமரிசித்தனர்.

தண்டப்பந்தாங்கல் (திருவண்ணாமலை மாவட்டம்) என்னும் சிறு கிராமத்தில் தலித் மக்கள் தாக்கப்பட்டப்போது சமூக சமத்துவப் படையினர் சென்னை சேப்பாக்கத்தில் மாபெரும் ஆர்ப்பாட்டத்தை நடத்தினர். அதில் கலந்து கொண்டு அவர் பேசுகையில் திராவிடம் என்றால் என்ன? அது ஒரு மொழியா? அல்லது பல்வேறு மொழி பேசுவர்களின் கூட்டமா? திராவிடம் என்பது தேசமா அல்லது நாடா? அல்லது பல நாடுகளின் அல்லது தேசங்களின் கூட்டமைப்பா? நாம் திராவிடம் என்று எதற்காகப் பேசுகிறோம்? தமிழ்நாட்டில் உள்ளவர்கள் எதற்கு திராவிடத்தின் பெயரால் கட்சி நடத்துகிறார்கள்? திராவிடத்தின் பெயரால் ஆட்சி நடத்துபவர்கள் எதற்காக தமிழ்நாட்டில் தாக்க ப்படும் தமிழர்களுக்காகக் குரல் கொடுக்கவில்லை என்று பேசினார். இதைத் தொடர்ந்து பேசிய சிவகாமி அவர்கள் இங்கே திராவிடக் கட்சிகள் வேறு யாருமில்லை, பீகாரிலும், உ.பியிலும் இயங்குகின்ற ரண்வீர் சேனாக்கள், தலித் மக்களை ஒடுக்குவதை நோக்கமாகக் கொண்ட வர்கள் என்று, திராவிட கட்சி ஆட்சிகளில் தலித் மக்கள் தொடர்ந்து தாக்கப்படுவதைக் கண்டிக்கும் விதமாகப் பேசினார். இப்படி தலித் மக்கள் மீதும் நடத்தப்படும் வன்கொடுமை, திராவிட ஆட்சிகளின் சூழ்ச்சி, மார்க்ஸியர்களின் சாதி மேலாண்மை என ஏறக்குறைய எல்லா

விசயங்களிலும் கட்சி நிர்வாகக் குழுவுடன் ஒரே கருத்துடன் செயல்பட்டார்.

மாயாண்டியின் அரசியல் நெகிழ்ச்சியானது. ஆயிரம் களப்பணியிலிருந்து பெறப்பட்ட அரிய கருத்துப்போல அவர் சொல் அமையும். அவரோடு கூட்டங்களில் கலந்து கொண்டவர் இதை நன்கு உணர்ந்திருந்தனர்.

முனியாண்டி என்ற இயற்பெயர் கொண்ட மாயாண்டி எப்போதும் பரந்த மனப்பான்மை உள்ளவராகத் திகழ்ந்தார். கட்சிக்கு நிதி வழங்குவதில் அவர் பெரும் வள்ளல். கட்சியில் பதவி பாராமல் அனைவரையும் சமமாகப் பாவித்தல் அவருடைய தனிப்பெரும் பண்பு. அவரைவிட உயர்ந்தவரும் தாழ்ந்தவரும் எவரும் இருப்பதாக அவர் நம்பியதே இல்லை. வேறுபட்டவர்கள் உள்ளனர். அவர்களின் கருத்துக்களோடு மோதி முரணியக்கத்தை உருவாக்க வேண்டும் என்பதே அவரது நோக்கமாக இருந்தது.

அவருக்குப் பேச ஏராளம் இருந்தது. எழுத ஏராளம் இருந்தது. நேரத்தை மிகச் சரியாக துல்லியமாகப் பயன்படுத்தியவர். நேரந்தவறாமை அவரது பண்பு. மிஸ்டர் பங்சுவல் என்று அவரை அழைக்கலாம். அவர் வருகையை யொட்டி நேரத்தைச் சரிசெய்து கொள்ளலாம். தொலை பேசியில் ஹலோ என்றவுடன் அவரிடம் வெளிப்படும் கள்ளங் கடமற்ற சிரிப்புடன் கூடிய வணக்கம் என்பது தனிச் சிறப்பு வாய்ந்தது. பதவிக்கு ஆசைப்பட்டவர் அல்ல. பொருள் சேர்க்க ஆசைப்பட்டவர் அல்ல. சமூகத்திற்காகக் குடும்பத்தையும், குடும்பத்திற்காக சமூக த்தையும் குறைவாக மதிப்பிட்டது கிடையாது. குடும்பம் எதில் இருக்கிறது. சமூகத்தின் உள்ளே இருக்கிறது அதற்கு வெளியே இல்லை என்று பேச்சினூடாகக் குறிப்பிடுவார். அவர் தனது குடும்பத்தாரைப் போலவே சமூகத்தையும் அக்கறையுடன் கவனித்தார் செயல்பட்டார்.

தனி உரையாடலில் வல்லவர். அவரது மேதமையும் அறிவார்ந்த சொல்லாடல்களும் மேடைப்பேச்சுக்கானதல்ல. தனி உரையாடலில் எதிராளி தன்னையும் சமூகத்தையும் உணரும் பேரன்பு ததும்பும் பாங்கு வெளிப்படும். மாயாண்டியைப் பற்றிச் சொல்ல எத்தனையோ உண்டு. ஐந்தாண்டு காலமும்,

உடற்பிணிக்கூடாக, கட்சிக்கும் சமூகத்திற்கும் நிறைவாக செயலாற்றினார். குறைகூற எதுவுமில்லை. புனிதராக வாழ்ந்தார். புனிதராக எம்மில் வீற்றிருக்கிறார். அவரது பாடல்கள் இசையமைக்கப்பட்டு இசைத்தட்டாக அடித்தட்டு மக்களிடம் உலா வரவிருக்கிறது. அவரது பாடல்களும் ஆய்வுக்குட்படுத்தப் பட்டு கட்டுரைகளாக வெளிவரும்.

அன்னாருக்கு வீரவணக்கம்! வீர வணக்கம்.!

மார்ச் 2014

தமிழகத்தில் பா.ஜ.க.விஸ்வரூபமா? புஸ்வானமா?

மோடி அலையின் வெப்பத்தில் கொந்தளிக்கிறது நாடு! எத்தனை எத்தனை கருத்துக்கள் அவரைப்பற்றி வலம் வந்து கொண்டிருக்கின்றன! கோத்ரா ரயில் எரிப்புச் சம்பவம், தொடர்ந்த குஜராத் கலவரம் இன்னும் கண்முன் நிழலாடிக்கொண்டிருக்க, அந்த நிழல் மறையுமுன்னே அவர் பிற்படுத்தப்பட்டவர் என்ற அடிப் படையில் அவருடன் அணிசேர்வதாக பல திராவிடக் கட்சிகள் போட்டி போட்டுக் கொண்டிருப்பதைப் பார்த்தால் மோடியை பெரியார்வாதியாக பார்க்க ஆரம்பித்து விட்டார்க ளோ என்று தோன்றுகிறது. பிற்படுத்தப்பட்டவர்களுக்கும் பெரியாருக்கும் உள்ள நெருக்கம்தான் இன்று மோடிக்கும் பெரியாருக்கும் உள்ள நெருக்கமாகி விட்டது! ராமர் கோயில் இடிப்பில் விலகி நின்றவர்கள் கூட இன்று ஆர்எஸ்எஸ்ஸின் பிற்படுத்தப்பட்டவர் தலைமையினால் நெகிழ்ந்து இளகிக் கிடக்கிறார்கள்! மோடி டீக்கடை வைத்திருந்த சாதாரண ஆள் என்ற எதிர்க்கட்சி விமர்சனத்தை, கெஜ்ரிவாலை மிஞ்சும் அளவு டீக்கடை நாடகம் போட்டு, தனக்கு சாதகமாக மாற்றிக் கொண் டிருக்கிறார் மோடி! ராஜஸ்தானில், காஷ்மீரில், ஒரிஸ்ஸாவில் அங்கங்கே எதிர்கட்சி பீதி கொள்ளுமளவிற்குக் கூடிய கூட்டங் களை பத்திரிக்கைகள் வெகு விமரிசையாக உலகறியச் செய்து வருகிறார்கள்.

பிற்படுத்தப்பட்ட பட்டியலில் இருக்கும் மீனவர்களைக் காப்பாற்றப் போகிறது பாஜக. அதற்கு ஆதாரமாக இதோ

நமோ மீன் கடை என்று ஏழு சதவிகிதம் மக்கள் தொகையை வளைக்க ஆரம்பித்துவிட்டது பாஜக. தினமும் அந்தக் கட்சியுடன் பேச்சு இந்தக் கட்சியுடன் பேச்சு என்று செய்தி வந்தாலும் இறுதியில் நரி வடையைத் தூக்கிக் கொண்டு போன ஏமாற்றத்தை மக்கள் புரிந்து கொள்ளாமலில்லை. கன்னியாகுமரி மாவட்டத்தில் ஒரு பகுதியிலும் கோயம்புத்தூரில் லேசாகவும் காலூன்றியுள்ள தமிழகத்தில் மிகவும் சிறிய அளவிலான தேசியக் கட்சியைப் பற்றி தினமும் ஒரு பேச்சு பரபரப்பு... அப்பப்பா...

பரபரப்புக்குப் பஞ்சமில்லாத பாஜகவிடம் சொல்லும்படியான அதாவது மிகப் பிரபலமான தலைவர்கள் எவருமில்லை. பேச்சாற்றல் மிக்கவர்களும் மிகக் குறைவு. பேரு பெத்த பேரு நீலு தாகலேது என்னும் தெலுங்கு சொலவடைக்கு ஏற்ப கிராமங்களில் கொடிகளில்லை கிளைகளில்லை! தாமரைகளைக் கூட காணோம். ஆனால் பிரதமர் ரேஞ்சு பந்தா தொலைக்கா ட்சிகளில் செய்திகளாக வெளிப்படு கின்றது.

இந்தத் தேர்தலுக்குப் பிறகுதான் தெரியும் பாஜக விஸ்வரூபம் தமிழகத்தில் புஸ்வானமா என்பது! எப்படிப் பார்த்தாலும் சென்ற ஆண்டுகளை விட, கடந்த பல தேர்தல்களை விட இத்தேர்தலைப் பொறுத்தவரையில் அதுவும் பாஜகவினருக்கு விஸ்வரூபமாகத்தான் இருக்கும்!

ஏப்ரல் 2014

ஏப்ரல் மாதம் 24ம் தேதி தமிழகத்தில் தேர்தல் முடிந்திருக்கும். இந்த இதழ் உங்கள் கையில் தவழும்போது யாருக்கு நீங்கள் வோட்டளிப்பது என்ற குழப்பத்திலிருக்கலாம். உங்கள் குழப்பத்தைப் போக்குவதற்காக சிலப் பரிமாற்றங்கள் கீழே.

வன்னியர்கள் அதிகமாக வசிக்கின்ற பகுதியே ஆனாலும், அவர்களின் தலைவர் என்று மார்தட்டிக் கொள்ளும் ராமதாஸே ஆனாலும் தலித் மக்களுக்கானத் தனித் தொகுதியில் போட்டியிட முடியாது. இத்தகைய சூழலை உருவாக்கி தலித் மக்களுடைய

பிரதிநிதிகள் சட்டமன்றம்/பாராளுமன்றம் செல்ல வைத்த அம்பேத்கர் இருந்திருந்தால் என்ன முடிவெடுத்திருப்பார் என்பதைச் சற்றே நினைத்துப் பார்ப்போம்!

நான் இந்துவாகப் பிறந்தேன், இந்துவாக இறக்க மாட்டேன் என்று சொன்ன அம்பேத்கர், மூடநம்பிக்கைகள் சாதிப் பழக்க வழக்கங்கள் நிறைந்த இந்து அடிப்படை வாதத்தை முன்னிறுத்துகின்ற பாரதிய ஜனதாவின் தாமரைச் சின்னத்திற்கு மக்களை ஓட்டுப் போடும்படி கேட்டுக்கொள்வாரா? தேர்தலில் சில சிறிய பெரிய கட்சிகள் தங்களுக்கான அரசியல் பேரங்களை அல்லது தாங்கள் சார்ந்திருக்கும் சமூகத்திற்கான நன்மைகளை முன்னிட்டு பாரதீய ஜனதா கட்சியுடன் கூட்டுச் சேர்ந்திருந்தால் அது குறைந்த பட்சம் ஒரு தேர்தல் உடன்படிக்கையாக இருந்திருக்கும் இந்த உடன்படிக்கையின் மூலம் ஊடுருவி தலித் மக்களுக்காக சில கோரிக்கைகளை வென்றெடுக்க முடியும் என்று கருதிக் கொள்ள வாய்ப்பு உள்ளது. ஆனால் பாரதிய ஜனதா எந்த தலித் கட்சியுடனோ, அமைப்புகளுடனோ எவ்வகையான உறவையும் வெளிப்படையாக வைத்துக் கொள்ளாத அரசியல் சூழல் இன்று உள்ளது. தேசிய அளவில் (பீகார் சார்ந்து) ராம்விலாஸ் பாஸ்வான், உதித்ராஜ் போன்றவர் பாஜகவுடன் உறவு வைத்துக் கொண் டாலும் அதன் சாராம்சம் என்ன என்பது குறித்து எதுவும் தெரியவில்லை. மேலும் பாஜக, தலித் மக்களைக் கொச்சையாகவும் கேவலமாகவும் சித்தரித்து அவர்கள் மீது தொடர்ந்து வன்முறையை ஏவி விட்ட ஜாதிவெறியர் ராமதாஸ் மற்றும் சாதி அமைப்புக்களின் தலைவர்களுடன் கூட்டணி வைத்துள்ளது. தே.மு.தி.க. தங்களை சாதி மதத்திற்கு அப்பாற்பட்டவர்கள் என்று கூறிக் கொண்டு, அதிமுகவும், திமுகவும் பாரதி ஜனதாவுடன் கூட்டு வைத்துக் கொள்ளவில்லையா, நாங்கள் கூட்டு வைத்தால் மதவாதமா என்ற கேட்டு அதன் அதனடிப்படையிலும் வேறு சில அடிப்படைகளிலும் பாஜகவுடன் கூட்டு வைத்துக் கெ ாண்டுள்ளனர். முல்லைப் பெரியாறு, காவிரி நீர் என்று மக்கள் பிரச்சினையை முன்னிறுத்தி கால்நடையாக நடந்து போராடிய வைக்கோ, தருமபுரி எரிந்தபோதும், மரக்காணம் கொந்தளித்தப் போதும் சாதிப் பிரச்சினையை மக்கள் பிரச்சினையாகக்

கருதி போராடவில்லை. அந்த வைக்கோ கூட்டு வைத்துள்ளார் பா.ஜ.கவுடன்.

காங்கிரஸுக்கு எதிரான மேற்கண்ட கூட்டணியில் தலித் மக்களுக்கு இடமில்லை. அவர்கள் நலன் பற்றிய பேச்சு இல்லை. மேலும் தலித் மக்களை ஒடுக்கும் சக்திகள் அதில் இடம் பிடித்துள்ளன. எனவே நமது ஓட்டு அவர்களுக்கில்லை எனும் முடிவு தெள்ளத் தெளிவானது. குழப்பமில்லை.

அதிமுக பற்றியும் திமுக கூட்டணி பற்றியும் அதிகம் சொல்லத் தேவையில்லை. இவர்கள் எத்தனை சீட்டுக்களை வென்றாலும் இப்போதுள்ள நிலைமை யில் தேர்தலுக்குப் பிறகு இவர்களது ஆதரவு பாஜக வுக்குத்தான் இருக்கும். ஆகையால் முக்கிய எதிரிக்கே வாக்களிக்க விரும்பாத நாம், அந்த எதிரிக்கு எதிர் காலத்தில் சலாம் போடவிருக்கும் மறைமுக கூட்டணி கட்சிகளான திமுகவுக்கும், அதிமுகவுக்கும் எதற்கு வாக்களிக்க வேண்டும்?

அடுத்து நான்காவது முனையாக, முள்ளொடிந்த முனையாக போட்டியிடுவது கம்யூனிஸ்ட் கட்சி யாகும். இவர்கள் பாஜக வுக்கு எதிர் நிலையெடுப்பார்கள் என்பது உறுதி. ஆனால் தேசீய அளவில் மூன்றாம் அணி உருவாகாத நிலையில் இவர் களுக்குப் போடும் வாக்குகள் வீண், மேலும் இவர்களின் தலித் நிலைப்பாடு கேள்விக்குரியது. மேலோட்ட மானது. கொசு மருந்து தெளிப்பான் போல தற்காலிகமானது.

ஐந்தாவது முனையாகக் கண்ணுக்குத் தெரிவது சோனியாகாந்தி, இராகுல் காந்தி தலைமையிலான காங்கிரஸ் கட்சி. இவர்களது ஆட்சியின் ஊழல்கள் இவர்களாலும், இவர்கள் அரசில் அங்கம் வகித்த திமுக உள்ளிட்ட சில ஊழல் கட்சிகளாலும் நிகழ்த்தப் பட்டவை. உங்களுடைய வாக்கு ஊழலுக்கு எதிரானது என்றால் ஊழலின்பால் வசப்படாத அல்லது ஊழல் செய்யாத அரசியல் கட்சிகள் எவை? நாம் பிழைத்திருந்தால் ஊழலைத் தொடர்ந்து எதிர்க்கலாம். ஆனால் மனித உரிமைகளை மறுக்கின்ற வெறுப்பு நிறைந்த சமுதாயத்தை, சாதி மத பேதங்களை வளர்க்கின்ற கட்சிகள் நமது உயிரையேக் கொல்பவை. நமது உயிரைத் தொடர்ந்து காப்பாற்றிக் கொள்ள, அதிலும் குறிப்பாக தலித் மக்களைப் பற்றிக் கொஞ்சமேனும் அக்கறையுடன் பேசுகின்ற

காங்கிரஸுக்கு நமது வாக்குகளை அளிப்பது தற்போது உசிதமான செயலாக இருக்கும்.

மே 2014

தலித் கட்சிகளும் 2014 நாடாளுமன்றத் தேர்தலும்

2014–ல் நாடாளுமன்றத் தேர்தல், தமிழகத்தைப் பொறுத்த வரையில் எப்போதுமில்லாதபடி குழப்பமாக, தெளிவற்ற கூட்டணிகள் கொண்டதாக இருந்தது. எனினும் தமிழரின் இனவுணர்வை மையப்படுத்தியதாக இருந்ததென்பதில் எந்த ஐயமுமில்லை. ஈழத்தமிழரின் பிரச்சினையை மய்ய அரசு சரியாகக் கையாளவில்லை. ராஜீவ் கொலையாளிகள் எனக் குற்றம் சாட்டப்பட்டிருப்பவரை விடுதலை செய்ய வேண்டுமென இரண்டு முக்கிய கட்சிகளாக திமுகவும், அதிமுகவும் மக்களிடம் பல்வேறு வகைகளில் தேர்தலுக்கு முன்பாக பரப்புரை செய்ததன் அடிப்படையில் மய்யத்தில் ஆட்சி செய்த ஐக்கிய முற்போக்குக் கூட்டணியில் உள்ள காங்கிரஸ் எல்லாக் கட்சிகளாலும் கைவிடப் பட்டது. எனவே வழக்கமாக ஏதாவதொரு திராவிடக் கட்சி அதிலும் குறிப்பாக திமுகவுடன் பத்தாண்டுகள் கூட்டணியில் இருந்து வந்த காங்கிரஸ் தனித்து விடப்பட்டது. திமுக காங்கிரஸ் கூட்டணி முறிவிற்கு ஈழப்பிரச்சினை ஒரு காரணமென்றாலும், 2ஜி ஊழலை வெளிக்கொணர்ந்து கருணாநிதியின் மகள் கனிமொழி சிறையில் வைக்கப்பட்டதுதான் முக்கியக் காரணமென எல்லோரும் அறிந்திருக்கிறார்கள். ஜெயலலிதாவின் பிரதமர் பதவி ஆசை, அவரைக் களத்தில் தனியே நிறுத்தியது. தேமுதிக, சட்டமன்றத்தில் எதிர்கட்சியாக விளங்கிய காரணத்தினால் திமுக, பாஜக, காங்கிரஸ் கட்சிகள் அக்கட்சியுடன் இணைந்து தேர்தலை சந்திக்க ஆவலாயிருந்தன. இந்த இழுபறியில் பாஜக வெற்றி பெற்றது. எனவே திமுக ஏற்கெனவே கனிமொழிக்கு ராஜ்யசபா உறுப்பினராக வாக்கு அளித்திருந்த புதிய தமிழகம் கிருஷ்ணசாமி, மனிதநேய மக்கள் கட்சி ஜவாஹீருல்லா, மற்றும் இணைபிரியாதிருக்கும் திருமாவளவனுடன் கூட்டணி வைத்து

களம் கண்டது. பாஜகவோ அதிகம் வாக்குகள் பெறமுடியாத மதிமுக, ராமதாஸின் சாதி வெறிக் கட்சி, தேமுதிகவுடன் கூட்டணி கண்டது. சமூக சமத்துவப்படை முதலில் தேமுதிக வுடன் பேசிப் பார்த்து, பின் பாஜகவுடன் அக்கட்சி கூட்டு வைத்தவுடன், காங்கிரஸை ஆதரிப்பதென முடிவு செய்து ஆதரித்தது.

வாக்குப்பதிவு முடிந்த நிலையில், தேர்தலில் தலித் அரசியல் கட்சிகளின் நிலைப்பாடு குறித்து சிறிய அளவிலேனும் ஆய்வு செய்வது சிறப்பாக இருக்கும்.

மாநில தலித் கட்சிகள் என்று பார்த்தால் விடுதலை சிறுத்தை கட்சி, புதிய தமிழகம், இந்தியக் குடியரசு கட்சி, புரட்சி பாரதம் மற்றும் சமூக சமத்துவப்படை சொல்லுமளவிற்குக் களத்தில் உள்ளன. முதலிரண்டு கட்சிகளும் திமுகவில் தலா இரண்டு, ஒன்று என்ற அளவில் சீட்டுக்கள் பெற்று களமிறங்கின. இந்தியக் குடியரசு கட்சியும், புரட்சி பாரதம் மற்றும் சமூக சமத்துவப்படையும் சீட்டுக்கள் பெறாமல் முறையே அதிமுக மற்றும் காங்கிரஸை ஆதரித்தன.

பொதுவாக படித்தவர்களிடையே, எல்லா தலித் அரசியல் கட்சிகளும் இணைந்து வலுவான களம் அமைத்து கூட்டணி கட்சிகளுடன் கள மிறங்கினால், சீட்டு மற்றும் ஆதரவு நிலை என்றளவில் மட்டுமின்றி மக்களுடைய அடிப் படையான பிரச்சினைகளை மய்யப்படுத்தி அரசியல் செய்ய வாய்ப்புண்டு என்ற கருத்து பரவலாக இருக்கிறது. இதை யாரும் இதுவரை முயற்சிக்காததினால், இப்படியொரு தலித் கூட்டணி அமைந்தால் நன்றாக இருக்கும் என்ற பரந்த அவாவோடு நிறுத்திக்கொண்டு, முதன் முதலாக புதிய தமிழகமும், விடுதலை சிறுத்தைகளும் தங்களுக்குள் எந்த பேச்சுவார்த்தையுமில்லாமல் கருணாநிதி தயவின் மூலம் ஒரே கூட்டுக்குள் அடைந்து கொண்டார்கள் என்பது ஒரு நல்ல ஆரம்பம்தான். அதேபோல் இந்தியக் குடியரசு கட்சியும், புரட்சி பாரதமும் தனித் தனியாக அதிமுக வை ஆதரித்தார்கள். இந்தியக் குடியரசு கட்சியின் தொடர்ந்த அதிமுக ஆதரவு நிலைப்பாடு செ.கு.தமிழரசன் இருக்கும் வரையில் மாறப்போவதில்லை. ஆனால் புரட்சி பாரதம் தனது திமுக ஆதரவு நிலைப்பாட்டை விலக்கிக் கொண்டு

அதிமுகவுக்கு ஆதரவளிக்கக் காரணம் திமுகவால் அவர்கள் புறக்கணிக்கப்பட்டதுதான். சமூக சமத்துவப்படை தனது பலத்தின் அடிப்படையிலும், திமுக, அதிமுகவை ஆதரிப்பது பாஜகவை மறைமுகமாக ஆதரிப்பதாகும் என்ற அடிப்படை யிலும் காங்கிரஸுக்கு தனது ஆதரவை அளித்தது.

கொள்கை அடிப்படையில் கூட்டணி அமையவேண்டுமென்றால் முதல் கூட்டணி திமுகவுக்கும், அதிமுகவுக்கும் இடையேதான் ஏற்பட்டிருக்க வேண்டும். ஒரு நாணயத்தின் இரு பக்கங்கள் அவர்கள், எனவே தேர்தலில் கொள்கையடிப்படையில் கூட்டணி அமைய முடியாது. அந்தந்தக் கட்சிகளின் வாக்கு வங்கி மற்றும் பணபலம்தான் கூட்டணியைத் தீர்மானிக்கின்றன. கூடுதலாக தேர்தல் சமயத்தில் நிலவக்கூடிய பிரச்சினைகள் உதாரணமாக மின்வெட்டு, குடிநீர் பற்றாக்குறை, மீனவர் பிரச்சினை அணு உலை எதிர்ப்பு, ஈழத்தமிழர் போன்ற பிரச்சினைகள், சில பிரச்சினைகளுக்குத் தீர்வு தமிழக அரசியல் வாதிகளின் கையில் இல்லையென்றாலும், அதை அதிகமாக மத்தியில் வலியுறுத்துபவர் என்ற அடிப்படையில் தேர்தல் அரசியல் நடக்கிறது.

தலித் மக்களின் வாழ்வு மற்றும் அவர்கள் பிரச்சினைகள் நாடு சுதந்திரமடைந்த நாளிலிருந்து இன்றைய நாள்வரை தேர்தல் அரசியலில் இடம்பிடிக்கவில்லை. அதிமுக்கியமான பிரச்சினை என்றில்லாவிட்டாலும் இதுவும் முக்கியமான பிரச்சினைதான் என்றளவில் கூட பேசப்படுவதில்லை.

விஜயகாந்த் தனக்கு சாதி மதம் எதுவும் கிடையாது. மக்கள் தான் முக்கியம் என்கிறார். வைக்கோ, சீமான் போன்றோர் தமிழர் என்ற பெருந்திரள் பிரச்சினையை மய்யப்படுத்தி தலித் பிரச்சினையை மூடி மறைத்து விடுகின்றனர். பாட்டாளி மக்கள் கட்சி தலித் மக்களை அவதூறு செய்து, வன்முறைத் தாக்குதலை அவிழ்த்து விட்டு தனது வன்னியர் கட்சி பலத்தைக் கூட்டித் தேர்தலை சந்திக்க முயன்றிருக்கிறது. தமிழ்நாடு தலித் மக்கள் அனைவரும் தருமபுரி – மரக்காணம் தாக்குதலில் கொந்தளித்தாலும் எந்த தலித் கட்சியும் இதை தேர்தல் பிரச்சினையாக்கிவிட முடியவில்லை. பாஜக வெளிப்படையாக வே தலித் அமைப்புகளை சிறுபான்மை அமைப்புகளைப்

புறக்கணித்தது. இந்தப் புறக்கணிப்பும் கூட பெருமளவில் அரசியலாக்கப்படவில்லை.

பிரச்சாரக் காலங்களில் தலித் மக்கள் வசிக்கும் சேரிகளில் கூட சுதந்திரமாக அவர்கள் பிரச்சினைகளை எடுத்துக் கூறி வாக்கு சேகரிக்க இயல வில்லை. ஏனெனில் திருமா மற்றும் கிருஷ்ணசாமி ஆகிய இருவரும் குடியிருக்கும் திமுக, தலித் மீதானக் குற்றங்களுக்கு அப்பாற்பட்டதல்ல. அதேபோல் புரட்சிபாரதமும் இந்தியக் குடியரசு கட்சியும் ஆதரிக்கும் அதிமுக தலித் மீதான குற்றங்களுக்கு அப்பாற்பட்டதல்ல. வேடிக்கை என்னவென்றால் ஜான் பாண்டியன் – பரமக்குடி துப்பாக்கிச் சூட்டிற்குக் காரணம் காட்டப் பட்டவர், மூன்றாண்டுகளில் அதை மறந்து அதிமுகவை ஆதரிக்கத் தொடங்கியதுதான்! காரணம் கிருஷ்ணசாமி திமுகவில் சீட் வாங்கியது.

தேசீய அளவில் ராம்விலாஸ் பாஸ்வான் (தலித் சேனா) அத்வாலே (இந்தியக் குடியரசு கட்சி) பிஜேபியுடன் இணைந்து கூட்டணி வைத்தும் உதித்ராஜ் பிஜேபியில் இணைந்தும் தேர்தலைக் கண்டிருக்கின்றனர். இதன் மூலம் என்னப் புரிதல் ஏற்படுகிறது என்றால் பிஜேபியின் இந்துத்துவா என முஸ்லீம் களுக்கு எதிரானதே அன்றி தலித் மக்களுக்கு எதிரானதல்ல என்று அவர்கள் கருதியிருக்கிறார்கள் என்பதையே அல்லது மோடி வெற்றிப்பெற்று ஆட்சி அமைக்கும் பட்சத்தில் மேற்கண்டவர் களுக்கு தகுந்த பதவிகள் கிடைக்கும் என்பதாலும் கூட இருக் கலாம் அல்லது தேர்தலில் நாம் ஏற்கனவே குறித்துள்ளது போல கொள்கைக்கெல்லாம் வேலையில்லை. பணபலம் மற்றும் கட்சிகளின் வாக்கு வங்கி மட்டுமே என்றும் நினைத்திருக்கலாம்.

மாயாவதி தனித்துப் போட்டியிடுகிறார். ஆனால் தேர்தலுக்குப் பிறகு அவர் என்ன முடிவெடுப்பார் எனத் தெரியாத சூழல் உள்ளது. எனினும் சென்றத் (2009) தேர்தலிலேயே தலித் பகுஜன் என தலித் – பிற்படுத்தப்பட்டவர்களின் கூட்டு என்பதை அனைவருக்குமான என்பதைக் குறிக்கும் அளவில் சர்வஜன் என்பதைப் பயன்படுத்தினார் என்பது கவனிக்கத்தக்கது. ஆதிக்க சாதிகளுடன் தேர்தல் கூட்டு வைத்துள்ளார்.

சமூக சமத்துவப்படை தனது குறைவான பலத்துடன் நாடாளுமன்றத் தேர்தலை குறைந்த பட்சம் கொள்

கையளவிலாவது ஆதரிக்க வேண்டும் என்ற அடிப்படையில் காங்கிரஸை ஆதரித்தது. சிவகாமி தாழ்த்தப்பட்ட மக்களுக்கு காங்கிரஸ் கடந்த ஆண்டுகளில் நிறைவேற்றிய சட்டங்களையும் திட்டங்களையும் எடுத்துச் சொல்லி 12 தொகுதிகளில் வாக்கு சேகரித்தார்.

அருந்ததியர் தலித் அமைப்புகளில், வலசை ரவிச்சந்திரன் காங்கிரசை ஆதரித்தார் என்பது போக மீதி அமைப்புகள் தேர்தலில் காணாமல் ஆகியிருந்தன.

தலித் பிரச்சினைகளை மய்யப்படுத்தாது, குறைந்த பட்சம் பிரச்சாரம் கூட செய்யாது, தலித் கட்சிகள் எல்லாம் பிற கட்சிகளின் ஊதுகுழல் களாக, உதிரி உறுப்பாகச் செயல்படும் என்றால், இப்படித்தான் அவர்களின் தலைவிதி எழுதப்பட்டிருக்கிறது என்றால் இதனால் தலித் மக்களுக்குப் பெரிய அளவில் மாற்றங்கள் வந்து விடாது என்பது உறுதி, தலித் கட்சிகளின் தேர்தல் அரசியல் உத்திகள் கடந்த காலத்திலும் சொல்லும்படியான பலனளிக்கவில்லை இதற்கான மாற்று என்ன?

அம்பேத்கரின் இரட்டை வாக்குரிமை என்ற சிந்தனையை வலுப்படுத்தி போராடும் அவசியம் இருக்கிறது. இரட்டை வாக்குரிமை சாத்தியமாவது தலித் அரசியல் கட்சிகளின் ஒன்றுபட்ட செயல்பாடுகளில் அடங்கியிருக்கிறது.

ஜூன் 2014

2014 நாடாளுமன்ற தேர்தலில் தனிப்பெரும்பான்மை பெற்று பிஜேபி மத்தியில் ஆட்சி அமைத்திருக்கிறது. மோடி பிரதமராகி யிருக்கிறார். அவர் தலைமையோடு மொத்தம் 45 அமைச்சர்கள் (7 பெண்கள்) பதவியேற்றிருக்கிறார்கள். ஏறக் குறைய எல்லோரும் கடவுளின் பெயரால் பதவிப்பிரமாணம் ஏற்றுக் கொண்டனர். தலித் மக்களுக்கு புதிய அமைச்சரவையில் எவ்வளவு பிரதிநிதித்துவம் என்பது சரியாக தெரியவில்லை. பழங்குடியினர் போது மான பிரதிநிதித்துவம் பெற்றிருப்பது போன்ற தோற்றம் அமைச்சர்களின் பெயர்களைக் கொண்டு

உருவாகி உள்ளது. இஸ்லாமியர் ஒருவர் மட்டும் தற்போது பதியேற்றிருக்கிறார். அமைச்சரவை விரிவாக்கம் பெறலாம் என அதிகார வட்டங்களில் பேசிக்கொள்கின்றனர்.

காங்கிரஸ் குடும்ப அரசியல் மெகா ஊழல் காரணங்களினால் பெரும் தோல்வியைத் தழுவியுள்ளது. அதே காரணங்களினால் தமிழகத்தில் திமுகவில் படுதோல்வி எதிர்பார்க்கப்பட்டதுதான். அதிமுகவின் வரலாறு காணாத வெற்றிக்கு ஜெயலலிதாவுக்கு எதிரான வலுவான கூட்டணி அமையாததுதான் காரணம் தே.மு.தி.க., ம.தி.மு.தி.க., புதிய தமிழகம், விடுதலைச் சிறுத்தைகள் மொத்தமும் பூச்சியம்.

பி.ஜே.பியின் வெற்றி இந்துத்துவ கருத்தியலுக்கு கிடைத்த வெற்றியா? அல்லது இந்துப் பெரும்பான்மைக்கு கிடைத்த வெற்றியா? இந்துத்துவ கருத்தியலுக்கும், இந்துப் பெரும்பான்மை வாதத்திற்கும் பெரிய இடைவெளி ஒன்றும் இல்லை. சாதியை முன்னிறுத்தும் கடவுள் முதலாளித்துவ கோட்பாடுகளை வலியுறுத்தும் பார்ப்பனியத்தை ஆணிவேறாக வும் கொண்ட பி.ஜே.பியின் வெற்றி அதனுடைய கோட்பாடு களுக்கு மட்டுமின்றி அதன் பின்னணியில் இருக்கும் ஆர்.எஸ்.எஸ்., விஸ்வ இந்து பரிஷத், சங் பரிவார் உள்ளிட்ட அமைப்பு களுக்கு கிடைத்த வெற்றியுமாகும்.

நல்லவேளை அ.தி.மு.க. மத்திய ஆட்சியில் பங்கேற்க முடியாத சூழல். இல்லாவிட்டால் பி.ஜே.பி. என்ற உச்சி வெய்யிலில் தமிழர்கள் நேரடியாக மண்டை காய்ந்திருப்பார்கள். தெரிந்தோ தெரியாமலோ ராஜபக்ஷே வருகையை ஒட்டி அ.தி.மு.க., பி.ஜே.பிக்கு எதிர்நிலை எடுக்கத்துவங்கிவிட்டது. ஆட்சியில் பங்கில்லாத காரணத்தினால் தன்னுடைய இருப்பை நிலைநிறுத்திக் கொள்ள அ.தி. மு.க. ஏதாவது ஒரு வடிவத்தில் தன் எதிர்ப்பைத் தொடரலாம். ஆனால் 2016 தேர்தலை கருத்தில் கொண்டு பி.ஜே.பி. அ.தி.மு.கவை அனுசரித்துப் போகவும் வாய்ப்பிருக்கிறது.

எது எப்படியாகினும் மத்தியில் பி.ஜே.பி.யின் ஆட்சி உறுதி என்று ஆனபின் அவர்களிடம் எதை எதை எதிர்பார்க்கலாம்? மோடி பிரதமர் என்ப தாலும் தவறான விளம்பரங்களாலும் மக்களின் எதிர்பார்ப்பு கன்னா பின்னாவென எகிறியிருக்கிறது.

தலித், சிறுபான்மையினர் மற்றும் புறக்கணிக் கப்பட்ட பல்வேறு மக்கள் தொகுதியிலிருந்து சில முக்கியமான எதிர்பார்ப்புகள் உள்ளன. நிலமற்ற ஏழைகளுக்கு விவசாய நிலம் கிடைக்குமா? தலித் பஞ்சமி நிலம் மீட்கப்படுமா? வீடற்றவர்களுக்கு வீடு கிடைக்குமா? கல்விக்கொள்ளைக்கு முற்றுப் புள்ளி வைக்கப்படுமா? சிறப்புக்கூறு திட்ட நிதி முழுமையாக தலித் மக்களை சென்றடையுமா? இட ஒதுக்கீடு முறையாக அமல்படுத்தப்படுமா? பெண்களுக்கு 33 சதவிகித இடஒதுக்கீட்டு மசோதா நிறைவேறுமா? இஸ்லாமியர் நலனை முன்னெடுக்கும் சச்சார் கமிட்டி அறிக்கை நிறைவேற்றப் படுமா? தலித் மக்கள் வன்கொடுமையிலிருந்து பாதுகாக்கப் படுவார்களா? பெண்கள் மீதான வன்கொடுமை குறையுமா? விலைவாசி கட்டுக்குள் வைக்கப்படுமா? ஊழல், வறுமை குறையுமா? இளைஞர்களுக்கு வேலைவாய்ப்பு அதிகரிக்குமா? ஈழத்தமிழருக்கு சமஉரிமை கிடைக்குமா? இப்படிப்பட்ட மக்களின் எதிர் பார்ப்புகளை நிறைவேற்றுமா மோடி தலைமையிலான பி.ஜே.பி. அரசு?

ஜூலை 2014

அயோத்திதாசர் நினைவு நூற்றாண்டு ஒட்டி புதிய கோடாங்கி அவர் பற்றிய கட்டுரைகளைத் தாங்கி சிறப்பிதழாக வெளிவந்தது. கட்டுரைகளை காலத்தில் எழுதி அனுப்பிய அனைத்து படைப்பாளிகளுக்கும் நன்றியைத் தெரிவித்துக் கொள்கிறோம். ட்ரெமென்ஹீர் நிழற்படம் நீண்ட நாட்களாக அகப்படாமலிருந்தது. அந்த நிழற்படத்தை புதிய கோடாங்கி அட்டைப்படமாகக் கொண்டு வந்தது சமூக ஆர்வலர்களின் பாராட்டைப் பெற்றது.

பெண்களுக்கெதிரான, அதிலும் தலித் பெண்களுக்கெதிரான பாலியல் பலாத்காரம் இந்தியா முழுவதும் அதிகரித்து வருகிறது கவலையை அளிக்கிறது. உத்திரப்பிரதேசத்தில் இரண்டு தலித் சிறுமிகள் பாலியல் பலாத்காரம் செய்யப்பட்டு கொடூரமாகக் கொல்லப்பட்டது கழிவறைகள் இல்லாததால்தான் என்று கூறப்படுவது ஏற்புடையதல்ல. வீடுகளில் கழிவறைகள்

இருப்பது அடிப்படைத் தேவைகளுள் ஒன்று, அகால நேரத்தில் இயற்கை உபாதைக்காக வெளியில் செல்வது ஆபத்தானது என்பதெல்லாம் மறுப்பதற்கில்லை. ஓடும் பஸ்ஸில் ஒரு பெண் (நிர்ப்பயா) டெல்லியில் பாலியல் பலாத்காரத்திற்குள்ளது, மும்பையில் மாலைப்பொழுதில் அலுவலக விஷயமாக முடங்கிக்கிடந்த மில்லைப் படமெடுக்கச் சென்றபோது பாலியல் பலாத்காரம் செய்யப்பட்டது, தமிழகத்தில் கரூரில் வேலையிலிருந்து சைக்கிளில் திரும்பிக் கொண்டிருந்த பெண் பாலியல் பலாத்காரம் செய்யப்பட்டு கொல்லப்பட்டது என இவற்றையெல்லாம் பார்க்கும்போது கழிப்பறைகள் இல்லாதது தான் காரணம் என்பதைக் காட்டிலும், பாலியல் வன்கொடுமை பரவலாக அதிகாரத்தின் அங்கீகாரம் காரணமாகவே நடைபெறு கிறது. சாதி காரணமாக நடத்தப்படுகிறது என்றுணர்வதுதான் சரியானதாக இருக்கும்.

புறக்கணிக்கப்பட்டு, வறுமையிலும் சாதி ஏற்றத்தாழ்விலும் உள்ள சமூகத்தின் புரையோடிப்போன சாதி அடிப்படை வாதம் / பெண் அடிமைத்தனம் தான் காரணம் என்று புரிந்து கொள்வது தீர்வுகளை நோக்கி செயல்பாடுகளை நகர்த்தும்.

சட்டத்தின் பாதுகாவலர்களான காவல்துறையினரின் சாதி அரசியலும் ஒரு வகையில் காரணம். குற்றவாளிகளோடு, உடனடி நடவடிக்கை எடுக்காத காவல்துறையினரும் தண்டிக்க ப்பட வேண்டியர்கள்.

எழுத்தாளர் ஜெயமோகன் சமீபத்தில் வலைத்தளத்தில் பெண் படைப்பாளர்கள் தங்கள் படைப்புத்திறமையின் தரம் உயர்த்துதல் குறித்து மிகுந்த அக்கறையுடன் எழுதியிருக்கிறார். பெண்களின் படைப்புகளை சமூகப்புரிதலுடன்தான் எடை போட்டிருக்கிறாரா என்பது ஐயத்துக் குரியதாக இருக்கிறது. மேலும் அவரது படைப்புகளுக்கும் சமூக வலைதளத்தில் பதிவாயிருக்கும் அவரது கருத்துக்கும் பெரிய இடைவெளி உள்ளது. தலித்தியம் பற்றிய பதிவுகளில் இருபது வருடத்திற்கு முன்பாக இருந்த கருத்துக்கும், தற்போதைய பதிவுகளுக்கும் பெருத்த வேறுபாட்டை கவனிக்க வேண்டி உள்ளது.

ஆகஸ்ட் 2014

இன்றைய அரசியல்வாதிகளில் பலர் ரியல் எஸ்டேட் ஏஜெண்டு களாகவோ, அரசு நிலத்தை மடக்கி பிளாட் போட்டு விற்பவர்க ளாகவோ அல்லது ஏழை பாழை நிலத்தை அபகரிப்பவர் களாகவோ இருக்கிறார்கள். நிலத்துக்கும் அரசியலுக்கும் அப்படி ஒரு நெருங்கிய தொடர்பு! மண்ணாசை, பொன்னாசை, பெண்ணாசை என்று நாடு பிடிக்க, நாட்டை ஆள கூறப்பட்ட காரணங்கள் தான் இன்று அரசியல்வாதிகள் அதிகாரத்தை கைப்பற்றுவதற்கான காரணங்களாக தூர்த்து இருக்கின்றன. நில நிர்வாகம் மிகவும் சீர்கேடுற்று வருகிறது. குளத்தை துருத்து, ஏரியை ஆக்கிரமித்து ஏரளமான கட்டிடங்கள் முளைக்கின்றன. இன்னும் எத்தனை மௌலிவாக்கங்களோ?!

கரூரில் தலித் சிறுமி பாலியல் பலாத்காரம் செய்யப்பட்டு கெ ாலை செய்யப்பட்டார். ராமதாஸ் கூவிவரும் சாதிய விதைகள் சொந்த இளைஞர் சமுதாயத்தை சீரழித்து வருகிறது. தலித் மக்கள் தான் வன்புணர்ச்சியாளர் களின், கொலைகாரர்களின் எளிய இலக்காக இருக்கிறார்கள்.

விமான விபத்துக்களும், ரயில் விபத்துக்களும் இந்த ஆண்டில் அதிகம் பதிவாகியுள்ளன. தீவிரவாதிகள் விமானங்களையும், ரயில்களையும் குறிவைக்கிறார்கள். போட்டிக்கு அரசு பயங்க ரவாதம் கட்டவிழ்த்து விடப்படுகிறது. தீவிரவாதத்திற்கு மாற்று அரசு பயங்கரவாதமா?

அமெரிக்காவின் உளவுத்துறை மத்திய அமைச்சர்களை கண்க ாணிப்பது பற்றி தகவல்கள் வெளியாகியுள்ளன. இது அமெரிக்க ாவுக்கு வாடிக்கை. வேடிக்கை பார்க்கலாமா ஐ.நா?

அண்மையில் எழுத்தாளர் ஜெயகாந்தனின் 80– வது பிறந்தநாள் விழா கொண்டாடப்பட்டது. வியாபாரிகளும், நடிகர்களும் அலங்காரமாக மேடையில் தோன்றி விளம்பரத்திற்காக வாழ்த்தினர். எழுத்தாளர் எவருக்கும் அங்கே இடம் இல்லை.

தலித் பழங்குடி நீதிபதி யாரும் 150 ஆண்டு பழமைவாய்ந்த சென்னை உயர்நீதிமன்றத்தில் பதவியில் இல்லை. சாதி

பாரம் பரியமும், சாதி நீதியும் நீதிமன்றங்களில் காப்பாற்றப் படுகின்றவா?

ஆழ்துளை கிணறுகளில் குழந்தைகள் அடிக்கடி விழுந்து வைக்கிறார்கள். அரசு ஏன் பொறுப்பேற்கவில்லை?

செப்டம்பர் 2014

29-8-2014 அன்று எழுத்தாளர் பாரதி வசந்தன் அவர்களின் சங்கு புஷ்பங்கள் என்னும் சிறுகதை தொகுப்பின் விமர்சனக் கூட்டம் புதிய கோடாங்கி சார்பில் இக்சா மையத்தில் நடைபெற்றது. எழுத்தாளர்கள் பாரதி வசந்தன், நிகழ் அய்க்கண், வெ.வெங்கடாசலம், குமாரசாமி, சார்லி, மைக்கேல் ஜீவநேசன், சுபசந்திரன், ராமகிருஷ்ணன், சுசி நடராஜன் உள்ளிட்ட பல எழுத்தாளர்களும் புதிய கோடாங்கி நிர்வாகிகளான எழுத்தாளர் சிவகாமி, தங்க மோகன்ராஜ், கோவி. பார்த்திபன், சமூக சமத்துவப்படை கட்சியின் மாநில பொதுச்செயலாளர்கள் பி.எஸ்.ஜெயக்குமார், பூங்கா மனோகரன் மற்றும் மணி மேகலை, எம்.இ.எஸ்.கருணாகரன், இளம்பிறை ஆகியோர் கலந்து கொண்டனர்.

சங்கு புஷ்பங்கள் சிறுகதை தொகுப்பை வெகுவாக பாராட்டியும், சிறப்பு செய்தும் பேராசிரியர் அரச முருகபாண்டியன் உரையாற்றினார். சங்கு புஷ்பங்கள் தொகுப்பில் உள்ள அனைத்து சிறுகதைகளிலும் எளிய மக்களே கதாநாயகர்களாக உள்ளார்கள். வாழ்க்கையின் மேன்மையை உயர்த்துபவர்களாகவும், உண்மையின் உரைகல்லாகவும், தியாகம் செய்பவர் களாகவும், அன்பு/இரக்கம் காட்டுபவர்களாகவும் உள்ளார்கள் என்று அவர் குறிப்பிட்டுள்ளார். இதையொட்டி பல கேள்விகள் எழுகின்றன.

ஊசியின் காதில் ஒட்டகம் நுழைந்தாலும் பணக்காரர்கள் பரலோக ராஜ்ஜியத்தில் பிரவேசிக்க முடியாது என்று ஏசு கிறிஸ்து கூறியதும் நமது கதை மாந்தர்கள் ஏழைகளாக, நற்குணம் உள்ளவர்களாக படைக்கப்படுவதும் சிந்தனைக்குரியது. பணம் சேர்த்தல் என்பதும் அதிலும் அளவுக்கதிகமான பணம் சேர்த்தல்

என்பதும் சமூகத்திற்கு எதிரானதா? இதன் மறுபுறம் ஏழைகள் ஏழைகளாகவே இருந்துவிடவேண்டும் அப்படி இருந்தால் தான் நற்குணம் வாய்ந்தவர்களாக இருப்பார்கள் என்ற அர்த்தம் வெளிப்படுகிறதா?

தனியொருவனுக்கு உணவில்லை எனில் இந்த ஜகத்தினை அழித்திடுவோம் என்ற பாரதியின் வாசகமும், வாழ்ந்தால் 30 கோடி பேரும் வாழ்வோம் அல்லது முப்பது கோடி பேரும் வீழ்வோம் என்பதும் ஏழைப் பணக்காரர் பாகுபாட்டை ஒழிப்பது தானே அன்றி ஏழைகள் நல்லவர்கள், பணக்காரர்கள் கெட்ட வர்கள் என்ற அர்த்தம் ஒலிக்கவில்லை. ஒருவர் மட்டும் பணக் காரராக மாறினால் ஏதோ ஒரு வகையில் பெரும்பான்மை மக்களை ஏய்த்துதான் ஆகவேண்டும் என்ற கருத்து வெளிப் படுகிறது.

பணக்காரர் என்பதற்கு வெறுமனே பணம் வைத்திருப்பவர் என்னும் விளக்கம் பொருத்தமாக இருக்காது. உழைத்து சேமித்து பெரும் பணக் காரராக ஆகிவிடமுடியாது என்னும் பொருளும் அதில் சேர்ந்தே ஒலிக்கிறது.

யாரும் ஏழைகளை காலம் முழுவதும் ஏழைகளாக இருந்துவிடவேண்டும் என்று சொல்வதில்லை. கடின உழைப்பு செய்யாத சோம்பேறி, குடிகாரர், திருடர் ஆகியோரை ஏழைக ளாக இருந்தாலும் ஏழைகள் என்ற பதத்தில் வைத்து பொதுவாக பார்த்ததில்லை. கடின உழைப்பு செய்தும் சுரண்டல் அமைப்பு முறையினால் தான் ஏழைகள் உருவாகிறார்கள் என்பதை ஏறக்குறைய எல்லோரும் புரிந்து வைத்திருக்கிறார்கள். இதனால் தான் நமது கதைகளில் ஏழை கதாநாயகர்கள் அதிகம் தென்படுகிறார்களோ?

ஏழைகள் எந்தத் தவறு செய்தாலும் அது அவன் ஏழையாக இருப்பதனால் தான் என்று புரிந்து கொள்ளப்படுகிறது. ஏழை களை எவ்விதத்திலும் அவதூறு செய்துவிடக்கூடாது என்பது நமது சமய பாடமாக இருக்கிறது. ஆனால் நமது ஆதங்கம் என்னவெனில் அவ்வேழைகள் தங்கள் முன்னேற்றத்திற்காக வே எப்படியேனும் நமது குறைகளைக் களைந்து ஒன்று சேர்ந்து போராட வேண்டும் என்பதாக இருக்கிறது. எனவே அவர்களது சிறிய பெரிய குற்றங்கள், துரோகங்கள் புரிந்து

கொள்ளப்படவேண்டும் என்னும் நிலையைத் தாண்டி நமது படைப்புகளில் அவர்கள் மாற்றத்திற்கான கருவிகளாக மாறவேண்டும் என எதிர் பார்க்கப்படுகிறது.

அக்டோபர் 2014

செப்டம்பர் 27, 2014ஆம் நாள் 18 ஆண்டுகால விசாரணைக்குப்பிறகு ஜெயலலிதா மீது தொடுக்கப்பட்ட வருவாய்க்கு அதிக மான சொத்து குவிப்பு வழக்கில் பெங்களூரில் தீர்ப்பு வழங்கப்பட்டது. நான்காண்டு சிறைதண்டனையும், ரூ. 100 கோடி அபராதமும் என்றது தீர்ப்பு. ஜெயலலிதா மட்டுமின்றி அனைத்து ஊழல் அரசியல்வாதிகளும் கிடுகிடுத்து போகும் வகையில் சரியான தீர்ப்பு வழங்கப்பட்டிருக்கிறது. தமிழ கத்தில் உள்ள பொதுமக்கள் அனைவரும் இத்தீர்ப்பை பரவலாக வரவேற்கிறார்கள். மேல்முறையீடு என்ற பெயரில் அவர் சட்டத்தின் பிடியிலிருந்து தப்பிவிடக்கூடாது என்றும் நினைக்கிறார்கள். நீதிபதி குன்ஹாவுக்கு வாழ்த்துக்கள்.

இரண்டு புத்தகங்கள்

ஒன்று, கயல்கவின் வெளியீடாக கவின் மலர் எழுதிய நீளும் கனவு எனும் சிறுகதைத் தொகுப்பு ரூ. 80 விலை 85 பக்கங்களில் எட்டுச் சிறுகதைகள்.

மற்றொன்று புகழ்பெற்ற எழுத்தாளர் சாருநிவேதிதா எழுதி உயிர்மை வெளியீடாக 655 பக்கங்களில் வெளிவந்துள்ள ராஸலீலா நாவல் விலை ரூ. 400 இரண்டும் நூலாசிரியர்களால் அன்பளிப்பாக வழங்கப்பட்டவை அவர்களுக்கு நன்றி.

முதலில் கவின்மலர் அவர்களின் முதல் நூல் நீளும் கனவு சிறுகதைத் தொகுப்புக்கு வருவோம். முதல் நூல் என்று சொல்ல முடியாதபடி பிரமிக்க வைக்கிறது அவரது கதைக்களங்கள். அவர் இந்தியா டுடே இதழில் ஜர்னலிஸ்ட் பணியில் இருப்பதனால் இம்முதிர்ச்சி எனக் கருதலாம்.

சின்னப் பெண்கள் சின்னப் பையன்கள் பற்றி இவர் எழுதும் போது இவரது மொழி சிணுங்குகிறது செல்லங் கொஞ்சுகிறது.

அதே சமயத்தில் மெய் என்னும் சிறுகதையில் மெய்வருத்தம் பற்றி எழுதும்போது மிகவும் சீரியஸாகி விடுகிறது. மொழியாளுமை மிக்கவர். அதே சமயத்தில் எழுத்தில் ஏதோ பெண் சாயல் தெரிகிறது. பெண் சார்பும் ஒலிக்கிறது. இயற்கையானதுதான். எந்த மாஜிக்கும் இல்லை. எளிமையான சீரான நீரோட்டம் இவரது மொழி. பதற்றம் படபடப்பு சிக்கல் இல்லாது தீர்வு களை சலித்து எடுத்துக் கொண்டதாலும், கதைக்களம் அவருக்கு மிகவும் நெருக்கமாக இருப்பதாலும் தான் எதை எப்படி எழுதவேண்டும் என்று தீர்மானத்துடன் எழுதப்பட்டதாகத் தெரிகிறது.

இவரது முன்னுரையில் எப்படித் தொடங்குவது எப்படி முடிப்பது என்று அவதிப்படவில்லை. அவருடைய பேனா தானாக எழுதிச் சென்றதாகக் கூறுகிறது. ஏனென்றால் அவரறியாமல் பிரச்சினைகளும் அதற்கான தீர்வுகளும் உள்ளேயே புடம் போடப்பட்டுவிட்டன.

இனி கதைகளுக்குள் வருவோம்,

இரவில் கரையும் நிழல்கள் தலைப்பு, கதை இரவைப் பற்றியோ நிழல்கள் பற்றியோ அல்ல. பள்ளித் தோழிகள் சுடர்மொழி – கயல்விழி ஆகிய இருவரின் சிரிப்புப் பற்றியது. பள்ளி உற்றம் சுற்றம் எங்கும் இவர்களது சிரிப்பு பிரசித்தம். சுடர்மொழியின் திருமணத்திற்குப் பின் திருமணமாகாத கயல்விழி அவள் வீட்டில் விருந்தாளியாகத் தங்குகிறாள். சுடர்மொழி – குழந்தை – மாமியார் மட்டும் கதாப்பாத்திரங்களாக்கப்பட்டாலும், அதற்குப் பின்னால் பெண்களின் சிரிப்பின் மீது தடியைச் சுழற்றுகிற ஒரு பெரிய கருப்பு உலகத்தை எப்படியோ படம்பிடித்து விடுகிறார் கவின் மலர். இருவரும் அப்பாக்களிடம் அடிபடவில்லை. காதலர்களால் ஏமாற்றப்படவில்லை. ரீட்டா மேரி மாதிரி விபச்சாரத்திற்குக் கடத்தப்படவில்லை. பத்மினி போல காவல் நிலையத்தில் பலாத்காரம் செய்யப்படவில்லை. இவர்களும் யாரையும் ஏமாற்றியதாகத் தெரியவில்லை. எந்தப் பெரியநிகழ்வுகளும் இல்லாமல் அவர்களின் சிரிப்பு சுத்தமாகத் துடைத்தெறியப்பட்டிருக்கிறது. இத்தனைக்கும் அவர்கள் அன்றாடங்காய்ச்சிகளும் அல்ல. கடுமையான வேலைப்பளுவால் அவதிப் படுபவர்களும் அல்ல. சிரிக்

கக்கூடாது என்று கட்டாயம் அவர்களுக்கிருக்கிறது. திருமண உறவில் நுழைந்த பிறகு ஒரு பெண்ணுக்கு ஒரு பெண்ணின் நட்பு கூட பாரமாக ஆகிவிடுகிறது. திருமணம் என்ற விலங்கைப் பூட்டியதும் வண்ட லூருக்குள் அடைபட்ட மிருகமாகவும் கணவனின் வேட்டைப் பொருளாகவும் மாமியார் சாம்ராஜ் யத்தில் சேடிப் பெண்ணாகவும் ஆக்கப்பட்ட பெண்களின் – சிரிக்க மறந்த பெண்களின் கதை.

இரண்டாவது சிறுகதை மீனுக்குட்டி

மீனுக்குட்டி அப்பாச் செல்லம். கறுப்பு நிறத்தவள். பாட்டியும் அம்மாவும் மீனுக்குட்டி பிறந்ததும் அவளது அப்பா அழுததாகக் கூறுகிறார் கள். இதனால் உளைச்சலுக்கு ஆளாகும் சிறுமி அப்பா வந்ததும் அழுதீர்களாமே நான் கறுப்பாய் பிறந்ததற்கா அல்லது பெண்ணாய் பிறந்ததற்கா என்று கேட்டு அடம்பிடிக்கிறாள். அப்பாவின் சாமர்த்திய பதிலால் தற்காலிகமாக அழுகையை நிறுத்துகிறாள். இப்படி ஒரு சமர்த்தான மீனுக்குட்டி என்று நீ பிறந்தவுடனே எனக்குத் தெரியவில்லை. அதனால்தான் அழுதேன் என்கிறார்அப்பா. பெண்ணின் புற அழகு எப்போதும் எல்லோராலும் மெச்சப்படுவதாக இருந்து வந்திருக்கிறது. அழகு என்பது பார்ப்பவர்களின் கண்களில்தான் இருக்கிறது என்று எப்படிப் பெண்களை சமாதானப்படுத்தினாலும் புற அழகு பற்றி அவர்கள் கவனமாகத்தான் இருக்கிறார்கள். ஆண்களும் இதற்கு விதிவிலக்கல்ல. அப்பாவின் வரிகளில் ஒரு பெண்ணின் அறிவு, சமயோசிதம், அன்பு, சாதனை புற அழகைப் போலவே அல்லது அதைவிட முக்கியத்துவம் வாய்ந்தது என்னும் கருத்து வெளிப்படுகிறது. கறுப்புதான்... கறுப்புத் தான் என்று கறுப்பைக் கொண்டாடும் காலத்தில் இது ஒரு நவீனக் கதையின் தோற்றத்தைக் கொண்டிருக்கவில்லையெனினும் புற அழகற்றப் பெண்கள் நெஞ்சம் வடுக்களால் நிறைந்திருப்பதை ஒரு சிறுமி மூலம் காணப்படுத்துகிறார்.

அடுத்து விட்டு விடுதலையாகி...

கதைத் தலைப்பைப் பார்க்கையில் அழுத்தும் கடுமையான பாரத்திலிருந்து கொடுமையான சூழலிலிருந்து விட்டுவிடுதலையாகி என்று அர்த்தம் கொள்கிறோம். லேடீஸ்

ஹாஸ்டலில் உள்ள சுதா, தனது தோழியாகிய கவிதாவிடம் கூட தனக்குத் திருமணமாகி ஒரு குழந்தை இருப்பதை மறைத்து, கணவனையும் குழந்தையையும் பிரிந்து ராஜு என்பவனுடன் வெளிநாட்டுக்கு ஓட்டம் பிடிக்கிறாள். அவள் சிங்கப்பூர் சென்று சேர்ந்ததும் தான் சுதாவுக்கு உண்மை தெரிகிறது. எனினும் சிகரெட்டால் மார்பைச் சுடும் ஒரு பொல்லாத கணவனிடமிருந்து விடுதலை பெற்றதற்காக மகிழ்கிறாள். சகஜமப்பா இதெல்லாம் இந்தக் காலத்தில் என்பது போல் இருக்கிறது கதை. வேறென்னதான் செய்யவேண்டும் அவள் என்பது போலுமிருக்கிறது.

மெய்என்னும் கதை பரமக்குறிச்சித் துப்பாக்கிச் சூடு சம்பவத்தையொட்டி எழுதப் பட்டுள்ளது. உணர்சிகரமானது.

மின்மினி வெளிச்சம் என்பது குட்டைப் பையனொருவன் சக மாணவர்கள், ஆசிரியர்கள், பெற்றோர்கள் ஆகிய சகல தரப்பினராலும் அவன் குள்ளன் என்று உணர்த்தப்படுகிறான். சாதனைகள் புரிந்தாலும் குள்ளன் என்ற வேதனையோடுதான் அவன் வாழவேண்டி யிருக்கிறது. உடலின் குறைபாடு அப்படிப்பட்டதுதான். அதைப் பூசி மெழுகி மறைத்து உயர்வானதாகக் காட்ட முற்படவில்லை.

அண்ணன் என்ற சிறுகதையில் அண்ணனாகக் கருதி அப்படியே அழைத்து மகிழும் ஒரு சிறுபெண்ணை அவன் காமுகனாகி கசக்குவதைக் கருவாகக் கொண்டுள்ளது. பெண்ணின் விருப்பம் அறியாது கசக்கி முகரும் எண்ணங்கொண்ட பல ஆண்களில் கதாநாயகன் அண்ணனும் ஒருவன். இனி அண்ணன் என்று எவரையும் அழைத்து ஏமாறப்போவதில்லை கதாநாயகி.

இப்புத்தகத்தின் தலைப்பான நீளும் கனவு என்ற தலைப்புக் கதை. இது திருநங்கையர்களின் உடல் சார்ந்த பிரச்சினையும் அவலமும். இந்த அவலங்கள் நீளும் கனவுகளாக்கி..... அந்தக் கனவுகளில் தான் பெண்ணாகி ஒரு ஆணின் நெருக்கத்தைத் தேடுவதாகவும் தொடர்கிறது.

இறுதிக் கதை மூன்று நிற வானவில்

சரிதா அக்காவின் மகன் முரளி அழகுப் பையன். சுருள் முடி நெற்றியில் விழும். பெரிய கண்கள், டாக்டராவான் என்று

எதிர்பார்க்கப் பட்டவன். திடீரென அப்பாவை இழந்து படிப்பைத் தொடர முடியாமல் கட்டிட வேலை, சுமை தூக்கும் வேலை செய்கிறான். இளம் பிராயத்தில் அவனைத் தூக்கிக் கொஞ்சி விளையாடிய கதாநாயகி முரளியின் பரிதாப நிலைக்காக வருந்துகிறாள்.

கதைச் சுருக்கங்களைப் பார்த்தோம். இனி எழுத்தாளருக்கும் எழுத்து முறைக்கும் வருவோம். கதாபாத்திரங்கள் யாவரும் எளிய மனிதர்கள். அடித்தட்டு, நடுத்தட்டிலிருந்து வருபவர்கள். வாழ்வின் போக்கிலும், சமூகப் பின்னல்களாலும் உருக்குலைக்க ப்பட்டவர்கள். இதெல்லாம், இப்படி யெல்லாம் நடக்கும் என்று எதிர்பார்த்திராதவர்கள். சுழலுக்குள் சிக்கி கரை யின்றி தவிப்பவர்கள். தங்களுக்கான, தொடர்ந்து வாழ்வதற்கான எளிய முடிவுகளை மேற்கொள்பவர்கள். சராசரி வாழ்க்கையில் நாம் சந்திக்கும் துயரங்களின் வடிவங்கள். இவற்றை இவர்களைக் கதாபாத்திரங்களாக்கும் போது எளிதாகக் கடந்து சென்றுவிட முடியாதபடி சற்றுக் கடிவாளத்தை இழுத்துப் பிடித்து கூர்ந்து நோக்கும்படி நிர்ப்பந்திக்கப்படுகிறோம். இதயம் மரத்துப் போய்விடாதபடி கொதிநிலையில் இயங்கும்படி பார்த்துக் கொள்ளச் சொல்பவை. அவர்களை வெறுத்து ஒதுக்கிவிட வேண்டாம் என்று கெஞ்சுபவை.

முதல் சிறுகதைத் தொகுப்பு என்று பார்க்கும் போது ஏராளமான ப்ளஸ்கள் உள்ளன. நிறைய எதிர்பார்க்கிறோம் உங்களிடமிருந்து என்று கவின் மலரை மேலும் எழுதத் தூண்டும் ஆற்றலுக்கு இதில் இடமுண்டு. கதையாக்கும், உரையாடல்களைக் கனமாக்கும் பல வித்தைகள் இவரிடம் உள்ளன.

வாஸந்தி, சிவசங்கரி, லஷ்மி என நீளும் பெண் வரிசையிலிருந்து விலகி தனக்கான இடம் தேடும் ஒரு தேடலை இச்சிறுகதைகளில் காண்கிறோம். வாழ்த்துக்கள் கவின் மலர்! நன்றி.

ராஸ லீலா

முதலிலே ராஸ லீலா கதைச் சுருக்கத்தைப் பெற முயற்சிப்போம். கண்ணாயிரம் பெருமாள் அடிப்படையில் பிறரால் மதிக் கப்படும் அல்லது பிறர் அச்சப்படும் ஒரு எழுத்தாளர். அவர் மிகவும் துரதிர்ஷடவசமாக மலமள்ளும் குடும்பத்தை சேர்ந்தவர்.

பின்னால் தனது பெரும்பாலான வாழ்க்கையை அஞ்சல் துறையில் ஸ்டெனோவாகக் கழிக்கிறார். மிக மிகச் சுருக்கமாகக் கூறவேண்டுமென்றால் உடல் முழுவதும் எண்ணம் முழுவதும் எழுத்தாளராக இருந்து புற உலகைக் குறித்தும் அக உலகம் குறித்தும் சிந்திப்பவராக இருந்து கொண்டு பாவம் ஒரு ஊழல் மிகுந்த அதிகாரப் படிக்கட்டுகள் மிகுந்த பொந்தில் ஸ்டெனோவாக வாழ்வதுதான் கதை.

இவ்வளவு அற்பமாக இத்தனைப் பெரிய (655 பக்கங்கள்) நாவலை சுருக்க முடியாதென்றாலும் ஒரு சிறிய முன்னுரையாக இதை எடுத்துக் கொள்ளலாம்.

இவர் அலுவலக வாழ்வில் இரண்டு வகையான வாதைகள். ஒன்று – அதிகார ஆட்டம் போட்டு ஆபாசமாக வாழ்ந்து கொண்டிருக்கும் அதிகார வர்க்கம். இரண்டு – இதை ஏற்றுக் கொண்டு அதைப் போலவே ஆபாசமாக வாழ்ந்து கொண்டிருக்கும் கடைநிலை, மத்திய நிலையிலுள்ள ஊழியர்கள். நேர்மையாக இருப்பவனும் நியாயமாக சிந்திப்பவனும் பைத்தியங்கள் போல கருதப்படாவிட்டால் தான் பிரச்சினையே! இவ்வலுவலக வாழ்வு முற்றிலும் வெறுக்கத்தக்க தாயிருப்பினும் ஒன்றிரண்டு இணக்கமான நண்பர்கள், நேர்மையான ஊழியர்கள் இருக்கத்தான் செய்கிறார்கள். இந்தச் சூழலில் ரொம்ப ரொம்ப பவ்யமாகத் தெரிகிற கண்ணாயிரம் பெருமாள் இந்த செட்டப்பை மாற்றவே முடியாது என்பதினால் இதை சகட்டு மேனிக்கு நக்கல் அடித்திருக்கிறார். இவருடைய எழுத்து ஓடுகிற ஓட்டம் இருக்கிறதே அது சரியாக 655ம் பக்கத்தில்தான் முடிகிறது என்றால், இந்தக் கண்ணாயிரம் பெருமாளைக் கண்டு யார் பயப்படாமலிருக்கமுடியும்? பதற்றமும், கோபமும், தடுமாற்றமும், ஆசையும், அவலமும் கொண்ட ஒரு மாதிரியான பேர்வழி. கத்தி போலும் கூர்மையான நோக்கும், எப்போதும் வெடிக்கத் தயாராயிருக்கும் துப்பாக்கி போல இருக்கும் கண்ணாயிரம் பெருமாளைப் பற்றி அதிகம் தெரியாமல் அவதிப்பட்ட அலுவலக அதிகாரிகள் அநேகம் பேர் இந்தக் கதையில் உலா வருகிறார்கள்.

ஏதோ அஞ்சல் துறை விவகாரம் என்று அஞ்சல் துறையைத் தனிமைப்படுத்திவிட முடியாது. பொதுவாக இந்தியாவில்

மத்திய, மாநில அரசுகள் இயங்கும் விதம், அதிகாரிகள் அலுவலர்கள், கடை நிலை ஊழியர்கள் நடந்து கொள்ளும் வகைககளுக்கு இது ஒரு வகை மாதிரி என்று வைத்துக் கொள்ளலாம். கையாளப்படும் பொருளும் (Subject Matter) மற்றும் ஆட்களின் பெயர்கள்தான் வித்தியாசம்.

கண்ணாயிரம் பெருமாள் சமயங்களில் அப்பாவிபோல் அதிர்ச்சியடைவதை அவரது எழுத்துக்களில் பார்க்கலாம். அலுவலகத்தில் கையூட்டு, அழுக்கான, பாம்புகள் நடமாடும் கக்கூஸ், அதிகாரிகளின் அதிகார மற்றும் செக்ஸ் சில்மிஷங்கள்! கண்ணாயிரம் பெருமாள் எழுதியதைப் படிக்கும்போது நாமும் அதிர்ச்சியடைவோம் என்பது உண்மைதான். ஆனால் இந்த அலுவலங்கள் வானத்திலிருந்து நேரடியாகக் குதித்து வந்தவை இல்லையே. மேல் x கீழ், ஆண்டான் x அடிமை, ஆண் x பெண், ஆசிரியர் x மாணவன் குருகுலம், சாதிகள் ஆகியவற்றிலிருந்து உருவானவை தானே! பெரிதாக நாம் என்ன எதிர்பார்க்க முடியும் சொல்லுங்கள்.

கண்ணாயிரம் பெருமாளைச் சுற்றிச் சுற்றி ஏராளமான நபர்கள். கதாபாத்திரங்கள்! பெரும்பாலும் நண்பர்கள், எழுத்தாளர்கள். இப்படிக் குறுகிய வாழ்க்கையை அவரால் வாழ முடியாது என்பதினால் செய்தித்தாள்களில் குற்றங்களுக்காக பிடிபட்ட ஏராளமான துணைப் பாத்திரங்கள், பார்த்த சினிமாக்கள், படித்த புத்தகங்கள், பிடித்த வெளிநாட்டு எழுத்தாளர்கள் அவர்களது சிறு வாழ்க்கைக் குறிப்புகள் என ஏராளமான செருகல்கள் அதாவது சிறகுகள், கவிதைகள், கதைச் சுருக்கங்கள், முன்னுரைகள் பின்குறிப்புகள் அப்பப்பப்பா.....

இன்னும் சொல்லப்போனால் இதில் சொல்லப்படாத விஷயங் களே இல்லை எனலாம். உணவு செய்முறை, மருந்துக்குறிப்பு, அல்லோப்பதி வெர்சஸ் இந்திய மருத்துவமுறை, யுனானி, யோகா, பாபா, போலிச்சாமியார், பல வகையான பெண்கள் அவர்களோடு பல வகையான உறவுகள், பில்லி சூனியம், செய்வினை, பழந்தமிழ் காப்பியங்கள், செக்ஸ் பற்றிய அடை மழையும் தூறல், சிதறல் எல்லாமும், வலி பற்றிய பெரிய புராணம், கந்தர் சஷ்டி கவசம் போல சில மந்திரங்கள், தாயத்துக்கள், லெஸ்பியன்கள், ஹோமோ செக்சுகள், சித்தர்கள்,

தமிழ் பெண் கவிஞர்கள், உத்தமத் தமிழ் எழுத்தாளர்கள், தமிழ், சமஸ்கிருதம், ஸ்பானிஷ், பிரஞ்சு மொழி குறிப்புகள், மேலைய தத்துவவாதிகள், ஆபரேஷன்கள், கூட்டுக்கலவி, ஆஸ்பத்திரிகள், நர்சுகள், சட்டங்கள், இலக்கிய விமர்சனங்கள், வசைகள், இசை, இச்சை, அடி தடி, கல்லறை, கக்கூஸ், ஆன்மீகம் என உலகில் என்னென்ன சமாச்சாரங்கள் உள்ளனவோ அவ்வளவையும் ஒரு கும்மாயத்தில் அடைத்து ரஸக்குளிகையாகக் கொடுத்திருக்கிறார். வெடித்துச் சிரிப்பதும், சிலிர்ப்பதும், அருவருப்பதும், துன்பப்படுவதும், அழுவதும் எல்லா உணர்ச்சிகளும் பக்கம் பக்கமாய்க் கொப்பளித்திருக்கின்றன.

இவரது பிரதான எதிரிகளாக சில பேர் நாவலில் வலம் வருகிறார்கள். அவர்களை மூட்டைப் பூச்சிகளைப் போல் ஒரே நசுக்காக நசுக்கி விடுகிறார். உத்தமத் தமிழ் எழுத்தாளர்கள் என்று சிலபேர் மேட்ரிக்ஸ் படத்தில் வருவது போல் நீட்டாக வந்து செமத்தையாக உதை வாங்கிக் கொண்டு போகிறார்கள். தமிழ்ப் பெண் கவிஞர்களைப் பற்றி குறிப்பாக இதற்காகத்தான் என்று சொல்லாமல் வெளியில் காயம் தெரியாத படிக்கு ஊமை அடி அடிக்கிறார். குறிப்பாக ஹெலன் என்பவர்தான் அதிகமாக வாங்கிக் கட்டிக் கொள்கிறார். இவர்களின் உண்மை அடையாளங்களைத் தேடி நான் போகவில்லை. ஏனெனில் இந்த நாவலில் வரும் பெயர்கள் சம்பவங்கள் யாவும் கற்பனையே என்று அட்டையிலேயே எழுதி விட்டதால் நமக்கேன் அந்த க்யூரியாசிட்டி என விட்டு விட வேண்டியிருக்கிறது. இந்த நாவலில் குறிப்பிடத்தகுந்த கண்ணாயிரம் பெருமாளுக்கு மிக நெருங்கிய வட்டத்தில் உலவுபவர்கள் மீரா– அவரது இரண்டாம் மனைவி, எக்ஸ் என்கிற எக்ஸ் மனைவி, மகன் கார்த்திக், அவரது நாய் ரைட்டர், மணி (மணி அதிகமுள்ளவர் மேலும் பத்திரிக்கைக்காரர்) அலெக்ஸ் பதிப்பாளர், நரேன் (குடி நண்பர்), பெண் நண்பர்கள் ம்யூஸ், திவ்யா, பத்மினி ஆகியோர், இன்னும் சிலரும்.

கண்ணாயிரம் பெருமாளுக்கு இருக்கின்ற மிக நற்குணங்கள் உசுப்பும் வரை நண்பராக இருத்தல், கூட இருப்பவரை மகிழ்வித்தல், நல்ல தொரு ரசிகத்தன்மை, சூது வஞ்சகம் கபடம் பொய் வேஷம் இல்லாதிருத்தல் சிந்தித்தல், எழுதுதல், அன்புக்காக ஏங்குதல், பொய் பேசாது, தீமை செய்யாதிருத்தல்.

இவை நற்குணங்கள் இல்லையென்று சொல்ல முடியாவிட்டாலும் அவரே தன்னைக் குறித்து அச்சம் கொள்பவை. பதற்றம், தடுமாற்றம், குடிநாட்டம், பெண் நாட்டம், அவசரம், கோபம், நண்பன் என்றாலும் கதையில் கந்தலாகக் கிழித்துப் போடும் நாணயம், தயவு தாட்சண்யமற்ற விமர்சனம், உடல் போகம் இவைகள்.

தன்னுடைய ப்ளஸ் மைனஸ் ஆகிய இரண்டையும் அறிந்த கண்ணாயிரம் பெருமாள் என்ன செய்கிறார் நாவலில். தனக்கு சாதகமானவற்றை பெரிய பெரிய அதிலும் தன்னைப் போன்ற அல்லது தான் விரும்புகிற நூலாசிரியர்கள், தத்துவவாதிகள் சிந்தனையாளர்களைக் கொண்டு மேலும் வளப்படுத்திக் கொள்கிறார். இதற்குப் பல உதாரணங்களைக் குறிப்பிடலாம். இது சாதாரணமாக எவரும் செய்யக்கூடியதுதான். குறிப்பாக ஆய்வுக் கட்டுரையாளர்கள் தங்கள் கருத்துக்கு உதவியாக ஓராயிரம் மேற்கோள்களைக் காட்டாவிட்டால் அது ஆய்வுக் கட்டுரையாகவே இருக்காது. இம்மாதிரி பிறரின் கருத்துக் களோடு பொருத்தித் தன்னை வளப்படுத்திக் கொள்வது மிகவும் ஆரோக்கியமாக செய்து கொள்கிறார் கண்ணாயிரம் பெருமாள்.

அதே சமயத்தில் அவர் கருதுகின்ற தன்னுடைய குறைபாடு களையும் அதே வகையில் ஒத்தக் கருத்தாளர்களுடன் பொருத்திப் பார்த்து தன்னை சமாதானப்படுத்திக் கொள்வதில்தான் எங்கோ நமக்குப் பிடரியில் இடிக்கிறது. கண்ணாயிரம் பெருமாள் சாதாரண நல்ல பசியுள்ள மனிதன்தான். இதுவும் பொதுவாக நடக்கின்ற ஒன்றுதான். ஆனால் கண்ணாயிரம் பெருமாள் சிறந்த சிந்தனையாளராகவும் இருப்பதில்தான் நமக்குச் சிக்கல். கண்ணாயிரம் பெருமாளாலேயே தனது குறை களைத் தானே நிவர்த்தி செய்து கொள்ள முடிய வில்லை என்றால் யாரால் முடியும் என்பதுதான் கேள்வி!

உத்தமத் தமிழ் எழுத்தாளர்கள் என்று அவர் குறிப்பிடும் போதெல்லாம் அவர்கள் அவ்வளவு உத்தமர்களாயில்லை என்பதை அடைமொழி மூலம் குறிப்பிடுகிறார். அவர்கள் வேஷதாரிகள். நானும் உத்தமனல்ல. ஆனால் வேஷம் போடுவதில்லை என்பதும் சொல்லாமல் சொல்லப்படுகிறது. இன்னுமொரு முக்கிய விஷயம்! பிறரை எப்படிக் கடுமையாக

விமர்சிக்கிறாரோ அதைப் போலவே தன்னையும் கூறு கூறாகக் கிழித்து உலரப்போடுகிறார். அந்த வகையில் உத்தமர்தான். குறைகளை மட்டுமே வைத்து எடை போட்டால் இவ்வுலகில் எவரும் மிஞ்சுவதில்லை.

கண்ணாயிரம் பெருமாளின் வாழ்க்கை எப்படிப்பட்டது. அஞ்சலக அதிகாரிகளோ அல்லது அஞ்சல் துறை இடை கடை ஊழியர்களோ போல அல்ல. சிறந்த படிப்பாளி, சிந்திக்கிறவர், இசையில் கரைந்து போகக் கூடியவர், விரியன் குட்டி போல வீரியம் மிக்கவும், இந்த சமூகத்தில் ஆதிக்கம் செய்யும் அனைத்தையும் கேள்விக்குட்படுத்துபவர். இது மட்டுமல்ல எல்லாருக்கும் அதிகாரம் பகிர்ந்தளிக்கப்பட்டு சுயமரியாதையுடன் வாழ வேண்டும் என்பதுதான் இவர் லட்சியம். இதையெல்லாம் பாரா பாராவாக கட்டுரை போல் எழுதிச் செல்வதில்லை. கதையின் ஓட்டத்தில் நாமாகக் கண்டு பிடித்துக் கொள்ள வேண்டியதுதான். இவரது வாழ்வில் ஒழுக்க ம்தான் அதிக உதை வாங்குகிறது. அதாவது சமூகம் நமக்குக் கையளித்திருக்கிற ஒழுக்க வரையறைகள். சமூகம், ஒழுங்கு அல்லது ஒழுக்கத்தை சாராம்சப் படுத்தும்போது மேல்தட்டுக்கு மட்டும் பரிபூரண ஆதிக்கம், பணம் மூலம் வரையறையற்ற பால் நுகர்வு, கயமை, ஊழல் இவற்றையெல்லாம் சலுகைகளாக அறிவித்து விட்டு, சமூகம் நடுத்தட்டு அடித்தட்டை ஒழுக்கம் என்ற பெயரில் ரோட் ரோலர் போல் அரைத்துச் செல்வதை கண்டிக்கிறார். அடித்தட்டு மனிதர்களுக்கு ஒழுக்கம் மூன்று வேளை தவறாமல் உண்ணக்கூடிய மாத்திரைகள் போல் Prescribe செய்யப்பட்டுள்ளதை வன்மையாகச் சாடுவதோடு ஒவ்வொரு மனிதனும் ஒரு உலகம். கட்டுக்களற்ற சுதந்திரம் வேண்டும். ஒவ்வொருவரும் பிறரைக் காயப் படுத்தாத வகையில் தனது ஒழுக்கங்களை வரையறுத்துக்கொள்ள வேண்டும் என நினைக் கிறார். இந்த மாதிரியான கனவுலகத்தில் சஞ்சரிக்கும் போது இது சாத்தியமில்லை. ஆகையால் இயன்றவரையில் இந்த ஒழுங்குகளை மீறி கலகம் செய்வதுதான் இயலும் அல்லது கண்ணாயிரம் பெருமாளுக்கு இதுதான் இயன்றிருக்கிறது. தன்னை அற்புதமான, மிக அரிதான மனிதநேயப் பிறவியாக வரித்துக்கொள்கிறார்.

ஒன்றைச் சொல்லித்தான் தீரவேண்டும். பெண்களுக்கும் கண்ணாயிரம் பெருமாளுக்கும் ஆரம்பத்திலிருந்தே சிக்கலான மிகவும் சஞ்சலம் ஏற்படுத்துகின்ற உறவுகள்! இதற்கான விளக்கம் சரிவர எடுத்துரைக்கப்பட வில்லை என்று சொல்லி விடமுடியாது. கண்ணாயிரம் பெருமாள் பெண்களைக் கவர்ந்திழுக்கிற அளவுக்கு முதல் பார்வையிலேயே பெரிய அழகனோ, பணக்காரனோ கிடையாது. ஆனால் பெருமாள் சந்திக்கின்ற பெரும்பாலான பெண்கள் தங்களின் சிறு அதிகாரத்திற்காக, தேவைக்காக அழகற்ற பணம் படைத்த சில புறம்போக்குப் பயல்களிடம் சிக்கிக்கொள்வது வேதனையளிக்கிறது. பெருமாளுக்கு எப்படியாகிலும் மூன்று வேளைக்கான உணவு கிடைக்காமல் போகவில்லை. ஏனென்றால் இவரிடம் வன்மையான எழுத்து இருக்கிறது. அதைக்கொண்டு சில அழகான இளமையான பெண்களைக் கவர்ந்து விடமுடிகிறது. ஆனால் கண்ணாயிரம் பெருமாள் அதில் திருப்தியடையவில்லை. ஏனெனில் நிம்மதியாக திருப்தியாக வாழ்க்கையை அதாவது மிகவும் (Sober) சோபராக இருக்க விரும்புவதில்லை அல்லது பிறர் விடுவதில்லை. இவருக்குப் பெண்கள் மட்டும் பிரச்சினையில்லை. நட்பு வட்டத்திலும் பிரச்சினைகள் இருக்கின்றன. இசையை ரசிக்க முடியாத, நிம்மதியான சுதரந்திரமான பாலுறவற்ற கொடுமையான வாழ்க்கையை வாழும் நண்பர்கள்! எங்கு சென்றாலும் தன்னை பதற்ற மடையச் செய்கிற நடுங்க வைக்கின்ற, நேர்மையற்ற, கொதிப்பேற்றும், தனது வயதை பல மடங்கு அதிகரிக்க் செய்யும் நோயுற்ற வக்கிரமான சமூகத்திலிருந்து எவ்வகையிலாது விடுதலை கிடைக்குமாவென நினைக்கிறார்.

எந்தளவுக்கு பணக்கார படித்த உயர்தட்டு நட்புகள் இவருக்கு உண்டோ அந்தளவு மலமள்ளுபவர்கள், விபச்சாரிகள், குச்சுக்காரிகள், தொழிலாளிகள் ஆகியோரிடமும் தொடர்பு உண்டு. கண்ணாயிரம் பெருமாளை வகைப்படுத்துவது சுலபமானதல்ல. அவருடைய பாலியல் அதீத இச்சைகளை ஆபாசம் என வர்ணித்தால் அவர் மீது செருப்பால் அடிக்காத குறையாக Conventionalist என்ற பட்டம் வந்து விழும். அவரை சமூக வாழ்விலிருந்து பிரிந்த உதிரி என்றால் நலிந்தோர் பால் உள்ள கரிசனங்களையும் சேர்த்துத்தான் உதற வேண்டியிருக்கும். பின் நவீனத்துவவாதி என்று சொல்லிவிட முடியாது ஏனெனில்

அவர் போலி– பின் நவீனத்துவவாதிகளையும் கண்டிப்பவர். தன்னை எந்த அடைப்புக்குள்ளும் பொருத்திக் கொள்ள விரும்பாதவர். நண்பர்களுக்கு நண்பர் எதிரிகளிடமிருந்து ஒதுங்கிக்கொள்பவர். நமக்குக் கையளிக்கப் பட்டிருக்கிற ஒரேயொரு பிறவியில் எல்லாமுமாக இருந்துவிடத் துடிப்பவர். கடவுள் நம்பிக்கை, நம்பிக்கையின்மை ஆகிய இரண்டுக்கு மிடையில் ஊசலாடுபவர். இதுதான் என பிடித்து அமர்த்தி விட முடியாத வேட்கையாலும் அதைக் கட்டுப்படுத்த நினைக்கும் சிந்தனைகளாலும் ஆளப்படுபவர். தன்னை யார் எனக் கண்டு கொள்ளும் தேடல் மிகுந்தவர்.

பெருமை சிறுமை இரண்டையும் கேள்விக் குட்படுத்தும் ஒரு சமகால எழுத்தாளர். ஆனாலும் எதிரிகளால் மிகவும் உந்தித்தள்ளப்பட்டு அவர்களுக்குத் தொடர்ந்து பதிலளிக்க வேண்டிய நிர்ப்பந்தத்தில், அவர்களுடன் போராடிக் கொண்டிருப்பவர்.

உடலைக் கொண்டாடும், கொண்டாட்டம் கேளிக்கை இவற்றில் திளைத்தாலும், உடலின் அற்புத அழகையும், இன்ப நுகர்வில் உள்ள பெருமிதத்தையும் இயந்திரத்தனமாக, ஒன்று மில்லாததாகக் கருத நேரிடும் அபத்த வாழ்வின் ஒரு துளியாகிப் போவதை அவரால் தவிர்க்க இயலவில்லை. படித்த பின் எதுவும் மிஞ்சு வதில்லை நம்மிடம். நம்மில் உள்ள வேகத்தைத் தாக த்தை எல்லாவற்றையும் தனது எழுத்து மூலம் உறிஞ்சி எடுத்து நம்மைத் துப்பிவிடுவது போன்ற உணர்வை வெறுமையை ஏற்படுத்துகிறார்.

கண்ணாயிரம் பெருமாளா எழுத்தாளர் சாரு நிவேதிதாவா எனப் பிரித்தறிய முடியாதபடி இருவரும் தொடர்ந்தே பயணிக்கின்றனர் என்பது கொசுறு. குற்றந்தீர்ப்பதோ, பாராட்டுவதோ விமர்சனத்தின் நோக்கமாக இருந்துவிட முடியாது. நான் உங்களை நூறு சதவீதமும் உங்கள் எழுத்துக் கள் மூலம் புரிந்து கொண்டிருக்கிறேன் என்பது தான் எனது விமர்சனம்.

அநாயசமாக வார்த்தைகள் விழும் வேகம் லாவகம் எல்லாவற்றிலும் சாருவுக்கு நிகர் சாரு தான். எளிமை உண்மை வேகம் நம்மை பிய்த்துத் தின்னத் தொடங்கும்போது நம்மால் அவரின் எல்லாவற்றையும் வியக்காமலிருக்க முடியவில்லை. நன்றி. சாருவுக்கும், எனக்குக் கிடைத்த வாய்ப்புக்கும்.

நவம்பர் 2014

தலையாட்டி பொம்மை அரசுகள் ஜனநாயக விரோதமானவை. அவை நீடிப்பது பெரும் ஆபத்தை விளைவிக்கும். குற்றவாளி என தண்டனை பெற்றவர் அரசுப் பதவிகள் என்று மட்டுமல்லாது ஒரு அரசியல் கட்சியின் தலைமைப் பதவியில் நீடிக்கக் கூடாது என்றும் சட்டம் கொண்டு வரப்பட வேண்டும்.

2016–ல் வரும் சட்டமன்றத் தேர்தல் எப்படியிருக்கும் என்று கணிக்கமுடியாத சூழ்நிலை உள்ளது. தமிழகத்தில் பிரதானமாக இருக்கும் கட்சிகள் இரண்டும் ஊழல் குற்றச் சாட்டுக்களால் தண்டனைப் பெற்றும் தண்டனைப் பெறும் நிலையிலும் இருக்கின்றன அல்லது மதவாதத்துடன் கூட்டு சேர்ந்துள்ளன. தமிழ் அரசியல் வெல்வதற்கு தக்கத் தருணம் உள்ளது.

தமிழ் அமைப்புகள், தலித் அமைப்புகள், பொது வுடமை அமைப்புகள் ஒன்று சேர்ந்தால் கணிசமான மாற்றம் வரலாம்.

பெரும் அரசியல்வாதிகள் நடிகர்கள் ஊழலை ஆதரித்தோ அல்லது வாளாவிருந்தோ தமிழர்களுக்குத் துரோகம் செய்கின்றனர் என்பது அவர்களது அறிக்கையில் உள்ளங்கை நெல்லிக்கனி. இவர்களுக்குப் புகழ் மீது மோகம், பொருள் மீது குறி இருக்கும் வரை இவர்களை மாற்ற இயலாது.

மக்களிடம் அதிலும் குறிப்பாக படித்த இளைஞர் களிடம் விழிப்புணர்வு ஏற்படுத்துவதுதான் நாம் செய்யக் கூடியதாக இருக்கிறது.

தலித் இலக்கியம் தலித் அரசியல் ஆகியவை தேக்க நிலையை அடைந்துவிட்டதாக செய்தி பரப்பப்படுகிறது. தீண்டாமை இருக்கும் வரை, தலித் மக்கள் அரசியலிலும் பொருளாதாரத்திலும் புறக்கணிக்கப்படும் சூழ்நிலை தொடர்ந்து கொண்டிருக்கும் வரை தலித் இலக்கியமும் தலித் அரசியலும் தேங்கிவிடுமா என்ன? பல நூற்றாண்டுகளாகப் போராடிக் கொண்டிருக்கும் தலித் மக்கள் தற்போது மட்டும் நிறுத்திவிடுவார்கள் என்று கூறுவது வரலாற்று விரோதம்.

டிசம்பர் 2014

ஜெயலலிதாவுக்கு ஜாமீன் வழங்கப்பட்டது. உச்ச நீதிமன்ற தீர்ப்பு வரை அவர் மௌன விரதத்தைக் கடை பிடிக்கவேண்டிய கட்டாயத்துக்குத் தள்ளப்பட்டுள்ளார்.

மீனவர்களுக்கு விதிக்கப்பட்ட தூக்கு தண்டனை இந்திய அரசு நிர்ப்பந்தித்ததால் விலக்கிக் கொள்ளப்பட்டதாக செய்திகள் தெரிவிக்கின்றன. இலங்கைக் கோர்ட்டுகளும் அரசியல் அதிபரும் இந்தியா கேட்டுக்கொண்டதால், இளகியதை நம்பமுடியவில்லை. ஏதோ சூதுகள் இருக்கத்தான் செய்யும். முள்வேலிக்குப் பின்னால் உள்ள தமிழர்களுக்காக மோடி இலங்கை அரசை நிர்ப்பந்திக்க உள்ளாரா? அதை இராஜபக்ஷே அரசு ஏற்குமா?

காங்கிரசை உடைத்து ஜி.கே. வாசன் அவர்கள் தனிக் கட்சி துவங்கி உள்ளார்கள். துவக்கிய சில நாட்களுக்கு உள்ளாகவே மாநாடு நடத்தி தனது தனிப்பெரும் பலத்தை நிரூபித்திருக்கிறார். இந்த காலக்கட்டத்தில் இது முக்கியத் துவம் வாய்ந்த நிகழ்வு. ஜெயலலிதாவின் வழக்கு ஏற்படுத்திய வெற்றிடம், திராவிடக்க ட்சிகள் ஊழல்கள், சாதிக்கட்சிகளில் அராஜகப்போக்குகள் இடையே வரவேற்கத்தக்க அம்சம் ஜி.கே.வாசனின் தமிழ் மாநில காங்கிரஸ். அதன் நிரூபிக்கப் பட்ட பலம், பலத்த அதிர்வுகளை அரசியல் அரங்கில் நிகழ்த்தியுள்ளது.

புதிய கோடாங்கி வாசகர் வட்டம் மதுரையில் ஜோசப் சார்லி தாஸ் தலைமையில் சிறப்பாக நடந்தது. ஒவ்வொரு மாவட்டத்திலும் வாசகர் வட்டத்தை நடத்த புதிய கோடாங்கி வாசகர்கள் ஏற்பாடு செய்யவேண்டும்.

ஜனவரி 2015

டாக்டர் பாபாசாகேப் அம்பேத்கர் அவர்களின் 58– வது ஆண்டு நினைவு நாள் பல்வேறு அரசியல் மற்றும் தலித் இயக்கங்க ளால் நாடு முழுவதும் நினைவு கூறப்பட்டது. சென்னையில்

அண்ணல் அவர்களின் நினைவிடத்தில் மாலைகள் அணிவித்து சுவரொட்டிகள் ஒட்டி பல்வேறு தலித் இயக்கங்கள் அண்ணலின் தலைமையை ஏற்றுக்கொண்டதை உறுதி செய்தன. டிசம்பர் மாதம் முழுவதுமே தமிழகம் எங்கும் உள்ள தலித் கிராமங்களில் நினைவு நாள் நிகழ்ச்சிகள் மாணவர்களுக்கு பரிசுகள் வழங்குதல், நலிந்தோருக்கு உதவுதல், தலித் ஆர்வலர்களை கௌரவித்தல் அண்ணல் குறித்த சொற்பொழிவுகள், கருத்தரங்குகள் என்று பலவகையில் நடந்தேறின.

பொதுவாக தலைவர்களின் பிறந்த நாள், நினைவு நாள் நிகழ்ச்சிகள் அவர்களின் வாழ்நாள் சேவையையும் தியாகத்தையும் நினைவு கூர்வதாக அமைவதுண்டு. ஆனால் அண்ணல் அம்பேத்கரை பொருத்தவரை, அது இதயம் வரை ஊடுருவும் நன்றி உணர்ச்சி யினாலும், நலிந்தோருக்கு உதவி செய்யும் எண்ணத்தினாலும், போராடும் ஆற்றலினாலும் நடத்தப்படுகிறது. தலித் மக்களின் இடைவிடாத போராட்டங்களின் வடிவமாகவும் விளங்குகிறது. இந்த ஒப்பற்ற தலைவருக்கு எளியோரிலும் எளியோரான தலித் மக்கள் தங்களின் நன்றியறிதலையும், விடுதலை உணர்வையும் பல வகைகளில் வெளிப்படுத்தி, நினைவு கூர்வது எழுச்சிக்குரிய அரிய செயலாகும்.

அவரது நினைவு நாளில் அவரது மேற்கோள் ஒன்றை சுட்டிக் காட்ட விரும்புகிறோம். இது 1927–ல் மகத்தில் உள்ள சௌதார் குளத்தில் நீரெடுக்கும் போராட்டத்தில் கலந்து கொண்ட பல்லாயிரக் கணக்கான மக்களிடையே ஆற்றிய சொற்பொழிவிலிருந்து எடுக்கப் பட்டது.

நம்மை எதிர்ப்பவர்களிடம் நான் ஆரம்பத்திலேயே கூறுவேன் சௌதார் குளத்தில் இருந்து நீரருந்த முடியாத காரணத்தால் நாங்கள் அழிந்துபோய் விடவில்லை. நாங்களும் மற்றவர் களைப் போல மனிதர்கள் தான் என்பதை நிரூபிக்கவே அக்குளத்திற்கு செல்ல விரும்புகிறோம். இம்மண்ணில் சமத்துவத்தின் சகாப்தத்தை துவக்குவதற்காகவே இம்மாநாடு கூட்டப்பட்டுள்ளது.

அண்ணல் கூறுவது போல் நமது போராட்டங்கள் சுதந்திரத்தை சகோதரத்துவத்தை உள்ளடக்கிய சமத்துவத்தை லட்சியமாக கொண்டிருக்கவேண்டும்.

மோடி அரசு இந்துத்துவா கொள்கைகளை நடைமுறைப் படுத்தும் அரசாக மாறி விட்டது இந்த ஆறுமாத காலத்திற்கு உள்ளாகவே.

பகவத் கீதையை தேசிய நூலாக அறிவித்திருக்கிறார்கள். இந்தித் திணிப்பு பகிங்கரமாக நடந்து வருகிறது. சமஸ்கிருத கல்வி வலியுறுத்தப்படுகிறது. கிறிஸ்மஸ் பண்டிகை நாளை வேலை நாளாக ஆக்குவதென வெகு வேகமாக நாச வேலைகள் ஆரம்பிக்கப்பட்டு விட்டன. ராஜபக்சேவுக்கு அளிக்கப்படும் வெளிப்படையான ஆதரவு அநியாமாக கொல்லப்பட்ட தமிழர் களுக்கு நீதி மறுக்கும் செயலாக உள்ளது. இவை தொடருமானால் காங்கிரஸ் கட்சி மீண்டும் ஆட்சிக்கு வருமென உறுதியாக நம்பலாம்.

பிப்ரவரி 2015

அமெரிக்க அதிகர் ஒபாமா, இந்தியக் குடியரசு தின விழாவையொட்டி, பாரதப் பிரதமர் நரேந்திர மோடியின் அழைப்பின் பேரில் இந்தியா வந்தார். இரண்டாவது முறையாக இந்தியா வந்தாலும், முதன்முறை இந்தியக் குடியரசு தின விழாவுக்கு வந்த முதல் அமெரிக்க அதிபர் என்ற பெருமையை ஏற்றிருக்கிறார்.

முக்கிய பல கட்ட பேச்சு வார்த்தைகள் இந்திய அமெரிக்க அணுசக்தி ஒப்பந்தம், ராணுவத் தொழில் நுட்பப் பரிமாற்றம், வர்த்தகம், பொருளாதாரம், ஸ்மார்ட் சிட்டி உருவாக்கம் சம்மந்தப்பட்டவை.

அணுஉலை விபத்துக்கு இழப்பீடு முதலிலேயே டெபாசிட் செய்வதுதான் இந்தப் பேச்சுகளின் சாதனை. அமெரிக்க இந்திய நல்லுறவு மற்றொன்று. இதைத்தவிர பிரமாதமான சாதனைகள் ஏதும் இருந்தால் அது போகப் போகத் தெரியும்.

மோடிக்கு விசா வழங்க மறுத்த ஒரு தேசம் இன்று விரும்பி அவரது அழைப்பை ஏற்று அதன் அதிபர் வந்துள்ளது மோடிக்கும் பிஜேபிக்கும் வேண்டுமானால் பெருமையாக இருக்கலாம்.

ஆனால் இந்தியா ஒரு வல்லரசு, வேகமாக வளர்கின்ற அரசு. எனவே இந்தியாவை மிகச்சரியாகப் பயன் படுத்திக்கொள்ள வேண்டும் இந்தியாவுடன் நட்பு பாராட்டி சீனாவைக் கட்டுக்குள் வைப்பது அல்லது இரண்டு நாடுகளையுமே பயன்படுத்திக் கெ ாள்வது என்பது அமெரிக்காவுக்கு மிகவும் தேவையான ஒன்று. எனவேதான் அமெரிக்க அதிபர் ஒபாமா, அழைப்பை ஏற்று வந்துள்ளார். தகவல் தொழில்நுட்பப் புரட்சி, அமெரிக்கத் தொழில் நுட்பத்தில் இந்தியர்களின் பங்கு ஆகியவையும் இந்த முக்கியத்துவம் வாய்ந்த வருகைக்குக் காரணங்கள்.

ஆனால் பிஜேபியினர் பெருமை கொள்ளும் அதே வேளையில், அமெரிக்க அதிபரின் குடியரசு தின விழா இறுதிக் கட்ட உரையைக் கேட்டு சிறுமையும் அடைந்தார்கள். இந்தியாவின் பன்மைத்தன்மை அதன் மதச்சார்பின்மையில் அடங்கியிருக்கிறது. மதவாதம் இந்தியாவை அழிவிற்கு இட்டுச் செல்லும் என்று அவர் பலவிதமாக எடுத்துரைத்தது அவர்களைத் திகைப்படையச் செய்துள்ளது. மோடிக்கும், பிஜேபிக்கும் தகுந்த அறிவுரை களைத் தவறாமல் வழங்கிச் சென்றிருக்கிறார் என்பது நம்மைப் போன்றவர்களுக்கு ஒரு ஆறுதல்.

கறுப்பர், இஸ்லாமியர் என்ற அடையாளங்களுடைய அவர், இங்கு வாழும் ஒடுக்கப்பட்ட கால் பங்கு மக்கள் தொகையினர் குறித்து எதுவும் பேசாமல் நழுவிச் சென்றிருப்பது நமக்கெல்லாம் வருத்தமளிக்கின்ற மற்றொரு விஷயம்.

உமாசங்கர் ஐ.ஏ.எஸ் மதப்பிரச்சாரத்தில் ஈடுபடக்கூடாது என தமிழக அரசு அவருக்குக் குறிப்பாணை வழங்கியுள்ளது. அதை எதிர்த்து ஊடகங்களில், மதப்பிரச்சாரம் செய்ய தனக்கு உரிமை உள்ளது என்றும், இதற்கு நீதிமன்றத்தை நாடப் போவதாகவும் அவர் அறிக்கை விட்டிருக் கிறார். உமாசங்கர் ஐ.ஏ.எஸ் என்ற தனிப்பட்ட அதிகாரிக்கு என்றில்லாது இந்த நாட்டில் மதச் சிறுபான்மையினரின் உரிமைகளுக்காக அவருக்கு ஆதரவாக இயங்குவது அவசியமாகும்.

இந்திய குடியரசுத் தலைவர், பிரதமர் மத்திய மாநில அமைச்சர்கள், மாநில ஆளுநர்கள், நீதிபதிகள், உயர் அதிகாரிகள் நேரடியாகவும் மறைமுகமாகவும் இந்துமதப் பிரச்சாரத்தில் ஈடுபட்டு வரும்போது உமாசங்கர் மட்டும்

தனிமைப்படுத்தப்பட்டு அவர்மீது அரசு நடவடிக்கைப் பாய்வது நியாயமானதல்ல. திருப்பதிக்குச் செல்கிறோம், கோவில்களுக்குச் செல்கிறோமென அரசு இயந்திரத்தை மேற்கண்டவர்கள் பயன்படுத்துவது அதிகாரத்துஷ்பிரயோகம். மழைபெய்வதற்காக தமிழக அரசு புரோகிதர்களை வைத்து கடந்த காலத்தில் யாகம் நடத்தியது என்ன வகையான பிரச்சாரம்? திருடர்களைப் பிடித்த போலீஸ்காரர்கள் கோவிலில் சென்று மொட்டைப் போட்டுக்கொள்வது பிரச்சாரமில்லையா? அலுவலகங்களில் இந்து சாமிப்படங்களை அதிகாரிகள் தங்கள் மேசைகளில் வைத்து பூசை செய்வது எதில் சேர்ந்தது? ஐயப்பனுக்கு நேர்ந்து கொண்டு நடமாடும் பிரச்சார வாகனம் போல் தங்கள் உடல்களை அரசு அலுவலர்கள் மாற்றிக்கொள்வது, தங்களைக் கோவிலுக்கு வழியனுப்பும் வழிபாடுக்கு அரசு அலுவலர்களை அழைப்பது எந்த நியாயம்? கொலு வைத்து அரசு பணியாளர்களை வீட்டுக்கு அழைத்து பஜனைப் பாட வைப்பது எதில் சேர்த்தி? அரசு அலுவலர்களிடம் வசூல் செய்து அலுவலகத்திலேயே ஆயுத பூஜை கொண்டாடுபவர்கள் மீது என்ன நடவடிக்கை எடுக்கப்பட்டது? கம்பன் கழகம், பாரதிக் கழகம் என்று வைத்து இலக்கியப் போர்வையில் பக்திப் பிரச்சாரம் செய்வது மதப் பிரச்சாரம் எனக் கண்டுகொள்ளப் பட்டதா? தேவாரம், திருவாசகம், திருப்புகழ், ஆண்டாள் பாசுரம் என மனப்பாடம் செய்து ஒப்புவிக்க பள்ளி மாணவர்களுக்கு இந்து பக்திக் கலையைப் பரப்புவது எந்த வகையைச் சேர்ந்தது? இந்திய அரசின் அடிமுதல் நுனிவரை இந்து மதப்பிரச்சாரம் கொடி கட்டிப் பறக்கிறது. ராமருக்குச் கோவில் கட்டுவது அரசா, பிஜேபி என்ற கட்சியா? தாழ்த்தப்பட்ட (இந்துக்களை) மக்களை இழிவு படுத்தும் பகவத் கீதை தேசிய நூல் என்று அறிவிக்கப்படுவது பிரச்சாரமில்லாமல் வேறென்ன?

எல்லா இந்துக்களுக்கும் (வருணாசிரமத்தை ஆதரிக்கும், அதை உடைக்கும் என பல தரப்பாக) இருக்கும் மக்கள் தாங்களே பாதுகாவலர்கள் என பிஜேபியினர் தங்களைக் கட்டமைத்து வருவது எத்தனை ஆபத்தானது!

இந்துமதம் என்று ஒரு மதம் பிரிட்டிஷ் வருகைக்குப் பிறகு கட்டமைக்கப்பட்ட மதமாகும். இயற்கை வழிபாட்டாளர்

களாகிய பழங்குடிகள், மூதாதையர் வழிபாட்டாளர்களாகிய தாழ்த்தப்பட்டவர்கள், புத்த வழிபாட்டாளர்கள் ஆகிய யாவரும் ஒரு குடைக்குள் மடக்கப்பட்டது அப்போதுதான் நிகழ்ந்தது. இன்றும் புத்தரை முழுவதுமாக விழுங்கி விட தயாராயிருக்கிறது பிராமண மதம். கிறித்துவம் இஸ்லாம் ஆகிய அனைத்து மதங்களிலும் ஒடுக்கப் பட்டோர் இன்னல்களை அனுபவித்தாலும், ஒரு பிராமணர் மட்டுமே இந்து மதத்தலைவராக முடியும், முக்கியமான சனாதனக் கோவில்களில் அர்ச்சகராக முடியும் என்ற சூழ்நிலை இருந்து வருகிறது. சாதி அடக்குமுறைகளை நிலைப்படுத்தி வரும் இந்து மதம் எப்போதும் அதிகாரத்தின் மூலமே தன்னை நிலைநிறுத்தி வருகிறது. எனவே சாதியழிப்பு இந்து மதம் நிலைபெற்றிருக்கும் வரை சாத்தியமில்லை. சிறுபான்மையினர் உரிமைகளுக்குக் குரல் கொடுப்பது ஒருபக்கமிருந்தாலும், சாதியை வேரறுக்க அரசு அதிகார மூலம் திணிக்கப்பட்டும் இந்து மதத்தை வேரறுக்க, தலித் குரல் நிச்சயம் ஓங்கி ஒலிக்க வேண்டும். எனவேதான் உமாசங்கர் ஐ.ஏ.எஸ்க்கு ஆதரவாக தலித் மக்கள், மற்றும் சிறுபான்மையினர் அணிதிரள வேண்டும்.

அரசு எந்திரம் முற்றிலும் மதநீக்கம் செய்யப் பட்டு மதச்சார்பற்ற அரசை உருவாக்க முயற்சிகள் மேற்கொள்ளப்படவேண்டும்!

மார்ச் 2015

தலித் இலக்கியத்தில் சமூக அரசியல் பங்களிப்புகள்

ப. சிவகாமி

மராத்திய மாநிலத்தில் தொடங்கி நாடு முழுவதும் கடந்த கால் நூற்றாண்டாக ஏற்பட்டுள்ள தலித் கொந்தளிப்பின் அடையாளமாக இன்று சாகித்ய அகாதமியின் கருத்தரங்கு அமைந்திருப்பது தலித் வரலாற்றிலும் இலக்கிய வரலாற்றிலும் முக்கிய நிகழ்வாகும். எழுத்தின் அதிகார மய்யத்தில் இது குறித்த விவாதம் தலித் இலக்கியத்திற்கு மேலும் வளம் சேர்க்கக் கூடியது

எனக் கருதுகிறேன். இவ்வரங்கில் பேசும் மகத்தான வாய்ப்புக்கு சாகித்ய அகாதமிக்கு வாழ்த்துக்களைத் தெரிவிக்கிறேன்.

முதலில் தலித் இலக்கியத்தில் அறம் எனும் தலைப்பு கொடுக்கப்பட்டிருந்தது. பின்னர் அழைப்பிதழில் தலித் இலக்கியத்தில் சமூக அரசியல் பங்களிப்புகள் என்று மாறியுள்ளது. தலித் இலக்கியத்தில் சமூக அரசியல் அறங்கள்தான் அதன் பங்களிப்பு என்ற புரிதலில் சில கருத்துக் களை முன்வைக்கின்றேன்.

மேலும், கீழும் என வகைப்படுத்தப்பட்டு நிலை நிறுத்தப்பட்டுள்ள சமூக அடுக்கில், அதன் வெளியில் துரத்தியடிக்கப்பட்ட தூக்கியெறியப் பட்ட சமூகம் என்ற வகையில் இந்திய சமூகத்தை அதன் உள்ளிருந்தும் புறமிருந்தும் ஆய்வு செய்கின்ற வாய்ப்பு அதிகமாகவே உள்ளது. ஒரு தலித் போராளிக்கு!

நேரடியாகவே விஷயங்களுக்கு வருவோம். அதற்கு முன்பு தமிழகத்தில் தலித் இலக்கியப் போக்குக் குறித்த சுருக்க மானதொரு பின்னணி அவசியமாகின்றது. 1980களில் துவக்கம் பெற்ற தலித் இலக்கியம், தன் வரலாற்றுப் பாதையிலிருந்து முன்னேற்றம் பெற்று இந்திய வரலாற்றை ஒரு தலித் பார்வையில் ஆய்வு செய்கின்ற அளவிற்கு வளர்ந்துள்ளது. மாமேதை அம்பேத்கரின் பேச்சுக்களும் எழுத்துக்களும் தொகுக்கப்பட்டு நூல்களாகக் கிடைக்கப் பெற்றப்பின் அவரைப் பின்பற்றி, தலித் இலக்கியம் சமூக ஆய்வாக, அரசியல் அதிகாரத்தை நோக்கியப் பயணமாக வளர்ச்சி அடைந்துள்ளது. பேரா.வேதசகாயக் குமார் நெய்தல் படைப்பாளிகளுக்கான கலந்துரையாடல் நிகழ்வில் அறிமுகப்படுத்தும்போது இப்படிக் கூறினார். இதோ ஒரு படைப்பாளி 80 களில் ஒரு நாவலை எழுதி அரசியல் அதிகாரப் பயணத்தைத் துவக்கி வைத்தார். அது 2000த்துகளில் திராவிடக் கட்சிகளுடன் அரசியல் பேரத்தை நிகழ்த்தும் மாபெரும் இயக்க மாக வளர்ந்து நிற்கிறதொன்று.

இந்திய தத்துவங்களை, மரபுகளை, மதங்களை, சமூகக் கட்டமைப்பை, அதன் அறங்களைக் கேள்விக்குட்படுத்தும் புரட்சிகர விடுதலை இலக்கியமாக அது பரிணமித்துள்ளது. வெகுஜன மக்களின் வாய்மொழி இலக்கியம் தொடங்கி, ஏட்டறிவு பெற்றவர்களின் சிந்தனைகள் இன்று அனைத்து

கல்வி ஆய்வரங்குகளிலும் தவிர்க்க இயலாத கருப்பொருளாக மாறியிருப்பது தமிழகத்தில் உருவாகியுள்ள நூற்றுக்கணக்கான தலித் எழுத்தாளர்களின் சாதனை என்றால் அது மிகையாகாது.

தலித் என்றால் எதிர்ப்பு இலக்கியம் என்ற ஒற்றை அர்த்தமாக விளங்கிக் கொள்ளப்பட்டது, விடுதலை இலக்கியமாக, ஒரு புதிய சமூகத்தை உருவாக்குவதில் முக்கியப் பங்காற்றும் கருத்துப் பெட்டகமாக வளர்ச்சி பெற்றுள்ளது. மற்றவர் எழுதிய படைப்புகளைக் கட்டுடைத்து புரை யோடிக் கிடக்கும் சாதியத்தை வெளிக்கொண்டு வருவதை மட்டும் நோக்க மாகக் கொள்ளாமல், அந்த விமரிசனங்கள் கட்டுடைப்புகள் ஏற்படுத்திய எதிர்ப்புகள் சவால்கள், எதிர்பார்ப்புகள் விளைவாக சமத்துவமிக்க ஒரு சமூகத்தை உருவாக்குவதை இலக்காகக் கொண்டு இந்தியா முழுவதும் புத்துணர்ச்சியுடன், புதிய வேகத்துடன் தலித் இலக்கியப் படைப்புகள் வெளி வந்து கொண்டிருக் கின்றன. இந்த வரிசையில் உள்ள எழுத்தாளர் களைப் பட்டியலிடும்போது விடுபடல்கள் இருக்கலாம் என்பதாலும் சுருக்கம் கருதியும் எழுத்தாளர்கள் பெயர்களும் படைப்புகளும் தவிர்க்கப்படுகின்றன.

இலக்கியம் சுகமான வாசிப்புக்காக, லயிப்புக்காக, ரசனைக் காக, கேளிக்கைக்காக என்ற எல்லைகளைத் தாண்டி செயல்படத்தூண்டும் கிரியா ஊக்கியாகவும் மாறிவிட்டிருக் கிறது.

எழுதப்படும் எல்லாமும் அரசியல் சார்ந்தது என்ற வகையில் தலித் இலக்கியம் தனித்து இருக்கிறது இயல்பாகவே! தலித் இலக்கியம் தலித் மக்களின் விடுதலைக் குறித்து மட்டுமல்ல, அவர்கள் வாழ்க்கையைக் குறித்து மட்டுமல்ல, அவர்களைப் பல்வேறு வகையில் சார்ந்து வாழும் மக்களைப் பற்றிய கண்ணோட்டத்துடனும் எழுதப்படுகிறது என்பதனால் இது ஒட்டுமொத்த சமூகத்திற்கான விடுதலையையும் உள்ளடக்கியதாக் கருதுகிறேன்.

இனி தலித் இலக்கிய வரவால் இந்த சமூகம் பெற்ற மாற்றம் என்ன, கற்றுக்கொண்ட அறம் என்ன என்பதைப் பற்றிப் பேசுவோம்!

இதைக்குறித்த நீண்ட உடையாடல் அவசிய மெனினும் சிலவற்றைச் சுட்டிக் காட்டுவதுதான் இப்போதைக்கு சாத்தியம்!

தலித் இலக்கியம் விளைவான விழிப்புணர்வின் காரணமாக, பெண்களின் திருமண வயதை உயர்த்தச் சொல்லி மாற்றார் கேட்கின்றனர்.

பெண் எட்டு வயதுக்குள் திருமணம் செய்து கொள்ள வேண்டும். இதை மறந்தால் அவள் மாற்றுச் சாதிக் காரனோடு ஓடிப்போய்விடுவாள் என்ற மனுவின் கட்டளையை மீறி பெண்ணுக்குத் திருமண வயதை உயர்த்த வேண்டும் இல்லையெனில் கீழ்சாதி ஆணின் மயக்கும் தோற்றத்திற்கும் பசப்பு மொழிக்கும் அடிமையாகி அவனுடன் ஓடிப்போய்விடுவாள் என்பதுதான் இன்றைய ஆதிக்க சாதியின் குரலாயிருக்கிறது. எப்படியும் பெண் ஓடிப்போய் விடுவாள் என்று உறுதியாக நம்புகிறது. இச்சமூகம்! இது மாற்றத்தின் முதற்கட்டம்.

ஏன் தலித் மக்களில் முன்னேறியவர்கள் அதுவும் இடஒதுக்கீட்டுச் சலுகைகளால் முன்னேறியவர்கள் தங்கள் சமூகத்து ஏழைப் பெண்களை மணந்து கொள்ளக்கூடாது? இதனால் இன்னு மொரு குடும்பம் பிழைக்கு மல்லவா என்று தலித் மக்களில் ஏழைகளாய் இருப்பவர்களைப் பார்த்து அதிக அக்கறையுடன் வினவுகிறது. அந்தந்த சாதியினர் அந்தந்த சாதிகளில்தான் திருமணம் புரியவேண்டும் என்ற மனுவின் விதியை மாற்றி திருமணம் என்பது வெறுமனே சாதிக்குள்ளான உறவு மட்டுமல்ல, அது ஒரு பொருளாதார மேம்பாட்டுத் திட்டம் என விளக்குகிறது. ஏழைகள் திருமணத்திட்டத்தால் வர்க்க இடை வெளியைக் குறைக்க முடியும் என முன் மொழிகிறது.

தலித் ஆண்கள் காதலிப்பதாக வேஷம் கட்டுகிறார்கள். அவர்கள் காதலித்துத் திருமணம் செய்து கொள்வதே தாங்கள் சேர்த்து வைத்துள்ள சொத்துக்களை அபகரிக்கத்தான் என்று பேசுகிறது. இதன் மூலம் ஆதிக்க சாதிகள் தாங்கள் சொத்துள்ள வர்கள், சொத்துக்கள் கைமாறாமல் இருக்கவே சாதிக்குள்ளாக வேத் திருமணம் செய்து கொள்கிறார்கள் என்ற ஒப்புதல் வாக்குமூலத்தைக் கக்க வைத்திருக்கிறது தலித் இலக்கிய அரசியல் செயல்பாடுகள்.

வாருங்கள், யார் யார் தலித்தோடு திருமணம் என்ற ஆபத்துக் களை சந்தித்திருக்கிறீர்களோ அவர்களெல்லாம் ஒன்று கூடலாம் என்ற அறை கூவல் விடுத்திருக்கிறது. பெருகி வரும் தலித் எழுச்சி சுனாமி போன்ற அதிர்ச்சி வைத்தியத்தை அளித்திருக்கிறது. அய்யய்யோ சாதி அழியப் போகிறது அதைக் காப்பாற்ற ஒன்று கூடுவோம் என்ற வெளிப்படையான அச்சத்தை வெளிப்படுத்துகிறது. இந்த அறைகூவல்!

தலித் கிளர்ச்சி, ஊதியமற்ற உழைப்பை முற்றிலும் ஒழித்ததன் மூலம், நாட்டின் மூலதனமே விவசாயம்தான் என்ற நிலை மாற்றப்பட்டு விவசாயிகள் தற்கொலைக்குத் தள்ளப்பட்டிருக்கின்றனர். இதுவரை விவசாயத்தில் இலாபம் என்பது தலித் கூலிகளின் உபரி உழைப்புத்தான் என்பது திட்டவட்டமாக நிரூபிக்கப்பட்டிருக்கிறது. நஷ்டம் என்பது விவசாய இடுபொருட்கள், இயந்திர மயத்தினால் அதிக முதலீடு என்ற காரணங்கள் சொல்லப்பட்டாலும் உழைப்புச் சுரண்டல்தான் முக்கியப் பங்கு வகித்திருக்கிறது. இது மிக வும் மோசமான பாதிப்பெனினும், இந்த விவாயத்தை இலாப கரமாக்க நேரடி உழைப்பைக் கட்டாயமாக்கும் நிலச்சீர்திருத்தம் நடைபெறவில்லை என்பது வருத்தத்திற்குரிய விஷயமே.

இன்னொரு முக்கியமான விஷயம் சமூகக் குற்றங்களின் பின்னணியாக சமூக விஷயங்களைப் புறந்தள்ளிவிட்டு தனிமனித குணநலன்களைக் காரணம் காட்டி அவர்களை சிறைக்கொட்ட டிக்குத் தள்ளி வந்த சமூகம் சமூகக் குற்றங்களுக்கு சாதியும் முக்கிய காரணம் என்பதை ஒத்துக் கொள்கிறார்கள்.

உத்திரப்பிரதேசத்தில் பிரிஜேந்திரா என்ற இருபது வயது தலித் இளைஞன் 15 வயதான சாதி விவசாயி மகள் ரோஷினியைக் காதலித்து இருவரும் ஓடிப்போகிறார்கள். கிராமத்தின் கட்டப்பஞ்சாயத்து கூட்டம் கூட்டி இருவரையும் கொன்று போடுவதென முடிவெடுக்கின்றனர். இவர்களுக்குத் துணையாய் இருந்தவன் ராமகிஷன் என்கிற மற்றொரு தலித் இளைஞன்! இரு தலித் இளைஞர்களையும் பஞ்சாயத்தில் கட்டி இழுத்து வந்து அவர்கள் உதடுகளையும் பிறப்புறுப்புகளையும் தீப்பந்தத்தால் பொசுக்கி, அவர்கள் இருவரையும் அவர்களின் பெற்றோரை அடித்துத் துன்புறுத்தி வற்புறுத்தி கழுத்தில்

கயிறால் கட்டச் செய்து கொடியேற்றுவது போல் அவர்களை உயரமான ஆலமரத்தில் தொங்கவிடச் செய்தனர். அவர்கள் இறந்ததை உறுதி செய்து அந்தப் பெண் ரோஷினியையும் அவளது பெற்றோரால் கொல்லச் செய்து மூவரையும் தீயிட்டுக் கொளுத்தினர். இவற்றையெல்லாம் செய்து முடித்தது குணநலன்களால் பாதிக்கப்பட்ட கொலைகாரர்களல்ல. சாதாரண விவசாயிகள்! இப்படி விவசாயிகளைத் தற்கொலை செய்யவும், கொலை செய்யவும் தூண்டியது தலித் மக்களின் பெருகி வரும் எழுச்சி! போலீஸ் விவசாரணைக்கு வந்தபோது ஆம் நாங்கள்தான் கொன்றோம் என்று பெருமையுடன் கூறினர் அவ்விவசாயிகள்! குற்றப் பின்னணிகளில் சாதியின் பங்கு தவிர்க்க முடியாதது. தருமபுரி இளவரசன் கதை அனைவருக்கும் தெரிந்தது. சாதி செயலிழப்பதை அதன் சொந்தக்காரர்களால் தாங்கிக் கொள்ள முடியவில்லை.

இந்நிகழ்வுகளை சமூகக் கட்டமைப்பை உடைப்பவர்களுக் கான கொடிய தண்டனை என்று உறுதியாகக் கூறலாம். அதே சமயத்தில் சமூகக் கட்டமைப்பை மாற்றும் சட்டத்தின் பிடிக்குள் மெல்ல சாதி நெகிழ்ந்து வருவதாகவும் கூறலாம். சமூகத் திற்கும் சட்டத்திற்குமான இணைப்பு மிக மிகத் தாமதமான ஒன்று என்றாலும் தவிர்க்க முடியாமல் நிகழ்ந்து வருவதாகவும் கொள்ளலாம்!

மேலும் இந்நிகழ்வுகள் தெரிவிப்பதென்ன? ரோஷினியோ திவ்யாவோ ஆகட்டும் விருப்பப் பட்டவனைத் துணைவனாக ஏற்றுக் கொள்ளும் தனிமனித சுதந்திரம் மறுக்கப்பட்டுள்ளது. ஒரு மனிதனுக்கு சாதியுணர்வு என்பது தனக்குத்தானே சுதந்திரத்தை வழங்கிக் கொள்ளும் ஒரு அற்புத உணர்வை மறுதலிக்கிறது என்பதுதான் உண்மை. சாதி ஒரு சமூகம் மற்றொரு சமூகத்தை ஒடுக்கும் ஒழுக்கமற்ற விஷயம் என்பது மட்டுமில்லாமல் வன்முறையை ஆதரிக்கின்ற அன்பு, கருணையற்று அனைவருக்குமே தனிமனித சுதந்திரத்தை மறுக்கும் பேராபத்தான விஷயம் என்பதை நொறுக்கப்பட்ட மக்கள் விளங்க வைத்திருக்கிறார்கள்.

மற்றொரு கருத்தியல் சமத்துவம் பற்றியது. பள்ளிகளில் சீருடைய ணிவித்து சமத்துவ பொய்த் தோற்றங்களை உருவாக்குவது

மட்டுமல்ல சமத்துவம். வாய்ப்புகள் மறுக்கப்பட்ட சமூகத் திற்கு அடிப்படை உரிமைகளையும், வாய்ப்புகளையும் வளங்க ளையும் பங்கிடுவதுதான் சமத்துவம் என தலித் இலக்கியம் முன் மொழிகிறது. பிறப்புக்கும், தகுதிக்கேற்றவாறும் வாய்ப்புகள் வழங்கப்பட வேண்டும் என்பது மாற்றாருடைய கூற்று.

தகுதி எனும்போது அவர் தலித்தாகவே இருக்கட்டும் குறைந்தபட்ச தகுதியாவது வேண்டும் அல்லது அத்தகுதிகளைப் பெற்றுக் கொண்டு போட்டியிட்டு வந்தால் மட்டுமே ஏற்றுக் கொள்வோம் என்ற பழமைவாதங்களை தலித் இலக்கியம் கடுமையாக விமர்சிக்கிறது.

தகுதி என்பது பிறப்பினாலல்ல தகுதி என்பது தனிமனிதன் முயற்சி உழைப்பினால் கைவரப்பெறுவதாகும். தகுதி என்பது பிறப்பின் அடிப்படையிலே அமைந்து விட்டால் கல்விக் கூடங்கள் எதற்கு, விஞ்ஞானம் எதற்கு? ஆனால் பிறப்பு ஒன்றையே தகுதியாக வைத்துக் கொண்டு வரலாறு, கல்வி, விஞ்ஞானம், தத்துவம் என யாவற்றையும் அபகரித்து அதிகார மய்யங் களாக்கிக் கொண்டவர்கள் தகுதியைப் பேசுவதற்கு என்ன தார்மீக அடிப்படை உள்ளது? விவசாயமாகட்டும், கல்விக்கூடங்களா கட்டும், விஞ்ஞானமாகட்டும் எதிலொன்றிலும் தலித் மக்களின் வரிப்பணமும் உழைப்பும் கலந்தேதான் இருக்கிறது. மாற்றாரின் தகுதி வானத்திலிருந்து பொத்தென்று அவர்கள் தலையில் விழுந்து விடவில்லை. இச்சமூகத்தில் வளர்த்தெடுக்கப் பட்டதுதான். தலித் வியர்வையில் தான் அவர்களின் ஓய்வும் ஆய்வும்! அவர்களின் தகுதி பற்றிய சித்தாந்தம் என்பது பொய்யான இட்டுக்கட்டப்பட்ட அபகரிக்கப்பட்ட தகுதி. வாய்ப்புகள் மறுக்கப்பட்ட சமூகத்தின் தகுதியை நிர்ணயிப்பது இவர்கள் பணியாக நினைத்துக் கொள்வது எவ்வளவு மோசமான அறியாமை!

போகட்டும் இத்தகுதிகளை வைத்துக் கொண்டு இவர்கள் சாதிப்பதென்ன? பிறப்பின் அடிப்படையில்தான் தகுதி அமைகிறது என்று அவர்கள் நம்புவதால்தான் இந்த சமூகக் கட்ட மைப்பை மாற்றுவதில் சிறிதும் அக்கறையற் றிருக்கிறார்கள். இவர்களின் தகுதிகள் மற்றும் வாழ்நாள் உழைப்பு என்பதெல்லாம் தனது பிறப்பு அடையாளத்தை

நிலைநிறுத்துவதில், தாங்கள் இருக்கும் இடத்திலேயே தங்களைத் தக்கவைத்துக் கொள்வதில்தான் இருக்கிறது. இதனால் சமூகப் பயன் ஏதுமில்லை. பிறந்ததிலிருந்து இறக்கும் வரையில் தனது சாதி அடையாளத்தைக் காப்பாற்றிக் கொள்ள நினைக்கும் ஒரு மனிதன் பகுத்தறிவு சார்ந்தவனாக இயங்கவே முடியாது என்பது எனது கருத்து. தனி மனித அடையாளங்கள் பன்மைத் தன்மை உடையன. பிறப்பு சார்ந்தும், மொழி சார்ந்தும், இனம் சார்ந்தும், மதம் சார்ந்தும் நாடு சார்ந்தும், தகுதி சார்ந்தும் எண்ணற்ற அடையாளங்கள் இருந்தும், தவிர்க்க முடியாமல் தனது பிறப்பு சார்ந்த அடையாளங்களிலேயே தனிமனிதன் உழன்று கொண்டிருப்பது எதனால்? கூட்டை உடைத்துக் கொண்டு வெளியில் வர எது தடுக்கிறது? போட்டியிட முடியாத கோழைத் தனம், சோம்பேறித்தனம், தன்னலம், கள்ளத் தனமாக தகுதியின் விதிகளை உருவாக்கிக் கொள்ளும் கயமை தவிர வேறென்னவாக இருக்க முடியும்? ஆனால் தலித் வெளியில் வரமுடியாத சிறைப்படுத்தப்பட்ட மனிதன் கடலின் ஆழத்தில் மூழ்கடிக்கப்பட்டவன் தோண்டி புதைக்கப் பட்டவன். கருவிலேயே சிதைக்கப்பட்டவன். நிரந்தர கோமாவில் வைக்கப் பட்டவன். அத்தனைப் பூட்டுகளையும் உடைத்துக்கொண்டு சமத்துவத்தைக் கேட்கிறான். இதன்மூலம் பிறப்புத்தகுதிகளைக் கேள்விக்குப்படுத்துகிறான். மதமாகட்டும், சமூகமாகட்டும் அனைத்தையும் சமத்துவம் நோக்கி உந்தித் தள்ளுகிறான். அடிக் கட்டுமானத்தில் இவன் ஏற்படுத்தும் அதிர்வுகள் பிறப்புத்தகுதி கட்டுமானத்தை அசைக்காமல் விட்டுவிடுமா? பொய்த் தகுதிகளை நொறுக்காமல் விட்டுவைக்குமா?

தலித் இலக்கியம் முதலில் சேதப்படுத்துவது கடவுளைத்தான், அவன் பற்றியக் கட்டுக்கதைகளைத்தான். கொடும்புனைவினால் உருவாக்கப் பட்ட பயங்கரமான உலகத்தைத்தான். அனைத்து மதங்களின் புனித அடிப்படைகளைத்தான். புத்தம் தொடங்கி வைத்தது, அம்பேத்கர் வளர்த்தெடுத்த பகுத்தறிவுப் பாதையைத்தான் தலித் இலக்கியம் வளப்படுத்துகிறது. கடவுள் நம்பிக்கையை ஊக்கப்படுத்தும், மதவாதத்தை வலுப்படுத்தும் எந்த தலித் இலக்கியத்தையும் நான் காணவில்லை. திணிக் கப்பட்ட வாழ்வியலாலும் அறியாமை யாலும் தாங்கள் இந்துக்கள் என்று வெகுஜன தலித் மக்கள் நம்பிக்கைக்

கொண்டிருக்கும் மாயையை உடைக்கும் எழுத்துக்களைத்தான் நான் பார்க்கின்றேன்.

அக அழகு, புற அழகு என்று அழகுகளையும் அதன் அநித்திய நித்தியங்களையும் விலாவாரியாக பேசிக்கொண்டிருந்த மதச்சார்பு சார்பற்ற சாதி சார்ந்த இலக்கியங்களை சமத்துவத்தின் அடிப் படையில் கேள்விக்குள்ளாக்கியிருக்கிறது தலித் இலக்கியம். நல்லொழுக்கம், அறிவுத்திறன் இவற்றை அக அழகாகவும் பொலிவான தோற்றம் உடல்வாகு பற்றிய பிறப்பின் அடிப்படையில் அமைந்தவற்றைப் புற அழகாகவும், மேலும் சண்டை வீரன், சண்டியன் இவர்களை வீரத்தின் அழகாகவும் கொண்டாடிய இலக்கிய வரிசையில் தலித் இலக்கியம் தனது அழகுக் கோட்பாட்டை முன் வைத்திருக்கிறது.

அக அழகு, புற அழகு வீரவெளிப்பாடு எல்லாம் சுதந்திரம் சமத்துவம் சகோதரத்துவம் என்ற மனிதநேயத்தோடு அடையாளங்காணப்பட்டிருக்கிறது. கூடுதலாக மனித வியர்வைக்கு ஒப்பற்ற மணத்தை வாரி வழங்கியிருக்கிறது. வியர்வை வழியும் எஃகு உடல், உள்ளிருந்து உயர்த்தப்படும் மனித நேயத்தால் அழகுற பூமி வெளியெங்கும் சுற்றித்திரிவதைத் தன் அபூர்வக் கண்களால் காட்சிப்படுத்தியிருக்கிறது. இதெல்லாம் இலக்கியத்திற்கு அதிலும் உலகமயம் தாராளமயம் விரித்த கண்ணிவெடிகளுக்குள் நின்றவாறு பேசுவது எத்தனை பெரிய அன்பளிப்பு! சமமாக நினைக்கும் போது பேச்சு எத்தனை உணர்ச்சியுடனும் அழகுடனும் ஈரமான இதயத்தைப் பரிசளிப்பது போல சுலபமான நிகழ்வாயிருக்கிறது என்பதை நாம் அறியாதவர்களல்ல. உணவையும் நீரையும் பகிர்ந்துண்ணும் விருந்தாயிருக்கிறது தலித் இலக்கியம்.

அடுத்தது நாமெல்லாம் மிக உயர்வாய் கருதும் அடையவேண்டிய இலக்காய்க் கருதும் சகோதரத்துவம்.

தூண்டப்பட்ட சகோதரத்துவ உணர்வு காந்தியவழியில் கலந்துண்ணல் கோயில் நுழைவு போன்ற சில்லறை விஷயங்களில் முடிந்து போனது. சொல்லப்போனால் ஒன்றுபட்ட தேசப்பற்றுடன் அந்நியர்களை விரட்டும் உத்தியாகப் பயன் படுத்தப்பட்டது. ஆனால் அம்பேத்கர் வழியில் சகோதரத்துவம் என்பது ஆழ்ந்த பொருளைக் கொண்டிருக்கிறது.

மனிதன் சமூக மிருகம். தனித்து வாழ இயலாதவன் சார்ந்து வாழ்பவன். சுரண்டல் அமைப்பில் சகோதரத்துவத்திற்கு இடமில்லை. தழைத்தோங்கும் சகோதரத்துவம் சமத்துவத்தை அடிப்படையாகக் கொண்டது. கொள்வது, கொடுப்பது, பொது லட்சியங்கள், கனவுகள் சிந்தனைப் பரிமாற்றம், பொருட்கள் சொத்துக்கள் பரிமாற்றங்கள் போன்ற வைகள் இதில் அடங்கும். எதிரும் புதிருமாக உள்ள இரண்டு பெரிய சமூகங்கள் இருவேறு லட்சியங்களுடன் கனவுகளுடன் செயல்பட்டுக் கொண் டிருக்கின்றன. தன்னை ஒடுக்கும் சமூகத்திற்கு நேசக்கரம் நீட்டி, பிழைகள் பொறுத்து அதனோடு உறவாடும் பாணியை தலித் இலக்கியம் வேறொரு வகையில் செயல்படுத்துகிறது, நிலப்பிரபுத்துவ உறவுமுறைகளை வேரறுப்பதில் முன்னணியில் நிற்பதன் மூலம் சகோதரத்துவத்தை வளர்க்க சமத்துவத்தை முன்மொழிகிறது இந்த சமூக அமைப்பை மறுசீரமைக்க போதிய வாய்ப்புக்களை அளிக்கிறது.

தனது வருத்தம் வலி இவற்றைப் பதிவு செய்வதுடன் சக மனிதனின் வலியையும் பதிவு செய்கிறது. புறக்கணிக்கப்பட்ட மக்களின் குரலை அனைவருக்குமான விடுதலைக் குரலாக மாற்றியுள்ளது.

இவை மற்றும் இவை போன்ற இன்னும் பல நுணுக்கமான செயல்பாடுகளினால் சமூகப் பின்னடைவைத் தடுத்த நிறுத்தப் பாடுபட்டுக் கொண்டிருக்கிறது.

இனி அரசு, அரசியல் பங்களிப்புகளை மிகச் சுருக்கமாகப் பேசலாம்.

தலித் இலக்கியம், தலித் பண்பாட்டு மையம், தலித் நில உரிமை, பெண்ணுரிமை மற்றும் மனித உரிமை இயக்கங்களின் முன்னோடிகளாகவும் ஊது குழல்களாகவும் தலித் எழுத்தாளர்கள் செயல்பட்டு வந்ததன் அடிப்படையில் இன்று காத்திரமான அரசியல் இயக்கங்கள் உருவாகி யுள்ளன என்பது வெளிப்படை இப்போதிருக்கும் தேர்தல் முறை முறையான நேர்மையான அரசியலுக்குக் குந்தகம் விளைவிக்கிறது. தலித் மக்களின் உண்மையான பிரதிநிதிகள் சட்டமன்ற உறுப்பினர்களாக வும், பாராளுமன்ற உறுப்பினர்களாகவும் தேர்வு செய்யப்பட முடியவில்லை. இதனால் இயக்கங்களின் செயல்பாடுகளும்

ஏற்றமும் இறக்கமுமாய் உள்ளன. எனினும் உருப்படியான கருத்துக்களைப் பதிவு செய்யும் ஓரிருவரையாவது அனுப்ப முடிந்திருக்கிறது. அரசு சார்ந்த அதிகார மய்யங்களில் மழுங்கடிக்கப்பட்ட பிரதிநிதித்துவம் நீடித்தாலும், மக்கள் மேடைகள் ஊடகங்கள் இவற்றில் அவ்வப்போது தலை காட்டும் வாய்ப்பை உருவாக்கித் தந்துள்ளது.

நேரடி அரசியலுக்கும் தங்களுக்கும் சம்பந்தமில்லை என்ற எழுத்தாளர்களின் புனிதங்களைக் கட்டுடைத்தது மட்டுமின்றி தலித் அரசியல் முன்னெடுப்புக்கு தலித் இலக்கியவாதிகள் நேரடியாக சம்பந்தப்படுத்திக்கொள்வது தலித் இலக்கிய மரபாகவேத் திகழ்கிறது.

தாயோடு பகை சேயோடு பாசம் என்பது போல் தலித் தலைவர்கள்தான் தலித் மக்களைத் தூண்டிவிடுகிறார்கள். மற்றபடி தலித் மக்கள் நல்லவர்கள் என்று கருதும் ஆதிக்க அரசியல் நயவஞ்சமாக நேரடியாக மக்களிடம் நெருக்கம் பாராட்டும் வகையில் மலிவான இலவசங்களை வழங்கி அரசியலைக் கொச்சைப்படுத்தி வருகின்றனர். எனவே தலித் இலக்கியத்தின் அரசியல் பங்களிப்பு என்பது இந்த நயவஞ்சனத்திலிருந்து மக்களை மீட்கும் பணியாகத்தான் இருக்கும். அம்பேத்கரைப் பட்டித் தொட்டியெல்லாம் பரப்பும் பணியாகத்தான் இருக்கும். நீக்கமற நிறைந்திருக்கும் ஊழலைக் களைய தலித் மக்களின் அடிப்படைப் பிரச்சினைகள் பொருளாதார முன்னேற்றத்தை நோக்கி கவனம் திருப்புவதாக இருக்கும்.

தலித் அரசியல் எழுச்சி, சாதிகளின் கூட்டணியை மக்களுக்கு அம்பலப்படுத்தியுள்ளது. ஒரு சிறந்த தலைவருக்கான எதிர்பார்ப்பை உருவாக்கியுள்ளது. திராவிடக் கட்சிகள் யாவும் தொடங்கிய நாளிலிருந்து இன்றுவரை தலித் மக்களுக்கு செய்ததென்ன என்று அம்பலப்படுத்தி வந்தது தங்களை ஏழ்மையிலிருந்தும் சாதியிலிருந்தும் விடுவிக்கும் தலைவருக்கானத் தேடல் துவங்கியிருக்கிறது.

இந்துசாதிப் படிநிலைகளைப் பற்றிக் கேள்வி எழுப்பும்போது தலித் சாதிகளில் கொள்வதும் கொடுப்பதுமில்லாத உறவுநிலைகள் கேள்விக்குட் படுத்தப்பட்டுள்ளன. இந்தக்

கேள்விகள் கவிதைகள், நாவல்கள், சிறுகதைகள், கட்டுரைகள், ஆய்வுகள் எனத் தொடர்ந்து பதிவு செய்யப் படுவதன் மூலம் மூன்று முக்கியப்பிரிவுகளான அருந்ததியினர், பள்ளர், பறையர் போன்றவர்கள் ஒரு இணக்கமான அரசியல் பார்வையில் பொருந்தி வருவதற்கான ஏற்பாடுகள் தொடங்கி விட்டன. இவற்றை விரிசல்கள் பிளவுகள் காழ்ப்புகள் என ஏற்றுக் கொள்வதற்கில்லை. ஆரோக்கியமான செயல்முறைகள் என்று கருதும் போக்கு வளர்ந்து வருகிறது.

பெண்கள் அரசியலில் நுழைவதும் ஆண்களோடு சமமாக அதிகாரங்களைப் பகிர்ந்து கொள்வதும் தலித் அரசியலில் இயல்பான விஷயமாக மாறி வருகிறது. இந்துத்துவ போர்வையில் பெண்ணியத்தை பட்டும் படாமல் மேலோட்டமாக பேசிக் கொண்டிருந்த போக்கு தலித் பெண்களால் மாற்றப்பட்டுள்ளம். தலித் பெண்ணிய வளர்ச்சியினால் இன்று சாதிப் பெண்ணியம் மனித நேய என்னும் கனமானப் போர்வையை அணிந்து கொள்ள முயற்சிக்கிறது. மேல்தட்டுப் பெண்களுக்கு மட்டுமான 33 சதவிகித ஒதுக்கீடு மசோதா நிறைவேறாமல் போனதிற்கு தலித் பெண்ணரசியல் செயல்பாடும் ஒரு காரணம் என்றால் மறுப்பதற்கில்லை.

அரசியல் மாற்றம் என்பது வெறும் ஆட்சி மாற்றமல்ல அடியோடு மாற்றம் என்ற புரிதலை தலித் இலக்கியம் தொடர்ந்து வலியுறுத்தி வருவதனால், திராவிடக் கட்சிகள் தங்கள் தார்மீக அடிப்படைகளை இழந்து இலவசங்களின் மூலம் தங்களை நிலைநிறுத்திக்கொள்ள படாதபாடு படுகிறார்கள். திராவிட அரசியலை இப்படிக் கேலிக்குரியதாக்கியது தலித் இலக்கியச் செயல்பாடுகள்.

தலித் எழுத்தாளர்கள் யாவரும் அரைகுறையான சிந்தாந்தமும் செயல்பாடும் இணையாத தலித் அரசியல் இயக்கங்களைக் கடுமையாக விமரிசிப்பதன் மூலம் இங்குள்ள முற்போக்குக் கட்சிகளையும் கேள்விக்குள்ளாக்குகிறார்கள். இதை தங்களின் அப்பாவி வாக்கு வங்கிகளை விலைக்கு வாங்கும் முயற்சியாக விளம்பரப்படுத்தினாலும், முற்போக்குக் கட்சிகள் கூட்டணியில் சாரமிழந்ததை அதிக விளம்பரப்படுத்திக் கொள்ளாவிட்டாலும் அவர்களை மிகவும் கோபமடையச் செய்திருக் கிறார்கள் தலித்

இலக்கியவாதிகள். தலித் இலக்கியத்தின் தார்மீகக் கோபத்திற்கு முன்னால் அது எடுபடாமல்தான் இருக்கிறது இன்னமும்.

தலித் எழுத்தின் சமூக அரசியல் அறங்களை எடுத்துச்சொல்ல இன்னும் நேரம் தேவைப்படுகிறது என்றாலும் இத்துடன் எனது மிகச் சுருக்க மான உரையை நிறைவு செய்கிறேன். சுருக்கம் என்பது நேரத்தின் அடிப்படையின் நான் நிர்ணயிக் கவில்லை. கொடுக்கப்பட்ட பெரிய பெரிய தலைப்பின் அடிப்படையில் கூறுகிறேன். நன்றி.

ஏப்ரல் 2015

இந்துத்துவம், ஊழல், வன்முறை இவற்றின் களமாயிருக் கிறது இந்தியா.

கல்கத்தாவில் 71 வயதான கிறிஸ்தவ கன்னியாஸ்திரியை ஆறு பேர் கொண்ட வன்முறைக்கும்பல், அத்துமீறி கான்வென்டில் நுழைந்து, பலாத்காரம் செய்தது வெட்கப்படக்கூடிய வேதனை மிகுந்த விஷயம். பச்சிளம் குழந்தை முதல் பருவப்பெண்கள் பழுத்த மூதாட்டிகள் பாலியல் பலாத்காரத்திற்கு உள்ளாக் கப்படுதல் எந்தக் காரணங்களாலும் சமாதானப்படுத்தப்படக் கூடியவை அல்ல. கடுமையான சட்டம், கடுமையான தண்டனை, உலகெங்கிலுமிருந்து கண்டனம் ஆகிய யாவற்றாலும் தடுக்க முடியவில்லை. ஆணாதிக்கக் குரல் பசிகொண்ட மிருகத்தின் பிளிறல் போல உயர்ந்துகொண்டே வருகிறது.

கல்வி, பொருளாதார முன்னேற்றம் இவற்றோடு பெண்கள் பெருமளவு அரசியல் அதிகாரத்தைக் கைப்பற்றி, அடிப்படை மாற்றம் கொண்டுவந்தால் ஒழிய இத்தகைய குற்றங்கள் குறைய வாய்ப்பில்லை.

கர்நாடகாவில் ஒரு நேர்மையான ஐ.ஏ.எஸ் அதிகாரி ரவி, மர்மமான முறையில் இறந்திருக்கிறார். நேர்மையான நீதிபதி லதா காரில் சென்று கொண்டிருந்தபோது வழிமறிந்து குண்டர்க ளால் தாக்கப்பட்டிருக்கிறார். சகாயம் ஐ.ஏ.எஸ்ஸுக்குக் கொலை மிரட்டல் வந்தவண்ணம் உள்ளது. நேர்மையான

அதிகாரிகளுக்கு நேரும் ஆபத்து காட்டாட்சி நடக்கிறதோ என்ற அச்சத்தை ஏற்படுத்துகிறது.

ஹரியானாவில் கிறிஸ்தவ தேவாலாயம் இடித்துத் தரைமட்டமாக்கப்பட்டு அனுமார் சிலையை வைத்திருக்கிறார் ஒருவர். கேட்டால் இட சர்ச்சையாம். இந்தியா இந்துக்க ளுடை யதா? அல்லது எல்லா மதத்தினருக்குமுரியதா என்பதை அடுத்தத் தேர்தலில்தான் வெளிப்படுத்துவார்கள். அதுவரை சிறுபான்மையினர் கதி என்ன? தலித் மக்கள் சிறுபான்மையினரைப் பாதுகாக்கும் வகையில் அவர்களுக்கு ஆதரவாக இயங்க வேண்டும்.

நிலம் கையகப்படுத்தும் சட்டத்தை நிலத்தைச் சார்ந்து வாழும் ஏழைகளுக்கு வழங்குவதற்காக மட்டும் என்றால் நாமெல்லாம் ஒருமனதாக ஆதரிக்கலாம். மாறாக மோடியும் அவரது கார்ப்பரேட் சகோதரர்களும் அபகரிக்க என்றால் உயிரைக் கொடுத்து எதிர்க்கலாம்.

சென்னை உயர்நீதிமன்றத்தில், பார் கவுன்சில் மூலமாக நீதிபதிகள் நியமனத்தில் ஒதுக்கீடு கடைபிடிக்காதது மிகவும் கண்டிக்கத் தக்க செயலாகும். சமூக நீதியை நீதிமன்றமே – அதன் நீதிபதிகளே கடைப்பிடிக்கவில்லை என்றால் தலித் மக்க ளுக்கு விடிவு ஏது? சமூகத்தின் அங்கம் அரசு, அரசின் அங்கம் நீதிமன்றம். சமூகத்தில் உள்ள சாதி அரசையும் நீதிபதிகளையும் விட்டுவைக்கவில்லை.

தலித் மக்களுக்கு போராட்டம்தான் வாழ்வு!

மே 2015

ஆந்திர அரசு அதிரடியாக செம்மரக்கடத்தலில் ஈடுபட்டார்க ளென தமிழ்நாட்டின் 20 கூலித் தொழிலாளர்களை ஈவிரக்க மின்றி சித்திரவதைச் செய்து சுட்டுக்கொன்றிருக்கிறது. சமூக சமத்துவப்படை கட்சி சார்பாக அதன் தலைவர் ப.சிவகாமி, பொதுச்செயலாளர் தங்க.மோகன்ராஜ், பி.எஸ்.ஜெயக்குமார், பூங்கா மனோகரன், தாங்கி லோகு ஆகிய நிர்வாகிகளும்,

மதுரை உயர்நீதிமன்ற வழக்கறிஞர் ரஜினி அவர்களும் உடனே திருப்பதி வனப்பகுதிக்கு விரைந்தனர். உள்ளே அனுமதி மறுக்கப்பட்ட நிலையில் செம்மரக்கடத்தல் தடுப்பு சிறப்பு படையின் டி.ஐ.ஜி.காந்தாராவை சந்திக்கச் சென்றனர். தமிழ்நாட்டிலிருந்து எவர் வந்தாலும் அனுமதி கிடையாது என்ற சூழலில் திருவண்ணாமலை சென்று கண்ணமங்கலம் அருகிலுள்ள கிராமங்களில் கொல்லப்பட்ட தொழிலாளர்களின் குடும்பங்களைச் சந்தித்தனர்.

உடனடியாக திருப்பதிக்கு விரைந்ததன் காரணம், இது வெறும் ஆந்திர அரசு மற்றும் தமிழ்நாடு அரசு சம்பந்தப்பட்ட விவகாரம் மட்டும் கிடையாது. அண்டை மாநிலத்தின் அராஜகப் போக்கை பொதுமக்களாக இருந்து எதிர்க்க வேண்டும் என்பதன் அடிப்படையில்தான். ஆர்வத்தையும், துடிப்பையும் ஆந்திர மீடியாக்களிடம் பதிவு செய்து விட்டு, வேலூர் பீமாராவ், பேரா.திருப்பதி, திருவண்ணாமலை மாவட்ட விஜி ஆகியோருடன் திருவண்ணாமலை வந்த போது மலையளவு துயர மிகுந்திருந்தன கிராமங்கள். எங்கும் இறந்தவர்களின் கண்ணீர் அஞ்சலி படங்கள், குடும்பங்களின் கதறல்கள். வறுமைக் கதைகள்.

பழனி ஒரு தையல்காரர். அவரது கானசமுத்திரம் கிராமத்திலேயே அழகிய தையல் கடை வைத்திருக்கிறார். முதல் நாள் வந்த துணிகளுக்கு நூல் பட்டன் தேவைப்பட்ட நிலையில் அதை வாங்கி வர கண்ணமங்கலம் சென்று வருகிறேன் என்று தனது குடும்பத்தாரிடம் சொல்லிச் சென்றவர், சித்திரவதை செய்யப்பட்டு கொல்லப்பட்டு பிணமாகத்தான் வந்து சேர்ந்தார். திருமணமாகி இரண்டு வருடம் கூட ஆகவில்லை. 3 மாதக் குழந்தை அப்பாவை இழந்து விட்டது. அக்குடும்பம் வருமானம் ஈட்டக்கூடிய ஒரே மகனை இழந்துவிட்டது.

அடுத்து மகேந்திரன் ஒரு குழாய் பொருத்துநர் (பிளம்பர்) தனியார் பாதுகாப்பு காவலர் பயிற்சி எடுத்துக் கொண்டு போலீஸ் வேலைக்காகக் காத்திருந்தார். அறுபதாயிரம் லஞ்சமாகக் கேட்டார்கள். அதில் இருபதாயிரம் கொடுத்து விட்டார். மீதிப் பணம் ரூ.40000த்துக்கு அல்லாடிக் கொண்டிருந்த சூழ்நிலையில்,

முதல் நாள் சென்னை செல்கிறேன் என்று சொல்லிச் சென்றவர் பிணமாகத்தான் வந்தார்.

பிணங்கள் யாவும் மிக அருகாமையிலிருந்து துப்பாக்கிக் குண்டுகளால் துளைக்கப்பட்டு இருந்தன என்பது ஒருபுறமிருக்க, கைகால்கள் துண்டாடப்பட்டு, பிறப்புறுப்பு (ஒருவருக்கு) அறுக்கப்பட்டு, தீப் புண்களுடன் இருந்தன. தப்பித்த சேகர் என்னும் தொழிலாளி தாங்கள் பயணம் செய்து கொண்டிருந்த பஸ்ஸில் ஆந்திரப் போலீஸார் கைது செய்து சிலரை அழைத்துச் சென்றதாகக் கூறியிருக்கிறார். கொல்லப்பட்டவர்களின் முழு விபரங்கள் முகவரி உட்பட்டவை அவர்கள் கொல்லப்படும் முன்பாக ஆந்திரப் போலீஸுக்குத் தெரிந்திருக்கிறது. இதையெல்லாம் பார்க்கும் போது செம்மரங்களை இந்த 20 கூலித் தொழிலாளிகளும் வெட்டிக் கொண்டிருந்ததாகவும் சிறப்புப் படையினர் எச்சரித்ததும் அவர்களைக் கூலித் தொழிலாளிகள் தாக்கத் தொடங்கியதாகவும் அதனால் அவர்களைச் சுட்டுக் கொன்று விட்டதாவும் ஆந்திர் போலீஸார் கூறுவது அப்பட்டமான பொய் என்பது தெரிகிறது. காய்ந்த பழைய செம்மரங்களை பிணங்களுக்குப் பக்கத்தில் அடுக்கி நிழற்படங்கள் எடுத்து பத்திரிக்கைகளுக்குத் தர வேண்டிய அவசியமென்ன?

அண்டை மாநில அரசு 20 தமிழர்களின் உயிரைக் குடித்துவிட்டு எதுவும் பேசாமலிருக்கிறது என்பதொரு பக்கம் கிடக்க, தமிழக அரசு ஒரு சின்ன அறிக்கையோடு வாய் பொத்திக் கொண்டது. மத்திய அரசு மூச்சுக் காட்டவில்லை இதுவரை? என்ன இதெல்லாம் இதென்ன நாட்டாட்சியா, காட்டாட்சியா?

குறைந்தபட்ச மனித உரிமை கூட மறுக்கப் பட்டு விட்டது. ஏழைத் தமிழர்களுக்கு யாருமில்லை என நினைத்து இந்தக் கொட்டமா? மீடி யாக்களும் கூட அதிகமாக அலட்டிக்கொள்ள வில்லையே ஏன்?

ஏனெனில் வருங்காலத்தில் செம்மரம் வளர்ப்பது, பாதுகாப்பது, விற்பது இதெல்லாம் பன்னாட்டுக் கம்பெனி களுக்குக் கைமாறலாம். அரசு நிர்வாகங்கள் இரண்டு மாநிலங்க ளுக்குள்ளாக முரண்படும்போது மத்திய அரசு சந்தடி சாக்கில் பன்னாட்டுக் கம்பெனிகளுக்கு எல்லாவற்றையும் தாரை வார்ப்பதற்கு மறைமுக ஒப்பந்தத்தில் ஈடு பட்டிருக்கலாம்!

இதனால்தான் மாநில அரசுகள், மத்திய அரசுகள் வாய்திறக்காமல் மௌனமாக இருக்கின்றன என்ற சந்தேகம் பொது மக்களுக்கு வரத்தொடங்கியுள்ளது. துரித நடவடிக்கை எடுத்து சந்திரபாபு நாயுடு அரசை டிஸ்மிஸ் செய்ய வேண்டும். இழப்பீடாக அந்தக் குடும்பங்களில் ஒருவருக்கு அரசு வேலை கொடுக்க வேண்டும். சிபிஐ விசாரணை வேண்டும். தொடர்ந்து வலியுறுத்துவோம் நாம்.

ஜுன் 2015

திருத்தப்படவேண்டிய தீர்ப்பு

11–05–2015 அன்று கர்நாடகா உயர்நீதிமன்ற நீதிபதி சீ.ஆர். குமாரசாமி வருமானத்திற்கு அதிகமாக சொத்து சேர்த்த ஊழல் வழக்கில் சிறப்பு நீதிமன்றத்தின் நீதிபதி.மைக்கேல் குன்ஹா அவர்கள் 4 ஆண்டு சிறைத்தண்டனையும் ரூ.100 கோடி அபராதமும் விதிக்கப்பட்டிருந்த குற்றவாளிகள் ஜெயலலிதா, சசிகலா, இளவரசி, மற்றும் தினகர் ஆகிய அனைவரையும் விடுதலை செய்தார்.

விடுதலைக்கான காரணங்கள், 1) ஜெயலலிதாவின் வருமானம் சிறப்புக் கோர்ட்டால் தவறாகக் கணக்கிடப் பட்டுள்ளது. 2) நீதிபதி, அன்பழகன் மற்றும் சுப்பிரமணிய சாமி ஆகியோரிடம் கேள்விகள் வீசும்போது 1992ல் நடைபெற்றதாகக் கருதப்படும் ஊழலுக்கு 1996ல் தான் வழக்குப்போடு கிறீர்கள். இதை அரசியல் காழ்ப்பின் காரணமாக கொள்ளலாமா என்று கேட்டிருக்கிறார். உண்மையில் நீதிபதி குமாரசாமி அரசியல் காழ்ப்பின் காரணமாகத்தான் வழக்குப் போடப்பட்டது என்று நம்புகிறாரா?

கணக்கில் பிழை, அரசியல் காழ்ப்பு என்ற அடிப்படையில் மொத்தமாக அனைவரும் விடுதலை செய்யப்பட்டிருக்கின்றனர். இவையிரண்டும் சரியான காரணங்களா இல்லையா என்பது மேல்முறையீட்டில்தான் தெரியவரும்.

மொத்தத் தமிழகமும் ஜெயலலிதாவும் அவரது கம்பெனி சகாக்களும் இப்படி ஒன்றுமில்லாமல், தூசியை உதறி

சட்டையைப் போட்டுக்கொள்வதுபோல, கூலாக வெளிவந்தது குறித்து ஆச்சரியம் அடைந்தனர். இது உண்மைதானா எனத் தன்னைத் தானே வலிக்கும்படி கிள்ளிப்பார்த்துக்கொள்ளும் மகானுபவத்தை நீதிபதி குமாரசாமி ஒவ்வொரு தமிழனுக்கும் வழங்கியிருக்கிறார்.

பத்திரிக்கைகள் பல, ஜெயலலிதாவை அருண் ஜெட்லி, அமித்ஷா போன்றோர் சந்தித்தது, மூன்று மாதங்களிலேயே, உச்சநீதி மன்றம் தீர்ப்பை வழங்கிவிடவேண்டும் என நிர்ப்பந்தித்தது. உடனடியாக ஜாமீன் வழங்கியது. அரசு தரப்பு வழக்கறிஞர் ஆச்சார்யாவுக்கு ஒரே ஒரு நாள் மட்டும் அவகாசம் அளித்தது ஆகியவற்றை சுட்டிக்காட்டி தீர்ப்பின் நேர்மையைக் குறித்து அச்சம் தெரிவித்திருக்கின்றன. சட்டத்தின் முன் அனைவரும் சமம் என்பதைக் கேலிக்கூத்தாக்கியிருக்கின்றன. உயர்நீதிமன்ற மற்றும் உச்சநீதி மன்ற உத்தரவுகள் ஜனநாயகத்திற்கு நேர்ந்த பேராபத்துக்களில் இதுவும் ஒன்று.

கோர்ட்டில் கிடைத்த நீதியை விமர்சிக்க முடியாமல் தி.மு.க. வின் ஸ்டாலின் அவர்களோ ஜெயலலிதா இந்தத் தீர்ப்பை எப்படிப் பெற்றார் என்று மனசாட்சிப்படி பேசவேண்டும் என்று வேண்டுகோள் விடுக்கிறார். வெங்காயம் கிலோ எவ்வளவு என்பது போல் மனசாட்சியைப் பற்றி அரசியல்வாதிகள் இப்படி சந்தர்ப்பம் பார்த்து கேள்வி எழுப்புவதை பொது மக்கள் ரசிப்பார்களா என்பது தெரியவில்லை.

எப்படியும் இந்தத்தீர்ப்பு திருத்தப்பட வேண்டிய அவசியம் இருக்கிறது. கோர்ட்டு திருத்தாவிட்டால் மக்களாவது திருத்த வேண்டும்.

ஜெயலலிதா 23ம் தேதி பதவியேற்றுக் கொண்டார். ஏறி இறங்கிய நீதிமன்ற படிக்கட்டுக்கள், ஜெயில் கம்பிகள் ஏதாவது பாடங்கள் கற்றுத்தந்திருக்கின்றனவா என்பது போகப் போகத் தெரியும்.

ஆனால் அதற்குள் அவசரப்பட்டு கோவில் கண்ட இடமெல்லாம் அதிமுக பக்தர்கள் மொட்டையடித்துக் கொள்வதுதான் சீரழிவின் உச்சமாகத் தெரிகிறது. அதிகாரத்தோடு நெருங்கி உறவாட மக்க ளுக்குத் தோன்றும் இவ்வளவிலா ஆர்வம் ஏராளமான ஜெயாக் களையும் கருணாநிதி களையும் தொடர்ந்து உருவாக்கிக் கெ ாண்டுதான் இருக்கும்.

வரப்போகிற தேர்தலில் ஜெவுக்காக மொட்டை போடாதவர்கள் மொட்டையாகி விடுவார்கள் என்பதன் அறிகுறியாகவும் இதைப் பார்க்கலாம்.

சென்னை மாநகராட்சியில் மக்கள் சந்தித்த இரண்டு பிரச்சனைகள்

திருவான்மியூர், கொட்டிவாக்கம் ஆகிய இவ்விரு இடங்களும் சென்னை மாநகராட்சியில், தொழில்நுட்ப பூங்காவிற்கு அருகில், கிழக்குக் கடற்கரை சாலையில் அமைந்துள்ள புகழ்பெற்ற, நிலத்தின் விலையில் மிகவுயர்ந்த ஊராட்சிகள். இதனால் பன்னாட்டு முதலைகள், உள்ளூர் நிலத்தரகர்கள், கட்டிட ஒப்பந்தக்காரர்கள் ஆகியோர் இங்குள்ள பொதுமக்கள் பயன்பாட்டில் உள்ள இடங்களைக் குறிவைத்து அபகரிக்கும் முயற்சியில் இறங்கியுள்ளனர்.

பொதுவாகவே பொதுமக்கள் என்பவர்கள் எப்போதும் கோஷ்டி, கட்சி, சாதி மனப்பான்மைகளால் ஒன்றுசேரமுடியாமல் சண்டை சச்சரவில் ஈடுபட்டிருப்பவர்கள் என்பது யாவருக்கும் தெரிந்த ஒன்று. இந்தக் காரணங்களால் பொதுச் சொத்துக்களை ஒற்றுமையாகப் பராமரிக்கும் திறனின்றி விட்டேற்றியாக இருப்பதும், இந்தச் சொத்துக்கள் நயவஞ்சமாகப் பறிக்கப்பட்டு கையைவிட்டுப் போகும் சூழ்நிலையில் விழித்துக் கொண்டு லபோ திபோ என்பதும், அதிலும் எதிரிகளுக்கு ஆதரவாக, பணத்துக்காக என்று கோஷ்டிகள் உருவாகி கையைவிட்டுப் போகும் சூழலில் ஒன்றுசேர முடியாமல் இருப்பதும், அனுதினமும் நாம் கண்கூடாகப் பார்க்கின்ற காட்சிகள்.

திருவான்மியூரில் ஆதிதிராவிடர் பயன் பாட்டில் 100 வருஷமாக இருந்து வரும் சுடு காட்டை, இது பயன்பாட்டில் இல்லை எனவே இழுத்து மூடலாம் என்று வார்டு கவுன்சிலர் மூலமாக மக்களுக்குத் தெரியாமல் தீர்மானம் நிறைவேற்றி அதை இழுத்து மூடும் சூழ்நிலையில் மக்கள் கொதித்தெழுந்து போராடிக் கொண்டிருக்கிறார்கள். தீர்மானம் போடுவதற்கு முக்கியக் காரணம், சுடுகாட்டுக்குப் பக்கத்திலேயே தனியார் ஒருவர் அடுக்குமாடிக் குடியிருப்பைக் கட்டி வருவதுதான்.

அதேபோல் கொட்டி வாக்கத்தில் உள்ள தாமரைக்கேணி என்னும் நீர்நிலையை (குளத்தை) ஆதிதிராவிட சமுதாயத்தினரும் பிறரும்

கருமாதி குளமாகப் பாவித்து சடங்குகள் நிறைவேற்று கின்றனர். இந்தக் குளம் பயன்பாட்டில் இல்லை என நகராட்சி நிர்வாகம் தீர்மானத்தை நிறை வேற்றி, குடிநீர் வடிகால் வாரியத்திற்கு ஒப்படைக்க முடிவு செய்தனர். அந்தக் குளத்தை சமன்செய்தால் அருகிலுள்ள கம்பெனிகள் அதை பார்க்கிங் ஏரியாவாகப் பாவிக்கலாம் என்பதுதான் இந்தத் தீர்மானத்திற்கு அடிப்படை இதற்கெதிராக மக்கள் போராடிக் கொண்டிருக்கிறார்கள். சமூக சமத்துவப்படை இந்தப் போராட்டங்களின் பின்னணியில் உள்ளது.

படிப்பினை: தூங்காதே தம்பி தூங்காதே! கற்பி, போராடு, ஒன்று சேர்.

ஜூலை 2015

ஜூன் 20, 2015 உலக யோகா தினமாகக் கொண்டாடப் பட்டது. நூற்றியைம்பது நாடுகள் இத்தினத்தை விழாவாக தத்தம் நாடுகளில் அனுசரித்தன. இந்தியப் பாரம்பரியம் உலகுக்கு அளித்த கொடை இது. யோகா பெரிய அளவில் நன்மை பயக்காவிடில் எல்லா நாடுகளும் இதைக்கொண்டாட வேண்டிய அவசியமில்லை. யோகா உடலுக்கும் உள்ளத்திற்கும் ஆரோக்கியம் தரும் உன்னதமான கலை. ஆனால் எப்படியாவது மதத்தைக் கலந்துவிட, இந்தியாவை காவி சாம்ராஜ்யமாக மாற்றி விட, இதன் மூலம் உலக நாடுகள் முழுவதும் இந்து மதத்தைப் பரப்பிவிட முடியும் என்று நினைத்தால் அல்லது அதற்கு முயற்சி செய்தால் அது வீண்! பள்ளிகளில் யோகாவைப் பாடத் திட்டமாக வைக்கும் போது அது மதநீக்கம் செய்யப்பட்டிருக்க வேண்டும்.

இன்றுள்ள ஃபாஸ்ட் புட் கலாச்சாரம், பெருகிவரும் நோய்கள், உடல் பருமன் இவற்றுக்கெதிராக, விழிப்புணர்வை யோகா வழங்கும். யோகாவை வியாபார நோக்கிலோ, அரசியல் நோக்கிலோ அன்றி உடலைப் பேணும் ஆரோக்கிய மருத்துவ வழியாக பயன்படுத்தினால் உலக மக்கள் அனைவரும் நன்மை பெறுவர். இந்து மத சாதுக்களும், ஆர்.எஸ்.எஸ் காவிகளும்

இதன் நன்மையைப் பற்றிப் பேசும்போது எங்கேயோ நச்சு கலந்து விட்டிருக்கிறது என்பதை அடையாளங்காணாவிடில் அது ஆபத்தாக முடியும்.

ஆர்.கே.நகர் இடைத்தேர்தலில் அதிமுகவின் ஆடம்பரப் பிரச்சாரம், செலவுகள், விதி புறக்கணிப்புகள் பற்றி அனைத்துக் கட்சிகளும் விமரிசிக்கின்றன. ஆனால் எலக்ஷன் கமிஷனில் எந்த அசைவுமே இல்லை. பணப்பட்டுவாடா முக்கிய கட்சிகள் போட்டியிடாததால் வோட்டுக்குப் பெறும் பணம் கணிசமாகக் குறைந்து விடுமேயென வோட்டுப் போடுபவர்கள் கலக் கத்தில் இருக்கிறார்கள். ஈ.வி.கே.எஸ்.இளங்கோவன் தமிழ்நாடு தேர்தல் ஆணையம் மீது நடவடிக்கைப் பாய வேண்டும் என்கிறார். எது எப்படியோ ஜெயலலிதா வெற்றி பெறுவார். வெற்றிச்செல்வியாக 2016 தேர்தலை சந்திப்பார். இடையில் அவர் மீதுள்ள வழக்கில் ஏதாவது திருப்பம் ஏற்பட்டால் சில மாற்றங்கள் உண்டாகும். ஆனால் பணம் பாதாளம் வரை பாயும் என்ற பழமொழி இருக்கிறதே!

லலித் மோடி என்ற ஐபிஎல் பண மோசடியில் தேடப்பட்டு வரும் குற்றவாளிக்கு மத்திய அமைச்சர் சுஷ்மா சுவராஜ் மனிதாபிமான அடிப்படையில் உதவி செய்ததாகக் கூச்சமின்றி சொல்கின்றார். அதுவும் அயல்நாட்டுக்குச் செல்வதற்கான விசா வழங்குவதில் இருந்த தடையை நீக்கும் அளவிற்கு மிகுந்த தாராள மனதுடன் உதவி செய்திருக்கிறார். பணக்காரர்கள் – குற்றவாளிகள் – அரசியல்வாதிகள் என்ற கூட்டமைப்பு ஏமாளி ஜனநாயகத்தில் தொடரும் அவலம்! அதற்கு மனிதாபிமானப் போர்வை எதற்கு சுஷ்மா?

ஆகஸ்ட் 2015

மறைந்த முன்னாள் குடியரசு தலைவர் அப்துல் கலாம் அவர்க ளுக்கு புதிய கோடாங்கி அஞ்சலி செலுத்துகிறது. எந்த மத அடையாளங்களும் இல்லாமல் ஒரு சிறந்த, உயரிய வாழ்க்கை யை யாரும் வாழ முடியும் என்பதற்கு கலாம் மிகச்சிறந்த உதாரணம். கட்சியில்லாமல், தொண்டர்கள் இல்லாமல்,

பணமில்லாமல், பதவியை குறிவைக்காமல், இந்திய மக்கள் அனைவருமே மிக அன்புடன் நேசித்த ஒரு மிகச்சிறந்த மனிதர் கலாம். அரசியல்வாதிகள், கட்சி சார்புள்ளவர்கள் கலாமை ஏற்றுக்கொள்வதில் தயக்கம் காட்டலாம் என்பதற்காகவே எதிர் கால சந்ததியினரிடம் பள்ளி – கல்லூரி மாணவர் களிடம் தனது கருத்தை, கனவுகளை விதைத்தவர் கலாம்.....

தமிழகத்தின் மனிதவள சுரண்டலுக்கு காரணமான மதுவை ஒழிக்க முன்வந்துள்ளது தி.மு.க. தாங்கள் வெற்றி பெற்று 2016– ல் ஆட்சி அமைத்தால் மது விலக்கை அமல் படுத்துவோம் என்றிருக்கிறார் கருணாநிதி.

சமீப காலமாக சிறியவர் முதல் பெரியவர் வரை ஆண் பெண் பாகுபாடில்லாமல் பலரும் தினமும் மதுவை குடிக்கும் பழக் கத்திற்கு ஆளாகி வருவதை சமூக ஆர்வலர்கள் அக்கறையுடன் கண்டித்து வந்தனர். போராட்டங்கள், ஆர்ப்பாட்டங்கள் ஆகிய எதற்கும் வளைந்து கொடுக்கவில்லை அரசு! டாஸ்மாக் வருமானத்திற்கு இலக்கு நிர்ணயித்து கல்லா கட்டுவதை நோக்கமாகக் கொண்டு செயல்பட்டு வந்தது அரசு. இதனால், சிறுவர்களுக்கு மது புகுத்தி மகிழும் லும்பன்கள், குடித்துவிட்டு தெருவில் திரியும் இளம்பெண், பள்ளி மாணவ, மாணவிகளின் குடிபோதை என வாட்ஸ் அப்–பில் வீடியோக்கள் வர ஆரம்பித்தன. குடியால் இறந்தவர்களின் குடும்பங்கள் நடுத் தெருவிற்கு வந்துள்ளன. இந்த கன்ராவிக்கெல்லாம் முடிவுக் கட்டவேண்டும் என்பது குடிப்பழக்கத்திற்கு அடிமை யாகாதவர்களின் எதிர்பார்ப்பு. இவர்களின் எதிர்பார்ப்பை பூர்த்திசெய்யும் வண்ணம் கலைஞரிடமிருந்து ஒரு அறிவிப்பு வந்துள்ளது.

தி.மு.க. ஆட்சியில் தான் மதுக்கடைகள் திறக்கப்பட்டன. இப்போது மதுவிலக்கு பற்றி பேசுவது ஒரு நாடகம். வரப்போகிற தேர்தலை குறிவைத்துதான் இந்த அறிவிப்பு. மதுவிலக்கு என்று சொல்லிவிட்டு எப்படியும் பூரண மது விலக்கை அமல்படுத்தப்போவதில்லை. டாஸ்மாக் வருவாயை எப்படி ஈடுகட்டப் போகிறார். இவைகள் ஊடக விவாதம் மூலம் திரட்டப்பட்ட பயனுள்ள விமர்சனங்கள்.

மதுக்கடைகளைத் திறந்தவர்கள் என்பதால் அதை மூடக்கூடாதா? தேர்தலில் மக்களை கவர மது விலக்கை வாக்குறுதியாக கொடுப்பதில் என்ன தவறு. ஆனால் அந்த வாக்குறுதியை காப்பாற்ற வேண்டும் என்பது தான் கவலை. இந்த வாக்குறுதியே கவலையை ஏற்படுத்தி விடக்கூடாது. இந்த வாக்குறுதி பெரும்பான்மை மக்களின் விருப்பமாக இருப்பதால் அனைவரும் ஆதரிக்க வேண்டும். பூரண மதுவிலக்கு வரவேண்டும் என்று மக்கள் தொடர்ந்து போராட வேண்டும்.

மதுக்கடைகளைத் மூடிவிட்டு கள்ளச்சாராயத்திற்கு கதவுகளைத் திறந்து வைத்து விடக் கூடாது. கவனமாக இருக்கவேண்டும். டாஸ்மாக் வருமானத்தை ஒரு வருமானமாக ஏற்றுக் கொண்டால், தற்கொலைகளையும், கொலைகளையும் நியாயமானது என்று ஏற்றுக்கொள்ள வேண்டியது இருக்கும். ஒருவேளை அதை வருவாய் என்று கணக்கில் ஏற்றுக் கொண்டாலும் ரேசன் அரிசி, இலவச மின் விசிறி, டிவி, கிரைண்டர் என்ற பயனற்ற திட்டங்க ளுக்குத் தான் அந்த வருவாய் செலவிடப்படுகிறது. ஆகையால் பெரிய இழப்பு ஏதுமில்லை.

மதுவிலக்கை யார் கொண்டுவந்தாலும், எந்த காரணத்திற்காகக் கொண்டு வந்தாலும் சமூகத்தின் நன்மை கருதி, முன்னின்று ஆதரிக்க வேண்டும்.

செப்டம்பர் 2015

இருபத்தியோராம் நூற்றாண்டில், ஒளிர்கிற இந்தியாவில், இந்தியாவிலேயே முதலாவதான மாநிலமாக இருக்க வேண்டும் என்பதற்காகப் பாடுபடுவேன் என்று கூறக்கூடிய முதல்வர் வாழ்கின்ற தமிழ்நாட்டில், தமிழின் பெயரால் எண்ணற்ற இயக்கங்கள் அமைத்து தமிழர் ஒற்றுமைக்காகப் பாடுபடும் தலைவர்கள் வாழும் நாட்டில், பிள்ளைப் பூச்சியை நசுக்குவது போல் தலித் மக்களை நசுக்குகிறார்கள் அதுவும் மாவட்ட நிர்வாகம்–போலீஸ் ஆசியுடன்!

முதல்வர் அம்மா, தமிழ் அய்யாக்கள் யாரையும் அங்கே காணவில்லை. மாற்றம் முன்னேற்றம் அன்புமணி

வகையறாக்கள் எந்த மாற்றமும் வந்துவிடக்கூடாது என்று பிற்போக்கான வார்த்தைகளாலும் செயல்களாலும் கிராமங்களில் வெறித்தனமாகப் போராடிக் கொண்டிருக்கிறார்கள்.

அரசு 144 தடையுத்தரவு போட்டு பாதிக்கப்பட்டவர்களைச் சந்தித்து ஆறுதல் கூற யாரும் வந்துவிடக்கூடாது என்பதில் கறாராக இருந்து வருகிறது. மேலும் அரசு இயந்திரத்தின் தலைமைப் பீடங்களில் உள்ளவர்கள் அம்மாவை, காங்கிரஸ் தலைவர் இளங்கோவன் தகாத முறையில் பேசினார் என்பதற்காக போராட்டங்கள் நடத்துவதில் முழு கவனத்தையும் செலுத்தி வந்தார்கள். இதனால் மது விலக்குப் போராட்டம், சேஷ சமுத்திரம் போன்ற பல முக்கிய விஷயங்கள் மீடியா ஒளி கிடைக்க வசதியில்லாமல் பின்னுக்குத் தள்ளப்பட்டன. எனினும் தலித் இயக்கங்கள் தொடர்ந்து போராடி வருகின்றன.

சசிபெருமாள் போன்ற மதுவிலக்கு தியாகியாகட்டும், அப்துல் கலாம் போன்ற தன்னலம் கருதாத மகான்களாகட்டும், ஆட்சி ஒன்றையே குறிக்கோளாக செயல்பட்டு வருபவர்களுக்கு அவர்க ளெல்லாம் அற்பத்திலும் அற்பமானவர்களே என்பதை கடந்த கால அரசியல் செயல்பாடுகளால் உணர்கிறோம்.

மோடி வரவு–ஜெயலலிதாவுடன் மதிய விருந்து ஆகியவை தேர்தல் கூட்டணிக்கு அஸ்திவாரமாக அமைந்துள்ளன.

கூட்டணி ஆட்சியில் பங்கு கேட்டு ஒரு முகாம் கடுமையாக உழைத்து வருவது தி.மு.க. கூட்டணியில் அதிக சீட்டுக்கள் பெறத்தான் என்று பரவலாகப் பேசப்படுகிறது.

அருங்குணம் விநாயகம், பஞ்சமி நிலத்தை மீட்க ஆணையம் அமைக்குமாறு நீதிமன்றத் தீர்ப்பைப் பெற்றிருப்பது பாராட்டத்தக்கது.

மதுரையில் தலித் கிறித்தவருக்கு இட ஒதுக்கீடு என்ற தலைப்பில் நடந்த கருத்தரங்கில் எழுத்தாளர் சிவகாமி அவர்கள் கலந்து கொண்டு பேசினார். தினமலர் நாளிதழில் மத அடிப் படையில் இட ஒதுக்கீடு வேண்டும் என்று அவர் பேசியதாக செய்தி வெளி வந்துள்ளது. அப்படியொன்றை அவர் பேசவில்லை, அது தவறான செய்தி என்பதை புதிய கோடாங்கி மூலம் தெரிவித்துக் கொள்கிறோம்.

வேலூர் (5–9–2015), வந்தவாசி (9–9–2015), அரக்கோணம் (26–9–2015) ஆகிய இடங்களில் சமூக சமத்துவப்படை கட்சியின் சட்டமன்றத் தொகுதி மாநாடு சமூக வளர்ச்சி மாநாடு என்ற பெயரில் நடத்தப்படுகிறது. அனைவரும் வருக!

அக்டோபர் 2015

விஷ்ணுப்பிரியாவின் வழக்கில் சி.பி.ஐ. விசாரணை வேண்டும்

தொடர்ந்து பத்திரிகைகள் டிஎஸ்பி விஷ்ணுபிரியாவின் வழக்கை விரிவாக விவாதித்து வந்தாலும் சட்ட சபையில் இது குறித்த விவாதம் அனுமதிக்கப்படாததோடு முதல்வர் அவர்கள் சி.பி.ஐ. விசாரணை தேவை இல்லை என்ற அறிக்கையை அரசின் திட்டவட்ட முடிவாக தெரிவித் துள்ளார். இவ்வழக்கில் சி.பி.ஐ. விசாரணையை வலியுறுத்தி திமுக சார்பில் போடப்பட்ட பொது நல வழக்கை உயர்நீதி மன்றம் தள்ளுபடி செய்துள்ளது. பாதிக் கப்பட்டவர்கள் ரிட் மனு தாக்கல் செய்தால் அதை பரிசீலிக்கும் என்றும் உயர்நீதி மன்றம் தெரிவித்துள்ளது.

கோகுல்ராஜ் என்ற தலித் இளைஞர் திருச்செங்கோடு கோவில் வளாகத்தில் உடன் படிக்கும் மாற்று சாதி கல்லூரி மாணவியோடு பேசிக்கொண்டிருந்ததே தவறு என்று தீரன் சின்னமலை பேரவை என்ற சாதி அமைப்பும் அப்பெண்ணின் உறவினர்களும் சதி செய்து அவ்விளைஞனை கொலை செய்தது அம்பலமான சூழ்நிலையில் கொலையாளிகளை நெருங்கிவிட்ட டிஎஸ்பி விஷ்ணுப்பிரியா சந்தேகமான முறையில் இறந்துவிட்டார். இதே போல் மாற்றுச்சாதி பெண்ணை மணந்த இளவரசனின் பிணம் சந்தேகத்திற்குரிய வகையில் தர்மபுரி தண்டவாளத்திற்கு அருகில் கிடந்ததும் ஒப்பிட்டு நோக்குவதற்கு உரியதாகும். இதில் பாதிக்க ப்பட்ட வர்கள் என்று கருதப்படுபவர்கள் தலித் வகுப்பைச் சார்ந்த கோகுல்ராஜ், இளவரசன், டிஎஸ்பி விஷ்ணுபிரியா மற்றும் அவர்களது உற்றார் உறவினர்கள். இவ்வளவு தானா? தமிழ் நாட்டில் உள்ள ஒட்டுமொத்த தலித் சமூகம் மாற்று சமூகங் களாலும், அவர்களது கொலைவெறி சாதி அமைப்புகளாலும்

தொடர்ந்து அச்சுறுத்தலுக்கு ஆளாகி வருவதை அரசு தான் கண்டுகொள்ளவில்லை என்றால், நீதிமன்றங்களும் இத்தகைய தொடர் கொலைகள்/ மரணங்கள் பொதுநலன் சார்ந்தவை அல்ல என்று கண்டு கொள்ளாமல் விடுவது சரிதானா?

தமிழக அரசின் காவல்துறையின் மீது உயர்நீதி மன்றமே நம்பிக்கைத் தெரிவிக்காத சூழ்நிலையில் அதிகாரமற்ற ஒடுக்க ப்பட்ட தலித் சமூகம் எப்படி நம்பிக்கைக் கொள்ள முடியும்?

விஷ்ணுபிரியா என்ற தலித் அதிகாரி மீது அவரின் உயர் அதிகாரியும் எஸ்பி–யும் ஆன செந்தில்குமார் தேவையற்ற குறுக் கீடு –அழுத்தம் கொடுத்து வந்துள்ளார். எஸ்பி செந்தில்குமாரின் நடவடிக்கைகள் தான் விஷ்ணு பிரியாவின் மரணத்திற்குக் காரணம் அல்லது ஏதோ வகையில் இதில் எஸ்பி செந்தில்குமார் சம்மந்தப்பட்டிருக்கிறார் என்று தெரிந்தும் அரசு அவரை பதவி நீக்கமோ அல்லது இடமாற்றமோ செய்யவில்லை. மாறாக விஷ்ணுபிரியாவிற்கு கோகுல் ராஜ் வழக்கு விசாரணையில் உதவியாக இருந்த நாமக்கல் கூடுதல் எஸ்பி சேவியர் டெஸ்கி என்ற அதிகாரியை அதிரடியாக இடமாற்றம் செய்துள்ளது. இவ்வகையாக அரசு செந்தில்குமார் எஸ்பி–ஐ பாதுகாக்க முயற்சிக்கிறது. இதிலிருந்து செந்தில் குமார் சொந்த காரணங் களுக்காகவோ அல்லது சுயமாகவோ விஷ்ணுபிரியாவின் விசாரணை நட வடிக்கைகளில் குறுக்கிடவில்லை என்பது தெளிவாகிறது. செந்தில் குமாரை தவறாக வழி நடத்துவது மற்றும் பாதுகாப்பு கொடுப்பது யார்? அவருக்கும் மேலே உள்ள உயர் அதிகாரிகளா, அல்லது உயரதிகாரி களுக்கும் மேலே உள்ள அரசியல் புள்ளிகளா?

காவல்துறை அதிகாரி விஷ்ணுபிரியாவின் மரணம் அவர் விசாரித்து வந்த கோகுல்ராஜ் கொலை வழக் கோடு சம்மந்தப்பட்டிருக்கும் சூழ்நிலையில் இந்த இரண்டு வழக்குகளையும் சி.பி.சி.ஐ.டி வசம் ஒப்புவித்து கடந்த காலத்தில் சி.பி.சி.ஐ.டி. திறமையாக செயல்பட்டதாக சில உதாரண வழக்குகளை எடுத்துக்காட்டி முதல்வர் அறிக்கை கொடுத்திருக்கிறார். இதுவரை சி.பி.சி. ஐ.டி. விசாரித்த அனைத்து வழக்குகளையும் பட்டியலிட்டு எத்தனை வழக்குகளில் உண்மை குற்றவாளிகள் கண்டுபிடிக்கப்பட்டு நீதிமன்றத்தில் தண்டனை

பெற்றிருக்கிறார்கள் என்று முதல்வர் அறிவித்தால் மட்டுமே சி.பி.சி.ஐ.டி குறித்த நம்பகத்தன்மை உருவாகும். அத்தகைய பட்டியல் ஒன்று வெளியிடப்படவேண்டும்.

இதுவரை தமிழக அரசால் தலித் வன்கொடுமை குறித்து ஓய்வுபெற்ற நீதிபதிகள் தலைமையில் நியமிக்கப்பட்ட 15 விசாரணைக் கமிஷன்களின் மூலமாக தலித் மக்களுக்கு நீதி கிடைத்து விட்டதா? உண்மை நிலவரம் என்ன? இதையும் அரசு வெளியிடவேண்டும். மேற்கண்ட சூழ்நிலைகளில் சி.பி.ஐ. விசாரணை மட்டுமே கோகுல்ராஜ் மற்றும் விஷ்ணுபிரியா வழக்கில் நீதி கிடைக்க வழிசெய்யும் இனியும் முதல்வர் காலம் தாழ்த்தாது வழக்கை சி.பி.ஐ. விசராணைக்கு ஒப்படைக்க வேண்டும்.

நவம்பர் 2015

பௌத்தத்திற்கும் பார்ப்பனியத்திற்கும் இடையே நடந்த போராட்டமே இந்திய வரலாறு.

பௌத்தம் சமூக உயர்வுக்கான ஒரு தத்துவம் என உணரத்தொடங்கிவிட்டால் பௌத்த மறு மலர்ச்சி என்பது நீடித்த நிலைபேறு உடையதாக ஆகிவிடும். –பாபாசாகேப் டாக்டர் அம்பேத்கர்.

ஆசியாக்கண்டம் முழுதும் விரிந்து பரந்துள்ள பௌத்த நெறி, இன்று அது அவதரித்த இந்திய திருநாட்டில் வேரறுக்கப் பட்டுள்ளது. மாசற்ற ஒளியென பௌத்தம் அனைத்து மானுடர்களின் விடுதலைக்காக, மறுபடியும் இங்கே தழைத்தோங்க வேண்டும்.

சாதி, அதனுடன் பிறந்த அத்தனை விதமான ஒடுக்கு முறையை கட்டவிழ்த்துவிட்டிருக்கும் மேல் கீழ் கட்டுமானங்களை உடைத்தெறிய பௌத்தத்தை விட சிறந்த நெறி ஏது மில்லை என்பதால் அண்ணல் அம்பேத்கர் பௌத்தம் தழுவினார். எல்லாரும் ஓர் குலம், எல்லாரும் ஓர் இனம். எல்லாரும் இந்நாட்டு மன்னர் எனும் அளவு சுதந்திரம், சகோதரத்துவம் மற்றும் அதிகாரப்பரவல் ஆகியவை தழைக்க பௌத்தம்

பாடுபட்டது. எனினும் ஆதிக்க வெறி கொண்ட பிராமணியம் தனது நாசகர வலையில் மக்களை பிரித்து வீழ்த்தியுள்ளது.

வாழ்வின் நோக்கத்தையும் உண்மையையும் தேடும் எவரும் பௌத்தத்தை கண்டடைவர். பகுத்தறிவுடன் அன்பும் அருளும் கலந்துவிட்டால், அதைவிட உன்னத மார்க்கம் ஏதிருக்க முடியும். அன்பும் ஈகையும் மதநெறிகள் யாவற்றிலும் போதிக்க ப்பட்டாலும் அதனுள்ளே மூட நம்பிக்கைகள், பலவிதமான வியாபாரச் சடங்குகள் கண்மூடித்தனமான கலாச்சார பழக்க வழக்கங்கள் அவற்றைப் பற்றியுள்ள நிலையில் பகுத்தறிவுடன் தன்னலமற்ற பொதுநலத்துடன் பாடுபடுவதை முன்மொழியும் பௌத்தமே மனித விடுதலைக்கு வழியாகும். எனவே தான் பிராமண மதத்திலிருந்து விலகி ஒரு எதிர் மரபாக இந்தியாவில் வளர்ந்தது பௌத்தம்.

ஆனால், அதிகாரம், பொருளாசையினால் உருவாக்கப்பட்ட ஏற்றத்தாழ்வுகள் மீது குடி கொண்டிருக்கும் பிராமண–இந்து மதத்தின் வெற்றியினால் பௌத்தம் வீழ்ச்சியுற்றது என்பது வரலாறு. பௌத்த வழிபாட்டுத்தலங்கள், மடங்கள் அழிக்கப் பட்டன.

அரச மரத்தினடியில் (போதி மரம்) வீற்றிருந்த புத்தரது சிலைகள் யாவும் விநாயகராக பிள்ளையாராக உருமாற்றம் பெற்றன. புத்தர் சிலைகள் சேதப்படுத்தப்பட்டன. புத்த விகார்கள் இந்து ஆச்சாரியார்களின் மடங்களாகி விட்டன. பீகாரில் உள்ள புத்தகயா பௌத்த ஆலயம் இன்று இந்து மதத்தினரின் கையில் இருக்கிறது. புத்த மதத்தினர் தங்க ளுடைய வரலாற்று சின்னத்தைப் பெறுவதற்காக போராடிக் கொண்டிருக்கின்றனர்.

பௌத்தம் இந்து மதத்தின் ஒரு பிரிவு என்று கூசாமல் பேசுகின்றனர் அதை விழுங்கி அழித்து விடும் ஆவல் உள்ளவர்கள். வெளிநாட்டுக்குச் செல்லும் பிரதமர் மோடி அயல் நாட்டு அரசியல் பிரமுகர்களுக்கு நினைவுப்பரிசாக தான் உயர்த்திப்பிடிக்கும் இந்துக் கடவுளர் சிலைகளை வழங் காது புத்தர் சிலைகளை வழங்குவது கூட இதனடிப்படையில் தானோ?

தாழ்த்தப்பட்ட மக்கள் பூர்வத்தில் பௌத்தர்களாக இருந்தவர்கள். அதனால் தான் அவர்கள் ஒடுக்கப்பட்டார்கள் என்பார் அண்ணல் அம்பேத்கர். பௌத்தத்தில் எழுச்சியில் தான் தலித் விடுதலையும் அடங்கியுள்ளது என்பார் அவர். அதனால் தான் வருடந்தோறும் நாக்பூர் பயணம்! இது நமது வெற்றிக்கான பயணம்!! விடுதலைக் கான பயணம்!!! சமூக சமத்துவப்படை கட்சி சார்பில் நூற்றுக்கும் மேற்பட்டோர் பாபாசாகேப் அம்பேத்கர் பௌத்தம் தழுவிய புனித பூமிக்கு பயணம் மேற்கொண்டனர். அண்ணல் பௌத்தம் ஏற்ற விஜய தசமி நாளில் காலை 9–15 தீட்சா பூமி திடலில் சுமார் 2 லட்சம் மக்களுடன் சமூக சமத்துவப்படை கட்சியினரும் 22 உறுதிமொழிகளை ஏற்று பௌத்தம் தழுவினர். அன்று முதல் யுத்தம் தொடர்கிறது... தீட்சா பூமி சிறப்பு மலரை வெளியிட்டு பௌத்த சிந்தனைகளை ஏற்றுக்கொண்ட அனைவருக்கும் எமது நெஞ்சார்ந்த நன்றியினைத் தெரிவித்துக்கொள்கின்றோம்.

டிசம்பர் 2015

தமிழகத்தைப் பொறுத்தவரை, நவம்பர் டிசம்பர் மாதங்கள் வடகிழக்குப் பருவக்காற்று மூலம் மழை பெறும் மாதங்கள் மட்டுமின்றி காற்றழுத்தத் தாழ்வு மண்டலங்கள் மூலம் புயல் வெள்ளம் சேதம் என வரலாறும் உண்டு. சில சமயங்களில் மழை பொய்த்தது, குறைவாகப் பெய்ததற்குமாக வரலாறுக ளும் உண்டு. எனினும் இவை எந்தக் காரணத்தைக் கொண்டும் அரசின் முன்னெச்சரிக்கை நடவடிக்கைகளைத் தடுக்க வேண்டிய அவசியமில்லை.

அரசின் வருவாய்த்துறை இயற்கை இடர்பாடுகளின் மூலம் உருவாகும் உயிர்ச்சேதம், பொருட்சேதம் இவற்றைத் தடுக்க வருடந்தோறும் செப்டம்பர் மாதமே அனைத்துத் துறையினரின் கூட்டத்தை நடத்தும். ஆனால் அது பேருக்காகத்தான் பெரும்பாலும் நடக்கும். செப்டம்பர், அக்டோபர் ஆகிய இரண்டே மாதங்கள் போதுமா, தூர் வாராத நீர் நிலைகளைத் தூர் வாருவதற்கு, உடைந்த கரைகளைச் சரி செய்வதற்கு அல்லது நீர் நிலைகளில் உள்ள ஆக்கிரமிப்புகளை அகற்றுவதற்கு?

போதுமான அரிசி பருப்பு எண்ணெய், எரிபொருள் போன்ற அத்தியாவசிய பண்டங்களை பாதிப்பு வழக்கமாக நிகழும் பகுதிகளுக்கு மிக அருகாமையில் சேமித்து வைக்கலாம். முக்கியமான போக்குவரத்துள்ள சாலைகள் நீரில் மூழ்காவண்ணம், அரித்துச் செல்லப்படாவண்ணம் பாது காக்கலாம். தாழ்வுப் பகுதியில் வசிப்பவர்கள் பாதிப்பு நிகழ்வதற்கு முன்பாக, பத்திரமான இடங்களுக்குக் குடிபெயரச் செய்யலாம். அந்தப் பாதுகாப்பு இடங்களில் மின்சாரம், குடிநீர், உணவு போன்றவற்றை ஒரு மாத கால அளவிற்கு வழங்கலாம். இவைதான் அல்லது இது போன்ற பேரிடர் பாதுகாப்பு நடவடிக்கைகள் (தீயணைப்பு – தொலைத்தொடர்பு அவசர சிகிச்சை உட்பட) கூட இந்த நவம்பர் மாத மழைக்கு முன்பாக ஏற்பாடு செய்யவில்லை என்பதுதான். கடலூர் மாவட்டத்தில் பெரும் உயிரிழப்புக்கும், உடைமை இழப்புக்கும் காரண மாகியது. தன்னுடல், தன்னுயிர் பெரிதென எப்பொழுதும் கொடநாட்டில் இருக்கும் முதல்வர் சிற்றுயிர்களென மதிக்கும் வாக்காளப் பெருமக்களுக்கு ஒரு சதவிகித நேரத்தைச் செலவழித்திருந்தால் கூட நிலைமை மோசமாகாமல் பார்த்திருக்கக்கூடும்.

விவசாயிகளுக்கும், குறிப்பாக கடலோர, புயல் வெள்ள அபாயமிக்க பகுதிகளில் உள்ள விவசாயிகளுக்கு, இச்சேதங்களை எதிர்பார்த்து மாற்றுப் பயிர்களின் விவசாயத்தைப் பரிந்துரைக்கலாம். மின்சாரத்துறை இப்பகுதிகளில் விசேஷ கவனம் செலுத்தித் தடையில்லா மின்சாரத்திற்கு ஏற்பாடு செய்யலாம். மீனவர்களின் வேலையற்ற நாட்களுக்கு உடனுக்குடன் நிவாரணம் / பாதுகாப்பு வழங்க மீன்வளத்துறை ஏற்பாடு செய்திருக்க வேண்டும். இப்படி ஒவ்வொரு துறையும் மிக மிகக் கவனமாகக் கையாள வேண்டிய உடனடி நடவடிக்கைகள் எவையும் திறமையாகச் செய்யப்படவில்லை என்பது சமீபத்து மழையினால் தமிழகம் தனிக்கடலாக, மிதக்கும் சிறையாக மாறிப்போனதிலிருந்து தெரிகிறது.

முழங்கால் நீரில் நின்று அரசியல்வாதிகள் பலரும் சேவையில் இறங்கியிருப்பது மனிதாபிமானமுள்ள ஒன்று. இதற்காக பொதுமக்கள் அவர்களை மனதாரப் பாராட்டிக் கொள்ளலாம். ஆனால் அதுமட்டும்தானா ஆட்சியில் இருந்த முன்னாள்

/ இந்நாள் / எதிர்கால ஆட்சியாளர்களின் கடமை? சிறிய கட்சிகள், அதன் தலைவர்கள் மற்றும் நிர்வாகிகள் அவரவர்க ளால் இயன்ற அளவு மீடியாவுக்குத் தெரிந்தும் தெரியாமலும் உதவி செய்தார்கள். சாதாரணக்காலங்களில் அவர்களது பெரிய போராட்டங்கள் கூட கவனிக்கப்படுவதில்லை. தற்போதும் கூட கவனத்தை ஈர்க்காது பாதிக்கப்பட்ட மக்களுக்கு உதவி செய்தது பாராட்டுக்குரியது.

உடனடி நடவடிக்கைகள் ஒருபுறம் இருக்க, மீண்டும் இம்மாதிரியான சோகக்காட்சிகள் / இரக்கமுள்ள சமூக சேவைகள் அரங்கேறக் கூடாதெனில் கீழ்க்கண்ட துறைகள் தங்கள் நடவடிக்கைளை மேம்படுத்தி கவனத்துடன் செயல்பட வேண்டும்.

வருவாய்த்துறை – நீர் நிலைகளில் ஆக்கிரமிப்புகளை அகற்றுதல்

பொதுப்பணித்துறை – நீர்தேக்கங்கள் பராமரிப்பு – தூர் வாருதல் – ஆழப்படுத்துதல், கால்வாய் அமைத்தல்

குடிநீர் / வடிகால் துறை – நகரங்களில் உள்ள குடியிருப்புகள் யாவும் வடிவால் மூலம் இணைக்கப்படுதல்) (வெள்ள அபாயம் உள்ள இடங்களுக்கு முன்னுரிமை), வடிகால் / கழிவுநீர் அடைப்புகள் ஏற்படா வண்ணம் பாதுகாத்தல்.

விவசாயம் – ஆற்றோர ஆக்கிரமிப்புகளை அகற்றி விவசாயத்தைப் பாதுகாக்கும் நடவடிக்கைகள்

ஊராட்சிகள், நகராட்சிகள் – கட்டிடங்களுக்கு அனுமதி அளிக்கும் போது பேரிடர் பாதுகாப்பைக் கவனத்தில் கொள்ளுதல்.

குறிப்பாக தமிழக அரசு ஊதாரித்தனமாக இலவசங்களுக்கு பத்தாயிரம் கோடி ரூபாய் செலவிடுவதைத் தவிர்த்து இத்தகைய அடிப்படைக் கட்டுமான வசதிகளுக்கு பணம் ஒதுக்கி வேலை களை முடுக்கிவிடவேண்டும்.

பெய்யாமல் கெடுத்தது, பெய்து கெடுத்து என்று கண்மூடித்தனமாகப் பேசிக்கொண்டிருக்காமல் இவற்றை யெல்லாம் எதிர்பார்த்து முன்னெச்சரிக்கையாக நீண்டகால நடவடிக்கைகளில் அரசு கவனம் செலுத்த வேண்டும்!

பிப்ரவரி 2016

இந்த சமுதாயத்திலிருந்து வேரோடும், வேரடி மண்ணோடும் அகற்றப்பட வேண்டியது தீண்டாமை. மனிதர்களுக்குள் பேதமையை ஏற்படுத்தும் இந்த தீண்டாமை ஒழிக்கப்பட்டது என அம்பேத்கர், அரசியல் அமைப்பு சட்டத்தில் எழுதினார். அந்த அரசியலமைப்பு சட்டத்தின் படி, மத்திய, மாநில அரசுகள் செயல்பட்டு, தீண்டாமையை ஒழிப்பதோடு, அதற்கு இணையாக கைகோர்த்திருக்கும் வறுமை, வன்கொடுமை, அறியாமை ஆகியவற்றையும் முற்றிலுமாக அகற்றி விடுவர் என்ற நம்பிக்கையோடு, இன்னமும் தலித் மக்கள் காத்துக் கொண்டிருக்கின்றனர்.

தாங்கள் தேர்ந்தெடுத்த அரசுகளிடமிருந்து, மாட மாளிகை களையோ, கூட கோபுரங்களையோ, நால்வழி தங்கச் சாலைக ளையோ, விரிவுபடுத்தப்பட்ட விமானதளங்களையோ, குளிர்வசதி செய்யப்பட்ட நவீன போக்குவரத்து வசதிகளையோ தலித் மக்கள் எதிர்பார்க்கவில்லை.

மேற்கண்ட அடிப்படை கட்டுமானங்கள் மூலம், தலித் மக்கள் நன்மைகள் அனுபவித்துவிட முடியாது என்பது, உறுதியிலும் உறுதியாகி விட்டது. மத்திய, மாநில அரசுகளின் நேரடி வறுமை ஒழிப்பு திட்டங்களான குறைந்த விலையில் அத்தியாவசிய உணவு பண்டங்கள், 100 நாள் வேலைவாய்ப்பு திட்டங்கள் போன்றவை, ஒரு அடி கூட நகராமல், நின்ற இடத்திலேயே, இன்ஜின் உறுமலோடு, சக்கரங்கள் மட்டும் சுற்றும், அபூர்வ வாகனத்தை போல, வறுமை ஒழிப்பில் தோற்றுவிட்டன.

கடந்த, 1991ம் ஆண்டிலிருந்து, இன்று வரை, வறுமைக் கோட்டிற்கு கீழ் வாழும் மக்களின் எண்ணிக்கை, 36 சதவீதத் திலிருந்து சற்றும் குறையாமல் இருக்கிறது என்பதை, சுப்ரீம் கோர்ட் சுட்டிக்காட்டியதிலிருந்து புரிந்து கொள்ளலாம். மத்திய அரசின் அதிகாரப்பூர்வமான தகவலே, 36 சதவீதம் என்றால், உண்மையில் வறுமையில் வாடுபவர்களின் எண்ணிக்கை, இதைவிட கூடுதலாக தான் இருக்கும் என நம்பலாம்.

இந்நிலையில், வறுமைக்கோட்டிற்குக் கீழ்வரும் மக்களில் அதிகம் பேரும், கொத்தடிமைகளில் பெரும்பான்மையினரும்,

படித்து, வேலையற்ற இளைஞர்கள் எண்ணிக்கையில் கூடுதலாக வும், வன்கொடுமையில். பாதிக்கப்பட்டும் சமூகமாகவும், கல்வி அறிவற்றவர்களிலும், குழந்தைத் தொழிலாளர்களிலும் பெரும்பான்மையாகவும் உள்ள தலித் மக்களின் எதிர்பார்ப்பு என்ன வாயிருக்கும்?

இலவசங்கள் என்ற பெயரில், இது வரை மக்கள் வரிப்பணத்தை வீணடித்தது போதும். உழைத்துப் பிழைக்க ஏதுவாக, ஏற்க னவே அறிவித்தபடி இரண்டு ஏக்கர் விவசாய நிலமும், அதில் விவசாயம் செய்ய அரசு நிர்ணயித்த விலையில் இடுபொருட்க ளும், விளைந்த விவசாய பொருட்களுக்குக் கட்டுப்படியாகும் விலையையும் கிடைக்க வேண்டும்.

தமிழகத்தில் கல்வியறிவை, 100 சதவீதம் உறுதிப்படுத்த, சேரிகள் தோறும் பள்ளியும், இளைஞர் மேம் பாட்டிற்கான நூலகமும், கிராமத்தில் உள்ள அனைத்து அடிப்படை வசதிகளும், மினி கிராமமாக விளங்கும் சேரிகளுக்கு கிடைக்க வேண்டும்.

ரேஷன் கடை, பால் பூத், அடிப்படை சுகாதார மையம், கால்நடை மருந்தகம், சத்துணவுக் கூடம், மகளிர் கூடம், சமுதாயக் கூடம், தரமான சாலைகள், போக்குவரத்து வசதிகள், குடிநீர், மின்சாரம் இவை அனைத்தும் சேரிகளுக்கும் கிடைக்க வேண்டும்.

படித்த இளைஞர்களுக்கு வேலை வாய்ப்பு அளிக்கும் வகையில், உரிய பயிற்சிகள் முழுவதும், அரசே ஏற்கும் வேறுபாடற்ற உயர்கல்வி ஆகியவை தானே, இம்மக்களின் எதிர்பார்ப்பாக இருக்கும். பஞ்சமி நில மீட்பு, அரசுத் துறையில் காலியிடங்க ளை பூர்த்தி செய்தல், போலி ஜாதிச் சான்றிதழ் அளித்து வேலைவாய்ப்பு பெற்றவர்களுக்கு தண்டனை, வன்கொடுமை தடுப்புச் சட்டத்தை முறையாக அமல்படுத்துதல் இவை யாவும், தலித் மக்களின் நீண்டநாள் கோரிக்கைகள்.

இவற்றையெல்லாம் இது வரை மத்திய, மாநில அரசுகள் ஏன் நிறைவேற்றவில்லை? தலித் மக்களின் 18 சதவீத நிதி, ஆறாவது ஐந்தாண்டு திட்ட காலத்திலிருந்து முறையாக ஒதுக்கீடு செய்யப் படவில்லை. பொதுச் செலவு என போலி கணக்குகள் எழுதப்பட்டு வந்துள்ளன. நிதிப் பங்கீடும், வளப்

பங்கீடும் முழுமையாக செயல்படுத்த, ஜெயலலிதா வுக்கும், கருணாநிதிக்கும் மனதில்லை என்பதை தவிர, வேறென்ன காரணங்கள் இருக்க முடியும்.

வறுமையும், ஜனநாயகமும் பரமவைரிகள். பெரும் பான்மையான தலித் மக்கள், வறுமைக்கோட்டிற்கு கீழ் வாழ்வதால், மக்களாட்சி கேலிக் கூத்தாகி வருகிறது. தலித் மக்கள் வாழ்வாதாரத்திற்கும், வளப்பங்கீட்டிற்கும் காத்திருக் கின்றனர் என்றால், ஒட்டுமொத்த இந்திய மக்கள் அனை வரும், உண்மையான மக்களாட்சிக்காக காத்திருக்கின்றனர்.

ஏப்ரல் 2016

அம்பேத்கர் ஒடுக்கப்பட்டோரின் ஒப்பற்ற தலைவர். இந்தியாவின் மாமனிதர், அரசியல் சாசன சிற்பி, சாதி ஒழிப்புப் போராளி, பொருளாதார தீர்க்க தரிசி என்று எல்லோரும் விதம் விதமாய் அவர் புகழைக் கொண்டாடுகின்றனர். இவை எல்லாமுமாக அவர் இருப்பினும் அவரைப் புரட்சியாளர் என்பதிலே தனி மகிழ்ச்சி ஏற்படுகிறது.

மனு சாஸ்திரத்தின் காட்டாட்சி இந்து சனாதனப் போர்வையில் இந்தியாவை ஆட்சி செய்த போது, ஆங்கிலேயர் ஆட்சி ஓரளவு நவீன சிந்தனைகளை விதைத்தபோதும், காலனியாதிக் கத்தின் சூழ்ச்சி சில சமயங்களில் மனுதர்மத்தை அனுசரித்துப் போக வேண்டிய சூழலிருந்தது. உதாரணமாக நிலவுடமை சமுதாயத்தினை மாற்றியமைக்கும் எண்ணமோ சாதியை உடைத்து சமத்துவத்தை உருவாக்கும் எண்ணமோ இருக்கவில்லை. காந்தியாரோ அந்நியராதிக்கத்தை முறியடிப்பதோடு நிறுத்திக் கொண்டார். ஒத்துழையாமை இயக்கம் அந்நியரை விரட்டுவதற்க் ான உத்தியாக மட்டும் அவரால் கையாளப்பட்டது.

மனுவின் பார்ப்பனியத்தின் முன் ஒத்துழையாமை தத்துவம் வாலை சுருட்டிக் கொண்டது. இது காந்தியத்தை உலக தத்துவமாக, விடுதலை தத்துவமாக ஏற்றுக்கொள்ள இயலாதவாறு வகுப்புவாதத்தால் நிறைத்திருந்தது.

ஆனால் அம்பேத்கரின் அனைத்துப் போராட்டங்களும் வழி காட்டுதல்களும் பேதமின்றி பின்பற்றப்படும் அளவிற்கு சுயநலமின்றி புரட்சியின் அடியொற்றி அமைக்கப்பட்டுள்ளது. சமகாலத்தில் அம்பேத்கரைப் போன்ற தலைவர்கள் வாழ்ந்ததில்லை என்னுமளவு மிகவும் உயரிய இடத்தில் வைத்துப் போற்றப்படுபவராக இருக்கின்றார்.

ஆகக்கீழாக உள்ளதைப் புரட்டிப்போட முயற்சிப்பதே ஒரு போராளியின் நடவடிக்கையாக இருந்திருக்க வேண்டும். ஆனால் திராவிடப் பெரியாரின் நடவடிக்கைகளோ இடைநிலைச் சாதிகளின் அறுவடையாகி விட்டது.

அம்பேத்கர் காலம் தொடங்கி இனி என்றென்றும் அவரின் சிந்தனையை அடியொற்றிதான் இந்தியாவின் வரலாறு, சமூகப் பொருளாதார அரசியல் நடவடிக்கைகள் இருக்க முடியும். அந்த அளவிற்கு வலுவான அடித்தளம் அவர் அமைத்திருக்கிறார்.

அம்பேத்கரை முறையாகப் பயிலுதல் அவரைப் பரப்புதல் தாழ்த்தப்பட்டவரிடையே மட்டுமின்றி மற்றவரிட மும் மாற்றத்தைக் கொண்டு வரும்.

மே 2016

பாபாசாகேப் அம்பேத்கர் பிறந்தநாள் விழா நாடு முழுக்க சிறப்பாகக் கொண்டாடப்பட்டது. தலைநகரில் அம்பேத்கர் மணிமண்டபம் கூட்டங்கூட்டமாய் வந்து சென்ற தலித் ஆர்வலர்க ளால் நிரம்பியிருந்தது. எனினும் அமைதியும் ஆனந்தமுமின்றி சந்தைக்கடை போல் அரசியல் விற்பனைக் குரல்களால் கலவர பூமி போல் விளங்கியது. தெருவெங்கும் அம்பேத்கர் படங்கள் கூடவே அவரை விடப்பெரிய அளவில் வாழும் தலைவர்களின் களிப்பு மிக்க படங்கள். அம்பேத்கர் வாழ்க எனும் கோஷத்தை விட அரசியல் தலைவர்களை வாழ்த்தும் குரல்கள் ஒலித்தன. நகரின் பல பகுதிகளில் அந்தந்தப் பகுதி அரசியலின் முத்திரைகள் அலங்காரமாய் பகட்டாய் இருந்தன. இவையெல்லாம் பிரம்மாண்டத்தைத் தோற்றுவித்தன. கிராமப்பகுதிகளில் தலித் சேரிகள் எங்கும் அவரின் திருவுருவச்

சிலைக்கு மாலையணிவிப்பு, பாடல்கள், விழாக்கள், கலை நிகழ்ச்சிகள் என விமரிசையாகக் கொண்டாடப்பட்டது.

இந்தக் கொண்டாட்டங்கள் தீபாவளி, பொங்கல் பண்டிகை களை மிஞ்சும் அளவு மக்களின் உணர்வில் கலந்திருப்பதை எவரும் கவனிக்க இயலும். ஒரு ஆலமரத்தின் வளர்ச்சியைப் போல இது உள்ளது, வருடந்தோறும் பெரிதாகிக் கொண்டே வருகிறது. அங்கங்கே கொப்பளித்துப் பெருகும் இந்த ஊற்றுக் களை சிறந்ததொரு அரசியலால் இணைக்க வேண்டும். திராவிட அரசியல் தலித் மக்களின் எல்லா விளைச்சலையும் தயவு தாட்சண்யமின்றி அறுவடை செய்து கொண்டு போய்விடுகிறது. அல்லது பதவிகளையும், பணத்தையும் எதிர் பார்த்திருக்கும் சுயநலமிகளால் களவாடப்படுகிறது.

அறிவுசார்ந்த உலகத்தில் வசிக்கும் அம்பேத்கரியல் ஆய்வாளர்கள், ஏதோ ஒரு வகை அச்சத்தால் நவீன தலித் அரசியலின் இத்தன்மைகளை வெட்ட வெளிச்சமாக்கத் தயங்குகின்றனர் அல்லது சிந்தனையும் செயல்பாடும் வெவ் வேறாகிவிடுகின்றனர். அம்பேத்கரைப் போல் ஒருமுகப்பட்டு நம் பலத்தைப் பெருக்கிக் கொண்டு இம்மக்களுக்கு தம்மை அர்ப்பணித்திட முன்வர வேண்டும்.

ஜூன் 2016

நடந்து முடிந்த தேர்தல் மனசாட்சி உள்ளவர்களையெல்லாம் புலம்ப வைத்துள்ளது. இலவசங்களை அரியணையேற்றியுள்ளனர் மக்கள். இலவசங்கள் என்பவை உண்மையில் இலவசங்களில்லை, அவை மக்களின் வரிப்பணம்தான். அதிலும் குறிப்பாக அடித்தட்டு மக்களைச் சேரவேண்டிய, விற்பனை வரி மூலம் அவர்கள் அரசுக்கு செலுத்திய பணம் தான் என்பதைப் பலரும் உணர்ந்தே இருக்கிறார்கள். மக்கள் விபரம் புரியாமலோ அல்லது இலவசத்துக்கு ஆசைப்பட்டோ ஓட்டளிக்கவில்லை.

பல இடங்களில் நம் காதுபட மக்கள் பேசுவதைக் கேட்டே இருக்கிறோம். சென்ற ஆட்சியில் கொடுக்கப்பட்ட மின் சாதனங்கள் அடுத்தத் தேர்தல் வரையில் கூட தாக்குப் பிடிக்க வில்லை. மேசை மின்விசிறியின் தலை தொங்கி விட்டது. மின் அரைப்பான் பழைய உடைந்த சாமான்களுடன் கிடக்கிறது. ஆடுகள் குட்டிப்போடுவதற்குள் கறிக்கடைகளுக்குப் போய் விட்டன. லேப் டாப் பிரயோசனமில்லை என்று பரவலாக புக ார்கள் உள்ளன. அதே சமயத்தில் அவர்கள், நாங்கள் வாழ வழி சொல்லுங்கள் என்கிறார்கள்.

கடன்களைத் தள்ளுபடி செய்கிறோம் என்கிறீர்கள் எங்களிடம் நிலமில்லை. பயிர்க்கடன் வாங்கவில்லை. அந்தத் தள்ளுபடியால் எங்களுக்கு என்ன பயன்? நகைக் கடன்தான் வாங்கியிருக்கிறோம். அதைத்தள்ளுபடி செய்வீர்களா? விவசாயத்திற்காக நீங்கள் அறிவிக்கும் எந்தச் சலுகையும், நிவாரணமும் எங்களை வந்து அடையவில்லை! நிலம் உள்ளவருக்கே அந்த சலுகைகள் யாவும் செல்கின்றன. கடந்த பல வருடங்களாக அடிப்படை வசதிகள் கேட்டுப் போராடியதற்குப் பலனேதும் இல்லை. இனியும் வரும் என்கிற நம்பிக்கையும் இல்லை. அதனால் அரசின் திட்டங்கள் எங்களின் வாழ்வாதாரங்களைப் பெருக்கப் பயன்படாதபோது எங்களுடைய பங்கு இப்படியாவது எங்களுக்கு வரட்டுமே என்கிறார்கள்! பொருளாதார நிபுணர்கள் கூட இந்த இலவசங்கள் தேவைதான் என வாதிட ஆரம்பித்துள்ளார்கள். இவர்கள் இம்மாதிரியான இலவசங்கள் தேவைதான் என்பார்கள் என்றால் ஏன் பாராளுமன்றத்தில் இவற்றை விவாதித்து இவற்றைச் சட்டமாக்க முயலக்கூடாது? எதையெதை எவ்வளவு, எத்தனைக் காலத்திற்கு, யார் யாருக்கு, எந்த முறையில் யாரால் வழங்கப்பட வேண்டும் என்பதைப் பாராளுமன்றத்தில் முடிவு செய்யாமல் விட்டால் இது தனி ஒரு கட்சி அல்லது அதன் தலைவர் அரசு பணத்தைத் துர்பிரயோகம் செய்வதாக அமையாதா? பொருளாதார மேதைகளே கூட இலவசத்திற்கு சார்பாக வரிந்து கட்டிக் கொண்டு தொலைக்காட்சி ஊடகங்களில் தோன்றி சாமான்யார்க ளுடன் மல்லுக்கட்டிக் கொண்டு அவற்றை ஆதரிக்கும் நிலை வந்த பின் இதைப் பாராளுமன்றத்திற்கு எடுத்துச் செல்வதே நியாயமானதாக இருக்கும். அரசியல்வாதிகளின் தில்லு முல்லுவிற்கு அப்பாவி வாக்காளர்கள் எவ்வளவு காலம்தான்

வைராக்கியமாக ஈடு கொடுத்து நேர்மையாளர்களாக நிற்க முடியும்?

சட்டமன்ற தேர்தல் என்றால் மூன்று கோடி ரூபாய்க்கு மேலாக செலவாகும். இது தெரியாமல் எப்படி வேட்பாளராகக் களமிறங்கலாம்? நேர்மை நியாயம் எல்லாம் சரிதான். ஆனால் நடைமுறை வேறாக அல்லவா உள்ளது? இது ஒரு விளையாட்டு. காசையிறைத்து ஆடவேண்டிய ஆட்டத்தில் வெறுங்கையாக வரலாமா? தேர்தல் ஆணையம் ஆயிரம் சொல்லும். அது சொல்வது படி தேர்தல் என்ற ஒன்றை நடத்தவே முடியாது என்று கட்சிக்காரர், சாட்சிக்காரர், சாமான்யர் அனைவரும் பேசும்போது கேட்டுக்கொண்டிருக்கும் நாம் முட்டாளா, அல்லது தேர்தல் ஆணையம் முட்டாளா? விதிமுறைகளுக்கும் நடைமுறைக ளுக்கும் பெருத்த வேறுபாட்டை எப்படி நாம் பொறுத்துக்கொ ள்வது? தேர்தல் நடை முறையை மாற்ற வேண்டுமா, வேண்டாமா? பணம் உள்ளவர்தான் தேர்தலில் போட்டியிட வேண்டுமென்றால் ஏன் டாட்டா, பிர்லா, அம்பானியிடம் நாட்டை ஒப்புவிக்கக் கூடாது? அல்லது அவர்கள் பின்னாலிருந்து இயக்கும் வல்லரசுகளின் பன்னாட்டுக் கம்பெனிகளிடம் ஒப்படைக்கக் கூடாது? இப்போது மட்டும் என்ன வாழ்கிறது என்று கேட்கக் கூடிய குரல்களும் உள்ளன! மிகவும் பவித்ரமான பொறுப்புகளில், கேடு கெட்டவர்கள் நிலையாய் இருப்பதை நாம் பொறுத்துக் கொள்ளத்தான் வேண்டுமா?

பார்ப்பனியம், பனியாயியம், மத மூர்க்க வாதம் போன்ற விஷக்கிருமிகள் நமது ஜனநாயகத்தில் மேலோங்கியிருப்பதன் அறிகுறிகள் தான் நேர்மையற்ற தேர்தலென்பதும். மூவரில் இருவர் இத்தகையப் போக்குகளில் மிகவும் ஆர்வத்துடன் நேரடியாக வோ, மறைமுகமாகவோ ஈடுபட்டி ருப்பதனால் அல்லது பாராமுகமாக இருப்பதனால் நம்மில் பலர் தொலைந்து கொ ண்டிருக்கிறோம். இன்னும் ஏராளமானோர் இது என்னவென்று அறியாதவர்களாகவே உள்ளார்கள். எனவே தொடர்ந்த விழிப்புணர்வு, ஒருங்கிணைப்பு முன்னெப்போதையும் விட அவசியமாக உள்ளது என்பதை யாரும் மறுக்கமுடியாது.

ஜூலை 2016

தேர்தல் 2016 முடிவுற்று அதிமுக ஆட்சி அமைத்து ஒன்றரை மாதம் ஆகின்றது. பரபரப்புக்கு ஒன்றும் பஞ்சமில்லை. வேட்பாளர் அறிவிப்பு, அறிவிக்கப்பட்டவர் வீடு போய் சேர்வதற்குள் அவர் நீக்கப்பட்டதாக மறு அறிவிப்பு என்று தேர்தல் முடிந்தவுடன், தேர்தலில் ஒத்துழைப்புத் தரவில்லையென பலரின் கட்சிப் பதவி பறிக்கப்பட்டு அதிமுக வட்டாரங்களில் பரபரப்பு! அமைச்சர்கள் அறிவிப்பு, பிற்சேர்க்கையென கோட்டை களைகட்டியது. ஓட்டுப்போட்ட மக்களை இனிமேல் தான் கவனிக்க வேண்டும் அவர்கள்!

திமுகவில் வழக்கமாக இந்த களையெடுப்பெல்லாம் கிடையாது. ஒரு முறை கட்சியில் சேர்ந்து விட்டால் அவர்களாக அணிமாறும் வரை தேனில் விழுந்த ஈக்கள் போல் கிடக்க வேண்டியதுதான். ஆனால் பாருங்கள், இம்முறை அதிமுகவின் ஜுரம் இவர்களையும் பற்றிக்கொண்டு விட்டது. அங்கங்கு சிறிய அளவில் கட்சியில் களையெடுப்பு நிகழ்த்தியதால் அறிவாலயம் களை கட்டியது! முதல் சட்டமன்ற அமர்விலேயே வாதம் எதிர் வாதம், இருக்கைத் தரவில்லை என்ற அமளியோடு சட்டமன்றம் ஜேஜே என்றிருக்கிறது.

காங்கிரஸ் வட்டாரத்திலோ, மாநிலத் தலைவரை மாற்ற வேண்டும் என்று ஒரு கோஷ்டி (அல்லது பல கோஷ்டிகள்) டில்லிக்குப் படையெடுத்துச் சென்றதால், ஈவிகேஎஸ் அவர்கள் ராஜினாமா கடிதம் கொடுத்து விட்டு வந்தார். ராகுல் வெளி நாட்டுக்குப் பறந்தார். சோனியா ராஜினாமாவை ஏற்றுக் கொண்டார். உ.பி. தேர்தலின் தளபதியாக பிரியங்கா காந்தி களமிறக்கப்பட்டுள்ளார். ஆக காங்கிரஸிலும் பரபரப்புக்குப் பஞ்சமில்லை.

பாஜக தமிழகத்தில் இருக்கிறதா என்று மக்கள் கேள்வி கேட்டுக்கொண்டிருந்தாலும், அவர்களென்னவோ எங்களைத் தவிர வேறு யாருமில்லை என்பது போல் பத்திரிக்கைகளில் எப்படியோ பக்கம் நிரம்புமளவிற்கு இடம் பிடித்துவிடுகிறார்கள்! தமிழிசை தலித் இல்லங்களில் கூழ் குடிக்கிறாராம்! காலமப்பா

காலம்! போகட்டும் இந்தக் கூத்து எப்போது ஆட்சியாக அரங்கே றுமோ தெரியவில்லை!

தேமுதிக கொஞ்சம் கொஞ்சமாக பிறரால் பிய்த்தும் கொறித்தும் தின்னப்படுகிறது. அங்கிருந்து மக்கள் மரம் தாவும் உயிரினங் களை விட வேகமாகத் தாவிக்கொண்டிருக்கிறார்கள். தேமுதிக–வின் பதினைந்தாண்டு கால வரலாறு வெறும் வரலாறு ஆகிவிடும் போல் தெரிகிறது. உபயம் வைகோ.

தலித் இயக்கங்கள் திமுக, அதிமுக என்ற தேர்ச்சக்கரங்களின் கீழ் தத்தளித்துக் கொண்டிருப்பது போன்ற பிம்பம் இருக்கிறது. அதைப்போலவே சிறுபான்மையினரின் இயக்கங்களும். ஆக ஒன்றரை மாதத்தில் எந்தப் பெரிய அரசியல் மாற்றங்கள், திட்டங்கள், அறிவிப்புகள் இன்றி வெட்டியான பரபரப்பு மட்டும் மிஞ்சிக் கிடக்கிறது.

உலக அரங்கில் பிரிட்டன் (இங்கிலாந்து) தேசம் ஐரோப்பிய யூனியனில் இருந்து வெளியேற முடிவெடுத்துவிட்டது. இது சரியா, தவறா? என்ற சர்ச்சை நடந்து கொண்டிருக்கிறது. சரி என வலது சாரியும், தவறு என இடதுசாரியும் எழுதிக் கொண்டிருக்கிறார்கள். பெரும்பான்மை மக்களின் முடிவு எப்போதும் இடது சாரி சிந்தனையாளர்கள் பார்வையில் தவறாக வே உள்ளது. வெற்றுக் கோஷங்கள், இன ரீதியான உணர்வுகள் தான் பிரிட்டனின் மக்களை வழிநடத்தியுள்ளனவே தவிர, பன்மைத்தன்மை உலகத்தன்மையுடனான சகோதரத்துவம் ஆகிய இவை பற்றி அம்மக்கள் கணக்கில் கொள்ளவில்லையே என்ற அங்கலாய்ப்பு இடதுசாரிக்கு. உலகமயத்திற்கு நீண்டக ாலம் எதிர்ப்புத் தெரிவித்தவர்கள் இன்று மக்கள் நடுத்தர மக்களின் வேலை வாய்ப்பு எதிர்காலம் ஆகிய இவற்றைக் க ருத்தில் கொண்டு ஐரோப்பிய யூனியனிலிருந்து (உலகமயம்) வெளியேறியதையும் கண்டிக்கிறார்கள். ஒரு வேளை வலது சாரிகள் ஆதரிக்கிறார்கள் என்பதால் எதிர்க்க வேண்டிய க ட்டாயம் வந்து விட்டதா? இன்னும் சில வருடங்களில் ஐரோப்பிய யூனியன் முழுவது மாக நொறுங்கி உறுப்பு நாடுகள் வெளியேறும் அபாயம் தெரிகிறதா?

உலகமயத்தின் நன்மைகளை மறுப்பதற்கில்லை. தனிமனிதனின் சுதந்திரமாக தன்னை நகர்த்திக் கொள்ள ஏதுவான சூழல்

உருவாக்கப் பட்டுள்ளது, தொழில் நுட்ப வளர்ச்சி சீராக அனைத்து நாடுகளுக்கும் உலக சந்தை மூலம் வழங்கப்படுகிறது. வேற்றுமையின்றி பொருட்களின் மெகா சந்தைகள் உருவாக் கப்பட்டுள்ளன என்பதைத் தவிர இந்த உலகமயம் பெரிய நன்மைகளை வழங்கி விட்டதாகக் கூற முடியாது. இந்தியாவின் கடந்த கால 9% சதவீதம் வளர்ச்சி கூட சரிந்து விட்டது. அதுவும் அடைய வேண்டிய இலக்குகள் வரிசையில் அணிவகுத்து நிற்கிறது. பொருட்களின் சந்தை நகர்வு உலகமக்களில் முப்பது சதவிகிதத் தினரின் வறுமையைப் போக்க முடியவில்லை. உலக நாடுகளிடையேயான சுமுகமான வர்த்தகம் போர்களை, ஆயுத வளர்ச்சியைத் தடுக்க முடியவில்லை. தீவிரவாதம் ஆழமாக வேரூன்றி வருகிறது. பெண்களின் அரசியல் பொருளாதார பங்கேற்பில் மாற்றம் பெரிதாக ஏதுமில்லை! வேலையில்லாத் திண்டாட்டம் பெருகுவதோடு வேலைக்கேற்ற ஊதியம் கிடைப்பதில்லை. உலகமயம் என்பது ஆதிக்க வர்க்கத்தின் வரைமுறையற்ற கேளிக்கைக்குத் தான் வழிவகுத்திருக்கிறது. மேலும் வளர்கிறது அவர்களது ஆதிக்கம். தேர்தலுக்கும், சந்தை மயத்துக்கும் நேரடித் தொடர்பு ஏற்பட்டு விட்டது. இத்தகைய உலக, இந்தியச் சூழலில் பிரிட்டன் மக்கள் எடுத்து முடிவு சரியோ, தவறோ பரீட்சித்துப் பார்ப்பதில் தவறொன்று மில்லை. நிறவெறியும், இன வெறியும் தலை தூக்காமல் இருக்கவேண்டும் என்ற கவலை தான் எமக்கு!

தமிழகப் பத்திரிக்கைகளில் கடந்த இரண்டு வாரங்களாக சுவாதி கொலையுண்ட செய்திகள்! தினமும் ரெயில் நிலையத்தில் தனியாகக் காத்திருந்து ரயில் ஏறும் அனைவருக்கும் கிலி உண்டாக்கும் படுபயங்கர மான கொலை! நிறைவேறாத காதல் என்று காரணம் கூறுவது அபத்தமாக உள்ளது. அளவு கடந்த அன்பு, அளவு கடந்த வெறுப்பாக மாறி விட்டது என்கிறார்கள். இதுவும் கேட்கவே சங்கடமாக உள்ளது. காதல்–அன்பு ஆகிய வற்றுக்கு களங்கம் கற்பிப்பது போல் உள்ளது. உடைமை சமுதாயத்தின்–ஆணாதிக்கத்தின் பூரண வெளிப்பாடுதான் இது. சினிமா ஊடகங்களில் எத்தனையோ நல்ல திரைப் படங்கள் வந்தாலும், பார்த்தா பிடிக்காது, பார்க்கப் பார்க்கத்தான் பிடிக்கும் என்று கதைக்கேற்றவாறு, வசனம் எழுதும்போது அதில் பொதிந்து கிடக்கும் வன்முறையை

கேள்வி கேட்க முடிவதில்லை. தகுதி பார்த்து வருவதல்ல காதல் என்றாலும், தமிழ் சமூகத்தில் காதலுக்கும் திருமணத்திற்கும் அதிக இடைவெளி இல்லாத காரணத்தினால் திருமணத்தில் முடிந்தாக வேண்டுமே என்ற எண்ணத்தில் தகுதிகள் இயல் பாகவே காதலுக்கும் அடிப்படையாக அமைந்து விடுகின்றன. ஒரு பெண்ணின் விருப்பம் மதிக்கப்பட வில்லை, அவள் ஒரு பொருள், அவளை எப்படியும் அடைந்தாக வேண்டும் என்ற வெறி சமூகத்தில் ஊட்டப்படுகிறது. தகுதி இருக்கிறது அல்லது தகுதியில்லை, எப்படி யிருந்தாலும் மறுக்கின்ற பெண்ணை வற்புறுத்து வது பலாத்காரத்திற்கு ஒப்பானது. தன்னை வளர்த்து ஆளாக்கிய பெற்றோர் குடும்பச்சூழல் ஆகிய எவற்றையும் பொருட்படுத்தாமல் ஒரு ஆண் தன் விருப்பத்தை மட்டும் கருத்தில் கொள்ளும்போது பெண்ணுக்கு அந்த சுதந்திரமில்லையா? ராம்குமார் போன்றவர்கள் கடுமையாக தண்டிக்கப்படவேண்டும். அதே சமயத்தில் தீவிர புலன் விசாரணை அவசியம் என்று பாஜகவின் ஹெச்.ராஜா சுட்டிக் காட்டுவதையும் கணக்கில் கொள்வதோடு, எல்லா வழக்கு களிலும் இதே போன்று பத்திரிக்கைகளும் அரசாங்கமும் தீவிர ஈடுபாடு காட்டவேண்டும் என்று திரு.வாசன் கூறியிருப்பதையும் கவனத்தில் கொள்ள வேண்டும். இந்த வழக்கு சம்மந்தமாக, ஒய்.ஜி.மகேந்திரன் தனது விசுவ ரூபத்தை வெளிக்காட்டி திரும்பிய இடமெல்லாம் எதிர்ப்பை சம்பாதித்திருக்கிறார்.

விஷ்ணுப்பிரியா வழக்கில் திமுக விற்கு அடுத்தபடியாக சமூக சமத்துவப்படை மதுரை வழக்கறிஞர் திரு. ரஜினி மூலம் மதுரை உயர்நீதி மன்றத்தில் சி.பி.ஐ. விசாரணை வேண்டும் எனக்கேட்டு ரிட் மனு தாக்கல் செய்தது. அம்மனு தள்ளுபடியானதும், டெல்லி சென்று உச்சநீதிமன்றத்தில் சமூக சமத்துவப்படை, ரஜினி மற்றும் கௌதம் அவஸ்தி ஆகிய வழக்கறிஞர் களின் துணைக் கொண்டு அப்பீல் மனு செய்தது. அம்மனுவும் தள்ளுபடியான பின்னர் தான் விஷ்ணுபிரியாவின் தந்தை உயர்நீதி மன்றத்தில் நியாயம் கேட்டு போட்ட மனுவில் சி.பி.ஐ. விசாரணைக்கு உத்தரவிடப்பட்டது. ஓரளவு படிப்பு, அதிகாரம், பணம் இருந்தால் தான் வன் கொடுமை வழக்குகளை பொறுமையாகக் கோர்ட்டு கோர்ட்டாக நகர்த்த முடிகிறது என்பதற்கு விஷ்ணுபிரியா வழக்கு சிறந்த உதாரணம். சுவாதி வழக்கிற்கும், விஷ்ணு பிரியா வழக்கிற்கும்

உள்ள வேறுபாட்டையும் கவனிக்கவேண்டும். கொலைகாரன் யுவராஜ் மறைந்திருந்து வாட்ஸப் மூலமாகப் பேசிக் கொண்டும் போலீஸுக்கு உதார் விட்டுக்கொண்டும் இருந்தார். இருந்தாலும் போலீஸாரால் அவரைப்பிடிக்க முடிய வில்லை. அவராகத் தான் போலீசில் சரண்டர் ஆனார். வழக்கோ ஆமையைத் தோற்கடிக்கும் நத்தை வேகத்தில் நகர்கிறது. சுவாதிக்கும், விஷ்ணுபிரியாவிற்கும் தகுந்த நீதி கிடைக்கவேண்டும்!

ஆகஸ்டு 2016

வலைதளங்கள், இணைய தளங்கள், முகநூல், ட்விட்டர் உள்ளிட்ட தொடர்பு சாதனங்கள் உலகைக் குறுகிய வட்டத்துள் கொண்டு வந்துவிட்டன. இது மாபெரும் நன்மை. இதிலே அறியா இளம் பருவத்தினர் நன்மைகள் பெறுவதோடு இன்னல்களையும் அனுபவிக்கின்றனர். நன்மைகளோடு தீயவையும் எல்லா வகையான ரூப அரூப சாதனங்களில் கலந்துதான் இருக்கும். ஆனால் இவற்றைக் கையாள்வது குறித்த விழிப்புணர்வையும் இச்சாதனங்களின் மூலம் பகிர்ந்து கொள்ள வழியுண்டு. ஆகையால் சாதனங்களைக் குறை சொல்வது மட்டுமே, அல்லது அவற்றை முடக்க யத்தனிப்பது மட்டுமே தீர்வாகிவிடாது. முகநூலில் போலி அடையாளத்துடன் ஆபாச வசவுகள், படங்கள் வெளியிடு வோர்களைக் கண்காணித்து அவர்கள் மீது நடவடிக்கை எடுப்பது சிரமமானதொன்றுமில்லை. ஒரு மாநிலத்தின் முதலமைச்சருக்கு தகாத பதிவை அனுப்பியவரை எப்படியாவது குறிவைத்து போலீஸ் பிடித்துவிடுகின்றனர். ஆனால் விஷ்ணுப்பிரியா போன்றவர்கள் என்றால் அலட்சியம் காக்கின்றனர். இந்த பாரபட்ச நடவடிக்கையை விட்டொழித்து தீவிர நடவடிக்கை எடுத்தால் வலைத்தளங்கள் உள்ளிட்ட சாதனங்கள் அள்ளக் குறையாத வளங்களாகும்.

சகோதரி மாயாவதியை ஆபாசமாக விமரிசித்த தயா சங்கர் சிங் மீது கடுமையான நடவடிக்கை எடுத்தது பா.ஜ.க. தமிழக முதல்வர் அனுதாபம் தெரிவித்ததோடு கண்டனமும் தெரிவித்திருக்கிறார். இந்த வகையில் பெண்கள் எப்பேர்ப்பட்டவர்களாக இருந்தாலும்

ஆபாச விமரிசனங்களுக்கு அப்பாற்பட்டவர்கள் அல்லர் என்பது நிரூபண மாயிருக்கிறது. அதையெல்லாம் தூசிபோல் துடைத்தெறிந்து விட்டு பிரகாசிக்கின்றனர் இருவரும்.

மாட்டிறைச்சிக்காக மனிதர்களை வேட்டையாடும் ஒரு சமூகம் இந்நாட்டில் மனிதர்கள் உருவில் வாழ்ந்து கொண்டிருப்பது வெட்கக் கேடானது. மதவெறியை, அடிப்படை வாதத்தைத் தொழிலாகக் கொண்டிருக்கும் கயவர்களிடமிருந்து மீட்டெடுப்பதே ஜனநாயகம் ஆகும். மோடி வருத்தம் தெரிவிப்பதோடு பதவி விலக வேண்டும்!

தாத்தா இரட்டை மலை சீனிவாசன் அவர்களின் பிறந்தநாள் தலித் அமைப்புகளால் ஜூலை மாதம் முழுதும் கொண்டாடப்பட்டது. அவரின் துணிவு, தொடர் பணி, அர்ப்பணிப்பு, போராட்டம் யாவும் இன்றும் ஒடுக்கப்பட்டோரை வழிநடத்தி வருகின்றன. அவருக்கு புதிய கோடாங்கியின் வீர வணக்கம்.

வருகின்ற உள்ளாட்சித் தேர்தலில், சட்டமன்றத் தேர்தலில் ஏற்படுத்தப்பட்ட தேர்தல் கூட்டணியை சமூக சமத்துவப்படைத் தொடர முயற்சிக்கிறது. வட மாவட்டங்கள் பலவற்றில் போட்டியிட வாய்ப்புகளை திமுகவிடம் முன்வைத்துள்ளது.

தான் சார்ந்த சாதி சமூகத்தை சாதியால் உசுப்பிவிட்டு வெற்றி கண்டு விடலாம் என்று தப்புக்கணக்குப் போட்ட ராமதாசு குட்டு வாங்கிவிட்டார் தேர்தலில். அவருடைய சீடர் காடு வெட்டி குருவுடைய, அன்பு மணியினுடைய பேச்சுகள் இனியாவது சமத்துவத்தை நோக்கித் திரும்புமா?

செப்டம்பர் 2016

சமூக சமத்துவப் படை பெரம்பலூர் மாவட்டம் அம்மாபாளையம், மேலப்புலியூர் ஆகிய தலித் மக்கள் அதிகமாக வசிக்கக் கூடிய கிராமங்களில் வேலை வாய்ப்பு பயிற்சி மய்யங்களைத் திறந்து அங்குள்ள இளம் மாணவர்களுக்கு விழிப்புணர்வு கருத்தரங்கம் ஒன்றை ஏற்படுத்தியது. சுமார் ஐம்பது மாணவிகள் அம்மா பாளையம் கிராமத்திலும் நூறு பேர் மேலப்புலியூர் கிராமத்திம்

கலந்து கொண்டனர். அந்தந்த கிராமங்களில் வசிக்கும் கட்சி நிர்வாகிகள் மற்றும் ஓய்வு பெற்ற அரசு ஊழியர்கள் இந்த மய்யங்கள் தொடர்ந்து செயல்பட உறுதி ஏற்று உள்ளார்.

இந்த இரண்டு கிராமங்கள் மட்டுமின்றி பெரம்பலூர் மாவட்டத்தில் உள்ள அனைத்து கிராமங்களில் உள்ள தலித் மக்கள் அதிமுக மற்றும் திமுகவைத் தொடர்ந்து ஆதரித்து வெற்றி பெறச்செய்திருக்கிறார்கள். நாங்கள் பரம்பரை பரம்பரையாக அவர்கள் கட்சியில்தான் இருக்கிறோம் எனப் பெருமை படக் கூறுகிறார்கள். ஒரு கலம் வரகுக்காக தனது பிள்ளைகளை ஆண்டைகள் வீட்டில் கொத்தடிமைகளாக இதே பெரம்பலூர் மாவட்டத்தில் இருந்தனர். இப்போது இம்முறை அதே வடிவத்தில் தொடரவில்லை. குவார்ட்டர் – பிரியாணி – சில்லறை ஆகியவற்றுக்காக தங்களது விலை மதிப்பற்ற அரசியல் சுதந்திரத்தை விற்று அடிமையாகி விட்டார்களோ என்று அவர்களது கூற்று எண்ணவைத்தது. வடமாவட்டங்களில் ஓரளவு பிரபலமாயிருக்கும் அம்பேத்கரிய சிந்தனைகள் இப்பகுதியில் இல்லை. மிகச் சொற்பமானவர்கள் அதிலும் அரசு ஊழியர்களாக இருக்கும் ஆசிரியர்கள் சாதி அடுக்குமுறையின் அவலங்களைக் கவிதைகளாக்கிவிட்ட மகிழ்ச்சியில் இருக்கிறார்கள். தேர்தல் நேரத்தில் அது தனித்தொகுதி என்பதால் அங்கு நிறத்தப்பட்டுள்ள திமுக / அதிமுக வேட்பாளர்களுக்கு வரிந்து கட்டிக் கொண்டு வேலை செய்கிறார்கள்.

கிராமங்களில் உள்ள வேலையில்லாத் திண்டாட்டத்திற்கோ, பரவலாகக் காணப்படும் வறுமை சூழலுக்கோ மாற்றம் வரும் வகையில் அடித்தட்டு மக்களின் முன்னேற்றத்திற்கான செயல்பாடுகள் இல்லாமல் உள்ளது. அதிமுக / திமுக அரசியல் செயல்பாட்டுக்கும் முன்னேற்றமின்றி வாடும் அடித்தட்டு மக்களின் வாழ்க்கைக்கும் உள்ள தொடர்பு பற்றி புரிதல் இருப்பதாகத் தெரியவில்லை அப்படியே இருந்தாலும் இவற்றைக் கசப்பு மருந்து போல் விழுங்கக் கொண்டுதான் இருக்கிறார்கள்.

பெரம்பலூர் மாவட்டச்சூழல் தமிழகத்தில் அந்நியமானதல்ல. பரவலாகவும் பெருவாரி யாகவும் உள்ள நிலைமைதான். இருப்பினும் வாக்குகள் அளிப்பதில் நகரமக்களுக்கும்

கிராம மக்களுக்கும் இருக்கின்ற பெருத்த வேறுபாட்டை அடிப்படையாகக் கொண்டு அடித்தட்டு மக்களின் திராவிடக் கட்சிப் பற்றை விளங்கிக்கொள்ள முடியுமா என்று முயற்சி செய்யலாம்.

சென்னை மாவட்டம் பெரம்பலூர் மாவட்டம் ஆகிய இரண்டு மாவட்டங்களையும் ஒரு சிறு ஒப்பீடு செய்யலாம். சென்னை மாவட்டத்தில் உள்ள மொத்தம் 20 சட்டமன்றத் தொகுதிகளில் 6 தொகுதிகளில் அதிமுகவும் 14 தொகுதிகளில் திமுகவும் வெற்றிபெற்றன. பெரம்பலூரில் உள்ள இரண்டு தொகுதிகளில் அதிமுகவும் முன்பு பெரம்பலூருடன் இணைந்து ஒருங்கிணைந்த மாவட்டமாக விளங்கிய அரியலூரில் உள்ள இரண்டு தொகுதிகளிலுமே அதிமுகவே வெற்றி பெற்றுள்ளன. பெரம்பலூர்/ அரியலூர் உள்ள தொகுதிகள் நூறு சதவிகிதமும் பெற்ற அதிமுக சென்னையில் வெறும் 30 சதவிகிதம் மட்டுமே வெற்றி பெற்றுள்ளது. வேறு அரசியல் பொருளாதார கொள்கை அடிப்படைகளைக் கொள்ளாமல் ஆட்சி மாற்றத்தை மட்டுமே கொண்டு கணக்கிட்டால் நகரத்தில் மாற்றத்தை விரும்பியவர்கள் அதிகமாகவும், பெரம்பலூர் / அரியலூர் மாவட்டங்களில் குறைவாக இருப்பதாகக் கொள்ளலாம். எல்லா இடங்களிலும் வேட்பாளர்களுக்குப் பணம் ஆளுங்கட்சியினால் விநியோகிக்கப்பட்டது என்றாலும் நகர மக்கள் ஆட்சி மாற்றத்தையே விரும்பியிருக்கிறார்கள்.

பெரம்பலூர் அரியலூர் மாவட்டங்கள் பின்தங்கிய மாவட்டங்களாக இருந்தாலும் பொருளாதாரம் மிக மந்தமாக இருந்தாலும் ஆட்சி மாற்றத்தை விரும்பாததற்குக் காரணங்களாக சிலவற்றைக் கூறலாம். கட்சி, அதன் செயல்பாடு, தேர்தலில் பிரச்சாரம், பணம், வேட்பாளர் என்ற பல காரணிகள் உண்டு என்றாலும் ஒரு பொதுவான இலக்கு சிறந்த ஆட்சி என்று வைத்துக் கொண்டால், சென்ற ஆட்சியில் கணிசமான முன்னேற்றமில்லை என்ற பொதுவான கருத்து நிலவியும்கூட ஆட்சி மாற்றத்தை விரும்பாததிற்குக் காரணங்கள் சிலவற்றைக் கூறலாம்.

ஆட்சி மாற்றம் ஏற்பட்டாலும் சமுதாய மேல்கீழ் அடுக்குமுறையில் எந்த மாற்றமும் வரப்போவதில்லை என்றும்

நம்புமளவு சாதியோடு பின்னிப்பிணைந்த இறுகிப்போன நிலமான்ய முறை ! கூலி விவசாயிகள் தொழிலாளர்கள் வாழ்வில் மாற்றம் வர வாய்ப்பே இல்லை என்று அசைக்க முடியாத நம்பிக்கை, அடித்தட்டு மக்களைத் தட்டி எழுப்பும் இயக்கங்கள் இல்லாமை, அம்பேத்கரியம் குறித்த அறியாமை! படித்தும் வேலை வாய்ப்பற்ற நிலைமை!

காரணங்கள் நமக்குத் தெரிந்ததும் முதற்கட்ட வேலை, உணர்வுகளையும், கருத்துகளையும் தட்டியெழுப்பும் பறைக்கருவி போல இயக்கத்தை நிறுவும் செயல்பாடுகள். இயக்கம் காலூன்றி நிற்க விழிப்புணர்வு முகாம்கள், மாணவர்களுக்கு கல்வி – வேலை வாய்ப்பு பயிற்சி முகாம்கள் எனத் தொடங்கியாகி விட்டது. இவைத்தான் சாதியமைப்பையும் நிலமான்ய / நில உடமை. அமைப்பையும் தகர்த்தெறிவதற்கான சிறிய கருவிகள்.

இடஒதுக்கீடும் அதைத் சரியாக அமுல்படுத்தவும் தக்கவைப்பதற்கானத் தொடர்ந்த போராட்டங்கள் சாதியமைப்பையும் / நிலமான்ய – நில உடைமையை தகர்த்தெறிவதற்கான நேரடிப் போராட்டங்களைப் புதைத்துவிட்டன என்று கூட சொல்லலாம். படித்தும் வேலை வாய்ப்புப் பெற்றிருந்தும் சாதி இழிவைப் போக்க முடியவில்லை, சமூகக் கட்டமைப்பை உடைக்க முடியவில்லை என்பதை உணர்ந்ததுதான் குஜராத் மாநிலத்தில் தலித் இயக்கங்கள் 'உன்னா' எனும் இடத்தில் ஐந்து ஏக்கர் நிலம் வேண்டும் என்ற நேரடிப் போராட்டத்தைத் துவக்கியுள்ளார்கள். நமது முதல் இலக்கும் இறுதி இலக்கும் நிலப்பங்கீடுதான் எனத் தெளிவுப்படுத்தியிருக்கிறார்கள்.

தமிழ்நாட்டில் அதிக விழிப்புணர்வு பெற்ற நாம் திராவிட மாயையிலிருந்து வெளிவந்து நிலத்திற்கான நேரடிப் போராட்டங்களைத் துவக்க வேண்டும் என்பதுதான் குஜராத் மாநில தலித் பேரணியின் போராட்டம் கற்றுத் தந்த பாடமாகும். கல்வி வேலை வாய்ப்பு என்பவை சமயத்தில் துணிவற்ற, பின்னூட்டமற்ற மேம்போக்கான போராட்டங்களாக முடிந்து விடுகின்றன. நேரடிப் போராட்டங்களுக்கான உந்து சக்திகளாக இருக்க வேண்டும்.

குஜராத்துக்கும் முன்பே தலித் நில உரிமைப் போரைத் துவக்கியவர்கள் நாம், பழைய நமது போராட்டங்கள் புது சக்தியுடன் புதிய எழுச்சியுடன் வலுப்பெற வேண்டும். எந்தத் துவக்கமுமே இதை இலக்காகக் கொள்வது நல்லது.

அக்டோபர் 2016

உள்ளாட்சித் தேர்தலை தமிழகம் இன்னும் சில வாரங்களில் எதிர்கொள்ளவிருக்கிறது. உள்ளாட்சித் தேர்தல் வேறு எந்தத் தேர்தலையும் விட பணம் விளையாடக்கூடிய தேர்தல் என்று பலராலும் கருதப்படுகிறது! நகராட்சி மேயர்களுக்கு நேரடித் தேர்தல் கிடையாது என அரசு அறிவித்துள்ளதால் மேயர் பதவிக்கு கையில் பணமுள்ள எவரும் வரலாம் என்ற நிலை ஏற்பட்டுள்ளது. ஒவ்வொரு நகராட்சியிலும் நன்கு அறியப்பட்ட, அரசியல் திறனுள்ள, மக்கள் நலனில் அக்கறையுள்ளவர் மேயராக வரவேண்டும் என்பது மக்களின் பொதுவான எதிர்பார்ப்புகள் இருந்தாலும் மேயர் தேர்தலை நேரடித் தேர்தலாக அறிவித்த சமயத்திலும், இன்று கவுன்சிலர்களால் தேர்ந்தெடுக்கும் முறை என அறிவிக்கும் சமயத்திலும் அது நிறைவேறப் போவதில்லை! இன்று எல்லாத் தேர்தல்களிலும் பாதிக்கு மேற்பட்ட மக்கள் பணத்துக்காக வாக்களிப்பதற்குத் தயார் நிலையில் உள்ளதுதான் காரணம்!

உள்ளாட்சி என்பதன் பொருள், ஒவ்வொரு கிராமமும் நகரமும் மாபெரும் தலைவர்கள் / முடிசூடா மன்னர்களுக்காக காத்திருக்கவேண்டிய அவசியமில்லை. தங்களைத் தாங்களே ஆட்சி செய்யும் அறிவும் ஆற்றலும் படைத்தவர்கள் மக்கள் எனவே தங்களைத் தாங்களே நிர்வாகம் செய்துகொள்ளலாம் என்ற அடிப்படையில் எழுந்ததுதான் உள்ளாட்சி. ஆனால் இந்தியாவில் உள்ளாட்சி என்பது குறுகிய சுயநலமிக்க பல்வேறு சாதிகளின் வலிமையைப் பறைசாற்றிக்கொள்ளும் இடமாக உள்ளது. பரம்பரையாக நிலம் வைத்துக் கொண்டு ஏழைமக்களைக் கசக்கிப் பிழிந்த நிலக்கிழர் சாதிகள், அத்தகைய பரம்பரைக் குற்றம் – ரத்தம் இவற்றோடு ஊழலின்

கறுப்புக் கொடியோடு சாமான்ய மக்களை அதிகாரம் செய்யும் துடிப்போடு வலம் வந்து கொண்டிருக்கிறது. கருவேலி முட்கள் படர்ந்து பயிரைச் சூழ்ந்திருக்கும் கவனிக்கப்படாத நிலம் போலிருக்கிறது ஒவ்வொரு ஊரின் அரசியலும்! இத்தகையச் சூழலில் உள்ளாட்சித் தேர்தல் என்பது ஜனநாயகத்தின் மீது பற்றுள்ள எவரும் வெறுத்து விலகும்படி இருக்கிறது என்பதை மறுக்கமுடியாது உள்ளாட்சித் தேர்தல் கட்சி சார்பற்றது என்றாலும் திமுக, அண்ணா திமுக என்று அனைத்துக் கட்சி சார்பிலும் வேட்பாளர்கள் நிறுத்தப்படுகிறார்கள் என்பது உண்மை. அதிமுக, திமுகவை விட அதிகமாக செலவு செய்யக்கூடிய சக்தி படைத்திருக்கிறது என்பதனால் எதிர்பார்ப்பை மீறி ஏடாகூடமாக ஏதாவது நடந்துவிட்டால் நாமெல்லோரும் சந்தோஷப்பட்டுக்கொள்ளலாம்.

இத்தகைய உள்ளாட்சித் தேர்தல்களால் கிராம வளங்கள் நாளுக்கு நாள் குறைந்து கொண்டு வருகின்றன. பணத்தைக் கொட்டி. தேர்தலில் வெற்றி பெறுபவர்கள் என்ன செய்கிறார்கள்? கிராமத்தில் உள்ள மணலை, செங்கற்கள் அறுப்பதற்காக மண்ணை, பட்டாநிலம் அல்லது புறம்போக்கு நிலத்தில் உள்ள கற்களை, மலையை, புறம் போக்கு நிலங்களை விற்றும், மாற்றியும், வியாபாரமாக்கியும் பணம் சம்பாதிக்கிறார்கள். போட்ட பணத்தை எடுக்க வேண்டுமே.

இந்தத் தேர்தல்கள் ஜனநாயகத்தின் அடிநாதமாக விளங்கினாலும், அவையே இந்தக் கிராமங்களின் வளங்கள் தராதரமில்லாமல் சூறையாடப்படுவதற்கும் காரணமாக விளங்குகின்றன. என்ன செய்யலாம்?

500 மக்கள் தொகைக்கு (வாக்காளர் எண்ணிக்கைக்கு ஒரு கிராம சபை என்பதை, ஏற்கனவே சட்டத்தில் உள்ளதை வலுவாக அமுல்படுத்தினால், சிறிய அலகில் பெரிய்ய ஆட்கள் வந்து அமர்ந்து கொண்டு ஆதிக்கம் செய்வது குறையும் சேரி மக்களும் விடுபடுவார்கள்! வளங்களும் பாதுகாக்கப்படும்! இப்போது 500 மக்கள் தொகைக்கு ஒரு கிராம சபை என்று இருந்தாலும் கூட, நடைமுறையில் மூவாயிரம் மக்கள் தொகைக்கு ஒரு கிராம சபை என்ற அளவில் நீடிக்கிறது.

- ஜெயலலிதா உடல்நிலை தற்போது சரியாகிவிட்டது என்றுதான் தகவல் வருகிறதே தவிர இது தற்காலிகமானது தான் என்று செய்தி வரவில்லை அவர் தமது உடல் பராமரிப்பில் முழு கவனம் செலுத்த வேண்டியுள்ளது என்பதையே இது குறிக்கிறது முதுமை யாரையும் விட்டுவைப்பதில்லை.
- பாரா ஒலிம்பிக்கில் தங்கம் வென்ற மாரியப்பனுக்கு புதிய கோடாங்கியின் உளப்பூர்வமான வாழ்த்துக்கள்! மென்மேலும் அவர் வெற்றிகளைக் குவிக்கவேண்டும்.
- ராம்குமார்தான் கொலையாளியா என்று கோர்ட் தீர்ப்பு வழங்கும் வரை காத்திருக்க வில்லை, பழிக்குப்பழி என்பது போல் சந்தேகமான முறையில் காவு வாங்கப்பட்டிருக்கிறார். இது அநீதியானது. ஏனெனில் கொடூரமான சிறைகள் நீதியைக் கையில் எடுத்துக்கொண்டன. இது சாதிக்கேற்ற நீதியா?
- பெண்கள் கொலை செய்யப்படுவது அதிகரித்து வருகிறது! இளைஞரின் இளமை உணர்வுகள் கொலை வெறியாக உருமாற்றம் பெறுவதற்கு யார் பொறுப்பு?
- சென்னை நகரத்திற்கு மஸ்கிட்டோ சிட்டி (கொசுநகரம்) என்ற பெயர் வந்துவிடுமோ என்று அச்சப்படும் அளவிற்கு கொசுத் தொல்லை அதிகரித்து வருகிறது! மாநகராட்சி என்ன செய்கிறது?
- நரேந்திர மோடி பாகிஸ்தானுடன் மோதிப் பார்த்துவிட எண்ணுகிறார். என்ன செய்வது உள்ளூர் அரசியல் கைகொடுக்கவில்லையே!

நவம்பர் 2016

முதல்வர் பதவி என்பது மிக முக்கியமான பதவி என்பது அனைவரும் அறிந்த ஒன்று. அதை வகிப்பவர் எவ்வளவு திறமைகள் பெற்ற ஆளுமையாக இருந்தாலும், உடல் நலக்குறைவு ஏற்பட்டால் அவரும் சாதாரண மனிதரே! எனவே

அவருடைய பிரச்சினையை மனிதாபமானத்துடன் அணுக வேண்டுமே அன்றி அரசியல் நோக்கில் அணுகக் கூடாது. ஆனால் இதில் என்னச் சிக்கல் என்றால் உடல்நலம் குன்றிய சாதாரண மனித உடலைப் பெற்றிருப்பவரும், அம்மா, தெய்வம் என்ற அடைமொழிகளால் அசாதரணமான அவதாரமாகி விட்ட முதல்வரும் ஒருவராக இருப்பதுதான்!

தற்போது பொறுப்பு முதல்வரை அறிவித்திருக்கிறார்கள். பொறுப்பு முதல்வருக்கான அதிகாரங்கள் முதல்வரைப் போன்றே இருக்கும் என்று நம்பலாம். ஆனாலும் பத்திரிக்கைகள் சசிகலா, ஷீலா பாலகிருஷ்ணன், பொறுப்பு முதல்வர், தலைமைச் செயலர், எடப்பாடி பழனிச்சாமி உள்ளிட்ட ஆகியவர்களோடு வேறுசில மன்னார்குடி பிம்பங்களை அதிகார மய்யங்களாக சுட்டிக்காட்டுகிறார்கள். சில சமயங்களில் யார் அதிகாரம் செய்தால் என்ன, திட்டங்கள் நல்ல முறையில் நிறைவேற்றப்படுகின்றனவா என்று அதை மட்டும் பாருங்கள் என்கிறார்கள். ஒரு சமயத்தில் ஆள்தான் பெரிது.... அவர் வாயிலிருந்து வருவதெல்லாமே மந்திரங்கள் என்று தனிமனித வழிபாட்டில் இருந்தவர்கள், ஆள் ஆஸ்பத்திரியில் இருக்காங்க, அட்மினிஷ்ட்ரேஷன் நல்லாத்தானே நடக்குது என்று பேசுகின்றார்கள். நிர்வாகம்தான் முக்கியம், அந்த நிர்வாகத்தைத் தரக்கூடிய ஒரே நபர் இவர்தான் என்று கடவுள் ரேஞ்சுக்குத் தூக்கி வைத்துக்கொண்டாடுவது பிறகு இல்லையில்லை நிர்வாகந்தான் முக்கியம் என்று ஆளைக் களிமண் சிலைக்கொப்ப சித்தாந்த ரீதியில் உடைத்து நொறுக்குவதையெல்லாம் பார்த்தால் பகுத்தறிவு தேசம் படும் பாடு என்று தலையிலடித்துக்கொள்ளலாம் போலத் தோன்றுகிறது.

ஜனநாயகத்தில் தனிமனித வழிபாடு என்பது தத்துவத்தில் அடைக்க முடியாத விசயம். அதே போல் அதீத மனிதர்களும் கிடையாது. திறமை, ஆளுமை இவையாவும் பிறப்பு வளர்ப்பு, சூழல், என்பதில் அடங்கிவிடுகிறது. தனிமனிதரின் பங்கு என்பது தனது சூழலை சரியாகப் பயன்படுத்திக் கொள்வதுதான். இதில் உலகம் போற்றும் நபர்கள் யாராக இருப்பார்கள்! சூழல்கள் மிகவும் சிக்கலாக அமைந்தாலும், பிறப்பும் வளர்ப்பும்

கூட கைகொடுக்காவிட்டாலும், முயற்சி திருவினையாக்கும் என்ற அடிப்படையில் தோல்விகளை சகித்துக் கொண்டு தொடர்ந்து போராடும் தனிமனிதர்கள், மேலும் சுயநலம் சிறிதுமின்றி பொதுநலத்திற் காகப் பாடுபடுவர்களைக் கௌரவிப்பதுதான் ஜனநாயக மரபாக இருந்து வருகிறது. அரசியல் வெற்றிகள் மூலம் அமெரிக்க ஜனாதிபதிகளாக இருந்தவர்கள் அனைவரையும் பெரிய அளவிலே கௌரவம் பெற்றவர்களாக உலகம் கொண்டாடவில்லை. அதிலேயும் தேர்ந்தெடுக் கப்பட்ட மிகச் சிலரைத்தான் வரலாறு நினைவில் கொள்கிறது.

தமிழ் சனநாயகத்தில் அரசியல் வெற்றி என்பது மட்டும்தான் பொதுமக்களால் கௌரவிக்கப்படுகிறது. ஏனெனில் அதில் அதிகாரமும், அதிகார மய்யங்களை நோக்கி ஓடிக்கொண்டிருப்போரின் சுயநலமும் இரண்டறக் கலந்து இருக்கிறது.

அதிகாரத்தை நோக்கி ஓடும்போது அதிமனிதர்கள் நமக்கு அதிகமாகவே தேவைப்படுகிறார்கள்! ஜெயலலிதா அவர்கள் உடல்நலம் பெற்று வந்து மக்களின் இந்த ஏக்கத்தைத் தீர்த்து வைப்பாராக!

டிசம்பர் 2016

நாடு முழுவதும் மக்கள் கொந்தளிப்பிலும் மனக்கவலையிலும் உள்ளனர். இருப்பவர்கள் பற்றி நமக்கு அக்கறை பெரிய அளவில் இல்லை என்றாலும் இந்தியா முழுவதிலும் உள்ள அனைத்துப் பணக்காரர்களும் கறுப்புப் பணத்தைக் கொண்டிருப்பவர்களே என்ற அடிடப்படையில், 1000, 500 ரூபாய் நோட்டுக்கள் செல்லாது என்றும், அறிவிப்பு வந்த அந்த இரவிலிருந்தே அது செல்லாது என்றும், செல்லாத நோட்டுகளுக்குப் பதிலாக குறைந்த அளவிலேயே பணம் கொடுக்கப்படும் என்ற செய்தியும், நியாயமானவர்களையும், நடுத்தர வர்க்கம் மற்றும் ஏழைகளையும் கடுமையாகப் பாதித்துள்ளது.

இந்தகைய பெரும் பொருளாதாரச் சிக்கல்களைக் கொண்டுள்ள இந்த நடவடிக்கை, மக்களால் தேர்ந்தெடுக்கப்பட்ட பாராளுமன்ற. சட்டனம்ற உறுப்பினர்கள், மாநில அரசுகள் ஆகிய எவரையும் ஆலோசிக்காது சில அதிகாரிகளின் துணைகொண்டு எடுத்ததும், ரகசியமாக வைத்திருந்து திடீரென அறிவித்ததும் நாம் வசிப்பதும் ஜனநாயக நாடுதானா என்ற பீதியைக் கிளப்பியுள்ளது.

கண்ணுக்குத் தெரிந்து. ஆதாரப்பூர்வமாக, நிரூபிக்கும் வகையிலான கறுப்புப் பணத்தை வெளிக்கொண்டு வரமுடியாத அரசு, இப்படி அரைவேக்காட்டுத்தனமாக நடந்து கொண்டிருப்பது கண்டிப்புக்குரியது. பாராளுமன்ற உறுப்பினர்கள், சட்டமன்ற உறுப்பினர்கள, மாநில முதல்வர்கள், கவர்னர்கள், மற்றும் பல வகை அரசியல் கட்சிகள், அமைப்புகள் எல்லாமே கவிஸ் பாங்கில் உள்ள பணத்தை வெளிக் கொண்டு வாருங்கள் என்று கேட்டுக்கொண்டுதான் இருக்கிறார்கள். நாட்டு மக்களையெல்லாம் வருத்தத்திலும் சிரமத்திலும் ஆழ்த்தி விட்டு உத்தமச் சாயம் பூசிக்கொண்டார் மோடி.

மோடியின் செயல் அவரின் புகழை உயர்த்தியிருப்பதாக பல பத்திரிக்கைகள் கருத்துக் கணிப்பை வெளியிட்டுள்ளன. ஆனால் சாதாரண மக்கள் தினந்தோறும் வங்கியின் முன்னால் கால் கடுக்க நின்று சாபம் விட்டுக் கொண்டிருக்கிறார்கள்! நிறைய சாவு. பொருளாதாரம் மற்றும் விற்பனைத் தேக்கம்! இந்தத் தேக்கத்தின் விளைவு இன்னும் நீண்ட காலத்திற்கு பாதிப்பை ஏற்படுத்தும்.

ஊழலை ஒழிக்கப் புகுந்தவர், இருக்கப் பட்டவர்கள் தங்கள் பணத்தைப் பாதுகாக்க இல்லாதவர்களைப் பயன்படுத்தும் புதிய ஊழலை உருவாக்கியுள்ளார்.

இன்னும் என்ன சிறப்பு என்றால் வரலாற்றில் இரண்டாம் துக்ளக் என்று பெயர் எடுத்துள்ளார். ஏனெனில் செல்லாத நோட்டுகளை அறிவித்தவர் செல்லும் நோட்டுகளை போதிய அளவில் அச்சடித்து வங்கிக்கு அனுப்பவில்லை. இந்திய மக்கள் அனுபவிக்கும் மிகப்பெரிய கொடுமை இதுதான். ஏனெனில் பணமில்லாத வறுமையை மக்கள் ஓரளவு பொறுத்துக் கொள்வார்கள். பணமிருந்தும் மக்கள் திடீரென ஏழையாகி

விட்டார்கள். இதைவிடக் கொடுமை வேறென்ன இருக்க முடியும்?

இனி எப்போது நிலைமை சுமுகமாகும் என்று எவருக்கும் தெரியவில்லை. குழப்பம், அச்சம், என்று புதியத் தொல்லைகள்.

குழப்பமே உன் பெயர்தான் மோடியா?

ஜனவரி 2017

கடந்த ஐம்பதாண்டு கால திராவிட ஆட்சியில் தமிழ்நாடு பலவகையில் முன்னேறியிருக்கிறது என்றும் பலவகையில் சீரழிந்து நிற்கிறதென்றும் சொல்கின்றார்கள். இது எனக்கு ஒவ்வாமையை ஏற்படுத்துகிறது. முன்னேறியவர்கள் யார், சீரழிந்து கொண்டிருப்பவர் யார் என்ற கேள்வியைக் கேட்டால் இந்த இருவருமே ஒருவர்தான் என்ற அர்த்தம் இந்தப் பலவகையில் முன்னேற்றம், பலவகையில் சீரழிவு என்ற வாக்கியத்தில் ஒளிந்து கிடக்கிறது என்பதுதான் இந்த ஒவ்வாமைக்குக் காரணம்!

நல்ல அறிவாளி ஆனால் இந்தக் குடிப்பழக்கம் மட்டும் இல்லாவிட்டால்........... அப்பாவி மக்கள் ஆனால் ஓட்டுக்கு மட்டும் பணம் வாங்காமல் இருந்தால்............. சிறந்த சிந்தனைவாதி ஆனால் ஜாதி அரசியலில் மட்டும் ஈடுபடாமல் இருந்திருந்தால்........ சிறந்த அரசியல்வாதி ஆனால் தன் குடும்பத்தாருக்குத் தமிழகத்தைத் தாரை வார்க்காமல் இருந்திருந்தால்....... .... ஒரு பெண்ணாக இருந்து சிறந்த ஆளுமையுடன் விளங்கியவர் ஆனால் சொத்து மட்டும் கோடிகோடியாய் கறுப்பு வழிகளில் சேர்க்காமல் இருந்திருந்தால்........... பரம்பரைப் பணக்காரார் எனினும் ஏழைகளை அடித்து அவர்கள் நிலங்களைப் பிடுங்காமல் இருந்திருந்தால்..... நல்லவன் ஆனால் ரவுடித்தனம் பண்ணாம லிருந்தால்...........

அதாவது நன்மையும் தீமையும் பின்னிப் பிணைந்திருப்ப தோடல்லாமல், இதெல்லாம் இயற்கைதான், இதிலிருந்து

விடுபடுவது சாத்தியமில்லை எனும் அளவு எல்லா தளங்களிலும் அரசியல் என்றாலும் தனிமனித ஒழுக்கம் என்றாலும் இவையெல்லாம் கலந்து தானிருக்கும் என்ற புது மனசாட்சியை உருவாக்கிக் கொடுத்திருக்கின்றன திராவிடக் கட்சிகள் அவற்றின் ஆட்சிகள்.

இது மட்டுமல்ல, தமிழகத்தைப் பிறமாநிலங்க ளோடு ஒப்பிட்டு அந்த மாநிலங்களை விடத் தமிழகம் முன்னேறிவிட்டதாகக் கூறும் பாங்கு அதைவிடக் கொடுமையானது. ஏனெனில் தமிழ் மொழியைச் செம்மொழி என்கின்றோம். உலக மொழிகளிலே மிக சொற்பமான மொழிகள்தாம் இந்த செம்மொழி என்று அறியப்படுபவை. குமரிக் கண்டத்திலே முதலிரண்டு தமிழ்ச்சங்கங்கள் நடைபெற்றன என்றும் கடைச்சங்கம் தான் இப்பொழுதுள்ள தமிழகத்தின் சிறப்புமிக்க மதுரையில் நடைபெற்றது என்றும் அதுவும் கூட கிறித்து பிறப்பதற்கு முன்பாகவே நடந்தது என்றும், இதன்மூலம் தொன்மையுடன் இலக்கண இலக்கியச் சிறப்புகளுடன் அறிஞர்களும் நீதிமான்களும் வாழ்ந்திருந்த தமிழ்நாடு என்று ஆரம்ப கால முதலே பறைசாற்றிக் கொண்டிருக்கிறோம். தமிழ் இலக்கியம் என்றாலே நிலத்தை அடிப்படையாகக் கொண்டு உழைப்பையே மூலதனமாகக் கொண்டு இழிசினர் என்று சாதிவகைப்படாத சில இழிந்த மக்கள் என்ற அர்த்தப்படும் வகையில் ஒரு சில இடங்களில் மட்டுமே தென்படுகின்றனர் சங்க இலக்கியங்களில், ஆகையால் மக்களைப் பகுக்கும் அரக்க சாதிமுறை இல்லை என்ற பெருமையைக் கொண்டிருக்கிறது தமிழகம் என்று பெருமை கொண்டாடுகிறோம். நமது பின்மண்டையில் ஆதிக்கம் செலுத்துமளவிற்கு அகம் – புறம் இலக்கிய ஆரம்பத்துடன், ஐம்பெருங்காப்பியங்கள் என மனித விழுமியங்களைப் போற்றும் காப்பியங்கள் கொண்ட திருக்குறள், நாலடியார் போன்ற நீதி நூல்களுடன் ஆன்மீகம் (வியாக்கியானங்கள் – வாதங்களுக்கு அப்பாற்பட்ட சரணாகதி தத்துவத்தை உபதேசிக்கும்) நிறைந்த பக்தி இலக்கியங்கள் கொண்டிருப்பது தமிழ்மொழி என்று உயர்வு பாராட்டுகிறோம். இப்படி ஆரம்ப முதலே முத்துடைத்து – சோறுடைத்து என்று சேர சோழ பாண்டியர்களால் ஆளப்பட்ட பெருமைக்குரிய தமிழ்நாட்டை மற்ற மொழிப் பிரதேசங்களுடன் ஒப்புமை

செய்வது எதற்கு? (நீதிநூல்கள் அதிகம் நிரம்பிய இலக்கியங்கள் உருவாவதற்குக் காரணம் அப்போதிருந்த சீர்கேடுற்ற சமுதாயம் என்று கூறினால் யாரேனும் தமிழ்ப்பிரியர்கள் அடிக்க வந்தாலும் வரலாம்.

தனித்து தன்னிரகற்று விளங்கிய மொழியும் அந்த மொழி வழி ஒழுகிய நாகரிகமிகுந்த மக்களும் வாழ்ந்த தமிழ்நாட்டை இதர மாநில அரசுகளோடு ஒப்புமை செய்வது எதற்கு?

இதர மாநிலங்களோடு ஒப்புமை செய்யும்போது தமிழகத்தில் கல்லாமையும் இல்லாமையும் கணிசமாக ஒழிந்துவிட்டதாம். வறுமைக்கோட்டைப் பிடித்துத் தொங்கிக் கொண்டிருப்பவர் மிகச்சிலர்தானாம்! இதற்குக் காரணம் திராவிட அரசுகளின் சீரிய திட்டங்களாம்! எந்த மாநிலத்திலும் இல்லாத அளவுக்கு 69 சதம் இடஒதுக்கீடு இருக்கிறதாம். அதுவும் அதைப் பற்றிப் பேசி அந்த அளவீட்டைக் குறைக்க முடியாதபடி அதை அரசியல் சாசனத்திலே இடம் பெறச் செய்துவிட்டார்களாம்! அரசியல் சாசனத்தில் கூறப்பட்ட தாழ்த்தப்பட்ட இனத்தவருக்கும் மலைவாழ் மக்களுக்கும் இடஒதுக்கீட்டை தமிழ்நாட்டில் (19%) முறையாக அமல்படுத்த முடியாதவர்கள், பிற்படுத்தப்பட்டவர்களுக்கு 50 சதம் ஒதுக்கீடு செய்ததையும் அதை அரசியல் சாசனத்தில் ஏற்றியதையும் பெருமையாகச் சொல்லி பிழையில்லாமல் அமல்படுத்திக் கொள்கிறார்கள் என்றால் மார்தட்டிக்கொள்ளத்தானே வேண்டும்?! இலவச அரிசி, அம்மா உணவகம், மடிக்கணினி, சீருடை, பல்பொடி, செருப்பு, சைக்கிள், தாலிக்குத்தங்கம், பெண்களுக்கு சொத்துரிமை – பரம்பரைச் சொத்திலும் உரிமை, பெண்களுக்கு மைக்ரோ கிரெடிட், சுயஉதவிக்குழு, பஞ்சாயத்து அமைப்பில் 50 சதம் ஒதுக்கீடு இப்படி பல்வகைத் திட்டங்கள் திமுக – அதிமுக இவற்றிடையே எத்தனைப் போட்டி என்றாலும் மாறாத விஷயங்களாம்! இதனால்தானே தமிழகம் தன்னிகரில்லாதத் தமிழகமாகத் தலைதூக்கி நிற்கிறது என்றும் மதிப்பீடு செய்கிறார்கள். கால்கள் இடுகாட்டிலும் தலை துண்டிக்கப்பட்டு வானத்திலும் பறக்கின்ற, காட்சி ஏனோ என் மனதில் ஓடுகின்றது. பிரமாதமான கற்பனையும், நிகரில்லாத கறுப்புப் போர்வையும் தேவைப் படுகிறது, வேண்டுவதை

மட்டும் நினைத்து வேண்டாதவற்றை மறைத்து மூடிக்கொள்ள இரண்டும் இல்லாததால் சில விஷயங்களைப் பற்றி எழுதத்தான் வேண்டியுள்ளது.

நிலச்சீர்திருத்தமே அதுவும் வறுமையை ஒழிப்பதில் நிகல்லாத் திட்டம், சமத்துவத்தைக் கொண்டு வர ஒரே வழி என்று போற்றப்படுகின்ற திட்டம், புரட்சி என்றால் இதுதானே என்று உறுதிப்படுத்தும்படியான திட்டம் என்று உலகளவில் அரசியல், பொருளாதார, சமூக விற்பன்னர்களால் முன்மொழியப்பட்டத்திட்டம் இது என்றாலும் தமிழகம் ஏனோ நிலவுடைமையாளர்களின் பிடியில் புராதன ஆண்டை – அடிமைச் சமுதாயமாக இருந்து வருகிறது. காணி நிலம் வேண்டும் என்று பராசக்தியை வேண்டிய பாரதி புரட்சிக்கவிஞர் என்றாலும், விவசாயம் நஷ்டப்படுத்தும் தொழில் அது ஏழைகளை மேலும் ஏழையாக்கும் அம்மா உணவகமே சரியான வழி என்று பேசுகின்ற புது வேதாந்திகள் திமுக – அதிமுக ஆட்சியில் மலிந்து கிடக்கின்றார்கள். இடஒதுக்கீடுதான் ஒரே வழி வறுமையை ஒழிக்க – சமத்துவத்தைக் கொண்டுவர என்று 50 சதம் பிற்படுத்தப்பட்டோரும், 18சதம் (முறையாக அமல்படுத்தப் படவில்லையென்றாலும்) என்று தாழ்த்தப்பட் டோரும் மிக வன்மையாக நம்பி வருகிறார்கள். மன்னர் எவ்வழி மக்கள் அவ்வழி, அதிகாரம் எவ்வழி அதுவே சிறந்த வழி என்று ஆன்றோரும் சான்றோரும் நம்பி வருகிறார்கள். இதனால் அம்மா உணவகம் இல்லாவிட்டால் செத்து மடியக்கூடிய ஏராளம்பேர் இருக்கிறார்கள் என்று கொண்டாலும் கூட நிரந்தர அம்மா உணவகம், நிரந்தரத்தில் இடம் பிடித்த ஏராளமானத் திட்டங்கள் தொடரவேண்டும் என்ற சிந்தனை வளரும் இடத்தில் வறுமையை எப்படி ஒழிக்க முடியும்? ஏன் வறுமையை ஒழிக்க வேண்டும், அது இருந்துவிட்டுப்போகட்டுமே என்று அறிஞர்களின் மனசாட்சி தற்போது மேம்பட்டு வருகிறது என்றால் மிகையாகாது. பரந்து கெடுக உலகு இயற்றியான், ஜகத்தினை அழித்திடுவோம் என்ற பின்னொட்டுகள் தமிழகத்திற்கு இனி எதற்குத் தேவை? அவற்றையெல்லாம் குப்பையிலிட்டுத் தீக்கிரையாக்கிவிட்டுத்தானே திராவிடக்கட்சிகளின் சாதனைகளை நாம் பட்டியலிடமுடியும்?

சாதியற்ற சமத்துவ சமூகம் வேண்டும், சாதியை இறைவன் படைத்தான் என்று நமது மதங்கள் சொல்லுமென்றால் அந்த மதங்களையும் இறைவனையும் தூக்கியெறிவோம் என்றவர்கள், சாதி நமது தமிழர் கலாச்சாரம் அது இருக்க வேண்டும் எனும் அளவிற்கு அரசியல் பொருளாதாரம் சமூகம் என்று அனைத்துத் தளங்களிலும் காற்றைப்போல் கலந்து பரவியிருக்க அருள் செய்திருக்கின்றனர். இது உண்மையிலேயே திராவிடக்கட்சிகளின் சாதனைதான்.

நிலமான்ய முறை என்று சோழர்காலம் தொடங்கி, தெலுங்கர், வடுகர், முகமதியர் படையெடுப்புகளால் அது உறுதிப்படுத்தப் பட்ட காலனிய நிர்வாகத்தை இன்னும் நம்மால் தூக்கியெறிய முடியவில்லை. முதலாளியம் என்ற பெயரைத் தாங்கியிருக்கும் நிலமிரபுத்துவ முறையைத்தான் இன்னும் நாம் ஜனநாயகம் என்று பறைசாற்றிக் கொண்டிருக்கிறோம். படைகளுடன் (அடியாட்களுடன்) ஏதேச்சதிகாரம், ஊழல் – லஞ்சம், வஞ் சகம் இவற்றோடு ஆட்சி நடத்துபவர்களையும் அவர்களது வேலையாட்கள், வாரிசுகள் ஆகியோரையும் ஆட்சியாளர்களாக ஏற்றுக்கொள்ளும் பக்குவத்தை மெல்ல மெல்ல நஞ்சைப்போல ஊட்டி வளர்த்திருக்கிறது திராவிட அரசுகள்.

சட்டமும் நிர்வாகமும், அரசியல்வாதிகள், அதிகாரிகள், ஊழியர்கள் எனக் கைகோர்த்து லஞ்சத்தை ஊழலை தேசிய மயமாக்கியிருக்கின்றனர். மோடியின் கறுப்புப் பணவேட்டை என்று வர்ணிக்கப்படுகின்ற நல்ல நோட்டுகளை செல்லாமலாக்கிய விவகாரம் கூட, இங்குப் பரவிக்கிடக்கும் ஊழலில் ஒரு சில நல்லவர்களையும் செல்லாக்காசாக்கியிருக்கிறது என்பது தவிர வேறில்லை. பத்திரிக்கைகளும் ஊடகங்களும் ஆட்சியாளர்களுடன் ஊழலை பங்கு போட்டுக்கொள்கிறார்கள். மனசாட்சி உள்ள ஊடகங்கள் வருமானம் ஈட்டமுடிவதில்லை.

இரண்டையுமே சொத்தைப்பழங்களாக பிரசவித்துள்ளது பெரியாரின் திராவிட சித்தாந்தம். அந்தக் கொடியிலிருந்து நல்ல கனி கிடைக்கும் எனும் நம்பிக்கை அற்றுப்போய் விட்டது நன்மையும் தீமையும் கலந்துதான் இருக்கும் என்ற பொதுப்படையான நிலையிலிருந்து நன்மையைத் தொடர்ந்து வளர்த்தெடுக்கத்தான், தீமையைப் படிப்படி யாகிலும்

ஒழிக்கத்தான் நமது சிந்தாந்தங்கள், பகுத்தறிவு, ஆற்றல், ஒழுக்கம் மற்றும் பண்பாடு சார்ந்த விசயங்கள் உதவவேண்டும். இரண்டையும் சீர்தூக்கிப் பார்ப்பதற்கு ஏதாவது ஒரு அளவுகோல் வேண்டும்.

பன்னாட்டு மயத்தினால் பொருளாதாரம் (கட்டிடங்கள், கலப்படநச்சுக் காய்கறிகள், பலவகைத் தின்பண்டங்கள், நவீன ஆடை அணிகலன்கள், கணினிகள்) வளர்ந்திருக்கிறது. இது நன்மை, ஆனால் விவசாயிகள் தற்கொலை செய்து கொள்கிறார்கள் இது தீமை என்று சொல்ல ஏட்டறிவு கூட தேவையில்லை. இரண்டுக்குமான தொடர்பு என்ன? நிலத்தில் பயிரில்லை, பிளாட்டுகளாக மாறிக்கொண்டிருக்கின்றன இது தீமை! ஆனால் நிலமில்லாத கூலியாட்களுக்கு நூறு நாள் வேலைத்திட்டம் அரசு கொண்டு வந்துள்ளது. இது பெரிய நன்மை! விமானக்கட்டணங்கள் குறைந்து விமானப் பயணிகள் எண்ணிக்கை அதிகரித்துள்ளது, இது நமது வளர்ச்சி! ஆனால் பேருந்துகள் பழுதடைந்து புது பேருந்துகள் வாங்க இயலவில்லை, பஸ் கட்டணம், விமானக் கட்டணக் குறைப்பைக் கணக்கிடும்போது பல மடங்கு அதிகரித்துள்ளது. இது குறைபாடு! இப்படி வளர்ச்சியையும் வீழ்ச்சியையும் எடைபோட, குறைந்த பட்சம் அதன் பயனாளிகளைக் கருத்தில் கொண்டாவது ஒரு பொதுவான அளவுகோல் நம்மிடம் இல்லை என்பது வருத்தத்திற்குரிய விஷயம்! அதாவது மழையினால் ஆற்றில் வெள்ளம் கரைபுரண்டு ஓடுகிறது, ஆனால் வீட்டில் குடிப்பதற்குத் தண்ணீரில்லை என்று சொன்னால் எப்படியிருக்குமோ அப்படியிருக்கிறது, திராவிட ஆட்சிகளில் மக்களின் தேவைகளும் அதன் நிறைவேற்றமும்.

மக்களையெல்லாம் ஊழல் என்னும் சாக்கடையில், புரட்டி யெடுத்துவிட்டு, தேய்ந்திருக்கும் அவர்களின் நம்பிக்கைச் சக்கரத்தைப் பார்த்து, பரவாயில்லை மற்ற மாநிலங்களைப் போலல்லாது குடும்பக்கட்டுப் பாட்டை ஆரம்பக்கட்டத்தில் கடைபிடித்து இன்று முன்னணி மாநிலமாகத் திகழ்கிறது, பெண்கள் சிறு சிறு கடனாளிகள் ஆகிவிட்டார்கள் என்று சந்தோஷப்பட்டுக்கொள்கிறோம். பஞ்சாயத்துத் தேர்தலில் 50 சதம் பெண்களுக்கு ஒதுக்கீடு ஆனால் சட்டசபையில், நாடாளு

மன்றத்தில், மேலவையில், பெண்கள் நூற்றுக்கு பதின்மூன்று பேரில்லை, இதிலே முரண்பாடோ, புரிந்து கொள்வதற்கோ ஏதுமில்லையா?

பகுத்தறிவு என்று பேசிப்பேசி பகுத்தறிவை உதறிக் காயப்போட்டது தான் திராவிட அரசுகளின் மிகப்பெரிய சாதனை எனக்கொள்ள வேண்டி வருமோ என்னவோ?

அ.இ.அ.தி.மு.க.வின் பொதுச்செயலர், முன்னாள் முதல்வர் அப்பல்லோ மருத்துவ மனையில் நோய்த் தாக்குதலில் பரிதாப மரணம் அடைந்தார். அவர் மரணம் குறித்து சந்தேகங்கள் சர்ச்சைகள் அடங்கவில்லை. தொடர்ந்து பலர் அதிலும் பிரபலமானவர்கள் பலர் தொலைக் காட்சியிலும், பத்திரிக்கைகளிலும் இணைய தளங்களிலும் சந்தேகங்கள் எழுப்பினாலும், அரசுகள், நீதிமன்றங்கள் ஆடாது அசையாது அமைதி காத்தன. சமீபத்தில்தான் உயர்நீதிமன்ற நீதிபதி தன்முன்னால் தொடரப்பட்ட வழக்கில் மத்திய மாநில அரசுகளுக்கு சம்மன் அனுப்பியுள்ளார். எத்தனையோ பூனைப்படைகள் தொண்டர் படைகள் இருந்தும் சதியிலிருந்து (ஒருவேளை நிரூபிக்கப்படுமென்றால்) அல்லது அதைக்குறித்த சந்தேகத்திலிருந்து ஜெயலலிதா அவர்களைக் காப்பாற்ற முடியவில்லை. மருத்துவமனையில் பூனைப்படைகளை மருத்தவர் படைகள் அனுமதிக்கவில்லை என்பது வலுவில்லாத கட்டமைப்பைக் குறிக்கிறது.

சசிகலா அவர்கள் ஆட்சியிலிருக்கும் அ.இ.அ.தி.மு.க.வின் பொதுச்செயலாளராகப் பொறுப்பேற்றிருக்கிறார். அது உட்கட்சி விவகாரம், நம்மைப் போன்றவர்களுக்கு அந்த நியமனத்தில் வேலையில்லை என்றாலும், ஒரு பொதுப்பார்வையாளராக அந்த நியமனத்தைக் குறித்து வியப்பு ஏற்படாமல் இல்லை. அ.தி.மு.க.வில் ஜெயலலிதா பொதுச்செயலாளராக இருந்தபோதும் சசிகலாதான் அதை உண்மையாக நிர்வாகம் செய்து வந்தார். தனக்குப் மிகப்பெரிய கட்சிப்பொறுப்பு எதுவும் பெற்றுக்கொள்ளாவிடினும், தனது கணவரை போயஸ் தோட்டத்தில் அனுமதிக்காவிட்டாலும் அவருக்கு வேண்டப் பட்டவர்கள் தான் மிகப்பெரிய கட்சிப் பொறுப்பில், ஆட்சிப் பொறுப்பில், எம்.எல்.ஏ.க்கள். எம்பிக்களாக இருந்து

வந்திருக்கிறார்கள். ஜெயலலிதா கூட்டத்தில் சத்தமாக இதை மறுத்து வந்தாலும் அந்தரங்கத்தில் சசிகலாதான் அவரது அரசியல் ஆலோசகராக இருந்து வந்திருக்கிறார் என்பதுதான் இன்று சசிகலா பொதுச்செயலாளராகத் தேர்வு செய்யப்பட்டிருப்பதற்குக் காரணம். மேலும் அதிமுகவில் உள்ள சாதிக் கட்டுக்கோப்பும் (அதாவது சாதிக்கேற்ற நீதி) பணநிர்வாகமும் (பணம் தான் அரசியல்) கூட சசிகலா அவர்கள் மூலமாகக் காப்பாற்றப்பட்டு வந்திருக்கிறது. அதிமுகவில் பெரும்பான்மை எண்ணிக்கையில் உள்ள தலித் எம்.எல்.ஏக்கள் ஏதும் செய்ய முடியாதவர்களாயிருப்பதே சாதிநீதிதானே! ஜெ உயிரோடிருந்தவரையில் அதிமுக ஒரு பொதுவான (சாதிக்கப்பாற்பட்ட) கட்சி என்ற திருமுகத்தைக் கொண்டிருந்தது அந்த முகமூடி இன்று ஜெவுடன் புதைக்கப்பட்டு விட்டது. இனி சாதியின் ரத்த முகம் கோரமாக வெளித்தெரியும் காலம் வந்துவிட்டது. இது என்ன விளைவுகளை ஏற்படுத்தும் என்று பொறுத்திருந்துதான் பார்க்கவேண்டும். ஜெவின் காலம் போல ஒரு சாதியினருக்கு மட்டும் பதினொரு மந்திரிகள் தரப்பட்டால், மற்றவர்கள் பொறுத்திருப்பார்களா என்பது தெரியாது. சசிகலா அவர்கள் புதிய நடைமுறைகளைக் கையாண்டால், சிறந்த நிலைத்த – சமத்தவத் திட்டங்களைக்கொண்டு வந்தால் அவரது அரசியல் பயணம் நீடிக்கும். இல்லாவிட்டால் விரைவில் அஸ்தமித்துவிடும்.

1995ம் அண்டு தொடங்கி 2016 வரை புதிய கோடாங்கியில் தொடர்ந்து எழுதி வரும் எழுத்தாளர்கள், அதன் நிர்வாகிகள், வாசகர்கள், தாங்கிப் பிடிக்கும் தலித் மக்கள் யாவருக்கும் புதிய கோடாங்கி சார்பிலும் சமூக சமத்துவப் படை சார்பிலும் நெஞ் சார்ந்த நன்றியைத் தெரிவித்துக்கொள்கிறோம்.

2017ம் ஆண்டு தொடங்கும் இத்தருணத்தில் எங்கள் மனமார்ந்த வாழ்த்துக்களையும் பொங்கல் திருநாளையொட்டி எம் இதயங்கனிந்த அன்பையும் தெரிவித்துக்கொள்கிறோம்.

புத்தாண்டு பொங்கல் விழாச் சிறப்புக் களோடு உங்கள் ஆதரவுக்காகக் காத்து நிற்கும் புதிய கோடாங்கிக்கு தாராளமான நன்கொடை வழங்கி அது தொடர்ந்து வெளிவர உதவி செய்யுமாறு இருகரம் கூப்பி வேண்டுகிறோம்.

பிப்ரவரி 2017

நிழல் நிஜமாகிறது

கடந்த 25 வருடங்களாக தமிழக அரசியலில் கோலோச்சி வந்த ஜெயலலிதா மறைந்தார். எம்.ஜி.ஆரின் அரசியல் வாரிசாக வந்தவர் அதிமுக தொண்டர்களின் மத்தியில் எம்.ஜி.ஆரின் பெயர் மறைக்கப்படும் அளவுக்கு அம்மா திட்டங்கள் பல கொண்டு வந்து அம்மா என்று நிலைத்திருந்தார். இன்று அவரை மறந்துவிடும் அளவிற்கு அவரின் நிழலாக செயல்பட்டு வந்த சசிகலா, போஸ்டர் அவதாரத்தில் தொண்டர்கள் மத்தியில் ஆட்சி செய்கிறார்.

சசிகலா அதிமுக பொதுச்செயலாளராக எந்த எதிர்ப்புமின்றி தேர்ந்தெடுக்கப்பட்டது அவர் ஜெயலலிதா என்ற தலைவரின் பெயரின் பின்னால் ஒளிந்திருந்து தனது பிடியில் கட்சியை வைத்திருந்தார் என்பதை உறுதி செய்கிறது. ஜெயலலிதா அம்மையார் மருத்துவமனையில் இருந்த போது அனைத்து அமைச்சர்களும், அனைத்து அதிகாரிகளும் அவர் பேச்சைக் கேட்டு இம்மி பிசகாமல் நடந்து, அவரது சாவின் மர்மத்தைக் காப்பாற்றியதைப் பார்த்தால், ஜெயலிதா இருந்தபோதும் கூட உண்மையான அதிகாரம் அவர் கையில்தான் இருந்தது என்பதையும் வெட்ட வெளிச்சமாக்குகிறது.

இன்று சசிகலா பற்றி, ஜெயலலிதா இருந்த போது வந்த விமர்சனங்களைக் கைவிட்டு புதியதாக விமர்சனங்களை வைக்கிறார்களா. ஜெயலலிதாவே கூட சசிகலாவை உடன்பிறவா சகோதரி அவர், அவர் என்னுடன்தான் வாழ்கிறார் என்று பகிரமங்கமாக அறிவித்தும், தொடர்ந்து சசிகலா சூழ்ச்சிகள் செய்கிறார் அவரை விலக்கிவைக்க வேண்டும் என்று வெளியிலிருந்து கேட்ட குரல்களை நம்பியோ, அல்லது அரசியல் விமர்சனங்களைத் தவிர்க்கவோ அவர் சில காலம் (மூன்று மாதங்கள் மட்டும்) விலக்கி வைக்கப்பட்டார். ஆனாலும் அவர் சென்ற வேகத்தில் திரும்பி வந்தார். இன்னும் கூடுதலான ஆளுமையுடன் – அதாவது நானில்லாமல் ஜெயலலிதா வாழமுடியாது என்பதை உணர்த்தியபடி! ஆனால்

இப்போது அவர் ஜெயலலிதாவின் வேலைக்காரி என்பதாகப் பேசப்படுகிறார். ஒரு வேலைக்காரிக்கு நாடாள்வது பற்றி என்னத் தெரியும் என்றும் கீழ்த்தரமாகப் பேசுகிறார்கள் பலர் அதிலும் படித்தவர்கள்! ஏதோ தமிழகத்தைப் படித்தவர்கள் – சிந்தனையாளர்கள் மட்டுமே ஆட்சி செய்தது போல! பள்ளிப் படிப்பைத் தாண்டாதவர்கள், படிக்காதவர்கள் தமிழகத்தின் முதல்வர்களாக இருந்திருக்கிறார்கள் என்பதை மறந்து விடக்கூடாது! செய்யும் தொழிலே தெய்வம் என்று ஒருபக்கம் எழுதி வைத்து மனப்பாடம் செய்துகொண்டு, அடுத்த பக்கம் இவள் வேலைக்காரி, இவன் டீக்கடைக்காரன் என வேலையடிப்படையில் கீழ்த்தரமாகப் பேசும் சாதியப்போக்கு இன்னும் மாறவில்லை.

ஜெயலலிதா வெறும் பள்ளிப்படிப்பு மட்டுமே படித்திருந்தார் என்னதான் சிறந்த கான்வென்டில் படித்திருந்தாலும், அத்தகையப் படிப்புக்கு இன்றைய உலகில், ஆங்கிலத்தில் அழகாகப் பேசினாலும் கூட என்ன வேலை பெறமுடியும்? அவர் பெரிய பெரிய புத்தகங்களை வாசிக்கும் நல்ல பழக்க வழக்கமுள்ளவர் என்று கேள்வி! ஆனால் நவீன உலகின் மிக முக்கியமான அடையாளங்களான சமத்துவம், பன்மைத்தன்மை, பல கட்சி ஆட்சி முறைகள், நவீன கல்வி போன்றவைகள் அதைக்குறித்த சொல்லாட்சிகள் அல்லது அவற்றின் தாக்கம் அவரது தனி வாழ்க்கையிலோ பொதுவாழ்க்கையிலோ வெளிப்பட்டதில்லை. மாறாக ஆட்சிக்கு வந்ததும் பாலு ஜுவெல்லரி நகைகளையெல்லாம் மேலே வாரி போட்டுக்கொண்டு, நடமாடும் நகைக்கடைப் போல வளர்ப்பு மகன் திவாகரன் திருமணத்தை அதே பாணியில் இருந்த தோழி சசிகலாவுடன் சேர்ந்து நூறு கோடி செலவில் நடத்தினார். பிறகு ஆட்சி அவரைத் கைவிட்டதும் எல்லா நகைகளையும் துறந்தார். தனது ஆட்சியில் ஏழை மக்களுக்கு சில வீட்டு சாமான்களை மட்டும் இலவசமாகக் கொடுப்பதை மிகப் பெரிய சமத்துவ சித்தாந்தமாக ஊதிப் பெருக்கினார். ஊழல் வழக்கில் சிறை சென்றார். தீர்ப்பு என்ற கத்தி அவர் மீது விழுவதற்குத் தயாராக இருந்தபோது நோய்வாய்ப்பட்டு இறந்தார். 25 வருடங்கள் அவர் அரசியலில் இருந்தபோது அந்த அரசு கட்டிலில் அமர்ந்ததன் காரணமாக, நிர்வாகப்பயிற்சி பெற்றுக்கொண்டார். அதையும்

கூட சர்வாதிகார மாகத்தான் பிரயோகித்தார். ஆகையால் இவரது நடவடிக்கைகளில் கூட இவர் மெத்தப் படிந்தவர், சிந்தனையாளர், சசிகலாவிலிருந்து பெரிதும் வேறுபட்டவர் என்பதை அறிய முடியவில்லை. இன்னும் சொல்லப் போனால் அதிமுகவில் மறவர் சாதியைச் சேர்ந்தவர்கள் முக்கியப் பொறுப்புகளில் இடம்பிடிக்கவும், சட்டமன்ற உறுப்பினர் சீட் வழங்குவதிலும், அரசியலுக்காக தாழ்த்தப்பட்ட சில தலைவர்களுக்கு கவர் அல்லது பெட்டி கொடுப்பதிலும் சசிகலாவும் நடராஜன் மட்டுமே காரணமாக இருந்தனர் என்பது அனைவருக்கும் ரகசியமாகவும், பொதுவாகவும் தெரிந்த விஷயம். அதிமுக ஒரு தேவர் கட்சி, அந்த ஆட்சி தேவர் ஆட்சி என்று மக்கள் மறைமுகமாகப் பேசியும் வந்திருக்கிறார்கள். இது யாரால், மன்னார்குடி ஆதிக்கத்தால்தானே!

அப்படிப்பட்ட அசியல் சகுனி – ராஜதந்திரியாக செயல்பட்டு வந்த சசிகலா இப்போது சிலரால் வேலைக்காரி என்று இகழ்ந்து பேசப்படுவது வருத்தத்திற்குரிய விஷயம். அதிமுகவில் ஒட்டு மொத்தமாக அவரைப் பொதுச்செயலாளராகத் தேர்ந்தெடுக்கப் பட்டிருப்பது வரவேற்புக்குரியது. இதுவரை ஜெயலலிதாவின் நிழலாக இருந்தவர் இப்போது நிஜமாக வருகிறார். அவரது குரலைக் கேட்கவும் அவரின் நடவடிக்கைகளை உற்றுக் கவனிக்கவும் மக்கள் காத்திருக்கிறார்கள்!

இதுவரை ஜெயலலிதாவை முன்னால் நிறுத்தி அவர் அனைவருக்கும் பொதுவானவர் என்று கூறி சமாளித்து வந்த ராஜதந்திரம் இனி பலிக்காது. சசிகலாவுக்கு அழுத்தமான சாதி அடையாளம் உண்டு. இதுவரை தமிழகத்தில் பெரும்பான்மை சாதிகளிலிருந்து எவரும் முதல்வர் பதவியை வகிக்கவில்லை! ஆதிக்க சாதிகளுக்கு ஜெயலலிதா எம்ஜிஆர் என்ற கேடயம் தேவைப்பட்டது அதிகாரப்பசியுடன் இருக்கும் மீதி சாதிகளின் கண்களின் மண்ணைத்தூவ! ஆனால் இன்று ஒரு பெரும்பான்மையான சாதியிலிருந்து ஒருவர் கட்சியின் பொதுச்செயலர் மட்டுமின்றி தமிழகத்தின் முதல்வராகவும் கனவு கண்டு கொண்டிருக்கிறார். அவர் ஒருவேளை இடைத்தேர்தலில் வெற்றிபெற்று முதல்வரானால் , தேர்தலில் வெற்றி பெற்று மீண்டும் முதல்வராவாரா? அப்படி ஆகும்

பட்சத்தில் ஜெயலலிதாவுக்குப் பின்னால் இருந்து தேவர் கொடியை உயர்த்திப் பிடித்தது போல அப்போதும் உயர்த்திப் பிடிக்கமுடியும? சாதிக்குப் பதிலாக அவர் பொது முகமூடியை அணிய முடியுமா? அது நிலைக்குமா? சமூகநீதியை அதாவது அனைத்து மக்களுக்குமான சமநீதியைப் பேணாவிட்டால் இந்தப் பொது மூகமூடி டர்ரென்று எட்டே நாளில் குட்டு வெளிப்படும் என்பது போல் கிழிந்துவிடுமே! இந்தப் போக்குகள் தமிழகத்திற்குப் புதிதல்லவா?

இதற்கிடையில் ஜல்லிக்கட்டு என்று மோடி தமிழகத்துடன் மல்லுக்கட்டுகிறார். தீபா என்ற பினாமி களமிறக்கப்பட்டுள்ளது. வன்முறை –கலவரம் என்று நடக்கிறது! சசிகலாவை வீழ்த்த மோடியும், அவரைத் தூக்கி நிறுத்த ஜல்லிக் கட்டுமாக தமிழகம் கலவர பூமியாகிக் கொண்டு வருகிறது. சசிகலா சமாளிப்பாரா அல்லது கடந்த காலம்போது அந்தப்புர சதித் திட்டம் என்ற அளவில் காய்கள் நகர்த்துவாரா? மக்கள் பெரியவர்கள் என்று நினைக்கின்ற தலைவர்கள் எவரும் அவரது மறைவுக்குப் பிறகு வெற்றிடத்தை உருவாக்கிச் செல்கிறார்கள் என்பது வருத்தத்திற்குரியதே!

மார்ச் 2017

2–3–2017 தி. இந்து நாளிதழின் “நடுப்பக்கத்தில் ஒடுக்கப்பட்ட மக்களும் திராவிட இயக்கமும்” என்ற தலைப்பில் கவிஞர் மனுஷ்யபுத்திரன் சில அரிய கருத்துக்களை வெளியிட்டிருந்தார். அது தொடர்பான சிந்தனைகளைப் பதிவு செய்வது நமது கடமையாகிறது.

தமிழகத்தில் பரபரப்பு அரசியலில் எப்படியாவது எடப்பாடி பழனிசாமியை முதல்வராக்குவது என்று சசிகலா தனக்கு இட்ட கட்டளையை சிரமேற்கொண்டிருந்த சட்டப்பேரவைத் தலைவர் தனபாலை, அத்தீர்மானத்தை நிறைவேற்றவிடாமல் திமுகவினர் அவரைச் சூழ்ந்துகொண்டு அமைதியிழக்கச் செய்தனர். உடனே அவர் தான் தலித் என்பதால்தான் திமுகவினர் இப்படி நடந்து கொண்டனர் என்று தனது கருத்தை குற்றச்சாட்டாக

வெளியிட்டார். அதற்குப் பதிலாக திமுக இல்லையென்றால் நீங்கள் படித்து வந்திருக்கமுடியாது என்று கவிஞர் ம.பு முகநூலில் பதிவிட்டிருக்கிறார். இது ஆணவக் கருத்து என்று சிலர் முகநூலில் குறை கூறியதற்காக, தி–இந்து நாளிதழில் அதற்குப் பதிலளிக்கும் முகமாக மேலும் சில கருத்துக்களைக் கூறியுள்ளார்.

சட்டப்பேரவைத் தலைவர் தனபால் அவர்களின் சந்தர்ப்பவாதத்தை ஏற்கனவே தலித் தலைவர்கள் மற்றும் தலித் ஆர்வலர்கள் கண்டித்திருந்தனர். தலித்தல்லாத – பிரமணரல்லாத பல தலைவர்கள், கட்சி நிர்வாகிகள், ஜெயலலிதா அவர்களின் கால்களில் விழுந்து வணங்குவதை சாதிரீதியான இழிவு என்று ஒருபோதும் கருத்துத் தெரிவித்ததில்லை. ஒரு பெண்ணின் காலில் மீசை வைத்த ஆண் விழுவதா என்று கூறத்துணிந்தவர்கள் சாதிரீதியான இழிவு என்று கருதவில்லை.

கிருஷ்ணசாமி (புதிய தமிழகம்) அவர்கள், தலித் ஒடுக்குமுறை குறித்த விஷயங்களை சட்டமன்றத்தில் எடுத்துரைக்க எப்போதும் தனபால் வாய்ப்புத் தந்ததில்லை, அப்படியிருக்க இப்போது மட்டும் ஏன் தன்னை தலித் எனறு பறைசாற்ற வேண்டும் என்று கண்டித்திருந்தார். அதே போல் திருமாவளவனும் பிறரும் கூட இவ்வாறே கண்டித்தனர். தலித் மக்களுக்காக இயக்கங்கள் தொடங்கி தங்கள் வாழ்நாள் முழுவதும் அந்த இயக்கங்களுக்காக அர்ப்பணித்துக் கொண்டவர்கள் அவர்கள். அதனாலேயே ஊடகங்களும் அவர்கள் கருத்தைக் கேட்டுப் பெற்று அதை தமது ஊடகங்களில் வெளியிட்டு வருகின்றனர். அவர்கள் மட்டுமின்றி இன்னும் ஏராளமான இயக்கங்கள் அவரவர் அறிந்த வழிகளில் போராடிக்கொண்டிருக்கின்றனர். தலித் இயக்கங்களைப் பாராட்டிப் பேசுவதால் அவைகள் குறைகளே இல்லாமல் செய்பட்டு வருகின்றன என்று கூறிவிடமுடியாது. கிருஷ்ணசாமி, திருமாவளவன் ஆகியோர் தனபாலைக் கண்டித்ததற்கும் கவிஞர் ம.பு. கண்டித்தற்கும் உள்ள வேறுபாடு நடுநிலையாகச் செயல்படுபவர்களுக்கும் வருத்தத்தை ஏற்படுத்தி இருக்கிறது.

மொழியை மிகவும் எழிலோடும் உள்ளார்ந்த அனுபவத்தோடும், எவரின் உள்ளத்தையும் கொள்ளை கொள்வது போல் எழுதும் ம.பு. விற்கு இப்படியொரு வேறுபட்ட முகமும் இருக்கிறது

என்று எண்ணும்போது உள்ளே ஊறும் உன்னதமொழி எதுவும் அவருக்கு எந்த நன்மையும் செய்திடவில்லை எனும்போது அவர் கவிதைகள் எழுதிய தாள்களை வெற்றுக் காகிதங்களாகவே விட்டிருக்கலாமோ என்று கருதுகிறேன்.

திமுக வைச் சார்ந்தவர் அவர். அந்த கட்சிக்கு நியாயமான முறையில் வக்காலத்து வாங்கியிருந்தால் அது கட்சிக்கும் அது காப்பாற்றியிருக்கிற கண்ணியத்திற்கும் பொருத்தமாயிருந்திருக்கும். மாறாக தான் சார்ந்த கட்சிக்கு ஊறு விளைவிப்பதுபோல் அவர் கருத்தக்களை வெளியிட்டிருப்பது அவரது சுயநலத்தையே காட்டுகிறது.

திராவிட இயக்கம் ஒன்றல்ல. ஆரம்பிக்கப்பட்ட நாட்களிலிருந்து அது பலவாறாகப் பிரிந்து உடைந்து திரிந்து போயிருக்கிறது. திமுக – அதிமுக – மதிமுக – தேமுதிக என்று பெயரையே துணிந்து பயன்படுத்துகின்ற இயக்கங்களோடு அதே கருத்தியல்களைக் கொண்ட பா.ம.க, நாம் தமிழர் என்ற கட்சிகளையும் இவற்றில் சேர்த்துக் கொள்ளலாம். தர்மபுரி இளவரசன் படுகொலைக்குப் பிறகு எல்லா பிராமணரல்லாத – தலித்தல்லாத இயக்கங்களும் தலித் மக்களுக்கெதிராக அணிசேர்ந்தன என்று பார்க்கும்போது இந்த திராவிட இயக்கங்கள் பலவற்றில் தலித் வெறுப்பு இழையோடியிருப்பதைப் பார்க்கிறோம். மேலும் தலித் மக்கள் தங்கள் உழைப்பால், அயோத்திதாசர் காலம் தொடர்ந்து, அம்பேத்கர், இரட்டைமலை சீனிவாசன், எம்.சி.ராஜா, மீனாம்பாள் சிவராஜ், அன்பு பொன்னோவியம் போன்ற பலதலைமுறை களாகப் போராடிப் பெற்றவற்றை நாங்களில்லாமல் நீங்கள் படித்திருக்க முடியுமா என்று சுருக்கியிருப்பது எதைக் காட்டுகிறது.

திமுக–அதிமுக செயல்பாடுகளை விமர்சித்து ஏராளமான கட்டுரைகள், படைப்புகள் தமிழில் வந்திருந்தும், பொதுவாக திராவிட இயக்கங்கள் தலித் மக்களுக்குப் போதிய நன்மைகள் செய்திடவில்லை என்று பல ஆய்வுக் கட்டுரைகள் எழுதப்பட்டாலும் அதற்கெல்லாம் எதிர்வினையாற்றி தகுந்த பதிலை தனது பதிவுகளாக வெளியிட விரும்பாத ம.பு. இப்படி கொச்சையாக நீ படித்து முன்னேறியதே என்னால்தான் என்று சண்டைத்தனமாக பதிவிட்டிருப்பது முறைதானா? இது அவருக்கு அழகு சேர்க்குமா? சுயநலம் யாரைவிட்டது?! அந்தோ பாவம் ம.பு!

மே 2017

ஜெயலலிதா 2016 தேர்தலில் வெற்றி பெற்று ஆட்சி அமைத்த திலிருந்து இந்த ஒரு வருடம் தமிழகத்தில் சொல்லும்படியான நிர்வாகம் இருந்ததா எனுமளவிற்கு கடுமையான சீர்குலைவு ஏற்பட்டிருக்கிறது. அவர் ஏற்கனவே நோய்வாய்ப்பட்டிருந்தாலும், திடீரென அப்பல்லோ மருத்துவமனையில் சேர்ந்ததாலும் அரசு செயல்படவில்லை. அமைச்சர்களும் அதிகாரிகளும் மருத்துவமனையிலேயே முகாமிட்டிருந்தார்கள். பிறகு அவர் இறப்பையொட்டிய மர்மத்தில், சசிகலாவின் பரிதாபமான முதல்வராகும் முயற்சியில், நீதிமன்றத் தீர்ப்பு அதை முறியடித்ததில், அதிமுக பொடிப்பொடியாக உதிர்ந்து பல்வேறு அணிகளானதில்... ஓடியே போய்விட்டது ஒரு வருடம்.!

மின்வெட்டு தொடங்கிவிட்டது. விவசாயிகளின் போராட்டம் வலுத்ததும் எதிர்கட்சிகளின் பந்த் அந்தப் போராட்டத்தைத் தற்காலிகமாக முடித்து வைத்திருக்கிறது. வறட்சி குடிநீர்ப்பஞ்சம் மாநிலத்தின் பலபகுதிகளில் மக்களை இன்னலுக்குள்ளாக்குகின்றன. சில வருமான வரி ரெய்டுகள் நடத்தி மத்திய அரசு செயல்படுகிறது என்ற தோற்றத்தை உருவாக்குவதோடு, ஆதார் கார்டு, வங்கிக் கணக்குத் திறப்பு கிரெடிட்கார்டு என்ற வகையில் மோடி அரசு சாமான்யமக்களை உலுக்கி அதன் மூலம் அவர்களுடன் அதிகார உறவை ஏற்படுத்திக் கொண்டிருக்கிறது. அவ்வப்போது இந்துக்கள் ஐந்து பிள்ளைகளைப் பெற்றுக்கொள்ள வேண்டும், மாட்டுக்கறி தின்றால் பேராபத்து காத்திருக்கிறது, பல்கலைகழகத்தில் தலித் மாணவர்கள் தற்கொலை போன்ற செய்திகள் வந்து கொண்டிருப்பது நடப்பது இந்துத்துவா ஆட்சி என்று மக்களை அச்சம் கொள்ளவைக்கிறது. இப்படிப்பட்ட மோடி ஆட்சியும் கட்சியும் தமிழக அரசியலைக் குறிவைத்து தகுந்த வாய்ப்புக்காகக் காத்திருக்கின்றன. தமிழகத்தின் எதிர்க்கட்சிகளும் மக்களோடு மக்களாகப் போராட்டங்கள் நடத்துவதிலேயே காலம் கழித்து வாய்ப்பற்றவர்களாக இருக்கிறர்கள். முக்கியப் பிரச்சினைகள் எதிலும் ஆளுகின்ற அரசின் குரல் கேட்கவில்லை! தேர்தல் அறிக்கையில் கூறப்பட்ட வாக்குறுதிகள் எவையும் நிறைவேற்றப்படவில்லை.

ஜெயலலிதா இறக்கும் வரையிலுமே முதல்வர் என்று படாடோபத்திற்குக் குறைவில்லாமல் மன்னர்கால அதிகாரத்தோடு வாழ்ந்தார். காவல்துறை, பாதுகாப்புக்காக என்று வீடு மருத்துவமனை என்று மக்கள் வரிப்பண மெல்லாம் ஜெயலலிதாவின் உயிருக்காகவே என்ற அளவில் காவலர்களைக் குவித்து வைத்தது. இதெல்லாம் அதிகப்படி என்று மக்கள் எதிர்க்கட்சிகள், பத்திரிக்கைகள் வாயிலாகக் கூப்பாடு போட்டாலும் கண்டு கொள்வார் யாருமில்லை! சரி ஜெயலலிதாவின் பகட்டு அவரோடவே பிறந்தது அவரோடவே முடிந்தது என்று கூறிவிட முடியாத படி எடப்பாடியார் சற்றும் குறைவில்லாமல் காவலர்களைக் குவித்துக் கொண்டு பகட்டு காண்பிக்கிறார் – தேவையா? அண்டை மாநிலங்களோடு நமக்குப் பல பிரச்சனைகள் இருக்கலாம், ஆனால் அதற்காக சில நல்ல விஷயங்களை அவர்களிடமிருந்து கற்றுக் கொள்ளக்கூடாது என்பதில்லை! முதல்வர்கள் அங்கெல்லாம் காட்சிக்கு எளியவர்களாக இருக்கிறார்கள்.

நடிகர் நடிகைகள் அரசியலுக்குள் நுழைந்துவிட்டதால் ‘கவர்ச்சி’ அரசியலில் பிரதானமாக இருக்கிறது. நீண்டகாலம் மக்களிடையே உழைத்து அவர்களுடைய நம்பிக்கையைக் காத்திருந்து பெறவேண்டும் என்ற எண்ணம் மக்களுக்குமில்லை, அரசியல்வாதிகளுக்குமில்லை! கவர்ச்சி, ஆடம்பரம், பகட்டு என்றால்தான் மக்களுடைய கவனத்தைத் திருப்பமுடியும் என்று நினைக்கிறார்கள். ஏழெட்டு கார்களில் கரைவேட்டிகள், அனைத்து விரல்களிலும் பெரிய பெரிய மோதிரங்கள், கழுத்தில் நாய்ச்சங்கிலி போன்ற தங்கச் சங்கிலிகள் அணிந்தவர்கள் கூட்டமாக வந்தால்தான் அந்த அரசியல்வாதிக்கு ‘பவர்’ இருப்பதாக இருபக்கமுமே நம்புகிறார்கள். இந்த வெட்டி எதிர்பார்ப்பு அரசியல்வாதிகளோடு நின்று போவதில்லை. சமூக ஆர்வலர்கள், சிந்தனை யாளர்கள் மீது கூட எதிர்பார்ப்பு உள்ளது. அவர்களைப் பற்றிய மதிப்பீட்டில் இவ்விஷக்காற்று பரவி வருகிறது. எளிமை என்பது வறுமையோடு மட்டும் நின்றுபோய்விட்டது.

செயல்படாத அரசு மாநிலத்தில், எளிய மக்களை வறுத்தெடுக்கும் அரசு மத்தியில்! ஜனநாயகம் – மக்களாட்சி என்ற பெயரில்

எத்தகைய வன்முறை ஊடுருவியிருக்கிறது!! ஜனநாயகத்தில் இந்துத்துவா – மதவாதம் புகுந்து விட்டால், மக்களாட்சி என்ற மகத்தான தத்துவத்திற்குச் சற்றும் பொருத்தமில்லாத வகையில் பணம் படைத்தவர்களின் செல்வாக்குக் கூடிப்போனதால் மட்டுமல்ல, அதற்கு உடன்படுகின்ற சாதி, ஊழல் போன்றவற்றால் இந்த சீர்கேடு.

செயல்படாத அரசை செயல்படவைக்கப் போகிறோமா? இதைக் காரணம் காட்டி பாஸிச சக்திகள் வளர இடம் கொடுக்கப்போகிறோமா? செயல்படாத அரசின் சந்துபொந்துகளைப் பயன்படுத்தி சிலர். அதிகாரத்தை வேட்டையாடக் கிளம்பியிருக்கிறார்கள்! இந்நிலைத் தொடர்ந்தால் மக்கள் நிலை மேலும் தாழ்ந்துவிடும். நிலையான, செயல்படக்கூடிய அரசு வேண்டும் என மக்கள் கிளர்ந்தெழுவார்களா?!

ஜுன் 2017

சமூக சமத்துவப்படை கட்சியின் மாநிலப் பொதுச்செயலாளர் சகோதரர் பி.எஸ். ஜெயக்குமார் இயற்கை எய்தினார். அவருடைய மறைவை புதிய கோடாங்கி இதழாளர்கள் அனைவருக்கும் வருத்தத்துடன் நினைவு கூர்கின்றேன்.

சரியாக தனது 59 வயதில் துணைவியார். பானுமதி, மகன்கள் கோகுல், ராகுல் மற்றும் உற்றார், உறவினர், சமூக சமத்துவப்படை கட்சியினர் அனைவரையும் வருத்தத்தில் ஆழ்த்தி மறைந்தார். நீண்ட நாட்களாகவே (பல வருடங்கள்) நீரிழிவு நோயாலும், இருதயக் கோளாறாலும் அவதிப்பட்டு வந்தார். அவரது பயணங்கள் துணையில்லாமல் இல்லை என்பது மருத்தவர்களின் அறிவுறுத்தல். அவராகவே இன்சுலின் ஊசியைச் செலுத்திக்கொண்டு, பெரும்பாலும் உணவாக மருந்தை உட்கொண்டு கடந்த 9 ஆண்டுகளில் பெரும்பாலான நேரத்தைக் கட்சிக்காகச் செலவிட்டு வந்தார். அவர் மறைந்தாலும் அமரர் எனுமளவிற்கு அவரது வாழ்வும் பணியும் இருந்துள்ளது.

அவர் தனியார் பள்ளியில் ஆசிரியராகப் பணியாற்றி, சமூக சமத்துவப் படை கட்சி துவக்கப்பட்டதும், தனது ஆசிரியர்

பணியைத் துறந்து, சமூக சமத்துவப் படையின் பொதுச் செயலாளாராக முழுநேரப் பணியாற்றி வந்தார்.

சிறந்த எழுத்தாளர், கவிஞர், குறும்பட தயாரிப்பாளர், நடிகர்! ஆற்றல் மிக்கவர். பண்பாளர் அவரிடம் குறைகாண ஏதுமில்லை எனுமளவிற்கு, பொறுமையாகவும், மக்கள் பால் அன்பாகவும், கடமையாற்றி வந்தவர். அவர் மறைவு ஈடுசெய்ய முடியாத இழப்பாகும்.

சமூக சமத்துவப் படை கட்சி ஒரு வளரும் மரம். பயன் தரும் நிலையில் அதை வளர்த்து பெரும் பணியாற்றியவர். அரக்கோணம், நாகவேடு அவரது பிறந்த ஊர் ஆனாலும் காஞ் சிபுரத்தில் வாழ்ந்து வந்தார். காஞ்சிபுரத்தில் கட்சி அலுவலகம் மக்கள் குறைதீர்க்கும் அலுவலகமாக இருந்து வந்தது.

நூற்றுக்கும் மேற்பட்ட போராட்டங்கள், ஆயிரக்கணக்கான கிராம முகாம்கள், பயிற்சிப் பட்டறைகள், கருத்தரங்குகள் நடத்தியவர். கட்சிக் கூட்டங்களை அவர் ஒழுங்கு செய்து, தொண்டர்களை சிறப்புற வழி நடத்தியவர்.

அவர் மறைவிடத்தில் நூலகம் ஒன்று அவரது நினைவாகக் கட்டப்படவிருக்கிறது. அவரைப் பற்றிய ஒரு சிறுநூலும் அப்போது வெளியிடப் படவிருக்கிறது.

அவர் மறைவால் வருந்தும் குடும்பத்திற்கு ஆறுதல் சொல்ல வார்த்தைகள் இல்லை.

வருந்துகிறோம்.

கண்ணீராலும், கடின உழைப்பாலும் அவர் வாழ்வை கனப்படுத்துவோம்!

பிப்ரவரி 2018

புள்ளி விபர சர்வாதிகாரம்

சேபியன்ஸ் (அறிவார்ந்தவன்), ஹோமோ டுவஸ் (மனிதக்கடவுள்) என்ற புகழ்பெற்ற வரலாற்றுப் புத்தகங்களை

எழுதிய இஸ்ரேலிய வரலாற்றாசிரியர் யுவல் நோவா ஹராரி ‘இருபத்தியோராம் நூற்றாண்டுக்கு இருபத்தியோரு முக்கிய பாடங்கள்’ என்ற புத்தகத்தையும் படைத்திருக்கிறார். விற்பனையில் பத்து லட்சத்தைத் தாண்டிவிட்ட புத்தகங்களைப் பற்றி எழுத இப்போது சந்தர்ப்பமில்லை.

இன்று வலைத்தளங்களில் அதிக பரபரப்புடன் பேசப்படுபவர் அவர். அவரது சமீபத்திய உரையும் நேர்காணலும் யு ட்யூப் சேனலில் வைரஸ் போல பரவி அறிவார்ந்த சமூகத்திற்கு நடுக்கத்தை ஏற்படுத்தி வருகிறது. இதை ஏற்கனவே சிலர் கேள்விப்பட்டிருக்கலாம். அல்லது படித்திருக்கலாம். இத்தலையங்கம், இதைக் கேள்விப்பட்டவர் படித்தவர் மற்றும் கேள்விப்படாத மற்றும் படிக்காத அனைவருக்குமானது.

இதைப் படிக்குமுன், 2001ம் ஆண்டு முனிமா எழுதிய சிறுகுறிப்பு அல்லது விமர்சனத்தைப் படித்தால் சிறப்பாக இருக்கும் எனக் கருதுகிறேன்.

ஹராரி கூறவருவது, மனித இனத்தின் எதிர்காலம் பற்றியது. இப்போது இருக்கும் மனிதனை, தேவையான வகையில் மாற்றி அமைக்க நமது உடல், செயல்பாடு பற்றிய விபரங்களின் தொகுப்புகளை அவற்றை வைத்துள்ள நிறுவனங்கள் பயன்படுத்தக்கூடும் என்பதுதான் அது. ஏற்கனவே க்ளோனிங் முறையில் ஆண்களின் விந்து இல்லாமலே மனித உருவாக்கம் சாத்தியம் என்பது ஒருபுறமிக்க, இப்போது ஹராரி கூறுவது மனித குலத்துக்கு ஏற்பட்ட அச்சுறுத்தலாகக் கருதப்படுகிறது.

ஒருவரது கணினியை யாராவது ஊடுருவினால் நமது தகவல்களை அதாவது, நம்முடைய கணக்கு, வழக்கு, வங்கி எண், ஆதார் எண், செக்ஸ் ரகசியங்கள் எல்லாம் அடுத்தவருக்குத் தெரிய வந்துவிடும் என்றுதான் ஒருவர் கவலைப்படுவார். நாமெல்லோரும் கவலைப்படுவோம். நமக்கென்று தனிப்பட்ட உரிமைகள், சுதந்திரம் இவற்றைப் பாதுகாக்க, நம் குறித்தத் தகவல்களை ரகசியமாக வைக்க வேண்டியது அவசியமே. அது முக்கியம்தான். ஆனால் ஹராரி அதைப் பற்றி கூறவில்லை.

இன்று தகவல் தொழில் நுட்பம் மிகப் பெரிய புரட்சியை செய்து கொண்டிருக்கிறதென்றால், தாவர இயல் / விலங்கியல்

துறையில் உள்ள பயோ மெட்ரிக் அளவீடுகள் குறித்த புதிய விஞ்ஞானம், 'டிஎன்ஏ' மனித செல்கள், அமிலங்கள், ரத்த ஓட்டம், ரத்த அழுத்தம், மூளை செயல்பாடுகள் வரை விரிவடைந்திருப்பதோடு இவையாவும் மருத்துவக் காரணங்களாக் காகவும், காப்பீட்டுத் திட்டங்களுக்காகவும் சேகரிக்கப்பட்டு வருகின்றன. இந்தத் தகவல்கள் யாவும் கணிணி மூலமாக சேமித்து பாதுகாக்கப் படுகின்றன. இவற்றை கணினி நிபுணர்கள் எவ்வகையிலாவது விதிமுறை களுக்குப் புறம்பாகவோ, அல்லது விதிமுறைகளைப் பயன்படுத்தியோ தங்கள் கட்டுப்பாட்டுக்குள் கொண்டு வந்துவிடக்கூடும்.

இப்படி சேமிக்கப்படும் தகவல்கள் வெறும் தகவல்கள் அல்ல. மனித இனம் தோன்றியதிலிருந்து இன்று வரை இயற்கை விதிகள் மூலமாக தகவமைக்கப்பட்டு வந்துள்ளன தாவர, விலங்கு மற்றும் மனிதனின் மூலக்கூறுகள் பற்றிய ரகசியங்கள். இந்த மூலக்கூறுகளைப் பற்றிய அல்கோரிதத்தை (அதாவது ஒவ்வொரு செய்முறையாக அல்லது படிப்படியாக அவை உருமாற்றம் பெற்று வந்த விதத்தை) கணினி துல்லியமாகக் கணக்கிடுவதுடன், தேவைப் பட்டால் இந்த வழிமுறைகளை – அல்கோரிதத்தை மாற்றியமைக்கவும் முடியும் என்பதுதான் இப்போது நவீன விஞ்ஞானத்தின் மாபெரும் முன்னேற்றம்.

இதுவரை இயற்கை என்றோ கடவுள் என்றோ நம்முடைய உடல்–மூளை செயல்பாடு களுக்குக் காரணம் என்று கூறி வந்த நாம் இனி நம்மை ஆட்டி வைக்கும் கடவுள் போன்ற சர்வாதிகாரி அல்லது சர்வாதிகாரிகளிடம் நமது செயல்பாடுகளை ஒப்படைக்கப் போகிறோம்.

நாம் எதை விரும்பிப் பார்க்கிறோம், எதைப் பருகுகிறோம், எதை உண்கிறோம், எப்படிப் பேசுகிறோம், யாரிடம் பேசுகிறோம், என்ன பரிமாறிக்கொள்கிறோம் என்று வியாபார நிறுவனங்கள் நமது அலைபேசி, கணிணி மூலமாகக் கண்டுபிடித்து, தங்கள் வியாபாரத்துக்கு நம்மை உட்படுத்துகிறார்கள் என்று பேசி வந்த நாம், நாம் என்ன நினைக்கிறோம், என்ன நினைப்போம், என்ன பேசுவோம் என்பதைக் கூட தீர்மானிக்கிறார்கள் அவர்கள் என்று பேச ஆரம்பித்திருக்கிறோம்.

ஆனால் தகவல் தொழில் நுட்ப புரட்சியும் பயோ மெட்ரிக் தொழில் நுட்பப் புரட்சியும் இனி நமது உடலையே

வியாபாரிகளும் அரசியல் வாதிகளும் தீர்மானிப்பார்கள் என்ற நிலைக்குத் தள்ளிவிடும் என்கிறார் ஹராரி

இப்போதிருக்கும் எந்தச் சட்டங்களாலும், இத்தகவல் சேகரிப்புகளைத் தடுக்க முடியாது. ஒரு நாடு சட்டமியற்றினாலும் இன்னொரு நாடு சட்டமியற்றாமலிருக்க வாய்ப்பு உள்ளதால், மனித குலத்தைக் காப்பாற்றுவது கடினம் என்கிறார். எப்படித் தடுக்கலாம் என்ற வழி தனக்குத் தெரியாது என்கிறார்.

அதிலும் குறிப்பாக, அரசியல்வாதிகள் கைகளுக்கு இவ்வதிகாரம் கிடைத்தால், பலரை சிந்திக்க இல்லாதவர்களாக மாற்றிவிடவோ அல்லது சிந்திப்பதை முன்னரே கண்டறிந்து தனக்கு சாதகமாகவோ பயன்படுத்திக்கொள்ள இயலும். அரசியல்வாதிகளின் கையில் மனிதனை உருவாக்கும் படைப்பு சக்தி கிடைப்பதை நினைத்தால் பயமாகத்தான் இருக்கிறது.

இயற்கையின் விதிகளுடன் சூழ்நிலைகளுக் கேற்றவாறு தாங்களைத் தகவமைத்துக் கொண்ட உயிரினங்கள் இனி மனிதக் கட்டுப்பாட்டிற்குள் வரவிருக்கின்றன. விருப்பு வெறுப்பு பொறாமை பேராசை நிறைந்த மனிதர்களின் கட்டுப் பாட்டிற்குள் வந்தால் என்ன நடக்கும் என்பது நாம் அறியாததல்ல.

விஞ்ஞானத்தின் அற்புத வளர்ச்சியை மனிதகுலத்திற்கு ஆதாயப்படுத்திக்கொள்ள இயலாதவாறு, தகவல்கள் சில பெரிய நிறுவனங்களுக்கு, மட்டும் கிடைப்பதால், இந்த நிறுவனங்களைக் கட்டுப்பாட்டிற்குள் கண் காணிப்புக்குள் கொண்டு வர வேண்டும். பெரும் நிறுவனங்கள் அரசுகளோடும் அரசியல்வாதிகளுடனும் பொருந்தாக்கூட்டு வைத்துக்கொள்ளுமெனில், மனித அழிவு தவிர்க்கமுமடியாது என்றே தோன்றுகிறது. மனிதனை ஆயுதமாகவும், அடிமையாகவும், பொருளாகவும் பயன்படுத்திய பழைய வாய்ப்புகள், இப்போது விஞ்ஞான யுகத்தில் பலமடங்கு தீவிரமாகவும் அதிகமாகவும் பயன்படுத்துவதற்கான வாய்ப்புகளாக மாறியுள்ளன ரோபோக்கள் போல மனிதர்கள் பயன்படுத்தப் படுவார்களா?

பேராசிரியர், புகழ்பெற்ற எழுத்தாளர் கோடிட்டுக் காட்டியுள்ள விஷயங்கள் அனைவரின் கவனத்துக்குரியவை இது பருப்பொருள் சார்ந்த விஷயமல்ல, வேலியிட்டு பாதுகாத்துக்கொள்ள! ஒரு

மனிதன் தன் மனதில் என்ன நடக்கிறது என்று அவனே அறிந்து கொள்ள முடியாத நுட்பமான உடலைப் பெற்றிருந்தும், அவனைக் குறித்த அத்தனைத் தகவல்களையும் தெரிந்து கொண்டு அவனைக் கட்டுப்படுத்தவும் வேண்டிய அளவு மாற்றவும் வல்லமை கொண்டிருக்கும் மாற்று மனிதர்களை, நிறுவனங்களை / அரசை குறித்து அச்சப்படாமல் எப்படி இருக்க முடியும்?

ஹராரி அரசியல்வாதிகள் மனித குலம் அதன் வளர்ச்சி பற்றி தெளிவான பார்வையும் சிறந்த எண்ணமுமில்லாமல் இருந்திருக்கிறார்கள். அவர்கள் அறிந்திருப்பதெல்லாம் அதிகாரம், அதற்காக ஆட்சியைப் பிடிப்பது மட்டும் தான் இனி எதிர்காலத்திலும் இத்தகைய அரசியல்வாதிகள்தான் இருப்பார்கள் எனும்போது வரப்போகின்ற ஆபத்தை, – தகவல்கள் மூலம் உதிக்கின்ற சர்வதிகாரத்தைத் தடுக்க எவ்வழியுமில்லை எனக் கவலை தெரிவிக்கிறார்.

இந்த ஆபத்து எப்போது வரும் என்ற கேள்விக்கு விரைவிலேயே, அதாவது அடுத்த பத்து அல்லது இருபது ஆண்டுகளில் எனப் பதிலலித்திருப்பது, உடனடியாக அனைத்து நாடுகளும் கலந்து பேசி முடிவெடுப்பதை வலியுறுத்துவதாக இருக்கிறது.

2001–ல் முனிமா எழுதியது

பழைய கள் புதிய மொந்தைகளில்

நீலக்கண்கள், பொன்னிற முடி கொண்ட ஆண்குழந்தையா? அல்லது தாமிர முடி, பச்சைக் கண்கள் கொண்ட பெண் குழந்தையா? கி.பி. 2050ல் ஜானும், ஜேனும் சர்ச்சை செய்கிறார்கள். ஜானும், ஜானும், ஜேனும் ஜேனும் கூட அந்த சார்சையில்தான்

ஜோடி சேர்ந்து மூன்றுவாரம். திருமண மண்டபம் முதல் மாடியில். திருமணம் முடித்த கையோடு, இரண்டாவது மாடியிலிருக்கும் உயிரணு (ஜீன்) வங்கிக்கு சென்று என்ன மாதிரியான குழந்தை என்று ஆர்டர் கொடுத்து விட்டால், தயார் செய்து உரிய நேரத்தில் அனுப்பி விடுவார்கள்.

கேட்க விகாரமாயிருக்கிறதா? உயிரணு விஞ்ஞான வளர்ச்சியின் சில சௌகரியங்கள். அம்புட்டுதேன்! அழிவுக் காலம் பற்றியே

பேசித்திரியும் சிலர், திருமணம் – அதன் பவித்ரம் எல்லாம் போயே போச்சு. போயே போயிந்தி என்று பிதற்றுகிறார்கள்.

ஆனால் பாருங்கள், புரட்சி செய்கிறோம் என்று சொல்லும் ஓரினச் சேர்க்கையாளர்களை! திருமண பவித்ரத்தைக் கட்டிக்காக்க சர்ச்சுகளில் தாம் தூம் என்று திருமண நடத்தி ஜோடிகளினிடையே சம உரிமைக்காக அரசாங்கத்தைச் சட்டம் இயற்றச் சொல்லுகிறார்கள். ஓரினச் சேர்க்கையல்லாதவர்கள் அவர்கள் மீது நிகழ்த்தும் வன்முறை அப்படி!! பார்த்த இடத்தில் கண்டம் துண்டமாக வெட்டிப்போடும் கொடூரம் நிகழ்ந்ததால், இத்திருமண வைபவத்திற்காகவும், சம உரிமைக்காகவும் போராட வேண்டி வந்துவிட்டது. சுதந்திரம், புரட்சி என்று சொல்லும் அவர்களைக் கூட விட்டு வைக்கவில்லை பாழும் திருமணங்கள்.

சரி, நாம் புகழ்பெற்ற டிசைனரால் தயாரிக்கப்பட்ட குழந்தை விஷயத்துக்கு வருவோம். மாடு, ஆடு, பன்றிகளில் ஜோலியை முடித்தவர்கள் தங்கள் கவனத்தை மனிதர்கள் மீது திருப்பி விட்டார்கள். விஞ்ஞானிகள் பாட்டுக்கு ஆராய்ச்சி செய்கிறோம் என்று இஷ்டத்துக்கு புகுந்து விளையாடி வருகிறார்கள். விளைவுகளைப் பற்றி அவர்களுக்கென்ன கவலை? அதற்கென்றே பிறந்துவிட்டவர்கள் நாம். கவலைப்படாமல் இருக்க முடிகிறதா? உதாரணத்திற்கு சில. இந்த ஆராய்ச்சியின் விளைவாக நன்றியுள்ள நாயாக இருக்கவேண்டுமென்பதற்காக வாலை ஒட்ட வைத்துவிடலாம். அதுகூட பரவாயில்லை, "டோட்டல் ரிக்கால்" பட இயக்குநர் போல மூன்று முலைகள் கொண்ட பெண்கள், மச்ச கன்னி, நாகக்கன்னி என்று வகைக்கொன்றாக, பெண்களை எப்போதுமே இழிவாகப் பார்க்கும் ஆணினம் அவற்றைப் படைக்கத் துணிந்து விட்டால்? இந்தியத் தத்துவ மரபில் பொதிந்து கிடக்கும் கடவுளர்கள் சங்குச் சக்கரங்களை ஒட்டிக் கொண்டு சர்க்கஸ் விட்டால். மவனே.. செத்தோம்!

பயப்பட வேண்டாம். அபயம்! என்பவர் இங்கிலாந்தின் வார்விக் பல்கலைக்கழகத்தின் "குடும்ப(ம்) நிபுணர்" ப்ராக்டர்.

வழிவழியான குடும்பம் என்பது தவறான பொருளைக் குறிக்கும் சொல்லாகி விட்டது. திருமணம் ஆயுள் தண்டனையானது 1930களில் தான். அதுகூட 1960 வரைதான் தாக்குப் பிடிக்க

முடிந்தது. அதிகமாக நடக்கும் விவாகரத்துதான் இதற்குக் காரணம் என தயவுசெய்து நினைத்துவிட வேண்டாம். அதற்கும் அதிகமானவர்கள் செத்துத் தொலைந்தார்கள். 1930களில் பேரக்குழந்தையுடன் கொஞ்சி விளையாட கொஞ்ச பாட்டனார்களுக்கே வாய்ப்பு கிடைத்தது. அநாதைக் குழந்தைகள், ஒற்றைப் பெற்றோர், விதவைகள் திருமணம் எல்லா வற்றையும் பார்த்த காலம் 1960கள் என்கிறார்.

இப்போது ஜனங்களுக்கு ஆயுள்கூடி விட்டது. ஆகையால் பழைய குடும்ப முறைக்குத் திரும்புகிறார்கள் என்கிறார். இது எப்படி என்றால், திருமணம் செய்து நீண்ட காலம் ஒன்றாயிருப்பதாலல்ல. விரைவிலே திருமணம் செய்பவர்கள் விரைவிலே அதை முறித்துவிடுகிறார்கள். திருமணம் செய்யாமல் பல ஆண்டுகள் காதலர்களாகவே இருந்து வேறுவழியில்லை என்றுணர்ந்தபின் கட்டாங்கடைசியில் திருமணம் செய்து கொள்ளும் முறையினால் தான் அதன் ஆயுள் அதிகரித்து வருகிறது. குழந்தை பெறும் வாய்ப்புக் குறையும் காலத்தில்தான் திருமணம் பற்றியே யோசிக்கிறார்களே. இது எப்படியிருக்கு? இதை வாசகர் யோசனைக்கு விட்டுவிட்டு மேலே தொடர்வோம்.

இதை நாம் ஏன் மாற்ற முயற்சிக்க வேண்டும் என்கிறார் இங்கிலாந்து ப்ராக்டர். நெருக்கமான உறவை பரவலாக்குவதைக் குறித்துத்தான் இந்நிலை போய்க்கொண்டிருக்கிறது என்கிறார். இவர் சொல்வது சரியாகத்தானே தெரிகிறது என்று நாம் யோசிக்கும் வேளையில் ஜெர்மனியில் என்ன நடக்கிறதென்று பார்ப்போம். ஓரினச் சேர்க்கையான ஜோடிக்கு சமஉரிமை வழங்கும் சட்டத்தை அமல் படுத்தினால் குடும்பம் எனும் நிறுவனம் அழிந்துவிடும் என்கிறார் கத்தோலிக்க பிஷப் (ராஜ் கவுதமனின் பசப்பு) மோன்சீக்னார் கால் லெமான்.

பிரிட்டிஷ் டெய்லியின் டெபோரா ஆர், அதெப்படி குடும்பம் அழியும், வடிவந்தான் மாறும் என்கிறார். அதுதானே பழைய கள் தானே புதிய மொந்தையில் தரப்படுகிறது! 21ம் நூற்றாண்டில் பலவிதமான குடும்ப அமைப்புகளால், குழந்தைகள் இழு பறிக்காளாகாமல் பாதுகாப்பாக, சுகமாக வளரும் சூழல் உருவாகும் என்கிறார்.

குழந்தை பாதுகாப்பாக வளரும் சரி, அது எங்கே முதலில் வளரும் என்பதும் ஒரு கேள்வியல்லவா? அது வளருவது விஞ்ஞானக் கூடத்திலா அல்லது அம்மாவின் கருப்பையிலா? கண்ணுக்குத் தெரியும் காலம் வரை அம்மாவின் கருப்பைதான்! சரி, என்ன மாதிரியான குழந்தை? செயற்கை முறையில் உருவாக்கப்பட்டால் மனித ஜனத்தின் கதி என்னவாகும்?

மனித உருவாக்கத்தில் உயிரணு மட்டுமே செயல்பட்டிருந்தால் நாம் மிருகங்களிடமிருந்து மனிதர்களாகியிருக்க மாட்டோமே! மனித மூளையின் வளர்ச்சி உயிரணு மரபை வெற்றி கொள்வதும் தானே! உயிரணுவின் சர்வாதிகாரத்தை நாம் ஏன் ஏற்றுக்கொள்ள வேண்டும் நமக்குத் தேவையான விதத்தில் மனித இனத்தை உருவாக்குவோம் என்கிறார்கள் விஞ்ஞானிகள்.

எல்லாம் சரிப்பா! நாம்கிறது யாரு. தேவைன்னா என்ன, இயற்கைக்கும் நமக்கு முள்ள உறவு என்னன்னு எங்களையும் கலந்து ஆலோசிங்க! பார்ப்பனியத்தின் தேவை சாதியம். எங்களின் தேவை சாதி ஒழிப்பு கவனமாக செயல்படுங்க வி(அ)ஞ்ஞானிகளே!

மார்ச் 2018

இன்றைய இளைஞர்கள் திரைப்படங்களில் எவ்விதமாகக் காட்டப்படுகிறார்கள், அந்த பிம்பங்கள் இன்றைய இளைஞர்கள் மீது ஏற்படுத்தும் தாக்கம் என்ன என்பது விரிவான ஆய்வுக்குரிய பொருள். இருப்பினும், திரைப்படங்கள் எல்லாவற்றையும் பார்க்காவிட்டாலும் கூட, பார்த்தவரையிலான திரைப்படங்களை அதுவும் சுமாராக வரவேற்பைப் பெற்ற திரைப்படங்களையும் அதன் நாயகர்களையும் கொண்டு தோராயமான முடிவுகளுக்கு நாம் வரக்கூடும்.

திரைப்படங்களில் காதல் என்பது மிக முக்கியமான அம்சமாக இருப்பதால் அதைச் சுற்றி பெரும்பாலும் திரைப்பட கதைகள் பின்னப்படுகின்றன. அடுத்து வன்முறை! வன்முறையை வன்முறையால் எதிர்கொள்ளும் உத்தி பெரும்பாலும் கையாளப்படுகிறது. பிறகு தனிமனிதக் குற்றங்கள்,

கூட்டுக்கொள்ளைகள், குடும்பக் கதைகள், சமூகப் பிரச்சனைகள் இவற்றை அடிப்படையாகக் கொண்டு, இறங்கு வரிசையில் திரைக்கதைகளின் எண்ணிக்கை இருப்பதாகக் கொள்ளலாம்,

பாரதிராஜா காலத்து கிராமக் கதைகள் சொற்பமாகவும், நகரம் பெருநகரம் சார்ந்த கதைகள் அதிகமாகவும் சமீப காலத்து திரைப்படங்களில் உள்ளன. கிராமத்தான், விவசாயி என்பவன் சற்றே கேலிக்குரியவனாகவும் (பாக்கியராஜா) பரிதாபத்திற்குரியவராகவும் (கத்தி) ஆகிவிட்டதை நாம் கவனிக்கத் தவறக்கூடாது.

பொதுவாக இளைஞர்கள் அம்மாவிடம் செல்லம் கொஞ்சிக் கொண்டு அப்பாவுக்குப் போக்குக் காட்டுபவர்கள்! எங்காவது அதிசயமாக அன்பும் நட்பும் பாராட்டும் (ரகுவரன் – தனுஷ்) அப்பா மகன் உறவு இல்லாமலில்லை. ஆனாலும் அம்மாவிடம் ஆசையாய் தோசையும் இட்டிலியும் (தனுஷ் – வத்திக்குச்சிதிலீபன்) வாங்கி சாப்பிடுகின்ற இளைஞர்கள் திரையில் அதிகம் ஆதிக்கம் செலுத்துகிறார்கள். கல்லூரியில் கலாய்ப்பதற்காக வருபவர்கள் பல இளைஞர்கள். அவர்கள் பெரும்பாலும் நகைச்சுவை மற்றும் துணை நடிகர்கள். வடிவேலு, விவேக், சந்தானம், சூரி போன்றவர்கள் இத்தகைய பாத்திரங்களில் ஏராளமாகவும், இன்னும் பெயர் தெரியாத பல நடிகர்களும் இப்பாத்திரங்களில் வந்து கல்லூரி என்றாலே கடலை போடுதல், கலாய்த்தல் என்ற அர்த்தங்களை நமக்குத் தந்தருளிச் சென்றிருக்கிறர்கள். தங்கர் பச்சானும் கூட இதில் தப்பவில்லை. பிராயச்சித்தமாக பள்ளிக்கூடம் என்ற படத்தை எடுத்துவிட்டார்.

யாராவது மாணவனொருவன் தப்பித் தவறி பாடங்களில் அக்கறை உள்ளவனாக இருந்தால் அவனுக்கு ஒரு பூணூலை மாட்டி அல்லது பிராமணன், அம்மாஞ்சி என்ற அடையாளம் தெரியும்படியாக சில விஷயங்களையும் கூட செய்யத் தயங்கு வதில்லை திரைப்படக் கர்த்தாக்கள். பொதுவாக கல்லூரி என்பது மிக இனிமையான, இனி திரும்பவே பெற முடியாத அற்புதமான டைம் பாஸ் என்பது போல காட்டி, அந்த வாழ்க்கையை ஒரு படத்தில் நினைவிழந்த 'ஆர்யா'வுக்காக திரும்ப வாழ்வது போலவும் காட்டியிருப்பார்கள்.

இந்தக் கல்லூரி வாழ்க்கைப் பெரும் பாலான படங்களில் காணப்படுவது ஏன் என்ற பின்னணியில் இதுவும் ஒன்றாகக் கூட இருக்கலாம் அதாவது கல்லூரி படிப்புக்குப் பிறகு வேலை கிடைக்காமலோ அல்லது சாதிக்க வேண்டுமென்ற வெறியிலோ சினிமா பக்கம் வந்த இளைஞர்கள் பல தோல்விகள், அனுபவங்களை அடுக்கடுக்காக சந்தித்து பின் திரும்பிப் பார்க்கையில் அவர்களின் கடைசி சிறந்த வாழ்க்கை கல்லூரி வாழ்க்கையாக இருப்பது ஒரு காரணமாக இருக்கலாம். அந்த நல்ல அல்லது அனுபவித்த வாழ்க்கையைத் திரும்பவும் அசை போட விரும்பி, தன்னைப் போன்றே பெரும்பாலான இளைஞர்கள் வாழ்க்கையும் அப்படியிருப்பதைப் பார்த்து, இதைத் திரையில் பார்த்தால் அவர்களும் வரவேற்பார்கள் என்ற எண்ணத்தில் படம் உருவாக்கியிருக்கலாம்.

இப்படிப்பட்ட இளைஞர்கள் கூட்டத்தில் பெருவாரி யானவர்களை இப்போது குற்றம் புரிபவர்களாகவும் சமீப காலத் திரைப்படங்களில் காட்ட ஆரம்பித்திருக்கிறார்கள். விஜய் சேதுபதி (அஞ்சாதே, சூதுகவ்வும், பிட்ஸா, நானும் ரவுடி தான், ஜிகர்தண்டா) ஷிவா, அஷோக்செல்வன் (144 உள்ளிட்ட படங்கள்) மற்றும் பல புது கதாநாயகர்கள் குற்றம் புரியும் நல்ல ஹீரோக்களாக்க காட்டப்படுகிறார்கள், இதெல்லாம் நகைச்சுவைக்காக என்றும் நம்பவைக்கப்படுகிறது. வீட்டில் திருடுதல், சூதாடுதல், சிறுகளவுகள் செய்தல், பணக்காரர்களை – வங்கிகளைக் கொள்ளையடித்தல், ஆள் கடத்தல் எல்லாம் தமாஷுக்காக இளைஞர்கள் நாட்கணக்கில் திட்டம் தீட்டி செயல்படுத்துவது போல் காண்பிக்கப்படுகிறது. மிகவும் வெறுக்கக் கூடிய குற்றங்களாக பெண்களைக் கடத்துதல், பாலியல் பலாத்காரம் செய்தல் மற்றும் ஆண் / பெண் கொலைகள் காட்டப்படுவது ஒரு ஆறுதல், போகிற போக்கைப் பார்த்தல் இவற்றையும் கூட ஹீரோக்கள் தமாஷக்காக செய்வது போல காட்டும் காலம் வந்துவிடுமோ என்ற அச்சம் அதிகரிக்கிறது. வில்லன்கள் சர்வ சாதாரணமாக செய்து கொண்டுதான் இருக்கிறார்கள் என்பது ஞாபகத்தில் இருக்கிறது.

இளைஞர்களின் தலையாய பிரச்சனைகளாக இரண்டு விஷயங்கள் சொல்லப்படுகின்றன. காதல் மற்றும் வருமானத்தைக்

குறைவில்லாமல் தரக்கூடிய வேலை! வேலையில்லா பட்டதாரி இரண்டாம் பாகம் எடுக்குமளவுக்கு அதன் தாக்கம் உள்ளது. திரைக்கதைகளில் காணப்படும் இந்தச் சிக்கல்கள் நிஜவாழ்க்கையின் பிரதிபலிப்பாக உள்ளது ஓரளவு உண்மையே. ஆனால் அசல் வாழ்க்கையின் பிரம்மாண்டமான ஓட்டங்கள், சுழற்சிகள், நுணுக்கங்கள் இல்லாது பல படங்களில் தட்டையாக முடிந்து விடுகிறது. உதாரணமாக வேலையில்லாத பட்டதாரி படத்தில் அவனது பெற்றோர்கள் தனுஷை ஒரு நல்ல வேலையைத் தேடிக்கொள்ளவில்லை என்று கலாய்கிறார்கள். ஆனால் தனுஷ் உள்ளே உள்ள சாதனையை விரும்பும் படைப்பாளியைக் கண்டு கொள்ளத் தவறிவிட்டார்கள். இதன் மூலம் பெற்றோர்கள் பிள்ளைகளின் திறமையை மதித்து அதை வளர்க்கத் தவறக் கூடாது என்ற படிப்பினைப் பெறப்படுகிறது. இது ஓரளவு உண்மையே அதாவது உண்மையில் நூற்றில் பாயின்ட் ஒரு பங்கு (0.1) தான் இது. வேலையில்லாத் திண்டாட்டத்தைப் பற்றி அந்தப் படம் பேசவேயில்லை. அதற்குக் காரணங்கள் என்ன என்பதைப் பற்றியும் சிந்திக்கவில்லை. காரணங்கள் பற்றி சிந்தித்தால்தானே களைவது எப்படி என்பது பற்றியும் சொல்லமுடியும்?

காதலிலும் பல வேறு கோணங்கள் பேசப்படுகின்றன. சிக்கல்கள் அழிக்கப்படுகின்றன. மூன்று முடிச்சுக்கள் போடப் படுகின்றன. அபாரமான கற்பனை வளம், நல்ல பாடல்கள், நவீன மொழியில் உரையாடல்கள் எல்லாமும் நடந்தேறுகின்றன. காதலித்துத் திருமணம் செய்து கொண்டாலும், பல வித பிரச்சனைகள் அதிலும் உள்ளன. அந்தக் காதலை இறுதிவரை காப்பாற்ற நடத்தும் போராட்டங்கள் அரிதாகவே இடம் பெறுகின்றன. அப்படியே இடம் பெற்றாலும் அது முக்கிய திரைக் கதையின் ஒரு பகுதியாகத்தான் இருந்து வருகிறது. நவீன காலகட்டத்தில் உடையும் காதல், முறியும் திருமணம், இதையொட்டிய சமூகச் சிக்கல்கள் அதிகம் கையாளப்படப் படுவதில்லை. திரைப்படத் துறையில் பல மாற்றங்கள், புரட்சிகள், தொழில்நுட்ப வளர்ச்சிகள் யாவும் இளைஞர்கள் வாழ்க்கையை மேம்படுத்த அதிக முயற்சிகள் மேற்கொள்ளப்பட்டதாகத் தெரியவில்லை.

எப்போதாவது சீரிய இளைஞர்கள் 'எவனோ ஒருவன்' ஆக அல்லது 'தனி ஒருவன்' ஆக வந்து போகிறார்கள். சிறந்த

தாக்கத்தையும் ஏற்படுத்தி உள்ளார்கள். ஆனால் இந்த இருபடங்களிலும் அவர்கள் கற்பனைப் பாத்திரங்கள் தான். அசல் வாழ்க்கையில் சாதித்த வாலிபர்கள் ஏராளமிருக்கிறார்கள். அவர்கள் வாழ்க்கையைப் படமாக்கினாலே போதும், இன்னும் ஏழு தலை முறைகள் தாங்குமளவு படங்கள் உருவாக்கலாம்.

முன்பெல்லாம் குற்றங்கள் என்றால் கறுப்பு நிறத்திலானது என்ற நிலை மாற்றப்பட்டுள்ளது. பணக்கார வில்லன்கள், ஹீரோ வில்லன்கள் (அரவிந்தசாமி), சேட்டு வில்லன்கள் என்று நிறைய தங்க நிற குற்றவாளிகள் திரையில் காட்டப் படுகிறார்கள். என்றாலும் அடியாட்களாக ரேணிகுண்டா படத்தில் வரும் அடித்தட்டு இளைஞர்கள் போன்றவர்கள் தான் அதிகம் ஆட்சி செலுத்துகிறார்கள். இதற்குக் காரணம் உண்மையிலேயே இளைஞர்களின் வேலையில்லாத் திண்டாட்டமே. சினிமாவையும் நிசவாழ்க்கையையும் பிரித்துப் பார்க்கத் தெரியாத தமிழ் மக்கள் ரஜினி, கமல், விஜய், அஜித் போன்றவர்களைத் தங்கள் அரசியல் நாயகர்களாக்குவது போல் இந்த அடித்தட்டு மக்களை உண்மையிலேயே குற்றவாளிகளாகப் பார்க்க மாட்டார்கள் என்பது என்ன நிச்சயம்? சமீபத்தில் அமெரிக்காவின் ப்ளோரிடா மாநிலத்தில் ஒரு பள்ளியில் பதினோரு இளம் மாணவர்களை சகட்டு மேனிக்கு சுட்டுக் கொன்றான் ஒரு சகமாணவன். பன்னாட்டு விமான நிலையங்களில் பாதுகாப்பு சோதனை என்ற பெயரில் பயணிகளை வறுத்தெடுக்கும் அமெரிக்க பாதுகாப்புத் துறை அமெரிக்காவின் சொந்தப் பிள்ளைகளை இன்னொரு சொந்தப் பிள்ளையை கொன்று குவிப்பதைத் தடுக்க முடியாமல் கோட்டை விட்டது! அடித்தட்டு மக்களின் பிம்பங் களை சேதப்படுத்தும் பல பட இயக்குநர்கள்தான் இப்படித்தான் கோட்டை விடுகிறார்கள்! தும்பை விட்டு வாலைப் பிடிப்பவர்கள்!

உண்மைகளை ஓரளவு உண்மையாக, கலையம்சத்துடனும் மக்கள் ரசித்துப் பார்க்கும் படியாகவும் படங்கள் தயாரிப்பது சிரமமான வேலைதான். இந்த சிரமத்தை மேற்கொள்ளாவிட்டால் நம் சொந்தப் பிள்ளைகளை பலிகடா ஆக்கிவிடுவோம் என்பதையும் கவனத்தில் கொள்ள வேண்டும்.

ஆகஸ்டு 2018

எட்டு வழிச்சாலை அவசியமா?

மக்களாட்சியின் மகத்தான தத்துவமே, மக்களுக்காக, மக்களால், மக்களைக் கொண்டு நடத்தப் படுவதுதான் ஆட்சி என்பது. மக்கள் பிரதிநிதிகள் பல சமயங்களில், பல காரணங்களால், மக்களிலிருந்து விலகி விடுகிறார்கள். அவர்கள் வகிக்கும் பதவியும், மேல்மட்ட அரசியலும், பன்னாட்டு அரசியல் செல்வாக்கும், உலகநாடுகளின் நிர்ப்பந்தமும் இம்மாதிரியான விலகலுக்குக் காரணங்களாக சொல்லலாம்.

வகிக்கும் பதவியின் காரணமாகவும், அனுபவங்கள் காரணமாகவும். மக்கள் பிரதிநிதிகள் ஒரு பருந்துப் பார்வைக்கு அதாவது மேலிருந்து பார்க்கும் பார்வைக்குச் சொந்தக்காரர்களாகிவிடுகிறார்கள். அது சமயங்களில் ஒரு விசாலமான பார்வையாகவும் இருக்கவும் வாய்ப்பி ருக்கிறது. அதே சமயத்தில் வியாபாரப் பெருக்கம், செல்வப் பெருக்கம் நோக்கம் கொண்ட முதலாளியம் அரசியல்வாதிகளைக் கைக்குள் போட்டுக்கொண்டு அவர்கள் விருப்பப்படி ஆட்டுவிப்பதும் நடக்கிறது. நாட்டு நடப்பை வைத்துப் பார்த்தால் அதாவது பெருகும் ஊழலின் அளவுகோல் கொண்டு பார்க்கும்போது, நமது மக்கள் பிரதிநிதிகளுக்கு. விசாலாமானப் பார்வையை விட, முதலாளியத்தின் ஆதிக்கம்தான் மேலோங்கி யிருப்பது புரிகிறது. மக்களின் நன்மையைப் பற்றி சிந்திக்கும் மனப்பாங்கு அவர்களுக்கிருக்கிறதா என்பது சந்தேகமே. சிலர் இதற்கு விதிவிலக்காக இருக்கலாம். ஆனால் பெரும்பாலான ஆட்சியாளர்கள், அரசியல்வாதிகள் முதலாளியத்திடமிருந்து கடன் வாங்கிய வளர்ச்சி சிந்தனையில்தான் பயணம் செய்கிறார்கள். சுயசிந்தனையோ மக்கள் நலன் குறித்த சிந்தனையோ அரிதாகத்தான் இருக்கிறது. இதனால்தான், மக்களின் சொத்துக்களை அபகரிக்கும், நிலத்தைக் கபளீகரம் செய்யும் எந்தத் திட்டத்தையும் சந்தேகக் கண்கொண்டு பார்க்க வேண்டியுள்ளது.

சாதாரணமாக, ஒரு திட்டத்தைக்கொண்டு வரும்போது, அதன் சாதக பாதகங்களைத் தெளிவாக ஆராய்ந்து பார்த்து,

அதனால் பெறப்படும் நன்மை பெருவாரியான மக்களைச் சென்றடையும்படி பார்த்துக் கொள்ள வேண்டும், பாதிப்பு ஏற்படும் மக்களுக்கு மாற்று இடம் அல்லது இழப்பீடு வழங்கப்படவேண்டும், என்பது மட்டுமல்லாமல், மக்களுக்குத் தெரியும்படி இதன் நன்மை தீமைகள் விளக்கிச் சொல்லப்பட்டிருக்க வேண்டும். ஆனால் இந்த எட்டு வழிச்சாலை குறித்த போதிய விளக்கங்கள் அரசால் மக்களுக்குத் தெரியப்படுத்தப் படவில்லை. மேலும் காலச்சூழலுக்கு ஏற்றவாறு இழப்பீடுத் தொகை அதிகரிக்கப்படவில்லை. ஏற்கனவே விவசாயம் நசித்துப் போயிருக்கும் சூழலில் பெருமளவில் விவசாய நிலங்களைக் கையகப்படுத்தும் திட்டங்களைக் கைவிட வேண்டும்.

வளர்ச்சி பற்றிப் பேசுபவர்கள் எட்டுவழிச் சாலையை நாட்டின் வளர்ச்சியோடு இணைத்துப் பேசுகிறார்கள். மக்கள் போராட்டங்கள் கூட ஜனநாயகத்தின் வளர்ச்சிதான். இன்று கட்சிகள் பெருகியிருப்பது கூட பன்முக வளர்ச்சியின் சிறு அடையாளம்தான். வளர்ச்சி என்பது நுகர்வதற்கு மேலும் மேலும் வசதிகளை ஏற்படுத்திக் கொள்வதும், பொருட்களை சந்தையில் குவிப்பது மட்டுமே இல்ல. வளர்ச்சி என்பது நமது வளங்களை தேவையான அளவு மட்டுமே பயன்படுத்தி, சுற்றுச் சூழலைப் பாதுகாத்து இளைய தலைமுறையினருக்குக் கையளிப்பதுகூடத்தான். நுகர்வைக் கட்டுப்படுத்தி, தூய்மையான சுற்றுப்புறத்தை உருவாக்குவதும்தான். ஒவ்வொரு தனிமனிதனின் எண்ணத்திற்கு மதிப்பளித்து, அவருக்கு நாம் தேர்ந்தெடுத்தத் திட்டங்களை விளக்கிச் சொல்வதும் கூட வளர்ச்சிதான். மன்னராட்சி, காலனியாட்சி இவற்றிலிருந்து மீண்டு, ஜனநாயக மனிதனாக நாம் வளர்ந்திருக்கிறோம் என்பது கண்ணை மூடிக்கொணடு கார்ப்போரேட் திட்டத்திற்குப் பலியாவதற்கல்ல. பெருவாரியான மக்கள் சில திட்டங்களை ஏற்றுக்கொள்ளாவிடில் அத்திட்டங்களைக் கைவிடுவதில் தோல்வியேதுமில்லை. இன்றைய ஜனநாயகத்தில் மக்கள் பிரதிநிதிகள், மக்களின் நன்மையை மட்டுமே கருதி செயல்பட்டால் இப்போராட்டங்களுக்கு அவசியமிருக்காது.

வளர்ச்சிபற்றி பேசி எட்டு வழிச்சாலையை ஆதரிப்பவர்களில், நிலத்தைப் பறிகொடுத்தவர் யாரேனும் இருப்பார்களா என்பது

சந்தேகம்தான் யாரோவின் சொத்து, யாரோவின் நிலம் என்று தன்னிலிருந்து மக்களைத் துண்டித்து, பொறுப்பற்ற விமரிசனங்களை வளர்ச்சி என்று அள்ளித் தெளிப்பது சரியாக இருக்காது.

எட்டு வழிச் சாலை அவசியம்தான் என்பதை அரசு பொது அறிக்கையை நாளேடுகளில் பிரசுரித்து, மக்களின் ஆதரவைப் பெற முயற்சிக்கட்டும்!

செப்டம்பர் 2018

கலைஞர் மு. கருணாநிதி ஆகஸ்ட் 7,2018 அன்று உலகத் தொடர்புகளிலிருந்து விடுபட்டார். முதிய வயது காரணமாக அவர் மரணம் நிகழ்ந்தது என்றாலும், பார்ப்பன சக்திகளுக்கு எதிராக அவர் தொடர்ந்து சவாலாக விளங்கினார். சமஸ்கிருதம், இந்தி ஆகியவை பார்ப்பனியத்தின் ஆதிக்க வெளிப்பாடாக தமிழகத்தின் மீது செயல்பட்டதை கண்டுணர்ந்து அதை வேரறுத்தவர். மாற்றாக, உலகத் தமிழ் மாநாடு, தமிழுக்கு செம்மொழி நிலை ஆகியவற்றை ஏற்படுத்தியவர். குறளோவியம் என்று வள்ளுவத்தின் மீது கொண்டிருந்த உயரிய பற்றை வெளிப்படுத்தியவர். திராவிடக் கழகங்களின் நாடகத்தன்மை கொண்ட வெகுமக்க ளிடமிருந்து விலகிய எதுகை மோனை மேடைப் பேச்சுகளை உருவாக்கியவர்கள் என்றாலும், அக்காலத்தை பழந்தமிழ் இலக்கியங்களின் புத்துயிர்ப்பாகவே கொள்ளலாம். அதில் கலைஞருக்கு பெரும்பங்கு உண்டு. முத்தமிழ் வளர்ச்சிக்கு அவரின் அர்ப்பணிப்பைக் கருத்தில் கொண்டு அவரை முத்தமிழ் அறிஞர், முத்தமிழ் வித்தகர் என்று தொண்டர்களும், அறிஞர்களும் வியந்தனர்.

கலைஞர் கடும் உழைப்பாளி பத்திரிக்கையை ஒரு இயக்கமாக அயோத்திதாசர், பெரியார் பாரம்பரியத்தில் நீண்ட காலமாக நடத்தி வந்தார். அரசியல் சாணக்கியர் என்று புகழப்படுபவர். எம்.ஜி.ஆர். ஆட்சியில் பதின்மூன்று வருடங்கள் எதிர்க்கட்சியாக இருந்தாலும், தி.மு.க வை கட்டுக்கோப்போடு ஒரு நெகிழ்ச்சியான இயக்கமாக வைத்திருந்தவர். புதிய கோடாங்கி

திராவிடக் கழகங்களின் மீதும், திராவிடக் கட்சிகளின் மீதும் தொடர்ந்து விமர்சனம் வைத்தாலும், தனி மனிதரின் நிறை குறைகளை திறந்த மனதோடு விமர்சிக்கவும் பாராட்டவும் தயங்காது. அந்த அடிப்படையில் பார்க்கும்போது அகில இந்திய அளவிலும், தமிழக அளவிலும் புறக்கணிக்க முடியாத மாபெரும் சக்தியாக விளங்கியவர்.

எளிமை, மக்களிடம் கொண்டிருந்த அணுகுமுறை, பல்வேறு அமைப்புகளை அனுசரித்து அரவணைத்த பெருந்தன்மை ஆகியவை எல்லோரும் அவரைப் பற்றிக் கொண்டிருக்கும் பொதுவான கருத்துக்கள். ஏழைகளுக்கு நிலம், பஞ்சமி நில மீட்பு ஆணையம், சிறப்புக் கூறுதிட்ட நிதியை அதிகரித்தது ஆகியவை ஏழை மக்களுக்கும், தாழ்த்தப்பட்டோருக்கும் பயன்படக்கூடிய திட்டங்கள். முதல்வராக இருந்த போது, கோப்புகளை உடனுக்குடன் கவனித்து நிர்வாகத்தை செம்மையாக நடத்தியவர்.

அவர் ஆட்சிக் காலத்தில் ஆதிதிராவிடர்களுக்கென அவர் அறிவித்த அரசு திட்டங்கள் வேறொரு கட்டுரையில் இடம் பெற்றிருக்கிறது. அக்கட்டுரையை அடுத்த இதழில் புதிய கோடாங்கி வெளியிடும்.

அன்னாருக்கு எளிய மக்கள் சார்பாகவும், புதிய கோடாங்கி சார்பாகவும் புகழ் அஞ்சலியை செலுத்திக் கொள்கின்றோம்.

டாக்டர் அ.சேப்பன் தலித் மக்களின் ஒளி விளக்கு

மறைந்த டாக்டர் அ.சேப்பன் அவர்களின் முதலாம் ஆண்டு நினைவஞ்சலியும், அம்பேத்கர் பிரியன் அவர்கள் எழுதிய டாக்டர். அ.சேப்பன் அவர்களின் வாழ்க்கை வரலாற்று நூல் வெளியீட்டு விழாவும் சர்.பி.டி. தியாகராஜா. தி.நகர் அரங்கத்தில் கடந்த ஆகஸ்ட் 31ம் நாள் நடத்தன.

சொல்லின் செல்வர் சக்தியார் தலைமை யேற்க, குமரிஅனந்தன், மார்க்ஸிஸ்ட் கம்யூனிஸ்ட் கட்சி பாலசுப்ரமணியம், இந்திய கம்யூனிஸ்ட் கட்சி நல்லக்கண்ணு, செ.கு.தமிழரசன் உள்ளிட்ட பல இயக்கத்தைச் சேர்ந்தவர்கள் கலந்து கொண்டனர். நான்கு மணிக்கு ஆரம்பிக்கப்பட வேண்டிய கூட்டம் ஆறு மணிக்கு

கால்வாசி அரங்கமே நிரம்பிய நிலையில் ஆரம்பிக்கப் பட்டது. இவ்விழா, டாக்டர் அ.சேப்பன் அவர்களின் புதல்வர் பிரகாஷ் அவர்களால் ஏற்பாடு செய்யப்பட்டிருந்தது. ஏழுமணி வரையில் திருமாவளவன், ஆம்ஸட்ராங் ஆகியோர் வரவில்லை. வந்து கொண்டிருக்கிறார்கள் என்று ஐந்தரை மணியிலிருந்து சொல்லிக் கொண்டி ருந்தார்கள். எட்டு மணிவாக்கில் திருமாவளவன், அமைச்சர் ஜெயக்குமார் வந்தனர்.

தலித் சமுதாயத்தில் பலர் அந்த சமுதாயத்தின் முன்னேற்றத் திற்காக உழைத்திருக்கிறார்கள். அதில் டாக்டர் அ.சேப்பன் சென்ற தலைமுறையைச் சேர்ந்தவர். கிராமத்து இளைஞராக இருந்தபோதே நண்பர்களுடன் சேர்ந்து தஞ்சாவூர் பகுதியில் ஆதிக்கச் சாதியாக விளங்கிய தேவர்களுக்கு சிம்மச் சொப்பனமாக விளங்கியவர் என்பது அம்பேத்கர் பிரியன் எழுதியுள்ள அவரது வாழ்க்கை வரலாறிலிருந்து தெரியவருகிறது. இரவுப் பாடசாலை ஆரம்பித்து, தீண்டாமைக் கொடுமைகளை அடிப்படையாகக் கொண்ட நாடகங்களை எழுதி இயக்கியவர். இதனால் பல இக்கட்டுக்களுக்கும் சிரமங்களுக்கும் இவர் உட்படுத்தப்பட்டார். படித்து மருத்துவர் பட்டம் பெற்றதும், ஏழைகளுக்கு இலவசமாக வைத்தியம் பார்க்கத்துவங்கினார். இறக்கும் வரையில் ஏழைகளிடம் வெறும் ஐந்து ரூபாயைப் பெற்றுக் கொண்டு மருத்துவத் தொழில் பார்த்ததாக மேடையில் பேசியவர் குறிப்பிட்டார். கல்வி மேம்பாட்டிற்காக, தான் வாழ்ந்த பகுதியில் ஏழை மக்களுக்கு உதவி செய்து வந்தார். அம்பேத்கர் பிரியன் மிக அழகுற எழுதிய டாக்டர் அ.சேப்பன் அவர்களின் வாழ்க்கை வரலாறு அனைவரும் படித்துணர வேண்டிய புத்தகம் ஆகும்.

நூறு நாள் வேலைத்திட்டம்

கழுதை தேய்ந்து கட்டெறும்பானது என்று ஒரு பழமொழி உண்டு. அது நூறு நாள் வேலைத் திட்டத்திற்கு மிகப் பொருத்தமான வாசகம். 2005ஆம் ஆண்டு தேசிய ஊரக வேலைவாய்ப்பு உறுதிச் சட்டம் என்ற சட்டத்தின் மூலமாக 2006 பிப்ரவரி மாதம் முதல் துவங்கப்பட்ட மகாத்மா காந்தி தேசிய ஊரக வேலை உறுதித்திட்டம், (நூறு நாள் வேலைத் திட்டம்) என்று பொதுவாக அறியப்படுகிறது. என்பது மக்கள்

தங்கள் வாழ்வாதாரமாக கொஞ்சமேனும் வருவாயை ஈட்ட வேண்டும் என்ற நோக்கத்தில் துவக்கப் பட்டதுதான் இந்தச் சட்டம் என்று கூறப்படுகிறது.

இது 1991ம் ஆண்டு அப்போது பிரதமராக இருந்த நரசிம்மராவால் முன் மொழியப்பட்டத் திட்டம் இதன் பின்னணியைப் பற்றி கொஞ்சம் சிந்திக்க வேண்டியுள்ளது. ஏனெனில் இந்நாட்டில் உள்ள பிச்சைக்காரர்கள் போலுள்ள ஏழை மக்களுக்குக் கொண்டு வரும் திட்டங்கள் யாவும் பிச்சைக்கார நாட்டின் பிச்சைக்காரத் திட்டங்களாகவே இருந்து வருகின்றன என்பதை நாம் கவனிக்காதவர்களா? உணவுக்கு வேலை, ஊரக வேலை உறுதித்திட்டம் என்று ஏழை மக்களுக்கு யானைப் பசிக்கு சோளப் பொறி போல் இறைக்கப்பட்டு வந்த திட்டம்தான் 'உலகமயமாதல்' என்ற பன்னாட்டுக் கம்பெனி களின் ஆதிக்கத்தின் ஆபத்தை உணராமலிருக்க அனெஸ்தீஷியா (மயக்க மருந்து) போல் கொடுக்கப்பட்ட திட்டம்தான் நூறு நாள் வேலைத்திட்டம்.

உலகமயமாதலின் உலகச் சந்தை, திறந்த சந்தை என்றெல்லாம், கூறிக்கொண்டு பன்னாட்டுக் கம்பெனிகளுக்கு எவ்விதக் கட்டுப்பாடுகளும் இல்லாமல் 'பே' என்று இந்தியாவைக் கதவற்ற வெளியாகத் திறந்து விட்ட போது பல்வேறு தரப்பினருக்கு அவர்களின் தகுதிக்கு, பதவிக் கேற்றவாறு எலும்புத் துண்டுகள் வீசப்பட்டன.

ஐ.ஏ.எஸ். அதிகாரிகளுக்கும் அரசு ஊழியர்களுக்கும் வரலாறு காணாத வகையில் சம்பளம் உயர்த்தப்பட்டது. வசதிகள் பெருகின. அவர்கள் எப்படியும் அரசின் உலகத்தனத்தை விமரிசிக்கப் போவதில்லை. இந்த அதிகச் சம்பளம், அவர்களை உலகமயத்தின் தூதுவர்கள் நிலைக்கு உயர்த்தியது. அவர்களில் பெரும்பாலோனோர் துதிபாடிகள் ஆயினர். தொண்டு நிறுவனங்களும் பெரிய பெரிய பன்னாட்டு கார்ப்பே ரேட்டுகளின் கைப்பாவைகளாக மாறுமளவு பெயரளவு திட்டங்களும் சொல்லுமளவு நிதியும் பெற்றுக் கொண்டனர். பெரும் அரசியல்வாதிகள் பன்னாட்டு நிறுவனங்களின் மறைமுக பங்குதாரர்களா என்ற சந்தேகம், இன்னமும் நீடித்து வருகிறது. இந்நிலையில் ஏழைகளும் அவர்கள் பங்குக்கு எதையாவது

பெற வேண்டாமா? இல்லாவிட்டால் அங்கங்கே காச்மூச் என்ற போராட்டங்கள் நடக்கும். சட்டம் ஒழுங்கு பிரச்சினை ஏற்படும் அதற்காக ஏற்படுத்தப்பட்டது தான் இந்த நூறு நாள் வேலைத்திட்டம்!

சட்டம் அல்லது திட்டம் எப்படி இருந்தாலும் செயல்பாடு எப்படியிருக்கிறது என்பதுதான் முக்கியம். இந்த நூறு நாள் வேலைத் திட்டம் நடக்கும் இடங்களுக்கு சென்று பார்த்தால் உண்மை நிலவரம் புரியும். பெரும்பாலான இடங்களில் வேலை என்று எதுவும் நடப்பதில்லை. பெண்கள், ஒரு சில ஆண்கள் ஏரி, கால்வாய் போன்ற இடங்களில் கூட்டம் கூட்டமாக மரங்கள் நிற்கும் இடங்களில் சிறு நிழலில் பாதுகாப்பாக அமர்ந்திருப்பார்கள். கொண்டு வந்திருக்கும் மதிய உணவை அருந்தி விட்டு பதிவேட்டில் கையெழுத்துப் போட்டு விட்டு கிளம்புவார்கள். இப்போதுள்ள குறைந்த பட்ச ஊதிய சட்டப்படி எட்டு மணி நேர வேலைக்கு ரூ.156.80 பயிற்சி தேவைப்படாத உடலுழைப்பாளருக்குத் தரப்படவேண்டும். ஆனால் கண்காணிப்பற்று, உழைப்பின் அளவை மதிப்பிடாமல் வெறுமனே அந்த ஊதியம் வழங்கப்பட்டு வந்த நிலையைப் பார்க்கும்போது இது ஏழை எளிய மக்களுக்குக் கையளிக்கப்பட்ட பிச்சை என்பது போல் தோற்றமளிக்கிறது. சில இடங்களில் மண்வேலை விதிவிலக்காக கண்காணிப்புடன் நடக்கிறது. ஆனால் ஊதியம் எல்லா இடங்களிலும் ரூ 80 ஐ தாண்டவில்லை. இதற்கு என்ன அர்த்தம்? இதை நூறு நாள் வேலைத்திட்டம் அல்ல. மாறாக ஏழை மக்களின் வாயை அடைக்கும் திட்டம் என்று கூசாமல் சொல்ல முடியும்.

ஏழை மக்கள் மட்டுமன்றி ஊரிலுள்ள அனைவரும் இதில் பங்கேற்பதால், கண்காணிப்பு என்பது இல்லவே இல்லை என்று கூறும் நிலை உள்ளது. ஒரு கைப்பிடி அளவு தங்கச்சங்கிலிகள் அணிந்த பெண்கள் நூறு நாள் வேலை என்ற பெயரில் மரநிழலில் அமர்ந்திருப்பதைப் பார்த்து கேட்டபோது, நோகாமல் உட்கார்ந்திருந்து காசு வாங்குகிறார்கள் அதனால்தான் நானும் கிளம்பி வந்தேன் என்று அவர் கூறினார்.

இப்போது நிலைமை இன்னும் மோசமாகியுள்ளது. சம்பளம் ரூ. 50 ஐ தாண்டுவதில்லை. ஏரிக்கரை, குளம், கால்வாய்

வேலைகளுக்குப் பதிலாக தனியாரிடம் விவசாயக் கூலிகளாக அனுப்பப்படுகிறார்கள். தனியாரே தனிப்பட்ட முறையில் விவசாய வேலைகளுக்கு ரூ.80 முதல் ரூ.100 வரைக் கொடுக்கும்போது நூறு நாள் வேலைத்திட்டத்தில் விவசாய வேலைகளுக்கு வெறும் ஐம்பது ரூபாயே வழங்கப்படுகிறது. அதுவும் உள்ளூரில் உள்ள வங்கிக் கணக்கில் செலுத்தப்படாமல் ஐந்து பத்து கிலோ மீட்டர் தொலைவில் உள்ள பக்கத்தூர்களில் உள்ள வங்கிகளில் செலுத்தப்படுகிறது. இதனால் இந்தக் குறைந்த ஊதியத்தைப் பெறுவதற்காக அலைக்கழிக்கப்படும் சூழல் உருவாகியுள்ளது. கடலூர் மாவட்டம், வடலூர், ஆலம்பாடி, பெருமாத்தூர், கீரப்பாளையம் போன்ற கிராமங்களில் சுற்றுப் பிரயாணம் மேற்கொண்ட போது இக்குறைகளை அம்மக்கள் வாயிலாகவே நேரடியாகக் கேட்டறிய முடிந்தது.

மக்களைப் பிச்சைக்காரர்களாகக் கருதி உருவாக்கப்பட்ட இத்திட்டத்தை பிச்சைக்காரத் திட்டம் என்றே கூறவேண்டுமெனத் தோன்று கிறது.

விவசாயக்கூலிகள், வாழ்வாதாரம் அற்றவர்களுக்கு மட்டுமே, கண்ணியமான ஊதியம் வழங்கி, முறையாக உடனடியாக பட்டுவாடா செய்யும் வகையில் ஒழுங்கான மேற்பார்வையில், வேலையை அளவீடு செய்து நூறு நாள் வேலைத் திட்டம் உருவாக்கப்படவேண்டும். மற்ற வேலைககளையும் விவசாய வேலையையும் ஒப்பீடு செய்து. வெய்யிலில் வாடி வேலை செய்யும் விவசாய வேலையை கூடுதலாக மதிப்பீடு செய்து கூடுதல் சம்பளம் வழங்க வேண்டும். அப்போது தான் கிராமங்களிலிருந்து மக்கள் கூட்டம் கூட்டமாக நகர்ப்புறம் நோக்கி நகர்வதைத் தவிர்க்க முடியும். விவசாயமும் பயனடையும். ஏழை மக்களும் பயனடைவர். இதற்கான கொள்கையை உருவாக்க வேண்டும்.

ஓய்வூதியத் திட்டம்

தற்போது முதியோருக்கு அதாவது அறுபத்தி ஐந்து வயதைக் கடந்தவர்களுக்கு சமூகப் பாதுகாப்பு என்ற பெயரில் ஓய்வூதியம் வழங்கப்படுகிறது. ரேஷன் அரிசி, மாதம் ஆயிரம் ரூபாய் வழங்கப்படும் இந்தத் திட்டம் வெகு சிலருக்கு மட்டும்

பயன்படுகிறது. ஏனெனில் மாத வருமானம், சம்பாதிக்கும் பிள்ளைகள் ஆகியவற்றைக் கருத்தில் கொண்டு வெகு சிலரே தகுதி பெறுகின்றனர்.

ஆனால் நடைமுறையில் தகுதியற்றவர்கள் அதாவது வசதி படைத்தவர்கள் கூட வி.ஏ.ஓ.வின் உதவியுடன் (லஞ்சப் பணம்) இந்த ஓய்வூதியம் பெறுகிறார்கள். ஆனால் தகுதி படைத்த முதியோர் பலர் வி.ஏ.ஓ. உள்ளிட்ட வருவாய்த்துறை அதிகாரிகளுக்குக் கையூட்டுத் தர இயலாததால் ஓய்வூதியம் பெறமுடியாத நிலையில் உள்ளார்கள்.

ஆனால் ஓய்வூதியக் கொள்கையிலேயே முரண்பாடு உள்ளது. ஓய்வூதியம் ஆண் / பெண் ஆகிய இருபாலருக்கும் வழங்கப்பட்டாலும், சம்பாதிக்கும் வயதில் ஆண் மகன் இருந்தால், அவன் வேலைக்குச் சென்றாலும், செல்லா விட்டாலும், பெற்றோருக்குப் பணம் தராவிட்டாலும் கூட, முதிய பெற்றோருக்கு ஓய்வூதியம் கிடைக்காது என்பதே அந்த முரண். சாம்பாதிக்கும் வயதில் பெண் பிள்ளை இருந்தால். அது கணக்கில் கொள்ளப்பட மாட்டாது. ஆண் என்றால் பெற்றோரைப் பாதுகாக்கும் பேணும் கடமை உண்டு. பெண் பிள்ளைக்கு அது கிடையாது என்று கூறுவது போல் உள்ளது. அரசின் கொள்கையைக் கூர்ந்து கவனித்தால் பெண் பிள்ளைகளைப் பெற்றால் பெற்றோருக்கு நன்மை கிடையாது என்று எடுத்துரைத்து பெண் பற்றி வெறுப்பை விதைக்கிறது அரசு என்பது தெரியும்.

பெண், ஆண் யாராக இருந்தாலும் பெற்றோரைப் பேணும் கடமை உள்ளது. தவறினால் நீதிமன்றம் மூலம் ஜீவனாம்சம் பெற்றுக்கொள்ள வழி உள்ளது. ஆனால் பெரும்பாலான இளைஞர்கள் படித்து வேலையற்றவர்களாக, அல்லது மிகக் குறைந்த சம்பளம் பெறும் உடலுழைப்பாளர்களாக கிராமப் பகுதியில் இருக்கும் போது பெற்றோரைப் பாதுகாக்கும் கடமையையும் அவர்கள் மீத சுமத்துவது நியாயமாகாது. தனிநபர் வாழ்சூழலைக் கருத்தில் கொண்டு, ஆண் பிள்ளைகள் இருந்தாலும், முதியோருக்கு ஓய்வூதியம் கொடுக்கும் வகையில் அரசின் கொள்கை மாற்றப்பட வேண்டும்.

அக்டோபர் 2018

புகழ்பெற்ற, சரித்திர முக்கியத்துவம் வாய்ந்த பல தீர்ப்புகளை வழங்கிய உச்சநீதிமன்ற தலைமை நீதிபதி திரு.தீபக்மிஸ்ரா ஓய்வு பெறவிருக்கிறார், இந்தத் தீர்ப்புகளுக்கெல்லாம் காரணம், மக்கள் பிரச்சினைகளை மனித நேயத்துடன் அனுகியதுதான் என்று பேட்டியும் அளித்திருக்கிறார். அவரது புரட்சிகரமான தீர்ப்புகளை புதிய கோடாங்கி முழுமனதுடன் ஆதரித்து வரவேற்கிறது. விரைவில் ஓய்வு பெறவிருக்கும் மனிதருள் மாணிக்கமான தீபக் மிஸ்ராவுக்கு வாழ்த்தையும், பாராட்டையும் புதிய கோடாங்கி எழுத்தாளர்கள், வாசகர்கள் சார்பில் தெரிவித்துக்கொள்கிறோம்.

அவரது முக்கியத் தீர்ப்புகளில் சில

- கேரளப் பெண் ஹாதியா திருமணத்தை எதிர்த்துத் தொடரப்பட்ட வழக்கில் ஹாதியா – ஜஹான் திருமணம் சட்டப்படி செல்லும் என்று தீர்ப்பளித்ததன் மூலம் ஹாதியா தனது கணவருடன் தங்கியிருக்கும் உரிமை கிடைத்தது.
- ஜாதி மறுப்பு காதல் திருமணம் செய்தோர் மீதான தாக்குதலைத் தடுக்கக் கோரி தொடரப்பட்ட வழங்கில், ஜாதி மறுப்பு திருமணத்திற்கு ஆதரவான தீர்ப்பளித்தார்.
- காவிரி மேலாண்மை வாரியத்தின் முடிவு இறுதியானது என்று தீர்ப்பளித்தன் மூலம் நதிநீரை குறிப்பிட்ட மாநிலம் மட்டுமின்றி தமிழ்நாடு கர்நாடகம் இரண்டுக்கும் பொதுவானது என அறிவித்தார்.
- பத்மாவதி திரைப்படத்திற்குத் தடை விதிக்க மறுத்தார்.
- அயோத்தி வழக்கில் 1994ல் வழங்கப்பட்ட தீர்ப்பில் எந்த மாற்றமும் செய்ய மறுத்து விட்டார்.

அவரது புரட்சிகரமான தீர்ப்புகள்

1. ஓரினச் சேர்க்கை குற்றம் எனக்கூறும் சட்டப்பிரிவு 377ஐ நீக்கியது

2. திருமண வாழ்க்கையை மீறி வேறொருவருடன் பாலியல் தொடர்பு குற்றமெனப் பார்க்கும் 497 ஆவது சட்டப்பிரிவை நீக்கியது

3. சபரிமலை அய்யப்பன் கோவிலில் அனைத்து வயது பெண்களும் வழிபட உரிமை வழங்கியது.

இத்தீர்ப்புகளின் சிறப்புகள், ஜாதிமறுப்பு, தனிமனித சுதந்திரம், பெண்விடுதலை ஆகியவற்றை உறுதிப்படுத்தும் விதமாக அமைந்திருப்பதுதான். ஓரினச்சேர்க்கை சமுதாயக்குற்றமாகக் கருதப்படாமல் தனிமனித சுதந்திரமாக மேலை நாகரிகம் ஏற்றுக் கொண்டதன் அடிப்படையில், உலகெங்கிலும் ஓரினச் சேர்க்கையாளர்கள் போராடத் துவங்கினார்கள். தீபக் மிஸ்ரா தீர்ப்பின் பின்னணி இதுதான்! மேலும் பன்லனட்டு சந்தை, உலகமயம் இவற்றின் விளைவாகவும் இதைப் பார்க்கலாம்.

திருமணத்திற்கு அப்பாற்பட்டு கொள்ளும் பாலியல் உறவை தகாத உறவென்றும், கள்ளத்தொடர்பு என்றும் கிரிமினல் வழக்குத் தொடர முடியாது. வேண்டுமானால் மண முறிவுக்கு இதை அடிப்படையாகக் கொள்ளலாம் என்று கூறியிருப்பதன் மூலம், வெறுப்பு, தாம்பத்ய உறவில் கசப்பு என்ற சூழ்நிலையில் திருமண உறவு நீடிக்க வேண்டியதில்லை, திருமணத்தில் மனமொத்து வாழும் வாழ்க்கையே சிறந்தது, குழந்தைகள் பற்றி இருவரும் பொறுப்புடன் முடிவெடுக்க வேண்டும் என்று மறைமுகமாக சொல்லப்படுவதாகக் கருதலாம்.

இத்தனை புரட்சிகரமான, மாறிவரும் சமுதாயத்திற்கு ஏற்ற தீர்ப்புகளை வழங்கியிருப்பது பாராட்டுக்குரியது. அதே சமயத்தில், பஞ்சமி நிலம், சிறப்பு உட்கூறு திட்ட நிதி, பதவி உயர்வில் இட ஒதுக்கீடு, நிலச் சீர்திருத்தச் ச்ட்டத்தில் மாற்றம் உள்ளிட்ட வழக்குகளை இவர் உச்ச மன்ற நீதிபதியாக இருக்கும் சமயத்தில் எடுத்துச் சென்றிருந்தால் என்ன தீர்ப்பை வழங்கியிருப்பார் என்று சிந்திக்க முடியவில்லை.

நீதிபதி கர்ணன் வழக்கில் மிக மோசமாக நடந்து கொண்ட உச்ச நீதிமன்றமா இப்படிப்பட்டத் தீர்ப்புகளை வழங்கியிருக்கிறது என ஆச்சரியமாக உள்ளது. அப்போது தீபக் மிஸ்ரா தலைமை நீதிபதியாக இருந்திருந்தால் என்ன செய்திருப்பார்?

தலித் மக்களைப் பொறுத்த வரையில் மேற்கண்ட முக்கியத் தீர்ப்புகளினால் பெரிய அளவில் பயன் உடனடியாகக்கிடைக்கும் என்று கூறிவிட முடியாது. இன்னும் ஆணவக் கொலைகள், பெண்களை நிர்வாணமாக்கி பகிரங்கமாகத் தெருவில் ஓடவிட்டு அடித்துத் துவைத்தல், பாலியல் பலாத்காரம், அடிப்படை வசதிகள் இல்லாமை, வறுமை இவற்றுக்கெதிராக தீர்ப்புகள் தொடர்ந்து வரவேண்டும். ஓரினச் சேர்க்கையாளர்களோ, கள்ளத்தொடர்பு என்று வர்ணிக்கப்பட்ட உறவில் இருந்தவர்களோ தலித் மக்களுக்கு ஆதரவான போராட்டங்களில் பங்கெடுத்துக் கொண்டார்களா என உறுதிபடக் கூற முடியவில்லை.

எனினும் சிலரேனுக்கேனும், விழித்துக் கொண்டிருக்கும் பலருக்கேனும் இத்தீர்ப்புகள் பயன்படட்டும்.

இந்த இதழ் அச்சேறும்போது காஞ்சிபுரத்தில் அக்டோபர் 6ம் தேதி அனைத்து ஓய்வூதியதாரர் மாநாடும், விழுப்புரத்தில் அக்டோபர் 8ம் தேதி தலித் மக்களின் நீண்ட நாள் கோரிக்கைகளைக் கண்டுகொள்ளாத அரசு நிர்வாகத்தைக் கண்டித்து மாபெரும் கண்டன ஆர்ப்பாட்டமும் நடத்து முடிந்திருக்கும். அவற்றைப் பற்றிய விரிவான செய்திகளை அடுத்த இதழில் பார்க்கலாம்.

புதிய கோடாங்கிக்கு ஆண்டு சந்தா, மற்றும் ஆயுள் சந்தா வசூலிக்கும் முயற்சியில் சமூக சமத்துவப் படை கட்சியினரும் புதிய கோடாங்கி நிர்வாகக் குழுவும் முனைத்திருக்கிறது. புதிய கோடாங்கி வாசகர்கள், புரவலர்களாகவும் மாற இப்போதுள்ள சந்தர்ப்பத்தைப் பயன்படுத்திக் கொள்ளுங்கள். உங்களது சிறிய நன்கொடை புதிய கோடாங்கியின் ஆயுளை நீட்டிக்கும்

நவம்பர் 2018

ஒருபக்கம் பரியேறும் பெருமாள் போன்ற தலித் அடையாளத்துடன் மிக மென்மையான, காலப்போக்கில் எல்லாம் மாறிவிடும் தானாக என்ற பொய் நம்பிக்கை விதைக்கும் செல்லுலாய்ட் படங்கள். அதற்குப் பாராட்டுக்கள். தலித் தயாரிப்பாளர், தலித் இயக்குநர் என்ற படக்குழு சாதிப் பிரச்சனையை, அம்பேத்கரியலுக்கு எதிரான அணுகுமுறையுடன்

கலையம்சத்துடன் சாதி தரப்பினர் கண்டுகளிக்கும் விதமாக படம் எடுக்கிறது! ஆனால் அதன் மறுபக்கமாக, இந்தப் படம் வெளியாகிய ஒரு மாதத்திற்குள்ளாகவே, நாங்கள் மாறமாட்டோம், எங்களை யாரும் திருத்த முடியாது. எங்கள் சாதிவெறி எவ்வளவு காலம் ஆனாலும் குறையாது என்று சவால் விடும், ஆதிக்கசாதியின் கொக்கரிப்பு!

தினேஷ் என்கிற சாதிவெறியன் 13 வயதே நிரம்பிய ராஜலஷ்மி என்னும் தலித் சிறுமியைப் பாலியல் பலாத்காரம் செய்யமுயற்சித்து அது தோற்றுப் போய், ஊராருக்கும் தெரிந்து அந்த அவமானம் தாங்காமல், ஊருக்குத் தம்பட்டம் அடித்தது ராஜலஷ்மியாகத்தான் இருக்கும் என்ற ஆத்திரத்தில் பறத்தேவிடியா என்ற வெறிக் கூச்சலுடன், சேலம் – ஆத்தூர் அருகில் உள்ள தளவாய்ப்பட்டி கிராமத் தோட்ட வீட்டில் வசித்து வந்த சாமிவேல் – சின்னப்பொண்ணு தம்பதியரின் மகள் ராஜலஷ்மியின் வீட்டில் பாய்ந்து, பெற்றத்தாய் முன்பாக அச்சிறுமியின் முடியை இழுத்து அரிவாளால் கழுத்தில் வெட்டி தலைவேறு உடல்வேறு எனக் கூறிட்டு, வெற்றி இறுமாப்பில் அந்தத் தலையை எடுத்துக்கொண்டு இருசக்கர வாகனத்தில் பயணம் செய்திருக்கிறான். இந்த வன்முறைச்செயலை எந்த மனசாட்சி உள்ள மனிதனும் கண்டிக்க வேண்டும்.

ஆனால் ஆதிக்க சாதி நிர்பயாவிற்காகக் கூக்குரலிட்ட அரசியல் கட்சிகள், எழுத்தாளர்கள், கவிஞர் பெருமக்கள், பெண்கள் இயக்கங்கள், நீதி மன்றங்கள், பொதுமக்கள், பத்திரிக்கைகள், கலைப்படத்தை விஞ்சும் வகையில் நீண்ட மௌனம் காக்கின்றனர். என்னே தமிழர் பண்பாடும் அதற்கு வக்காலத்து வாங்கும் புரட்சி கூட்டமும்! காட்டுமிராண்டி சாதிப்பண்பாடுதான் இன்றையத் தமிழர் பண்பாடு என்பதைப் பறை சாற்றும் விதமாக இருக்கிறது கொடியதிந்த மௌனம்! எங்கோ, எப்போதா அரிதாக நடக்கும் இத்தகைய கொலைக்காக ஒட்டு மொத்தத் தமிழர் பண்பாட்டையும் வசைபாடுவதா என்று ஒரு சில மேட்டுக்குடி அறி (விலி) வாளிகள் கூச்சலிடலாம். நடந்த வெறிச்செயல் ஒரு தனிமனிதன் செய்ததுதான். இறந்ததும் ஒரு தனிமனுஷிதான்! ஆனால் நிர்பயாவுக்கான பெருங்கூச்சல், மௌனமாக இப்போது மாறிவிட்டதுதான்,

இக்கொலைக்குப் பின்னணியில் இயங்கும் சாதிய சமூகத்தை அடையாளங்காட்டுகிறது. சாதித் தமிழர்களின் வெற்றுக் கூச்சலை தோலுரிக்கிறது.

நமது கோபம் வன்முறையாக மாறக்கூடாது என்று போதிக்கும் ஆதிக்க சாதிகளுக்குக் காவடி தூக்கும் எடுபிடிகள், நம் கோபம் என்னவாக வேண்டும் என்பதையாவது சொல்லித் தொலைக்கலாமல்லவா? நமது கோபம் அதிகாரத்தை நோக்கி, அரசியல் அதிகாரமே விடுதலையின் திறவுகோல் என்று சொன்னவரை மகிமைபடுத்தும் வகையில் அரசியல் பலமாகவல்லவா மாறவேண்டும்!

மானமுள்ள தமிழர்கள் சிந்திக்க வேண்டியது,

1. தினேஷ்குமாரை கைது செய்து தூக்கில் போடும் வரை போராடுவது

2. ராஜலஷ்மி குடும்பத்தினருக்கு ஐந்து கோடி ரூபாய் இழப்பீடு வழங்குவது.

3. தினேஷ் மற்றும் அவரது குடும்பத்தார் சொத்தைப் பறிமுதல் செய்வது.

மேற்கண்ட அனைத்திற்கும் வன்கொடுமை தடுப்பு சட்டத்திலும் பொக்சோ சட்டத்திலும் இடமுண்டு.

மேற்கண்டவை நிறைவேற்றப்படா விட்டால் சாதியின் பெயரால் பல தினேஷ்கள் வெறியாட்டம் போடுவார்கள்.

வரப்போகின்ற 2019ம் ஆண்டு அரசின் வரவுசெலவு (பட்ஜெட்) திட்டத்தில் சிறப்பு உட்கூறு திட்ட நிதியில் எண்பது சதவிகிதம் தலித் மக்கள் நேரடியாகப் பயனுறும் திட்டங்களுக்கு ஒதுக்க தொடர் போராட்டம் மேற்கொள்ள வேண்டும். விழுப்புரம், காஞ்சிபுரம், செங்கல்பட்டு ஆகிய இடங்களில் நடந்த சமூக சமத்துவப் படையின் ஆர்ப்பாட்டங்களில், அப்பகுதியிலுள்ள பல கிராமங்களில் உள்ள நிலம், மற்றும் அடிப்படை வசதிகள் மற்றும் மக்கள் பிரச்சனைகள் அடங்கிய கோரிக்கைகள் ஆயிரக்கணக்கில் பெறப்பட்டுள்ளன. அவற்றை முறையாக தலித் மக்கள் அதிகம் நம்பிக்கை வைக்காத அரசு மற்றும் அதன் உயர் அதிகாரிகளுக்கு நடவடிக்கைகளுக்காக அனுப்பி வைக்கப்பட்டுள்ளது. அரசு

மேல் நம்பிக்கையில்லாவிட்டாலும் சமூக சமத்துவப்படை தன் தொடர் போராட்டங்களில் கொண்டுள்ள நம்பிக்கையே காரணம். நடவடிக்கை மேற்கொள்ளும் வரையில் போராட்டங்கள் தொடரும்.

விழுப்புரம், காஞ்சிபுரம் மற்றும் செங்கல்பட்டு கண்டன ஆர்ப்பாட்டங்கள் குறித்த விபரங்கள் அடங்கிய புதிய கோடாங்கி இதழ்களை அந்தந்த மாவட்ட ஆட்சித்தலைவர், மற்றும் அதிகாரிகளுக்கு இலவசமாக விநியோகிக்குமாறு சமூக சமத்துவப்படை பொறுப்பாளர்களிடம் கேட்டுக்கொள்ளப்படுகிறார்கள்.

ஜனவரி 2019

மக்களும் ஆட்சியாளர்களும்

ஜனநாயகம் அல்லது மக்கள் ஆட்சி என்று கூறும்போது மக்களே ஆள்பவர்களாகவும், ஆளப்படுபவர்களாகவும் இருக்கிறார்கள் என்று பொதுவாக அர்த்தப்படுத்திக் கொள்கிறோம். ஆனால் மக்களாட்சியில் பல அடுக்குகள் உள்ளன. பிளவுகள் உள்ளன. இவையாவும் சமூகத்தில் நிலவுகின்ற ஏற்றத்தாழ்வுகளை பிரதிபலிக்கவும் பிரதிநிதிப்படுத்தவும் செய்கின்றன. சட்டியில் உள்ளதுதான் அகப்பையில் வரும் என்பது பழமொழி. சமூகம் ஒரு சாகரம் என்றால் ஆட்சி அதிகாரம் என்பது அதில் சவாரி செய்யும் மாபெரும் ராட்சதக் கப்பல். கப்பலின் பணி அதில் சவாரி செய்வதோடு அந்த சாகரத்தை அடக்கி ஆளவும் செய்கிறது. ஆகையால் ஜனநாயகம் என்பது வெளித்தோற்றத்தில் ஒரு புனிதமான அரசியல் ஏற்பாடு போலத் தோன்றினாலும், வாழையடி வாழையாக ஒரு தொற்றைப் போல சமூகப் பிளவுகள் தொடர்ந்து கொண்டே இருப்பதினால், சமூகத்தின் பல்வேறு மட்டங்களில் உள்ளவர்கள், இந்தப் பிளவுகளின் மூலம் அதிகாரத்தைத் தேடிக்கொள்ளும் குறுகிய வழிகளைத் தேடிக்கொள் கிறார்கள். சாதி, மதம், இனம், மொழி மற்றும் பொருளாதார வேறுபாடுகளினால் ஆதாயம் பெறுகின்ற கூட்டம் மக்களாட்சியில் ஆட்சியாளர்களாக இருக்கிறார்கள். சமூக

மாற்றம் என்பது அதிகாரம், ஊழல் ஆகிய இரண்டுக்குமிடையில் எட்ட முடியாத கனவாக இருந்து வருகிறது. சமூகமாற்றத்தை இலக்காகக் கொள்ளாத அரசியல் சாக்கடை என்று சொல்வதில் எத்தவறும் இல்லை.

கடந்த ஐந்தாண்டு ஆட்சி காலத்தில் மத்திய அரசு மற்றும் மாநில அரசுகளின் செயல்பாடுகளைக் கணக்கில் கொள்ளலாம். அதிலும் குறிப்பாக, மாநில அரசுகளில் தமிழ்நாட்டைக் கவனத்தில் கொள்ளலாம். மோடியைப் பிரதமராகக் கொண்ட பிஜேபி அரசு, தனது ஐந்தாண்டு கால செயல்பாடுகள் மூலம் வெகுஜன மக்களிலிருந்து வெகுதூரம் விலகி விட்டது.

இதற்கு நாம் பிஜேபி அரசை மட்டும் குறை சொல்லமுடியாது. கடந்த அறுபதாண்டு காலமாக கல்வியறிவு, வறுமை, வேலையின்மை காரணமாக, சிந்திக்கத் திறனற்ற, எப்போதும் அரசாங்கத்தின் இலவசங்களை நம்பி வாழ்கின்ற ஐம்பது சதவிகிதப் பெருங்கூட்டத்தை நாம் உருவாக்கி வைத்திருக்கிறோம். வாழ்வு என்றால் நமது சமூகத்தில் உழைப்பு, ஊதியம், மக்கள்பேறு, சொத்து சேர்த்தல் என்பவையே அளவீடுகளாக வைக்கப்பட்டுள்ளன. ஒரு தனிமனிதனின் கனவு கல்வி, வேலை, பெருஞ் சம்பளம், உல்லாசமாக பொருள்களையும் சேவைகளையும் நுகர்வது என்பதும், மேற்கண்டவை நிறைவேறும்போது மட்டுமே அதிகாரம். புகழ், சாதனை நோக்கித் திருப்புவதுமாக உள்ளது. அடிப்படை வசதிகளை நிறைவேற்றிக் கொள்ள முடியாத பெருங்கூட்டம் அதிகாரத்திலிருந்து புறந்தள்ளப்படுவதனால், ஆள்பவருக்கும் ஆட்சியாளர்களுக்கும் லட்சியங்களில் தொடங்கி அனைத்திலும் வேறுபாடுகள்!! இவ்வேற்றுமை கள் பெரும்பிளவை ஏற்படுத்தியுள்ளன. இப்படிப்பட்ட எழுபதாண்டு கால சுதந்திர இந்தியாவில், பிஜேபி மொத்தம் பத்தாண்டு காலமே ஆட்சியில் இருந்திருக்கிறது. இப்பத்தாண்டு காலத்தில் முன்னேற்றம் கிடக்கட்டும், வரலாறு காணாத பின்னடைவை ஏற்படுத்தியுள்ளது.

பிஜேபி என்பது பார்ப்பனியத்தை உயர்த்திய பிடிக்கிற, புராதனம் – வரலாறு – பண்பாடு – மதம் என்ற போர்வையில் சமூகத்தில் ஏற்கனவே உள்ள பிளவுகளை ஊதிப் பெருக்கி அதன்

மூலம் இந்துத்துவ – பார்ப்பன – உயர்சாதி அதிகாரத்தைக் கட்டமைக்கின்ற ஆர்.எஸ்.எஸ். என்கின்ற. அடித்தளத்தைக் கொண்டிருக்கின்ற அரசியல் கட்சி. இது எந்தக் காலத்திலும் வெகுஜன மக்களின் நன்மையைக் கருத்தில் கொள்ளாது. இதற்கு அதன் உள் கட்டமைப்பில் இடமுமில்லை.

கடந்த ஐந்தாண்டுகளில் மதச்சிறு பான்மையினரை பாதிக்கும் வகையில் அவர்கள் மீது பெரும்பான்மையாக இருக்கின்ற இந்துக்களுக்கு வெறுப்பு ஏற்படுத்தும் வகையில் அதன் பல்வேறு பண்பாட்டு அங்கங்கள் மூலம் செயல்பட்டது. இந்துக்கள் ஐந்து குழந்தைகளைப் பெற்றுக்கொள்ள வேண்டும், அயோத்தியில் ராமர் கோயில் கட்டவேண்டும் மாட்டுக்கறி சாப்பிடுவதற்கு தடை, சாப்பிடுபவர்கள் மீது வன்முறை என்பவை சிற்சில உதாரணங்கள் மட்டுமே. அதைப் போல, இவர்களைப் போன்றே ஆதிக்க வெறி கொண்ட கார்ப்போரேட்டுகளுடன் கைகோர்த்துக் கொண்டு, புழக்கத்திலிருந்த அனைத்து பணத்தையும் செல்லாதவை என அறிவித்து, ஜிஎஸ்டி வரிவிதித்தது, காஸ் விலை ஏற்றியது, பெட்ரோலியம் பொருட்கள விலையேற்றம், நூறு நாள் வேலைத்திட்டச் செயல்பாட்டுக் குறைவு, அத்தியாவசியப் பண்டங்களின் விலையேற்றம், பொருளாதார வளர்ச்சி விகிதக்குறைவு என்று அடுக்கிக் கொண்டே போகலாம்.

மத்தியில் காட்டாட்சி நடக்கும்போது மாநிலத்தின் நிலைமை என்ன? ஜெயலலிதா சில இலவசங்களை வழங்குவது போல் அறிவித்து, ஜேப்படித்திருடனைப் போல், மக்களின் கவனத்தை இலவசங்களின் பக்கம் மடைமாற்றி விட்டு, அவர்களின் விலைமதிப்பற்ற வோட்டுக்களை அபகரித்து ஆட்சி அதிகாரத்தில் அமர்ந்தார். குறைக்கிற நாய் கடிக்காது என்பது பழமொழி. அவர் அதிகாரத்தை ஆடம்பரமாக செலுத்தி தனக்கு அதிகாரம் அதிகம் இருப்பது போல் (குலைக்கிற நாய் போல்) காட்டிக் கொண்டார். ஆனால் அனைத்து அதிகாரமும் மன்னார்குடி மாஃபியாவு க்குத் தான் இருந்தது, ஜெயலலிதா அவர்களின் கைப்பாவையாகத்தான் செயல்பட்டார் என்பதை மீடியாக்கள் தொடர்ந்து சொல்லி வந்தன. மக்களுக்கு நேரடியாக எந்த விளக்கத்தையும் தர வேண்டிய அவசியமில்லாதவர்கள்

அதிகாரம் செலுத்தும் வகையில் இருந்தால் ஜனநாயகத்திற்கு என்ன வேலை. ஊழல், லஞ்சம், வெகு மக்கள் விரோதச் செயல்பாடுகள் இங்கேயும் அரங்கேறின. அவரின் மறைவுக்குப் பிறகு செயல்படாத அரசாக, மத்திய அரசின் கையில் சவுக்கைக் கொடுத்துவிட்ட ஒரு இடைக்கால அரசு போல செயல்பட்டவர்களிடம் நாம் என்ன எதிர்ப்பார்க்க முடியும்.

மக்கள் விடிவு காலத்தை நோக்கி தவமிருக்கிறார்கள். அத்தியாவசிய பொருட்கள் விலை குறைப்பு, பன்னாட்டுக் கம்பெனிகளை செம்மையாகக் கண்காணித்து அதன் எல்லை மீறிய செயல்பாட்டை நறுக்கி வைப்பது, பெட்ரோலிய விலையேற்றம் எரிவாயு விலையேற்றத்தைத் தடுப்பது, வரிப் பணம் மல்லையா நிரவ்மோடிகளிடம் சிக்காமல் அதைப்பெருவாரி மக்களுக்குச் செலவிடுவது, ஏழைகளுக்கு நிலம் வீடு வழங்கி அடிப்படை வசதிகளைச் செய்து கொடுப்பது உள்ளிட்டவற்றுக்காக மக்கள் தவம் கிடக்கிறார்கள். தேர்தல் சமயத்தில் உத்தமர்களாக வேடங்கட்டிக் கொள்ளும் அரசியல்வாதிகள், வாக்குறுதிகளைக் காப்பாற்ற ஏதுவாக, லோக் அதாலத், வரிஏய்ப்புக்குக் கடுந்தண்டனை, வருவாய்க்கு அதிகமான சொத்தைப் பறித்தெடுப்பது போன்றவை அத்திப் பூத்தாற்போலில்லாமல், தினம் ஆயிரம் பேர் என்று இலக்கு வைத்து முறைப் படுத்தும் நடவடிக்கை களை மேற்கொள்ள வேண்டும்.

அடித்தட்டு மக்களின் அரசியல் விழிப்புணர்வில் தான் அவர்களின் அதிகாரத் திறவுகோல் இருக்கிறதென்பதால், அத்தகைய விழிப்புணர்வை அம்மக்களிடம் ஏற்படுத்திவரும், ஜனநாயகம் தழைக்கப்பாடுபடும் புதிய கோடாங்கியின் பணி மிகவும் முக்கியமானது. புரவலர்கள் இல்லாது, வசதி படைத்தோரின் நன்கொடை இல்லாது மிகப்பெரிய தியாகத்தால் மட்டுமே இப்பத்திரிக்கை நடந்து வருகிறது.

இப்பத்திரிக்கை வாயிலாக மக்களின் நன்மைக்காக உழைக்கும் அனைத்து நல்ல உள்ளங்களுக்கும், மென்மேலும் உழைக்க புத்தாண்டு வாழ்த்துக்கள்!

பிப்ரவரி 2019

அரசியலமைப்புச் சட்டத்தின் 124வது சட்டத்திருத்தம், அரசியலமைப்புச் சட்டத்தின் 15 மற்றும் 16 பிரிவுகளில் மேற்கொள்ளப் பட்டு, அதன் மூலம் முற்பட்ட வகுப்பில் உள்ள பொருளாதாரத்தில் பின் தங்கியுள்ளோருக்கு பத்து சதவிகித இட ஒதுக்கீடு வழங்கப்பட்டுள்ளது. முற்பட்ட வகுப்பில் பொருளாதாரத்தில் பின்தங்கியவர்கள் யார் என்பதற்கான வரையறையும் வகுத்துள்ளது.

எட்டு லட்சம் ஆண்டு வருமானத்திற்கு மிகாமல், ஐந்து ஏக்கர் விவசாய நிலத்திற்கும் குறைவாக உள்ளவர்கள். ஆயிரம் சதுர அடிக்குக் குறைவான வீட்டில் வசிப்பவர்கள், நகரத்தில் 900 சதுர அடிக்கும் குறைவாக, கிராமத்தில் 1800 சதுர அடிக்கும் குறைவாக வீட்டு மனை உள்ளவர்கள், இவ்விட ஒதுக்கீட்டைப் பெறத் தகுதியானவர்கள்.

ஜனவரி மாதம் 9ம் தேதி கொண்டுவரப் பட்ட மசோதா பாராளுமன்றத்தின் லோக்சபாவில் 323 உறுப்பினர்கள் ஆதரிக்க, மூன்று பேர் மட்டும் எதிர்க்க, ராஜ்ய சபாவில் 165 பேர் ஆதரிக்க ஏழு பேர் மட்டும் எதிர்க்க அன்றே நிறைவேற்றப்பட்டது.

பாராளுமன்றத்தில் திமுக, அதிமுக கட்சிகளின் உறுப்பினர்கள் வெளிநடப்பு செய்து தங்கள் எதிர்ப்பைத் தெரிவித்துள்ளார்கள். ஆம் ஆத்மி கட்சி இப்பொருள் தேர்வுக்குழுவில் விவாதிக்கப்பட வேண்டும் என்று வலியுறுத்தியது. இவ்வெதிர்ப்புகள் அல்லது வலியுறுத்தங்கள் எவற்றையும் சட்டை செய்யாத பிஜேபி அரசு, குடியரசுத் தலைவரின் ஒப்புதலைப்பெற்று ஜனவரி 14–ல் இருந்து நடைமுறைக்குக் கொண்டு வந்து விட்டது. குஜராத் மாநிலம் உடனடியாக சட்டமன்றத்தில் இதை நிறைவேற்றியது. தொடர்ந்து ஜார்க்கண்ட் மற்றும் உத்திரப் பிரதேசமும் நிறைவேற்றியுள்ளன. திமுக இச்சட்டத்திருத்தத்தை எதிர்த்து சென்னை உயர்நீதி மன்றத்தில் ரிட் மனு தாக்கல் செய்துள்ளது.

மேற்கூறிய நடவடிக்கைகள் மூலம் இந்தியா முழுவதும் இவ்விட ஒதுக்கீட்டு சர்ச்சைகள் மீடியாக்கள் வலைத்தளங்களில் தொடர்ந்த வண்ணம் உள்ளன. ஆதரவும் எதிர்ப்பும் உள்ளன.

இந்தப் பின்னணியில் சில முக்கியமான சிந்தனைகளை முன்வைக்க விரும்புகிறேன். இடஒதுக்கீட்டின் வரலாற்றை உற்று நோக்கும் எவரும், அண்ணல் அம்பேத்கர் அவர்கள் வகுத்த அரசியலமைப்புச் சட்டம் என்பது இந்தியாவில் நிலவிய பயங்கரமான தீண்டாமை ஒடுக்கு முறையையும், பொருளாதாரச் சுரண்டலுக்கு வழிவகுத்த சாதி அமைப்பையும் ஒழித்து சுதந்திர, சமத்துவ, சகோதரத்துவ சமுதாயத்தை உருவாக்குவதை இலக்காகக் கொண்டிருந்தது என அறியலாம். சாதி ஒடுக்குமுறையில் சமூகத்தில் தாழ்நிலையில் வைக்கப்பட்டிருந்த சமூகங்களைத் தூக்கி விடுவதன் மூலம் மேற்கண்ட இலக்கை எய்த முடியும் என்ற நம்பிக்கையுடன் இடஒதுக்கீடுக்கு வழிவகை செய்யப்பட்டது. ஆனால் ஆதிக்க சாதிகள் இவற்றைக் கடுமையாக எதிர்த்து தகுதி திறமை அடிப்படையில் தன் வாய்ப்புகள் வழங்கப்பட வேண்டும் என்ற வாதாடி வந்தன. அவர்கள் எதிர்ப்பு, மறைந்த முன்னாள் பிரதமர் வி பி சிங் மண்டல் கமிஷனின் பரிந்துரைகள் அமல்படுத்த நினைத்த போது உச்ச கட்டத்தை அடைந்து நாடறியாத வன்முறையாக வெளிப்பட்டது.

இதில் முக்கிய அம்சம் என்னவென்றால் இன்னும் எஸ்ஸி எஸ்டி பிரிவினருக்கு இடஒதுக் கீட்டை அமல்படுத்தவதில் சுணக்கம் உள்ளது. பின்னடைவு பணி காலியிடங்கள் மத்திய மாநில அரசுகளில் பணியிடங்களில் ஏராளம் இன்னமும் நிரப்பப்படாமல் உள்ளன. எஸ்ஸி எஸ்டி அரசு ஊழியர் சங்கங்கள் இதற்காகத் தொடர்ந்து போராடி வருகின்றனர். இப்படி ஏற்கனவே அரசியலமைப்புச் சட்டத்தில் கூறப்பட்ட வழிவகைகளை முழுமையாக அமல்படுத்த இயலவில்லை. பதவி உயர்வில் இடஒதுக்கீடு இன்னும் எட்டாக் கனவாக உள்ளது. ஆதிக்க சாதிகள் தொடர்ந்து தகுதி திறமை என்ற கூப்பாடு எழுப்பிய வண்ணம் உள்ளனர்.

தகுதி – திறமை என்பது என்ன? தகுதி திறமை பிறப்பில் இல்லை. வளரும் சூழல், வாய்ப்பு, பொருளாதார வசதிகள் இன்றி தகுதி திறமை இல்லை. இன்று விஞ்ஞானத்தில் அல்லது தொழில் நுட்பத்தில் சிறந்து விளங்க ஒரு நாடு உணவு தன்னிறைவு, அடிக்கட்டுமான வசதிகள், அடிப்படை வசதிகள்

பூர்த்தி செய்தால் மட்டுமே விஞ்ஞானத்திலும் தொழில் நுட்பத்திலும் வளர்ச்சியடையும். இந்தப் பின்புல வேலைகளில் அடித்தட்டு மக்களின் பங்களிப்பு ஏராளம் இருக்கிறது. வெகுன மக்களின் உதவியின்றி தகுதி – திறமையை தனிநபர் மட்டுமே வளர்த்தெடுக்க முடியாது. எனினும் ஆழமற்ற மேம்போக்கான தகுதி – திறமை குறித்த விவாதங்கள் நம்மிடையே நடந்து கொண்டிருக்கின்றன.

ஆனால் இப்படி வானிலிருந்து உதித்து வருவது தகுதி திறமை என்று பேசிக்கொண்டிருந்தவர்கள் பிளேட்டை மாற்றி பொருளாதாரத்தில் பின்தங்கிய முற்பட்ட சாதிகளுக்கு இட ஒதுக்கீடு என்பதை ஆதரிக்கின்றன. இப்போது அவர்கள் வாதம் என்னானது? ஆழமற்ற, பொருளற்ற வறட்டு வாதம் தான் அது என்று இப்போது அவர்கள் ஏற்றுக் கொள்கிறார்கள் போலும்.

ஆளுங்கட்சியான பிஜேபி அறிமுகப் படுத்திய போது காங்கிரஸ் போன்ற தேசிய கட்சிகள் இதை எதிர்க்கவில்லை. காரணம் இம் மசோதாவுக்கு முன்னோடியே நரசிம்ம ராவ் தலைமையிலான அரசு இப்படி ஒரு மசோதாவைக் கொண்டு வந்து தோற்றுப்போனது. இப்பொழுது கொண்டுவரப் பட்ட இந்த சட்டத்திருத்தம் அமலாக்கத்திற்கு வந்து விட்டாலும் இதற்கு சட்டம் அனுமதி அளிக்குமா? இப்பொருளாதார அடிப்படையிலான இட ஒதுக்கீடு சரியானதா? இதனால் என்ன பாதகங்கள்?

முதலாவதாக, சமுதாயத்தில் உள்ள ஏற்றத் தாழ்வுகளுக்கு சாதியமைப்பே முக்கியமானகாரணமாக இருந்திருக்கிறது. ஆதிக்க சாதிகளின், பார்ப்பனியத்தின் சூழ்ச்சியால் இவ்வேற்றுமைகள் பிறப்பின் மூலம் வரையறுக்கப்பட்டு, நிலைப்படுத் தப்பட்டு வந்துள்ளன. மேலும் இவர்கள் கீழ்ச்சாதிகள் எனக் கூறப்பட்டு வந்த பிற்படுத்தப்பட்டவர்கள், தலித் மக்கள், பழங்குடியினர் மீது சொல்லொன ஒடுக்கு முறையைக் கட்டவிழ்த்து விட்டவர்கள். புத்த மதத்தின் வீழ்ச்சிக்குப் பிறகு முகலாயர்கள் வருகை வரைக்கும் பிறகு ஆங்கிலேயர் ஆட்சி வரைக்குமே அதிகாரத்தில் இருந்து வந்தவர்கள். இந்த வரலாற்றுப்பிழைக்கு இன்னமும் தார்மீகப் பொறுப்பேற்காதவர்கள். இந்த அநீதியை சரிசெய்ய உதித்ததே இட ஒதுக்கீடு என்னும் கருவி. மேலும் பொருளாதார

ஏற்றத்தாழ்வு என்பது மாறக்கூடியது. இன்று பணக்காரர் நாளை ஏழையாகலாம் அல்லது இன்று ஏழையாயிருப்பவர் நாளை பணக்காரராக ஆகலாம். ஆகையால் பொருளாதார அடிப்படையிலான இட ஒதுக்கீடு எந்த வகையிலும் சாதி ஒடுக்குமுறைக்குத் தீர்வாகாது. மேலும் முற்பட்ட வகுப்பினர், வரலாற்றில் எப்போதும் தலித் அல்லது பிற்படுத்தப்பட்ட வகுப்பினரில் சிலரைப் போல் நில உரிமையாளராகத் தடை செய்யப்பட்டதில்லை. அவர்கள் மீது சாதி அடிப்படையில் எந்தவிதமானப் பொருளாதாரத் தடைகளும் விதிக்கப்படவில்லை. அவர்கள் முன்னேற்றத்திற்கு அரசோ, பிறரோ எந்த வகையிலும் தடையாய் இருந்ததில்லை. ஆகையால் அப்படிப்பட்ட முற்பட்டவர்கள் பொருளாதார ரீதியாகப் பின்தங்கியிருப்பதற்கு அவர்கள்தான் காரணமே தவிர வேறுயாரும் பொறுப்பேற்க முடியாது. அடுத்து, அரசியலமைப்புச் சட்டப் பிரிவுகள் 15, 16 ஆகியவை சமூக ஏற்றத்தாழ்வுகளை அடிப்படையாகக் கொண்டவை. அப்படியே பொருளாதார ஏற்றத்தாழ்வுகளை அடிப்படையாகக் கொண்டிருந்தாலும் அவை சமூக ஏற்றத்தாழ்வுகளோடு இணைக்கப்பட்டிருக்க வேண்டும்.

பொருளாதாரத்தில் பின்தங்கியவர்கள் என்பதற்கான வரையறை நகைப்புக்கிடமாக உள்ளது. பிற்படுத்தப்பட்ட மக்களுக்கு ஒதுக்கீடு வழங்கும்போது தகுதி – திறமைக்காக வாதாடியவர்கள், பிற்படுத்த மக்களில் பொருளாதாரத்தில் முன்னேறியவர்களுக்கு இடஒதுக்கீடு கூடாது என வாதிட்டார்கள். பொருளாதாரத்தில் முன்னேறியவர்களுக்கு அவர்கள் ஏற்படுத்திய வரையறை, இப்போது முற்பட்ட வகுப்பில் பின்தங்கியவர்களுக்கான வரையறை தான் அல்லது அதைவிட குறைவானதுதான் எனும்போது எப்படி சிரிக்காமல் இருப்பது?

1992ல் இந்திரா சஹானி வழக்கில் எந்தக் காரணத்தைக் கொண்டும் எல்லாருக்குமான ஒதுக்கீடு ஐம்பது சதவிகிதத்தைத் தாண்டக்கூடாது என்று உச்சநீதி மன்றம் என்று தடை விதித்து. அந்தத் தடையை மீற வேண்டுமென்றால் நாட்டில் கடுமையான தவிர்க்க முடியாத பிரச்னைகள் அல்லது சூழல் நிலவ வேண்டும் என்று உச்ச நீதி மன்றம் கூறியது. இப்போது அப்படியென்ன மோசமான சூழ்நிலை உள்ளது, இப்படிப்பட்ட

மசோதாவைக் கொண்டு வரவேண்டிய அவசியமென்ன? தேர்தலில் முற்பட்டோரின் வாக்குகளை அள்ளுவதற்கானத் திட்டம்தான் அது பரவலாக எல்லோராலும் கூறப்படுகிறது. தேர்தலுக்காக மட்டுமின்றி கருத்தளவில் தேசியக் கட்சிகளுக்கு உடன்பாடு இருப்பதால்தான் சீரிய எதிர்ப்பு எதுவுமின்றி அமலாக்கத்திற்கு வந்துள்ளது என்று கருத வேண்டியுள்ளது.

சமூகத்தில் சாதி சமூக அடிப்படையில் பின்தங்கிய எஸ்ஸி எஸ்டி மக்களுக்கு அவர்களுடைய மக்கள் தொகை அடிப்படையில் தான் ஒதுக்கீடு வழங்கப்பட்டுள்ளது. அப்படியென்றால் முற்பட்ட வகுப்பினரில் எவ்வளவு பேர் பின்தங்கியவர்களாக உள்ளார்கள். சாதிவாரியான கணக்கெடுப்பு நிகழ்த்தியும் அதை வெளியிடாமல் பத்து சதவிகிதத்தை வாரி வழங்கியிருப்பது தகுதியடிப்படையில் பொதுப்பிரிவில் போட்டி யிடும் அனைத்து சமூகத்தினரையும் பாதிக்கக் கூடியது.

மேலும் உச்சநீதி மன்றத் தீர்ப்பை மீறுவதாகவும் உள்ளது. எஸ்ஸி பிரிவினர்க்கு 15 சதவிகிதம் மலைவாழ் மக்களுக்கு 7.5 சதவிகிதம், பிற்படுத்தப்பட்டவர்க்கு 27 சதவிகிதம் என்று மொத்தம் 49.5 சதவிகிதம் அதோடு சமீபத்திய பத்து சதவிகிதமும் கூடினால் 50 சதவிகிதத்தைத் தாண்டுகிறது. ஆகவே நீதிமன்றத்தில் இது நிலைக்குமா?

இன்னொன்று, சாதி ஒடுக்குமுறையினால் பின்தங்கியவர்கள் அனைவருக்கும் ஒதுக்கீடு இருக்கும்போது, பொருளாதாரத்தில் பின்தங்கியவர்கள் என்பது அனைவருக்கும் பொதுவாக இருக்க வேண்டுமேயன்றி குறிப்பிட்ட முற்பட்ட வகுப்புகள் மட்டும் பயனடைவதாக இருக்கக்கூடாது. கிறித்தவர்கள், முஸ்ஸிம்கள் ஆகியோர் இதில் பயனடைந்தாலும், தத்துவ அடிப்படையில் பொருளாதாரத்தில் பின்தங்கிய அனைவருக்கும் இது பொருந்துவதாக இருக்க வேண்டும். இந்த அடிப்படையிலும் இது நிலைக்க வாய்ப்பில்லை.

இவற்றையெல்லாம் அறிந்தே பிஜேபி அரசு இதைக் கொண்டு வந்திருக்கிறதென்றால் முற்பட்ட வகுப்பில் உள்ள ஏழைகள் கண்மூடித்தனமாக நம்பிக்கொண்டு வாக்களித்துவிடுவார்கள் என்று நாம் எதிர்பார்க்க முடியாது. அநியாய வரிவிதிப்பு, செல்லா நோட்டு அறிவிப்பு, விலைவாசி உயர்வு, கலாச்சார தாக்குதல்கள்

ஆகிய எல்லாவற்றையும் மறக்கச் செய்யும் சூத்திரமாக இந்த பத்து சதவிகித இட ஒதுக்கீடு அமைந்துவிடாது.

ஏப்ரல் 2019

தமிழகம் தற்போது நாடாளுமன்றத் தேர்தலை சந்தித்துக் கொண்டிருக்கும் சூழ்நிலையில், பொதுமக்களின் கவனம் முழுவதுமாக அரசிய லுக்குத் திரும்பியிருக்கிறது. ஆனாலும் அவர்கள் தங்கள் பிரச்சினைகளின் மய்யங்களிலிருந்து விலகி தேர்தலை ஐந்தாண்டுக்கு ஒருமுறை வருகின்ற பிரம்மாண்டமான திருவிழா என்று கருதிக் கொள்ளும் வகையில் பலராலும் திசை திருப்பப்படுகிறார்கள். யாருக்கு போட்டியிட வாய்ப்புத் தரப்படுகிறது, பணமுள்ளவருக்கா, வாரிசுகளுக்கா அல்லது உண்மையான கட்சித் தொண்டருக்கா என்பதெல்லாம் ஆரோக்கியமான விவாதம்தான். அதைப் போலவே பெண்களுக்கு போதுமான வாய்ப்புகள் வழங்கப்படவில்லை, அரசியல் கட்சிகளால் அறிவிக்கப்பட்ட திட்டங்களில் இலவசங்கள் அல்லது விலை மதிப்பற்ற பொருட்களை யார் அதிகமாக வழங்குகிறார்கள், சென்ற தேர்தலின் போது அறிவிக்கப்பட்ட திட்டங்கள் நிறைவேற்றப் பட்டனவா என்பவையெல்லாமே முக்கிய மானவைதான். ஊழல், வாக்களாருக்குப் பணப்பட்டுவாடா, தேர்தல்களில் இந்தியப் பணக்காரர்களின் மறைமுக முதலீடு, பொருந்தாக் கூட்டணி போன்ற ஜனநாயகத்தின் அடிப் படைகளை ஆட்டம்காணச் செய்யும் பலபொருள் களையும் குறித்த விவாதங்கள் தேவைதான். எனினும் இவையாவும் சாதாரண மக்களின் பிரச்சினைகளை மய்யப்படுத்தவில்லை என்பதே உண்மை.

இம்மக்களின் பிரச்சினைகள்தான் யாவை? அவை ஏன் தேர்தல் நேரத்தில் மற்றெல்லாவற்றைக் காட்டிலும் மேலோங்கியிருக்க வேண்டும்? மக்களாட்சியின் மகத்தான தத்துவமே அவர்களின் நியாயமான விருப்பங்களின் அடிப்படையில் அவர்களது வாழ்க்கைத் தேவைகள் பூர்த்தி செய்யப்பட வேண்டும் என்பதுதான். நியாயமான விருப்பங்கள் என்று இங்கே

குறிப்பிடுவதின் நோக்கம் மது, புகைப்பழக்கம் உள்ளிட்டவை மக்களின் விருப்பப்பட்டியலில் இடம் பிடித்துவிடக் கூடாது என்பதால். ஆகத்தேர்தல் காலம் என்பது மக்களின் தேவைகளைத் தொடர்ந்து இரவு பகல் வித்தியாசமின்றி மக்கள் பேசும் காலம். மக்கள் பேசாவிட்டால் அரசியல்வாதிகள் அவர்களுக்கு விருப்பமானதை அல்லது சாத்தியமானதைப் பற்றி மட்டும் பேசி மக்களை மூளைச்சலவை செய்து விடுவார்கள். கீழே ஒரு பட்டியல் தரப்பட்டுள்ளது. மக்கள் விருப்பமும் அதற்கு பதிலாக அரசியல் வாதிகளின் அல்லது ஆள்வரின் விருப்பமும் கடந்த காலத்தில் எப்படியிருந்துள்ளது என்பதை இந்தப்பட்டியல் விளக்கும்.

நமது நாடு விவசாயநாடு என்பதால் விவசாயி களின் விருப்பங்களை முதலில் கவனத்தில் கொள்வோம். விவசாயிகளின் விருப்பங்கள் பல. நீர் ஆதாரங்களைப் பெருக்கவேண்டும். காணி நிலமாவது கூலி விவசாயிக்குத் தரவேண்டும். விவசாயப் பொருட்களின் விலையை மற்றத் துறை உற்பத்தியாளரைப் போல தனியார் மயம் உலக மயம் அடிப்படையில் விவசாயிகளே நிர்ணயிக்க வேண்டும். இயற்கை விவசாயத்திற்குத் திரும்பவேண்டும். பெரிய ட்ரஸ்டுகளில் முடக்கப்பட்ட மற்றும் முறையாகப் பராமரிக்கப்படாத கோவில் நிலங்களை மீட்டெடுத்து ஏழை கூலி விவசாயிகளுக்கு வழங்கவேண்டும். சீனாவைப் போல நில மற்ற கூலி விவசாயமுறை ஒழிக்கப்பட வேண்டும். ஒரு குடும்பத்திற்கு அதிகபட்சமாக ஐந்து ஏக்கர் மட்டும் என சட்டத்திருத்தம் கொண்டு வரப்பட வேண்டும்.

இனி விவசாயம் குறித்து

அரசியல்வாதி/ஆள்பவர் விருப்பங்கள் அல்லது செயல்பாடுகளைப் பார்ப்போம்.

பண்ணை முறை விவசாயம் மூலம் உற்பத்தியைப் பெருக்கி உணவுத்தன்னிறைவு பெற்ற நாடாக இந்தியா விளங்கவேண்டும். இதற்காக விவசாயிகள் அதிகபட்சமாக நாற்பத்தி ஐந்து ஏக்கர் விவசாய நிலம் வைத்துக் கொள்ளவேண்டும். நவீன விதை உரம் பூச்சிக்கொல்லி மருந்து பயன்படுத்தி உற்பத்தியைப்

பெருக்க வேண்டும். கூலி விவசாயிகளுக்கு நிலம் வழங்க வேண்டிய அவசியமில்லை. அதற்குபதிலாக, ரேஷன் அரிசியும், நூற்றைம்பது நாள் வேலைத் திட்டமும் வழங்கினால் போதுமானது. ரேஷன் அரிசி வழங்க மட்டும் வருடத்திற்கு சற்றேறக்குறைய ஒரு லட்சத்து ஐம்பதாயிரம் கோடி ரூபாய் மத்திய அரசிலிருந்து ஒதுக்குகிறோம். விவசாயிகள் தாங்களே தாங்கள் விளைவித்த விவசாயப் பொருள்களுக்கு விலை நிர்ணயிக்க முடியாது. மாற்றாக அவர்கள் வங்கிக்கணக்கில் வருடம் ஆறாயிரம் பணம் செலுத்துவோம். பெரிய ட்ரஸ்டுகளையோ அல்லது கோவில்களையோ நிலப் பிரச்சினைத் தொடர்பாக தொடக்கூட மாட்டோம். அப்படிப்பட்ட விவாதங்கள் செய்வதே கூட தவறு. நீராதாரங்களைப் பெருக்க, காவிரி மற்றும் முல்லைப்பெரியாறு நீரைக் கொண்டுவர நீண்ட காலமாகப் போராடுவோமே தவிர, வீணாகக் கடலில் கலக்கும் மழை நீரைத் தேக்கவோ, மணல் அள்ளும் மாஃபியாவைத் துரித மாகத் தடை செய்யவோ அல்லது ஏரிகள் குளங்களைப் பராமரிக்கும் பணிகளை நீராதாரம் பெருகும் வகையில் மேற்கோள்ளவோ மாட்டோம். அதற்கு முன்னுரிமை அளித்து போதுமான நிதி ஒதுக்கமாட்டோம்.

போக்குவரத்தைப் பொறுத்த வரையில் மக்கள் விருப்பம் என்பது தரைப் போக்குவரத்தில் மையமிட்டுள்ளது. அதாவது தரமான பேருந்துகள், அதிக நேரம் காத்திருக்க வேண்டியிராது அடிக்கடி வரும் பேருந்துகள், கட்டணக் குறைப்பு மற்றும் குறைந்த டோல் கட்டணத்துடன் கூடிய போக்கு வரத்து வசதிகள்தாம். ஆனால் அரசாங்கம் விமானப் போக்குவரத்தை மையப்படுத்தி இயங்குகிறது. விமானப்போக்குவரத்தில் தான் எவ்வளவு மாற்றங்கள்! அதிக விமானங்கள் குறைந்த விலை என்று விமானப் பயணிகளுக்கு ஏராளமான சலுகைகள்.

வேலை வாய்ப்புத் துறையில் மக்கள் விருப்பம் படிப்புக்கேற்ற வேலை, பணி நிரந்தரம், பென்ஷன் போன்ற பாதுகாப்பு நடவடிக்கைகள் என்றிருக்க, அரசியல்வாதிகள் மற்றும் ஆள்பவர்களின் விருப்பம் வேறுமாதிரி உள்ளது. கண்துடைப்பு நேர்முகத் தேர்வு, பணம் கொடுத்தால் மட்டும் வேலை, தற்காலிக ஒப்பந்த அடிப்படையிலான வேலை வாய்ப்பு, ஓய்வூதியம் இல்லாத வேலை வாய்ப்பு என்று தொடர்கிறது.

பெண்களின் விருப்பங்கள் பெண்கள் முன்னேற்றத்திற்கு என்று உள்ள துறைகளின் மூலம் நிறை வேற்றப்படுகிறதா? பெண்கள் சுகப்பிரசவத்திற்கு ஆசைப்படுகிறார்கள். ஆனால் அரசு மருத்துவமனை களிலும் தனியார் மருத்துவமனைகளிலும் அறுவை சிகிச்சை மூலம் குழந்தையை வயிற்றிலிருந்து வெளியேற்றும் முறை அதிகரித்து வருகிறது. விவசாயப் பெண்கள் சுயுதவிக்குழுக்கள் விவசாய நிலம் கேட்கிறார்கள். ஆனால் அரசோ சுழல்நிதி தருகிறது. கிராமத்தில் தங்களுக்கென்று தொழிற் கூடங்கள், விளையாட்டு மைதானங்கள் கேட் கிறார்கள் பெண்கள். அரசோ மைக்ரோ கிரெடிட் என்னும் கைச்செலவைக் கடனாகக் கொடுக்கிறது.

உதாரணத்திற்கு சில துறைகளில் மட்டும் ஏட்டிக்குப் போட்டியாக இருக்கும் சாதாரண மக்கள் கருத்தையும் ஆள்வோரின் தந்திர செயல்பாடுகளையும் கவனித்தோம். இம்மாதிரி துறைவாரியாக மக்கள் விருப்பங்களையும் அரசுகளின் தன்னிச்சையானப் போக்கினையும் முயன்றால் எளிதாக அடையாளம் காணலாம். இம்மாதிரியானப் பட்டியலைப் போட்டு நாம் நமது விருப்பங்களிலிருந்து எவ்வளவு தொலைவில் இருக்கிறோம் என்பதைக் கண்டுணர்வது மட்டுமின்றி அதை இப்போதுள்ள எவரும் நிறை வேற்றுவதற்கான எண்ணமுமின்றி இருப்பதையும் பார்க்கலாம். மக்களின் பல விருப்பங்கள் அல்லது தேவைகள் குறுகிய காலத்தில் நிறைவேற்றப்படக்கூடியவை அல்ல எனினும் அந்த திசையை நோக்கியப் பயணமாவது தொடங்கப்பட்டிருக் கிறதா என்பதே இங்கு கவனிக்கப்படவேண்டியது.

தேர்தலை மகத்தான ஜனநாயக நடை முறையாகப் பார்த்தால் அதன் விளைச்சல் என்பது மக்கள் விருப்பங்கள் ஏற்றுக்கொள்ளப்பட்ட நிலையாகத்தான் இருக்கும். ஆனால் தேர்தல் என்பதே ஆட்சி மாற்றத்திற்கான ஒரு வியாபார விரய சடங்காகவும், அரசியல் ஏஜண்டுகளுக்கான ஓரிருமாத வேலை வாய்ப்பாகவும், வாக்காளர்களின் ஒருநாள் திருவிழாவாகவும் மாறிவிடுமானால், நாட்டிற்கு, வாக்காளப் பொதுமக்களுக்கு என்ன நன்மை? தேர்தலில் ஒரே ஒரு ஹீரோதான் உண்டு. அது இன்னும் உரத்து ஒலிக்காத மக்களின் உண்மையான விருப்பங்களும் கோரிக்கைகளும். மக்கள் உரக்கப் பேச

வேண்டும். விருப்பங்கள் நிறைவேறும் வரை திசை மாற்றமின்றி தொடர்ந்து பேசிக்கொண்டே இருக்க வேண்டும்.

மே 2019

2019 பொதுத் தேர்தல் பல வகையில் சிறப்புக்குரியதும், சர்ச்சைக்குரியதுமாகும்!

சிறப்புக்குரியது – காரணம் பல கூட்டணிகள்! மோடி தவிர்த்து வேறு எந்தக் கட்சியும் அல்லது கூட்டணியும் பிரதமர் யார் எனத் தெளிவுபட மக்களுக்கு அறிவிக்காதது. இரண்டாவது, உலகிலேயே அதிகப் பணம் செலவழித்து நடத்தப்படும் தேர்தல்! மக்கள் தங்கள் வேட்பாளர்களின் பணம் கேட்டு சில இடங்களில் சாலை மறியல் கூட செய்திருக்கிறார்கள். சாலை மறியலைக் கலைக்கச் சென்ற காவல் துறையினர் சாதாரணமாக அரசாங்கத்திடம் எடுத்துச் சொல்லி உங்கள் கோரிக்கைகளை நிறைவேற்றுகிறோம் என் பொய்யாக சமாளிப்பவர்கள், வாக்களிக்கப் பணம் கேட்கும் வாக்காளர்களிடம் என்ன சொல்வது என்று திக்கு முக்காடியது சிறப்பு. மூன்றாவது, தமிழகத்தைப் பொறுத்தவரையில் திமுக, அதிமுக ஆகிய இரண்டு பெரிய கட்சிகளும் தங்கள் தலைவர்களை இழந்து ஏற்படுத்திய வெற்றிடத்தில் சீமான் மற்றும் கமல் ஆகியோர் தங்கள் ஆதரவைப் பெருக்கிக்கொண்டது.

அடுத்து, சர்ச்சைக்குரியது எதுவெனப் பார்ப்போம். பிஜேபி மதவாதக் கட்சியும் அதையே மிதமாக கூடியது காங்கிரஸ் கட்சி எனவும் அறிவோம். அதே போல் தேர்தல் ஆணையம் அரசல் புரசலாய் ஆளுங்கட்சியின் அங்கம் என எதிர்க்கட்சிகள் சர்ச்சைகள் எழுப்பினாலும், வாக்கு இயந்திரங்களில் கோளாறு எனத் தொடர்ந்து பத்திரிக்கைகள் செய்திகளை வெளியிட்டு வந்தாலும், மக்கள் சேஷன் ஐ.ஏ.எஸ். காலத்து தேர்தல் ஆணையம் ஏற்படுத்திய பிம்பத்தை இதுவரை மாற்ற முடியாதா?

ஆனால் ஒய்வுபெற்ற அறுபத்தியாறு ஐ.ஏ.எஸ். அதிகாரிகள், தேர்தல் ஆணையத்தின் செயல்பாட்டுத் தன்மையையும்,

நடுநிலை தவறியதையும் விளக்கமாக எடுத்துரைத்து ஒரு புகார் மனு குடியரசுத் தலைவருக்கு அனுப்பியிருக்கிறார்கள்.

அதில் கண்டிருப்பது யாதெனில், நரேந்திர மோடி ஏவுகணையை முறியடித்து ஆயுதத்தைப் பரீட்சித்துப் பார்க்க, தேர்தல் நடத்தை விதிகள் அமலில் இருக்கும் காலம் தேர்ந்தெடுத்து அதை பிரச்சார உத்தியாக பயன்படுத்தியது நடத்தை விதிகளுக்கு உட்பட்டது எனினும் தேர்தல் ஆணையம் அதைக் கண்டு கொள்ளவில்லை நரேந்திர மோடியின் வாழ்க்கை வரலாற்றைப் பத்து பாகமாக படமாகத் தயாரித்து, மய்ய அரசின் செய்தி மற்றும் ஒளிபரப்புத் துறையின் அனுமதி பெறாமல், மூன்றை வெளியிடும் வரை நமோ டிவியை, தேர்தல் ஆணையம் கண்டுகொள்ளாமல் இருந்தது. (இந்த அறுபத்தி ஆறுபேர் கையெழுத்திட்ட மனு கிடைத்து குடியரசுத்தலைவர் ஆணையிட்ட பிறகு தேர்தல் ஆணையம் நடவடிக்கை எடுத்து, நிறுத்திவிட்டது)

உத்திரப் பிரதேச முதல்வர் யோகி ஆதித்யநாத் இந்திய ராணுவத்தை மோடியின் ராணுவம் என்று பிரச்சாரத்தில் வர்ணித்து சிலாகித்ததைத் கண்டிக்கவில்லை தேர்தல் ஆணையம்.

ராஜஸ்தான் ஆளுநர் கல்யாண் சிங் என்பவர் தான் பிஜேபி கட்சிக்காரன் என்ற அடிப்படை பிஜேபி மீண்டும் ஆட்சி அமைப்பதை விரும்புவதாக செய்தி வெளியிட்டு மறைமுகப் பிரச்சாரத்தில் ஈடுபட்டதைத் தேர்தல் ஆணையம் கண்டு கொள்ளவில்லை.

பிஜேபியைச் சேர்ந்த மேனகாகாந்தி முஸ்லிம்கள் ஓட்டுப்போடவில்லை என்றால், அவர் வெற்றி பெற்று வந்து அம்மக்களைக் கண்டுகொள்ளாமல் கழற்றிக்கொள்வார் என்று மதப்பிரிவினையைத் தூண்டும் வகையில் உளறியதற்கு அவர் மீது நடவடிக்கை எடுக்கவில்லை.

மெஜாரிட்டி ஹிந்து மக்களின் ஆதரவை இழந்துவிட்டதால் மைனாரிட்டியான இஸ்லாமியரிடம் ராகுல் காந்தி தஞ்சம் புகுந்துவிட்டார் என்று பிரிவினைப் படுத்திப் பேசிய நரேந்திர மோடியைக் கண்டிக்கவில்லை.

மேலும் வேறு சில மாநிலங்களில் நடத்தைவிதிகளைக் காணரங்காட்டி உயர் அதிகாரிகளின் பதவிகளை மாற்றிய

தேர்தல் ஆணையம், தற்போதுள்ள டிஜிபி, சிபிஐ என்கொயரியில் சிக்கியிருந்தாலும், ஓய்வு பெறவிருந்த அவருக்கு பதவி நீட்டிப்பு வழங்கி, தேர்தல் பணியும் நடத்தை விதிகளுக்கு முரணாக வழங்கிய தமிழக அரசின் மீது நடவடிக்கை எடுக்கவில்லை.

இப்படி நடுநிலையற்ற பாரபட்சமான செயல்பாடுகளை ஓய்வுபெற்ற அதிகாரிகள் சுட்டிக் காட்டினர். இருந்தும் அம்மனு மீது உரிய நடவடிக்கை எடுக்காதது சர்ச்சைக்குரியது.

சில முக்கியக் கட்சிகள் தாங்கள் நிச்சயம் வெற்றி பெறுவோம் என்று மாற்றி மாற்றி அறிக்கைவிட்டாலும், சீமானும், கமலும் கணிசமான ஓட்டுக்களை வாங்குவார்கள் என்று மக்கள் பேசிக்கொள்கிறார்கள்.

வடமாநிலங்களில் பொதுத்தேர்தல் முடிந்து இம்மாதம் 23ஆம் தேதி வாக்கு எண்ணிக்கை வரை பொறுத்திருப்போம்.

ஜூன் 2019

எலக்ட்ரானிக் ஓட்டு இயந்திரங்கள் தெருக்களில் கிடந்தது. தனியார்களின் கைவசமிருந்தது, வாலிபர்கள் அதை விற்பனைப் பொருள் போல் தலையில் சுமந்து கொண்டு தெருக்களில் நடமாடியது ஆகிய இவையெல்லாம் வீடியோக் களாக வலைத்தளங்களில் வந்ததும், எலக்ட்ரானிக் ஓட்டு இயந்திரங்களின் நம்பகத் தன்மை மறுபடியும் கேள்விக்குள்ளாக்கப்பட்டிருக்கிறது.

மே 23ம் தேதி வாக்கு எண்ணிக்கைக்கு முன்பாக 21 எதிர்க்கட்சிகள் சேர்ந்து உச்சநீதி மன்றத்தில் ஓட்டு இயந்திரங்களில் அச்சாகி வரும் வாக்காளர் பதிவுச் சீட்டின் எண்ணிக்கை அதிகப்படுத்தப்பட வேண்டும் என்று தொடுத்த வழக்கு புறந்தள்ளப்பட்டது. தேர்வு முடிவுகள் தமிழகத்தைப் பொறுத்தவரை எதிர்பார்த்த ஒன்றுதான் என்றாலும் இந்திய அளவில் ஜனநாயக சிந்தனையாளர்கள் அனைவருக்கும் அதிர்ச்சியை ஏற்படுத்தியது மக்களின் உள்ளங்களைப் படிப்பதில் சிந்தனையாளர்கள் கோட்டை விட்டுவிட்டனர் என ஷோபா தே என்னும் பெண் எழுத்தாளர்

டைம்ஸ் ஆப் இந்தியா பத்திரிக்கையில் வெளியிட்டிருந்தார். புகழ்பெற்ற எழுத்தாளர்கள் உள்ளிட்ட உயர்வர்க் கத்தினருக்கு சாதாரண மக்களின் கோரிக்கைகள் தேவைகள் கண்ணுக்குத் தெரிவதில்லை என்பதை ஷோபா தே ஏற்றுக்கொண்டார் என்றே நினைக்கிறேன்.

ஏழை மக்களுக்கு இந்த அரசாங்கங்களில் கிடைப்பதெல்லாம் இலவசங்களே, சொந்தக்காலில் நிற்பதற்கான வாழ்வாதாரங்கள் இல்லை என்று தெரிந்திருந்தும் இலவசங்களைக் கண்டிக்காமல், வாழ் வாதாரங்களைப் பகிர்ந்து வழங்கும்படி தொடர்ந்து வலியுறுத்தாமல் இருந்துவிட்டு, இலவசங்களுக்காக விலைபோகிறார்கள் என்று ஏழை எளிய மக்களை வசைபாடுவது எந்தவகையில் பொருத்தமாக இருக்கும்? அவர்கள் உள்ளக் கிடக்கையை அறிய முடியவில்லையே என்று வேதனைப்படுவது போல் காட்டிக்கொள்வது எப்படி நியாயமாக இருக்க முடியும்?

அரசு ஊழியர்கள் போராடும்போது, அவர்கள் போராட்டங்களைக் கொடுங்கரங்கள் கொண்டு அரசு அடக்கும்போது ஒரு லட்சம் மாதச் சம்பளம் வாங்குபவர்கள் போராடுவதா என்று தலையங்கம் தீட்டியவர்கள், விவசாயிகள் தொடர்ந்து தமிழ்நாட்டிலும் டெல்லியிலும் போராடியபோது உப்புக்குச் சப்பாணி போல் நடந்து கொண்டுவிட்டு, நீட் தேர்வை ரத்து செய்ய, எட்டு வழிச்சாலையைத் தடை செய்ய, ஸ்டெர்லைட் ஆலையை வரவிடாமல் தடுக்க என்று ஏராளம் போராட்டங்களையெல்லாம் வெளியி லிருந்து வேடிக்கைப் பார்த்த உயர் வர்க்கம் நிலமில்லாத விவசாயக்கூலிகளாக சுதந்திரத்திற்குப் பிறகு நான்கு தலைமுறைகள் வெறும் ரேஷன் அரிசியைக் கொண்டு உயிர் பிழைத்து வருவது தெரிந்தும் அவர்களுக்குக் கையில் நிலம் கொடுங்கள் என்று ஒப்புக்குக் கூடப் பேசாதவர்கள் வீடற்ற பல லட்சம் மக்களுக்குப் போதிய அளவு நிதியுதவி வீடு கட்டித்தாருங்கள் என்று அரசாங்கத்தை நிர்பந்திக்க முயற்சி எடுக்காதவர்கள் ஓட்டுக்காலங்களில் இத்தகைய பொது மக்களின் மனத்தைக் கண்டறிய முயல்வது வீண் முயற்சி!

ஷோபா தேவின் கவலை நியாயமானதாக இருக்கலாம், ஆனால் விதைக்க வேண்டிய பருவத்தில் வண்ணத்துப் பூச்சி போல்

சுதந்திரமாய் உல்லாசமாய் இருந்துவிட்டு மழைக்காலத்தில் உணவில்லையே என்று வருத்தப்படும் வெட்டுக் கிளிகளை நாம் பெரிதாக மதிப்பிடுவதில்லை. ஷோபா தே மட்டுமின்றி அவரைப் போல் மோடியின் வெற்றியைக் குறித்து ஒப்பிடும் பலருக்கும் இது பொருந்தும்.

மோடியா, காங்கிரஸா, திமுகாவா, அண்ணா திமுகவா, யார் வெற்றியடைந்தாலும் தமிழகத்தின் நிலைமையாகட்டும், இந்திய மக்களின் நிலைமையாகட்டும் பெரிதளவில் மாறுவதற்கான வாய்ப்புக்கள் நமக்குத் தெரியவில்லை வரிவசூலுக்கு ஏற்ப கார்ப்பரேட்டின் கட்டுக்கடங்கா வளர்ச்சிக்கேற்ப இலவசத்தொகைக் கூட்டி வழங்கப்படுவதைத் தவிர வேறு எந்த மாற்றமும் அடித்தட்டு மக்களின் வாழ்க்கையில் ஏற்படப்போவதில்லை என்பது உறுதி.

ஆனால் எலக்ட்ரானிக் ஓட்டு இயந்திரங்கள் தெருக்களில் கிடப்பது, நடந்து முடிந்த தேர்தல் ஜனநாயக முறையில் நடந்ததா என்பதைக்கேள்விக்குள்ளாக்கியிருக்கிறது.

1,வட இந்தியாவில் சில இடங்களில் பாஜகவினர் வாங்கிய ஓட்டுக்கள் ஒரு ஓட்டுக் கூட, கூடக்குறைய இல்லாமல் அதே எண்ணிக் கையில் இருந்ததும், அதே போல காங்கிரஸ் கட்சியினர் வாங்கிய ஓட்டுக்கள் ஒரே எண்ணிக்கையில் இருந்ததும், ஓட்டு இயந்திரங்கள் ஆளுங்கட்சி யினரால் முன் கூட்டிய தீர்மானிக்கப்பட்டு இடையீடு செய்திருக்கும் வாய்ப்பை உறுதிப்படுத்துகிறது.

2,பாஜகவில் பல தலைவர்கள் இருந்தாலும், மோடி மற்றும் அமித்ஷா மட்டும் 350 இடங்களில் வெல்வோம் என்று கூறியதும், அதேபோல் அதே எண்ணிக்கையில் வென்றதும், எலக்ட்ரானிக் இயந்திரங்கள் தனியார்கள் வசமிருப்பதற்கும் நெருங்கியத் தொடர்பு இருக்கிறது என்று கருதுவதற்கும் வாய்ப்புள்ளது.

3,அதே போல் பாஜகவின் கூட்டணியில் உள்ள அதிமுகவின் வெற்றி பெற்ற தேனி வேட்பாளரின் தொகுதிக்கு ஐம்பது வாக்கு இயந்திரங்கள், கோயம்புத்தூரிலிருந்து யாருக்கும் தெரியாமல்

எடுத்துச் செல்லப்பட்டதும், அங்கே ஓபிஎஸ்ஸின் மகன் வெற்றி பெற்றதற்கும் தொடர்பு கற்பிக்க முடியும்.

4,அரசின் கட்டுப்பாட்டில் – அதாவது தேர்தல் ஆணையத்தின் கட்டுப்பாட்டில் உள்ள, பூட்டி சீல் வைக்கப்பட்டிருக்கும் வாக்கு இயந்திரங் கள் தெருவுக்கு வந்திருப்பது எப்படி? தேர்தல் ஆணையம் மேற்கொண்ட நடவடிக்கை என்ன?

பணத்துக்கு விலைபோகிறார்கள் ஏழை எளிய மக்கள் என்று அவர்களைக் குற்றம் சாட்டும் முன்பாக, தேர்தல் ஆணையம் இத்தகைய ஊழலைக் கண்டுகொள்ளாமல் இருப்பதைக் கண்டிப்பதும், அவர்களைக் கூண்டிலேற்றுவதும் அவசியம். பூட்டி வைக்கப்பட்ட அறையிலிருந்து ஓட்டு இயந்திரங்கள் வெளிவந்தது மிகப் பெரிய ஜனநாயகக் குற்றமாகக் கருதப்பட வேண்டும்.

இதற்காக, தேர்தல் ஆணையத்திடமும், உச்சநீதி மன்றத்திடமும் இரண்டு விசயங்களை வலியுறுத்தலாம் முதலாவதாக E.V.M. எனப்படும் எலக்ட்ரானிக் ஓட்டு இயந்திரம் தயாரிப்பு, பராமரிப்பு, போக்குவரத்து, கையாள்கையின் பொறுப்பு குறித்து உடனடியாக சட்டம் கொண்டு வரப்பட வேண்டும். இரண்டாவதாக, நடந்து முடிந்த தேர்தலில் கையாளப்பட்ட வாக்கு இயந்திரங்களில் சிலவற்றை அனைத்துக் கட்சியினரின் பிரதிநிதிகள் கொண்டு முழுமையாக ஆய்வு செய்து, தவறுகள் நடக்கவில்லை என்பதை உறதி செய்ய வேண்டும்.

மேற்கண்டவை நடக்காவிடில், வாக்குக்குப் பணம் கொடுக்கும் நடைமுறையை எல்லோரும் ஏற்றுக்கொண்டு இயலாமையை வெளிப்படுத்தி வருவது போல, வாக்கு இயந்திரங்களில் நடக்கும் தில்லுமுல்லுகளையும் மக்கள் ஏற்றுக்கொண்டு விடுவார்கள். இது ஜனநாயகத்திற்கு மிகப்பெரிய ஆபத்து.

மோடி அரசு பெரும்பான்மை அரசு என மார்தட்டிக் கொண்டாலும், கடந்த காலங்களில் அதன் ஜனநாயக விரோதப்போக்கு, அடித்தட்டு மக்களின் விரோதப் போக்கும், அதை மக்கள் முழுமையாக ஏற்றுக்கொள்வதற்குத் தடையாக உள்ளது.

மோடிக்கும், அடிப்படை வாதத்திற்கும் எதிரான அரசியல் வியூகம் என்னவாக இருக்க முடியும்? அடித்தட்டு மக்களின் பொருளாதார முன்னேற்றம், விவசாய வளர்ச்சி, சமத்துவச் செயல்பாடுகளில் தீவிரம், மனித உரிமை செயல்பாடுகளில் அதிதீவிரம், பெண்கள் முன்னேற்றம் ஆகியவற்றை இலக்குகளாகக் கொண்டு செயல்படுவதுதான்!

ஜூலை 2019

மத்தியிலும் மாநிலத்திலும் 2019 மக்களவைத் தேர்தல் காரணமாக பட்ஜெட் தாக்கல் செய்யப்படுவது தள்ளிப் போயிற்று. நாளை மத்திய அரசு பட்ஜெட் வெளியாகும். முன்னனுபவம் ஏதுமற்ற நிர்மலா சீதாராமன் மாபெரும் ஜனநாயக நாடான நூறு கோடி மக்களின் ஒருவருடத் தலையெழுத்தைத் தீர்மானிக்கின்ற வரவு – செலவு திட்டத்தை வெளியிட இருக்கிறார். ஐ.ஏ.எஸ். அதிகாரிகளை நிதித்துறை செயலாளர்களாக பணியமர்த்தும்போது, அவர் ஏற்கெனவே துணைச்செயலாளர், இணைச்செயலாளர் பதவிகளை நிதித்துறையில் வகித்திருக்கிறாரா என்று கவனத்தில் மேற்கொள்வர். மேலும் அவர் ஐ.ஏ.எஸ்.தேர்ச்சி பெற்றபோது அவர் மற்றவர்களைவிட அதிக மார்க்குகள் பெற்று மெரிட் வரிசையில் முதல்வராக இருக்கின்றாரா என்று பார்ப்பது வெகுகாலமாக பின்பற்றி வரும் நடைமுறை! ஏனெனில் கணக்குப் பாட அறிவு, அனுபவம் தேவை எனக் கருதப்படும் முக்கியத்துறை நிதித்துறை! அப்படிப்பட்ட நிதித்துறை அதிலும் மத்திய நிதித்துறையில் முதல் பெண்ணாக பொறுப்பேற்றிருக்கும் நிர்மலா சீதாராமனுக்கு இத்தகுதிகள் இருந்ததா எனத் தெரியவில்லை! உங்களுக்கெல்லாம் தான் தெரியுமே, அரசியல் வாதிகளுக்குத் தகுதிகள் என்பது இரண்டாம் பட்சமே!

இந்தியாவைப் பீடித்திருக்கும் தீராத நோய்களுக்கு இந்த பட்ஜெட் மூலம் என்ன தீர்வு?

- கல்வி, மருத்துவம் உள்ளிட்ட சேவைத் துறைகள் நெடுங்காலமாக உரிய நிதி ஒதுக்கீட்டைப் பெறவில்லை!

இது இப்போது மாற்றப்படுமா, அதிக நிதி ஒதுக்கீடு கிடைக்குமா?

- வறுமை ஒழிப்புத் திட்டங்களாக கண்துடைப்பு இலவசங்கள், ஒன்றுக்கும் உதவாத (உற்பத்திக்கு தவாத) நூறுநாள் வேலைத் திட்டங்கள் மாற்றப்படுமா? அத்திட்டங்கள் தற்காலிக வறுமையொழிப்புத் திட்டங்களாகக் கூட ஏற்றுக்கொள்ள முடியவில்லை. நிரந்தரமாக வறுமையை ஒழிக்க மக்கள் சொந்தக் காலில் நின்று தன்மானத்துடன் வாழ வழி செய்யப் படுமா?

- உலகச் சந்தை தனியார் மயம் என்று சந்தையில் உள்ள அனைத்துப் பொருள்களுக்கும் தயாரிப்பாளர் – உற்பத்தியாளர்களால் விலை நிர்ணயிக்கப்படும்போது, விவசாயப் பொருட்களுக்கு விவசாயிகள் விலை நிர்ணயிக்கும் (நெல், கோதுமை, கரும்பு) உரிமை கிடைக்குமா? அல்லது வழக்கம்போல் மான்யத்தைக் கொடுத்துவிட்டு, விவசாயப் பொருட்களுக்குக் குறைந்தவிலை நிர்ணயிக்கும் சூழ்ச்சி அரங்கேறுமா?

- ஒரே இந்தியா ஒரே தேர்தல், ஒரே இந்தியா ஒரே ரேஷன் என்று கூறும் மத்திய அரசு ஒரே இந்தியா ஒரே ஜாதி (ஒன்று எங்கள் ஜாதியே, ஒன்று எங்கள் நீதியே) என்று கூறி அதற்கான வேலைத் திட்டங்களுக்காக நிதி ஒதுக்குமா?

- இந்தியாவில் உள்ள வீட்டு மனை / வீடில்லாத அனைத்து குடும்பங்களுக்கும் வீடுகள் வீட்டு மனைகள் வழங்க நிதி ஒதுக்கப்படுமா? இத்திட்டத்திற்கு முன்னுரிமை கிடைக்குமா?

- நீட் தேர்வை அறிமுகப்படுத்திய மத்திய அரசு, பள்ளிகள் அனைத்தும் ஒரே தரத்தில் இயங்க கட்டுமான வசதிகள், பாகுபாடற்ற பாடத் திட்டங்கள், வருமானம் குறைந்த அடித்தட்டு மக்கள் கல்வி மேம்பாட்டிற்கு அதிகதொகை ஒதுக்க முன் வருமா?

- குடும்பக்கட்டுப்பாடு திட்டத்தை மருத்துவர்களுக்கு இலக்கு நிர்ணயித்து கறாராக செயல் படுத்தும் அரசு, அடித்தட்டு, முதிய பெண்களின் மருத்துவத்தை முற்றிலும் இலவசமாக்குமா?

- இளைஞர்களுக்கு வேலைவாய்ப்பு உருவாக்க எவ்வளவு நிதி ஒதுக்கும்?
- பெண்கள் முன்னேற்றத்திற்கான திட்டங்கள், நிர்பயா சட்டம் அமலாக்கத்திற்குப் பிறகு எந்தவித மாற்றமுமில்லாமல் தொடர்வது, அச்சட்டத்தை அரசாங்கம் தண்டனை நடவடிக்கையாக மட்டுமே பார்க்கிறது, சமூக மாற்றத்திற்கான கருவியாக பயன்படுத்தவில்லை என்பதை உறுதிப்படுத்துகிறது. பெண்களை அரசியல், பொருளாதார, சமூக அளவில் அதிகாரப்படுத்தும் நடவடிக்கைளைத் திட்டமிட்டு, அதற்கான போதிய ஒதுக்கீடு வழங்குமா? அல்லது தான் முதல் பெண் மத்திய நிதித்துறை அமைச்சர் என்ற அளவில் பெண்களுக்கு உரிய முக்கியத்துவம் அளிக்கப்பட்டதாகக் கருதி நிர்மலா திருப்தி பட்டுக்கொள்வாரா?
- அடிப்படை சமூக மாற்றம், சமூகப் பிளவுகளைக் களையும் நடவடிக்கையாக நிலச்சீர்திருத்தத்தை அரசு கையாளுமா? நிரந்தரமாக வறுமையைப் போக்க அரசு நிலம் வழங்குமா? சாதி காரணமாக நில உரிமை மறுக்கப்பட்ட தலித் மக்களுக்கு நிலம் வழங்குவதை உறுதி செய்யுமா? இவற்றை யெல்லாம் புரிந்து கொள்ள நிர்மலா முயற்சி செய்வாரா? அல்லது அம்பானி – அதானியோடு காரியங்களை முடித்துக் கொள்வாரா?
- தொடர்ந்து கூடங்குளம் அணு மின் நிலையம், ஸ்டெர்லைட் ஆலை, ஹைட்ரோ கார்பன் திட்டம், எட்டுவழிசாலை என்று பார்ப்பன எதிர்ப்பு திராவிடக்கழகங்களை போராட்டக் களத்திலே நிறுத்தி வைத்து, பிஜேபிக்கு கூஜா தூக்க ஆயத்தப்படுத்துவார்களா? அல்லது நீராதாரங்களைப் பெருக்கி, தூய்மை – பசுமை தமிழகத்தில் விவசாயிகள் மகிழ்ச்சியுடன் வாழும் எதிர்காலத் தமிழகத்தை உருவாக்க இந்த ஆண்டு வரவு – செலவு திட்டத்தின் மூலம் ஒரு சிறிய கோட்டையாவது போடுவார்களா?
- குட்கா, சிகரெட், மது இவற்றைக் கட்டுப் படுத்தும் நடவடிக்கைகளை உற்பத்தித் தளத்திலே கையாள முன்வருவார்களா? தமிழக அரசு தனியார் மயம் – சந்தை

மயம் என்று கூறி மதுவை மட்டும் அரசு மயமாக்கி வைத்திருக்கும் கேலிக்கூத்தைக் கண்டித்து, ஜி.எஸ்.டி வருவாயில் அதிகத் தொகை ஒதுக்கி அரசுக்கும் மதுவுக்கும் உள்ள கூடாத தொடர்பை முறிப்பார்களா?

- நிதித்துறையின் முதல் பெண் மத்திய அமைச்சரின் முதல் பட்ஜெட்! ஆனால் அமைச்சர் இருக்கும் கட்சியும் அவரது பின்புலமும் சாமான்ய மக்கள் அதிகம் அவரிடம் எதிர்பார்க்க முடியாது என்ற அறிவைக் கொடுத்திருக்கிறது. ஆனால் எதிர்ப்புக் காட்டாமலிருக்க பழகிவிடக்கூடாது என்பதற்காக இதையெல்லாம் எழுதிக்கொண்டி ருக்கிறோம்.

மக்களை நேசிப்பவர்களுக்கும், பதவியை மட்டுமே நேசிப்பவர்களுக்கு மிடையே உள்ள பொருந்தாத போட்டியில், நாங்கள் மக்கள் பக்கமிருந்து எழுதிக்கொண்டிருக்கிறோம். முதலாளிகள் அமர்த்திய நாற்காலியில் அமர்ந்து கொண்டு (தேர்தல், மக்கள் வோட்டு இதெல்லாம் தேர்தலுக்கு பிறகு அர்த்தமற்றவையாகி விடுகிறது) நீங்கள் மக்களுக்காக சிந்திப்பது என்பது நடவாத காரியம். இதெல்லாம் நிர்மலா சீதாராமனுக்கு எழுதப்பட்டவை அல்ல. இனி ஆட்சி யாரிடம் கொடுக்க வேண்டும் என்று சிந்திப்பதற்காக மக்களுக்கு எழுதப்பட்டவை.

ஆகஸ்டு 2019

ஜம்மு காஷ்மீர் விவகாரம் குறித்து இந்தியா பாகிஸ்தான் இடையே ஒரு உடன்பாடு உண்டாக்க அமெரிக்கா முன் வந்தது. அதுவும் பாகிஸ்தான் முதல்வர் இம்ரான்கான், இந்தியப் பிரதமர் மோடி ஆகிய இருவரும் தனித்தனியாக அமெரிக்க அதிபர் டோனால்ட் ட்ரம்ப் அவர்களை சந்தித்த பிறகுதான்! ஆனால் திடீரென இந்திய வெளியுறவுத் துறை அமைச்சர் ஜெய்சங்கர் அமெரிக்கா ஒன்றும் மூக்கை நுழைக்க வேண்டியதில்லை. நாங்களே இதைத் தீர்த்துக் கொள்வோம் என்று கடந்த வாரம் அறிக்கை விட்டார். இதைத் தொடர்ந்து ஜம்மு தனி மாநிலமாக ஆக்கப்படும் என்று மத்திய அரசு அறிவித்தது. தொடர்ந்து

காஷ்மீரிலிருந்து அனைத்து சுற்றுலாப் பயணிகளும் அவசரம் அவசரமாக வெளியேற்றப் பட்டு வருகின்றனர். ராணுவம் குவிக்கப்பட்டு அங்கு பதட்ட நிலை உருவாகியுள்ளது. பாகிஸ்தான் பீதி அடைந்து விட்டதாக சில பத்திரிக்கைகள் எழுதியுள்ளனர்!

இந்தியாவும் பாகிஸ்தானும் சேர்ந்து சமரச பேச்சு வார்த்தைக்குத் தயாராக வேண்டும் என்று எல்லா நாடுகளும் விரும்புகின்றனர். ஆனால் ஒற்றைக்கு ஒற்றை என்று இந்தியா போட்டிக்கு அழைத்துள்ளது. இதைத் துணிகரமான அதிரடி முடிவு என்பதா, அல்லது ஜனநாயக விரோதம் என்பதா? பேச்சு வார்த்தைகளினால் எந்த உடன்பாடும் எட்ட முடியவில்லை என்றால் இது நிலப்பகுதி சார்ந்த விஷயம் மட்டும்தானா! அங்கு வாழும் பெரும்பான்மை மக்களின் பிரச்சனையா? அடுத்த ஓரிரு வாரங்களில் இந்தியா என்ன முடிவு செய்துள்ளது என்பது தெரியும்.

பிரதமர் மோடி அவர்களில் 2022க்குள் அனைவருக்கும் வீடு என்ற திட்டத்தின் அடிப்படை யில் தமிழகத்திற்கு 2017–18ம் ஆண்டு ஒதுக்கீடாக செய்யப்பட்ட தொகையில் ரூ.2500 கோடியும், இதரத் திட்டங்களாகிய கிராமப்புற வளர்ச்சித் திட்டம், மகளிர் சுய உதவிக்குழுக்களுக்கு உதவி, வேலைவாய்ப்பு பயிற்சித்திட்டம் உள்ளிட்ட திட்டங்களுக்கு ஒதுக்கிய தொகையில் ரூ.1000 கோடியுமென மொத்தம் ரூ.3500 கோடி எங்களால் செலவு செய்ய முடியவில்லையென தமிழக அரசு, மத்திய அரசுக்குத் திருப்பி அனுப்பி விட்டனர் என்ற C.A.G. எனப்படும் கன்ட்ரோலர் மற்றும் ஆடிட்டர் ஜெனரல் அவர்களின் அறிக்கைத் தெரிவித்துள்ளது. தமிழகத்தின் C.A.G. சாதாரணமாக இந்த அறிக்கையைத் தயார் செய்து தலைமைச் செயலருக்கு அனுப்புவார். அவர்களின் விளக்கம் கேட்டப்பிறகு இறுதி அறிக்கையைப் பத்திரிக்கைகளுக்குத் தருவார்.

தமிழக அரசு ஏன் இந்தத் தொகையைத் திருப்பி அனுப்பியது என்பதற்கு, பயனாளிகளைத் தேர்வு செய்ய முடியவில்லை. தேர்வு செய்த பயனாளிகளிடம் வீட்டு மனை இல்லை என சில நொண்டிச் சாக்குகளைக் கூறியுள்ளது. தமிழக அரசு சரிவர இயங்கவில்லை, மக்கள் நலனில் அவர்களுக்கு

அக்கறையில்லை என்பதைக் காட்டுகிறது. சாதாரணமாக ஆயிரம் கோடி கஜா புயல் நிவாரண நிதிக்காக பலமுறை டெல்லி சென்று வந்த தமிழக அமைச்சர்கள், மத்திய அரசு கொடுத்த நிதியைப் பயன்படுத்தாமல் திருப்பியனுப்பியிருக்கும் செயல் வன்மையாகக் கண்டிக்கத் தக்கத்து.

உண்மையான காரணங்கள் என்ன?

பொதுவாகவே தமிழக அரசுக்கு அடித் தட்டு சமூக மக்களின் முன்னேற்றத்தில் அக்கறை கிடையாது. வீட்டு மனையற்றவர்கள், நிலமற்றவர்கள் எண்ணிக்கை ஏறக்குறைய முப்பது சதவிகிதமாக இருக்கும் நிலையில் அவர்களுக்கு வீட்டு மனை, விவசாய நிலம் வழங்குவதற்காக நிலத்தை ஆர்ஜிதம் செய்து ஒவ்வொரு வருடம் கணிசமான அளவு பட்டா வழங்க வேண்டும். இந்த நடைமுறை தற்போது கைவிடப்பட்டு விட்டதாகத் தெரிகிறது. இந்தத் திட்டத்தை நடைமுறைப் படுத்தியிருந்தால், பிரதமர் வீடு கட்டும் திட்டத்தில் பெறப்பட்ட நிதியை 2017–18 நிதியாண்டுக்குள் செலவு செய்திருக்க முடியும். ஏரி குளம் குட்டை மேய்க்கால் புறம்போக்கு என ஆட்சேபகரமான பகுதிகளில் ஏழை மக்கள் ஆக்கிரமிப்பதைத் தடுத்திருக்க முடியும். ஆனால் பெரும்பான்மையான ஆட்சேபகரமான புறம்போக்கு நிலங்களை ஆக்கிரமணம் செய்திருப்பது வசதிப்படைத்தவர்களும், நிலச்சுவான்தார்களும், கல்வித்தந்தைகளும் தொழிலதிபர்களும் தான் என்பது வெட்கத்துக்குரிய விசயம்.

ஊர் இரண்டு பட்டால் கூத்தாடிக்குக் கொண்டாட்டம் என்ற பழமொழி ஒன்று உண்டு. இங்கே அரசு இ.பி.எஸ், ஓ.பி.எஸ் எனப் போட்டியில் இருக்க மிக மிகத் திறமைசாலிகள் என்று அரசாங்கத்தால் / அரசியல் வாதிகளால் தேர்ந்தெடுக்கப்பட்டு தலைமைச் செயலர், நிதிச்செயலர் என்று 2017–18ல் பணிபுரிந்த கிரிஜா வைத்தியநாதன் ஐஏஎஸ் –க்கும், சண்முகம் ஐஏஎஸ் –க்கும் கொண்டாட்டமாகிவிட்டது தங்கள் பணிகளைச் செவ்வனே செய்யாமல் தமிழகத்திற்கும், தாழ்த்தப்பட்டோர் உள்ளிட்ட அடித்தட்டு மக்களுக்கு துரோகம் இழைத்துவிடடார்கள். இவர்களை அரசு தண்டிக்குமா? அதே சண்முகம் ஐஏஎஸ் தான் இப்போது தலைமைச் செயலராகப் பொறுப்பேற்றிருக்கிறார்.

அதே போல் ஆதிதிராவிட நலத்துறை எப்போதும் இல்லாத அளவில் படுகேவலமாக செயல்படுகிறது. முரளிதரன் ஐஏஎஸ் என்பவர் பாதிவீடு பாதி காடு என்பார்களே அது போல அடிக்கடி விடுமுறை எடுத்துக் கொண்டு, ஆசிரியர்கள் பதவி உயர்வு, கவுன்சிலிங் அடிப் படையில் இடமாறுதல், பள்ளிகள் தரம் உயர்த்துதல் என்ற எந்த வேலையும் செய்யாமல், நேரில் முறையீடு செய்தால் பணிவாகவும் முறையாகவும் நடந்து கொள்வது போல் நாடகமாடி அரசு நாற்காலியை லட்சக் கணக்கில் சம்பளம் வாங்கித் தேய்த்து வருகிறார். அவர் மீது நடவடிக்கைப் பாயுமா? அவருக்கு உயரதிகாரியான ஒட்டம் தாய் ஐஏஎஸ் என்பவரும் எதிலும் அக்கறை காட்டாமல் வெறுமனே பொழுது போக்கி வருகிறார். ஆதி திராவிட நலத்துறையே, உனக்கு வந்த கேடு காலமா, இந்த வெற்று வேட்டு அதிகாரிகளிடம் சிக்கி உயிரை விடப்போகிறாயா? இவருக்கும் மேலே உள்ள சண்முகம் ஐஏஎஸ் கண்டுகொள்வாரா?

செப்டம்பர் 2019

இந்திய அரசியலமைப்புச் சட்டத்தின் 370வது பிரிவின்படி மற்ற மாநிலங்களுக்கல்லாத சிறப்பு அந்தஸ்து வழங்கப்பட்டிருந்தது. இந்தியா சுதந்திரம் பெற்ற போது பல சமஸ்தானங்கள் சுயாட்சி நடத்தி வந்தன. அவற்றை இந்தியாவுடன் ஒருங்கிணைக்க சர்தார் பட்டேல் தலைமையில் முயற்சிகள் மேற்கொள்ளப்பட்டன. ஜம்முகாஷ்மீர் இந்தியாவுடனோ பாகிஸ்தானுடனோ ஒன்றிவிட விரும்பாததால் அதற்கென 370வது பிரிவு ஏற்படுத்தப்பட்டு சிறப்பு விதிகள் உருவாக்கப்பட்டு இந்தியாவுடன் இணைந்தது. இந்த 370வது பிரிவு நிரந்தரமானதல்ல என்றாலும், இதை நீக்க வேண்டுமெனில் அரசியலமைப்புக் குழு இதை நீக்குவதற்கான பரிந்துரை செய்யாமலே 1957ல் கலைக்கப்பட்டது. அதனால் 370வது பிரிவு இந்திய அரசியலமைப்புச் சட்டத்தில் நிரந்தரமாகிவிட்டது.

370வது பிரிவின் படி சிறப்பு விதிகள் என்ன?

ஜம்மு காஷ்மீர் மாநிலம் தனக்கென தனியாக அரசியலமைப்புச் சட்டத்தை உருவாக்கி, தனிக்கொடியைக் கொண்டிருக்கும்

இந்தியக் குடியுரிமை பெற்றிருக்கும் மற்ற மாநிலத்தவர் எவரும் ஜம்மு காஷ்மீரில் நிலம், சொத்துக்கள் ஆகியவற்றை வாங்க முடியாது. மத்திய அரசின் சட்டங்களை ஜம்மு காஷ்மீர் மாநிலம் ஏற்றுக்கொள்ள வேண்டும் என்ற அவசியமில்லை. அதற்குத் தேவையான சட்டங்களை அந்த மாநிலமே உருவாக்கிக் கொள்ளும்.

இந்த சிறப்பு விதிகள் 2019 ஆகஸ்ட் 5ம் தேதி நீக்கப்பட்டு ஜம்மு காஷ்மீர் மாநிலம் இரண்டு மத்திய ஆளுகைக்கு உட்பட்ட மாநிலங்களாகப் பிரிக்கப்பட்டுள்ளன. ஜம்மு காஷ்மீர் ஒரு யூனியன் டெரிட்டரியாகவும் லடாக் மற்றொன்றாகவும் பிரிக்கப்பட்டு சர்தார் வல்லபாய் பட்டேலின் பிறந்த தினமான அக்டோபர் 31ம் தேதி இயங்கத் துவங்கும்.

370வது பிரிவை நீக்குவதற்கான அவசியம் என்ன?

மோடி அரசு கூறும் பதில் : காஷ்மீர் பகுதியில் அமைதியும் வளர்ச்சியும் கருதித்தான் 370வது பிரிவு நீக்கப்பட்டது என்பதே!

பழைய நோட்டுக்கள் செல்லாது என்று 2016ல் அறிவிப்பு செய்தபோது மோடி கூறிய காரணங்கள், கறுப்புப் பணம் ஒழிப்பு, அமைதி, பொருளாதார வளர்ச்சி என்பதாகும். அந்த அறிவிப்புக்குப் பிறகு கறுப்புப் பணத்தை ஒழிக்க முடியவில்லை, பொருளாதார வளர்ச்சிக் கொணர இயலவில்லை. அதே காரணங்களைத் தற்போது கூறுவது நமக்கு வியப்பு ஏற்படுத்தவில்லை, கூடவே காஷ்மீரிலிருந்து வெளியேற்றப்பட்ட மூவாயிரம் பண்டிட் எனப்படும் பிராமணக் குடும்பங்களை மறுபடியும் குடியேற்றுவோம் என்று அமித்ஷா –மோடி இரட்டையர் கூறிவருவதையும் நாம் கவனிக்க வேண்டும்.

இந்த 370வது சிறப்பு பிரிவு என்பது வெளிமாநிலத்தில் கல்வி, வேலைவாய்ப்பு, நிலம், சொத்து ஆகியவற்றில் உரிமை கோர இயலாத நிலையை வகுக்க ஏதுவாயிருந்தது. இந்தப் பிரிவு இங்கு வசிக்கும் 1.7 கோடி மக்களுக்கு எல்லா வகையிலும் நன்மை பயக்கக்கூடியதாக இருந்தது ஜம்மு பகுதியில் பெரும்பாலும் இந்துக்கள் வசித்தாலும், காஷ்மீரில் பெரும்பான்மை இஸ்லாமியரே. லடாக் பகுதியில்

பெரும்பான்மையினர் இஸ்லாமியர். அதற்கடுத்தபடியாக புத்த மதத்தினர். இந்துக்கள் 12 சதவிகிதம் மட்டுமே. இந்தப் பிரிவை நீக்கியதும் வெளி மாநிலத்தவர் தங்கு தடையின்றி நிலம் சொத்துக்கள் வாங்கமுடியும். காஷ்மீர் இயற்கை எழில் கொஞ்சும் சொர்க்கம். இனி இந்துக்களாகிய அம்பானி, அதானி, டாட்டா, பிர்லா உள்ளிட்டவர்கள் அப்பள்ளதாக்கை விலைக்கு வாங்கிவிடுவார்கள். முகலாயர் ஆட்சி வீழ்ந்ததன் பிறகு இஸ்லாமியர் பெரும்பாலும் கசாப்புக் கடைக்காரர்கள் ஆனார்கள். 370வது பிரிவுக்குப் பிறகு இஸ்லாமியர் களில் ஏழைகள் நிலம் சொத்துக்களை விற்று ஊருக்கு ஒதுக்குப்புறமாக எருமை மாட்டுக் கறிக் கடையைத் திறப்பார்கள்.

வளர்ச்சியின் எல்லையைத் தொட்டுவிட்ட பிற மாநிலத்தவர்கள் இனி கல்வி வேலைவாய்ப்புத் தேடி கார்ப்பரேட் கூலிகளாகக் குடியேறுவர். எல்லைப் பாதுகாக்கப்படும். அமைதி திரும்பிவிடும். வெளிமாநிலத்தவரைத் திருமணம் செய்தால் சொத்து கிடையாது என்ற பெண்களுக்கெதிரான சட்டம் இனி கிடையாது.

காஷ்மீர் பள்ளத்தாக்கில் உல்லாச விடுதிகளும், பணம் கொழுத்த கந்துவட்டி சேட்டுக்களின் உல்லாசப் பயணங்களும் தொடரும். வெளிநாட்டவர் உள்ளூர்க்காரர்களுடன் உடன் பாடு செய்து பன்னாட்டுக் கம்பெனிகளைத் திறந்துவிடுவர். வானுயரக் கட்டிடங்கள் பெருகி விடும். பார்கள், சினிமாக் கொட்டகைகள் என்று காஷ்மீர் மாறிவிடும். கூடவே இங்கு ஆதிக்கம் செய்யும் பிராமணப் பத்திரிக்கைகள், இந்துத்துவா அரசியல்வாதிகளின் ஆதிக்கம் பெருகும். பிராமணியத்தின் ஆதிக்கமே இந்தியாவின் வளர்ச்சியின் அடையாளம்.

புதிய கோடாங்கியின் இவ்வழுகுரலை யார் கவனிக்கப் போகிறார்கள் ஆங்கிலத்திலும் பல மொழிகளிலும் புலமை வாய்ந்த காவடி எழுத்தாளர்கள், இரட்டையர்களின் துணிவைப் புரட்சி என்றும் வளர்ச்சி என்றும் ஏற்கனவே எழுதித் தள்ளிக்கொண்டிருக்கிறார்கள்! மாயாவதி அம்மையார் கூட இதை வரவேற்றிருக்கிறார். தலித் மக்கள் கூலிகளாக காஷ்மீருக்கு இடம் பெயர்ந்தால் பன்னாட்டு, கார்ப்பரேட் அடியாள் பட்டாளம் உருவாகுமே என்ற நப்பாசையோ என்னவோ?

ஏழெட்டு ஆண்டுகளுக்கு முன்பாக பாப்புலர் ப்ரண்ட் ஆப் இந்தியா என்கின்ற இஸ்ஸாமிய அமைப்பின் இந்தியத் தலைவர் திரு. முகமது அலி ஜின்னாவை புதுதில்லியில் சந்தித்து பாபாசாகேப் அம்பேத்கர் அவர்களின் கருத்துப்படி தலித் சிறுபான்மையினர் ஒற்றுமைக்கான செயல்பாடுகளைத் துவக்குமோமென உரைத்தேன். அப்போது அவர் அக்கருத்தை ஆதரித்தாலும் எந்தச் செயல்பாட்டையும் துவக்கவில்லை. ஆனால் ஒப்புக்காக சில தலித் தலைவர்களை அவர்கள் ஆர்ப்பாட்டங்கள் போராட்டங்களுக்கு அழைத்துப் பேசச் செய்தார்கள். உலகத்தில் இஸ்லாமியர்கள் அதிகமாக வசிக்கும் மூன்றாவது பெரிய நாடு இந்தியா, எண்ணெய் வளம் கொழிக்கும் இஸ்லாமிய நாடுகளின் தயவு இங்குள்ள இஸ்லாமியருக்கு ஓரளவு உண்டு. தங்களது மதநம்பிக்கையை சுதந்திரமாகப் பின்பற்ற ஒவ்வொருவருக்கும் உரிமையுண்டு என்றாலும் நாட்டின் இறையாண்மைக்குப் பங்கம் வந்து விடாமல் இங்குள்ள நலிந்த பிரிவினரோடு ஏனைய சிறுபான்மையினரோடு அரசியல் உடன்பாடு கண்டால் மட்டுமே அனைவருக்கும் சுதந்திரம் கிடைக்கும். மாறாக, மதநம்பிக்கை, இறைவழி பாட்டுக்கு மட்டுமே முக்கியத்துவம் தந்து அரசியல் உடன்பாடுகளை மேற்கொள்ளாமல் விட்டதனால் 370வது பிரிவு நீக்கும்படி நேர்ந்தது. இந்துத்துவாவின் ஆட்சியே இந்து மதத்தின் வளர்ச்சி என்று கூறி பார்ப்பன – உயர்சாதி ஆதிக்கம் நிலைநிறுத்தப் பட்டு வருகிறது என்பதை உணர புதிய ஆதாரங்கள் தேவையில்லை.

பணவீக்கம், வசதிஅதிகரிப்பு, கறுப்புப் பணம், விலைவாசி ஏற்றம், வேலையிழப்பு என்று பல பொருளாதார சிக்கல்கள் நாட்டைச் சூழ்ந்துள்ள இந்நிலையில் போராளிகள் சோர்ந்து போகாமல் சமத்துவம், சுதந்திரம் நோக்கி சகோதரத்துவத்தில் இணைய வேண்டும்!

மார்ச் 2020

குடியுரிமை சட்டத்திருத்தத்திற்கு எதிராக பெரும் கொந்தளிப்பு நாடெங்கும் பரவி வருகிறது. பிஜேபி அரசின் சட்டத்திருத்த நடவடிக்கை பொதுமக்கள் மத்தியில் அச்சத்தையும் பீதியையும்

விளைவித்திருக்கிறது. இச்சட்டத்திருத்தம் இங்குள்ளவர்களைப் பாதிக்காது என சில அரசியல் மற்றும் மதப்பிரமுகர்கள் கூறிவந்தாலும், இச்சட்டத்திருத்தத்திற்கான அவசியம் என்ன என்ற கேள்வியில், மத்திய அரசின் உள்நோக்கம் தெளிவாக வெளிப்படுகிறது. இதுவே மக்கள் மத்தியில் ஏற்படும் அச்சத்திற்குக் காரணம்.

2019ல் குடியுரிமைச்சட்டத் திருத்த மசோதா தாக்கல் செய்யப்பட்டு, பாராளுமன்றத்தில் எதிர்கட்சிகளின் பல எதிர்ப்புக்கிடையே உறுதி செய்யப்பட்டு தற்போது ஜனாதிபதியின் கையெழுத்துடன் சட்டமாகியுள்ளது. இச்சட்டத் திருத்தம் வெளிநாடுகளிலிருந்து புலம் பெயர்ந்து இந்தியாவில் வசிக்கும் லட்சக்கணக்கான மக்களுக்கு இந்தியக் குடியுரிமை வழங்குவது பற்றியாகும்.

ஏற்கனவே இருந்த நடைமுறைப்படி புலம் பெயர்ந்தவர்கள் பன்னிரண்டாண்டுகள் இந்தியாவில் வசித்தால். குடியுரிமைச் சட்டத்தின் கீழ் அவர்கள் மனுக்கள் முறையாகப் பரிசீலிக்கப்பட்டு அவர்களுக்குக் குடியுரிமை வழங்குவது குறித்து முடிவெடுக்கப்படும். இந்தச் சட்டத்திருத்தத்திற்குப் பிறகு அவர்கள் ஐந்தாண்டுகள் வசித்தால் போது மானது என்றாலும், இத்திருத்தம் இஸ்லாமியர் தவிர மீதி அனைவருக்கும் பொருந்தும் என்று அறிவித்துள்ளது பெரும் சர்ச்சையை உருவாக்கியுள்ளது.

பிஜேபி யின் வாதம்: அண்டை நாடுகளான ஆப்கானிஸ்தான், பாகிஸ்தான் மற்றும் பங்களாதேஷ் போன்ற நாடுகளில் இந்து மதத்தினர் துன்புறுத்தப் படுகின்றனர். ஆனால் இஸ்லாமியருக்கு அவ்விதச் சிக்கல் இல்லை.

இவ்வாதத்தை முழுமையாக ஏற்பதற்கில்லை. ஏனெனில் ஆப்கானிஸ்தானத்திலும், பாகிஸ்தானிலும் பெரும்பான்மையான இஸ்லாமியப் பிரிவைச் சாராதா ஷியா, அகமதியா இஸ்லாமியப் பிரிவினர் துன்புறுத்தலை சந்திக்கின்றனர். அதேபோல் மியான்மர் (பர்மா) தேசத்தில் ரோஹிங்யா இஸ்லாமியர் துன்பத்திற்காளாகியிருக்கின்றனர். ஆப்கானிஸ்தானத்தில் தலிபான் களால் துன்புறுத்தலுக்கு ஆளாக்கப் பட்டனர் ஹஜ்ரா, தகிக் மற்றும் உஸ்பெக் முஸ்லிம் பிரிவினர். அதே சமயத்தில் பாகிஸ்தான் பங்களாதேஷ் அதிபர்கள் அந்நாடுகளில்

இந்துக்கள் துன்புறுத்தப் படுவதில்லை என்று அறிக்கை விட்டிருக்கின்றனர். மிகக் கடந்த காலத்தில் (பிரிவினையொட்டி) நடந்த சம்பவங்களைக் கொண்டு தற்போதும் இந்துக்கள் துன்புறுத்தப்படுகின்றனர் என்ற முடிவுக்கு வரக்கூடாது.

ஆகவே பிஜேபியினரின் இந்தச் சட்டத்திருத்தத்திற்கு அடிப்படை எது என்று விளக்கிய வாதம் முழுமையாக அடிபட்டுவிட்டது.

இந்திய அரசியலமைப்புச் சட்டத்தின் ஆறாவது பிரிவு குடியுரிமையைப் பற்றி முழுமையாக விளக்குகிறது. அதிலே மதத்திற்கு எவ்வித இடமுமில்லை. ஆனால் மதம் ஒன்றை மட்டுமே அடிப்படையாகக் கொண்டு இச்சட்டத்திருத்தம் கொண்டுவரப்பட்டுள்ளது. அதனால்தான் ஜனநாயக சக்திகள் இச்சட்டத்திருத்தத்திற்கு எதிராகப் போராடி வருகின்றன.

வெறுப்பரசியலை விதைத்து, மதப்பாகுபா டுகளின் அடிப்படையில் மக்களைப் பிளவுபடுத்தி, சில கோர பயங்கர சக்திகள் தொடர்ந்து அதிகாரத்தில் நீடித்திருப்பதற்கான வழிதான். பிஜேபி ஆட்சியிலில்லாத கிழக்கு வங்காளம், கேரளா மற்றும் அசாம் மாநிலம் இச்சட்டத்திருத்தத்தைக் கடுமையாக எதிர்ப்பதோடு, காங்கிரஸ், தி.மு.க. உள்ளிட்ட பல எதிர்க்கட்சிகளும் இச்சட்டத் திருத்தத்தை எதிர்த்துப் போராடி வருகிறது. சமூக சமத்துவப்படை, புதிய கோடாங்கி, இந்தியப் பெண்கள் சிந்தனையாளர் களம் ஆகிய அனைத்து தலித் மற்றும் பெண்கள் இயக்கங்களும் இச்சட்டத் திருத்தத்தைக் கடுமையக எதிர்க்கின்றன.

கொரோனா வைரஸ்:

உலக நாடுகள் எதிர்கொண்டு வரும் கொடுமையான கொரோனா வைரஸ் இந்தியாவிற் குள்ளும் வந்து விட்டது. எங்கு பார்த்தாலும் இதைப் பற்றியே மக்கள் பேசி வருகின்றனர். பொது மக்கள் பாதுகாப்பாக இருப்பதற்கான ஆலோசனைகளும் வழங்கப்பட்டு வருகின்றன. நாம் நம்மைப் பாதுகாத்தக் கொள்வோம்.

செப்டம்பர் 2020

புதிய கோடாங்கி வாசகர்கள் அனைவருக்கும் வணக்கம். கொரோனா தொற்றிலிருந்து தமிழகம் மீண்டு வரவேண்டும் என்று எல்லோரும் விருப்பப்பட்டாலும் நாளுக்கு நாள் தொற்று அதிகமாக பரவி வருவதும் மக்கள் குணமடைந்து திரும்பி வருவதும் சிலர் இதற்கு பலியாவதும் தொடர்ந்து நடந்து கொண்டுதான் இருக்கிறது. தமிழக அரசு தொற்றைத் தவிர்ப்பதற்கு ஊரடங்கு உள்ளிட்ட பல்வேறு முறைகளைக் கையாண்டு தோல்வியடைந்துள்ளது. எனவே மக்கள் ஊரடங்கு தளர்த்தப்பட்ட இந்த காலகட்டத்தில் தாங்களாகவே முன்வந்து தொற்றிலிருந்து தங்களைப் பாதுகாத்துக் கொள்ளாவிடில் சிரமமாகவே இருக்கும். புதிய கோடாங்கி அன்பர்கள் பாதுகாப்பாக இருக்க வேண்டும் என புதிய கோடாங்கி சார்பாக கேட்டுக் கொள்கின்றேன்.

வளர்ச்சிப் பணிகள் வேலை வாய்ப்புகள் இல்லாத சூழ்நிலையில் அடித்தட்டு மக்கள் அதிகம் பாதிக்கப் பட்டுள்ளார்கள். சமூக சமத்துவப் படை சார்பாக சென்னையிலும் பிற இடங்களிலும் பாதிக்கப்பட்ட ஆட்டோ ஓட்டுநர் மருத்துவர், தொழிலாளர்கள் மற்றும் ஏழை மக்களுக்கு இயன்ற அளவு நிவாரணம் வழங்கப்பட்டாலும் அது அவர்களுடைய எதிர்காலத்திற்கு போதுமானதாக இல்லை. எனவே இனிவரும் காலத்தில் வேலை வாய்ப்பு அதிகரிக்கவேண்டும் ஏழை மக்கள் பொருளாதார தன்னிறைவு அடைய வேண்டும் என்றால் இவற்றை முன்னெடுக்கும் அரசியல் கட்சிகளை சார்ந்து அடித்தட்டு மக்கள் செயல்பட வேண்டும். தமிழகத்தில் ஜெயலலிதா மறைவுக்குப் பிறகு எடப்பாடி பழனிச்சாமி அவர்கள் முதல்வராக பணி ஏற்றபின் பெரிய திட்டங்கள் எதுவும் கொண்டு வராவிட்டாலும் குழப்பங்களில்லாத சீரான நிர்வாகம் பெரிய நன்மைகள் எதுவும் இன்றி நடந்து கொண்டு இருக்கிறது. இதைப் பாராட்டுவதா அல்லது கண்டிப்பதா என்றே தெரியவில்லை. காரணம் இடையில் நோய்த்தொற்று வேகமாக பரவி வந்தது. அதனால் பாதிப்படைந்த மக்கள் எவ்வித போராட்டங்களையும் முன்னெடுக்க இயலவில்லை.

விமர்சனங்களையும் முன்னெடுக்காமல் வீட்டிலேயே முடங்கிக் கிடந்தது ஒரு காரணம். மேலும் எதிர்க்கட்சிகள் அரசுக்கு இணையாக போட்டியாக நிவாரணத்தை வழங்க முடியாததும் மக்களை சென்று சந்திக்க முடியாததும் மற்றொரு காரணம். இனி வரும் காலம் மிக சோதனையான காலம். எந்தக் கட்சி வெற்றி பெற்று ஆட்சிக்கு வந்தாலும் பழைய நிலையை அடைவது என்பது மிகப் பெரிய சவால் தான்.

சென்னையில் ஓஎம்ஆர் அதாவது பழைய மகாபலிபுரம் சாலையில் அமைந்திருந்த பல்வேறு ஐடி நிர்வாகம் சார்ந்த துறைகள் தொழிற்சாலைகள் மூடிக் கிடக்கின்றன பல்வேறு குடியிருப்புகள் குடியிருக்க ஆட்கள் இன்றி காலியாக இருக்கின்றன. இங்கு தொழிற்சாலைகளில் மற்றும் அன்ஆர்கனைஸ்டு செக்டர் என்று சொல்லப்படுகின்ற தொழிலாளர்கள் ஒன்றாகத் திரளமுடியாத பொருளாதாரத் துறைகளில் வேலை செய்த வட மாநிலங்களைச் சேர்ந்த தொழிலாளர்கள் சொந்த மாநிலங்களுக்கு சென்று விட்டதனால் படுத்துவிட்ட தொழில்கள் ஏராளம். விவசாயம் மற்றும் விவசாயம் சார்ந்த தொழில்கள் மீண்டும் எழுச்சியோடு துவங்குவதற்கு ஒரு வாய்ப்பு என்றாலும் 100 நாள் வேலைத்திட்டம் போன்ற உபயோகமில்லாத திட்டங்களினால் விவசாயம் சீரழிவை சந்தித்து வருகிறது. இது தமிழகம் மட்டுமின்றி அனைத்து இந்தியாவிலும் விவசாயிகள் சந்திக்கின்ற மோசமான நிலைமை.

இந்நிலையில் அடித்தட்டு மக்களாகிய நாம் செய்ய வேண்டியது என்ன? நிலச் சீர்திருத்தத்தை தமிழக அரசு மீண்டும் கையில் எடுத்தால் நிலமற்ற ஏழை விவசாயிகள் மூலம் விவசாயத்தை பழைய நிலைமைக்கு கொண்டு வருவதைத் தாண்டி இன்னும் அதிவேக வளர்ச்சியை எட்ட முடியும். எனவே ஏழை மக்களுக்கு இரண்டு ஏக்கர் விவசாய நிலம், பஞ்சமி நிலத்தை மீட்டெடுத்தல், ஆக்கிரமிப்புகளை அகற்றுதல், கோவில் நிலங்களை நிலம் இல்லாத ஏழைகளுக்கு குத்தகைக்கு அல்லது உடமையாக பங்கிட்டு வழங்குதல் போன்ற திட்டங்களை மேற்கொள்ள வலியுறுத்த வேண்டும்.

வரவிருக்கும் சட்டமன்றத் தேர்தலில் முக்கிய பணிகளாக விவசாயம், நீர்நிலைகளை பராமரித்தல் கூலித் தொழில்களை

முறைப்படுத்துதல் குறும் சமூகங்களுக்கு வாரியங்கள் அமைத்து அவர்கள் இட ஒதுக்கீட்டின் பயனை அடையச் செய்தல் போன்ற நடவடிக்கைகளை மேற்கொள்ள வலியுறுத்துவதோடு அதிகப்படியான நிதியை ஒதுக்க வலியுறுத்த வேண்டும். கல்வித்துறையில் அனைவருக்கும் கல்வி என்பதை அடிப்படையாகக் கொண்டு ஏழை மாணவர்களுக்கு படிப்புக்காக மட்டும் பயன் படுத்தப்படுகின்ற தனி வகையான செல்போன்கள் இன்டர்நெட் வசதியுடன் இலவசமாக வழங்கப்பட வேண்டும்.. நோய்த்தொற்று முழுமையாக அகற்றப்படுவதற்கு எவ்வளவு காலம் ஆகும் என்பது தெரியாது. ஆகையால் உடனடியாக அரசாங்கம் ஏற்கனவே லேப்டாப் வழங்குவதோடு செல்போன்கள் மேற்சொன்ன அடிப்படையில் இலவசமாக வழங்கினால் அனைவரும் பயன்பெற முடியும்..

புதிய கோடாங்கியின் கால் நூற்றாண்டு நிறைவு விழா குறித்து அடுத்த இதழில் விரிவாக எழுதலாம்.

அக்டோபர் 2020

- கொரோனா சாவுகள் தொடர்கின்றன. என்றாலும் அது குறித்த ஆரவாரம் குறைவாக உள்ளது. தொற்று ஏற்பட்ட மூன்று மாதங்களுக்குள்ளாக அதை வைத்து எப்படியெல்லாம் பணம் சம்பாதிக்க முடியும் என்று அரசியல்வாதிகள், வியாபாரிகள், அதிகாரிகள், மருத்துவமனை அதிபர்கள் கற்றுக்கொண்டுவிட்டார்கள். இதையெல்லாம் கையறு நிலையில் மக்களும், அரசும் வேடிக்கைப் பார்த்துக்கொண்டு உள்ளனர்.
- பாலியல் பலாத்காரம், வன்முறைத் தாக்குதல்கள் கொலைகள். சமூகத்தில் தொடர்ந்து நிகழ்ந்து வருகிறது பிஜேபி ஆட்சியில் உத்திரப்பிரதேசத்தில் பெண்கள் மீது பாலியல் வன்முறை ஏழு சதவிகிதம் அதிகரித்துள்ளது. பிஜேபியின் இரட்டையர் களாக மத்தியில் அரசாளும் மோடியும் அமித்ஷாவும் இந்த விஷயத்தில் மௌனமாக உள்ளார்கள். ஹத்ராஸ்

சம்பவத்தில் பத்தொன்பது வயது தலித் இளம்பெண் கயவர்கள் சிலரால் பாலியல் பலாத்காரம் செய்யப்பட்டோடு நாக்கு துண்டிக்கப்பட்டு, முதுகெலும்பு உடைக்கப்பட்டு கொலை செய்யப்பட்டார். மருத்துவமனையிலிருந்து அவரது சடலம், பெற்றோருக்குத் தெரிவிக்கப் படாமல் எரிக்கப்பட்டுள்ளது. பாலியல் பலாத்காரம் செய்த ஆதிக்க சாதி குண்டர்களை, கொலைகாரர்களால் பாது காப்பதற்காக அரசும் காவல் துறையும் சதிசெய்துள்ளது. இப்படிப்பட்ட மோசமான சாதிய சமூகத்தில் தலித் மக்கள் இணைந்து நாடு தழுவிய போராட்டங்களை மேற் கொள்ளாவிடில் நீதி கிடைப்பது துர்பலமே.

- பஞ்சமி நிலத்தை மீட்டெடுக்க தலித் அரசியல் கட்சிகளின் கூட்டமைப்பு போராளி எழுத்தாளர் ப.சிவகாமி,ஐ.அ.ந,டட்.ஈ., தலைமையில் துணை முதல்வரை சந்தித்து வரைவு சட்டம் ஒன்றை சமர்ப்பித்தது. ஓய்வு பெற்ற நீதிபதி கே. சந்துரு அவர்கள் தயாரித்த இந்த வரைவு சட்டத்தை அரசு ஏற்றுக்கொள்ளச் செய்ய போராட்டங்கள மேற்கொள்ளப்பட உள்ளன. தமிழக முதல்வரை சந்தித்து இந்த வரைவு சட்டத்தை விவாதிப்பதோடு, பஞ்சமி நில மீட்பு ஆணையத்தை உயர்நீதிமன்ற நீதிபதி தலைமையில் மாற்றியமைக்க வேண்டும் என்ற கோரிக்கை வைக்க நேரம் ஒதுக்கித்தர கேட்டுக்கொள்ளப்பட்டது. ஆனால் ஏறக்குறைய ஒன்றரை மாதங்களாக நேரம் ஒதுக்கித்தரவில்லை முதல்வர்.

அக்டோபர் 7ம் தேதி அதிமுக கோஷ்டிப் பூசல் மற்றும் குடுமிப்பிடி சண்டை முடிந்தபிறகு நேரம் ஒதுக்கித் தருகிறார்களா என்று பார்ப்போம். இல்லாவிட்டால் போராட்டத்தைத் தீவிரப்படுத்த வேண்டிய அவசியம் உள்ளது.

சமூக சமத்துவப்படை வரவிருக்கின்ற 2021 சட்டமன்றத் தேர்தலுக்குத் தயாராகி வருகிறது. புதிய கோடாங்கி வாசகர்கள், புதிய கோடாங்கியைத் தொடர்ந்து சிறப்பாக நடத்த நன்கொடை தந்து உதவுமாறு அன்புடன் கேட்டுக்கொள்ளப்படுகின்றனர்.

நவம்பர் 2020

பேச்சுரிமை எழுத்துரிமை இவற்றுக்கு ஆபத்து நேர்கின்ற வகையில் பிஜேபி ஆளும் மத்திய அரசு நாளொருவிதமாக நெருக்கடிகளை ஏற்படுத்து கின்றது. இந்து மதத்தின் சாதியப் பண்பாட்டையும் (சீர்கேட்டையும்), அதன் விளைவாக பெண்கள் அடிமைப்படுத்தப்பட்ட இழிவுபடுத்தப்பட்ட வரலாற்றையும் பேசுவதே தவறு என்று கூறிவருவது வன்மையாகக் கண்டிக்கத் தக்கது. பெண்கள் தெய்வங்களாகக் கருதப்பட்டார்கள், கருதப்படுகிறார்கள் என்று பேசித் திரியும் ஆர் எஸ் எஸ்–பிஜேபியினர், பெண்கள் இறந்த கணவர்களின் சிதையில் வலுக்கட்டாயமாகத் தூக்கியெறிப்பட்டு கொல்லப்பட்டார்கள். என்பதையோ, சிறுவயதிலேயே திருமணம் முடிக்கும் குழந்தைத் திருமண முறையையோ, மொட்டையடித்து பட்டினிபோட்டு விதவைகளை சித்திரவதை செய்ததையோ, தேவதாசிகள் என்று சில பெண்களை ஆள்பவர்களின்/ செல்வந்தவர்களின் வைப்பாட்டியாக வைத்துக் கொண்டு விபச்சாரத்தை ஆதரித்து வந்ததையோ இல்லை என்று கூறப்போகிறார்களா? இத்தகையக் கொடிய பழக்க வழக்கங்கள் மனுதர்மத்தை அடிப்படையாகக் கொண்டிருந்தது என்றும், இவற்றை வரலாற்றாளர்கள் தொகுத்துப் புத்தகமாக வெளியிட்டிருக்கிறார்கள் என்றும் ஆதாரப்பூர்வமாக சுட்டிக் காட்டுவது இந்து மதத்தை இழிவு செய்வதாக கருதப்படுமா? இழிவுகள் இருப்பது உண்மையென்றால் அதைச் சுட்டிக் காட்டுவது மட்டும் இழிவுக்கு வழி வகுக்கிறது என்று கூறுவது எவ்வளவு மடமையானது.

இத்தகைய இழிவுகளுக்கு எதிராகப் பிரச்சாரம் செய்து அந்தப் பழக்கங்களை நீக்குவதற்காகப் போராடிய இராஜாராம் மோகன்ராய் போன்றவர்கள் சீர்த்திருத்தக்காரர்கள், திருமாவளவன் பேசினால் மதத்தை இழிவுபடுத்தும் கலகக்காரர்! சாதிக்கொரு நீதி என்பது இதுதானா! ஆண் பெண் உறவை மலினப்படுத்தி, பெண்களைக் கொச்சைப் படுத்தி பேசினார் என பத்து வருடங்களுக்கு முன்பு நடிகை குஷ்பு மீது பாய்ந்து விடுதலை சிறுத்தைகள் மீது, குஷ்பு இதுதான் சமயமென பெண்களுக்குப் பங்கம் வந்துவிட்டதெனப் பாய்வது வேடிக்கையாக உள்ளது.

கட்சி சாயம் பூசிக்கொண்டு பேசுபவர்கள் மீது அவர்களின் கருத்தின் மீது என்ன மாதிரியான மதிப்பு கொள்ள முடியும்?

இன்று ஹத்ராஸ், கயர்லாஞ்சி உள்ளிட்ட பல்வேறு அநீதியான அராஜகமான பெண் கொலைகளுக்கு, பாலியல் பலாத்காரங்களுக்கு மனுதர்மமே அடிப்படை என்பதைப் புரிந்து கொண்டதால்தான் தலித் மக்கள் அதன் தலைவர்கள் மனுதர்மத்தில் எழுதியுள்ளவற்றை, பெண்கள் மீது சுமத்தப்பட்ட இழிவைக் கண்டிக்கிறார்கள். பெண் விடுதலைக்காகப் போராடுகிறார்கள். ஆனால் ஹத்ராஸ், கயர்லாஞ்சி சம்பவங்களில் அலட்சியம் காட்டிய பிற்போக்குக் கும்பல் இன்று பெண்களை இழிவுபடுத்திவிட்டதாகக் கூறுவது சாதியத்தின் கூறாகவே பார்க்கமுடியும்!

மனு என்பவரோ, மனுதர்மம் என்றோ எதுவும் இருந்ததில்லை என்று வரலாறு தெரியாத வரலாறு தெரிந்தாலும் அதைப் புரிந்து கொள்ள விரும்பாத அராஜகக் கும்பலிடம் என்ன பேசமுடியும்? மனுதர்மம் என்ற நாசகர கருத்துத்தான் மதம் என்ற போர்வையில் இன்று ஆட்சி செய்கிறது என்பதை அறிவில் சிறந்தவர்கள் எல்லோரும் ஏற்றுக் கொள்வார்கள். கயமையும் பொய்மையும் ஒரே அதிகாரமாக வடிவெடுத்தால் அராஜகம் தலைவிரித்தாடுகிறது. புலமை பெற்ற பத்திரிக்கையாளர்கள், எழுத்தாளர்கள், மனித உரிமை ஆர்வலர்கள், போராளிகள் கண்டிக்கத்தான் செய்வார்கள்!

அரக்கோணத்தில் அம்பேத்கர் தீட்சை பெற்ற நாளை முன்னிட்டு இரண்டு நாள் கருத்தரங்கம் நடைபெற்றது. தமிழகத்தில் முக்கிய தலித் இயக்கங்களான, சமூக சமத்துவப்படை கட்சி, விடுதலை சிறுத்தைகள், புரட்சி பாரதம், இந்தியக் குடியரசு கட்சி, பகுஜன் சமாஜ் கட்சி ஆகிய இயக்கங்களின் தலைவர்களும், அந்த இயக்கங்களின் வேலூர் மாவட்ட நிர்வாகிகள், அரக்கோணத்தில் உள்ள களப்பணியாளர்கள் மற்றும் தமிழகத்தின் பல்வேறு இடங்களில் உள்ள புத்த ஆர்வலர்கள், பெண்கள் பொதுமக்கள் எனத் திரளாகக் கலந்து கொண்டனர்.

அரக்கோணம் விழாக் குழுவினர் அனைத்து அரசியல் இயக்கங்களும் இணைவதற்காகத்தான் இவ்விழாவை ஏற்பாடு செய்ததாகக் கூறி அனைவரையும் மகிழ்வித்தனர். எதுவுமே இல்லாத நிலையில் எது நடந்தாலும் நல்லதே.

டிசம்பர் 2020

"பார்ப்பனியத்தை வேரோடு, மண்ணோடு அழிக்க வேண்டு மென்றால் அடித்தட்டு மக்களை அதிகாரப்படுத்துவதைத் தவிர வேறு வழியில்லை"

அரசியலும் சமுதாயமும் இன்று ஜனநாயகம் சமத்துவம் ஆகியவற்றை உள்ளடக்கமாகக் கொண்ட அரசியலமைப்பு சட்டத்தாலும் அதை அடிப் படையாகக் கொண்டு இயற்றப்பட்ட வேறு பல சட்டங்களாலும் வழிநடத்தப்படுகின்றன என்று பெரும்பாலோனோர் நம்புகின்றோம். ஆனால் இன்று அரசியலமைப்புச் சட்டம் மதம், பண்பாடு மற்றும் கலாச்சார இயங்கியலால் மீறப்பட்டு வருவதைப் பார்க்கிறோம்.

பார்ப்பனிய சிந்தனை பல்வேறு வகையில் தன்னை மீட்டுருவாக்கம் செய்தபடி உள்ளது. அரசியலமைப்பு(சட்டம்) நம்மை ஒழுங்கு படுத்தும், வழிநடத்தும், விடுதலையைக் கொணரும் அடிப்படையாக இருப்பதை பார்ப்பனியச் சிந்தனையாளர்களால் ஏற்றுக்கொள்ள முடிவதில்லை. அரசியலமைப்புக்கும் உயர்வாக நம்மை வழிநடத்த, நமது சமுதாய நடவடிக்கைகளை கட்டுப்படுத்த, அதாவது பார்ப்பன மேலாதிக்கத்தை நிறுவ, அது வழி தேடிக்கொண்டே இருக்கிறது. பார்ப்பனிய சிந்தனையின் மூலாதாரமாக செயல்படுவது ஆர்.எஸ்.எஸ். என்றாலும் அதன் அதிகார மூலமாக பி.ஜே.பி. போன்ற அரசியல் கட்சிகள், விஷ்வ ஹிந்து பரிஷத், போன்ற துணை அமைப்புகள் வழியாகவே அது தன்னை நிலைநாட்டி வருகிறது.

குடியுரிமை சட்டத் திருத்தம், ஒரே இந்தியா, நீட் தேர்வுகள், புதிய கல்விக்கொள்கை, இந்து மதத்தின் பழைமையானக் கூறுகளை மீட்டு ருவாக்கம் செய்தல் போன்றவற்றை அரசியலமைப்பு சட்டத்திற்கு அப்பாற்பட்டு, பார்ப்பனியத்தின் மேலாதிக்கமாக கணிக்கலாம். அந்த அடிப்படையில் நாம் விவாதிக்கலாம்.

சாதியின் வேர் இந்து மதத்தில் உள்ளது என அண்ணல் அம்பேத்கர் கூறியுள்ளதை நாம் உற்றுக் காண வேண்டியுள்ளது.

இந்து மதம் என்பதும் அதைப் பின்பற்றி நடப்பவர்கள் என்று கூறப்படுபவர்களும் பார்ப்பனியம் சாதியம் – தீண்டாமை

என்னும் கருத்தாக்கத்துக்குள் இயங்குபவர்களாக இருக்கக் காண்கிறோம். ஜனநாயகவாதிகள், முற்போக்காளர்கள் எதிர்ப்பது இந்த மையக்கருத்தாக்கத்தைத் தானே தவிர இந்து மதத்தை அல்ல. இந்த மையக் கருத்தாக்கத்தை அழித்துவிட்டால் போதுமானது என்றும் நம்புகிறார்கள். இது சாத்தியமா என்பது பற்றி சிந்திக்க வேண்டும்.

ஏனெனில் பார்ப்பனியம் என்ற மய்யக்கருத்து சமூகவெளியில் கடைப்பிடிக்கப்படுகிறது என்றாலும், ஒவ்வொரு தனிமனிதர் வாயிலாகவும் குடும்பம் என்ற நிறுவனம் வாயிலாகவும் பல்வேறு வகைகளில் செயல்படுத்தப்பட்டு வருகிறது. ஒவ்வொரு தனிமனிதரும் தான் எவ்வாறு சாதி சார்ந்து அதாவது பார்ப்பனியக் கருத்தை ஏற்றுக்கொண்டு செயல்படுகிறேன் என்று கண்டுணர்ந்து அதைக் களைந்து கொள்ள வேண்டும். எப்படி குடும்பக் கட்டமைப்பிலும் செயல்பாட்டிலும் பார்ப்பனியம் ஊடுருவி அதன் அடிநாதமாகவே ஆகிவிட்டது என்பதையும் பகுத்துப் பார்க்க வேண்டும். நமது இறைநம்பிக்கையில் கடவுளுக்கும் மனிதருக்கும் இடையிலான இடைத்தரகராக பார்ப்பனியம் செயல்படுகிறது என்பதைக் கூர்ந்து கவனிக்கும்போது, சமூக வெளியில் மட்டுமின்றி இறை நம்பிக்கையுள்ள தனிமனிதர்களிடமும் பார்ப்பனியத்தின் செயலூக்கம் வலுப்பெற்றிருப்பதைக் காணலாம்.

எல்லாம் சமயங்களும், தங்கள் அதிகாரத்தை நன்மை என்ற பெயரில் அரசாட்சி மூலமாக நேரடிப் பங்கேற்றும், மறைமுகமாகவும் செலுத்தி வந்திருக்கின்றன என்பது உண்மைதான். என்றாலும் எந்த மதமும் மனிதர்களை தலையிலிருந்து பிறந்தவர்கள், தோளிலிருந்து பிறந்தவர்கள், பாதத்திலிருந்து பிறந்தவர்கள் என்று பிறப்பின் அடிப்படையில் உயர்வு தாழ்வு கற்பிக்கவில்லை. அது இயற்கையானது என்று வாதிடவில்லை. இந்துமதம் பார்ப்பனிய மேலாதிக்கத்தை நிறுவிக்கொள்ள இத்தகைய பிறப்பின் அடிப்படையிலான உயர்வு தாழ்வை இறைவனோடு சம்பந்தப்படுத்தி இயற்கை என்று ஏற்றுக்கொள்கிறது.

நமது கேள்வி எப்படி சமயம் அரசியலுக்கு அப்பாற்பட்டது, உயர்வானது என்று நிறுவிக் கொண்டு ஆட்சியில் நிர்வாகத்தில்

அதிகாரம் செலுத்துகிறது என்பது பற்றியல்ல. பார்ப்பனியக் கருத்தாக்கம் சமயத்தின் வழியாக ஆட்சி, நிர்வாகம், கல்வி, மருத்துவம், குழந்தை வளர்ப்பு, குடும்பம், தனிமனித நம்பிக்கை என்ற அனைத்து நிறுவனங்கள், அலகுகள், செயல்பாடுகளில் ஊறித் திளைக்கிறது, மற்றைய சமயங்களில்லாத "இயற்கையான மனிதப் பிளவுகள்" என்ற ஆபத்தான கருத்தாக்கம் ஆட்சி நடத்துகிறது என்பது பற்றித் தான்.

சாரமாக, கல் என்றும் அதை எறிதல் என்றும் என்ற இரண்டில் நாம் கல் மீது கோபம் கொள்பவராக இருக்கிறோம். மூலம் இருக்கும் வரை கல் இருக்கும் என்பதை உணராதவர்களாக இருக்கிறோம் என்பதுதாம். இதைத்தான் அம்பேத்கர் அவர்கள் சாதியின் வேர் இந்து மதத்தில் உள்ளது என்று கூறுகிறார். மூலத்திலிருந்து பிறக்கும் செயல்பாடுகளை எதிர்ப்பது நோயின் அறிகுறிகளுக்கு மட்டும் வைத்தியம் செய்வதைப் போன்றது. மூலத்தையே வெட்டி எறிவதுதான் பார்ப்பனிய நோயைக் குணப்படுத்துவதாகும்.

சமீபத்தில் மாணவர்களுக்கு அதாவது எஸ்ஸி எஸ்டி மற்றும் ஓபிசி பிரிவினர்க்கு வழங்கப்பட்டு வந்த கல்வி உதவித் தொகையை மத்திய அரசு ஓராண்டுக்கும் மேலாக நிறுத்தி வைத்துள்ளது. ஆனால் தமிழகத்தில் வேல்யாத்திரையை முன்னெடுக்கிறது பிஜேபி. மூடநம்பிக்கைகள் பண்பாடு, மதம் சார்ந்து வேரூன்றியிருப்பதை நிலைப்படுத்துவதோடு மக்களைப் படிக்க விடாமல் செய்துவிட்டால் பிஜேபி கனவு காணும் பழைய ராம ராஜ்யம் அல்லது நவீன இந்து ராஜ்யம் உருவாகிவிடும் என்பதில் சந்தேகமில்லை.

பார்ப்பனர்கள் என்று சொல்லப்படுகிற சில சாதிகளை ஒழித்துக்கட்டுவதினால் பார்ப்பனியம் அழிந்து விடுவதில்லை. இன்று சமூகத்தின் மையக்கருத்தாக பார்ப்பனியம் நிலவுவதால், திராவிட அரசுகளின் பிராமண வெறுப்பு, அவர்களைப் புறக்கணிப்பதில்தான் வெற்றி யடைந்ததே தவிர பார்ப்பனியத்தை ஒழிக்க இயலவில்லை. பார்ப்பனியத்தை வேரோடு, மண்ணோடு அழிக்க வேண்டுமென்றால் அடித்தட்டு மக்களை அதிகாரப்படுத்துவதை தவிர வேறு வழியில்லை.

ஜனவரி 2021

நடக்கவிருக்கும் 2021 தேர்தலை முடிவு செய்யப்போவது எது? மோடி எதிர்ப்பலையா? எடப்பாடியின் சமீபகால திறமையுடன் கூடிய வளர்ச்சியா? ஸ்டாலினின் எதிர்ப்பரசியலா? விவசாயப் பிரச்சினைகளா? வேலையில்லாத் திண்டாட்டமா? இலவசங்களை அறிவிக்கவிருக்கிற தேர்தல் அறிக்கையா? ஓட்டுக்கு விநியோகிக்கப்பட விருக்கின்ற பணமா? தேர்தல் இயந்திரத்தில் தில்லுமுல்லுகளா? எது யாருக்கு வெற்றி வாய்ப்பை வழங்கப்போகிறது?

தமிழகம் அரசியல் கூட்டணிக் கணக்குகளில் தடுமாறி நிற்கிறது என்பது இன்றைய நிலை. இதைப் பற்றிய அலசல் தலித் பிரிவினருக்கு ஏதாவது நன்மை செய்யுமா என்று சிந்திக்க வேண்டிய இடத்தில் நாம் இருக்கிறோம்.

மோடி தலைமையிலும் ஆர்எஸ்எஸ் வழிகாட்டுதலிலும் நடக்கும் மத்திய அரசு தலித் விரோத அரசு, வெகு மக்கள் விரோத அரசு என்பதில் மாற்றுக் கருத்து இருக்க முடியாது. திடீரென மக்கள் கையிலிருந்து பணத்தை செல்லாது என அறிவித்தது, நிரவ் மோடி, விஜய் மல்லையா ஆகியோரிடமிருந்து வங்கிக் கடன் பணத்தை மீட்க முனைப்பு காட்டாதது, காஷ்மீர் தனிச் சலுகையைப் பறித்து பண்டிட்டுகளைக் குடியமர்த்தியது, குடியுரிமைச் சட்டத்தை அண்ணலின் அரசியல் அமைப்புச் சட்டத்திற்கு விரோதமாகத் திருத்தியது, ஒரே நாடு ஒரே தேர்தல் என்ற சர்வாதிகார பரப்புரை, நீட் தேர்வு வலியுறுத்தல், நூறு நாட்கள் வேலைத்திட்டத்தைக் குறைத்தது, ரேஷன் பொருட்கள் விநியோகத்தில் கட்டுப்பாடுகள், விவசாயிகளைக் கொல்லும் புதிய விவசாயச் சட்டங்கள், கார்ப்பரேட்டுகள் வழிகாட்டுதலில் பொருளாதாரக் கொள்கைகளை வகுத்தல், ரிசர்வ் வங்கி – தேர்தல் ஆணையம் உள்ளிட்ட நிறுவனங்களை அரசியல் வாதிகளின் காலடியில் கிடத்தியது, தமிழகத்தில் மதவெறிப் பிரச்சாரங்கள் என்று வரிசையாக அவர்களின் மக்கள் விரோத நடவடிக்களைப் பட்டியலிடலாம்.

இப்படிப்பட்ட மத – தீவிர மக்கள் விரோத பிஜேபி கட்சியுடன் கூட்டுச் சேர அனைத்து அரசியல் கட்சிகளும் அஞ்சி நடுங்கிக்

கொண்டிருக்கும்போது அதிமுக ஆட்சியில் இருப்பதனால் மோடியின் கள்ளத்தனமான பழிபாவங்களுக்கு அஞ்சி அவர்கள் மோடிக்குக் காவடி எடுக்கிறார்கள். ஒருவேளை ஸ்டாலின் தலைமையிலான திமுக ஆட்சிக்கு வந்தாலும் அவர்களுக்கும் இதே கதிதான் என்பது கடந்த கால மத்திய – மாநில அரசுகளின் உறவுச் சிக்கல்கள் கட்டியங் கூறுகின்றன. எனவே மோடி ஆதரவு அல்லது எதிர்ப்பு என்பது திராவிடக் கட்சிகளின் சந்தர்ப்ப வாத அரசியலே தவிர வேறொன்று மில்லை! ஆனாலும் ஆட்சியமைக்கக் கூடிய மக்கள் திரளுடன் விளங்குபவை தி.மு.க. மற்றும் அதிமுக என்பதினால் இவர்களில் யாருக்கு வெற்றி வாய்ப்பு அதிகம் என்பதில் தான் மக்களும் பத்திரிக்கைகளும் ஆர்வம் காட்டுகிறார்கள்.

இடையிலே சில பத்திரிக்கைகளில் உள்ளிட்ட பல ஆர்எஸ்எஸ் பரப்புரைகளில் ரஜினி மற்றும் கமல் கூட்டணி விரிவாகப் பேசப்பட்டது. ஆனால் ரஜினி ஆய்வுள்ளத்துடன் பின்வாங்கியதும் காற்றுப் பிடுங்கப்பட்ட பலூன் போல எல்லாம் புஸ்ஸாகிவிட்டது.

சீமானின் நாம் தமிழர் தவிர மீதி சிறு – குறும் கட்சிகள் யாரையாவது நத்திப் பிழைக்க வேண்டிய அவசியம் உள்ளது. பா.ம.க, தே.மு.தி.க ஆகிய சிறு கட்சிகள் அதிமுகவுடனும் விசிக, காங்கிரஸ், வைகோ, ஜவஹருல்லா, முஸ்லிம் லீக், கம்யூனிஸ்ட் கட்சிகள் திமுகவுடன் அணிவகுத்துள்ளன. மக்கள் நீதி மய்யம் இவர்களால் கைவிடப்பட்ட குறும் கட்சிகளுடன் கூட்டணி வைக்க முயற்சித்து வருகிறது. இதுதான் நிலவரம்.

ஏராளமான தலித் கட்சிகள் – அமைப்புக்கள் இருந்தாலும் இவையெல்லாம் அதிகம் போனால் பத்தாயிரத்திற்கும் கீழே உறுப்பினர்களைக் கொண்டிருப்பதால் எங்கும் காய் நகர்த்த முடியாமல் அல்லாடித் தள்ளாடிக் கொண்டிருக்கின்றனர். திமுக இவர்களைத் தோழமை இயக்கங்கள் எனக் கூறி தேர்தலில் தொகுதி ஒதுக்காமல் பயன்படுத்தத் திட்டமிட்டுள்ளது. இதைத் தவிர தலித் இயக்கங்கள் வேறு எதையும் பெற முடியாது. வேண்டுமானால் செ.கு.தமிழரசன், ஜெகன்மூர்த்தி மற்றும் சமூக சமத்துவப்படை சிவகாமி ஆகியோருக்கு இரண்டு

அணிகளில் யாரிடமிருந்தாவது அழைப்பு கிடைத்து சிங்கிள் சீட் கிடைக்கலாம். அதுவும் இதுவரை எதுவும் உறுதியாகவில்லை.

தலித் இயக்கங்கள் விசிகவின் முன்னெடுப்பில் ஒன்றாகச் சேர்ந்தால் நாற்பது தொகுதிகளிலும் கம்யூனிஸ்ட், காங்கிரஸ், தேமுதிக, சீமான் மற்றும் கமல் ஆகியோருடன் சேர்ந்து களம் காணலாம். முதல்வர்களாக மூவர் தேரலாம், கமல் – சீமான் – திருமா. அதில் ஒருவர் முதல்வராகவம் இருவர் துணை முதல்வர்களாகவும் அமரலாம். இது ஒரு கற்பனைதான். சென்றமுறை மக்கள் நலக் கூட்டணி அதிமுகவை வீழ்த்துவதில் வெற்றிபெற முடியவில்லை. ஆனால் இம்முறை நிலைமை வேறு.

இந்தக் கற்பனை நடைமுறைக்கு வர எவ்வளவு காலமாகுமெனத் தெரியாது. இன்றைய அதாவது 3–1–2021 அன்றைய சூழலில் திமுக இதே கூட்டணிக்கட்சிகளுடன், தோழமைக் கட்சிகளுடன் போட்டியிட்டால் வெற்றி வாய்ப்பு திமுகவுக்கே உள்ளது. எனினும் அதிமுக ஒருமுகமாக நின்று சசிகலா, டிடிவி அவர்களையும் இணைத்துப் போட்டியிட்டால் அதற்கும் சமமான வாய்ப்பு இருப்பதாகக் கருதலாம்.

பிப்ரவரி 2021

மத்திய அரசின் 2021–22க்கான நிதிநிலை யறிக்கையில் ஒன்றுமேயில்லை. வளர்ச்சியை வேகப்படுத்தும், கொரோனாவால் பாதிக்கப்பட்ட பொருளாதார நிலையைத் தூக்கி நிறுத்த, பாதிக்கப்பட்ட பொதுமக்களுக்கு வேலைவாய்ப்பு, தொழிலாளர்களின் நிலையை மேம்படுத்தும், பெண்களின் முன்னேற்றத்தை உறுதிப்படுத்தும், அடித்தட்டு மக்களுக்கு வாழ்வாதாரத்தை வழங்கும் எவ்விதத்திட்டங்களும் இல்லை. வருமான வரி உச்ச வரம்பில் மாற்றமில்லை. வங்கிகள் ஒருங்கிணைக்கப் படுவதும், தனியார் மயமாக்கப்படுவதும் சேமிப்புக்கு வட்டி விகிதம் குறைவதும், அதே சமயத்தில் வங்கிக்கடனுக்கு வட்டி அதிகரிப்பும், பெட்ரோல் டீசல் விலை உயர்த்தியதும் பொருளாதார மந்த நிலையை எவ்வாறு

சரி செய்யும் என்பதும் தெளிவாக இல்லை. மொத்தத்தில் ஒன்றுக்கும் உதவாத பட்ஜெட்.

- அடுத்த இதழில் எழுத்தாளர் சிவகாமி அவர்களும் போதகர் பர்லி வால்டர் அவர்களும் இணைந்து "எல்லாப் பெண்களும் அறுவை சிகிச்சை மூலம் குழந்தை பெறும் முறையை ஒரே மாதிரி அணுகுகிறார்களா என்ற தலைப்பில் ஆங்கிலத்தில் எழுதி ரஜதஉ என்ற இணையதளப் பத்திரிக்கையில் வந்த ஆய்வுக்கட்டுரை தமிழில் மொழியாக்கம் செய்யப்பட்டு வெளியிடப்படுகிறது. இந்த ஆய்வு இந்தியப் பெண்கள் சிந்தனையாளர் களம் மூலம் ஏற்பாடு செய்யப்பட்டது என்பது முக்கியமானது.

- மக்கள் நீதி மய்யம் கட்சி திமுக வுடன் இணைந்து தேர்தலை எதிர்கொள்ளும் என்றும், காங்கிரசுக்கு உள்ள 41 தொகுதிகளில் 25 தொகுதிகள் மக்கள் நீதி மய்யத்திற்கு வழங்கப்படும் என்ற செய்தி தினமலரில் வெளியாகியுள்ளது. காங்கிரசின் சோம்பேறித்தனத்திற்குக் கிடைத்த சம்மட்டி அடி என இதைக் கருதலாம். திமுக காற்றுள்ள போதே தூற்றிக் கொள்கிறது. தேமுதிகவுக்கும் இத்தகையக் கூட்டணி அதிர்ச்சியளிக்கும் என்று எதிர்பார்க்க முடியாது. கமலஹாசனும் விஜயகாந்தும் நடிகர்கள்தான் என்றாலும், விஜயகாந்த் பின்னால் அணிவகுத்தவர்கள் பெரும்பாலும் தெலுங்கைத் தாய்மொழியாகக் கொண்டவர்களே.

- நூறு நாள் வேலைத்திட்டம் காங்கிரஸ் ஆட்சிக் காலத்தில் உருவாகிய ஒரு கவர்ச்சித்திட்டமாகும் இதற்கு அடிப்படையாக இருந்தது உணவுக்கு வேலை என்ற பழைய திட்டம். முன்னதில் வேலை கட்டாயப்படுத்தப்பட்டது. ஆனால் நூறு நாள் வேலைத்திட்டத்தில் வசதி படைத்தோர் வறுமைக் கோட்டிற்குக் கீழ் வாழ்பவர் அனைவரும் ஏரிக்கரை, குளக்கரை என (கிராமமும் சேரியும் தனித்தனியாக) படுத்துறங்கிவிட்டு பணம் பெற்று வந்தார்கள். இதை அரசாங்கமும் பெரிதாகக் கண்டுகொள்ள வில்லை. காரணம் இத்திட்டத்தில் முக்கிய நோக்கம் கிராமத்தில் வேலையற்றோர்கள் ஆர்ப்பாட்டம் போராட்டம் கூச்சல் குழப்பம் ஏற்படுத்தாமல் அவர்கள் வாயைக் கட்டிப்

போட்டு வைப்பதுதான். இதைப் பிறகு 150 நாட்களுக்கு மாற்றினார்கள். இப்போது பிஜேபி அரசு இதை ஏனோ தானோ என்ற முறையில் அமுல்படுத்தி வருகிறது. அதாவது நூறு நாட்கள் சரியாக வேலை கிடைப்ப தில்லை. எல்லாம் ஊழல் மயமாகி விட்டது.

- விவசாயிகள் போராட்டம் இரண்டு மாதங்களாக புதுடில்லியில் எவ்விதத் தொய்வுமின்றி நடந்து வருகிறது மத்திய அரசின் வேளாண் சட்டங்களுக்கு நீதிமன்றம் தடைவிதித்துள்ளது. கடுப்படைந்த மத்திய அரசு விவசாயிகள் மீது வன்முறையை ஏவி வருகிறது. சில பேர் மீது வழக்குப் போடுகிறது. உத்திரப் பிரதேசத்தில் பொது மக்களை (பிஜேபி ஆதரவாளர்கள்) விவசாயிகளுக்கு எதிராகக் களமிறக்கி விடுகிறதுமட்டுமின்றி, இந்த வேளாண் சட்டங்கள் நடைமுறையில் இருப்பது போலவும், அந்தச் சட்டங்களில் கூறப்பட்டுள்ள விவசாய அடிக்கட்டுமானங்கள் (விற்பனை நிலையங்கள், குளிர் பதன வசதிகள், சேமிப்புக் கூடங்கள்) ஆகியவை நிறுவப்பட்டிருப்பது போலவும், 2021–22 நிதிநிலை அறிக்கையில் வரியும் விதிக்கப்பட்டுள்ளது. இதிலிருந்து என்னத் தெரிகிறது என்றால் நீதிமன்றங்கள் அரசுக்கு சாதகமானத் தீர்ப்புகளை வழங்கும் இந்த வேளான் சட்டங்கள் நடைமுறைக்கு வரும் என்பதே. அதாவது மத்தியில் ஆட்சி மாற்றம் ஏற்பட்டாலொழிய இந்த வேளாண் சட்டங்களை அதன்பின்னால் அணிவகுத்திருக்கும் அதானி அம்பானிக்களை யாரும் தடுத்து நிறுத்த முடியாது என்பதுதான் அது! ஏழை விவசாயிகளா? அல்லது நாட்டை ஆட்டிப்படைக்கும் அதானி அம்பானிகளா? மோடியே என்ன ஆகப்போகிறாய்? ரூபாய் பத்துலட்சம் பெறுமான கோட்டை அணிந்து கொண்டு ஏழைவிவசாயிகள் பக்கம் எப்படி நிற்கப்போகிறாய்? விவசாயிகளைத் தூக்கிலிட்டு நாட்டை எப்படி ஆளப்போகிறாய்?

நடத்த வேண்டிய தொடர் போராட்டங்கள் பல நிலுவையிலுள்ளன.

பஞ்சமி நில மீட்புக்கான சட்டம் இயற்றப்பட வேண்டும். அரசுக்கு அதை மீட்டு உரியவர்களிடம் ஒப்படைக்கவேண்டும் என்ற எண்ணம் வேண்டும். இதற்காக பல போராட்டங்கள் நடத்தப்பட்டும் தீர்வு கிடைக்கவில்லை.

சமீபகாலமாக தலித் மக்களுக்கு விவசாய நிலம் ஒப்படை செய்வதற்காக நில ஆர்ஜிதம் செய்வது, வீட்டு மனை வழங்குவதற்காக ஆர்ஜிதம் செய்வது என்று எந்த நடவடிக்கையும் இல்லாமல் அத்திட்டங்கள் கைவிடப்பட்டு, நிதி ஒதுக்கீடு இல்லாமல் உள்ளது.

2020ல் அனைவருக்கும் வீடு என்ற திட்டமும் போதிய நடவடிக்கை இல்லாமல், ஐம்பது வருடகாலமாக பராமரிப்பு இல்லாமல் இடிந்து விழக்கூடிய நிலையிலுள்ள தொகுப்பு வீடுகளைப் பராமரிக்க நிதி ஒதுக்காமல் பல வீடுகள் இடிந்து விழுந்துவிட்டன.

தாட்கோ என்ற நிறுவனம் சரியான செயல்பாடு இல்லாமல் ஊழல் மலிந்து கிடக்கின்றது. அந்நிறுவனத்திற்கு ஓய்வு பெற்ற அரசு அனுபவமிக்க ஒருவரை நியமித்து ஊழல் களையெடுத்து கடனுதவி வழங்க அரசு ஏற்பாடு செய்யவேண்டும்.

சமீபத்தில் ஆதிதிராவிட நலத்துறை அமைச்சர் திருமதி ராஜலட்சுமி அவர்களை சந்தித்து சிறப்புக்கூறுத் திட்டம் பற்றிப் பேசியபோது அப்படியென்றால் என்ன என்று கேட்டார். அவரது பி.ஏ., அத்திட்டம் நிறுத்தப்பட்டு பல வருடங்களாகின்றன என்கிறார். அரசு சிறப்புக்கூறுத் திட்ட நிதி பயன்பாடு குறித்து அறிக்கை வெளியிடவேண்டும். ஏனெனில் அரசிடமிருந்து தலித் மக்கள் பெறும் நிதி ஆதாரங்களில் இதுவே தலையாயது.

தலித் வன்கொடுமை தடுப்புச் சட்டம் முறையாக அமல்படுத்தப்படாமல் 93 சதவிகித குற்றவாளிகள் விடுவிக்கப்பட்டு வருகின்றனர். அச்சட்டம் செயல்படாமல்

இருப்பதைக் கண்டித்துப் போராட்டங்கள் பல கடந்த காலங்களில் நடத்தப்பட்டுள்ளன.

தலித் பெண்கள் முன்னேற்றத்திற்கான சிறப்புத் திட்டங்கள் ஏதுவுமில்லை. சாதி, வறுமை, பெண் என்ற முவ்வகையிலும் ஒடுக்கப்படும் பெண்களுக்கு தனித்த சீரிய திட்டங்கள் அவசியம். நிலம், கல்வி அடிப்படை வசதிகள், வேலை வாய்ப்பு, கடனுதவி ஆகிய திட்டங்களுக்குத் தனியாக நிதி ஒதுக்கப்பட வேண்டும்.

விலைவாசியேற்றம், அத்தியாவசியப் பொருட்கள் மீதான வரி, அதிக வரிச்சுமை, இவைகளை எதிர்த்தும், விவசாயிகளை ஆதரித்தும் சீரிய போராட்டங்கள் நடந்து கொண்டிருந்தாலும் அவைத் தொடரவேண்டும்.

மதத்தின் அடிப்படையில் ஒடுக்குமுறையை எதிர்த்து சிறுபான்மையினர் மட்டுமின்றி சமூக ஆர்வலர்கள் அனைவரும் இணைத்து போராட்டம் நடத்தவேண்டும்.

பழங்குடி மக்கள், நரிக்குறவர், அரவாணியர் ஆகியோரின் வாழ்வுரிமைப் போராட்டங்களோடு குறுஞ் சமூகங்களுக்கு உள் ஒதுக்கீடு அல்லது நல வாரியங்கள் அமைக்கவும் போராட வேண்டும்.

தேர்தலை மட்டும் பிரதானமாகக் கொண்டு பத்திரிக்கைகள் ஆதாயம் தேடும் வேளையில் நாம் நடத்த வேண்டிய போராட்டங்களைக் கவனத்தில் கொள்ளவேண்டும் என்பதற்காக இத்தொடர் போராட்டங்களை நினைவூட்ட வேண்டியுள்ளது.

ஏப்ரல் 2021

2021 தமிழக சட்ட மன்றத் தேர்தல் மற்றும் பிரச்சாரங்கள், கருத்துக் கணிப்புகள் இவற்றைப் பற்றி தமிழகத்தில் பேசாதவர்களே எவருமில்லை எனலாம்.

திமுக, அதிமுக, பாமக, தேமுதிக, அமமுக, பாஜக, காங்கிரஸ், மதிமுக, விடுதலை சிறுத்தைகள், நாம் தமிழர், சிறுபான்மையினரின் கட்சிகள், சமத்துவ மக்கள் கட்சி, மக்கள்

நீதி மய்யம் என்று இரண்டு பெரிய கட்சிகள் மற்றும் பல சிறிய கட்சிகள் கூட்டணிகள் அமைத்து இந்தத் தேர்தலில் ஆர்வத்துடன் போட்டியிடுகின்றன.

திமுக ஆட்சிக்கு வந்து விட்டதைப் போலவே தன் பிரச்சாரத்தில் அடித்தட்டு மக்களின் படங்களைக் கூட்டமாகவும் உதிரியாகவும் காண்பித்து, திமுக ஆட்சிக்கு வர அவர்கள் எல்லோரும் விரும்புவதாகவும், அவர்களின் மகத்தான சக்திதான் ஸ்டாலின் தலைமையிலான ஆட்சிக்கு அடித்தளம் என்பது போலவும் கட்டமைக்கப்பட்டுள்ளது. இது உண்மையா? அடித்தட்டு மக்களை விளம்பரத்துக்காகப் பயன்படுத்துவது எதனால்? அரசாங்க வரிப்பணத்தையெல்லாம் அவர்களுக்காகவே மட்டும் செலவிடுவது போல், ஸ்டாலின் ஆட்சிக்கு வந்த பிறகு இந்த விளம்பரத்தில் ஆடிப்பாடிக் கொண்டாடும் மக்கள் கோட்டைக்குள் நுழைந்து முதல்வராகவிருக்கும் ஸ்டாலினைத் தரிசனம் செய்ய முடியுமா? ஜெயலலிதா கூட தேர்தல் சமயத்தில் தனது சொகுசு காரை நிறுத்தி வயலில் வேலை செய்யும் பெண்களையும் அழைத்து குறைகளை விசாரிப்பார். ஆட்சிக்கு வந்ததும் போயஸ் தோட்டத்திலும், பையனூர் பங்களாவிலும் கோடையில் குன்னூர் எஸ்டேட்டிலும் கதவடைத்துக் கொள்வார்.

ஒரு மாறுதலுக்காக ஸ்டாலின் ஏன் தனக்கு உறுதுணையாக இருக்கும் மருமகன் சபரீசன், மனைவி துர்கா, மகன் உதயநிதி, தங்கை கனிமொழி இவர்களுடன் கட்சியில் உள்ள பிரபல கொள்கை பிடிப்பாளர்களும் நேர்மைக்கும் கடமை கண்ணியம் கட்டுப்பாடுக்கும் பெயர் போன துரைமுருகன், பொன்முடி, டி.ஆர்.பாலு, ஆ.ராசா, ஆர்.எஸ். பாரதி, இன்னும் கட்சிக்காகவே உழைத்துவரும் சேகர் பாபு, மா சுப்ரமணியன் இன்னும் கழக உடன்பிறப்புகளாக இருந்து, மிக உயரத்தில் ஸ்டாலினுடனே உள்ள அத்துனைப் பேரையும் விளம்பரப்படுத்தவில்லை? தேர்தல் விளம்பரத்துக்குத் தகுதியில்லாதவர்கள் எனப் புறந்தள்ளப்பட்டது எதனால்?

தேர்தல் என்பது சீசா விளையாட்டுப்போல திமுகவின் உயர்மட்டத்தலைவர்கள் விளம்பரப் பிரியர்கள் அல்லர் அவர்கள் பின்னணியில் இருந்து ஸ்டாலினை பல வகைகளில்

இயக்குபவர்கள். ஆனால் தேர்தலுக்குப் பின் இவர்கள் முன்னணிக்கு வந்துவிடுவார்கள் சிரித்த முகத்துடன் அமைச்சர்களாக வலம் வருவார்கள். விளம்பரங்களில் காணப்படுபவர்கள் தேர்தலுக்குப் பிறகு காணாமல் போய்விடுவார்கள்! திமுகவின் இரட்டை உத்தி இது.

அதிமுக ஐந்தாண்டு காலம் தடங்கலின்றி ஆட்சி செய்த ஒரே காரணத்தினால் அசுர பலம் பெற்றவர்கள் புஜங்களை உயர்த்திக்கொண்டு, கல்லாப் பெட்டியைத் திறந்து கொண்டு, பிரதமர் மோடியின் மீது நம்பிக்கை வைத்து. எலக்ட்ரானிக் வோட்டிங் மெஷின்களின் செயல்பாடுகளில் நம்பிக்கைக் கொண்டு, கஜானாவைத் துடைத்து வழித்து விடவேண்டும் என்ற எண்ணத்தில் வாக்குறுதிகளை வீசி எறிந்து கொண்டிருக்கிறார்கள். இவர்களின் போலியான உதார்கள் இவர்களின் தோல்வி பயத்தையே வெளிப்படுத்துவதாக மக்களிடம் பேச்சு அடிபடுகிறது. எப்போது ஸ்டாலின், ஆ.ராசா போன்றவர்கள் உளறுவார்கள். காத்திருந்து பாயலாம் என்பது போல குற்றஞ் சாட்டி பிரச்சாரத்தில் அதுவும் அடித்தட்டு மக்களைக் கொண்டே எதிர்க்கின்றார்கள். மத்தளத்திற்கு இரண்டு பக்கமும் இடி என்பார்கள் அடித்தட்டு மக்களும் எல்லாப்பக்கங்களிலும் இடியும் உதையும் வாங்குவார்கள்! அவர்கள்தான் எவ்வளவு அடித்தாலும் தாங்கக் கூடியவர்களாயிற்றே!

இந்தப் பிரச்சாரங்களில் பெண்களை இழிவு படுத்துவதில் சிறந்தவர் யார் என்று போட்டி ஏற்பட்டது போல் தெரிகிறது பாஜகவின் ஹெச் ராஜா, தயாநிதி, உதயநிதி, ஆ.ராசா (சென்ற 2016 தேர்தலில் காடு வெட்டி குரு) கமலஹாசன் என்ற வீர ஆண்மகன்கள் களமிறங்கியுள்ளார்கள். பெண்களிடம் வீரம் அதுவும் வாய்ச்சொல்லில் வீரம் காட்டியுள்ளார்கள். ஆண்களின் நகைச்சுவைக்கு மனைவிமார்களும், வேலைக்காரப் பெண்களும் இலக்கு என்பது போல! மேற்கண்டவர்களுக்கு பெண்களை இழிவுபடுத்துவது அல்வா சாப்பிடுவது போல, சிலர் மன்னிப்பு கேட்டார்கள் அதெல்லாம் ஒப்புக்குத்தான். இந்த ஆண்மகன்கள் பெண்களுக்குத் தங்களின் புரட்சிகரமான அதாவது தமிழகத்தையே, பிற்காலத்தில் உலகத்தையே புரட்டிப்போடவிருக்கும் தங்கள் கட்சிகளின் போட்டியிட வாய்ப்புத் தரப்படவேண்டும் என்பதற்காக எப்படி

வாதாடப்போகிறார்கள்?! சீமான் தவிர, வேறு எந்தக் கட்சியும் பெண்களைப் பெரிதாகப் பொருட்படுத்தவில்லை ஐயோ பெண்களே என்றும் பச்சாத்தாப்படும் அளவிற்கு உள்ளது பெண்களின் பாதுகாப்பும் ஆண்களின் இந்தத் தேர்தலும் அவர்களது பிரச்சாரங்களும்!

பா.ம.கவின் கோரிக்கையை ஏற்று உள் ஒதுக்கீடு வழங்கிய தமிழக அரசு, இதர மிகவும் பிற்படுத்தப்பட்ட மக்கள் தொகைக்கு ஏற்ப உள்ஒதுக்கீடு வழங்குமா? இதுவும் இந்தத் தேர்தலில் அரசல் புரசலாக அலசப்பட்டு வருகிறது. குறிப்பாக சவரத்தொழிலாளிகள், சலவைத் தொழிலாளிகள், குயவர், நெசவாளர், மீனவர் ஆகியோர் தீவிரமாகக் களமிறங்கியுள்ளனர்.

இப்படி அடித்தட்டு மக்கள், பெண்கள், மிகவும் பிற்படுத்தப்பட்டோர், பழங்குடிகள் ஆகியோர் இந்தக் கட்சிகளின் தேர்தல் கூத்தைப் பார்த்து இது எங்கு சென்றுவிடுமோ என்று அச்சப்பட்டு உள்ளனர்.

கவலைக்கிடமான, இந்திய மற்றும் தமிழகப் பொருளாதாரத்தைத் தூக்கி நிறுத்த பெரும்பாலான கட்சிகளிடம் எந்தத் திட்டங்களும் இல்லை. ஒட்டு மொத்த வளர்ச்சிப் பார்வையும் இல்லை.

மோடி எதிர்ப்பு அலையினால் (தயவினால்) மட்டுமே திமுக வெற்றி பெறும் வாய்ப்புள்ளது. தவிர திமுகவிற்கு சொந்த சக்தி இல்லை. பெரும்பான்மையான இடங்களைப் பிடித்தாலும் அவர்களின் செல்வாக்கு மக்களிடம் அதிகரிக்கப் போவதில்லை. அப்படிப்பட்டது அவர்கள் கடந்து வந்தபாதை. ஒருவேளை இனி ஐந்தாண்டுகளில் அவர்களின் நடத்தையினால், சிறப்பான ஆட்சியினால் மாறும் வாய்ப்பு உண்டு.

தேர்தல் முடிவுகளுக்காகக் காத்திருக்கலாம்.

மே 2021

பிரசாந்த் கிஷோர் வியூகம் வகுத்தபடி, திமுகவின் சூளுரையின்படி, கருத்துக் கணிப்புப்படி, மக்கள் எதிர்பார்த்தபடி

திமுக தனிப்பெரும்பான்மை பெற்று வெற்றி பெற்றுள்ளது. அதிமுக பலமான எதிர்க்கட்சியாகவும் இயங்கவிருக்கிறது. புதிய ஆட்சியில் தேர்தல் அறிவிப்புகள் ஒன்றன்பின் ஒன்றாக அடுத்த ஐந்தாண்டு காலத்திற்குள் நிறைவேற்றப்படவேண்டும் என்பதுதான் இனி மக்களின் எதிர்பார்ப்பாக இருக்க முடியும் ! மத்திய அரசின் நிதி ஒதுக்கீட்டைப் பெறுவதில் மாநில அரசு தயக்கம் காட்டாத அதே வேளை மோடி அரசின் சமூகநீதிக்கு ஊறு விளைவிக்கும் திட்டங்களையும் எதிர்த்தாக வேண்டும். இது கடுமையான சவால்தான் திமுகவைப் பொறுத்தவரையில்.

இவ்விதழில் அரக்கோணம் தலித் இளைஞர்கள் இருவர் ஏப்ரல் 7ம் தேதி இரவு படுகொலை செய்யப்பட்டதைத் தொடர்ந்து எழுத்தாளரும் இந்தியப் பெண் சிந்தனையாளர் களத்தின் தலைவருமான சிவகாமி அவர்கள் தலைமையில் உண்மை அறியும் குழு அளித்துள்ள அறிக்கை வெளியாகிறது. தவிரவும் புதிய ஆட்சியில் தலித் மக்களின் கோரிக்கைகள் மற்றும் பெண்களின் கோரிக்கைகளில் முக்கியமானவற்றை செய்தியாளர் கூட்டம் நடத்தி ஆட்சியாளர்களிடம் சமர்ப்பித்த செய்தி அறிக்கையும் வெளியாகிறது.

அம்பேத்கர் பிறந்த நாள் விழா ஏப்ரல் 8ஆம் நாள் இந்தியப் பெண் சிந்தனையாளர் களம் சார்பில் இராணிப்பேட்டை மாவட்டம் அம்மனூர் கிராமத்தில் திருமிகு ஆயர் பர்லி உஷா வால்டர் அவர்கள் தலைமையில் இந்தியப்பெண் சிந்தனையாளர் களத்தின் அரக்கோணம் உறுப்பினர்கள் தேன்மொழி, ரஜினிப்பிரியா, வசந்தி, சித்த மருத்துவர் சுமதி, ஷாலினி ஆகியோர் பங்கேற்க மிக விமரிசையாக நடந்தது.

சென்னையில் மார்ச் 23ல் மகளிர் தினமும், மே தினத்தில் அம்பேத்கரின் 130வது பிறந்த நாள் விழாவும், மே தினமும் மூன்று கூகுள் அமர்வுகளாக நடந்தேறின இந்த விழாக்கள் அனைத்தும் இந்தியப் பெண் சிந்தனையாளர் களத்தின் ஏற்பாட்டில் நடந்தன என்பது குறிப்பிடத்தக்கது. முதல் அமர்வு திருமதி மணிமேகலை தலைமையில் அம்பேத்கரும் பெண்ணியமும் என்ற தலைப்பிலும், இரண்டாவது அமர்வு கவியரங்கமாக 'நாங்களும் நீங்களும்' என்ற தலைப்பில் திருமிகு பத்மினி அவர்கள் தலைமையிலும் நடந்தன. கவியரங்கில்

தமிழகத்தின் புகழ்பெற்ற கவிஞர்களான சுகிர்த ராணி மற்றும் கு. உமாதேவி ஆகியோர் பங்கேற்றனர். மூன்றாவது அமர்வு எழுத்தாளர் சிவகாமி அவர்கள் தலைமையில் அம்பேத்கரும் தொழிற்சங்கங்களும் என்ற தலைப்பில் நடந்தது. தொழிற்சங்கங்கள் அரசு ஊழியர் சங்கங்கள் இவற்றில் பங்கேற்று சிறப்பித்தன.

இயக்கங்களின் பணியும் புதிய கோடாங்கியின் பணியும் தொய்வின்றி சிறக்க வாழ்த்துக்கள்!

ஜூலை 2021

இவ்விதழ் கி.ராஜநாராயணன் அவர்களுடைய நினைவாக சிறப்புகட்டுரை, கனிவு என்ற அவருடைய கதை, ஆகியவற்றைத் தாங்கி வருகிறது.

சரளமான பேச்சு நடை, தெளிவான சிந்தனை, வாழ்க்கையின் துன்பங்களை ஒரு எள்ளலுடன் கடக்கும் பாங்கு, எளிமை, கடந்தகால வரலாற்றை எல்லாவற்றையும் ரசிப்புத்தன்மையுடன் கதையாக்கும் துடிப்பு ஆகிய இவை யாவற்றையும் கி.ராவின் எழுத்துக்களில் பார்க்கலாம். 'கதை சொல்லி' பத்திரிக்கை தொடர்ந்து அவரது எழுத்துக்களைத் தாங்கி வெளிவந்துள்ளது. முற்போக்கு, பிற்போக்கு, நற்போக்கு போன்ற பல நோக்காளர்களும் அவரது எழுத்தின் வாசகர்கள், விமரிசகர்கள்.

அவர் எழுத்துக்களைத் தொகுத்து இவ்விதழில் வெளிவரும்படி செய்த சாது. அரிமாவளவன் மற்றும் கி.ராவின் இறுதி காலத்தில் உடனிருந்து கவனித்துக்கொண்ட துளசி பாக்கியவதி அவர்களுக்கும் புதிய கோடாங்கி நன்றி தெரிவித்துக்கொள்கிறது.

பல வருடங்களுக்கு முன்னால், நான் தூத்துக்குடி மாவட்ட ஆட்சித் தலைவராக இருந்த போது இலக்கியத்தின் மீது எனக்கிருந்த அளவு கடந்த ஈர்ப்பின் காரணமாக, அதே மாவட்டத்தில் இடைசெவல் என்ற கிராமத்தில் வசித்து வந்த கி.ரா அவர்களை அவரது வீட்டில் சென்று சந்தித்தேன். அவர் அளவு கடந்த மகிழ்ச்சியுடன் உபசரித்தார். அவரது கோபல்லபுரம்

என்ற கட்டுரைத் தொகுதியைப் படித்த போது அவரது கிராமம் இல்லம் அவரது சுற்றுச்சூழல் இவற்றோடு சேர்த்துப் படிக்க அவரை நேரில் சென்று பார்த்தது உதவியாக இருந்தது. கடந்த காலங்கள் இலக்கியமாகும்போது அடர்ந்த மர்மமான வனத்தினுள் மின்மினிப் பூச்சிகளின் விளக்கொளியில் செல்வது போன்ற உணர்வு ஏற்படுவதுண்டு. அந்த உணர்வை கிராவின் எழுத்துக்களில் காணலாம். தொடர்ந்த இயக்கத்தில் நிறைவான, கட்டுப்பாடான, அமைதியான வாழ்க்கையை விரும்பி அமைத்துக் கொண்டவர். விருதுகளும் ரசிகர்களும் அவர் தேடிய செல்வங்கள் அவரை நினைவு கூர்வது மகிழ்ச்சியளிக்கிறது.

கோவில் நிலங்களையும், சொத்துக்களையும் மீட்பது முறைப்படுத்துவது என்ற தினந்தோறும் தமிழக அரசு செயல்பாட்டில் உள்ளது. ஆனால் தலித் தலைவர்கள் பஞ் சமி நிலத்தை மீட்கக் கோரி எவ்வளவு வேண்டுகோள்களை வைத்தாலும் பாரா முகமாக இருக்கிறது. கிணற்றில் போட்ட கல் எப்போது மேல் எழும்பி வரப்போகிறது?

திமுக விடுதலை சிறுத்தைகள் கம்யூனிஸ்ட் கட்சிகள் என்று கூட்டணி வைத்துக்கொண்டாலும் அந்த இயக்கங்களின் கோரிக்கைகளுக்கு செவிசாய்ப்பதாகத் தெரியவில்லை. ஊழலற்ற அதிகாரிகள் இறையன்பு மற்றும் சைலேந்திர பாபு முறையே தலைமைச் செயலராகவும். காவல்துறை தலைவராகவும் பொறுப்பேற்கச் செய்தது, பன்முகத்தன்மையுடன் பதினோரு பேர் கொண்ட திட்டக் குழுவை அமைத்தது, பொருளாதார நிபுணர் குழு என்ற பெயரில் வளர்ச்சிப் பொருளாதாரத்தில் நோபல் பரிசு வென்ற எஸ்தர் டஃப்லோ மற்றும் ஜான் டெரஸ், ரகுராம்ராஜன் உள்ளிட்ட ஐவர் குழு அமைத்தது. கொரோனா தாக்குதலைத் திறமையாக எதிர்கொண்டது. நிவாரணங்கள் வழங்கியது, பழிவாங்கும் உணர்ச்சியைத் தவிர்த்து சட்டமன்றத்தைக் கண்ணியத்துடன் நடத்திச் செல்வது, கட்சியைத் திறம்பட நடத்துவது என்ற முதல்வர் ஸ்டாலின் பலவகையிலும் மக்களால் பாராட்டப்படுகிறார்.

கீழ்க்கண்ட கேள்விகளை நாம் மனதில் கொள்ளவேண்டும்.

பதினோரு பேர் கொண்ட திட்டக்கமிஷனில் கூட்டணி மற்றும் தோழமைக் கட்சிகளிலிருந்து சிலரையேனும்

இணைத்திருக்கலாமே அப்படிச் செய்யாததது சந்தே கத்தைக் கிளப்புகிறது. ஒரு வேளை திட்டக்குழு பல்லராயிரங் கோடிகளுக்கான வளர்ச்சித் திட்டங்களைக் கொண்டு வந்தால் அதற்கான நிதிக்கு எங்கே போவது? ஏற்கனவே தமிழ்நாடு கடனில் மூழ்கிக் கிடக்கவில்லையா?

மத்தியத் தொகுப்பிலிருந்து போதிய நிதி பெற முதல்வர் என்ன நடவடிக்கை எடுக்கப்போகிறார்?

பொருளாதார வளர்ச்சிக் குழு வெறும் 'கருத்து' (ண்க்ங்ஹ) வழங்குகிற குழுதானா? அந்தக் குழு சொல்வதைத்தான் திட்டக்குழு ஏற்றுக்கொள்ளு மென்றால், திட்டக்குழுவின் செயல்பாடு என்னவாக இருக்கும்? இந்த இரண்டு குழுக்களின் திட்ட வட்டமான செயல்பாடுகளை வரையறுத்து ஆணைகள் பிறப்பிக்கப்பட்டுள்ளனவா?

இதில் ஜான் டெரஸ் என்பவர் ஏற்கனவே மத்திய அரசுக்கு இலவச அரிசி வழங்கவும், நூறு நாள் வேலைத்திட்டத்தைக் கொண்டுவரவும் காரணமாக இருந்தவர் என சொல்லப்படுகிறது. அதாவது ஒரு நூறு ரூபாய்த் தாள் ஏழையின் கையிலிருந்தால் அது எவ்வாறு சுற்றிச் சுழன்று பலகைகள் மாறி வளர்ச்சியைத் தூண்டுகிறது என்று ஆய்வு செய்தவர். பொருளாதாரக் குழுவில் உள்ள அனைவரும் நிபுணர்கள்தாம், அக்கறை உள்ளவர்கள்தாம். அதில் எந்த மாறுதலும் இல்லை. ஆனால் அவர்கள் கூறும் கருத்துக்களையெல்லாம் தமிழக அரசு அப்படியே ஏற்றுக்கொள்ளுமா? அவர்கள் எதையெதை ஏற்றுக்கொண்டார்கள், எதையெதை ஏற்கவில்லை என்பது மக்களுக்கு எப்படித் தெரியும்?

எனவே இந்தக் குழுக்களை அமைத்தால் மட்டும் போதாது. அந்தக் குழுக்கள் தயார் செய்த வரைவுத் திட்டங்களை, அறிக்கைகளை அப்படியே இணைய தளத்தில் பொதுமக்கள் அறிந்து கொள்ளும்படி வெளியிட வேண்டும். செய்வார்களா?

பஞ்சமி நிலமீட்பைக் கண்டுகொள்ளாமல் இருக்கும் போக்கு தி.மு.க. அரசின் நம்பகத் தன்மையைக் கேள்விக்குள்ளாயிருக்கிறது என்பதை அவர்கள் அறிவார்களா?

எனினும் ஸ்டாலின் ஆட்சிக்கு வந்து ஐம்பது நாட்கள்தான் ஆகியுள்ளன. அவரது செயல்பாடுகளைப் பொறுத்திருந்து பார்ப்போம்.

ஆகஸ்ட் 2021

சாகித்ய அகாதமிக்காகத் தொகுக்கப்பட்ட தலித் சிறுகதைத் தொகுப்பு தமிழ்நாடு பாடநூல் கழகத்தால் ஆங்கிலத்தில் மொழி பெயர்க்கப்பட்டு வெளிவர இருக்கிறது என்பது மகிழ்ச்சிதான். ஆனால் ஆங்கிலத்தில் தொகுக்கும் பணி ஆங்கிலத்தில் புலமை பெற்ற ஒரு தலித் எழுத்தாளருக்குக் கிடைத்திருந்தால் நல்ல வாய்ப்பாக இருந்திருக்கும்.

திண்டுக்கல் பட்டிமன்ற பேச்சாளர் திமுக ஆதரவாளர் நீண்டநாள் காத்திருப்புக்குப் பின் தமிழ்நாடு பாடநூல் கழகத் தலைவராக எதிர்ப்பு – சர்ச்சைக்கிடையில் நியமிக்கப்பட்டுள்ளார். பாடநூல் கழகம் பயன்பெறட்டும். பயன்பெறுமா இல்லையா என்பதை பட்டிமன்றம் வாயிலாக முடிவு செய்யலாம்.

ஆதி திராவிட நலத்துறையின் செயல்பாடுகள் முடங்கிக்கிடக்கின்றது. எல்லாவற்றிலும் தேக்கநிலை! ஆசிரியர்களின் பதவி உயர்வு, பணிமாறுதல், சமையலர்களின் பணியமர்வு,விடுதிக் காப்பாளருக்கு வரவேண்டிய பணம், துப்புரவுப் பணியாளர்களின் பற்றா சம்பளம் என்று எதைத் தொட்டாலும் தேக்க நிலை. அதிகாரிகள் பதறுகிறார்கள். ஆட்சி மாறுகிறது. ஆனால் தேக்க நிலை நீடிக்கிறது.

மட்டுமின்றி ஆதி திராவிட நலப் பள்ளிகளின் நிலைமை கட்டிடங்களின் ஸ்திரத்தன்மை, விடுதிகள் வாடகைக் கட்டிடங்களிலும் பழமையான பழுதுபார்க்காத கட்டிடங்களிலும் இயங்கி வருகின்றன. பல கிராமங்களில் ஓராசிரியர் பள்ளிகள்தான் உள்ளன. விடுதி மாணவர்களுக்கு வழங்கப்படும் உணவுத்தொகை விலைவாசியேற்றத்திலும் எவ்வித மாற்றமுமில்லாமல் நீடிக்கிறது. இக்குறைபாடுகளையெல்லாம் கோரிக்கைகளாக மாற்றி அமைச்சர், அதிகாரிகளுக்கு மனுக்களை புதிய கோடாங்கி, சமூக சமத்துவப் படை, இந்தியப் பெண் சிந்தனையாளர் களம் என அனைவர் சார்பிலும் வழங்கியிருக்கிறோம். நடவடிக்கை என்ன என்பதைப் பொறுத்திருந்து பார்ப்போம்.

சென்னை, அரும்பாக்கம் ராதாகிருஷ்ணன் நகரில் கூவம் ஆற்றின் கரையோரமாக இருநூற்றி ஐம்பதுக்கும் மேலான

குடும்பங்கள் வசிக்கின்றார் கள். சிலர் வாடகை கொடுத்து கடந்த 25 முதல் முப்பதாண்டுகள் வசித்து வந்திருக்கிறார்கள். அதில் பெரும்பாலோனோர் ஆதிதிராவிட வகுப்பைச் சேர்ந்தவர்கள். முன்னறிவிப்பின்றி மாநகராட்சி அதிகாரிகள் போலீஸ் படையுடன் இறங்கி வீடுகளை இடித்து நீர்மூலம்மாக்கி மக்களைத் தெருவில் விட்டுள்ளார்கள். அம்மக்களை நேரில் சந்தித்து ஆறுதல் கூறியதோடு, மாநகராட்சி கமிஷனர் கன்தீப் சிங் பேடி அவர்களை சந்தித்து பாதிக்கப்பட்ட மக்கள் சார்பாக

1, இடித்த இடத்திலேயே அடுக்குமாடி வீடுகட்டி அவர்களைக் குடியமர்த்துங்கள்.

2, தெருவில் விடப்பட்ட மக்களுக்குத் தற்காலிகமான வசிப்பிடங்களை ஏற்படுத்தி வாழ்வாதாரத்திற்கு வழி செய்யுங்கள்.

மாநகராட்சிக்கோ அரசாட்சிக்கோ குடிசை வீடுகளை இடிப்பதும் அப்புறப்படுத்துவதும் புதிதல்ல. எப்போதும் செய்யவர்கள்தான் மக்கள் நலனில் அக்கறை உள்ளதால் பாதிக்கப்பட்ட மக்களையும் மாநகராட்சி ஆணையரை சந்திக்க ஏற்பாடு செய்து கோரிக்கைகள் வைத்துள்ளோம்.

இடிப்பாரை இல்லா ஏமாரா மன்னனுக்கு எடுத்துச் சொல்ல வேண்டிய இடத்தை நாம் கோட்டைவிட முடியாதல்லவா? தொடர்ந்து இக்கோரிக்கைகள் நிறைவேறும் வரை கண்காணிக்க வேண்டிய அவசியமுள்ளது.

இந்தியப் பெண் சிந்தனையாளர் களம் சார்பாக ஐந்து வீடியோக்கள் You Tubeல்பதிவேற்றம் செய்யப்படவிருக்கின்றன. அதைப் பரவலாக்குவது புதிய கோடாங்கி வாசகர்கள் கையிலுமுள்ளது என்பதைத் தெரிவித்துக்கொள்கின்றோம்.

புதிய கோடாங்கி பத்திரிக்கைக்கென வர்ன் ற்ன்க்ஷங் இணைய தளம் ஒன்றை ஏற்பாடு செய்து, மாதமொரு முறை அதில் வந்த முக்கிய அம்சங்களை விளக்கி பதிவேற்றம் செய்யலாமென ஒரு கருத்து உள்ளது. வாசகர்கள், புதிய கோடாங்கி ஆசிரியர் குழுவில் உள்ள அனைவரும் உதவி செய்தாலே இது சாத்தியம் நன்றி.

செப்டம்பர் 2021

ஆதி திராவிடர் பள்ளிகளை ஆதி திராவிடர் நலத்துறையிலிருந்து பள்ளிக்கல்வித் துறைக்கு மாற்ற வேண்டும் என்ற விடுதலை சிறுத்தைகளின் தலைவர் கோரிக்கையை ஆசிரியர் காப்பாளர் சங்கங்களும் சமூக ஆர்வலர்களும் எதிர்க்கின்றனர். அப்பள்ளி களுக்கு ஆதிதிராவிடர் என்ற பெயரை எடுத்து விட்டு சமூக நலத்துறை என்று பெயரிட வேண்டும் என்ற கோரிக்கையையும் அவர் வைத்துள்ளார். இதுவும் மிகுந்த கண்டனத்துடன் எதிர்கொள்ளப் பட்டுள்ளது.

எங்கெங்கு தலித் சமூகம் பிற சமூகங்களுடன் சமூகமாகக் கலந்து பழக வாய்ப்புள்ளதோ அங்கெல்லாம் ஒரு விதமான தீண்டாமை அல்லது புறக்கணிப்பு அல்லது தாழ்வு நிலை அல்லது ஆண்டான் அடிமை உறவின் எச்சங்கள் உள்ளதாகவே இன்னும் உள்ளது. விடுதலை சிறுத்தைகள் திமுக வின் கூட்டணியில் நீடித்தாலும், அவர்கள் அரசு சார்ந்த முக்கியப் பதவிகள் வழங்கப்படவில்லை. ஆதிதிராவிடருக்கான சிறப்பு உட்கூறு திட்டத்தை எப்படி செயல்படுத்தலாம் என்று கலந்தாலோசிக்கப் படவில்லை. இந்த சமூகம் இக்கூட்டணியால் பெருமை கொள்ளும் அளவிற்கு இது வரை எந்தச் செயல்பாடுகளும் இல்லை. இனிமேல் இது மாறுமா என்ற சந்தேகத்துடனும் மாறவேண்டும் என்ற விருப்பத்துடனும் மக்கள் காத்திருக்கிறார்கள்.

ஆதிதிராவிடர் பள்ளிகளை பொது நீரோட்டத்தில் கொண்டு வந்து விட வேண்டும் என்ற கோரிக்கை முதன் முதலில் 2001ஆம் ஆண்டு அரசாங்கத்தால் குறிப்பாக தலித்தல்லாதவர்களால் முன்னெடுக்கப்பட்டது. இந்த தலித்தல்லாதவர்கள் எப்படிப்பட்டவர்களென்றால் அரசின் வரவு செலவு கணக்கிலிருந்து ஆதி திராவிட நலத்துறைக்குப் போதுமான நிதி ஒதுக்காதவர்கள். பொதுவாக அமைச்சரவையில்
போதுமான நிதி ஒதுக்காதவர்கள். பொதுவாக அமைச்சரவையில்
பலமில்லாத அதாவது வரிசைப் பட்டியலில் (மதிப்பு பட்டியலில்) கடைநிலையில் வைக்கப்பட்டுள்ள தலித் சமூகத்தைச் சேர்ந்தவருக்கு மட்டுமே ஆதி திராவிட நலத்துறை அமைச்சர் பதவியை வழங்கி வந்தவர்கள். பொது

நீரோட்டத்திற்கு அதிகம் சம்பந்தப்பட்ட முக்கியத் துறைகளை ஆதிதிராவிடர்கள் கண்களில் படாமல் ஒளித்து வைத்துக் கொண்டவர்கள்! அப்படிப்பட்டவர்கள் இந்த சமூகத்தின் மீதுள்ள அலவற்றப் பற்றினால் ஆதி திராவிட நலத்துறையைப் பொது நீரோட்டத்தில் கலந்துவிட்டால் சிறப்பாக இருக்கும் என்று பேச ஆரம்பித்துவிட்டார்கள்.

அச்சமயத்தில் எந்தத் துறையிலும் இல்லாத அளவு ஆதி திராவிட நலத்துறையில் ஏறக்குறைய 10,000 பேர் ஆசிரியர், விடுதி காப்பாளர், சமையலர், காவலர் என்ற வகைமைகளில் ஆதி – திராவிடர் சமூகத்தைச் சேர்ந்தவர்கள் பணிபுரிந்து கொண்டிருந்தார்கள். மட்டுமின்றி போதிய நிதி ஒதுக்கீடு இல்லாது அத்துறை நலிந்த நிலைமையில் வைக்கப்பட்டிருந்தது. சிறப்புக்கூறு திட்டத்தைத் தமிழக அரசு சரியாகக் கடைபிடிக்கவில்லை. அத்திட்டத்தை முறையாகக் கடைபிடித்து ரூ. 800 கோடி ஒதுக்கவேண்டும் என்று கேட்ட ஒரு காரணத்திற்காக அப்போது அத்துறையின் செயலராக இருந்த ப. சிவகாமி ஐஅந அங்கிருந்து தூக்கியடிக்கப்பட்டார்.

ஆதிதிராவிடருக்கும் பிறருக்கும் உள்ள உறவு அப்படியே நீடிக்கும்போது. கிராமங்கள் சேரிகள் என்று பிரிவினை, தனிச்சுடுகாடு, ஆணவப்படு கொலை எனத் தீண்டாமையின் கொடூர அத்தியாயங்கள் நீண்டு கொண்டிருக்கும் இவ்வேளையில் பள்ளிகளை பொது நீரோட்டத்தில் சேர்ப்பதனால் பயனென்ன?

ஆதிதிராவிடருக்கான வேலைவாய்ப்பு அத்துறையிலும் பிறதுறைகள் போல குறையும் பேராபத்து உள்ளது.

பள்ளிக் கல்வித்துறை நடத்தும் பள்ளிகளுக்கு உள்ளது போலவே ஆதிதிராவிட நலத்துறையின் கீழ் இயங்கும் பள்ளிகளுக்கு வசதி செய்து தரவேண்டும் என்று ஆசிரியர் – காப்பாளர் சங்கங்கள் வைத்த கோரிக்கைக்கு இதுதான் பரிசா? தலித் தல்லாதவர்களின் கோரிக்கைகள் தலித் மக்களின் கோரிக்கைகளாக ஏன் எதற்காக 2021ல் மாற்றம் பெற்றன? இதற்கெல்லாம் பதில் தேவை.

வழக்கம் பேல இந்த வருடம் புதிய அரசால், புதிய முதல்வரால் அதிரப் பழசான நிதிஒதுக்கீட்டு முறை வரவு செலவு திட்டத்தில் கொண்டு வரப்பட்டுள்ளது. தமிழகத்தின் திட்டச் செலவினங்கள் ரூபாய் 3.3 லட்சம் கோடியாகும். அதில் ஆதிதிராவிடர் பங்கு

ரூ.65 ஆயிரம் கோடியாகும் இதில் வெறும் ரூ.14 ஆயிரம் கோடி மட்டும் சிறப்புக்கூறுத்திட்டத்தின் கீழ் 19 துறைகளுக்கு ஒதுக்கப்பட்டுள்ளது. இடிப்பாரை இல்லா ஏமாரா மன்னன் கெடுப்பார் இன்றிகெடும். கேட்க ஆளில்லை. 2007ஆம் ஆண்டு தாழ்த்தப் பட்ட மக்களுக்கு தனி பட்ஜெட் என்ற சிற்றேடு ஒன்றை மூவாயிரம் காப்பிகள் அச்சிட்டு விநியோகம் செய்ததன் விளைவாக இன்று அது பேசும் பொருளாகி உள்ளதே தவிர செயலாக்கம் பெறவில்லை.

கட்சி அரசியல் கூட்டணி அரசியல் என்பது சீட்டுகளைப் பெற்று வாய்களை மூடிக் கொண்டிருக்க வேண்டும் என்பதாகத்தான் உள்ளது என்று மீண்டும் மீண்டும் உறுதி செய்யப்பட்டு வருகிறது.

போராடுவோம் முன்னை விட உறுதியாக

அக்டோபர் 2021

சமூக சமத்துவப்படை, இந்திய பெண் சிந்தனையாளர் களம் மற்றும் புதிய கோடாங்கி பத்திரிக்கை சார்பாக எழுத்தாளர் ப.சிவகாமி அவர்கள், தொடர்ந்து பத்து மாதங்களுக்கு மேலாக நடக்கும் பஞ்சாப் விவசாயிகளின் போராட்டத்தில் செப்டம்பர் 26 அன்று கலந்து கொண்டார்.

அங்கு அவர் ஆற்றிய ஆங்கில உரையின் மொழியாக்கத்தை தில்லி நண்பரும் வழக்கறிஞரு மான தஜேந்தர் சிங் என்பவர் பஞ்சாபி மொழியில் மொழி பெயர்த்தார்.

தற்போது விவசாயிகளின் தொடர் போராட்டத்தைத் தடுக்கும் பொருட்டு மத்திய அரசு டில்லியிலிருந்து அப்புறப்படுத்தியதன் விளைவாக அவர்கள் டில்லியைச் சுற்றியுள்ள ஹரியானா பஞ் சாப் எல்லைகளில் மூன்று இடங்களில் இப்போராட்டத்தை நடத்தி வருகின்றார்கள். அவற்றில் ஒன்றான ஷிங்கு பார்டன் (ஹரியானா) என்னும் இடத்தில் எழுத்தாளர் ப.சிவகாமி கலந்து கொண்டார். போகும் வழியையும் அடைத்து வைத்திருந்தது

மத்திய அரசு. இதனால் கூடுதலாக ஒரு மணி நேரம் கிராமத்தின் குண்டு குழி பாதை வழியாகத்தான் ஷிங்கு பார்டருக்கு செல்ல வேண்டும். திருமண வீட்டில் சீப்பை ஒளித்து வைத்து விட்டால் திருமணம் நின்றுவிடும் என்று பழமொழிக்கு ஏற்ப மத்திய அரசு பாதைகளை அடைத்து போராட்டத்தை நீர்த்துப் போக வைக்க நினைத்தது போலும்.

பஞ்சாப் ஹரியானா விவசாயச் சங்கங்கள் மற்றும் சமூக ஆர்வலர்களின் பொது நல நிறுவனங்கள் உள்ளிட்ட 40 சங்கங்கள் இணைந்து பத்துமாதங்களுக்கு முன்பாக புது தில்லியில் கூட்டம் நடத்தி வருவது வரட்டும், புதிய கொடூரமான விவசாயச் சட்டங்களைத் திரும்பப் பெறும் வரையில் போராட்டக் களத்தை விட்டு யாரும் விலகக் கூடாது விலக மாட்டோம் என்ற உறுதிமொழி எடுத்துப் பின்பே போராட்டத்தைத் துவங்கியவர்கள் அவர்கள்! அவர்கள் எப்படி விட்டுக் கொடுப்பார்கள்?

அகங்காரமும் அதிகாரமும் சூழ்ச்சியும் ஒருங்கே இணையப் பெற்ற பிஜேபி யின் மத்திய அரசு கார்ப்பரேட்டுகளின் நன்மைக்காகவே செயல்படுத்தப்படும் புதிய விவசாயச் சட்டங்களை எவ்வாறு திரும்பப் பெறும்? இரண்டு பக்கமும் இழுபறி !

வாழ்வா சாவா போராட்டத்தில் போராளிகள்! வஞ்சகமும் தந்திரமும் கொண்ட அரசு ! சரித்திரத்தின் ஏடுகளைப் புரட்டிப் பார்த்தால் தற்காலிகமாக நசுக்கப்படும் வாழ்வுரிமைப் போராட்டங்களே இறுதியில் வெற்றி பெற்றுள்ளன. ஏராளமான சில நூறு ஆண்டுகள் கொடி கட்டிப் பறந்த சாம்ராஜ்யங்கள் கூட இருந்த இடம் தெரியாமல் அழிந்த கதையை மத்திய அரசு மறந்து விட்டது போல் தெரிகிறது. எப்படியும் விவசாயிகளின் சுக வாழ்வுக்கான தீர்வுகளை அரசு கொடுத்துத் தானே ஆகவேண்டும்.

மழைக்குப் பிறகு தில்லியும் ஹரியானா மாநிலமும் பச்சைப் பூத்திருந்தன. அதாவது தில்லி ஹரியானா நெடுஞ்சாலையைக் கடந்து கிராமப் பாதைகளுக்கு வண்டி திரும்பியது குலுக்கலும் ஆட்டமும் காணத்துவங்கிய சிறிய ஹூண்டாய் காரில் அமர்ந்திருந்த தாரா (ஜாமியா மிலியா இஸ்லாமியா கல்லூரியில்

வரலாற்றுத்துறை பேராசிரியர், உத்தராக்கண்ட் மாநிலத்தைச் சேர்ந்த பழங்குடி வகுப்பினர்) சிவகாமி, ஆகிய இருவரும் இந்தப் பாதையில் இன்னும் எவ்வளவு தூரம் எனக்கேட்டதும், வண்டியை ஒட்டிக்கொண்டிருந்த தஜேந்தர் சிங் அமைதியாக இன்னும் ஒரு மணி நேரம் என்றார். நெல், கோதுமை வயல்கள் எங்கும். ஆனால் ஒன்றன் பின் ஒன்றாக ஏராளமான கார்கள் போராட்டத்தில் கலந்து கொள்ள அணிவகுத்து சென்று கொண்டிருந்தன!

ராமருக்கு அயோத்தியில் கோவில் கட்ட தலையில் செங்கற்களைச் சுமந்தபடி ராமபிராமத்தை ஜெபித்தபடி சென்றவர்களைக் காட்டிலும், பல மடங்கு உத்வேகத்துடன் புதிய விவசாய இந்தியாவை சமைப்பதற்கு நாடெங்கிலு மிருந்து மக்கள் சென்று கொண்டிருந்தார்கள்!

ஷிங்கு பார்டர் வந்தவுடன் தற்காலிகமாக வடிவமைக்கப்பட்ட ஒரு போராட்ட கிராமம் வருகின்றவர்களை வரவேற்றுக் கொண்டிருந்தது. தட்டிகள் ஆஸ்பெஸ்டாஸ் மற்றும் தகரக் கூரைகள் கொண்ட வசிப்பிடங்கள், போராளிகள் தங்கும் கதவில்லா அறைகள், வானம் தெரியும்படியான குளிப்பறைகள், கழிப்பறைகள், குடிநீர் வசதிகள், இருபத்தி நான்கு மணி நேரமும் தேநீர் வைக்கப்பட்டுள்ள பொது இடங்கள், தேவையான எளிய பொருட்கள் வாங்க வசதியாக சிறு சிறு கடைகள், பெண் போராளிகள் தங்கும்படியான தடுப்புகளுடன் கூடிய பெரிய கூடங்கள், தினமும் நாடகமும் பேச்சும் போராட்ட உரைகளும் நிகழ்த்துவதற்கு ஏதுவான ஆயிரம் பேருக்கு மேல் அமரக்கூடிய கூட்ட அரங்கம் என சில மைல் சுற்றளவில் போராட்ட கிராமம் அமைக்கப் பெற்றிருந்தது.

மதிய வேளை சுமார் 1.30 மணியளவில் சென்று சேர்ந்த போது புரட்டாசி வெய்யில் புழுக்கத்தையும் வெக்கையையும் விதைத்துக் கொண்டிருந்தது. விவசாயிகள் இதற்கெல்லாம் அஞ்சுபவர்களா என்ன? தலைப்பாகையும் தாடியுமாக இளைஞர் முதல் தள்ளாடும் முதியவர்கள் வரை எங்கு பார்த்தாலும் மக்கள் வெள்ளம். பெண்களோ முக்காடும் உற்சாகமுமாக சுற்றி வந்தார்கள்! சோர்வு இல்லை, பத்து மாத தெரு வாழ்க்கைக்குப்

பின்னும் கூட! இப்படிப் பட்டவர்களை என்ன செய்யப் போகிறாய் மத்திய அரசே!

கூட்ட அரங்கிலே பகத் சிங் நாடகம் நடந்து கொண்டிருந்தது. அழகிய உயரமான வாலிபர் பகத்சிங் வேடத்தில் உரக்கப் பேசிக் கொண்டிருந்தார். தூக்குக்குப் போகவேண்டிய நேரம் அவர்! சற்ற நேரம் அழுது புலம்பிய தாய் பின் வீரவசனம் பேசி தூக்கு மேடைக்குச் செல்ல விடை கொடுக்கிறார்! முன் வரிசைகளில் தாய்மார்கள் மனங்கசிந்து அழுதார்கள்! தாராவுக்கும் கூட கண்ணில் நீர் துளித்தது.

பகத் சிங் ஜிந்தாபாத் என்ற கோஷம் எழுப்பியதும் கூட்டத்திலிருந்து அனைவரும் எழுந்து பகத்சிங் சிங் ஜிந்தாபாத் என்று முழங்கினர். எல்லோரும் அங்கு பகத்சிங்கௌாக மாறிவிட்டனர். உயிருள்ள போராட்டம் என்பது இதுதானோ? ஒரு பகத்சிங்கைத் தூக்கிலிட்டது பிரிட்டிஷ் அரசு ! ஆனால் லட்சக்கணக்கான பகத்சிங்குகளை என்ன செய்யப் போகிறது இந்தக் கார்ப்பொரேட் அரசு?

பம்பாயிலிருந்து ஒரு இளம் சமூகசேவகி பேசத்துவங்கினார். அதற்குப் பிறகு சிவகாமி மேடைக்கு அழைக்கப்பட்டார். அவரின் உரை ;

அன்புக்குரிய சகோதரிகளே, சகோதரர்களே!

எனக்கு ஓரளவு இந்தி தெரியும். ஆனால் இப்பெரிய கூட்டத்தில் பேசுமளவிற்குத் தெரியாது. நண்பர் தஜேந்திரி சிங் எனக்காக மொழி பெயர்க்கிறார். அவருக்கு நன்றி!

உங்களோடு இணைந்து போராடுவதில் எனக்கு மட்டற்ற மகிழ்ச்சி என்பதை முதலில் தெரிவித்துக்கொள்கின்றேன். விவசாயிகளின் இப்போராட்டம் பல வழிகளில் சிறப்புக்குரியது.

இந்தியாவில் இவ்வளவு நீண்ட நாட்கள் விவசாயிகள் தொடர்ந்து போராடி வருவது வரலாற்றில் இது முதல் முறை ! மட்டுமின்றி இது ஏதோ புது தில்லியில் அல்லது அதன் எல்லையில் மட்டும் நடக்கும் போராட்டம் அல்ல. இது அகில இந்திய அளவில் நடக்கும் விவசாயிகள் போராட்டம் ஆகும் ! இன்னும் சொல்லப் போனால், இப்போராட்டம் விவசாயிகளை

மட்டும் ஒருங்கிணைக்கவில்லை. நல்வழியில் சிந்திக்கும் அனைத்துப் போராளிகளையும் ஒருங்கிணைக்கும் ஒரு மாபெரும் போராட்டம்! தனித்தனியாக விவசாயிகள் போராடத் துணிவின்றி தற்கொலை செய்து கொண்டார்கள், அப்படிப் பட்டவர்களுக்கு கலங்கரை விளக்காக இப்போராட்டம் உள்ளது. துணிவையும் நம்பிக்கையையும் விதைத்துக் கொண்டிருக்கிறது.

விவசாயிகளைக் கொடுமைப் படுத்தும் அரசுகள் நீண்டநாட்கள் நீடித்ததாக சரித்திரம் இல்லை. கார்ப்பொரேட்டுகளின் நன்மையை மட்டும் இலக்காகக் கொண்டும் செயல்படும் இவ்வரசு, அவர்களுடைய வழிநடத்தலால் செயல் பட்டு வந்தது. இன்றோ கார்ப்பொரேட்டுகளே முன்னின்று செயல்படுத்தும் இந்நிலைக்கு வந்து விட்டது. இல்லாவிட்டால் இச்சட்டங்கள் வருவதற்கு முன்பாகவே, இச்சட்டங்களின் அமலாக்கத்தை எதிர்பார்த்து, இச்சட்டங்களில் கூறியுள்ளபடி இருபதுக்கும்மேற்பட்ட கிடங்கு களைக் கட்டி முடித்திருக்குமா அதானிக் குழுமம் ! கேட்கவே அக்கிரமமாக உள்ளது! மேலும் மாநில அரசின் அதிகார வரம்பிற்குள் வரும் ‘விவசாயம்’ என்னும் பொருளில் மாநில அரசுகளைக் கலந்தாலோசிக்காமல் விவசாயச் சங்கங்களைக் கலந்தாலோசிக்காமல் இப்படிச் சட்டங்களை அவசர அவசரமாக பாராளுமன்றத்தில் நிறை வேற்றுவார்களா? அந்தோ, பாராளுமன்றத்தில் விவசாயிக்காக குரல் கொடுக்க எவரும் இல்லாமல் போயினரே ! சிலர் கத்தியும் எடுபடாமல் போய்விட்டதே! இந்நிலை மாறவேண்டும்!

இந்த நாட்டின் பொருளாதாரம் விவசாயத்தைச் சார்ந்துள்ளது! ஆனால் அரசியலோ விவசாயத்திலிருந்து விலகி நிற்கும் பார்ப்பனிய பனியா கார்ப்பொரேட் கையில் உள்ளது. இந்நிலை மாறவேண்டும்! பொருளாதாரத்தில் – அதாவது எழுபது சதவிகிதம் மக்கள் நம்பியுள்ள விவசாயப் பொருளாதாரமே நம்மை அரசியலிலும் வழிநடத்தும் சக்தியாக மாறவேண்டும். அப்போதுதான் விவசாயத்திற்கு விடிவு!

தமிழக அரசு சமீபத்தில் நம் விவசாயிகள் போராட்டத்திற்கு ஆதரவாக சட்டசபையில் தீர்மானம் நிறைவேற்றியுள்ளது. விவசாயத்திற்கு தனி பட்ஜெட் தீட்டியுள்ளது. இவ்வகையில் ஒவ்வொரு மாநிலமும் தமிழகத்தைப் பின்பற்றினால்

விவசாயிகளுக்குக் கேடு வராது, அதே சமயத்தில் நான் போராட்டக்காரர்களை வேண்டிக்கொள்வது ஒன்றுதான்! விடாமுயற்சி, தன்னம்பிக்கை, இவற்றோடு வெற்றியை நோக்கிய பயணத்தில் நிலமில்லாத கூலி விவசாயிகளின் நிலையை எண்ணிப்பார்த்து விவசாயம் மட்டுமே சார்ந்த கூலி விவசாயக் குடும்பங்களுக்கு 2 ஏக்கர் நிலம் வழங்குவதையும் விவசாயிகளின் போராட்டத்தில் இணைத்து அந்த கூலி விவசாயிகளின் வாழ்க்கை வளம்பெற போராடுங்கள். அப்போது நமது பலம் பன்மடங்காகப் பெருகும்.

சமரசமின்றி போராடும் போராளிகளுக்கு ஜெய்பீம் கலந்த வணக்கத்தை உரித்தாக்குகிறேன். நன்றி.

நவம்பர் 2021

புதிய கோடாங்கியின் 25ஆம் ஆண்டு விழா புதுவையில் யாக்னா என்ற மூன்று நட்சத்திர விடுதியில் ஜனவரி 7,8, ஆகிய இரு நாட்களில் விமரிசையாக நடக்கவிருக்கிறது. புதுவை முதல்வர் திரு. என்.ஆர். ரங்கசாமி அவர்கள் துவங்கி வைக்க அங்குள்ள அமைச்சர்கள், மக்கள் பிரதிநிதிகளில் பலர் கலந்து கொள்வர் என எதிர்பார்க்கப்படுகிறது.

நடனம், இசை, கவிதை, கட்டுரை வாசிப்பு உள்ளிட்ட பல்வேறு நிகழ்ச்சிகள் வெவ்வேறு அரங்குகளில் நடைபெறயிருக்கின்றன. அழைப் பிதழில் உள்ள எழுத்தாளர்களுக்கு, குறிப்பாக நீண்ட தொலைவிலிருந்து வருபவர்களுக்குத் தங்குமிடம் ஏற்பாடு செய்யப்பட்டுள்ளது. எழுத்தாளர்கள் தங்கள் வருகையை முன்கூட்டியே பதிவு செய்தால் வசதியாக இருக்கும். புதுச்சேரியில் தொடர்பு கொள்ளப்பட வேண்டியவர்கள் திரு. சாது. அரிமா (தொலைபேசி எண்: *9943645641*) மற்றும் திருமதி. துளசி பாக்கியவதி எண் *:9487471162)* மின்னஞ்சல் : thulasibakiavady@gmail.com

புதிய கோடாங்கி வாசகர்கள் ஜனவரி 7,8 தேதிகளில் நடக்கும் விழாவில் திரளாகக் கலந்துகொள்ளவேண்டுமென கேட்டுக்கொள்கிறோம்.

பெட்ரோல், காஸ் விலை ஏறிக்கொண்டே செல்கிறது. மக்கள் மீது கடன் சுமையோடு வரிச்சுமையும் ஏறுகிறது. ஆட்சிகள் மாறினாலும் காட்சிகள் மாறவில்லை என்பதுதான் இதுவரை நாம் பார்த்து வருவது.

பஞ்சமி நில மீட்பு சட்டத்தைத் தமிழக அரசு தயாரித்து வருவதாகவும், விரைவில் அமலுக்கு வரும் எனவும் முன்னாள் நீதிநாயகம் சந்துரு அவர்கள் தகவல் தெரிவித்தார்கள். விரைவில் அமலுக்கு வந்தால் நல்லது. ஆனாலும் சட்டம் இருக்கும் அதில் சாரம் (நடைமுறை) சரியாக வெளிப்படாது என்பதுதான் இதுவரை தலித் மக்கள் கண்டுணர்ந்தது. பார்க்கலாம்!

தேர்தல் புயலில் வலுவிழந்த எதிர்க்கட்சி அ.இ.அ.தி.மு.க.வுடன் ஏராளமான கட்சிகள் நான்கு மாத காலமாக செயலின்றி உள்ளன. ஊடகங்கள் யாவும் திமுக வின் துதி பாடுகின்றன.

மத்தியில் ஆட்சி மாற்றம் நிகழாது என பிரசாந்த் கிஷோர் தேர்தல் சகுனி அறிவித் திருக்கிறார். பிரியங்கா களமிறங்குகிறார் என நேரு குடும்பமும் அதைச் சார்ந்தவர்களும் எதிர் பார்ப்பில் உள்ளார்கள்! காத்திருப்போம்!

டிசம்பர் 2021

விவசாய சட்டங்கள் ஒரு வருட காலம் வரையில் அதாவது பிஜேபியைப் பொறுத்த இடையறா போராட்டத்திற்குப் பிறகு மத்திய வரையில் இது ராஜதந்திரமாக இருக்கலாம். அரசால் திரும்பப் பெறப்பட்டுள்ளன. ஆனால் மக்களைப் பொறுத்தவரை இது வழிப்பறி போராட்டத்திற்குக் கிடைத்த வெற்றி என்று நாம் அல்லது ஜேப்படி உத்திதான். கொண்டாடினாலும் இழப்புக்களைக் கணக்கில் அகில இந்திய அளவில் அரசியல் இன்னமும் கொள்ளாமல் இருக்க முடியாது. பிஜேபிக்கு சாதகமாகவே உள்ளது. காரணம்

மக்களிடமும் விவசாயிகளிடமும் ஏற்பட்ட எதிர்க்கட்சிகள் பிரிந்து இலக்கில்லாமல் குறுகிய மனக்குழப்பங்கள், மனித நாள் இழப்புக்கள், வட்டத்தில் இயங்கிக்கொண்டிருக்கின்றன. ஏராளமான பொருட்செலவு, வெயிலிலும் காங்கிரஸின் கூட்டணி முயற்சிக்கு பல கட்சிகள் குளிரிலும் தெருவே குடியிருப்பாக வானமே ஒத்துழைப்பு தருவார்களா என்பது ஐயமே. ராகுல் கூரையாகக் கொண்டு வாழ்ந்த நாட்கள்... இவை தலைமையா, பிரியங்கா தலைமையா? தெளிவாக யெல்லாம் எதனால்? மோடி தலைமையேற்றுள்ள இல்லை. பல மாநிலங்களில் காங்கிரஸ் கட்சி மத்திய அரசின் சர்வாதிகாரம் போக்கினால்! வலுவற்று தேய்ந்து மறையும் நிலையில் உள்ளது. இப்போது கூட விவசாயிகளின் நன்மையைக் கருதி ஆனால் பதவிக்காக அலையும் தலைவர்கள் மோடி இந்தச் சட்டங்களைத் திரும்பப் பெற்றார் அங்கங்கே கட்சியைப் பலவீனப்படுத்தி வருகிறார்கள். மம்தா மஹாராஷ்டிரா சென்று என்று கூறுவதற்கில்லை. வரவிருக்கின்ற நான்கு வந்தார். விளைவொன்று சொல்லிக்கொள்ளும் மாநிலங்களின் சட்டமன்றத் தேர்தலை எதிர் படியாக இல்லை. பலமான கூட்டணியின்றி பார்த்துத்தான் இவை திரும்பப் பெறப்பட்டுள்ளன. பிஜேபியை எதிர்கொள்வது சிரமமே! மக்கள் மன்னித்து விடலாம். இந்த மாநிலங்களில் தனித்தோ கூட்டணி அமைத்தோ சிலவற்றில் தொடர் மழை புயல் ஆகியவை வெற்றியும் பெற்றவிடலாம். ஆனால் மோடி தமிழகத்திற்குப் பாதகம் விளைவித்தது. ஏராள அவர்களையும் பிஜேபியையும் இந்திய வரலாறு மான மக்கள் பாதிக்கப்பட்டனர். உரிய நிவாரணம் மன்னிக்காது. வரலாற்றில் விழுந்த கரும்புள்ளி அவர்களுக்குக் கிடைக்கவில்லை. இந்தப் அவர்களைப் பொறுத்தவரையில்! பாதிப்புகளுக்குப் பிறகாவது தமிழக அரசு பொருத்தமான நீர் மேலாண்மைக் கொள்கையை வரலாறு என்பது கூட வெற்றி பெற்றவர்கள் வகுத்து செயல்படவேண்டும். ஒவ்வொரு எழுதுவதுதானே என்ற குரலும் கேட்கத்தான் மழைக்காலமும் நிவாரணம் அதைத் தொடர்ந்த செய்கிறது. ஊழல் என மலிந்து விடக்கூடாது. இப்படி சட்டங்கள் இயற்றவதும் பின்னர் டிசம்பர் 6 அண்ணலின் நினைவு தினத்தை அவற்றைத் திரும்பப் பெறுவதும் ஒருவகையான யொட்டி "அம்பேத்கர் வழியில் பெண்கள்" எனும் வழிப்பறி உத்தி

ஏனெனில் பல்வேறு கோரிக்கை கருத்தரங்கம் “இந்திய பெண் சிந்தனையாளர் களை முன்வைத்துப் போராடிக் கொண்டிருந்த களம்” சார்பாக சென்னை பல்கலைக் கழக விவசாயிகளின் கவனத்தைச் சிதறடித்தது புதிய வளாகத்தில் நடைபெற உள்ளது. அனைவரும் சட்டங்கள் அந்தப் புதிய சட்டங்களை எதிர்த்துப் கலந்து கொள்ள அன்புடன் அழைக்கிறோம். போராடத் துவங்கிவிட்டார்கள். புதிய சட்டங் களை எதிர்த்தப் போராட்டம் நீண்ட கடுமையான ஆயிரம் பிரச்சினைகளும் இன்னல்களும் உழைப்பிற்குப் பிறகு வெற்றி பெற்றது. ஆனால் சூழ்ந்தாலும் போராடுவதை மறந்துவிட்டால் தலித் அவர்கள் முன்னெடுத்தக் கோரிக்கைகள் மக்கள் வாழ்வில் வளம்பெற முடியாது ஆகையால் அப்படியேதான் உள்ளன. அதில் எந்த நேரம் ஒதுக்கி கருத்தரங்கத்தில் கலந்துகொள்ள முன்னேற்றமுமில்லை. அரசாங்கத்தைப் பொறுத்த அன்புடன் அழைக்கிறோம்.

ஜனவரி 2022

புதிய கோடாங்கி வாசகர்கள் அனைவருக்கும் இனிய புத்தாண்டு நல்வாழ்த்துக்கள்.

புதுவருடம் பிறந்த கையோடு ஒமிக்ரான் வைரஸ் ஆதிக்கமும் தலைதூக்குகிறது மக்கள் தங்களை கவனமாகப் பாதுகாத்துக்கொள்ள வாசகர்களும் தங்களால் இயன்ற அளவு உதவி செய்ய வேண்டும் ஒமிக்ரான் அல்லது கொரோனா மட்டுமல்ல, எந்த வைரஸ் என்றாலும், கைகள், நகங்கள் ஆகியவற்றை சுத்தமாக வைத்திருப்பது, பிறரிடமிருந்து இடைவெளி கடைபிடிப்பது. ஜனக் கூட்டமெனில் முகக்கவசம் அணிவது இவை தேவையே! சாதாரண சளி இருமல் என்றாலும் இவற்றைக் கடைப்பிடிப்பது நோய்த் தொற்றுப் பரவாமல் இருக்க உதவியாக இருக்கும்.

தமிழ்ப் புத்தாண்டு தைமாதமா, சித்திரை மாதமா என்ற விவாதத்தில் சரியான தீர்வு காணப்படாததால் மக்கள் இரண்டையுமே கடைப்பிடிக்கத் துவங்கிவிட்டார்கள். போகட்டும். இந்தக் கால கட்டத்தில் கூடிய வரையில்

பயணங்களைத் தவிர்ப்பது, வெளியே உணவு உண்ணவரிதத் தவிர்ப்பது. நேரத்தைப் படிக்கவும், கற்கவும், ஏதாவது ஒரு கைத் தொழிலை – கலையைக் கற்றுக்கொள்வதும் உடலையும் மனதையும் ஆரோக்கியமாக வைத்துக்கொள்ள உதவும். கொரோனா தொற்றிலிருந்து நம்மை இவ்வகையில் முறையாக பாதுகாத்து, ஆரோக்கியத்தைப் போணும் வகையில் நமது பழக்க வழக்கங்களை ஓரளவு மாற்றிக் கொண்டால் மட்டும் போதுமா?

பெரும் நிறுவனங்கள்/ கார்ப்பரேட்டுகள் இவர்களின் வழிகாட்டுதல் – சிந்தனை – ஆதரவுடன் செயல்படும் அரசிடமிருந்து நம்மைப் பாதுகாத்துக் கொள்வது அவசியம் இது எப்படி சாத்தியம்? அவர்களின் / சுவைகளின் செல்வாக்கு நமது சிந்தனையில் நாளுக்கு நாள் அதிகரித்துக் கொண்டே போகும்போது எல்லா அடைப்பு களையும் திகந்து கொண்டு நம்மை நோக்கி அம்புகள் போல் பாயும்போது நம்மைப் பாதுகாத்துக் கொள்வது சாத்தியமா?

அது அவ்வளவு அபாயகரமானதா என்ற கேள்வியும் எழுகிறதல்லவா? மரங்களை வெட்டி சாய்க்கும்போது வானத்தில் ஓசோன் ஓட்டை விழும் என்ற கொல்லியிருந்தால், மொட்டைத் தலைக்கும் முழங்காலுக்கும் முடிச்சு போடுவது போல இருந்திருக்கும் அது அவ்வளவும் உண்மையானது என்பதை சில காலங்கடந்து உணருகிறோமல்லவா, அது போல்தான்! நமது பகுத்தறிவை அல்லது பகுத்தறிவு போல் இயங்கம் ஆன்மாவைக் கொஞ்சம் கொஞ்சமாகத் தின்ற தீர்க்கம் செயலை, நம்மை செயலற்றவர்களாக ஆக்கும் எண்ணத்துடன் திணிக்கப்படும் அனைத்தையும் ஆய்வு செய்ய வேண்டிய கட்டாய நிலையில் நாமிருக்கிறோம்.

உதாரணமாக தமிழ்நாட்டில் ஏழைகளின் எண்ணிக்கைக் கணிசமாகக் குறைந்துவிட்டதாகத் தகவல் வலைதளத்தில் உலவுகிறது. இதை மட்டுமே தற்போது ஆய்வுக்கு எடுத்துக்கொள்ளலாம்.

வறுமை குறைய வேண்டுமென்றால் கொஞ்சம் கீழே இறக்கிப்போட்டுவிட்டால் முக்தையக் கோட்டுக்கும் இப்போது போட்டுள்ள கோட்டுக்கும் இடையிலுள்ளவர்களெல்லாம்

வறுமைக்கோட்டிலிருந்து (வறுமையிலிருந்து அல்ல) மேலேறிவிட்டார்கள் என்ற சாத்தியத்தை முதலாவதாக நாம் நினைவில் கொள்ள வேண்டும்.

அடுத்த படியாக, சரியான வேலை சரியான ஊதியத்துடன் (க்ஙுரீங்ய்ற த்ர்க்ஷ ஜ்ண்ற்ட் க்ஙுரீங்ய்ற ஜ்ஹஞ்ங்ள்) கிடைப்பதற்கு தமிழக அரசு ஏற்பாடு செய்துவிட்டதால் வறுமைக் கோட்டிற்குக்கீழ் வாழ்ந்தவர்கள் மேலேறி/ முன்னேறிவிட்டார்கள்.

அல்லது, கல்வியும் கைத்தொழிலும் அரசின் முயற்சி அல்லது சொந்த முயற்சியால் பெற்று அதன் மூலம் அரசு / தனியார்/ சுயதொழில் வகையில் போதுமான வருமானம் ஈட்டுகிறார்கள் என்றால் அப்படிப்பட்டவர்களுடைய வறுமை ஒழிந்துவிட்டது எனலாம்.

மேற்கண்ட யாவும் கைகூடி வரவில்லையெனில், அபரிமிதமான வளர்ச்சியில் பொங்கி வழிந்தது கீழிருந்தவர்களின் தொண்டைகளை நனைத்து விட்டது என்பதால், எப்படியோ, எதையோ பற்றிக்கொண்டு மேலேறி விட்டார்கள் என்று நம்பலாம்.

சரி, அதுவுமில்லையா, அரசாங்கம் நிலச் சீர்திருத்தம் மூலமாக நிலத்தையும் அது சார்ந்த வளத்தையும் பங்கிட்டது அதனால் வறுமையில் கிடந்தவர்கள் தங்களின் கொடூர நிலையைக் கடந்து மேலே வந்து விட்டார்கள் எனக் கருதலாம்.

இந்த நடவடிக்கைகள் நமக்குத் தெரிந்து பெரிய அளவில் ஏதுமில்லாததால் விலையில்லா அரிசி, அவ்வப்போது தேர்தல் லஞ்சம், இனாம் கொடுத்து வறுமையின் எண்ணிக்கைக் குறைத்து விட்டார்கள் என்றுதான் கொள்ள வேண்டி வரும்.

ஒருவேளே டாஸ்மாக் கடைகளின் ஒட்டு மொத்த அமோக விற்பனையைக் கருத்தில் கொண்டு, கையில் எவ்வளவு பணம் புரண்டால் நமக்கு இப்படி வருமானம் வந்திருக்கும் என்று அரசு தானாகவே ஒரு முடிவுக்கு வந்து வறுமை குறைந்துவிட்டது என அறிவித்துவிட்டதா?

இணைய தளம் அரசின் துணையோடு அறிவித்துள்ள புள்ளி விபரங்களை நமக்குரிய வகையில் ஆய்வு செய்து

ஏற்றுக்கொள்வது மறுப்பதுமான செயல்பாடுகளை நாம் தொடர்ந்து செய்வதன் மூலமே, நம்மை மூளைச்சலவை செய்யும் அரசின் திட்டங்களிலிருந்து நம்மைக் காப்பாற்றிக்கொள்ள இயலும்.

அரசின் கைக்கடக்கமான அறிவாளிகளும், சுண்டுவிரலசை விற்காகக் காத்திருக்கும் புரட்சியாளர் களும், இதுவரை நமது நண்பர்களாயிருந்தாலும் கூட, உருமாற்றத்தைக் கண்டுபிடிக்காத அளவிற்கு சாயம் பூசிக்கொண்டாலும் கூட, நம்மால் சில கேள்விகள் மூலம், மிகத் தெளிவாகத் தெரியும் காட்சிகள் மூலம் கட்டுடைப்பு செய்தாலே போதும். நாம் நம்மை கொரோனாவுக்கு எதிராகப் பாதுகாத்துக் கொள்வது போல பாதுகாத்துக் கொள்ளமுடியும் என்பதே நாம் கூறவருவது.

நோய்த்தொற்றுக்கு எதிராகவும், சிந்தனை சலவைக்கு எதிராகவும் நாம் நம்மைப் பாதுகாத்துக்கொள்வோமாக!

பிப்ரவரி – மார்ச் 2022

நடந்து முடிந்த நகர்ப்புற உள்ளாட்சித் தேர்தலில் திமுக ஏறக்குறைய அனைத்து இடங்களிலும் அமோக வெற்றியைப் பெற்றது. இதற்காக முதல்வர் அவர்கள் நன்றி கூறும் பயணத்தை கன்னியாகுமரியிலிருந்து தொடங்கி விட்டார்.

அதிமுக படுதோல்வியை சந்தித்தது. சமூக சமத்துவப் படையின் தலைவர் அதிமுகவின் அழைப்பையேற்று சென்னையில் போட்டி யிட்டார். அவருக்கு சமூக சமத்துவப் படை கட்சியும் பெண் சிந்தனையாளர் களம் ஆதரவு தந்தது. அவரும் அதிமுகவுடன் படுதோல்வியை சந்தித்தார். தோல்விக்கான காரணங்களில் அதிமுகவின் இரட்டைத்தலைமை, ஆளுமையற்ற தலைமை, முக்கியமாகக் கூறப்படுகிறது. பா.ஜ.க. தனது ஓட்டு வங்கியை மிக மிகக் குறைந்த அளவில் உயர்த்தியுள்ளது என்பதும் கவனிக்ககத் தக்கது.

உள்ளாட்சித் தேர்தல் பல குறைபாடுகளைக் கொண்டிருந்தாலும், தேர்தலில் வெற்றி பெற்ற பலர் மக்கள் பணியில்

ஆர்வமில்லாமல் இருந்தாலும், நூறாண்டுகள் கூட முற்றுப் பெறாத ஜனநாயகத்தின் புறக்கணிக்க முடியாத விஷயம். ஆனால் மெத்தப் படித்தவர்களும், பணம் படைத்தவர்களும் வாக்களிக்க முன்வராமல் இருப்பது ஜனநாயகத்தை முடக்கும் செயலாகும். சென்னையில் ஐம்பது சதவிகிதத்திற்கும் குறைவான வாக்குப் பதிவு நடந்திருப்பது வெட்கக் கேடானது.

வாக்களிக்கவே முன் வராதவர்கள், குறைந்த பட்ச அரசியல் பங்களிப்பைக் கூட செய்ய வராதவர்கள் இனி செம்மையான உள்ளாட்சி நிர்வாகத்திற்கு என்ன செய்யப் போகிறார்கள்? மிகவும் துரதிர்ஷ்ட வசமானது.

புகழ் பெற்ற சென்னை நகரின் மேயராக ஒரு தலித் இளம் பெண் பதவிபேற்றிருப்பது வரவேற்புக்குரியது. அவரது செயல்பாடுகள் சிறக்க வேண்டுமென வாழ்த்துகிறோம்.

ஜனநாயகத்தில் மூன்றடுக்கு பஞ்சாயத்துத் தேர்தல் அனைத்தும் தமிழகத்தில் நடந்து முடிந்து விட்டது. இனி தமிழக அரசு இந்த மூன்றடுக்கிற்கும் குறைவிலா நிதியை வழங்கி ஊழற்ற நிர்வாகத்தை உறுதிப்படுத்த வேண்டும்.

அதிமுகவின் செய்தி தொடர்பாளரும் முன்னாள் அமைச்சருமான ஜெயக்குமார் கைது செய்யப்பட்டார். மனித உரிமை மீறல் தவறான நடவடிக்கை. ஜெயக்குமார் பாடம் கற்றுக் கொண்டார். தாழ்த்தப்பட்டவர்களின் உரிமை களை தாங்களிட்ட பிச்சை என்று கூறி ஒட்டு மொத்த தலித் மக்களையே அவமானம் படுத்திய திமுகவின் ஆர்.எஸ். பாரதி கைது செய்யப்பட வில்லை. கட்சி சார்ந்த காழ்ப்புணர்வு, அரசியல் கசப்புகள் எல்லாம் தனிநபர் விரோதமாகி கைது நடவடிக்கைகளுக்குப் பின்புலமாகி விடுகின்றன.

சோவியத் ரஷ்யா பல தேசங்களாக உடைந்த போது உக்ரேன் தனி நாடானது. எனினும் உக்ரேனியர்கள் ரஷ்யாவின் உண்மையான ரஷ்ஷியர்கள் என்று மொழி கலாச்சாரம் வழியாகத் தங்களை நிலை நிறுத்தி வந்துள்ளார்கள். ஒன்றுக்குள் ஒன்றாக இருந்த இந்த நாடுகளிடையே போர் மூண்டுள்ளது. தவறு, ரஷ்யா உக்ரேன் மீது தாக்குதல் நடத்தி வருகிறது. ஆயுதங்கள் குறைப்பு, அணு ஆயுதங்கள் கைவிடம், ஒரே உலகம் என்றெல்லாம்

பேசி வந்த காலக்காட்டம் கடந்துவிட்டதா என்று கேட்கத் தூண்டும் வகையில், இனி மூன்றாம் உலகப் போர் என்றால் அது உலகத்தின் முடிவாக இருக்கும் அதனால் பேச்சு வார்த்தைகளில் சிக்கல்களைத் தீர்த்து விடலாம் என்று மக்கள் நம்ப வைக்கப்டப்டது கட்டுக்கதைதானா என்று நினைக்கும் வகையில், ரஷ்யா தொடுத்துள்ள போர் அனைத்து நாடுகளிலும் அதிர்ச்சியை ஏற்படுத்தியுள்ளது.

இரண்டாம் உலகப்போருக்குப் பிறகு சண்டைகள் நடக்கவே இல்லை என்று கூற முடியாது. அங்கங்கே போர்கள் அமெரிக்கா–ஆப்கானிஸ்தான், ஈரான், ஈராக், பாகிஸ்தான் – இந்தியா, பாகிஸ்தான் – பங்களாதேஷ், சீனா – இந்தியா, சிரியா துருக்கி இஸ்ரேல் பாலஸ்தீனம், வியட்நாம் க்யூபா இப்படி சண்டைகள் தொடர்ந்து நடந்து கொண்டுதான் இருந்தன. ஏராளமான மனிதர்கள் உயிரிழப்புடன், பொருளாதார சேதங்களும் ஏராளம்!

தற்போது உக்ரேனில் நடப்பது ஒருவகையில் அதன் தொடர்ச்சிதான். உக்ரேனில் வளமான கிரிமீயாவின் நிலத்தடி எண்ணெய்தான் தற்போது போருக்கானக் காரணம் எனக்கூறப்படுகிறது. இந்தியா வகிக்கும் நடுநிலைமைகூட இந்தியாவின் எதிர்கால உறவுகளும் பாதுகாப்பும் கருதிதான் என்று கூறப்படுகிறது. என்ற தணியும் போருக்கான தாகம்?

ஏப்ரல் – மே 2022

அம்பேத்கர் பிறந்த நாள் விழா ஏப்ரல் 30ஆம் தேதி இந்தியப் பெண் சிந்தனையாளர் களம் சார்பாகக் கொண்டாடப்பட்டது. "அம்பேத்கர் பார்வையில் பெண்கள்" என்ற தலைப்பில் டான் பாஸ்கோ கலை அறிவியல் கல்லூரி – சென்னையில் கருத்தரங்கம் அண்ணலின் பிறந்த தினத்தையொட்டி ஏற்பாடு செய்யப்பட்டிருந்தது. தொழிலாளர் தினமும் அதே தினத்தில் நினைவு கூறப்பட்டது.

இவ்விழாவில் சிறப்பு விருந்தினர்கள் திருநெல்வேலி மனோன்மணியம் சுந்தரனார் பல்கலைக் கழகத்தின் உறுப்புக் கல்லூரியில் ஆங்கிலத் துறை பேராசிரியராகப் பணியாற்றி

வரும் அருள் செபஸ்டின் பிரேமாவும், CPM கட்சியில் கொளத்தூர் பகுதி செயலாளர் ஹேமாவதி அவர்களும் கலந்து கொண்டு அண்ணலின் அருமை பெருமைகளை, பெண்களின் முன்னேற்றத்தில் அண்ணலின் மாபெரும் பங்கு குறித்து எடுத்துரைத்தனர். தலைமையேற்ற இந்திய பெண் சிந்தனையாளர் களத்தின் தலைவர் சிவகாமி அவர்கள் அம்பேத்கரின் எழுத்துக்களையும் பேச்சுக்களையும் நடைமுறைப்படுத்துவது குறித்து விரிவாகப் பேசினார்.

இந்நிகழ்ச்சிக்கு எதிர் பாராத விதமாக தமிழகத்தின் தலை சிறந்த எழுத்தாளர்களில் ஒருவரான, சமீபத்தில் சாகித்ய அகாதமி விருது பெற்ற இமயம் அவர்களும் கலந்து கொண்டு இன்றைய சமூகச் சூழலில் சாதி சார்ந்த செயல்பாடுகளை ஒழிக்க அம்பேத்கரின் அடியொற்றி நடக்க வேண்டுமென கூறினார்.

இந்நிகழ்ச்சியை சிறப்புற ஏற்பாடு செய்த இ.பெ.சி.க.வின் துணைத்தலைவர் மணிமேகலை அவர்கள் நிகழ்ச்சியினைத் தொகுத்து வழங்கினார். களத்தின் செயலாளர் பத்மனி அவர்கள் அனைவரையும் வரவேற்று, சிறப்பு விருந்தினர்களை அறிமுகப்படுத்தியதோடு அம்பேத்கரின் செயல்பாடுகள் குறித்து விளக்க உரை ஆற்றினார்.

அம்பேத்கர் பிறந்த நாள் விழா என்பது பெண்கள், தாழ்த்தப்பட்டவர்கள், பழங்குடியினர் மற்றும் இதர சிறுபான்மையினர் மற்றும் விளிம்பு நிலை மக்களுக்கு விடுதலைக்கான குறியீடு சாதி வன்முறைக்கு சாவுமணி, இந்தியக் குடிமக்கள் அனைவரும் தங்களைத் தாங்களே மறுபரிசீலனை செய்து கொள்ளும் சந்தர்ப்பம்.

திராவிட மாடல் என்று அவ்வப்போது ஆளுங்கட்சியினரும் அமைச்சர்களும் பேசி வருகிறார்கள். கொள்கை நடைமுறை முரண்பாடு களைக் களைந்து கொள்ளுதல், பேச்சுக்கள் திட்டங்களாகவும், திட்டங்கள் நடைமுறைகளாகவும் மாறுதல் ஆகியவை அவசியம். இவற்றை விளக்கமாக எழுத வேண்டிய அவசியமுள்ளது. தற்போது திராவிட மாடல் என்பது பார்ப்பன வெறுப்பு, மத்திய அரசு மாநில அரசு மோதல் என்பதாகத்தான் சமூக வலைத் தளங்களில் விளக்கங்கொண்டிருக்கிறது.

இளையராஜா அவர்கள் அம்பேத்கரையும் மோடியையும் ஒப்பிட்டு எழுதிய முன்னுரை பலத்த சர்ச்சைக்கு உள்ளாகியிருக்கிறது. ஒன்று மட்டும் இந்த சார்ச்சையில் மிகவும் தெளிவாக விளக்கம் பெற்றுள்ளது. தாழ்த்தப்பட்டவர்களின் நண்பன் யார் – அவர்களின் விடுதலைக்கான அரசியல் அம்பேத்கரியமா, திராவிடமா என்பதே அது! அம்பேத்க்கரியம்தான் திராவிடம் என்ற மாயை எழுந்துள்ளது. இரண்டையும் பிணைப்பது எது. வேறுபடுத்துவது எது? இரண்டையும் சேர்த்துக் கொண்டால்தான் விடுதலை முழுமையாகுமா? இந்தக் கேள்விகளுக்கு பதில் கூறாமல் வெறுமனே இளையராஜா என்ற தனிநபரை மட்டும் முன்னிறுத்திப் பேசுவது சரியானதாக இருக்க முடியாது.

நடந்து முடிந்த புத்தகத் திருவிழா வாசிக்கும் பழக்கம் மக்களிடையே அதிகரித்து வருவதை வெளிப்படுத்தியுள்ளது. ஏகப்பட்ட மொழி பெயர்ப்பு நூல்கள் வியப்பில் ஆழ்த்துகிறது.

ஜுன் 2022

இல்லத் தலைவிகளுக்கு மாதம் ரூ1000 வழங்குவோம் என்று திராவிட முன்னேற்றக் கழகம் தேர்தல் வாக்குறுதி வழங்கியதைத் தொடர்ந்து தமிழக முதல்வர் ஸ்டாலின், விரைவில் இத்திட்டம் அமலுக்கு வரப்போவதாகத் தெரிவித்துள்ளார். அநேகமாக ஜுலை மாதத்திலிருந்து இத்திட்டம் நடைமுறைக்கு வருமென நாம் எதிர்பார்க்கலாம். நடைமுறைப்படுத்தப்படும்போதுதான் பெண்களில் எத்தனை சதவிகிதம் பயனடைவார்கள் என்பது தெரியும்.

தற்காலிக நிவாரணம் கிடைத்தால் போதும் என்ற நிலைக்கு மக்கள் வந்துவிட்டார்கள் ஐந்து வருடத்திற்கு ஒருமுறை வரும் மூன்று தேர்தல்களிலும் அதாவது நாடாளுமன்றத் தேர்தல், சட்டமன்றத் தேர்தல், உள்ளாட்சித் தேர்தல் உள்ளிட்ட இனைத்துத் தேர்தல்களிலும் அதிகபட்சமாக ஒரு வாக்காளருக்கு ஐந்து வருடங்களில் ஆறாயிரம் கிடைக்கிறது. குறைந்த பட்சமாக அறுநூறு கிடைக்கிறது. மாதம் 20 கிலோ அரிசி, நூறு நாள் வேலைத்திட்டத்தில் ஒரு வருடத்தில் நபர் ஒன்றுக்கு

சராசரியாக பத்தாயிரம் ரூபாயும், முதியோர் ஓய்வுதியம் ஆயிரம் ரூபாயென ஏழைகளுக்கானத் திட்டங்கள் முடிவுறுகின்றன இத்தொகை உயிர் உடலில் ஒட்டியிருக்க உதவுகிறது இதுவன்றி கூலி வேலை செய்து கடன் வட்டியென பிள்ளைகளைக் கல்வி நிலையம் அனுப்புகிறார்கள். வீடற்றவர்கள் வீட்டு வாடகையும் கொடுக்க வேண்டிய சூழல். எப்படிப் பார்த்தாலும் ஏழைகள் வருடத்திற்கு இருபதாயிரத் திலிருந்து நாற்பதாயிரம் ரூபாய் குடும்ப வருமானமாகப் பெற வாய்ப்புள்ளது. வருடம் ஒரு லட்சம் என்று வைத்தால் கூட இப்போதுள்ள விலைவாசியில் ஒரு சுயமரியாதையுள்ள வாழ்க்கையை வாழமுடியுமா என்பது சாத்தியமில்லை. இதில் டாஸ்மாக்கிற்கு ஏழைகள் செல்விடுவதையும் கணக்கில் கொள்ள வேண்டும்.

எந்த மாடல் ஆட்சியாக இருப்பினம் இந்தியா முழுவதும் வறுமை ஒழிப்பு என்ற சொல்லாமல் இடம் பெறுவது தவிர்க்கப்பட்டு வருகிறது. விவசாயம் என்பதோடு கார்ப்பொரேட் என்ற வார்த்தையும் சேர்ந்து உச்சரிக்கப்படுகிறது. விவசாயத்தோடு அதிகம் தொடர்பிலுள்ள 'நிலமற்ற விவசாயிகள்' என்ற சொல்லும் அதிகமாகப் புழங்கவதில்லை. மாறாக அடித்தட்டு மக்கள், ஏழைகள் என்ற பதம் பொருளாதார அகராதியில் இடம் பெறுகின்றன. நிலம் மற்றும் நிலம் சார்ந்த நிலப்பிரபுத்துவ உறவு முறைகள் சொல்லாடலில் இருந்து நீக்கப்பட்டு கிராம தன்னிறைவு, கிராம தன்னாட்சி என்ற பதங்களே அதிகம் பயன்படுத்தப்படுகின்றன. ஏழைகளின் எண்ணிக்கைக் குறைகிறது என்று மார்த்தட்டிக் கொண்டாலும் இலவச அரிசி பெறும் குடும்பக் கார்டுகளின் எண்ணிக்கைக் குறையவில்லை.

அரசுகள் இதுவரை எதுவுமே செய்ய வில்லையா? சென்னை நகரில் வானுயர வளர்ந்திருக்கும் கட்டிடங்கள், மேம்பாலங்கள், பறக்கும் ரயில்கள், தனி நபர் வருமானம் உயர்த்திருப்பது, மரண விகிதம் குறைந்திருப்பது, குழந்தைகள் இறப்பு விகிதம் குறைந்திருப்பது, கல்வி கற்றோர் எண்ணிக்கை அதிகரித்திருப்பது ஆகிய இவையெல்லாம் வளர்ச்சியிலையா, இவையெல்லாம் வறுண்மயைக் குறைக்கவில்லையா என்ற கேள்விகளும் உள்ளன.

அரசு காலந்தோறும் வறுமைக்கோட்டிற்குக் கீழ் வாழ்தல் என்பதற்கு விளக்கங்கொடுப்பதோடு, கணக்கெடுப்பு நிகழ்த்தி,

பொதுவான அதாவது அனைவருக்குமான இன்ஃப்ராஸ்டரக்சர் என்கிற அடிக்கட்டுமானங்களை உருவாக்குவதோடு, புறக்கணிக்கப்பட்ட மக்களின் தேவைகளுக்கு முன்னுரிமைகள் தந்து தீவிரமான நடவடிக்கை எடுத்தா மட்டுமே வறுமையை அடியோடு ஒழிக்க முடியும்.

அந்த வகையில் அரசு முன்னுரிமை தந்து நடைமுறைப்படுத்த வேண்டிய திட்டங்களில் சில :

1.ஏழைகளுக்கு விவசாய நிலம் பங்கிடுதல்

2.நில உச்சவரம்பு சட்டத்தை அமல்படுத்தல்

3.வீடில்லாதவர்க்கு வீட்டு மனை / வீடு வழங்குதல்

4.கிராமப்புற பெண்கள் சுய உதவிக் குழுக்களுக்கு நிலம் வழங்குதல்

5.பஞ்சமி நிலத்தை மீட்டெடுத்தல்

6.தலித் பழங்குடி மக்களுக்கும் பிறருக்கு மிடையே உள்ள கல்வி இடைவெளியைக் குறைத்தல்.

7.கிராமப் புற குடிசைத் தொழில்களை மேம்படுத்தி வேலைவாய்ப்பு ஏற்படுத்த கிராமந்தோறும் தொழிற்கூடங்கள் நிறுவுதல்

8.தனியார் துறையில் தொழிலாளர்களின் பணி பாதுகாப்பு, ஊதியம் இவற்றை முறைப்படுத்துதல்

9.கிராமப்புறங்களில் அடிப்படை வசதிகளை மேம்படுத்துதல்.

இந்த மாடலை தலித் மாடல் என்று தமிழ் மாடல் என்றும் கூட அழைக்கலாம்.

ஜூலை 2022

இந்திய இராணுவத்திற்கு வருடந்தோறும் முடிந்ததும் வெளியில் அனுப்புவது சரியானதாக 65000 (அறுபத்தி ஐந்தாயிரம்) பேர் தற்காலிக இருக்க முடியாது என்று ஆங்கிலத்திலும்

அடிப்படையில் மாதம் ரூ.40,000 சம்பளத்தில் இந்தியிலும் கட்டுரை எழுதினார்கள். பதிலுக்கு நான்கு வருடங்கள் மட்டும் பணியமர்த்தப் இராணுவ உயர் அதிகாரிகள், தற்போது பதவியில் படுவார்கள் அவர்களில் நான்கு வருடங்களுக்குப் இருப்பவர்கள், அரசின் திட்டத்தை ஆதரித்துப் பிறகு கால் பங்கினர் மட்டும் நிரந்தரமாக்கப்படுவர் பேசியதோடு பெருகிவரும் வேலைவாய்ப் நான்கு வருடங்கள் பயிற்சிக்குப் பிறகு பின்மைக்கு இது நல்ல தீர்வு என்றும் பேசினார்கள். விடுவிக்கப்படுவர்களுக்கு எந்தவித ஓய்வூதியமும் ஆனால் பாருங்கள், திடீரென இராணுவ வழங்கப்படமாட்டாது என்ற BJP அரசின் அதிகாரிகள் இளைஞர்களின் வேலைவாய்ப்பு

அறிவிப்பு வெளியானதும் வட இந்தியா பற்றி குறித்தும் பேசுகிறார்கள் என்பது ஆச்சரியமாக எரியத் தொடங்கியது ரயில்களுக்குத் தீவைப்பு இல்லை? எனத் தொடங்கி இளைஞர்கள் கிளர்ந்தெழுந்து இத்திட்டத்தை எதிர்த்து வாட்சப் வன்முறையில் ஈடுபடத் தொடங்கினார்கள் குழுமங்களில் எருதினால் அவர்கள் கண்காணிக்கப் தென்னிந்தியா எவ்வித அசைவுமின்றி பட்டு தண்டிக்கப்படுவார்கள் என்றதும் இத்திட்டம் இணையதளத்தில் செய்திகளைப் பரப்பும் பற்றிய கருத்துக்கள் திடீரென நின்றுவிட்டது. (பகிர்ந்துகொள்ளும்) வேலையை மட்டும் செய்துகொண்டிருந்தது. BJPயை கடுமையாக விமர்சித்து, அவர்கள் இந்துக்களைப் போர்வீரர்களாக்கி அதாவது இந்து இதற்கிடையில் ஓய்வு பெற்ற இராணுவத் ராணுவத்தை உருவாக்குவதுதான் நோக்கம் என்ற தலைமை அதிகாரிகளில் சிலர் இத்திட்டம் கருத்தைப் பரப்பியதும்தான் அரசின் கவனம் இராணுவத்தை மேம்படுத்தவோ, சீர்படுத்தவோ வாட்சப் குழுமங்கள் மேல் பாய்ந்தது. விவசாயிகள் உதித்ததில்லை. அறுபத்தி ஐயாயிரம் பேருக்கு போராட்டம் போல் இளைஞர்கள் போராட்டம் வருடந்தோறும் பயிற்சி கொடுக்க போதுமான நீடித்தால் அரசுக்கு அது பெரும் ஆபத்தாக கட்டமைப்பு இராணுவத்தில் அப்படி இல்லை.

ஆகஸ்ட் 2022

இந்திய வரலாற்றில் பழங்குடி இனத்தைச் சேர்ந்த பெண் ணொருவர் இந்நாட்டின் முதல் குடிமகன் என்ற பெருமைமிகு குடியரசுத் தலைவராக ஆகியிருப்பது என்பது எந்த வழியில் பார்த்தாலும் வியப்புக்கும் பாராட்டுக்கும் உரிய விஷயமாகவே இருக்கிறது.

குடியரசுத்தலைவர் என்பவர் ஆளுங்கட்சியால் மட்டும்தான் அப்பதவிக்கு வரமுடியும். கட்சி அரசியல் என்று பார்த்தால் எந்தவொரு தனி நபரும் அவர் அக்கட்சியின் தலைவர் உள்ளிட்ட முக்கியப் பொறுப்பில் இருந்ததால் ஒழிய வியத்தகு. மாற்றங்களைக் கொண்டுவர முடியாது. அவ்வளவு ஏன், உட்கட்சி சுதந்திரம் இல்லாத நிலையில் தலைவர் உள்ளிட்ட சிறுஅதிகார வட்டத்தின் மொழியைத்தான் அக்கட்சியில் உள்ள மற்றவர்கள் பேச முடியும். இந்நாள் வரையில் இப்படித்தான் இருந்து கொண்டு வருகிறது. மேலும் குடியரசுத் தலைவர் என்ற பதவி ஜனநாயக் கட்டமைப்பில் மாற்றத்தைக் கொணர அதிகாரமில்லாத பதவி. அப்துல் கலாம் இருந்த பொழுது நாட்டு மக்களைக் கனவு காணுங்கள் என்று சொல்லுமளவே சுதந்திரம் பெற்றிருந்தார். கே.ஆர். நாராயணன் அவர்கள் இந்தியாவை சாணக்குவியல் மேல் கட்டப்பட்ட மாளிகை என்று குடியரசுநாள் உரையில் கூறுமளவிற்கு துணிச்சல் பெற்றிருந்தார். தற்போது இத்தகைய குடியரசுத் தலைவர் பாரம்பரியத்தில் மேதகு திரௌபதி முர்மு அவர்கள் பதவியேற்றிருக்கிறார்கள். அவருக்கு நாட்டு மக்களின் சிறு பகுதியாக இருந்து வாழ்த்துக் கூறுகிறோம்.

விலைவாசி உயர்வைக் கண்டித்து பாராளுமன்றத்தில் எதிர் கட்சிகளும் பேசி வருகின்றனர். விருப்பியிருந்து வந்த நிதி அமைச்சர் நிர்மலா சீதாராமன் சொல்லிய பதில் திருப்தியளிக்கும்படியாக இதனை இந்தியா சரியான பாதையில் சென்று கொண்டிருப்பதாக சுரத்தின்றி பதில் சொல்கிறார்

இன்றுவரை

- டிமானிடைசேஷன் என்கிற பணமதிப்பிழப்பின் கோரங்கள்

- குடியுரிமை சட்டத்திருத்தம்
- காஷ்மீர் சிறப்பு சலுகை ரத்து
- அக்னிபாத் எனப்படும் இராணுவத்திற்கு தற்காலிக ஆளெடுப்பு
- தேர்தலில் EVM குலறுபடிகள்
- தேர்தல் கமிஷன் உள்ளிட்ட மத்திய உயர் அலுவலகங்களை கைப்பாவைகளாக மாற்றியது
- எழுத்தாளர்கள் பத்திரிக்கையாளர்கள் எதிர்கருத்தாளர்கள் மீது வன்முறையை ஏவுதல்
- வரலாறு காணாத விலைவாசி உயர்வு

உள்ளிட்ட பல விஷயங்களை மத்திய அரசின் நோக்கங்களோடு தொடர்புபடுத்தி விமர்சனங்கள் எழுந்த வண்ணம் உள்ளன. பல ஆயிரம் கோடிகளை அம்பானி அதானிகளுக்குத் தள்ளுபடி செய்யும் அரசாக, கார்ப்பரேட் அரசாக மத்திய அரசு தன்னை அடையாளம் காட்டியுள்ளது.

இப்போக்கு மேலும் தொடர்கிறதே அன்றி குறைவதற்கான அல்லது மாறுவதற்கான வாய்ப்பில்லை. இந்நிலையில் மக்கள் அனைவரும் ஏதேதோ வகைகளில் கொடுமைப்படுத்தப் படுகிறார்கள். விலைவாசி உயர்வு அனைத்துத் தரப்பு மக்களையும் வாட்டுகிறது என்றால் விமர்சனம் செய்பவர்கள் அரசியல் எதிரிகளாக இருக்கும் பட்சத்தில் அவர்கள் மீது பல வகையான வழக்குகள், ரெய்டுகள் என்று நடவடிக்கைகள். எழுத்தாளர்கள் பத்திரிக்கையாளர்கள் இணையதள விமர்சகர்கள் என்றால் அவர்கள் மீது காவல்துறை நடவடிக்கை நீள்கிறது எதிர்கட்சிகளின் முக்கிய புள்ளிகள், தலைவர்களோ விதிவிலக்கில்லை.

இத்தகைய சூழ்நிலையில் மக்கள் கையறு நிலையை எட்டிவிட்டது போன்ற புலம்பல்கள் திரும்புமிடமெல்லாம் கேட்கிறது.

புதிய கோடாங்கி 25 ஆண்டு நிறைவு விழா ஜனவரி 2023 முதல் வாரத்தில் நடத்த உத்தேசிக்கப்பட்டுள்ளது. விபரங்கள் அடுத்த இதழில் வெளியாகும்.

செப்டம்பர் 2022

இந்தியா சுதந்திரமடைந்து 75 ஆண்டுகள் நிறைவடைந்ததை யொட்டி வீடுதோறும் தேசியக் கொடியேற்றி சுதந்திர தின விழாவைக் கொண்டாடுமாறு பிரதமர் மோடி பொது மக்களைக் கேட்டுக்கொண்டார். இதனடிப் படையில் தமிழகத்தில் ஆங்காங்கே கம்பங்களில் கொடி பறப்பதையும் வீடுகளில் கொடியேற்றி மகிழ்ந்ததையும் காண முடிந்தது. நமது தேசிய கொடி பட்டொளி வீசி பறந்ததைக் காணும் போது ஏதோ ஒரு வகையில் மக்கள் நாட்டையும் அதன் கடந்த கால வரலாற்றையும் நிகழ் கால நிலையையும் நினைத்துப் பார்க்கும் நிலையும் ஏற்பட்டது. எனினும் மக்களின் உண்மையான சுதந்திரம் என்பது வறுமை, பிணி இவற்றிலிரந்து முழுவதுமாக விடுபடுவதோடு சகோதரத்துவம் பேணுவதும் எல்லாருக்கும் எல்லாமும் என்ற சமத்துவ நிலையை எட்டுவதும்தான் என்பதுதான். ஆனால் அதிலிருந்து இன்னமும் நான் வெகு தூரத்தில்தான் இருக்கிறோம் என்பதைப் புரிந்து கொண்டால் நல்லது.

இந்திய தேசிய காங்கிரஸ் கட்சி இன்னும் தலைவரற்ற கட்சியாகவே தென்படுகிறது. சோனியா புது தலைவர் தேர்ந்தெடுக்கப்படும் வரை அதன் தலைவராக இருந்து அக்கட்சியை வழிநடத்துகிறார் ராகுல் செயல் தலைவராக நீடித்து வருகிறார். செப்டம்பர் மாதம் புதிய கோடாங்கி இதழ் கையில் கிடைக்கும்போது அக்கட்சியின் தலைவர் தேர்ந்தெடுக்கப்பட்டிருப்பார் என நம்பலாம். காங்கிரஸ் 75ஆம் ஆண்டு சுதந்திர தின விழாவையொட்டி இவ்வருடம் செப்டம்பர் 7 முதல் 150 நாட்கள் நடைபயணத்தை மேற் கொள்ளவிருக்கிறது. ராகுல் இந்த எழுபத்தைந்து நாட்களில் இந்தியா முழுவதும் நடந்து செல்லவிருக்கிறார். இந்த நடைபயணம் செப்டம்பர் 7 கன்னியாகுமரியிலிருந்து தொடங்க விருக்கிறது. தமிழக முதல்வர் ஸ்டாலின் கொடியசைத்துத் துவங்கி வைக்கிறார். காஷ்மீரில் முடிவடையும் இந்த பயணம் 3500 கிலோ மீட்டர் 12 மாநிலங்கள் இரண்டு யூனியன் பிரதேசங்களைத் தழுவியதாக இருக்கும். இந்தப் பயணம் மதவெறி இனவெறியைக் கண்டித்து இந்திய அரசியலமைப்பு சட்டத்தைப் பாதுகாக்க முறையாக

நடைமுறைப் படுத்துவதை வலியுறுத்துவதாக இருக்கும். ஆர்.எஸ்.எஸ் மற்றும் அதன் மேல் எருப்பப் பட்டுள்ள பிஜேபி கட்சியின் வகுப்புவாத அசரயிலுக்கு முற்றுப்புள்ளி வைப்பதாக, அதிகாரத்திலிருந்து வீழ்த்துவதற்காக, மக்களின் மனதில் விதைக்கப்பட்டுள்ள பயம் மற்றும் அவ நம்பிக்கையைப் போக்குவதை இந்த நடைபயணம் லட்சியமாகக் கொண்டுள்ளது. ஒவ்வொரு காங்கிரஸ் எம்.எல்.ஏவும் சுமார் ஐந்தாயிரம் பேரை ஒருங்கிணைத்துத் திரட்டி நடைபயணத்தில் கலந்து கொள்ளச் செய்ய வேண்டும் என்று கேட்டுக் கொள்ளப்பட்டிருக்கின்றனர். அத்துடன் கட்சி சாராத மக்கள் அமைப்புகள், தோழமை கட்சிகள் இதில் அதிக அளவில் பங்கேற்க வேண்டுமென வேண்டுகோள் விடுத்துள்ளனர். இந்தப் பயணம் இந்தியாவில் நடக்கவிருக்கும் வரலாறு காணாத மாபெரும் யாத்திரையாக இருக்கும் என்று சொல்கின்றனர்.

இப்பயணத்தின்போது ராகுல்காந்தி நூற்றி ஐம்பது நாட்களும் கன்டெயனர் எனப்படும் மிகப்பெரிய பெட்டியில் இரவு நேரத்தைச் செலவிடுவார் என்று சொல்லப்படுகிறது. சமூக சமத்துவ படைக்கு காங்கிரஸ் கட்சி தனிப்பட்ட முறையில் அமைப்பு விடுத்திருக்கிறது. இதை யொட்டி அதன் தலைவர் ப.சிவகாமி அவர்கள் இந்த யாத்திரையில் பங்குகொள்வார். தோழைமை கட்சி என்ற அடிப்படையிலும், ஒடுக்குமுறையை எதிர்த்து களத்தில் நிற்பவர் என்ற அடிப்படை யிலும் காங்கிரஸ் விடுத்த வேண்டுகோளை ஏற்று சிவகாமி அவர்கள் கலந்துகொள்வார்.

பல தலைவர்களையும் பொது வாழ்க்கையில் உள்ள பல ஆளுமைகளையும் கலந்துகொள்ள வேண்டுகோள்விடுத்து ஆகஸ்டு மாதம் இறுதியில் காங்கிரஸ் கட்சி கூட்டம் நடத்தியது. இக்கூட்டத்தில் பங்கேற்ற சிவகாமி அவர்கள் காங்கிரஸ் கட்சி தமிழகத்தில் பஞ்சமி நில மீட்பையும் ஏழைகளுக்கு விவசாயக்கூலிகளுக்கு நிலம் என்பதையும் நடைபயணத்தில் வலியுறுத்த வேண்டுமெனக் கேட்டுக்கொண்டார்.

ராகுலின் பயணம் வெற்றிகரமாக அமைய புதிய கோடாங்கி தன் வாழ்த்துக்களைத் தெரிவித்துக்கொள்கிறது.

அக்டோபர் 2022

செப்டம்பர் 26, அக்டோபர் 1 ஆகிய இரு நாட்களில் நரிக்குறவர் உரிமை முழக்கம். பழங்குடி இருளர் உரிமை மாநாடு முறையே காஞ்சிபுரத்திலும் விழுப்புரத்திலும் நடைபெற்றது. நரிக்குறவர் நாடோடி இனத்தவரை பழங்குடியினர் பட்டியலில் சேர்க்க அமைச்சரவை ஒப்புதல் அளித்ததைத் தொடர்ந்து, பல ஆண்டுகளாக அவர்களுக்காகப் போராடி வந்த சமூக சமத்துவப் படை, அவர்களின் கோரிக்கைகளை வலி யுறுத்தியும், பழங்குடி பட்டியலில் சேர்க்கப் பட்டதால் அவர்கள் பெறக்கூடிய உரிமைகளை எடுத்துக் கூறியும் உரிமை முழக்கக் கூட்டத்தை நடத்தியது. இக்கூட்டத்தில் நரிக்குறவர் இனத்தைச் சேர்ந்த பஞ்சாயத்து கவுன்சிலர் சத்யாவும், வயலூர் (உத்திரமேரூர்) கிராமத்தில் வசிக்கும் பழங்குடி நரிக்குறவர்களின் தலைவர் உ.வள்ளியம்மாள் உள்ளிட்ட ஏராளமானோர் கலந்து கொண்டனர். பேரா. பத்மினி, மணிமேகலை ஆகியோர் இந்தியப் பெண் சிந்தனையாளர் கலம் சார்பாகக் கலந்து கொண்டனர்.

இருளர் பாதுகாப்பு சங்கம் எனும் இயக்கத்தைத் தொடர்ந்து நடத்தி வரும் பேரா. கல்விமணி அவர்கள் பழங்குடி இருளர் மாநாட்டை விழுப்புரத்தில் ஏற்பாடு செய்திருந்தார். இதில் இரண்டாயிரம் பேருக்கு மேல் கலந்து கொண்டனர். இம் மாநாட்டில் விடுதலைச் சிறுத்தைகளின் தலைவர் திருமாவும், ரவிக்குமார் எம்.பி., சிந்தனைச் செல்வன் எம்.எல்.ஏ. இவர்க ளோடு கோச்சடை, சுகுமாறன், துரைக்கண்ணு உள்ளிட்ட பல சமூக ஆர்வலர்கள் கலந்து கொண்டனர். இருளர் பாதுகாப்பு சங்கத்தின் தலைவர் க. சிவகாமி, பொறுப்பாளர்கள் ஆறுமுகம் உள்ளிட்ட அனைத்து நிர்வாகிகளும் கலந்து கொண்டனர்.

நரிக்குறவர் மாநாட்டில் எழுத்தாளர் பெருமாள் குமாரசாமி தனது உரையில் சமூக சமத்துவப் படை வயலூர் கிராமத்தில் நரிக்குறவர் களுக்கு அளிக்கப்பட்ட பூமிதான நிலங்கள் அபகரிக்கப்பட்டதையும், அதனை மீட்க நடந்த போராட்டங்களையும் விவரித்தார். பேரா. பத்மினி அவர்கள் நரிக்குறவர்களுக்கு பழங்குடி தகுதி கிடைக்க 1965லேயே

போராட்டம் துவங்கி விட்டது. ஏறக்குறைய 60 ஆண்டுகளுக்குப் பின் கிடைத்துள்ள இந்த வெற்றியை நரிக்குறவர்கள் கல்வி மற்றும் வேலைவாய்ப்பில் முழுமையாகப் பயன்படுத்திக் கொள்ள வேண்டும் என்றார்.

தாமல் தமிழமுதன், சுமை தூக்குவோர் சங்கச் செயலாளர் புருஷோத்தமன் சமூக சமத்துவப் படையின் மாநில பொதுச் செயலாளர் தங்க.மோகன்ராஜ் அவர்களும் சமூக சமத்துவப் படையின் போராட்டங்களை விரிவாக எடுத்துரைத்தனர். வாலாஜா ஒன்றியத்தலைவர் பெரியவர் சின்னசாமி மாநில செயலாளர். மாசிலாமணி தாங்கி லோகநாதன், பழனி, சோமசுந்தரம், மோகனவேல் உள்ளிட்ட அனைத்து காஞ்சிபுரம், வேலூர் மாவட்ட நிர்வாகிகளும் கலந்து கொண்டு உரிமை முழக்க உரையாற்றினர்.

எழுத்தாளர் சிவகாமி அவர்கள், நரிக்குறவருக்குப் பழங்குடி தகுதி பெற சமூக சமத்துவப் படையின் பங்களிப்பும் உள்ளது. இருளர் பாதுகாப்பு சங்கம் போல இவர்களுக்கு ஒரு ட்ரஸ்ட் ஏற்படுத்தி இவர்கள் முன்னேற்றம் அடைய வேண்டும் அதற்கான ஏற்பாடுகளை சமூக சமத்துவப்படை மேற்கொள்ளும் என்றார்.

இருளர் பாதுகாப்பு சங்கம் நடத்திய மாநாட்டில் ஜெய்பீம் திரைப்படம் வந்த பிறகு சாதிச் சான்று இருளர்களின் இல்லம் தேடி கொடுக்கப்பட்டாலும், முன்பு எப்போதையும் விட பொய்வழக்குகள் அதிகமாக இருளர்கள் மீது போடப்படுகிறது, காவல் துறையின் வன்முறையைக் கட்டுப்படுத்த இயலவில்லை எனப்பிறரும் பேசினர்.

எழுத்தாளர் சிவகாமி அவர்களது உரையில் பேரா. கல்விமணி அவர்களின் அர்ப்பணிப்பு – தொண்டு ஆகியவற்றைப் பாராட்டி ஒரு சிறிய இயக்கம் எவ்வித அரசியல் சார்பும் இன்றி, அனைத்துத் தரப்பினரையும் இருளர் முன்னேற்றத்தின் மீது கவனக்குவிப்பு செய்து வெற்றியடைந்துள்ளது என்று கூறினார். இது ஒரு போற்றத் தகுந்த முன்மாதிரி என்றார். திரு. கல்விமணி மற்றும் நீதிநாயகம் சந்துரு அவர்களை எப்போதும் தனது வழிகாட்டிகளாகக் கருதுவதாகவும் குறிப்பிட்டார். இருளர் பாதுகாப்பு சங்கம் தொடர்ந்து பாடுபட்டு வந்த காரணத்தினால் இன்று பழங்குடி இருளர்களின் வாழ்க்கையில் குறிப்பிடத்தக்க

மாற்றம் நிகழ்ந்துள்ளது. எனினும் இம்மாநாடு சில நீண்ட கால கோரிக்கைகளை வலியுறுத்தித் தொடர் போராட்டங்களை நடத்த வேண்டிய அவசியமுள்ளது. அதில் முக்கியமானது அரசியல் சாசனத்தில் உள்ள 5வது அட்டவணையைத் தமிழ் நாட்டில் அமல்படுத்துவது குறித்தாகும். இந்த அட்டவணைப்படி பல்வேறு மாவட்டங்களில் உள்ள முப்பத்தேழு வகையான பழங்குடி இனத்தவர்கள் வசிக்கும் கிராமங்களை மட்டும் இணைத்து ஒரு பழங்குடி மாவட்டத்தை உருவாக்கி அங்கு ஐந்தாவது அட்டவணையில் உள்ள சிறப்பு அம்சங்களை அமல்படுத்தலாம். அதாவது அந்தக் கிராமங்களில் பழங்குடி அல்லாதார் நிலம் வாங்குவது அல்லது நிலத்தைச் சொந்தமாக வைத்திருப்பது இயலாதது. பிறகு கந்து வட்டிக்காரர்கள் செயல்பட முடியாத நிலப்பரப்பாக அது இருக்கும். மத்திய அரசின் ஒருங்கிணைந்த பழங்குடி முன்னேற்றத்தை முழுமையாக செயல்படுத்தலாம்.

இப்போதுள்ள சூழலில் காவல் நிலையங்கள் அனைவருக்கு மானதாகச் செயல்படுகிறது. பழங்குடி மாவட்டம் ஏற்படுத்தப் படுமானால் அங்குள்ள காவல் நிலையங்கள் பழங்குடி மக்களைப் பாதுகாப்பதைத் தனது ஒரே லட்சியமாகக் கொள்ளும் நிலையில் இருக்கும். மேலும் வன்கொடுமையை நாம் தற்போது மூன்று தரப்பினரைக் கொண்டதாகப் பார்க்கிறோம். அதாவது பாதிக்கப்பட்டோர், பாதிப்பை ஏற்படுத்தியவர் மற்றும் காவல்துறை! மூன்று தரப்பினரைக் கொண்டதாகப் பார்க்கிறோம். அதாவது பாதிக்கப்பட்டோர், பாதிப்பை ஏற்படுத்தியவர் மற்றும் காவல்துறை! இனி வருங்காரத்தில் இதை நான்கு பேர் பங்கேற்கக் கூடியதாக நாம் நடைமுறைப்படுத்தவேண்டும். பாதிக்கப்பட்டோர், பாதிப்பை ஏற்படுத்தியவர், காவல்துறை மற்றும் ஊர்த்தலைவர்கள் (பழங்குடி அல்லாதார்) என்ற நான்கு பேரும் இவ்வட்டத்தில் இணைக்கப்படும்போது பழங்குடி மக்களின் வாழ்நிலைக்கு ஊராரும் பொறுப்பேற்க வேண்டிய நிலைமை உருவாகும்.

எழுத்தாளர் சிவகாமியின் உரை பரிசீலனைக்கு உரியது. நாடு கடந்த நாடாளுமன்றம் என்பது பேர, ஒரே நிலத்தொகுதி இல்லாது தமிழகம் முழுவதும் வாழ்கின்ற மக்களின் கிராமங்களை ஒரு

மாவட்டத்திற்குள் கொண்டு வருவது சாத்தியமா? அப்படியே கொண்டு வந்தாலும் அங்கு பல ஆண்டுகளாக உள்ள நில உரிமைதாரர்களின் நிலையை மாற்றமுடியுமா?

நால்வர் அணியில் பழங்குடி மக்களின் பாதுகாப்பை உறுதிப்படுத்த இயலுமா? பாதிப்பை ஏற்படுத்துபவர்கள் பழங்குடி அல்லாதார் எனும்போது ஏற்கனவே காவல்துறையும் பாதிப்பை ஏற்படுத்தியவர்களும் கூட்டணியில் இயங்கும்போது மூன்றாவதாக பழங்குடி அல்லாத ஊர்த்தலைவர்களைச் சேர்த்தால் பழங்குடிகளின் பாதிப்பு அதிகமாகிவிடாதா? பழங்குடிகள் பாதிக்கப்படும்போது ஊத்தலைவர்களைப் பிணைக் கைதிகளாக்க வேண்டுமென அவர் சொல்கிறாரா?

எல்லாம் கேட்க நன்றாகத்தான் இருக்கிறது! பரீட்சித்துப் பார்க்கவேண்டும்.

நவம்பர் 2022

- கோவையில் நடந்த சிலிண்டர் வெடிப்பு சம்பவத்தில் முபின் என்ற இஸ்லாமியர் இறந்த பின் நடந்த விசாரணையில் வெடிபொருட்கள் அவர் வீட்டிலிருந்ததும் அவருக்கு உடந்தையாக இருந்த அறுவரையும் காவல்துறை கைது செய்துள்ளது. தீவிரவாதத்துடன் எப்போதும் இஸ்லாமியர் இணைக்கப்படுகின்றனர் என்ற குற்றச்சாட் உள்ள உண்மை தவிர விசாரணைக்குப் பிறகு தெரியவரும். எனினும் வெடிபொருட்களை வீட்டில் வைத்திருந்தது உண்மையாக இருந்தால் மிகவும் கண்டிக்கப்பட வேண்டிய விஷயம். ஆனால் இதே கோயம்புத்தூரில் பல வருடங்களுக்கு முன்னால் ரத்தினசாமி என்ற உளவுத்துறை அதிகாரி இஸ்லாமியர் வீட்டில் குண்டுகளை வைத்து அவர்களைத் தீவிரவாதிகளாக ஜோடிக்க முனைந்த சம்பவமும் அதற்காக இப்போது தடை செய்யப்பட்ட பாப்புலர் ஃபிரன்ட் ஆஃப் இந்தியா என்ற அமைப்பு போராடியதும் ஞாபகத்திற்கு வருகிறது.

- குஜராத்தில் பாலம் உடைந்து 134 பேர் உயிரிழந்தனர். மோடி அவர்கள் இது சதி என்கிறார். தகர்ந்து போன பாலத்தைக் கட்டிய அரசாங்கம் அதற்குப் பொறுப்பேற்க வேண்டும் என்ற எதிர்க்கட்சிகள் போராடும் போது அதை சதி என்று கூறும் பிரதமர் அதைத்திட்ட வட்டமாக நிரூபிக்க வேண்டும். எவ்வித ஆதாரமுமில்லாமல் கூறுவது அவருக்கு அழகல்ல. ஒரு நூற்றாண்டு காலம் பழமை வாய்ந்த தொங்கு பாலம் பழுதுகள் நீக்கப்பட்டு சில நாட்களுக்கு முன் பாகத்தான் திறக்கப்பட்டது என்பதை கவனத்தில் கொண்டால் இது கான்ட்ராக்டர்களின் சதியா (ஊழலா) என்பது புரியும். குஜராத்தில் டிசம்பர் மாதம் சட்டமன்றத் தேர்தல் நடக்கவுள்ளது. மக்களின் கோபம் மாயத்தை நிகழ்த்துமா?

- விலைவாசி உயர்வு முன்னெப்போது மில்லாதவகையில் அதிகரித்துள்ளது. இதன் பாதிப்பு வருங்காலத்தில் தெரியும். உள்ளாட்சி நிர்வாகம் பணப்பற்றாக்குறையினாலும் ஆளுங்கட்சி நிர்வாகிகளாலும் தத்தளித்து வருவதாக பத்திரிக்கை செய்திகள் கூறுகின்றன. பணத்தை செலவழித்து தேர்தலில் வெற்றி பெறுபவர்கள் செலவழித்ததை எடுக்காமல் விடுவார்களா?

- இந்து அறநிலையத்துறை செய்திகள் பத்திரிக்கையில் பரவலாக இடம் பிடிப்பதற்குக் காரணம் என்னவாக இருக்கும்? இந்துக்களின் மனம் புண்படச்செய்பவர்கள் திமுக வைச் சேர்ந்தவர்கள் என்ற ஆஒடயின் பரப்புரை காரணமாக இருக்குமோ?

- NGOக்கள் எனப்படும் அரசு சாராத தன்னார்வ தொண்டு நிறுவனங்கள் பொருளாதார இறக்குமதி இல்லலாததால் நலிந்து வருகின்றனர். கார்ப்பொரேட்டுகளின் இநத (இர்ழ்ல்ர்ழ்ஹறங் நர்ஸ்ரீண்ஹப் தங்ள்ல்ர்ய்ள்ண்க்ஷண்ப்ண்ற்ஹ்) தொகை சிலருக்குக் கைகொடுக்கிறது. அவ்வளவே! மக்கள் சளஞ க்களை எப்போதும் நம்பியதில்லை. அவர்கள் இல்லாததும் அவர்களிடம் பெரிய தாக்கத்தை உருவாக்கவில்லை.

டிசம்பர் 2022

இந்திய தேர்தல் ஆணையம் என்பது அரசியல் சாசனம் பிரிவு 324ல் கீழ் நிறுவப் பட்டன. மத்திய அரசுக்கும் மாநில அரசுகளுக்கும் பொதுத் தேர்தல்களை நடத்த சர்வ அதிகாரம் கொண்ட அமைப்பாகும். நேர்மையாகவும் சுதந்திரமாகவும் செயல்பட அரசியல் அமைப்பு சாசனம் அதிகாரங்களை வழங்கியுள்ளது. 1950ல் நிறுவப்பட்ட இந்த அமைப்பு ஒரு தலைமை தேர்தல் அதிகாரியையும் 300 அலுவலர்களையும் கொண்டு இயங்கி வந்தது. இதன் தலைமை ஆணையர் பதவி சாதாரணமாக ஓய்வுபெற்ற அல்லது ஓய்வின் விளிம்பில் இருக்கின்ற அய்யேயெஸ் அதிகாரிகளைக் கொண்டு நிரப்பப்பட்டு வந்தது.

ப.ச.சேஷன் எனும் ஓய்வு பெற்ற அய்யேயெஸ் அதிகாரி முந்தையவர்கள் போல் இல்லாமல் பல சீர்திருத்தங்களைக் கொண்டு வந்தார். 1990ல் அவர் தலைமைத் தேர்தல் அதிகாரியாகப் பொறுப்பேற்றதும் 1989ல் கொண்டு வந்த தலைமைத் தேர்தல் அதிகாரி சட்டத்திருத்தின் படி, மூன்று ஆணையர்கள் நியமிக்கப்பட்டனர் அதில் ப.ச.சேஷன் மூத்தவராகச் செயல்பட்டார்.

தற்போது தேர்தல் ஆணையத்தின் மீதும், தலைமைத் தேர்தல் ஆணையர்கள் மேலும் தேர்தல் முறைகேடுகள் குறித்து பலவித புகார்களை பல அரசியல் கட்சிகளும் பொது நல நிறுவனங்களும் கூறி வந்ததால் தலைமைத்தேர்தல் ஆணையர்களை நியமிக்கும்போது உயர்நீதிமன்ற, உச்சநீதிமன்ற நீதிபதிகளின் நியமனத்தின் போது கடைப்பிடிக்கப் படும் கொலீஜியம் முறையில் நியமிக்க வேண்டுமென கோரிக்கை எழுந்துள்ளது. உச்சநீதி மன்றத்தில் பல பொது நல வழக்குகள் தொடரப்பட்டுள்ளன. தேர்தல் ஆணையம் மத்திய அரசின் கைப்பாவையாகச் செயல்பட்டு வருகிறது என்று பரவலாக பேசப்பட்டும் எழுதப்பட்டு வருவதால் இவ்வழக்குகள் அதிமுக்கியத்துவம் வாய்ந்தவையாகக் கருதப்பட்டு வந்தன மேலும் உச்சநீதி மன்ற நீதிபதியாக பணியாற்றியவர்களும் இந்தப் பதவி நியமனத்தில் இடம் பெறவேண்டும் என்ற கோரிக்கையும் அதிலொன்று இப்படிப்பட்ட சூழலில் உச்ச நீதிமன்றத்தில்

பொதுநல விசாரணைகள் நடந்து கொண்டிருக்கும் போது, அதன் முடிவுகளுக்குக் காத்திராமல் அல்லது அந்த முடிவுகள் தங்களைக் கட்டுப்படுத்தக் கூடாது என்பதினால், அவசர அவசரமாக மூன்று ஆணையர்கள் பதவியில் காலியாயிருந்த ஒரு பதவியில் அருண் கோயல் ஐஅந அவர்களை நியமித்துவிட்டது மத்திய அரசு.

இதில் வியப்பென்னவென்றால், ஒரே நாளில் அதாவது 24 மணி நேரத்திற்குள்ளாக, அருண் கோயல் அப்பதவிக்கு விண்ணப்பித்து, அதே நாளில் அரசால் பரிசீலனை செய்யப்பட்டு, அன்றே பிரதமர் கையெழுத்து பெறப்பட்டு அன்றே குடியரசுத்தலைவர் முர்முவின் கையெழுத்தும் பெறப்பட்டுள்ளது! இது சாத்தியமேயில்லை என்று உச்சநீதிமன்ற நீதிபதிகள் வியப்புத் தெரிவித்துள்ளனர். நீதிபதிகளே, உங்கள் வியப்பைத்தான் தெரிவிக்க முடியுமே தவிர, நியமனத்தை மாற்ற முடியாது. அதற்கு அதிகாரமும் இல்லை. இதில் எந்த முறைகேடும் இல்லை. மூன்று மாத கால தாமதம் ஆறுமாத காலத் தாமதம் என்றால் மத்திய அரசாகப்பட்டது அரசாங்கத்தைக் கண்டிக்கலாம். சாடலாம். துரிதப்படுத்தலாம். ஆனால் அதி துரிதமாக செயல்பட்டு உங்களுக்கு பெப்பே காட்டி அல்வா கொடுத்ததற்கு வியப்புத்தான் தெரிவிக்க முடியும்!

இப்படித் துரிதமாக செயல்பட்ட ஆஒடஅரசின் நோக்கம் என்னவாக இருக்க முடியும்? உங்கள் ஊகத்துக்கு விட்டு விடுகின்றேன்.

ஜனவரி 2023

புதிய கோடாங்கியின் இருபத்தி ஐந்து ஆண்டுகள் நிறைவு விழா

புதிய கோடாங்கி வாசக நண்பர்களுக்கு, வணக்கம்.

புதிய கோடாங்கியின் சவால்கள் நிறைந்த பயணம் 1995 தொடங்கி 2023ஆம் ஆண்டாகிய இந்தாண்டு வரை சுணக்கமின்றித் தொடர்ந்து வெளிவந்துள்ளது. அதன் இருபத்தி ஐந்து ஆண்டுகள் நிறைவு விழாவை வரும் பிப்ரவரி 25,26 தேதிகளில் மதுரை தலித் இறையியல் கல்லூரியில்

நடத்தத் திட்டமிடப்பட்டுள்ளது. இதற்காக புதிய கோடாங்கி வெள்ளிவிழா வாட்சப் குழு தொடங்கப்பட்டுள்ளது. நிகழ்ச்சிகள் ஒருங்கிணைக்கப்படவுள்ளன.

இந்த இரண்டு நாட்களுமே இலக்கியக் கருத்தரங்காக நடக்கும். மேலும் பங்கேற்கும் அனைவருக்கும் நினைவுப்பரிசு வழங்கவும் திட்டம் உள்ளது. புதிய கோடாங்கி நதி நிலைமை பத்திரிக்கை நடத்துவதற்கே போதுமானது. பெரிய விழாக்கள் எடுக்குமளவுக்கு போதுமானதல்ல. எனவே வரவிருக்கும் எழுத்தாளர்கள் அனைவருக்கும் போக்குவரத்துச் செலவினங்களை மேற்கொள்ள முடியாத நிலைக்காக வருத்தம் தெரிவித்துக் கொள்கிறோம்.

ஆனால் உணவு தங்குமிடம் ஆகியவை இரண்டு நாட்களுக்கும் வெளியூர்களிலிருந்து வருபவர்களுக்கு ஏற்பாடு செய்யப்பட்டுள்ளது. ஆகையால் இரண்டு நாட்களும் எழுத்தாளர்கள் தங்கி நிகழ்வுகள் அனைத்திலும் பங்கேற்குமாறு அன்புடன் கேட்டுக்கொள்கிறோம்.

முதல் நாள் அதாவது பிப்ரவரி 25 காலை 9 மணிக்கு புகழ் பெற்ற தலித் கவிஞர், பாடலாசிரியர், பாடகரான அறிவு அவர்களின் பாடலோடு, ஓய்வு பெற்ற நீதிநாயகம் சந்துரு அவர்களும், மதுரை பாராளுமன்ற உறுப்பினர் வெங்கடேசன். எம்.பி. அவர்களும் பங்கேற்கும் முதல் அரங்கம் தொடங்கி இரண்டாம் நாள் இறுதி அரங்கம் வரை பதினெட்டு அரங்குகளில் பல்வேறு தலைப்புகளில் தலித் எழுத்தாளர்கள், கவிஞர்கள், நாடகத்துறையினர் அனைவரும் பேசுகின்றனர்.

நாற்பத்தைந்து நிமிடங்கள் மட்டுமே ஒரு அரங்குக்கு ஒதுக்கப்பட்டிருப்பதால் ஒவ்வொரு வருக்கும் பத்து நிமிடம் மட்டுமே வாய்ப்பு கிடைக்கும். அனைவருடைய குரலும், கருத்தும் பதிவாக வேண்டும் என்ற நோக்கத்தில் திட்டமிடப்பட்ட இந்த அரங்குகள் மிகவும் விறுவிறுப்பாகவும் செறிவாகவும் நடக்கும் என்பதில் ஐயமில்லை. கடந்த காலம், சம காலம், மற்றும் எதிர்காலமென முப்பரிமாண நிலைபாடுகளில் தலித் எனும் மய்யக்கருத்தைக் கொண்டிருக்கும் இந்த அரங்குகள், தலித் ஆர்வலர்களும் மாணவர்களும் கலந்து கொள்ளும் வகையில் சிறந்த முறையில் வடிவமைக்கப்பட்டு வருகிறது.

அனைவரும் கலந்து கொண்டு சிறப்பிக்குமாறு அன்புடன் கேட்டுக்கொள்கிறோம்.

புதிய கோடாங்கி ஆசிரியர் குழு

P. SIVAKAMI CURRICULUM VITAE

1. **NAME:** Dr. P. Sivakami, Ph.D. (History-Economics)
(**First Name:** Sivakami **Surname:** Palanimuthu)

2. **DATE OF BIRTH:** 01/12/1955 **Age:** 65 yrs

3. **NATIONALITY:** Indian

4. **FAMILY STATUS:** Married

5. **PRESENT OCCUPATION:** Indian Writer, novelist, Essayist, Poet, orator on social issues

6. **BY PROFESSION:** Indian Administrative Service (IAS) Officer (Retd.)

7. **INTERESTS:** Novel, Essay, Short-story, Poem writing, Public speaking, Providing leadership for Dalit and Women to claim their legitimate rights, with special focus on Land rights, to retrieve the usurped Panchami lands that once belonged to the Dalits, interested to share views on literature, issues of Justice, women's rights and political and economic empowerment of Dalits through interviews and speaking engagements at numerous secular, human rights, feminist and political forums and academic gatherings in India and abroad.

8. **CONTACT DETAILS:**
Address: 4/388, Ram Garden, Anna Salai, Palavakkam, Chennai 6000041, Tamil Nadu, INDIA
Mobile No: +91 9444487856/ +91 9043889769
E-Mail: psivakami@gmail.com

9. **EDUCATION:**

Institution (Year of completion)	**Degree(s) Obtained:**	**Awards**
University of Madras, Chennai (2017)	Ph.D. in History-Economics (**Title of the Thesis:** Land use Pattern and Food Insecurity in Perambalur District of Tamil Nadu: An Economic Analysis)	
St. Thomas College, Kozhencherry, Kerala (2014)	Certificate on Counter-writing: Dalit and Subaltern	
Western Management Development Centre Denver, USA (2007)	Certificate on Executive Development Training	
Institute for Financial Management and Research, Madras (1997)	Certificate on Financial Management	
Association for Overseas Technical Scholarshio (AOTS), Tokyo Japan (1994)	Executive Programme on Corporate Management	
Administrative Staff College of India, Hyderabad (1993)	Certificate on Management Concepts in Government for IAS Officers	
Bangkok, Thailand (1992)	Multi-County Study Mission on Tourism	
Lal Bahadur Shastri National Academy of Administration Administration (1982)	Indian Administrative Service (IAS) On Job Training	
Queen Mary's College, Chennai. (1978)	Master of Arts (M.A.) in History	Sudarsan Gold Medal for Outstanding Performance

Holy Cross College, Tiruchirappalli. (1976)	Bachelor of Arts (B.A.) in History	Sundarammal Tamil Prize and Jawaharlal Nehru Memorial Award for the first place at State Level in General Tamil
Seethalakshmi Ramasamy College, Trichurapalli (1973)	Pre-University Course (PUC)	
St. Dominic's Girls Higher Secondary School, Perambalur. (1972)	Secondary School Leaving Certificate (SSLC)	Ranked first in School

10. **LANGUAGE SKILLS: INDICATE COMPETENCE ON SCALE OF A1 TO C2**

Language	Reading	Speaking	Writing
Tamil	C2	C2	C2
English	C1	C1	C1
Hindi	B2	B2	B2
Japanese	_	A2	A2

(Levels: A1and A2 - Basic user; B1 and B2 - independent user; C1 and C2 - Proficient user)

11. **PROFESSIONAL EXPERIENCE:**

Appointed to Indian Administrative Service in 1980 and services rendered to Government of Tamil Nadu and Government of India until 2008.

Year	Roles and Responsibilities
1982-1983	Sub- Collector, Chengalpattu Revenue Division.
1983-1984	Under Secretary to Govt. of Tamil Nadu, incharge of the Projectfor "Development of Women and Children in the Rural Area".
1984-1985	Project Officer, DANIDA (Danish International Development Agency) Health Care Project.
1986-1987	Senior Regional Manager, Tamil Nadu Civil Supplies Corporation
1987-1988	Director of Raffles
1988-1989	Joint Commissioner, Civil Supplies Department
1989-1991	District Collector, Tuticorin and Vellore Districts.
1992-1994	Director and Joint Secretary, Tourism Department and Managing Director of Tamil Nadu Tourism Development Corporation.
1994-1995	Additional Secretary Labour Department, Government of Tamil Nadu (Abolition of Child Labour Project)
1995-1997	Regional Director, (South India) Tourism Department, Government of India
1997-2001	Regional Director, East Asia, Tokyo, Japan (Tourism Department, Government of India)
2001	Secretary to Government, Animal Husbandry and Fisheries Department, Government of Tamil Nadu

2001-2002	Secretary to Government, Adi-Dravidar and Tribal Welfare Department, and in-charge of Abolition of Bonded Labour project.
2002-2004	Special Commissioner, Government Data Center
2004-2005	Special Commissioner, Disciplinary Proceedings Chennai
2005-2007	Special Commissioner, Employment and Training Department
2007-2008	Principal Commissioner, Stationery and Printing Department
2008	Voluntary retirement from Indian Administrative Service in order to begin a new career in politics with the larger objectives of serving the poor, disadvantaged and to uplift the Dalit (the so called untouchables) and women.

12. Initiatives and Responsibilities in Public Life

- Founder and President, South India Dalit Writers and Artists Association, 2002.
- Founder and President, Dalit Land Right Movement, 2004.
- Founder and President, Women's Front, 2005.
- General Secretary, Bahujan Samaj Party, Tamil Nadu State, 2008- 2009
- Founder and President, Political Party - "Samuga Samatuva Padai Katchi" (Party for Social Equality), 2010 based on the principles of Dr Bhim Rao Ambedkar
- Founder and President, SamugaPaniyilArasuUzhiyar Sangam (Tamil Nadu Government Employees Schedule Cast and Schedule Tribes (SC/ST) associaltion, 2018.
- Founder and President, Forum for Indian Women Intellect (FIWI), 2018.
- Advisory Member (Tamil Language) of the Sahitya Akademi (National Academy of Letter) 1999-2001.
- President, Chennai Container Terminal Employees Union (Since 2014)

- President, Employees of Directorate of Technical Education, Chennai (2014-2017)
- President, Madras Fertilizers Limited (Public Sector Undertaking, Government of India) (2012-2015)
- Member, Association of Retired IAS Officers (Since 2016).
- President, Taj Fishermencove, Kovalam Employees Union (Since 2017)
- President, Tamil Nadu Government Transport Worker's Union (Since 2017)

13. WORKS PUBLISHED:

I Tamil Novels (6)

- 1989: *"Pazhiyana Kazhidalum", Chennai: Annam Publication* (A literary and commercial success, the novel created a stir by taking on patriarchy in the Dalit movement. The novel is self translated and is published in English as *The Grip of Change* (2006). Part I of the novel presents the narrative and the Part II, Asiriyar Kurippu or Author's Note, examines the narrator's challenges with the genre of fiction.
- 1993: Anandhayi (The second novel *Anandhayi* is about the violence against women and was translated into English by Pritham K Chakravarthy as *The Taming of Women* in 2011)
- 1995: "Pazhayana Kazhidalum: Asiriyar Kurippu" ("Author's Notes for The Grip of Change", Chennai: Thamizh Puthakalayam
- 1997: "Kurukku Vettu", (Read in English as "Cross-Section") Puducherry: Anangu Feminist Publication, 171 pages
- 2012: *"Unmaikku Munnum Pinnum"* (Read in English as "Truth-Before and After") , Chennai: Uyirmai Pathipagam
  (Abstract: The protagonist, brings to light the corrupt practices of the bureaucracy caste and gender bias and the politicians)
- 2017: *"Uyir"* (Read in English as "The Being"), Pudhucherri: Anangu Feminist Publication
  (Abstract: This novel records and talks about the attitudes of people towards important social issues, domestic violence and corruption at all levels in the society including the positive changes among the youth)

II Translated Works (4)

- 2014: "The Cross Section" (Trans. by C.P. Indra from Tamil: "Kurukku Vettu" 1997) Government of India Publication, The Sahitya Akademi of India - National Academy of Letters)
(Abstract:A Full length novel with Saro, an educated, middle-class woman as the main character cross-examines the institutions of marriage, family and State and revisits the concepts of love, chastity and motherhood.)

- 2006: The Grip of Change (Self Trans. From Tamil: Pazhayana Kazhidalum 1988.), New Delhi: Orient Longman Publication.
(Abstract: This very First novel, describes how the ancient institution of caste is deep rooted in the Tamil Society and defy all possible solutions. The agony and the struggle of Dalit women are portrayed extensively)

- 2012: The Taming of Women (Trans. by Pritham K Chakravarthy from Tamil: "Anandayee" 1993), Penguin Publishers.
(Abstract: This is a very acclaimed novel in Tamil. It traces the life patterns of three generations of rural Tamil women who are in the lower rung of the society. The first generation of women has been portrayed to be submissive, they critique the society whereas the second generation of women defies all the social constructs, but lacks personal and social goals. The third generation of women is portrayed as strong and level headed.)

- 2020: „Die Zeiten ändern sich" translation of ‚The Grip of Change' by Thomas Vogel, Heidelberg, Germany: Draupadi Publication, 152 pages

III English Novels

- 2021: "The Language of the Mirror", Chennai: Emerald Publishers
(Debut novel in English, a narrative on self introspection)

IV Tamil Short Story collections (4)

- 1986: „Ippadiku Ungal Yadharthamulla, "Chennai: Chennai Book House.
- 1989: „Nalum Thodarum",Chennai: Tamil Puthakalayam
- 1995: Kadaisi Mandhar, Chennai: Tamil Puthakalayam.
- 2004: „*Kadaigal*", Chennai: Mithra arts and Creations

V Tamil Non-Fiction (7)

- 2004: Dalit Land Right Struggle, Chennai: Puthiya Kodangi

- 2004: Special component Plan and Apna Panchayat (Essays on Implementing Special Component Plan and on Panchayat Raj and Dalits)

- **2005:** Tribal People's Land Rights, Thindivanam: Pazhangudi Irular Padhukappu Sangam

- 2007: Udalarasiyal (The Body Politics), Chennai: Panikkudam Pathippagam (Abstract: This book written in Tamil explores the subjugation of women (Women's bodies) in the historical past and indulges in a fair examination of feminist theories)

- 2007: Pengalum Arasiyalum (Women and Politics)
  (Abstract: Women and Politics was written during 2007-2008 as a serial in a popular magazine (Theeranathi) in Tamil. These essays expose the poor participation of women in the political processes and suggest ways for their political empowerment)

- 2019: Idadhu Kaal Nuzhaivu (Women and Politics), Pudhucherri: Anangu Feminist Publication

- Effective Participation of Women in the Political Process and Governance (Under Publication)

VI ARTICLES IN ENGLISH:

2010: " Effective Transfer Policy Options for the Dalits", Chennai: Puthiya Kodangi

Tamil Dalit Literature: Some Riddles by Association for Common Wealth Literature and Language Studies

VII ONLINE PUBLICATIONS

2019: Survey: Do All Women React to C-Section Births the Same Way?
https://thewire.in/health/survey-do-all-women-react-to-c-section-births-the-same-way

VII Tamil Poems

- 2011: „*Kadhavadaippu" (Barred Door), First Poetry Collection,* Chennai: Uyirmmai Pathippagam
- 2012: Payanatra Kanneer (Waste Tears)

14. OTHER CREATIVITIES

(i) Produced and Directed an award winning Short Film named "Oodaha" (Through)

(ii) Several YouTube videos concerning social issues.

(iii) Continues to edit a monthly subaltern literary magazine in Tamil by name "PudhiyaKodangi" from 1995.

15. OVERSEAS ENGAGEMENTS AND SPECIAL ASSIGNMENTS:

- Awarded Fulbright Nehru Fellowship in 2017-18 and worked in a teaching and research assignment in Women, Gender and Sexuality Studies Department, at Dartmouth College, Hanover, New Hampshire, USA.
- Shared views on literature and society with eager audience at such prestigious centers as the Columbia University, the South Asian Studies Department at the University of Pennsylvania and the All Common Wealth Countries Literary Meet at Vancouver, Canada (as a plenary speaker) and National Literature Meet at Singapore and meetings organized by Tamil Associations and other literary and women's organizations in Malaysia, Nepal, France, Germany, The Netherlands U.S.A. Dubai, Abu Dhabi and Thailand.
- Was invited as a plenary speaker at the "India Conference at Harvard" 2020 at Boston, USA.
- Attended the Association for Commonwealth Literature and Language Studies (ACLALS) Triennial Conference by Centre for Culture, Identity and Education, The university of British Columbia, Aug 17-23,2007
- Attended the conference by the South Asia Institute in Columbia University in honour of Dr. B.R. Ambedkar on " Caste and Contemporary India", Oct 16-17,2009 and shared views on "Contemporary Politics and Caste"
- Presently attending a literature course in "The John Milton reading Room" organised by Dartmouth College, Hanover, USA

16. POLITICAL INVOLVEMENTS:

- Organized more than 200 Demonstrations, Protests and Rallies addressing contemporary social and political issues specifically related to victims of caste and gender discrimination
- Contested General Election 2009 from Kanyakumari Parliamentary Constituency
- Contested State Assembly Election 2011 from Gangavalli Constituency
- Contested State Assembly Election 2016 in alliance with DMK Party from Perambalur Constituency

17. RECOGNITIONS AND ACCOLADES

★ As Indian Dalit Feminist Writer and novelist predominantly writing in Tamil

★ As Social and Political Activist

★ As First Tamil Dalit Woman Writer for the novel *Pazhiyana Kazhidalum* in 1989

★ Rated by BBC as among the Top-5 Favourite Novels from India for the self translated First novel, "The Grip of Change"

★ The Novel " Cross Section" was recognised as one of the 100 Best novels from India and translated by Sahitya Akademi

★ Recognised "Women art Night" Programme, a grand Cultural event as first of its kind in India for 100000 women at Madurai, 2007

★ Recognised by BNP Paribas Bank as One of the twelve women icons of India "Women Changing India" during the celebration of the 150th Anniversary for their presence in India

★ Was awarded Honorary Doctorate, Doctor of Divinity by The Academy of Ecumenical Indian Theology and Church Administration for the distinguished service in the church and society.

★ Recognised for First-ever Conference in india on "Women and Politics" at Trichy in 2008 with 250000 women Participants

18. References

- *Pathak, Nilima (26 August 2012). "Sivakami, first Great woman to become a novelist". Gulf News. Retrieved 13 June 2015.*
- *Tulsi Badrinath (29 January 2015). Madras, Chennai and the Self: Conversations with the City. Pan Macmillan. pp. 24–. ISBN 978-1-5098-0006-3.*
- *Rajaram, R. (28 April 2016). "Ex-bureaucrat in her second innings". The Hindu. ISSN 0971-751X. Retrieved 28 October 2017.*
- *IANS (4 February 2016). "Bureaucracy treated me like an untouchable: Ex-IAS officer Sivakami (IANS Interview)". Business Standard India. Retrieved 14 March 2019.*
- *"Double Marginalization of Dalit Women in Sivakami's "The Grip of Change" and "The Taming of Women"" (PDF). The criterion. Retrieved 26 September 2020.*
- *"Sivakami, first Dalit woman to become a novelist". gulfnews.com. Retrieved 14 March 2019.*
- May, 2013: Land is not ancestral property, it has to change hands https://www.dalitweb.org/?p=1740
- Jan, 2010 The lives of Tamil Dalit women: a study of the literary works of Bama and P. Sivakami https://go.gale.com/ps/i.do?id=GALE%7CA240185783&sid=googleScholar&v=2.1&it=r&linkaccess=abs&issn=10241256&p=AONE&sw=w&userGroupName=tel_oweb&isGeoAuthType=true

www.ingramcontent.com/pod-product-compliance
Lightning Source LLC
LaVergne TN
LVHW040553051026
849519LV00004B/1332
* 9 7 8 9 3 9 1 4 8 0 6 4 6 *